AF766297

ഷഹീദ് ഭഗത്സിങ്
തെരഞ്ഞെടുത്ത കൃതികൾ

Bhagat singh theranjedutha krithikal

Editor
Sivavarma

Translation
K E K Namboodiri
B B Nair, Rajashekharan Nair

CHINTHA PUBLISHERS
Thiruvananthapuram

First Edition
January 2023

Published
Chintha Publishers, Thiruvananthapuram

Typesetting
Star communications, Thiruvananthapuram

Cover Design
Vinod Mangoes

ISBN : 978-93-94753-62-4

CO - 3216 / 6252

Email: chinthapublishers@gmail.com
Website: www.chinthapublishers.com

A version is available at National Libraries
Kolkata, Mumbai, Chennai and Delhi

Distribution
DESHABHIMANI BOOKHOUSE
H O Thiruvananthapuram 695035

Branch
Head Office Kunnukuzhi • Statue Thiruvananthapuram
KSRTC Bus Terminal Thampanoor • Saphalyam Complex Thiruvananthapuram
KSRTC Bus Station Alappuzha • KSRTC Bus Station Ernakulam
Machingal Lane Thrissur • IG Road Kozhikode
Mavoor Road Kozhikode • NGO Union Building Kannur
Central Bus Terminal Complex Thavakkara Kannur

ഷഹീദ് ഭഗത്‌സിങ്
തെരഞ്ഞെടുത്ത കൃതികൾ

എഡിറ്റർ
ശിവവർമ

പരിഭാഷ
കെ ഇ കെ നമ്പൂതിരി
ബി ബി നായർ
രാജശേഖരൻ നായർ

ചിന്ത പബ്ലിഷേഴ്സ്
തിരുവനന്തപുരം-695 035

ഉള്ളടക്കം

അനുബന്ധം

യശഃശരീരനായ
സഖാവ് പി സുന്ദരയ്യയുടെ
സ്മരണയ്ക്ക്

ശിവവർമ്മ

പ്രസാധകക്കുറിപ്പ്

തീക്ഷ്ണമായ ഒരു കാലഘട്ടത്തിലെ വിപ്ലവ പ്രവർത്തനത്തിൽ നിന്നും ഉയർന്നുവന്ന പേരാണ് ഭഗത്സിങ്. ആ നാമധേയം ഇന്ത്യയിലെ പോരാളികളായ മനുഷ്യരുടെ ധമനികളെ എക്കാലത്തും തീപിടിപ്പിക്കും. ബ്രിട്ടീഷ് സാമ്രാജ്യത്വത്തിന്റെ നൃശംസതകൾക്കെതിരെ കരളുറപ്പോടെ തോക്കു കൈയിലെടുത്ത് പോരാടിയ ഭഗത്സിങ്ങും കൂട്ടാളികളും ഇന്ത്യൻ സ്വാതന്ത്ര്യസമരത്തിലെ വിപ്ലവബദലിനെ പ്രതിനിധാനം ചെയ്യുന്നു. തോക്കു മാത്രമല്ല വിപ്ലവാത്മകമായ ആശയവും ഭഗത്സിങ്ങിന്റെ പക്കലുണ്ടായിരുന്നു. വ്യക്തിപരമായ ധീരോദാത്തതയും സഹനവും കൂടാതെ ഒരു വിപ്ലവത്തിനും വിപ്ലവപ്രത്യയശാസ്ത്രത്തിനും വിജയിക്കാനാവില്ല. വധശിക്ഷയ്ക്ക് വിധിക്കപ്പെട്ട് ലാഹോർ ജയിലിൽ കഴിയുമ്പോഴാണ് ഭഗത്സിങ് മാർക്സിസ്റ്റ്–ലെനിനിസ്റ്റ് കൃതികൾ പരിചയപ്പെടുന്നത്. അന്ത്യാഭിലാഷമായി ഭഗത്സിങ് ആവശ്യപ്പെട്ടത് താൻ വായിച്ചുകൊണ്ടിരുന്ന ലെനിന്റെ കൃതി പൂർത്തിയാക്കാൻ അനുവദിക്കണമെന്നാണ്. കേവലം ഇരുപത്തിമൂന്നു വയസ്സ് മാത്രമുള്ളപ്പോഴാണ് അദ്ദേഹം തൂക്കിലേറ്റപ്പെടുന്നത്. ഭഗത്സിങ്ങിന്റെ സഖാവായിരുന്ന ശിവവർമ ഭഗത്സിങ് എഴുതിയ ലേഖനങ്ങൾ സമാഹരിച്ച് പുസ്തകമാക്കി പ്രസിദ്ധീകരിച്ചിരുന്നു. അതിന്റെ പരിഭാഷയാണീ കൃതി. തികഞ്ഞ ചരിത്രബോധവും ശാസ്ത്രീയവീക്ഷണവും പുലർത്തുന്ന ഈ രചനകൾ, ഇന്ത്യയുടെ സ്വാതന്ത്ര്യത്തെയും ചരിത്രത്തെയും സംബന്ധിച്ച ശരിയായ വിലയിരുത്തൽ മുന്നോട്ടു വയ്ക്കുന്നു. ഭാഷ, സംസ്കാരം, രാഷ്ട്രീയം തുടങ്ങി ഇത്രയും വൈവിദ്ധ്യപൂർണ്ണമായ വിജ്ഞാനമണ്ഡലങ്ങളിൽ കേവലം ഇരുപത്തിമൂന്നു വയസ്സുമാത്രമുള്ള ഒരു യുവാവ് നേടിയ അവഗാഹം അമ്പരപ്പോടുകൂടി മാത്രമേ നമുക്ക് വായിക്കാനാകൂ. ബി ടി രണദിവെ, ബിപിൻ ചന്ദ്ര എന്നിവരുടെ മുന്നുരകൾ ഈ പുസ്തകത്തിന്റെ മാറ്റുകൂട്ടുന്നു. ഓരോ പുരോഗമന ചിന്താഗതിക്കാരനും അവശ്യം വായിക്കേണ്ട പുസ്തകങ്ങളിൽ ഒന്നാണിത്.

ചിന്ത പബ്ലിഷേഴ്സ്

ആമുഖം

ബി ടി രണദിവെ

വിശ്രുത വിപ്ലവകാരിയായിരുന്ന രക്തസാക്ഷി ഭഗത്സിങ്ങിന്റെ ജീവിത പ്രവർത്തനങ്ങളെയും ചിന്തയെയും സംബന്ധിച്ചും രാജ്യം നേരിടുന്ന പ്രശ്നങ്ങളുടെ പ്രായോഗിക പരിഹാരത്തിന് മാർക്സിസത്തിന്റെ മാർഗ്ഗദർശനം അംഗീകരിക്കുന്നതിലേക്ക് ആ യുവ വിപ്ലവകാരിയും സഖാക്കളും ചെന്നെത്തിയതിനെ സംബന്ധിച്ചും കൂടുതൽ വിപുലമായ പഠനം ആഗ്രഹിക്കുന്നവർക്ക് ഭഗത്സിങ്ങിന്റെ സഹപ്രവർത്തകനായിരുന്ന സ. ശിവവർമയുടെ വിജ്ഞാനപ്രദമായ ആമുഖത്തോടുകൂടി പ്രസിദ്ധീകരിക്കപ്പെടുന്ന *ഷഹീദ് ഭഗത്സിങ്ങിന്റെ തെരഞ്ഞെടുത്ത കൃതികൾ* സ്വീകാര്യമായിരിക്കുമെന്നതിൽ സന്ദേഹത്തിന് അവകാശമില്ല.

മുകളിൽ രണ്ടാമത് പരാമർശിച്ച വിഷയം സഖാവ് ശിവവർമ ഫലപ്രദമായിത്തന്നെ കൈകാര്യം ചെയ്തിട്ടുണ്ട്. 1930 കളിലെ മാറിവന്ന പരിതഃസ്ഥിതികളിൽ പുതിയ പ്രവർത്തനങ്ങളും പുതിയ പ്രത്യയശാസ്ത്രവും വികസിപ്പിച്ചുകൊണ്ട് യുവ വിപ്ലവപ്രതിഭകൾ ഇന്ത്യയിലെ ബഹുജനങ്ങളുമായി വൈകാരികബന്ധങ്ങൾ ഉറപ്പിച്ചതെങ്ങനെയെന്ന് പ്രത്യക്ഷമാക്കാൻ വേണ്ടത്ര വിശദവിവരങ്ങൾ സഖാവ് ശിവവർമ നല്കുന്നുണ്ട്. സാമൂഹികമായ ഉയർത്തെഴുന്നേല്പിൽ നിർണ്ണായക ശക്തികളെയും അക്കൂട്ടത്തിൽ മർദ്ദിത ജനങ്ങൾക്കുള്ള സ്ഥാനത്തെയുംകുറിച്ച് പുതുതായി ആർജ്ജിച്ച ശരിയായ അവബോധം വിദേശാധിപത്യത്തോടുണ്ടായിരുന്ന അടങ്ങാത്ത വിദ്വേഷത്തെയും ബ്രിട്ടീഷ് വാഴ്ചയോടുണ്ടായിരുന്ന വിട്ടുവീഴ്ചയില്ലാത്ത ശത്രുതയെയും കൂടുതൽ ശക്തമാക്കുകയായിരുന്നു.

ഇത് തികച്ചും സ്വാഭാവികമായിരുന്നു. ഈ നൂറ്റാണ്ടിന്റെ മൂന്നാം ദശകാരംഭത്തോടെ ഇന്ത്യയിൽ ഉയർന്നുവന്ന സാമ്രാജ്യവിരോധിക

ആമുഖം

ബി ടി രണദിവെ

വിശ്രുത വിപ്ലവകാരിയായിരുന്ന രക്തസാക്ഷി ഭഗത്സിങ്ങിന്റെ ജീവിത പ്രവർത്തനങ്ങളെയും ചിന്തയെയും സംബന്ധിച്ചും രാജ്യം നേരിടുന്ന പ്രശ്നങ്ങളുടെ പ്രായോഗിക പരിഹാരത്തിന് മാർക്സിസത്തിന്റെ മാർഗ്ഗദർശനം അംഗീകരിക്കുന്നതിലേക്ക് ആ യുവ വിപ്ലവകാരിയും സഖാക്കളും ചെന്നെത്തിയതിനെ സംബന്ധിച്ചും കൂടുതൽ വിപുലമായ പഠനം ആഗ്രഹിക്കുന്നവർക്ക് ഭഗത്സിങ്ങിന്റെ സഹപ്രവർത്തകനായിരുന്ന സ. ശിവവർമയുടെ വിജ്ഞാനപ്രദമായ ആമുഖത്തോടുകൂടി പ്രസിദ്ധീകരിക്കപ്പെടുന്ന *ഷഹീദ് ഭഗത്സിങ്ങിന്റെ തെരഞ്ഞെടുത്ത കൃതികൾ* സ്വീകാര്യമായിരിക്കുമെന്നതിൽ സന്ദേഹത്തിന് അവകാശമില്ല.

മുകളിൽ രണ്ടാമത് പരാമർശിച്ച വിഷയം സഖാവ് ശിവവർമ ഫലപ്രദമായിത്തന്നെ കൈകാര്യം ചെയ്തിട്ടുണ്ട്. 1930 കളിലെ മാറിവന്ന പരിതഃസ്ഥിതികളിൽ പുതിയ പ്രവർത്തനങ്ങളും പുതിയ പ്രത്യയശാസ്ത്രവും വികസിപ്പിച്ചുകൊണ്ട് യുവ വിപ്ലവപ്രതിഭകൾ ഇന്ത്യയിലെ ബഹുജനങ്ങളുമായി വൈകാരികബന്ധങ്ങൾ ഉറപ്പിച്ചതെങ്ങനെയെന്ന് പ്രത്യക്ഷമാക്കാൻ വേണ്ടത്ര വിശദവിവരങ്ങൾ സഖാവ് ശിവവർമ നല്കുന്നുണ്ട്. സാമൂഹികമായ ഉയർത്തെഴുന്നേല്പിൽ നിർണ്ണായക ശക്തികളെയും അക്കൂട്ടത്തിൽ മർദ്ദിത ജനങ്ങൾക്കുള്ള സ്ഥാനത്തെയുംകുറിച്ച് പുതുതായി ആർജ്ജിച്ച ശരിയായ അവബോധം വിദേശാധിപത്യത്തോടുണ്ടായിരുന്ന അടങ്ങാത്ത വിദ്വേഷത്തെയും ബ്രിട്ടീഷ് വാഴ്ചയോടുണ്ടായിരുന്ന വിട്ടുവീഴ്ചയില്ലാത്ത ശത്രുതയെയും കൂടുതൽ ശക്തമാക്കുകയായിരുന്നു.

ഇത് തികച്ചും സ്വാഭാവികമായിരുന്നു. ഈ നൂറ്റാണ്ടിന്റെ മൂന്നാം ദശകാരംഭത്തോടെ ഇന്ത്യയിൽ ഉയർന്നുവന്ന സാമ്രാജ്യവിരോധിക

ളുടെ ഒരു പുത്തൻ യുവതലമുറ, ഇന്ത്യൻ നാഷണൽ കോൺഗ്രസ് നേതൃത്വത്തിന് അതുവരെയും അംഗീകരിക്കാൻ കഴിഞ്ഞിട്ടില്ലായിരുന്ന പൂർണ്ണമായ ദേശീയ സ്വാതന്ത്ര്യം എന്ന അവകാശമുയർത്തി. ജാതി–മത –വർഗ്ഗീയ വ്യത്യാസങ്ങളോടും വിവേചനങ്ങളോടും അസഹിഷ്ണുക്കളായിരുന്ന അവരിൽ മതനിരപേക്ഷതയുടെ വീക്ഷണം പ്രബലമായി വരികയായിരുന്നു. അക്കാലത്ത് രാജ്യത്തെമ്പാടും ഉയർന്നുവന്ന യുവജനസംഘടനകൾ പൂർണ്ണസ്വാതന്ത്ര്യത്തിന്റെയും ദേശീയ ഐക്യത്തിന്റെയും മതനിരപേക്ഷതയുടെയും ആശയങ്ങൾ ഉൾക്കൊണ്ടുകൊണ്ട് കാലംചെയ്ത ചിന്താഗതികളിൽ പറ്റിപ്പിടിച്ചു കിടന്നവർക്കെതിരെ നിശിതമായ വിമർശനങ്ങളുയർത്തി. എന്റെ ഓർമ്മ ശരിയാണെങ്കിൽ, ഇക്കാലത്ത് അലിഗഢ് സർവ്വകലാശാലയിൽ നടന്ന ഒരു വിദ്യാർത്ഥി സമ്മേളനം വിഭാഗീയ നിയോജകമണ്ഡല വ്യവസ്ഥ റദ്ദാക്കണമെന്ന് ആവശ്യപ്പെടുന്ന ഒരു പ്രമേയം അംഗീകരിക്കുകയുണ്ടായി.

വിപ്ലവപ്രവർത്തനങ്ങൾ ജീവിതമായി സ്വീകരിച്ച യുവാക്കൾ കഴിഞ്ഞുപോയ തലമുറയിലെ സമരനേതാക്കളുടെ വീക്ഷണങ്ങൾ നിരാകരിക്കുകയും മതപരവും പരമ്പരാഗതവുമായ സാമൂഹികവീക്ഷണങ്ങളുടെ നങ്കൂരങ്ങൾ ഉപേക്ഷിച്ച് ധീരനൂതനമായ ആശയങ്ങൾക്ക് അഭിമുഖമായി മുന്നേറുകയും ചെയ്തു. ഈ മാറ്റം അനിവാര്യമായിരുന്നു. ദൈവങ്ങളോടുള്ള ആശ്രിതത്വം, ആത്മാവിന്റെ അനശ്വരത തുടങ്ങി ആദ്ധ്യാത്മിക വഞ്ചനയുടെ ചപ്പുചവറുകൾ തൂത്തെറിഞ്ഞ് അവയുടെ സ്ഥാനത്ത് മതനിരപേക്ഷമായ വീക്ഷണങ്ങൾ പ്രതിഷ്ഠിക്കപ്പെട്ടു. പിന്തിരിഞ്ഞ് പൗരാണിക പാരമ്പര്യത്തിലേക്ക് ശ്രദ്ധ കേന്ദ്രീകരിക്കുന്നതിനുപകരം ജനാധിപത്യത്തെയും പുത്തൻ സാമൂഹികവ്യവസ്ഥയെയും സംബന്ധിച്ചുള്ള നൂതനമായ ആശയങ്ങൾ സ്വീകരിക്കപ്പെട്ടു. രാജ്യത്തിന്റെ മോചനമെന്നതിന് സ്വാതന്ത്ര്യം, ജനാധിപത്യം, മനുഷ്യൻ മനുഷ്യന്റെ മേൽ നടത്തുന്ന ചൂഷണത്തിന് അവസാനം എന്നെല്ലാമുള്ള പുതിയ മാനങ്ങൾ വന്നുചേർന്നു. മസീനിക്കു പകരം മാർക്സിന്റെ സ്വാധീനമായി.

ആശയപരമായ ഈ വളർച്ച സമരസാഹസികതയെയും സ്വാതന്ത്ര്യത്തിനുവേണ്ടി ആത്മാഹുതി ചെയ്യുവാനുള്ള ആവേശത്തെയും അല്പംപോലും തളർത്തിയില്ല. ഭഗത്സിങ്ങിന്റെയും സഖാക്കളുടെയും പ്രവർത്തനങ്ങളുടെ ഈ മുഖമാണ് അവരുടെ ബോധപരമായ വളർച്ചയെക്കാൾ ഇന്ത്യൻ ജനതയെ ആവേശംകൊള്ളിച്ചത്.

ജനഹൃദയങ്ങളിൽ ഭഗത്സിങ്ങും സഖാക്കളും ചിരപ്രതിഷ്ഠിതരായ ചരിത്രപുരുഷന്മാരാണ്. ആ കാലഘട്ടത്തിലെ മറ്റു വിപ്ലവകാരികൾക്കൊന്നും ജനങ്ങളുമായി ഇത്രയധികം താദാത്മ്യം പ്രാപിക്കാനും അവരുടെ ആവേശപൂർവ്വമായ അനുഭാവമാർജ്ജിക്കാനും കഴിഞ്ഞിരുന്നില്ല. ജനകീയ ബോധത്തിന്റെ ഭാഗമായിത്തീർന്ന ഭഗത്സിങ്ങും സഖാക്കളും ജനകീയാഭിലാഷങ്ങളുടെയും ദേശാഭിമാനത്തിന്റെയും വിമോ

ചന പോരാട്ടത്തിന്റെയും ഉജ്ജ്വലപ്രതീകങ്ങളായി. 1929 ൽ ലാഹോറിൽ കേസുവിചാരണയുടെ നിർണ്ണായക ദിനങ്ങളിൽ ബ്രിട്ടീഷ് വാഴ്ചയുടെ കോടതിയിൽ ഈ വിപ്ലവകാരികളുടെ പ്രൗഢവും അന്തസ്സുറ്റതുമായ പെരുമാറ്റവും രാജ്യത്തിന്റെ അഭിമാനം ഉയർത്തിപ്പിടിച്ചുകൊണ്ട് നടത്തിയ വീരോചിതമായ ചെറുത്തുനില്പും അടങ്ങാത്ത ആവേശത്തോടെ ഉറ്റുനോക്കിക്കൊണ്ടിരുന്നത് സമൂഹത്തിലെ ഉപരിവൃത്തങ്ങൾതൊട്ട് താഴേക്ക് തൊഴിലാളികളും കൃഷിക്കാരുമുൾപ്പെടെ സജീവ രാഷ്ട്രീയമുണ്ടായിരുന്നവരും അല്ലാത്തവരുമായ, ജീവിതത്തിന്റെ എല്ലാതുറകളിലുമുള്ള ജനങ്ങളാകെ ആയിരുന്നു.

ഉയിർത്തെഴുന്നേല്ക്കുന്ന ജനതയുമായി ഇത്രയും അഗാധമായ വൈകാരിക ബന്ധങ്ങളുറപ്പിച്ച, സാമാന്യജനങ്ങൾക്കും യുവാക്കൾക്കും ഇത്രയധികം പ്രിയങ്കരനായിത്തീർന്ന മറ്റൊരു വിപ്ലവകാരിയുമില്ല. ഡൽഹിയിലെ ലെജിസ്ലേറ്റീവ് അസംബ്ലിയിലേക്ക് ബോംബെറിഞ്ഞുകൊണ്ട് ഭഗത്സിങ് ഉയർത്തിയ മുദ്രാവാക്യം -- "വിപ്ലവം നീണാൾ വാഴട്ടെ" — ഇന്ത്യയിലെ ജനങ്ങൾക്ക് സുപരിചിതമായിക്കഴിഞ്ഞിട്ടില്ലായിരുന്ന മുദ്രാവാക്യം — അദ്ദേഹത്തിന്റെ പോരാട്ടത്തിന്റെ സമഗ്രമായ പ്രതീകമായിരുന്നു. അതിനല്പം മുമ്പുതന്നെ കമ്യൂണിസ്റ്റു നേതൃത്വം ആ മുദ്രാവാക്യം ഉയർത്തിയിരുന്നുവെങ്കിലും അത് ജനങ്ങളിലെത്തിയിരുന്നില്ല.

വിശ്രമമറിയാത്ത ആ വിപ്ലവകാരിക്ക് മുദ്രാവാക്യങ്ങളിലൊതുങ്ങി തൃപ്തനാകാൻ കഴിയുമായിരുന്നില്ല. അജയ്യമായ ധീരതയും മരണത്തെയും ധിക്കരിക്കുവാൻ പോരുന്ന അപരിമേയമായ ത്യാഗസന്നദ്ധതയും ക്രൂരമായ മർദ്ദനത്തിനിടയിലും അടിപതറാത്ത നിശ്ചയദാർഢ്യവും കൂടാതുള്ള വിപ്ലവവാഗ്ധോരണി ശൂന്യമാണ്.

വ്യക്തിപരമായ ധീരോദാത്തതയും യാതനയും കൂടാതെ, ഒരു വിപ്ലവത്തിനും വിപ്ലവ പ്രത്യയശാസ്ത്രത്തിനും വിജയമില്ല. ത്യാഗോജ്ജ്വലമായ സാഹസികതയും തൂക്കുമരത്തെയും ആരാച്ചാരുടെ വെട്ടുകോടാലിയെയും നേരിടാനുള്ള സന്നദ്ധതയുംകൊണ്ട് ജനകോടികളെ തട്ടിയുണർത്തിക്കൊണ്ടല്ലാതെ ഒരു വിപ്ലവവും വിപ്ലവ പ്രത്യയശാസ്ത്രവും വിജയത്തിലെത്തുകയില്ല. കീഴടക്കപ്പെടേണ്ട ശത്രുവിനോട് ഉല്ക്കടമായ വെറുപ്പും അവനും അവന്റെ സ്ഥാപനങ്ങൾക്കും സാമഗ്രികൾക്കുമെതിരായ സർവ്വതോമുഖമായ പോരാട്ടവും കൊണ്ടല്ലാതെ ഒരു വിപ്ലവപ്രത്യയശാസ്ത്രത്തിനും വിജയം വരിക്കുവാൻ കഴിയുകയില്ല. ബ്രിട്ടീഷ് വാഴ്ചയോടുള്ള വെറുപ്പും വ്യക്തിഗതമായ ധീരോദാത്തതയും സംയോജിപ്പിച്ചുകൊണ്ടാണ് ഭഗത്സിങ് പോരാടുന്ന രാജ്യത്തിന്റെ വിഗ്രഹവും ആ രാജ്യത്തിന് വിദേശാധിപത്യത്തോടുണ്ടായിരുന്ന വിദ്വേഷത്തിന്റെ പ്രതീകവുമായി തീർന്നത്.

അന്യാദൃശമായ ധീരതയും ആത്മത്യാഗസന്നദ്ധതയുമുള്ള അസംഖ്യം വിപ്ലവകാരികളെ കണ്ടിട്ടുള്ള നാടുകളാണ് പഞ്ചാബും

ബംഗാളും; ഒരു പരിധിവരെ മഹാരാഷ്ട്രയും. ശിരസ്സുയർത്തിപ്പിടിച്ച് തൂക്കുമരത്തിലേക്ക് നടന്നവർ. വാടാത്ത വീര്യവുമായി സംവത്സരങ്ങളോളം ആന്തമാനിലെ ഭീകരതകളെ നേരിട്ടവർ. അവരെക്കുറിച്ചുള്ള സ്മരണകൾ ഇന്നും പരിലാളിക്കപ്പെടുന്നു. ഇന്ത്യൻ ജനത രാഷ്ട്രീയമായ പോരാട്ടത്തിലേക്ക് നീങ്ങുന്നതിനുമുമ്പുതന്നെ സാമ്രാജ്യത്വത്തെ വെല്ലുവിളിച്ചവരാണവർ. അവരുടെ മഹാത്യാഗങ്ങൾ പില്ക്കാലത്ത് സാമ്രാജ്യത്വവാഴ്ചയുടെ തോക്കുകളെയും ലാത്തികളെയും ചെറുത്ത ജനസഞ്ചയങ്ങളുടെ പൊതുബോധത്തിന്റെ ഭാഗമായിത്തീർന്നില്ല. എന്നാൽ ഭഗത്സിങ്ങും സഖാക്കളും പോരാട്ടം നടത്തിയത് ഇന്ത്യൻ ജനത പടനീക്കമാരംഭിച്ചതിനുശേഷം, ബ്രിട്ടീഷ് വിരുദ്ധസമരങ്ങളോരോന്നും അവരുടെ ആവേശഭരിതമായ അഭിനന്ദനങ്ങളും അഭിവാദ്യങ്ങളും പിടിച്ചുപറ്റിക്കൊണ്ടിരുന്ന ഒരു കാലഘട്ടത്തിലായിരുന്നു. അതുകൊണ്ടുതന്നെ ആ സഖാക്കളുടെ അന്തിമമായ ആത്മത്യാഗം ഇന്ത്യൻ ജനതയുടെ ബോധത്തിൽ മായാത്ത മുദ്ര പതിപ്പിക്കുകയും ചെയ്തു.

ഭഗത്സിങ്ങിന്റെയും സഖാക്കളുടെയും ചരിത്രപ്രസിദ്ധമായ ലാഹോർ വിചാരണ വിപ്ലവകാരികളുടെ പെരുമാറ്റത്തിന് പുതിയ മാതൃക സൃഷ്ടിച്ചു. ലാഹോർ വിചാരണയോടൊപ്പം യു പിയിലെ മീററത്തിൽ മറ്റൊരു വിചാരണയും നടക്കുന്നുണ്ടായിരുന്നു. അതിൽ കമ്യൂണിസ്റ്റു നേതാക്കന്മാരായിരുന്നു ബ്രിട്ടീഷ് ചക്രവർത്തിക്കെതിരെ യുദ്ധപ്രഖ്യാപനം നടത്തിയെന്നാരോപിക്കപ്പെട്ടിരുന്നത്. രണ്ട് വിചാരണകളിലെയും പ്രതികൾ ബ്രിട്ടീഷ് കോടതികളെ തങ്ങളുടെ വിപ്ലവവീക്ഷണങ്ങളും പ്രത്യയശാസ്ത്രവും ജനങ്ങളോട് പ്രഖ്യാപിക്കാനുള്ള വേദികളാക്കി ഉപയോഗിക്കുകയായിരുന്നു. മഹാത്മാഗാന്ധി ഇതിനകം വ്യവസ്ഥാപിതമാക്കിക്കഴിഞ്ഞിരുന്ന ദേശീയതയുടെ പാരമ്പര്യത്തിൽനിന്ന് വ്യത്യസ്തമായിരുന്നു ഇതെല്ലാം. തങ്ങൾക്കെതിരെ നടത്തുന്ന വിചാരണകളിൽ ഡിഫൻസ് നിഷേധിക്കുവാനും ബ്രിട്ടീഷുകാരുടെ കോടതികൾക്ക് തങ്ങളെ വിചാരണ ചെയ്യുവാൻ അധികാരമില്ലെന്നും സ്വരാജിനുവേണ്ടിയുള്ള പോരാട്ടം തുടർന്നും നടത്തുമെന്നും പ്രഖ്യാപിക്കണമെന്നായിരുന്നു മഹാത്മാഗാന്ധി ദേശീയ നേതാക്കന്മാർക്കും പ്രവർത്തകർക്കും നിർദ്ദേശം നല്കിയിരുന്നത്. ഏത് ശിക്ഷയെയും നേരിട്ടുകൊള്ളാമെന്ന മനോഭാവത്തിൽ നിയമപരമായ ഡിഫൻസുനിക്ഷേപം ബ്രിട്ടീഷ് അധികാരക്കോയ്മയുടെ അന്തസ്സിന്റെ നേരെയുള്ള കരുത്തുറ്റ പ്രഹരമായിരുന്നു.

എന്നാൽ ഇത് തുടക്കമേ ആയിരുന്നുള്ളു. തങ്ങളെ വിചാരണചെയ്യുന്ന കോടതി നടപടികൾ ജനങ്ങൾ ന്യായാധിപന്മാരായ കോടതിക്കുമുന്നിൽ ബ്രിട്ടീഷ് ഭരണാധികാരികളെ വിചാരണചെയ്യുന്ന നടപടികളാക്കി മാറ്റാൻ തീരുമാനിച്ച വിപ്ലവകാരികൾക്ക് ഗാന്ധി നിർദേശിച്ച സമീപനം തൃപ്തികരമായിരുന്നില്ല. തങ്ങളുടെ സ്വന്തം രാജ്യത്ത് വിപ്ലവം സംഘടിപ്പിക്കുവാനും രാജ്യത്തെ മോചിപ്പിക്കുവാനും

തങ്ങൾക്ക് അധിഷേദ്ധ്യമായ അവകാശമുണ്ടെന്ന് പ്രഖ്യാപിക്കുന്ന പ്രസ്താവനകൾ കോടതിയിൽ നടത്തുകയായിരുന്നു മീറത്ത് വിചാരണയിൽ കമ്യൂണിസ്റ്റുകാർ ചെയ്തത്. തൊഴിലാളികളെയും കർഷകരെയും മറ്റ് ബഹുജനവിഭാഗങ്ങളെയും സംഘടിപ്പിച്ച് ബ്രിട്ടീഷ് ആധിപത്യത്തെ നിഷ്കാസനം ചെയ്ത് സ്വാതന്ത്ര്യംനേടി സോഷ്യലിസത്തിലേക്ക് മുന്നേറുവാനുള്ള പ്രസ്ഥാനമാണ് തങ്ങളുടേതെന്ന് അവർ വെട്ടിത്തുറന്നു പ്രഖ്യാപിച്ചു.

ഈ വിപ്ലവകരമായ പ്രസ്താവനകൾ ദേശീയ ഔദ്യോഗിക മാദ്ധ്യമങ്ങൾ തമസ്കരിച്ചു. അവയൊന്നും ജനങ്ങളിലെത്തിയില്ല.

എന്നാൽ ഭഗത്സിങ്ങിന്റെയും സഖാക്കളുടെയും കാര്യത്തിൽ സ്ഥിതിഗതികൾ വ്യത്യസ്തമായിരുന്നു. ദേശീയ പത്രങ്ങളിൽ അവർ നിത്യവും പ്രത്യക്ഷപ്പെട്ട് ലക്ഷോപലക്ഷം ജനങ്ങൾ അവരുടെ ചെയ്തികൾ ആവേശപൂർവ്വം വീക്ഷിച്ചുകൊണ്ടിരുന്നു. അവരുടെയും വിപ്ലവ പ്രഖ്യാപനങ്ങളും പ്രസ്താവനകളും പത്രങ്ങൾ പ്രസിദ്ധീകരിച്ചില്ല. എങ്കിലും അതുകൊണ്ടൊന്നും അവർ പിന്തിരിഞ്ഞില്ല. ബ്രിട്ടീഷ് കോടതികളുടെയും നീതിയുടെയും ജയിൽഭരണത്തിന്റെയും സ്വഭാവങ്ങൾ തുറന്നുകാട്ടുകയും ജയിലുകളിലെ അപമാനകരമായ വിവേചനങ്ങളെയും നിയമങ്ങളെയും അവർ ശക്തമായി എതിർക്കുകയും ചെയ്തു. സ്വാതന്ത്ര്യസമരപ്പോരാളികളോട് ജയിലുകളിൽ മാന്യമായി പെരുമാറണമെന്നാവശ്യപ്പെടുകയും ചെയ്തു. ക്രിമിനൽ കുറ്റവാളികളോട് പെരുമാറുന്ന രീതിയിൽ സ്വാതന്ത്ര്യസമരപ്പോരാളികളോട് പെരുമാറുന്നതിനെതിരെ ചെറുത്തുനിന്നുകൊണ്ട് ആ സമരത്തിന്റെ അഭിമാനത്തിനും അന്തസ്സിനും അനുയോജ്യമായ പെരുമാറ്റങ്ങൾ അവകാശപ്പെട്ടു.

ഇത്തരം പ്രവർത്തനങ്ങൾ ജയിലധികാരികളുമായി നിത്യേനയുള്ള സംഘർഷങ്ങളും സംഘട്ടനങ്ങളും സൃഷ്ടിച്ചു. കോടതിയിൽ വിപ്ലവ മുദ്രാവാക്യങ്ങൾ മുഴക്കുവാൻ പാടില്ലെന്ന് അധികാരികൾ അവരോട് ആജ്ഞാപിച്ചു. എന്നാൽ ഭഗത്സിങ്ങും സഖാക്കളും "വിപ്ലവം നീണാൾ വാഴട്ടെ" എന്ന മുദ്രാവാക്യം മറ്റു മുദ്രാവാക്യങ്ങളോടൊപ്പം മുഴക്കുന്നത് തുടർന്നു. അധികാരികൾ അവരെ കോടതിയിൽവച്ച് കൈയാമം വച്ചു മർദ്ദിച്ചു. ചോരയൊഴുക്കി ബോധംകെടുന്നതുവരെ ലാത്തികൊണ്ട് പ്രഹരിച്ചു. ജയിലിൽ മാന്യമായ പെരുമാറ്റം അവകാശപ്പെട്ടുകൊണ്ട് അപമാനകരമായ ജയിൽ നിയമങ്ങൾ ലംഘിച്ചു. എഴുതുവാനുള്ള ഉപകരണങ്ങളും വർത്തമാനപ്പത്രങ്ങളും ആവശ്യപ്പെട്ടു. ജയിലിന് പുറത്തുള്ളവരുമായി കത്തിടപാടുകൾ നടത്താൻ സ്വാതന്ത്ര്യം വേണമെന്ന അവകാശമുയർത്തി. അധികാരികൾ മർദ്ദനം ശക്തമാക്കി. അവരെ വിലങ്ങുവെച്ച് പൂട്ടിയിടുകയും പട്ടിണിക്കിടുകയും ചെയ്തു. അനിശ്ചിതകാല നിരാഹാരസമരംകൊണ്ട് ഭഗത്സിങ്ങും സഖാക്കളും തിരിച്ചടിച്ചു. ഭഗത്സിങ്ങിന്റെ ഒരു കൂട്ടുപ്രതിയായിരുന്ന യതിൻദാസ് നിരാഹാരസമരത്തിനിടയിൽ മരണമടഞ്ഞു. 23 വയസ്സുമാത്രം പ്രായമു

ണ്ടായിരുന്ന ആ സഖാവിന്റെ മരണം രാജ്യത്തെയാകെ പിടിച്ചുകുലുക്കി.

ഐതിഹാസികമായ ഈ സംഭവങ്ങളൊന്നും ജനങ്ങളിൽനിന്ന് മറച്ചുവെക്കുവാൻ സാദ്ധ്യമായിരുന്നില്ല. ദേശീയപത്രങ്ങൾക്കോ ഔദ്യോഗിക മാധ്യമങ്ങൾക്കോ ഈ സംഭവവികാസങ്ങൾ തമസ്കരിക്കുവാൻ കഴിഞ്ഞില്ല. നിത്യസംഭവങ്ങളായിരുന്ന സംഘട്ടനങ്ങളും മൃഗീയമർദ്ദനങ്ങളും പത്രങ്ങളിൽ റിപ്പോർട്ട് ചെയ്യപ്പെട്ടു. ബ്രിട്ടീഷ് നീതിവ്യവസ്ഥയുടെ പ്രകടമായ ഇന്ത്യൻ വിരുദ്ധപക്ഷപാതിത്വവും ബ്രിട്ടീഷ് ഇന്ത്യൻ തുറുങ്കുകളിലെ കാട്ടാളത്തവും തുറന്നുകാട്ടുന്നതിൽ ഭഗത്സിങ്ങും സഖാക്കളും പൂർണ്ണമായും വിജയിച്ചു. അവരുടെ പോരാട്ടത്തിന്റെ ലക്ഷ്യവും അതുതന്നെയായിരുന്നു. അതിനുവേണ്ടി ഏത് പീഡനങ്ങളും നേരിടുവാനും അവർ തയ്യാറായിരുന്നു. ബ്രിട്ടീഷ് ഭരണം ഭഗത്സിങ്ങിനും സഖാക്കൾക്കുമെതിരെ നടത്തിയ വിചാരണ ഇന്ത്യൻ ജനതയുടെ മുമ്പിൽ ബ്രിട്ടീഷ് ഭരണത്തിനെതിരെയുള്ള വിചാരണയാക്കി മാറ്റുന്നതിൽ അവർ വിജയിച്ചു. സ്വയം പ്രതിരോധിക്കാൻ കൂട്ടാക്കാതെ അവർ ബ്രിട്ടീഷ് ഭരണത്തെ പ്രതിക്കൂട്ടിലാക്കി. ബ്രിട്ടീഷ് ഭരണത്തിനെതിരെ ഇന്ത്യൻ ജനതയുടെ വിദ്വേഷമാകെ ഉണർത്തി സജീവമാക്കുവാൻ ആ ഭരണത്തിന്റെ മർദ്ദനസംവിധാനങ്ങൾതന്നെ ഫലപ്രദമായി ഉപയോഗിക്കുവാൻ ഇന്ത്യൻ സ്വാതന്ത്ര്യസമരചരിത്രത്തിൽ ഭഗത്സിങ്ങിനുമുമ്പ് ഒരു വിപ്ലവകാരിക്കും കഴിഞ്ഞിരുന്നില്ല.

ഒടുവിൽ കിരാതഭരണത്തിനുതന്നെ പിൻവാങ്ങേണ്ടിവന്നു. രാഷ്ട്രീയത്തടവുകാരെ സംബന്ധിച്ച് പുതിയ നിയമങ്ങൾ പ്രഖ്യാപിക്കാനും ലാഹോർ കേസിലെ പ്രതികൾക്ക് മെച്ചപ്പെട്ട സൗകര്യങ്ങൾ നല്കുവാനും ഗവൺമെന്റ് നിർബ്ബന്ധിതമായി.

ഭഗത്സിങ്ങിനും രാജ്ഗുരുവിനും സുഖദേവിനും വധശിക്ഷ വിധിച്ചുകൊണ്ടാണ് ലാഹോർ വിചാരണയവസാനിച്ചത്. ബ്രിട്ടീഷ് ഭരണത്തെ തകിടംമറിക്കുവാനും ഒരു ബ്രിട്ടീഷ് ഉദ്യോഗസ്ഥനെ കൊലപ്പെടുത്തുവാനും ശ്രമിച്ചുവെന്നായിരുന്നു കുറ്റാരോപണം. ഭഗത്സിങ്ങും സഖാക്കളും ഈ വിധിയോട് പ്രതികരിച്ചതെങ്ങനെയായിരുന്നു? വിധിനടത്തിപ്പിന് ഏതാനും ദിവസങ്ങൾ മാത്രം അവശേഷിക്കുന്ന അവസരത്തിൽ താനും തന്റെ രണ്ടു സഖാക്കളും യുദ്ധത്തടവുകാരാണെന്നും അതുകൊണ്ട് തങ്ങളെ തൂക്കിക്കൊല്ലാൻ പാടില്ലെന്നും ബ്രിട്ടീഷ് പട്ടാളത്തിന്റെ ഒരു ഫയറിങ് സ്ക്വാഡിനെക്കൊണ്ടാണ് വിധി നടപ്പാക്കേണ്ടതെന്നും ഭഗത്സിങ് ബ്രിട്ടീഷ് അധികാരികൾക്ക് കത്തെഴുതി. അജയ്യമായ ധീരോദാത്തതയുടെ മൂർത്തീകരണമായിരുന്നു ഭഗത്സിങ്.

ഭഗത്സിങ്ങിനെ തൂക്കിലേറ്റിയത് രാജ്യമാകെ വമ്പിച്ച രോഷം ജ്വലിപ്പിച്ചു. വ്യാപകമായ പ്രതിഷേധപ്രകടനങ്ങളും യോഗങ്ങളും പണിമുടക്കുകളും നടന്നു. തൂക്കിലേറ്റപ്പെട്ടത് മൂന്നു വിപ്ലവകാരികളായിരുന്നുവെന്നതുകൊണ്ട് ബോംബെയിലെ തൊഴിലാളികൾ മൂന്നുദിവസം

പണിമുടക്കി. കാൺപൂരിൽ തൊഴിലാളികളും ബഹുജനങ്ങളും അഭൂതപൂർവ്വമായ തരത്തിൽ വമ്പിച്ച ഹർത്താലാചരിച്ചു. എന്നാൽ ബ്രിട്ടീഷ് ഭരണാധികാരികളും അവരുടെ ആജ്ഞാനുവർത്തികളും ചേർന്ന് ആ ഹർത്താലിനെ ഒരു ഹിന്ദു–മുസ്ലീം വർഗ്ഗീയ കലാപമാക്കിമാറ്റി. വമ്പിച്ച ബഹുജനസമ്മതി നേടിയിരുന്ന ഒരു കോൺഗ്രസ് നേതാവായിരുന്നു ഗണേശ് ശങ്കർ വിദ്യാർത്ഥി. രോഷാകുലരായ ജനക്കൂട്ടത്തെ ശാന്തമാക്കാൻ നടത്തിയ ശ്രമങ്ങൾക്കിടയിൽ അദ്ദേഹത്തിന് മരണം സംഭവിച്ചു. ഭഗത്സിങ്ങിനോട് ജനങ്ങൾക്കുണ്ടായിരുന്ന ആദരവിനോടും അനുഭാവത്തോടും സാമ്രാജ്യത്വം കാട്ടിയ പ്രതികാരമായിരുന്നു അത്.

ഭഗത്സിങ്ങിനെയും സഖാക്കളെയും തൂക്കിലേറ്റുന്നതിന് തൊട്ടുമുമ്പ് ഗാന്ധി–ഇർവിൻ ഉടമ്പടി ഒപ്പുവെച്ച കോൺഗ്രസ് നേതാക്കൾ വ്യാപകമായ വിമർശനത്തിന് വിധേയരായി. ഉടമ്പടി വഞ്ചനയായിരുന്നുവെന്ന് പലരും ആക്ഷേപിച്ചു. ഉടമ്പടി അംഗീകരിച്ച കറാച്ചി കോൺഗ്രസിൽ (1931) ഗാന്ധിയെയും മറ്റു നേതാക്കളെയും രൂക്ഷമായ ആക്രമണത്തിന് വിധേയരാക്കി. യുവവിപ്ലവകാരികളോടുണ്ടായിരുന്നത് അത്ര അഗാധമായ അനുഭാവമായിരുന്നു. കോൺഗ്രസ് സമ്മേളനങ്ങളെക്കൊണ്ട് അവരെ തള്ളിപ്പറയിക്കുവാൻ ഗാന്ധിക്കുപോലും വമ്പിച്ച പ്രയത്നം വേണ്ടിവന്നു. ബ്രിട്ടീഷ് വൈസ്രോയി യാത്രചെയ്തിരുന്ന ട്രെയിനുനേരെ നടത്തിയ ബോംബാക്രമണത്തെ തള്ളിപ്പറഞ്ഞുകൊണ്ടുള്ള ഒരു പ്രമേയം 1929 ഡിസംബറിൽ ഇന്ത്യൻ നാഷണൽ കോൺഗ്രസിന്റെ ലാഹോർ സമ്മേളനത്തിൽ അവതരിപ്പിക്കപ്പെട്ടു. 1713 പേർ പങ്കെടുത്തിരുന്ന ആ സമ്മേളനത്തിൽ പ്രമേയത്തിന് ലഭിച്ചത് വെറും 81 പേരുടെ മാത്രം ഭൂരിപക്ഷമായിരുന്നു.

വിപ്ലവകാരികളുടെ ഒരു പുത്തൻ തലമുറയെയാണ് ഭഗത്സിങ് പ്രതിനിധാനം ചെയ്തത്. മുൻഗാമികളുടെ വീക്ഷണങ്ങളിൽനിന്ന് തുലോം വ്യത്യസ്തമായിരുന്നു അവരുടേത്. ദേശീയവിമോചന സമരത്തിന്റെ യഥാർത്ഥ ഉള്ളടക്കത്തെക്കുറിച്ചും വിമോചിതമായ ഇന്ത്യയെ ഒരു പുതിയ ഇന്ത്യയായി രൂപപ്പെടുത്തിയെടുക്കുന്നതിനെക്കുറിച്ചും പോയ തലമുറയിലെ വിപ്ലവകാരികൾക്ക് വ്യക്തമായ ധാരണകളുണ്ടായിരുന്നില്ല. വർത്തമാന–ഭാവികാലങ്ങൾക്കുള്ള പ്രചോദനങ്ങൾക്കുവേണ്ടി കഴിഞ്ഞുപോയ കാലത്തേക്കാണവർ തിരിഞ്ഞുനോക്കിയിരുന്നത്. അവരുടെ വീക്ഷണങ്ങളിലും ആശയസംഹിതകളിലും ജനങ്ങൾക്കും അവരുടെ പ്രശ്നങ്ങൾക്കും നാമമാത്രമായ സ്ഥാനവും പദവിയുമേ ഉണ്ടായിരുന്നുള്ളൂ. ദേശീയ വിമോചനപ്രസ്ഥാനം രൂപപ്പെട്ടുവരുന്നതേ ഉണ്ടായിരുന്നുള്ളൂ എന്നതുകൊണ്ട് ഇത് സ്വാഭാവികമായിരുന്നു. ആധുനിക ജനാധിപത്യ വ്യവസ്ഥിതിയുമായി ബന്ധപ്പെടുത്തി ദേശീയ വിമോചന സമരത്തിന്റെ ലക്ഷ്യങ്ങൾ നിർവ്വചിക്കുവാൻ ഇനിയും കഴിഞ്ഞിട്ടില്ലായിരുന്നു. സ്വയംഭരണം, ഉത്തരവാദഭരണം തുടങ്ങിയവയായിരുന്നു ഈ ഘട്ടത്തിലും മുദ്രാവാക്യങ്ങൾ. സ്വതന്ത്ര ഇന്ത്യ സാമ്രാജ്യത്വവുമാ

യുള്ള ബന്ധം വിച്ഛേദിക്കുമെന്ന് പറയുവാൻ ഒരു രാഷ്ട്രീയ നേതാവിനും ധൈര്യമുണ്ടായിക്കഴിഞ്ഞിരുന്നില്ല.

ഭഗത്സിങ്ങിന്റെ പ്രവർത്തനങ്ങൾ ആരംഭിച്ചപ്പോഴേക്കും സ്ഥിതിഗതികൾ മാറിക്കഴിഞ്ഞിരുന്നു. ആദ്യത്തെ നിസ്സഹകരണ പ്രക്ഷോഭം വന്നുപൊയ്ക്കഴിഞ്ഞിരുന്നു. ബഹുജനങ്ങൾ അവരുടെ രാഷ്ട്രീയ രംഗപ്രവേശം സ്ഥാപിച്ചുകഴിഞ്ഞിരുന്നു. ജനാധിപത്യാഭിലാഷങ്ങൾ ഉണർന്നുകഴിഞ്ഞിരുന്നു. കോൺഗ്രസിലെ തീവ്രവാദ വിഭാഗം പൂർണ്ണ സ്വാതന്ത്ര്യം എന്ന അവകാശവും ഉയർത്തിക്കഴിഞ്ഞിരുന്നു.

ഇന്ത്യയിലെയും മറുനാടുകളിലെയും കമ്യൂണിസ്റ്റുകളുമായി ബന്ധപ്പെടാൻ ആരംഭിച്ചിരുന്ന യുവ വിപ്ലവകാരികൾക്ക് ഒക്ടോബർ വിപ്ലവത്തിന്റെ വിജയം, ആ വിപ്ലവത്തിൽ സാധാരണജനങ്ങൾ നേടിയെടുത്ത മഹത്തായ വിജയം, ആവേശകരമായ പ്രചോദനമായിരുന്നു. ഹിന്ദുസ്ഥാൻ റിപ്പബ്ലിക്കൻ അസോസിയേഷൻ എന്ന വിപ്ലവകാരികളുടെ സംഘടന അതിന്റെ മാനിഫെസ്റ്റോവിൽ സാർവ്വത്രിക വോട്ടവകാശത്തിന്റെ അടിസ്ഥാനത്തിലുള്ള ഒരു ഫെഡറൽ റിപ്പബ്ലിക്ക് ഓഫ് ദ യുണൈറ്റഡ് സ്റ്റേറ്റ്സ് ഓഫ് ഇന്ത്യയെക്കുറിച്ച് പരാമർശിച്ചിരുന്നു. എല്ലാ പൊതു പ്രയോജന സർവ്വീസുകളുടെയും, സ്റ്റീൽ, ഷിപ്പിങ്, ഖനനം തുടങ്ങിയ വ്യവസായങ്ങളുടെയും ദേശവല്ക്കരണത്തെക്കുറിച്ച് പ്രതിപാദിക്കുന്ന ആ മാനിഫെസ്റ്റോ റഷ്യൻ വിപ്ലവത്തിന്റെ സ്വാധീനത്തിന്റെ പ്രകടമായ തെളിവായിരുന്നു. കഴിഞ്ഞുപോയ കാലഘട്ടവുമായി വിടപറഞ്ഞ് സോഷ്യലിസ്റ്റ് പ്രത്യയശാസ്ത്രത്തിലേക്കും ജനകീയ വിപ്ലവത്തിലേക്കും ദേശീയ വിപ്ലവകാരികളുടെ ആദ്യ ചുവടുവെപ്പായിരുന്നു.

ഇത് ഭഗത്സിങ്ങിന്റെ പ്രവർത്തനങ്ങളാരംഭിക്കുന്നതിന് രണ്ടോ മൂന്നോ കൊല്ലങ്ങൾക്ക് മുമ്പായിരുന്നിരിക്കണം. പുതിയ പ്രവണത രൂപം കൊള്ളുകയായിരുന്നു. 1925 നും 1928 നുമിടയ്ക്കുള്ള പുതിയ സംഭവവികാസങ്ങൾ ഒക്ടോബർ വിപ്ലവത്തിന്റെ പ്രാധാന്യം വർദ്ധിപ്പിക്കുന്നവയായിരുന്നു. ഇന്ത്യയിൽത്തന്നെ വമ്പിച്ച തൊഴിലാളി വിഭാഗങ്ങൾ കമ്യൂണിസ്റ്റ് നേതൃത്വത്തിൽ പണിമുടക്കുസമരങ്ങളിലേക്ക് നീങ്ങുകയും മൗലികപ്രധാനമായ രാഷ്ട്രീയാവകാശങ്ങൾ ഉന്നയിക്കുകയും ചെയ്തുകഴിഞ്ഞിരുന്നു. കോൺഗ്രസ് രണ്ടാം നിസ്സഹകരണ പ്രക്ഷോഭത്തിനുള്ള ഒരുക്കങ്ങളിലായിരുന്നു. പൂർണ്ണസ്വാതന്ത്ര്യം ലക്ഷ്യമായി അംഗീകരിക്കുവാൻ കോൺഗ്രസ് നേതാക്കന്മാരുടെമേൽ ശക്തമായ സമ്മർദ്ദങ്ങളും ആരംഭിച്ചുകഴിഞ്ഞിരുന്നു.

വിപ്ലവത്തിന്റെയും അതിൽ വ്യാപകമായ ബഹുജന പങ്കാളിത്തത്തിന്റെയും അടിസ്ഥാനത്തിൽ ചിന്തിക്കുകയും ഏറ്റവും വികാസം പ്രാപിച്ച വിപ്ലവശാസ്ത്രത്തിൽനിന്ന് പഠിക്കാൻ ഉറയ്ക്കുകയും ചെയ്ത ഒരു വിപ്ലവകാരിയുടെ രംഗപ്രവേശമാണ് ഭഗത്സിങ്ങിന്റെ പൊതു ജീവിതത്തിലേക്കുള്ള പ്രവേശനം പ്രഖ്യാപിച്ചത്.

അസംബ്ലി ബോംബേറു കേസിന്റെ വിചാരണവേളയിൽ ഭഗത്സിങ്ങും ബടുകേശ്വർ ദത്തും ചേർന്ന് നല്കിയ സംയുക്ത പ്രസ്താവനയിൽനിന്നും ഇക്കാര്യം വ്യക്തമാകുന്നുണ്ട്. കേന്ദ്ര അസംബ്ലിയുടെ ഗ്യാലറിയിൽനിന്നും താഴെ ഹാളിലേക്ക് ബോംബുകളെറിഞ്ഞതിന്റെ അടിസ്ഥാനത്തിലായിരുന്നു വിചാരണ. ബോംബുകൾക്ക് പിന്നാലെ വിപ്ലവകാരികൾ ചുവന്ന ലഘുലേഖകളും വിതറി. "വിപ്ലവം നീണാൾ വാഴട്ടെ," "തൊഴിലാളി വർഗ്ഗസർവ്വാധിപത്യം നീണാൾ വാഴട്ടെ" എന്നിങ്ങനെയായിരുന്നു മുദ്രാവാക്യങ്ങൾ.

കോടതിയിൽ നല്കിയ പ്രസ്താവനയിൽ തങ്ങളെന്തിനുവേണ്ടിയാണ് ബോംബെറിഞ്ഞത് എന്നതിന് വിശദീകരണം നല്കുന്നുണ്ട്. ആരെയും അപകടപ്പെടുത്തുവാൻ തങ്ങൾക്ക് ഉദ്ദേശ്യമില്ല. ഇന്ത്യ ഭരിക്കുന്നത് ജനാധിപത്യപരമായാണെന്ന വ്യാമോഹം ജനിപ്പിക്കുവാൻ വേണ്ടി, പാർലമെന്റെന്ന പേരിൽ പ്രദർശനത്തിന് ഉപയോഗിക്കുന്ന ലെജിസ്ലേറ്റീവ് അസംബ്ലിയുടെ ആശ്രിതസ്വഭാവം തുറന്നുകാട്ടുക എന്നതാണ് തങ്ങളുടെ ഉദ്ദേശ്യം. 1919 ലെ മോണ്ട്-ഫോർഡ് ആക്ടനുസരിച്ച് സൃഷ്ടിക്കപ്പെട്ട അസംബ്ലി "ചൂഷകന്മാർ നടത്തുന്ന അടിച്ചമർത്തലിന്റെ ഭീഷണമായ സ്ഥാപനം" മാത്രമാണെന്ന പ്രസ്താവന ആരോപിച്ചു. തൊഴിലാളിവർഗ്ഗ നേതാക്കന്മാരെ കൂട്ടത്തോടെ അറസ്റ്റുചെയ്യുന്നതിൽ പ്രതിഷേധിച്ചാണ് ബോംബാക്രമണം നടത്തിയതെന്ന് പ്രസ്താവനയിൽ വ്യക്തമാക്കി. മീറത്ത് ഗൂഢാലോചനക്കേസിൽ പ്രതികളാക്കി കമ്യൂണിസ്റ്റുകാരെയും മറ്റും അറസ്റ്റുചെയ്തിരുന്നതിനെക്കുറിച്ചായിരുന്നു ഈ പരാമർശം. വ്യവസായ തൊഴിലാളികളുടെ പണിമുടക്കങ്ങൾ നിയമവിരുദ്ധമാക്കുവാൻ ഉദ്ദേശിച്ചുകൊണ്ടുള്ള തൊഴിൽത്തർക്ക നിയമത്തിനെതിരെ പ്രസ്താവന അമർഷം രേഖപ്പെടുത്തി. ബ്രിട്ടനിൽ വിപ്ലവകരമായ സ്ഥിതിഗതികൾ സംജാതമാക്കിക്കൊണ്ട് 1926 ൽ തൊഴിലാളികൾ നടത്തിയ പൊതു പണിമുടക്കം ബ്രിട്ടീഷ് ഭരണാധികാരികളെ ഭയവിഹ്വലരാക്കിയിരുന്നു. ദേശീയ സ്വാതന്ത്ര്യത്തിനും തൊഴിലാളികളുടെ അവകാശങ്ങൾക്കും വേണ്ടി ഇന്ത്യയിൽ അത്തരമൊരു പണിമുടക്കുണ്ടാവുന്നത് തടയുവാനായിരുന്നു ഗവൺമെന്റിന്റെ ശ്രമം. ട്രേഡ് യൂണിയൻ പ്രസ്ഥാനം ഒറ്റക്കെട്ടായി നിയമത്തിനെതിരെ നിലയുറപ്പിച്ചു. അസംബ്ലിയിലെ ദേശീയ നേതാക്കൾ ബില്ലിനെ എതിർത്തു. ഭരണയന്ത്രത്തെയാകെ സ്തംഭിപ്പിക്കുവാൻ കഴിയുന്ന പണിമുടക്കു സമരത്തിന് കരുത്തുള്ള ഒരു ജനവിഭാഗത്തിനെതിരെ ആഞ്ഞടിക്കുകയാണ് ഗവൺമെന്റ് ചെയ്യുന്നതെന്ന് മനസ്സിലാക്കിയ ഭഗത്സിങ് കരിനിയമത്തിനെതിരായ പ്രതിഷേധത്തിൽ പങ്കാളിയായി.

"ഓർഡിനൻസുകളും സുരക്ഷിതത്വനിയമങ്ങളുംകൊണ്ട് ഇന്ത്യൻ സ്വാതന്ത്ര്യത്തിന്റെ ജ്വാലകൾ അടിച്ചണയ്ക്കാൻ കഴിയുമോ? കെട്ടിച്ചമച്ചതോ കണ്ടുപിടിക്കുന്നതോ ആയ ഗൂഢാലോചനക്കേസുക

ളിൽ പ്രതികളാക്കി മഹോന്നതമായ ഒരാദർശ ദർശനത്തിന്റെ പ്രചോദനമുൾക്കൊള്ളുന്ന യുവാക്കളെയാകെ തുറുങ്കിലടച്ച് വിപ്ലവത്തിന്റെ മുന്നേറ്റത്തെ തടയുവാനാകുമോ?" തുടങ്ങിയ ചോദ്യങ്ങളാണ് പ്രസ്താവനയിലുണ്ടായിരുന്നത്.

യുവ വിപ്ലവകാരികളുടെ ചിന്തയെ യഥാർത്ഥ വിപ്ലവശാസ്ത്രവുമായി – മാർക്സിസ്റ്റ് വീക്ഷണവുമായി – ബന്ധിപ്പിക്കുന്നതരത്തിൽ സോഷ്യലിസത്തിനുവേണ്ടിയുള്ള വാദമുഖങ്ങളാണ് തുടർന്നുള്ളത്. ഇന്ത്യൻ ജനതയുടെമേൽ സാമ്രാജ്യത്വം അടിച്ചേല്പിച്ചിരുന്ന അടിമത്തത്തെയും ചൂഷണത്തെയുംകുറിച്ച് വിവരിച്ചുകൊണ്ട് പ്രസ്താവന തുടരുന്നതിങ്ങനെയാണ്: 'അതുകൊണ്ട് മൗലികമായ മാറ്റമാണാവശ്യം. സമൂഹത്തെ സോഷ്യലിസ്റ്റ് അടിസ്ഥാനത്തിൽ ഉടച്ചുവാർക്കുകയാണ് ഇത് മനസ്സിലാക്കുന്നവരുടെ കർത്തവ്യം. ഈ ലക്ഷ്യം നേടുകയും മനുഷ്യൻ മനുഷ്യനെയും രാഷ്ട്രങ്ങൾ രാഷ്ട്രങ്ങളെയും ചൂഷണം ചെയ്യുന്ന സമ്പ്രദായത്തിന് അറുതിവരുത്തുകയും ചെയ്തുകൊണ്ടല്ലാതെ മാനവരാശിക്ക് ഭീഷണിയായിത്തീർന്നിട്ടുള്ള കൂട്ടക്കൊലകളും യാതനകളും തടയുവാൻ കഴിയുകയില്ല. യുദ്ധങ്ങൾ അവസാനിപ്പിക്കുന്നതിനെയും ലോകസമാധാനസ്ഥാപനത്തെയും കുറിച്ചുള്ള പ്രഭാഷണങ്ങളെല്ലാം കാപട്യവും കൊടുംവഞ്ചനയുമാണ്.'

"തൊഴിലാളിവർഗ്ഗത്തിന്റെ പരമാധികാരം അംഗീകരിക്കപ്പെടുന്നതും ഇത്തരം തകർച്ചകളിലും പ്രതിസന്ധികളിലുംനിന്ന് പൂർണ്ണമായി വിമുക്തവുമായ ഒരു സാമൂഹ്യവ്യവസ്ഥയുടെ അന്തിമമായ സ്ഥാപനവും മുതലാളിത്തത്തിന്റെ ചങ്ങലകളിലും സാമ്രാജ്യത്വയുദ്ധങ്ങളുടെ കെടുതികളിലുംനിന്ന് മാനവരാശിയെ മോചിപ്പിക്കാൻ ത്രാണിയുള്ള ഒരു ലോക ഫെഡറേഷനും എന്നതാണ് വിപ്ലവം എന്നതുകൊണ്ട് ഞങ്ങൾ അർത്ഥമാക്കുന്നത്."

സ്വന്തം ചിന്തകളെ നിരന്തരമായി സ്ഫുടം ചെയ്തുകൊണ്ട് രാജ്യത്തെ നേരിടുന്ന പ്രശ്നങ്ങളോട് മാർക്സിസത്തിന്റെ മാർഗ്ഗത്തിലേക്ക് മുന്നേറുകയായിരുന്നു ഭഗത്സിങ്. തൊഴിലാളികളുടെ അണികളിൽ തങ്ങളുടെ സ്വാധീനശക്തി വളർത്തിക്കൊണ്ടിരുന്ന കമ്യൂണിസ്റ്റ് നേതാക്കളുടെ വീക്ഷണങ്ങളും അഭിപ്രായങ്ങളുമായി ഏറെ പൊരുത്തപ്പെടുന്നവയായിരുന്നു ദേശീയ പ്രശ്നങ്ങളെയും ദേശീയ നേതൃത്വത്തിന്റെ ദൗർബല്യങ്ങളെയുംകുറിച്ച് ഭഗത്സിങ്ങിന്റെയും വീക്ഷണങ്ങൾ എന്ന് നിസ്സംശയം പറയുവാൻ കഴിയും. വിവിധ വിഷയങ്ങളെ സംബന്ധിച്ച് അദ്ദേഹത്തിന്റെ ലേഖനങ്ങളും സുഹൃത്തുക്കൾക്കും സഹപ്രവർത്തകർക്കും എഴുതിയ കത്തുകളും വെളിവാക്കുന്നത് ഭഗത്സിങ്ങിന് മാർക്സിസ്റ്റ് ദർശനത്തോടുള്ള ആഭിമുഖ്യം പ്രബലമായി വളരുകയായിരുന്നുവെന്നാണ്. താനൊരു നിരീശ്വരവാദിയാണെന്ന് പ്രഖ്യാപിച്ച ഭഗത്സിങ് സർവ്വശക്തമായ അസ്തിത്വത്തിന്റെ സൃഷ്ടിയാണ് ലോകമെന്ന ധാരണയെ പരിഹസിച്ചതിൽ അത്ഭുതപ്പെടാനില്ല.

ചർച്ചചെയ്യുന്ന വിഷയവുമായി അലിഞ്ഞുചേരുവാനും വിവാദവിഷയങ്ങളിലെ നിർണ്ണായകപ്രധാനമായ ഘടകങ്ങൾ കണ്ടെത്തി കൈകാര്യം ചെയ്യുവാനും ഭഗത്സിങ്ങിനുണ്ടായിരുന്ന അസാധാരണമായ കഴിവുകൾ പ്രകടമാക്കുന്നവയാണ് അദ്ദേഹത്തിന്റെ ലേഖനങ്ങൾ. അവയിൽ സ്വാതന്ത്ര്യത്തിനും സോഷ്യലിസത്തിനും വേണ്ടിയുള്ള അഗാധമായ അർപ്പണബോധം തുളുമ്പിനില്ക്കുന്നു.

ലെനിന്റെ കൃതികൾ ഉൾപ്പെടെയുള്ള കമ്യൂണിസ്റ്റ് സാഹിത്യപഠനം ഭഗത്സിങ്ങിനെ നയിച്ചത് ഇന്ത്യയുടെ സ്വാതന്ത്ര്യസമരം സോഷ്യലിസത്തിനുവേണ്ടി തൊഴിലാളിവർഗ്ഗത്തിന്റെ സാർവ്വദേശീയ സമരത്തിന്റെ ഭാഗംതന്നെയാണെന്ന ബോധത്തിലേക്കാണ്.

1930 ജനുവരി 21 ന് ലെനിന്റെ ചരമവാർഷികദിനത്തിൽ ലാഹോർ ഗൂഢാലോചനക്കേസിലെ പ്രതികൾ കോടതിയിൽ പ്രത്യക്ഷപ്പെട്ടത് ചുവന്ന സ്കാർഫുകൾ ധരിച്ചുകൊണ്ടായിരുന്നു. “സോഷ്യലിസ്റ്റു വിപ്ലവം നീണാൾ വാഴട്ടെ,” “കമ്യൂണിസ്റ്റ് ഇന്റർനാഷണൽ നീണാൾ വാഴട്ടെ,” “ലെനിന്റെ നാമം അനശ്വരമാണ്,” “സാമ്രാജ്യത്വം തുലയട്ടെ” എന്നിങ്ങനെയായിരുന്നു അവർ ഉയർത്തിയ മുദ്രാവാക്യങ്ങൾ. കമ്യൂണിസ്റ്റ് ഇന്റർനാഷണലിനുള്ള സന്ദേശം ഭഗത്സിങ് വായിച്ചു. “മഹാനായ ലെനിന്റെ ആശയങ്ങൾ പ്രാവർത്തികമാക്കുന്നതിനുവേണ്ടിയുള്ള പ്രവർത്തനങ്ങളിൽ ഏർപ്പെട്ടിരിക്കുന്നവരെയെല്ലാം ഈ ലെനിൻ ദിനത്തിൽ ഞങ്ങൾ അഭിവാദ്യം ചെയ്യുന്നു. റഷ്യയിലെ മഹത്തായ പരീക്ഷണത്തിന് സർവ്വവിജയങ്ങളും ആശംസിക്കുന്നു. സാർവ്വദേശീയ തൊഴിലാളിവർഗ്ഗത്തിന്റെ ശബ്ദവുമായി ഞങ്ങളുടെ ശബ്ദം സംയോജിപ്പിക്കുന്നു. തൊഴിലാളിവർഗ്ഗത്തിന്റെ വിജയം സുനിശ്ചിതമാണ്, മുതലാളിത്തത്തിന്റെ പതനവും. സാമ്രാജ്യത്വത്തിന് മരണം.”

ഒരു വർഷത്തിനുശേഷം 1931 ഫെബ്രുവരി 2-ാം തീയതി യുവാക്കളായ രാഷ്ട്രീയ പ്രവർത്തകർക്ക് എഴുതിയ കത്തിൽ വ്യക്തിഗതമായ ഭീകരപ്രവർത്തനങ്ങളെ ഭഗത്സിങ് തുറന്ന് ആക്ഷേപിക്കുന്നു: “ഞാനൊരു ഭീകരപ്രവർത്തകനല്ല. ഇവിടെ ചർച്ച ചെയ്യപ്പെടുന്ന തരത്തിലുള്ള സുദീർഘമായ ഒരു പരിപാടിയുമായി ബന്ധപ്പെട്ട വ്യക്തമായ ആശയങ്ങളുള്ള ഒരു വിപ്ലവകാരിയാണ്.” ഈ വിശദീകരണം തെറ്റിദ്ധരിക്കപ്പെടുകയും ഭഗത്സിങ് ദുർബ്ബലനാവുകയായിരുന്നെന്ന് പലരും ചിന്തിക്കുകയും ചെയ്തു. കത്തിലദ്ദേഹം ഇപ്രകാരമെഴുതി:

> തടവറയിൽ ഞാനെന്തൊക്കെയോ മാറ്റങ്ങൾക്ക് വിധേയനാകുന്നുവെന്ന് രാമപ്രസാദ് ബിസ്മില്ലിനെപ്പോലുള്ള എന്റെ സമരസഖാക്കൾ എന്നെ കുറ്റപ്പെടുത്തിയേക്കാം. അത് സത്യമല്ല. എന്റെ ആശയങ്ങളും ആവേശങ്ങളും വിശ്വാസപ്രമാണങ്ങളും വീര്യവും പുറത്തായിരുന്നപ്പോഴുണ്ടായിരുന്നത്രതന്നെ — ഒരുപക്ഷേ, അല്ല നിശ്ചയമായും അതിലും കൂടുതൽ, ശക്തമാണ്. എന്റെ വാക്കുകൾ

> വായിക്കുന്നത് ശ്രദ്ധാപൂർവ്വം വേണമെന്നാണ് എനിക്കറിയിക്കാനുള്ളത്. വരികൾക്കിടയിൽ വായിക്കുവാൻ ശ്രമിക്കരുത്. എന്റെ സർവ്വശക്തിയും ഉപയോഗിച്ച് പറയട്ടെ, ഒരുപക്ഷേ, എന്റെ വിപ്ലവപ്രവർത്തനങ്ങളുടെ ആരംഭഘട്ടത്തിലൊഴികെ ഞാനൊരിക്കലും ഒരു ഭീകരപ്രവർത്തകനായിരുന്നിട്ടില്ല. ആ മാർഗ്ഗത്തിലൂടെ നമുക്കൊന്നും നേടാനാവില്ലെന്ന് എനിക്ക് ബോദ്ധ്യമുണ്ട്. ബോംബുകളും തോക്കുകളും ഉപയോഗശൂന്യമാണെന്നല്ല, നേരെമറിച്ചാണ്. എന്നാൽ ബോംബെറിയുന്നത് ഉപയോഗശൂന്യമാണെന്നുതന്നെയല്ല ദോഷകരവുമാണ്. പാർട്ടിയുടെ സൈനികവിഭാഗം അതിന്റെ കൈവശമുള്ള സന്നാഹങ്ങൾ അടിയന്തരാവശ്യങ്ങൾക്ക് ഉപയോഗിക്കുവാൻ കഴിയുന്ന വിധത്തിൽ സജ്ജമാക്കി കരുതണം. എന്നാലത് പാർട്ടിയുടെ രാഷ്ട്രീയപ്രവർത്തനത്തിന് പിന്തുണയായിട്ടായിരിക്കണം സ്വതന്ത്രമായ പ്രവർത്തനം അതിനുണ്ടാവാൻ പാടില്ല.

ഈ കത്തിൽ ദേശീയ നേതൃത്വത്തെയും ഇന്ത്യൻ സമൂഹത്തിലെ വിപ്ലവശക്തികളെയുംകുറിച്ച് കമ്യൂണിസ്റ്റ് നേതാക്കളുടെ വിലയിരുത്തലുകൾ തന്നെയാണ് ഭഗത്സിങ്ങും സ്വീകരിക്കുന്നത്. ദേശീയനേതൃത്വത്തിന്റെ വർഗ്ഗസ്വഭാവം അദ്ദേഹം മനസ്സിലാക്കുന്നുണ്ട്. ബഹുജനങ്ങളുടെ വിപ്ലവസാദ്ധ്യതകളെക്കുറിച്ച് അദ്ദേഹം ബോധവാനുമാണ്; "യഥാർത്ഥ വിപ്ലവ സേനകൾ നാട്ടിൻപുറങ്ങളിലും വ്യവസായശാലകളിലുമാണ്. തൊഴിലാളികളും കർഷകരും. എന്നാൽ നമ്മുടെ ബൂർഷ്വാ നേതാക്കൾക്ക് അവരെ കൈകാര്യം ചെയ്യുവാൻ ധൈര്യമില്ല. ഉറങ്ങിക്കിടക്കുന്ന ആ സിംഹത്തെ ഒരിക്കൽ ഉണർത്തിക്കഴിഞ്ഞാൽ നേതാക്കൾ അവരാഗ്രഹിക്കുന്നത് നേടിക്കഴിഞ്ഞും അതിനെ നിയന്ത്രിച്ചുനിർത്താൻ കഴിയാതെ വരും. 1920 ൽ അഹമ്മദാബാദിലെ തൊഴിലാളികളുമായുള്ള അനുഭവങ്ങൾക്കുശേഷം മഹാത്മാഗാന്ധി പറഞ്ഞത് നാം തൊഴിലാളികളെ ദുഷിപ്പിച്ചുകൂടാ. വ്യവസായത്തൊഴിലാളികളെ രാഷ്ട്രീയ ലക്ഷ്യങ്ങൾക്ക് ഉപയോഗിക്കുന്നത് അപകടകരമാണ് എന്നാണ്. (*ടൈംസ്*, മെയ് 1921) അതിനുശേഷം ദേശീയനേതൃത്വം തൊഴിലാളികളെ സമീപിക്കുവാൻ ധൈര്യപ്പെട്ടിട്ടില്ല. പിന്നെയുള്ളത് കൃഷിക്കാരാണ്. വിദേശാധിപത്യത്തോടൊപ്പം ഭൂപ്രഭുത്വത്തിന്റെ നുകവുംകൂടി വലിച്ചെറിയാൻ കർഷകവർഗ്ഗം ഉയർത്തെഴുന്നേറ്റപ്പോൾ ദേശീയ നേതാക്കൾക്ക് അനുഭവപ്പെട്ട ഉൾക്കിടിലം എന്തായിരുന്നുവെന്ന് 1922 ലെ ബർദോളി പ്രമേയം വ്യക്തമാക്കുന്നു.

ഇവിടെയാണ് നമ്മുടെ നേതാക്കന്മാർക്ക് ഇന്ത്യയിലെ കർഷകവർഗ്ഗത്തിന് കീഴടങ്ങുന്നതിനേക്കാൾ ബ്രിട്ടീഷ് ഭരണാധികാരികൾക്ക് അടിയറവാവുന്നത് സ്വീകാര്യമായി വരുന്നത്. അതുകൊണ്ടാണ് ദേശീയനേതാക്കൾക്ക് പൂർണ്ണമായ ഒരു വിപ്ലവം ഒരിക്കലും സ്വീകാര്യമാവുകയില്ല എന്ന് ഞാൻ പറയുന്നത്.

വിപ്ലവം ജീവിതവൃത്തിയായി സ്വീകരിച്ചവരുടെ ഒരു പാർട്ടിയുടെ ആവശ്യകതയെക്കുറിച്ച് ഭഗത്സിങ് ഈ കത്തിൽ പരാമർശിക്കുന്നുണ്ട്. "ലെനിന് പ്രിയങ്കരമായിരുന്ന പ്രയോഗത്തിൽ, പ്രൊഫഷണൽ വിപ്ലവകാരികളെയാണ് നമുക്കാവശ്യം. വിപ്ലവമല്ലാതെ മറ്റൊരു പ്രവൃത്തിയെക്കുറിച്ചും അഭിലാഷങ്ങളില്ലാത്ത മുഴുവൻ സമയ പ്രവർത്തകർ. എത്രയും കൂടുതൽ അത്തരത്തിലുള്ള പ്രവർത്തകരെ പാർട്ടിയിൽ സംഘടിതരാക്കാൻ കഴിയുമോ അത്രയും വമ്പിച്ചതായിരിക്കും നമ്മുടെ വിജയസാദ്ധ്യത."

എന്തുചെയ്യണം? എന്ന ഗ്രന്ഥത്തിൽ ലെനിൻ എഴുതിയിട്ടുള്ളതിന്റെ സ്വാധീനത്തിൽ മുകളിൽ പറയുന്ന തരത്തിലുള്ള പ്രവർത്തകരുടേതായ ഒരു പാർട്ടി, വ്യക്തമായ ആശയങ്ങളും കാഴ്ചപ്പാടുകളും പെട്ടെന്നുള്ള തീരുമാനങ്ങൾക്കും മുൻകൈ പ്രവർത്തനങ്ങൾക്കുമുള്ള കഴിവുകളുമുള്ള ഒരു പാർട്ടിക്കുവേണ്ടി ഭഗത്സിങ് ആഹ്വാനം ചെയ്യുന്നു. "ആ പാർട്ടി ഉരുക്കുപോലുറച്ച അച്ചടക്കമുള്ളതായിരിക്കണം. അതിന്റെ പേര് കമ്യൂണിസ്റ്റ് പാർട്ടി എന്നായിരിക്കണം."

ബ്രിട്ടീഷ് ഭരണത്തിൽ അങ്ങനെയൊരു പാർട്ടിക്ക് തുറന്ന, നിയമവിധേയമായ ഒന്നായിരിക്കാൻ കഴിയുമെന്ന് ഭഗത്സിങ് ചിന്തിക്കുന്നുവെന്നത് വിസ്മയകരമാണ്. "ആ പാർട്ടി അണ്ടർഗ്രൗണ്ട് പാർട്ടി ആയിക്കൊള്ളണമെന്ന് നിർബ്ബന്ധമില്ല. മറിച്ചായിരിക്കണം." എങ്കിലും അതോടൊപ്പം അദ്ദേഹം പറയുന്നുണ്ട്. "ആ പാർട്ടിക്ക് നിയമവിരുദ്ധപ്രവർത്തനങ്ങൾക്കായുള്ള ഒരു രഹസ്യവിഭാഗമുണ്ടായിരിക്കണം." ഇതോടൊപ്പം ഒരു സൈനികവിഭാഗവും കൂടി അവശ്യം സംഘടിപ്പിച്ചിരിക്കേണ്ടതാണ്. ഇത് വളരെ പ്രധാനവുമാണ്. ചിലപ്പോൾ അതിന്റെ ആവശ്യം അടിയന്തരമായി അനുഭവപ്പെടും. ആവശ്യം മുട്ടിക്കഴിയുമ്പോൾ പെട്ടെന്ന് ഫലപ്രദമായി പ്രവർത്തിക്കാനുള്ള കഴിവും ആവശ്യമായ വിഭവങ്ങളും ഉള്ള അങ്ങനെയൊരു വിഭാഗത്തെ സംഘടിപ്പിക്കുവാൻ കഴിയുകയില്ല."

ഈ രഹസ്യവിഭാഗം പാർട്ടിയുടെ ആക്ഷൻ സ്ക്വാഡ് മാത്രമാണ്. പാർട്ടിയുടെ രാഷ്ട്രീയ നേതൃത്വമല്ല. ഇവിടെയാണ് ഭഗത്സിങ്ങിന്റെ ആശയക്കുഴപ്പം പ്രകടമാവുന്നത്.

തുറന്ന, നിയമപരമായ പ്രവർത്തനങ്ങൾക്കുള്ള അവസരങ്ങൾ ഉപയോഗിക്കുന്നതിനെ തുറന്ന, നിയമവിധേയമായ ഒരു പാർട്ടി സംഘടിപ്പിക്കുന്നതുമായി കൂട്ടിക്കുഴയ്ക്കുകയും എല്ലാ തരത്തിലുമുള്ള രഹസ്യപ്രവർത്തനങ്ങളെയും വ്യക്തിഗതമായ സാഹസികപ്രവർത്തനങ്ങൾക്കു വേണ്ടിയുള്ള ഒരു ഗ്രൂപ്പിന്റേതായി ധരിക്കുകയും ആണ് ഭഗത്സിങ് ചെയ്യുന്നത്. ഇങ്ങനെയല്ലായിരുന്നെങ്കിൽ ബ്രിട്ടീഷ് ഭരണത്തിൽ പ്രൊഫഷണൽ വിപ്ലവകാരികളുടെ ഒരു പാർട്ടിക്ക് നിയമവിധേയമായിരിക്കുവാൻ കഴിയുമെന്ന ധാരണ അദ്ദേഹത്തിനുണ്ടായിരിക്കുമായിരുന്നില്ല.

മാത്രവുമല്ല ഇങ്ങനെയുള്ള ഒരു പാർട്ടിക്കുവേണ്ടി ഭഗത്സിങ് വിശ്വാസമർപ്പിക്കുന്നത് യുവജനങ്ങളിൽ മാത്രമായിട്ടാണ്. പാർട്ടിയുടെ വർഗ്ഗസ്വഭാവവും വർഗ്ഗാടിസ്ഥാനവും മനസ്സിലാക്കാതെയാണ് ഇതെന്നത് വ്യക്തമാണ്. "യുവജനപ്രസ്ഥാനത്തിൽനിന്നുമാത്രം റിക്രൂട്ട് ചെയ്യാൻ കഴിയുന്ന പ്രവർത്തകരെയാണ് പാർട്ടിക്കാവശ്യം. നമ്മുടെ പ്രവർത്തന പരിപാടിയുടെ തുടക്കം യുവജനപ്രസ്ഥാനമാണെന്നു കാണാൻ കഴിയും." തൊഴിലാളികളുടെ വർഗ്ഗസംഘടനകളും കൃഷിക്കാരുടെ വർഗ്ഗസംഘടനകളുമല്ല, യുവജനപ്രസ്ഥാനമാണ് പാർട്ടിക്കാവശ്യമുള്ള പ്രവർത്തകരെ റിക്രൂട്ട് ചെയ്യാനുള്ള രംഗമായി ഭഗത്സിങ് കരുതുന്നത്. മാർക്സിസത്തിലേക്കുള്ള യാത്ര പൂർണ്ണമായില്ല എന്നർത്ഥം.

ഇതിൽനിന്ന് വ്യത്യസ്തമായി കമ്യൂണിസ്റ്റ് നേതാക്കന്മാർ വിപ്ലവപ്പാർട്ടിയെ, കമ്യൂണിസ്റ്റ് പാർട്ടിയെ തൊഴിലാളിവർഗ്ഗത്തിന്റെ വർഗ്ഗപ്പാർട്ടിയായാണ് കണ്ടത്. ഈ ധാരണ അവർ മീറത്ത് കോടതിയിൽവെച്ചു തന്നെ പ്രഖ്യാപിക്കുകയും ചെയ്തു.

ഈ ചിന്താക്കുഴപ്പം ഇരിക്കെത്തന്നെ ഭഗത്സിങ് വ്യക്തിഗതമായ പ്രവർത്തനങ്ങളിൽനിന്ന് ബഹുജനവിപ്ലവ പ്രവർത്തനങ്ങളിലേക്കും വ്യക്തിഗതവിപ്ലവത്തിൽനിന്ന് വർഗ്ഗവിപ്ലവത്തിലേക്കും നിലപാടുമാറ്റിയിരുന്നു. ബ്രിട്ടീഷ് വിരുദ്ധ ദേശീയവിപ്ലവസമരത്തിന്റെ ആവശ്യങ്ങളുമായി അതിനെ ബന്ധിപ്പിക്കുന്നതിൽ അദ്ദേഹം വിജയിക്കുകയും ചെയ്തു.

എങ്കിലും ഭഗത്സിങ്ങിന്റെ മനസ്സിൽ എക്കാലത്തും നിലനിന്നിരുന്ന ഒരു സംഘർഷമുണ്ട്. വികസിതമായ ഒരു വിപ്ലവപ്രത്യയശാസ്ത്രത്തിന്റെ ആവശ്യബോധവും ഉടനടിയുള്ള സാഹസികപ്രവർത്തനങ്ങൾക്കും ആത്മത്യാഗത്തിനും വേണ്ടിയുള്ള ത്വരയും തമ്മിലുള്ളതായിരുന്നു അത്.

ഭഗത്സിങ്ങിനെയും മറ്റ് ലാഹോർ വിപ്ലവകാരികളെയും പ്രവർത്തനനിരതമാക്കിയ വിപ്ലവാവേശം കമ്യൂണിസ്റ്റ് പാർട്ടി മനസ്സിലാക്കി. പാർട്ടിയുടെ മുഖപത്രമായിരുന്ന *വർക്കേഴ്സ് വീക്കിലി* അതിന്റെ 1930 നവംബർ 13 ന്റെ ലക്കത്തിൽ ഇപ്രകാരമെഴുതി:

> ഈ ദാരിദ്ര്യവും അവകാശരാഹിത്യവും ആണ് പെറ്റിബൂർഷ്വാസിയുടെ താല്പര്യങ്ങൾ സാമ്രാജ്യത്വത്തിന്റെ വർഗ്ഗതാല്പര്യങ്ങളുമായി ഒരു തരത്തിലും പൊരുത്തപ്പെടാൻ കഴിയാത്തവയാക്കിത്തീർക്കുന്നത്. ഈ പ്രവണതയുടെ മുൻപന്തിയിലുള്ളവരായിരുന്നു ലാഹോർ സഖാക്കൾ. സാമ്രാജ്യത്തോടുള്ള അന്തസാരശൂന്യമായ വെറുപ്പ് മാത്രമായിരുന്നില്ല, അതിനെ തകിടംമറിച്ചിടാനുള്ള ദൃഢനിശ്ചയമായിരുന്നു അവരെ നയിച്ചത്.
>
> ഹൃദയപരിവർത്തനം എന്ന ബൂർഷ്വാ വഞ്ചനയും ഭീരുത്വവും

> അവർക്ക് സ്വീകാര്യമായിരുന്നില്ല. ഒരൊത്തുതീർപ്പ് സാദ്ധ്യമെന്ന് അവരൊരിക്കലും വിശ്വസിച്ചിരുന്നില്ല. കാരണം ഒത്തുതീർപ്പ് എന്നതിൽ താല്പര്യങ്ങളുടെ സാദൃശ്യവും ഐക്യവുംകൂടി അടങ്ങുന്നു.
>
> ഇപ്പോഴും സാമ്രാജ്യത്വം തന്നെയാണ് അധീശാധികാരം പുലർത്തുന്നതും അവരെ തൂക്കുമരത്തിലേക്കയക്കുന്നതും എന്നത് വസ്തുതതന്നെ.
>
> വിപ്ലവകാരികളെ കൊല്ലാൻ സാമ്രാജ്യത്വത്തിന് കഴിഞ്ഞേക്കാം. വിപ്ലവത്തെ കൊല്ലാൻ കഴിയുകയില്ല. അവരെ അടച്ചിട്ടിരിക്കുന്ന തുറുങ്കിനുമീതെ സ്വാതന്ത്ര്യത്തിന്റെ നക്ഷത്രം ജാജ്വല്യമാണ്. അവരുടെ മൃതശരീരങ്ങളിലൂടെ വിപ്ലവത്തിന്റെ തീപ്പൊരി മഹാജ്വാലയായി വളരുന്നു.
>
> സാമ്രാജ്യത്തെ ബലപ്രയോഗം കൊണ്ടല്ലാതെ തകിടംമറിക്കുവാനാവില്ലെന്ന് അവർക്കറിയാമായിരുന്നു. ഭരണകൂടത്തെ വിപ്ലവകരമായി തകർക്കുന്നതിനുവേണ്ടിയാണ് അവർ നിലകൊണ്ടത്.

ഭഗത്സിങ്ങും സഖാക്കളും സോഷ്യലിസത്തിലേക്ക് തിരിയുകയായിരുന്നുവെന്ന് അക്കാലത്ത് പരക്കെ അറിയാൻ കഴിഞ്ഞിരുന്നില്ല. തൊഴിലാളിവർഗ്ഗത്തെയും സോഷ്യലിസത്തെയുംകുറിച്ച് അവരുയർത്തിയ മുദ്രാവാക്യങ്ങൾ സോഷ്യലിസത്തോടുള്ള വ്യാപകമായ അനുഭാവപ്രകടനമായിട്ടാണ്, മാർക്സിസ്റ്റ് ദർശനത്തിന്റെ അംഗീകാരമായല്ല കരുതപ്പെട്ടത്.

വ്യക്തിഗത ഭീകരപ്രവർത്തനങ്ങൾ പ്രതികാരത്തിന്റെ മനഃശാസ്ത്രമാണ്, വിപ്ലവത്തിന്റേതല്ല എന്നാണ് *വർക്കേഴ്സ് വീക്കിലി*യിലെ ലേഖനം വിശദീകരിച്ചത്. ഇത്രയേറെ വിപ്ലവകാരികളുടെ ജീവിതങ്ങൾ പാഴാക്കുന്നത് ദുഃഖകരമാണെന്ന് ലേഖനത്തിൽ പറഞ്ഞിരുന്നു.

വ്യക്തിഗത ഭീകരപ്രവർത്തനങ്ങളെ ചില പ്രത്യേകപരിതഃസ്ഥിതികളിൽ ന്യായീകരിച്ചുകൊണ്ടുള്ള ലെനിന്റെ വാക്കുകൾ വാരിക ഉദ്ധരിക്കുന്നു:

> ലെനിൻ വ്യക്തിഗത ഭീകരപ്രവർത്തനങ്ങളെ 1905 കാലത്ത് ന്യായീകരിച്ചിരുന്നു. എന്നാൽ താഴെപ്പറയുന്ന വ്യക്തമായ വ്യവസ്ഥകളും അദ്ദേഹം നിർദ്ദേശിച്ചിരുന്നു. ഒന്ന്, ബഹുജനകലാപത്തിന്റെ കാലഘട്ടത്തിൽ മാത്രമേ വ്യക്തിഗത ഭീകരപ്രവർത്തനങ്ങൾക്ക് ന്യായീകരണമുള്ളു. പാർട്ടിയുടെ ബഹുജനപ്രവർത്തനങ്ങൾക്കൊപ്പം അതിന് പൂരകമായ രീതിയിൽ മാത്രമേ അതു പാടുള്ളു. രണ്ട്, പാർട്ടിയുടെ അനുവാദത്തോടുകൂടി മാത്രമേ അതാരംഭിക്കാൻ പാടുള്ളു. ആവശ്യമായ സമ്പത്തും മറ്റെല്ലാ കാര്യങ്ങളും പാർട്ടിയിൽനിന്നുതന്നെ ആയിരിക്കുകയും വേണം.

രാഷ്ട്രീയ സ്ഥിതിഗതികളെക്കുറിച്ചുള്ള വിലയിരുത്തലിന്റെയും വ്യക്തിഗതമായ പോരാട്ടങ്ങളെ ആശ്രയിക്കുന്നതിന്റെയും കാര്യങ്ങളിൽ ഈ വിപ്ലവകാരികളുമായി അഭിപ്രായവ്യത്യാസങ്ങളേറെ ഉണ്ടായിരുന്നെങ്കിലും അവരുടെ ആത്മത്യാഗത്തിന്റെ പിന്നിലെ സാമ്രാജ്യത്വവിരുദ്ധ-ദേശാഭിമാനപരമായ ആവേശത്തെ കമ്യൂണിസ്റ്റ് പാർട്ടി എക്കാലത്തും ആദരിച്ചിരുന്നു.

എന്നാൽ ദേശീയ ബൂർഷ്വാ നേതൃത്വം അവർക്കെതിരായിരുന്നു; അവരുടെ ആശയങ്ങൾക്കും പ്രവർത്തനങ്ങൾക്കും എതിരായിരുന്നു. ഈ വിപ്ലവകാരികളുടെ പ്രവർത്തനങ്ങളെ ദേശീയ ബൂർഷ്വാ നേതൃത്വം തുറന്നെതിർക്കുകയും കോൺഗ്രസ് വേദികളിൽനിന്ന് ഏതെങ്കിലും തരത്തിലുള്ള അനുഭാവപ്രകടനങ്ങളെ നിരോധിക്കുകയും ചെയ്തു.

നിർണ്ണായകമായ ഒരു ഘട്ടത്തിലൂടെ രാജ്യം കടന്നുപൊയ്ക്കൊണ്ടിരിക്കുന്ന ഇന്നത്തെ പരിതഃസ്ഥിതിയിൽ ആവശ്യമായി വന്നേക്കാവുന്ന ത്യാഗങ്ങളെക്കുറിച്ചുള്ള പരിഗണനകൾ കൂടാതെ നമ്മുടെ രാജ്യത്തിനെതിരായുള്ള സാമ്രാജ്യത്വ ഗൂഢാലോചനകളെ നേരിട്ട് പരാജയപ്പെടുത്താനും രാജ്യത്തിന്റെ ഐക്യവും ഭദ്രതയും കാത്തുസൂക്ഷിക്കാനും ദേശാഭിമാനികൾക്ക്, പ്രത്യേകിച്ചും യുവാക്കൾക്ക്, വേണ്ട പ്രചോദനം നല്കാൻ ഭഗത്സിങ്ങിന്റെ ലേഖനങ്ങൾക്ക് കഴിയും. ജനകീയ ജനാധിപത്യത്തിനും സോഷ്യലിസത്തിനുംവേണ്ടിയുള്ള പോരാട്ടം ദൃഢചിത്തതയോടെ മുന്നോട്ടുകൊണ്ടുപോകാൻ എല്ലാ വിഭാഗം യുവജനങ്ങളെയും ഉദ്ബോധിപ്പിക്കാനും അതിനുവേണ്ട ഉത്തേജനം നല്കാനും ആ ലേഖനങ്ങൾക്ക് കഴിയും.

ബി ടി രണദിവെ

പഠനം

ബിപിൻ ചന്ദ്ര

ആയിരത്തിതൊള്ളായിരത്തി എൺപതു കാലം. ഞാൻ കാൺപൂരിൽനിന്ന് ലഖ്നൗവിലേക്ക് യാത്ര ചെയ്യുകയായിരുന്നു. എന്റെ നേരെ എതിർവശത്തിരിക്കുന്ന ഒരു സഹയാത്രികൻ ഞാൻ ആയിടെ മാത്രം പൂർത്തിയാക്കിയ ഒരു ചെറുപുസ്തകം എടുത്തുനോക്കി. *ഞാൻ എന്തുകൊണ്ട് ഒരു നിരീശ്വരവാദിയായി* എന്ന ഭഗത്സിങ് എഴുതിയ പുസ്തകമായിരുന്നു അത്. ഏതാനും പേജുകൾ മറിച്ചുനോക്കിയശേഷം അദ്ദേഹം ചോദിച്ചു. ഇത്തരം ഗൗരവാവഹമായ വിഷയങ്ങളെക്കുറിച്ചെഴുതാൻ കഴിവുള്ള ആളായിരുന്നോ അദ്ദേഹം? രാജസ്ഥാനിൽ ഒരു കോളേജിൽ ദാർശനിക വിഷയത്തിൽ ലക്ചററായിരുന്നു ആ മനുഷ്യൻ. ഒരു വിപ്ലവകാരിയെക്കുറിച്ച് അയാൾ തന്റേതായ ചില ധാരണകളൊക്കെ വെച്ചുപുലർത്തുന്ന — തലയിൽ വലിയ കഴമ്പൊന്നുമില്ലാത്ത — ആജ്ഞാശക്തി സ്ഫുരിക്കുന്ന ഒരു ആജാനുബാഹു. ബോംബും റിവോൾവറുമൊക്കെ പ്രയോഗിച്ച് ആളുകളെ കൊല്ലുന്നതിൽ ആനന്ദം കൊള്ളുന്നവൻ, ധീരനും ത്യാഗശീലനുമെങ്കിലും രക്തദാഹിയായ ഒരു അതിസാഹസികൻ — ഇതായിരുന്നു ആ ചെറുപ്പക്കാരന്റെ ധാരണ. തന്റെ വിഷയത്തിനപ്പുറമുള്ള കാര്യങ്ങളിൽ അയാളുടെ അറിവ് വളരെ പരിമിതമായിരുന്നു. വിപ്ലവകാരികളെ സംബന്ധിച്ച അയാളുടെ അറിവ് ഈ വിഷയത്തിൽ തന്നെപ്പോലെതന്നെ അജ്ഞരായ ആളുകൾ പറഞ്ഞു പിടിപ്പിച്ച കഥകളിലൂടെ മാത്രമായിരുന്നു. ഇത്തരക്കാരോട് സഹതപിക്കാനേ കഴിയൂ.

എന്നാൽ രക്തസാക്ഷികളുടെ പ്രതിഛായ ബോധപൂർവ്വം വികലമാക്കുന്നവരെക്കുറിച്ചെന്തു പറയുന്നു? ഒരിക്കൽ ഒരു ഹിന്ദി പുസ്തകം കാണാനിടയായി. ചരിത്രത്തിന്റെ പ്രാഥമിക പാഠങ്ങൾ ഉൾക്കൊള്ളുന്ന

അത് അമ്പതുകളിൽ ഉത്തർപ്രദേശിൽ എട്ടാംതരത്തിലേക്ക് നിർദ്ദേശിക്കപ്പെട്ടതായിരുന്നു. അതിൽ ആസാദിനെക്കുറിച്ച് അഞ്ചോ ആറോ വരിയുള്ള ഒരു ഖണ്ഡിക ഉണ്ടായിരുന്നു. ചന്ദ്രശേഖർ ആസാദ് എന്ന ഉപശീർഷകത്തിൽ ഗ്രന്ഥകർത്താവ് അതിലെഴുതിയിരുന്നത് രക്തച്ചൊരിച്ചിലിലും കവർച്ചയിലും വിശ്വസിച്ചിരുന്ന ആളായിരുന്നു ആസാദ് എന്നാണ്. ഭാഗ്യത്തിന് രാജ്യം അദ്ദേഹത്തിന്റെ സമരമാർഗ്ഗം സ്വീകരിക്കാതെ ഗാന്ധിജിയുടെ മാർഗ്ഗം സ്വീകരിച്ചു. ഗ്രന്ഥകർത്താവായ എ എൽ ശ്രീവാസ്തവ ഈ അസംബന്ധമൊക്കെ എഴുതിവെച്ചത് അജ്ഞതകൊണ്ടാണെന്ന് വിശ്വസിക്കാൻ പ്രയാസമാണ്. ബ്രിട്ടീഷ് സാമ്രാജ്യത്വത്തിന്റെ പരിരക്ഷയിൻകീഴിൽ ഒരു ചരിത്രകാരനെന്ന നിലയ്ക്ക് പ്രാമാണിക പദവിയിലേക്കുയർത്തപ്പെട്ട ആളാണ് അദ്ദേഹം. യജമാനന്മാർ കെട്ടുകെട്ടിയെങ്കിലും അദ്ദേഹത്തിൽ അടിഞ്ഞുകേറിയിരുന്ന അടിമമനോഭാവം, എല്ലാ ഭൂതകാലാവശിഷ്ടങ്ങളോടൊപ്പം അവശേഷിച്ചു. വിപ്ലവകാരികളെ ലക്ഷ്യബോധമോ പ്രത്യയശാസ്ത്രത്തിന്റെ പിൻബലമോ ജീവിതത്തിനുതന്നെ വല്ല ഉദ്ദേശ്യമോ ഇല്ലാത്ത രക്തരക്ഷസ്സുകളായി ചിത്രീകരിക്കാനാണ് അദ്ദേഹത്തെ പഠിപ്പിച്ചത്.

ഇത്തരം വികല സങ്കല്പങ്ങൾ പ്രബലപ്പെടുന്നതിൽ ചില പഴയ വിപ്ലവകാരികളും ഉത്തരവാദികളാണ്. രക്തസാക്ഷികളുടെ വീരചരിതങ്ങൾ, അവർക്ക് അനുഭവിക്കേണ്ടിവന്ന ദുരിതങ്ങൾ, അവർ കൈവരിച്ച നേട്ടങ്ങൾ, മരണത്തെപ്പോലും തൃണവൽഗണിച്ചുകൊണ്ട് അവർ പ്രദർശിപ്പിച്ച ധീരത, രാജ്യത്തിനും ജനങ്ങൾക്കും വേണ്ടി സർവ്വസ്വവും ബലിയർപ്പിക്കാനുള്ള അവരുടെ സന്നദ്ധത — ഇതേക്കുറിച്ചെല്ലാമുള്ള കഥകൾ കേൾക്കാൻ ജനങ്ങൾ പൊതുവിലും യുവാക്കൾ വിശേഷിച്ചും ഉത്സുകരാണ്. ജനങ്ങളുടെ പ്രശംസ പിടിച്ചെടുക്കുന്നതിന് നമ്മുടെ പഴയ വിപ്ലവകാരികൾ സംഭവങ്ങൾ അതിശയോക്തി കലർത്തി കഥകൾ മെനഞ്ഞെടുക്കുന്നു — ചിലപ്പോൾ അത് തികച്ചും അസംബന്ധത്തിന്റെ തലത്തിലോളം ചെന്നെത്തും. സംഭവങ്ങളെ അന്തിമമായ ഉദ്ദേശ്യലക്ഷ്യങ്ങളുമായി അവർ ബന്ധപ്പെടുത്താറുമില്ല. മൊത്തം ഫലം ഏറക്കുറെ മുകളിൽപറഞ്ഞതുതന്നെ.

മറ്റു ചിലരാകട്ടെ, വിപ്ലവകാരികളെ സ്വന്തം ചിന്താഗതിയുടെ ചട്ടക്കൂട്ടിൽ ഒതുക്കിനിർത്താൻ ശ്രമിക്കുന്നു. വിപ്ലവകാരികൾ ചലനാത്മകതയും യുക്തിബോധവും പരിതഃസ്ഥിതികളുമായി ആവശ്യാനുസരണം പൊരുത്തപ്പെടുന്നവരുമാണെന്നു കാണാൻ അവർക്ക് വലിയ വിഷമമാണ്. വിപ്ലവാശയങ്ങൾ പരിണാമഗതിക്ക് വിധേയമാണെന്നും നിശ്ചലമല്ലെന്നും അംഗീകരിക്കാനവർ ഒരുക്കമല്ല. അവരെ സംബന്ധിച്ചിടത്തോളം വിപ്ലവകാരികളുടെ തുടക്കവും ഒടുക്കവും ഹിന്ദുദേശീയവാദികളായിട്ടുമാത്രമാണ്. തങ്ങളുടെ വാദഗതി സ്ഥാപിക്കാൻ അവർ ഒന്നാമതായി മതത്തെ ദേശീയതയുമായി സമീകരിക്കുന്നു. എന്നിട്ടവർ വിപ്ലവ പ്രസ്ഥാനത്തിന് സൗകര്യപൂർവ്വം ഹൈന്ദവാശയങ്ങളുടെ മേലങ്കിയണി

യിച്ചു. പ്രസ്ഥാനത്തിന്റെ ലക്ഷ്യം ആദ്യന്തം ബ്രിട്ടീഷുകാരെ ആട്ടിപ്പായിച്ച് ഇന്ത്യയിൽ ഹിന്ദുരാഷ്ട്രം സ്ഥാപിക്കുകയാണെന്നവർ തെറ്റായി വ്യാഖ്യാനിക്കുന്നു. വിപ്ലവപ്രസ്ഥാനത്തിന്റെ ആശയഗതിയിൽ മൗലികമായ മാറ്റംവന്നുവെന്ന ആശയത്തോടും, അത് വർഗ്ഗസമരത്തിന്റെയും സോഷ്യലിസത്തിന്റെയും ആശയങ്ങൾ സ്വീകരിച്ചുവെന്നതിനോടും അവർക്ക് അലർജിയാണ്. പ്രസ്ഥാനത്തിന്റ അമൂല്യമായ പൈതൃകത്തെ ചൂഷണം ചെയ്യുന്നതിന് അവർ സൗകര്യപൂർവ്വം രക്തസാക്ഷികളുടെ വീരകൃത്യങ്ങളിൽ മാത്രം ശ്രദ്ധകേന്ദ്രീകരിച്ചുകൊണ്ട് അവരുടെ ആശയങ്ങളെ വിട്ടുകളയുന്നു.

മറ്റൊരു കൂട്ടരുടെ വാദം ഭഗത്സിങ്, ഭഗവതിചരൺ, ആസാദ് എന്നിവർ നിശിതമായും ദേശീയവാദികളായിരുന്നുവെന്നും സാർവ്വദേശീയതയുമായി അവർക്കൊരു ബന്ധവുമില്ലെന്നുമാണ്. സോവിയറ്റ് റഷ്യയുടെ സോഷ്യലിസ്റ്റ് ആശയങ്ങൾ അവർ ഉയർത്തിപ്പിടിച്ചുവെങ്കിലും ആ രാജ്യത്ത് സ്ഥാപിതമായ തൊഴിലാളിവർഗ്ഗ സർവ്വാധിപത്യത്തിന്റെ ആശയങ്ങൾ അവർ സ്വീകരിച്ചിരുന്നില്ലെന്നാണ് അവരുടെ വാദം. ഈ വാദങ്ങൾ അജ്ഞതയിൽനിന്ന് പൊട്ടിമുളച്ചവയാണ്. ഭഗത്സിങ്ങിന്റെയും ഭഗവതിചരൺ വോറയുടെയും കൃതികളെക്കുറിച്ചുള്ള അജ്ഞതയാണത് വിളിച്ചോതുന്നത്. ഇത്തരം വികലമായ ആശയങ്ങളുടെ ഉറവിടം രക്തസാക്ഷികളുമായി അടുത്ത ബന്ധമുള്ളവരാകുമ്പോൾ അത് ഏറെ ആശയക്കുഴപ്പം സൃഷ്ടിക്കുന്നു. ഈ രക്തസാക്ഷികളെക്കുറിച്ചു പറയാനുള്ള അവകാശം തങ്ങൾക്കാണെന്ന ഭാവേന ഇവർ അവരെ തെറ്റായി അവതരിപ്പിക്കുന്നു.

ഭഗത്സിങ് വിപ്ലവപ്രസ്ഥാനത്തിന് മൂന്ന് മുദ്രാവാക്യങ്ങൾ സംഭാവനചെയ്തു. ഒന്ന്, വിപ്ലവം നീണാൾവാഴട്ടെ, രണ്ട്, തൊഴിലാളിവർഗ്ഗം നീണാൾവാഴട്ടെ, മൂന്ന്, സാമ്രാജ്യത്വം നശിക്കട്ടെ. ഈ മുദ്രാവാക്യങ്ങളിലൂടെ അദ്ദേഹം തന്റെ പരിപാടിയാകെ വളരെ ലളിതമായി സംഗ്രഹിച്ചു. ഒന്നാമത്തെ മുദ്രാവാക്യം വീക്ഷണത്തെ പ്രതിഫലിപ്പിക്കുന്നു — സ്വാതന്ത്ര്യലബ്ധിയോടെ വിപ്ലവപ്രസ്ഥാനം നിലയ്ക്കില്ല; മനുഷ്യനെ മനുഷ്യനും ഒരു രാഷ്ട്രത്തെ മറ്റൊരു രാഷ്ട്രവും ചൂഷണം ചെയ്യാൻ അനുവദിക്കുന്ന വ്യവസ്ഥയ്ക്ക് അറുതിവരുന്നതുവരെ, സമൂഹത്തിന്റെ സാമൂഹ്യ-സാമ്പത്തിക ഘടനയാകെ മൗലികമായി മാറ്റിത്തീർക്കുന്നതുവരെ അതുതുടരും.

രണ്ടാമത്തെ മുദ്രാവാക്യം ഭാവി പണിയെടുക്കുന്ന ജനലക്ഷങ്ങളുടെതാണെന്നും വിപ്ലവത്തിന്റെ നിയാമകശക്തി തൊഴിലാളിവർഗ്ഗമാണെന്നുമുള്ള പ്രഖ്യാപനമാണ് — സോഷ്യലിസത്തിന്റെ വഞ്ചകർ ഇന്ന് ഉപേക്ഷിച്ചുകളഞ്ഞ മുദ്രാവാക്യമാണിത്. ദൗർഭാഗ്യകരമെന്നുപറയട്ടെ, സോഷ്യലിസം ഉദ്ഘോഷിച്ച നമ്മുടെ പഴയ വിപ്ലവകാരികളിൽ പലരും ഈ പ്രവണതയ്ക്കിരയായി. ഈ രണ്ടാമത്തെ മുദ്രാവാക്യത്തെ മറികട

ന്നുകൊണ്ട് അവർ ഊന്നൽനല്കുന്നത് ഒന്നും മൂന്നും മുദ്രാവാക്യങ്ങൾക്കു മാത്രമാണ്.

മൂന്നാമത്തെ മുദ്രാവാക്യം അടിയന്തരകടമയെ ദ്യോതിപ്പിക്കുന്നു. ഒരു അടിമരാജ്യത്തിന് വർഗ്ഗരഹിത സമൂഹം സ്ഥാപിക്കാനോ ചൂഷണം അവസാനിപ്പിച്ച് സമത്വം കൈവരുത്താനോ കഴിയില്ല. ആ രാജ്യത്തിന്റെ പ്രഥമവും പ്രധാനവുമായ കടമ അതിനെ കെട്ടിവരിഞ്ഞ സാമ്രാജ്യാധിപത്യത്തിന്റെ ചങ്ങലകൾ പൊട്ടിക്കുകയെന്നതാണ്. മറ്റൊരുവിധത്തിൽ പറഞ്ഞാൽ ഒരടിമരാജ്യത്തിലെ വിപ്ലവം സാമ്രാജ്യവിരുദ്ധവും കോളനിവിരുദ്ധവുമാവണം. അതുകൊണ്ടാണ് 'സാമ്രാജ്യത്വം നശിക്കട്ടെ' എന്ന മുദ്രാവാക്യം ഭഗത്സിങ് ഉയർത്തിയത്. ബ്രിട്ടീഷ് സാമ്രാജ്യത്വം നശിക്കട്ടെ എന്ന് അദ്ദേഹം പറഞ്ഞില്ല. അത് വിപ്ലവസങ്കല്പത്തെ ദുർവ്യാഖ്യാനിക്കലാണ്. കോളനി വ്യവസ്ഥ ആമൂലാഗ്രം പിഴുതെറിയുന്നതിനുവേണ്ടിയാണ് ഭഗത്സിങ് നിലകൊണ്ടത്. അദ്ദേഹം ഒരിക്കലും സങ്കുചിത ദേശീയതയുടെ വക്താവായിരുന്നില്ല. ചിലരുടെ ശ്രമം അദ്ദേഹം അങ്ങനെയായിരുന്നുവെന്ന് നമ്മെ വിശ്വസിപ്പിക്കാനാണ്. വിശാലമായ സാർവ്വദേശീയ വീക്ഷണമാണ് അദ്ദേഹം വച്ചുപുലർത്തിയിരുന്നത്. ഇന്ത്യയിലെ ജനങ്ങൾ മാത്രമല്ല, മാനവരാശിയാകെ സാമ്രാജ്യാധിപത്യത്തിന്റെ പിടിയിൽനിന്ന് മുക്തമാവണമെന്ന് അദ്ദേഹം ആഗ്രഹിച്ചു.

യഥാർത്ഥത്തിൽ ഭഗത്സിങ് ആരായിരുന്നു? പൊതുവെ ജനങ്ങൾക്കത് വേണ്ടത്ര അറിയില്ല. അവർക്ക് അറിയാവുന്നത് അദ്ദേഹം ഒരു ധീരനായിരുന്നുവെന്നു മാത്രമാണ് — സോണ്ടേഴ്സിനെ വധിക്കുകയും സെൻട്രൽ അസംബ്ലിയിൽ ബോംബെറിയുകയും ചെയ്തുകൊണ്ട് ലാലാ ലജ്പത്റായിയുടെ വധത്തിൽ അദ്ദേഹം പ്രതികാരം ചെയ്തുവെന്ന് മാത്രമാണ്. എന്നാൽ ഭഗത്സിങ് ഒരു അസാമാന്യ ബുദ്ധിജീവിയായിരുന്നുവെന്ന യാഥാർത്ഥ്യം അധികമാർക്കും അറിയില്ല. ഇക്കാരണത്താൽ വിപ്ലവപ്രസ്ഥാനത്തിന്റെ പ്രത്യയശാസ്ത്രവശം പൊതുവിലും ഭഗത്സിങ്ങിന്റേതു വിശേഷിച്ചും ദുർവ്യാഖ്യാനം ചെയ്യാൻ തല്പരകക്ഷികൾക്ക് കഴിഞ്ഞു. തങ്ങളുടേതായ പക്ഷപാതപരമായ മാർഗ്ഗത്തിലൂടെ വിപ്ലവപ്രസ്ഥാനത്തെ അവർ അവതരിപ്പിക്കുന്നു. ഈ ദുർവ്യാഖ്യാനങ്ങളെ ഖണ്ഡിക്കേണ്ടത് അനുപേക്ഷണീയമാണ്. അതുകൊണ്ടാണ് ഞാൻ അദ്ദേഹത്തിന്റെ ലേഖനങ്ങളും മറ്റും കിട്ടാവുന്നിടത്തോളം ശേഖരിച്ച് ഈ കൃതിയിൽ സമാഹരിച്ച് ചേർത്തിട്ടുള്ളത്. ഈ മഹാവിപ്ലവകാരിയെക്കുറിച്ച് വായനക്കാർ സ്വയം അഭിപ്രായം രൂപീകരിക്കട്ടെ!

ജയിലിൽവെച്ച് ഭഗത്സിങ് എഴുതിയ നാല് കൃതികളുടെ കൈയെഴുത്തുപ്രതികൾ നശിപ്പിക്കപ്പെട്ടത് വളരെ ദൗർഭാഗ്യകരമായിപ്പോയി. ഒന്ന്, *സോഷ്യലിസത്തിന്റെ ആശയം*, രണ്ട്, *ആത്മകഥ*, മൂന്ന്, *ഇന്ത്യയിലെ വിപ്ലവപ്രസ്ഥാനത്തിന്റെ ചരിത്രം*, നാല്, *മരണത്തിന്റെ പടിവാതില്ക്കൽ* എന്നിവയാണ് ആ നാലു കൃതികൾ.

ഈ നാല് കൈയെഴുത്തുപ്രതികളും ജയിലിൽനിന്ന് ഒളിച്ചുകടത്തി ജലന്ധറിൽ കുമാരി ലജ്ജാവതിക്ക് അയച്ചു കൊടുത്തു. 1938 ൽ അവ വിജയകുമാർ സിഹ്നയ്ക്ക് കൈമാറി. 1939 ൽ യുദ്ധം പൊട്ടിപ്പുറപ്പെട്ടതോടെ താൻ അറസ്റ്റു ചെയ്യപ്പെട്ടേക്കാമെന്ന് സിഹ്ന അനുമാനിച്ചു. (ആ അനുമാനം ശരിയായിരുന്നുതാനും. അദ്ദേഹം അറസ്റ്റു ചെയ്യപ്പെട്ടു. വീടാകെ പൊലീസ് പരിശോധിക്കുകയും ചെയ്തു.) ഈ കൈയെഴുത്തുപ്രതികൾ പൊലീസിന്റെ കൈയിലകപ്പെടാതിരിക്കാൻ മുൻകരുതലെന്നോണം അദ്ദേഹം തന്റെ ഒരു സുഹൃത്തിനെ ഏല്പിച്ചു. 1942 ൽ ക്വിറ്റിന്ത്യാ പ്രസ്ഥാനത്തെ തുടർന്ന് സർക്കാർ മർദ്ദനോപാധികൾ ഊർജ്ജിതമാക്കിയതോടെ ഈ സുഹൃത്ത് ആകെ ഭയന്ന് ഈ കൃതികൾ നശിപ്പിച്ചുകളഞ്ഞു.

ഗദർപാർട്ടി — ബബ്ബാർ അകാലിരക്തസാക്ഷികളുടെ ജീവചരിത്രസംഗ്രഹവും ഭഗത്സിങ് രചിക്കുകയുണ്ടായി. ഇവ മിക്കതും പഞ്ചാബിയിലാണെഴുതിയത്. അവ *കീർത്തി* മാസികയിൽ പ്രസിദ്ധീകരിക്കപ്പെട്ടിട്ടുണ്ട്. എന്റെ അറിവിൽപ്പെട്ടിടത്തോളം ഹിന്ദിയിലെഴുതിയവ നാലെണ്ണം മാത്രമാണ്. കൂക്കാപ്രസ്ഥാനത്തിലെ ബാബാരാംസിങ്, സൂഫി അംബാപ്രസാദ്, മഥുരാസിങ്, കർത്താർസിങ്, സരഭ എന്നീ രക്തസാക്ഷികളുടെ ജീവചരിത്ര സംക്ഷിപ്തമാണവ. ഇതിൽ ആദ്യത്തെ രണ്ടെണ്ണം ഡൽഹിയിൽനിന്ന് പ്രസിദ്ധീകരിച്ചിരുന്ന *മഹാരഥി* എന്ന ഹിന്ദിമാസികയിൽ (ഇത് ഇപ്പോഴില്ല) പ്രസിദ്ധീകരിക്കുകയുണ്ടായി. പിന്നീട് തലവാചകം മാറ്റി അലഹബാദിൽനിന്ന് പ്രസിദ്ധീകരിച്ചിരുന്ന ഹിന്ദിമാസികയായ *ചന്ദിന്റെ* 'ഫാൻസി' പതിപ്പിൽ പുനഃപ്രസിദ്ധീകരിച്ചു. ഒടുവിൽ പറഞ്ഞ രണ്ടും *ചന്ദ്* ആപ്പീസിൽവെച്ചാണ് എഴുതിയത്. മൂന്നോ നാലോ ദിവസം അദ്ദേഹം എന്നോടൊത്ത് അവിടെ താമസിച്ചിരുന്നു. ഈ ജീവചരിത്രങ്ങൾ ഈ കൃതിയിൽ ഉൾപ്പെടുത്തിയിട്ടില്ല.

* * *

ഒരു ബുദ്ധിജീവിയെന്ന നിലയിൽ ഭഗത്സിങ് ഞങ്ങളെക്കാളെല്ലാം ഉപരിയായിരുന്നു. ഇരുപത്തിനാലുവയസ്സ് തികയുംമുമ്പ് ആരാച്ചാർ ആ ജീവിതം കവർന്നെടുത്തു. അതിനിടയിൽത്തന്നെ അദ്ദേഹം വിവിധ വിഷയങ്ങളെക്കുറിച്ചും ആത്മവിശ്വാസത്തോടെ വളരെ എഴുതി. രാഷ്ട്രീയം, ദൈവം, മതം, ഭാഷ, കല, സാഹിത്യം, സംസ്കാരം, പ്രേമം, സൗന്ദര്യം, ആത്മഹത്യ ആദിയായ വിഷയങ്ങൾ തൊട്ട് ആനുകാലികപ്രശ്നങ്ങൾവരെയും മറ്റ് ഒട്ടുവളരെ വിഷയങ്ങളെക്കുറിച്ചും അദ്ദേഹം എഴുതുകയുണ്ടായി. വിപ്ലവപ്രസ്ഥാനത്തിന്റെ ചരിത്രം, അതിന്റെ പ്രത്യയശാസ്ത്രപരമായ സമരങ്ങൾ, വികാസപരിണാമങ്ങൾ എന്നിവയൊക്കെ അദ്ദേഹം സനിഷ്കർഷം പഠിച്ചു. എന്നുമാത്രമല്ല അവയിലേക്ക് ആഴത്തിൽ കടന്നുചെന്ന് ശരിയായ നിഗമനങ്ങൾ ആവിഷ്കരിക്കുകയും

ചെയ്തു. ഭഗത്സിങ്ങിനെക്കുറിച്ച് ശരിക്കും മനസ്സിലാക്കുകയും വിലയിരുത്തുകയും ചെയ്യണമെങ്കിൽ അദ്ദേഹത്തിന്റെ ജീവിതപശ്ചാത്തലം അറിഞ്ഞേതീരൂ. ഏറ്റവും ചുരുങ്ങിയത് വിപ്ലവപ്രസ്ഥാനത്തിന്റെ പ്രത്യയശാസ്ത്രപരമായ വികാസപരിണാമ ചരിത്രത്തിന്റെ രൂപരേഖയെങ്കിലും അറിഞ്ഞിരിക്കണം. അതുകൊണ്ടാണ് ഈ കൃതിയിൽ പ്രസ്ഥാനത്തിന്റെ ആ വശം സംബന്ധിച്ച സംക്ഷിപ്തചരിത്രം ഞാൻ ഉൾപ്പെടുത്തിയിട്ടുള്ളത്.

ഈ പുസ്തകത്തിന്റെ ഒടുവിൽ അനുബന്ധമായി ചില രേഖകളും ഉൾപ്പെടുത്തിയിട്ടുണ്ട്. ഒരുതരത്തിലല്ലെങ്കിൽ മറ്റൊരുതരത്തിൽ ഈ വിഷയത്തെ സംബന്ധിച്ചിടത്തോളം പ്രസക്തമായതാണവ. ഈ രേഖകളിൽ മിക്കവയ്ക്കും -- ഈ പുസ്തകത്തിൽ ഒരു വലിയഭാഗം ഇത്തരം രേഖകളാണുള്ളത് — ഒരു ചരിത്രപശ്ചാത്തലമുണ്ട്. ഈ പശ്ചാത്തലം വായനക്കാർക്ക് പരിചയപ്പെടുത്തുന്നതിന് ആവശ്യമായ വിവരങ്ങൾ ആമുഖക്കുറിപ്പുകളായി കൊടുത്തിട്ടുമുണ്ട്.

വിപ്ലവപ്രസ്ഥാനത്തിന്റെ നാമാവലിയെ സംബന്ധിച്ചിടത്തോളം പലരും പലവിധത്തിലാണ് പരാമർശിച്ചിട്ടുള്ളത്. ഭീകരപ്രവർത്തകർ, വിപ്ലവകാരികളായ ഭീകരപ്രവർത്തകർ, ഭീകരപ്രവർത്തകരായ വിപ്ലവകാരികൾ, ദേശീയ വിപ്ലവകാരികൾ, അരാജകവാദികൾ തുടങ്ങിയ വിശേഷണ പദങ്ങൾ. ഈ വിശേഷണങ്ങളൊന്നും അനുയോജ്യമായവയായി ഞാൻ കരുതുന്നില്ല. വിപ്ലവകാരികൾ വിപുലമായ തോതിൽ പരാമർശിക്കപ്പെട്ടിട്ടുള്ളത് ഭീകരപ്രവർത്തകർ എന്ന നിലയ്ക്കാണ്. അവരെക്കുറിച്ച് സോദ്ദേശ്യമായി ഒരു ഇരുണ്ട ചിത്രം നല്കാൻ തുനിഞ്ഞവർമാത്രമല്ല വിപ്ലവകാരികളെ ആദരിക്കുന്നവരും അവരുടെ അഭ്യുദയകാംക്ഷികളും ചെയ്തത് അതുതന്നെയാണ്. ഒരു പ്രത്യേക ഘട്ടത്തിൽ, പ്രത്യേക പരിതഃസ്ഥിതിയിൽ ഏതു മാതൃക സ്വീകരിച്ചുവെന്നു നോക്കിയല്ല, ഒരു പ്രസ്ഥാനത്തെ വിലയിരുത്തേണ്ടത്. ഏതൊരു ആദർശമാണത് പോറ്റിവളർത്തിയത്, ഏതൊരു ആദർശത്തിനുവേണ്ടിയാണത് പോരാടിയത് എന്നു നോക്കിയാണ്. പരിതഃസ്ഥിതിയിൽ വരുന്ന മാറ്റത്തിനനുസൃതമായി പ്രവർത്തനരീതിയിൽ മാറ്റംവരും. എന്നാൽ ആദർശം മാറ്റമില്ലാതെ തുടരും. അതിലുപരി ഭീകരപ്രവർത്തനം ഒരിക്കലും വിപ്ലവകാരികളുടെ ലക്ഷ്യമായിരുന്നില്ല. ഭീകരപ്രവർത്തനത്തിലൂടെ മാത്രം സ്വാതന്ത്ര്യം നേടിക്കളയാമെന്ന യാതൊരു വിശ്വാസവും അവർക്കൊരിക്കലും ഉണ്ടായിരുന്നില്ല. ഒരു ദുർഘടഘട്ടത്തെ തരണം ചെയ്യാനുള്ള മാർഗ്ഗമെന്ന നിലയ്ക്കാണ് അവർ പ്രതിഭീകര പ്രവർത്തനത്തെ കണ്ടത്.

ഡോ. ജി അധികാരിയും മറ്റും 'ദേശീയവിപ്ലവകാരികൾ' എന്ന പദപ്രയോഗത്തിനാണ് മുൻഗണന നല്കിയത്. ഈ വിശേഷണവും തെറ്റിദ്ധാരണാജനകമാണ്. ഇന്ത്യൻ വിപ്ലവകാരികൾ എക്കാലവും ദേശീയവാദികൾ (അതിന്റെ സങ്കുചിതാർത്ഥത്തിൽ) ആയിരുന്നുവെന്നും

സാർവ്വദേശീയതയുമായി അവർക്ക് ഒരു ബന്ധവുമുണ്ടായിരുന്നില്ലെന്നും സ്ഥാപിക്കാൻ വെമ്പൽകൊള്ളുന്നവരുടെ കൈയിൽ അതൊരു ആയുധമായിത്തീർന്നേക്കും. അരാജകവാദികളെ സംബന്ധിച്ചിടത്തോളം അവരുടെ മതം വ്യവസ്ഥാപിതമായി എതിരായതാണ്. ഈ കാഴ്ചപ്പാടിനോട് വിപ്ലവകാരികൾക്ക് യോജിക്കാനാവില്ല. നേരെമറിച്ച് ഇരുപതുകളിലെ വിപ്ലവകാരികൾ തങ്ങൾ തൊഴിലാളിവർഗ്ഗ സർവ്വാധിപത്യത്തിന് അനുകൂലമാണെന്ന് അവരുടെ മാനിഫെസ്റ്റോവിലൂടെ പ്രഖ്യാപിച്ചിട്ടുണ്ട്. *ബോംബിന്റെ തത്ത്വശാസ്ത്രം* എന്ന പേരിലാണവരുടെ മാനിഫെസ്റ്റോ അറിയപ്പെടുന്നത്. അതിനാൽ ഇപ്പറഞ്ഞ കാരണങ്ങളാൽ ഉചിതമായ ഒരു പദം കണ്ടെത്തേണ്ടതുണ്ട്. 'വിപ്ലവകാരികൾ' അഥവാ ഇന്ത്യൻ വിപ്ലവകാരികൾ എന്ന ലളിതമായ പദമാണ് ഞാൻ ഉപയോഗിച്ചത്.

ഇനി കൃതജ്ഞതാപുരസരം ഏതാനും വാക്കുകൾകൂടി കുറിച്ചുകൊള്ളട്ടെ. എന്റെ ഒരേ ഒരു കണ്ണ് 1981 ഡിസംബറിൽ നഷ്ടപ്പെട്ട് ഏറക്കുറെ അന്ധനായിത്തീർന്നു. കാഴ്ച നഷ്ടപ്പെട്ടതിനേക്കാൾ ദുഃഖം എനിക്ക് പേന നഷ്ടപ്പെട്ടതിലാണ്.

പരേതനായ സഖാവ് പി സുന്ദരയ്യ എന്നെ കാണാൻ കാൺപൂരിൽ വരികയുണ്ടായി. സംഭാഷണത്തിനിടയ്ക്ക് യാദൃച്ഛികമായി ഞാൻ ആകാംക്ഷാപൂർണ്ണമായ എന്റെ പരിപാടിയെയും അതാകെ തകർന്നതിനെയുംകുറിച്ച് പറയുകയുണ്ടായി. അദ്ദേഹം എന്നെ വളരെയധികം പ്രോത്സാഹിപ്പിച്ചു. ഒരു സ്റ്റെനോഗ്രാഫറെ ഏർപ്പെടുത്തിത്തരികയും ചെയ്തു. എന്റെ പദ്ധതിയുമായി മുമ്പോട്ടുപോകാൻ അദ്ദേഹം എന്നോട് ആവശ്യപ്പെട്ടു. യഥാസമയം ഈ സഹായങ്ങളെല്ലാം ലഭിച്ചെങ്കിലും എന്റെ പദ്ധതി ഭാവനയിൽമാത്രമായി അവശേഷിച്ചു. ഈ പുസ്തകത്തിന്റെ ഒട്ടുമുക്കാലും ജോലി ചെയ്തത് ലഖ്നൗവിൽ ദുർഗ്ഗാ ഭാബിയുടെ സ്ഥലത്തുവെച്ചാണ്. അവരുടെ സ്നേഹവാത്സല്യവും ശ്രദ്ധാപൂർണ്ണമായ പരിചരണവും എനിക്ക് ധൈര്യം പകർന്നു. അത് പ്രചോദനത്തിന്റെ മറ്റൊരു സ്രോതസ്സായിത്തീരുകയും ചെയ്തു. ഒരു അല്ലലും അലട്ടുംവരാതെ കഴിക്കാൻ അവർ ഏറെ ശ്രദ്ധിച്ചു. എനിക്ക് കഴിയുന്നത്ര സൗകര്യങ്ങൾ ഏർപ്പെടുത്തിത്തരികയും ചെയ്തു. തൻമൂലം സ്വയം ജോലിയിൽ മുഴുകാൻ എനിക്കു കഴിഞ്ഞു. എന്റെ യുവസുഹൃത്ത് കമൽ ഹൈദരിന്റെ സംഭാവനയും ഒട്ടും ചെറുതല്ല. ഒരു സ്റ്റെനോ ആയി എന്നോടൊപ്പം കൂടിയ അദ്ദേഹം ക്രമേണ എന്റെ ഒരു അനുജനായിത്തീർന്നു. ഞാൻ പറഞ്ഞുകൊടുക്കുന്നത് അദ്ദേഹം പകർത്തിയെടുത്ത് ടൈപ്പുചെയ്തും, വിലപ്പെട്ട നിർദ്ദേശങ്ങൾ നല്കിയും ലൈബ്രറികളിൽ ചെന്നിരുന്ന് മണിക്കൂറുകളോളം മുഷിഞ്ഞിരുന്ന് പുസ്തകങ്ങളിൽനിന്ന് പ്രസക്തമായ ഭാഗങ്ങൾ പകർത്തിത്തന്നും എന്നെ സഹായിച്ചു. ലഖ്നൗ സർവ്വകലാശാലയിലെ രാഷ്ട്രവിജ്ഞാനീയ വിഭാഗത്തിലെ പ്രൊഫസർ അശുതോഷ് മിശ്ര, *നവ*

*ജീവ*ന്റെ (ലഖ്നൗവിൽനിന്ന് പ്രസിദ്ധീകരിക്കുന്ന ഹിന്ദി ദിനപത്രം) മുൻ പത്രാധിപർ കൃഷ്ണകുമാർ മിശ്ര എന്നിവരിൽനിന്ന് വിലപ്പെട്ട സഹായം ലഭിക്കുകയുണ്ടായെന്ന് എടുത്തു പറയേണ്ടതായിട്ടുണ്ട്. കൃഷ്ണകുമാർ മിശ്രയാണ് ഹിന്ദിയിലുള്ള ചില സുപ്രധാന രേഖകൾ പരിഭാഷപ്പെടുത്തിയത്.

നഷ്ടപ്പെട്ട വിവിധ രേഖകൾക്കു വേണ്ടി പല സ്ഥലങ്ങളും സന്ദർശിക്കേണ്ട പ്രശ്നം ഉയർന്നുവന്നു. ഒറ്റയ്ക്കു സഞ്ചരിക്കാവുന്ന സ്ഥിതിയിലല്ല ഞാൻ. ഈ ഘട്ടത്തിൽ എന്റെ ഭാഗിനേയൻ യോഗേന്ദ്ര സഹായഹസ്തവുമായി മുമ്പോട്ടുവന്നു. എനിക്ക് പോകേണ്ടിയിരുന്ന സ്ഥലങ്ങളിലെല്ലാം നിഴൽപോലെ അയാൾ എന്നോടൊപ്പമുണ്ടായിരുന്നു.

നെഹ്റു മ്യൂസിയം ലൈബ്രറിയിലെ എന്റെ സുഹൃത്തുക്കളും വിലപ്പെട്ട സഹായസഹകരണങ്ങൾ നല്കുകയുണ്ടായി. അതുപോലെ ഭഗത്സിങ്ങിന്റെ കനിഷ്ഠ സഹോദരൻ പരേതനായ സർദാർ കുൽവീർ സിങ്ങും എന്റെ ഈ സംരംഭത്തോട് വളരെയേറെ സഹകരിച്ചു. ഇവരുടെയൊക്കെ പേർ എടുത്തുപറയാത്തപക്ഷം ഈ കൃതജ്ഞതാ പ്രകടനം അപൂർണ്ണമായിരിക്കുമെന്ന് ഞാൻ കരുതുന്നു. ഈ കൃതിയുടെ പൂർത്തീകരണത്തിന് എന്നെ സഹായിക്കുകയും പ്രോത്സാഹിപ്പിക്കുകയും ചെയ്ത എല്ലാവർക്കും അകം നിറഞ്ഞ നന്ദി.

ശിവവർമ

അവതാരിക

വിപ്ലവപ്രസ്ഥാനത്തിന്റെ പ്രത്യയശാസ്ത്രപരമായ വികാസപരിണാമം

ശിവവർമ

ചപേക്കർ സഹോദരന്മാർ മുതൽ ഭഗത്സിങ് വരെ

സ്വാതന്ത്ര്യസമരത്തിൽ വിപ്ലവകാരികളുടെ ആഗമനം വിളംബരം ചെയ്തുകൊണ്ടുള്ള ആദ്യത്തെ വെടിയുണ്ട ഉതിർത്തത് 1897 ൽ പൂനയിലെ ചപേക്കർ സഹോദരന്മാരാണ്. നഗരം മഹാമാരി (പ്ലേഗ്) മൂലം വിനാശത്തെ അഭിമുഖീകരിക്കുകയായിരുന്നു. റാൻഡ് എന്നൊരാൾ പ്ലേഗ് കമ്മീഷണറായി നിയമിക്കപ്പെട്ടു. ഇയാൾ ക്രൂരനും കണ്ണിൽ ചോരയില്ലാത്ത മർദ്ദകവീരനുമായിരുന്നു. പ്ലേഗ് ബാധിച്ച വീടുകളിൽനിന്ന് ആളുകൾ ഒഴിഞ്ഞുപോകണമെന്ന് അദ്ദേഹം നിർബ്ബന്ധ കല്പന പുറപ്പെടുവിച്ചു. ഈ ഉത്തരവിൽ തെറ്റൊന്നുമുണ്ടായിരുന്നില്ല. എന്നാൽ റാൻഡ് അത് നടപ്പാക്കിയ രീതി ജനങ്ങളുടെ നീരസത്തിനിടയാക്കി. അക്ഷരാർത്ഥത്തിൽതന്നെ ആളുകളെ അവരുടെ വീടുകളിൽനിന്ന് ആട്ടിപ്പായിക്കുകയായിരുന്നു. ഉടുതുണിക്ക് മറുതുണിയോ മറ്റ് അവശ്യോപകരണങ്ങളോ എടുക്കാൻപോലും അവരെ അനുവദിച്ചില്ല.

ലോകമാന്യ തിലകൻ 1897 മെയ് 4 ന് തന്റെ *കേസരി* പത്രത്തിൽ ഇതു സംബന്ധിച്ച് ഒരു ലേഖനമെഴുതി. ജനങ്ങളുടെ നേർക്ക് ഇങ്ങനെ കരുതിക്കൂട്ടി ആക്രമണം അഴിച്ചുവിട്ടതിന് കീഴുദ്യോഗസ്ഥന്മാരെ മാത്രമല്ല ഗവൺമെന്റിനെത്തന്നെയും കുറ്റപ്പെടുത്തിക്കൊണ്ടുള്ളതായിരുന്നു ആ ലേഖനം. റാൻഡിനെ മർദ്ദകവീരനായി ചിത്രീകരിച്ചുകൊണ്ട് ഗവൺമെന്റ് മർദ്ദനതന്ത്രം പ്രയോഗിക്കുന്നതായി അദ്ദേഹം കുറ്റപ്പെടുത്തി.

തുടർന്ന് ശിവജിജയന്തി വന്നെത്തി. ഇതോടനുബന്ധിച്ച് 1897 ജൂൺ 12 നു ചേർന്ന പൊതുയോഗത്തിൽ ചെയ്ത അദ്ധ്യക്ഷപ്രസംഗത്തിൽ തിലകൻ ഇങ്ങനെ പ്രസ്താവിച്ചു:

ശിവജി അഫ്സൽഖാനെ കൊന്നത് ഒരു പാതകമാണോ? ഈ ചോദ്യത്തിനുള്ള മറുപടി *മഹാഭാരത*ത്തിൽ തന്നെ കാണാവുന്നതാണ്. ജ്ഞാനികളെയും ആചാര്യന്മാരെയും പോലും കൊല്ലാനാണ് ശ്രീകൃഷ്ണഭഗവാൻ *ഗീത*യിൽ ഉപദേശിച്ചത്. ഫലേച്ഛ കൂടാതെയാണ് ഒരാൾ ഒരു കർമ്മം ചെയ്യുന്നതെങ്കിൽ അതിന് അയാളെ കുറ്റപ്പെടുത്താനാവില്ല. സ്വന്തം ഉദരപൂരണത്തിനുവേണ്ടി ശിവജി ഒന്നും ചെയ്തിട്ടില്ല. പരഗുണകാംക്ഷയോടെ മറ്റുള്ളവരുടെ നന്മയ്ക്കുവേണ്ടിയാണ് അദ്ദേഹം അഫ്സൽഖാനെ വധിച്ചത്. നമ്മുടെ വീട്ടിൽ കള്ളന്മാർ കടന്നുവെന്നിരിക്കട്ടെ, അവരെ ആട്ടിയോടിക്കാൻ വേണ്ടത്ര കരുത്ത് നമുക്കില്ലെന്നുവന്നാൽ അവരെ വീട്ടിനകത്ത് അടച്ചിട്ട് ജീവനോടെ ചുട്ടുകൊല്ലാൻ നാം മടിക്കില്ല. ഹിന്ദുസ്ഥാൻ വിദേശികൾക്ക് സമ്മാനിച്ചുകൊണ്ട് ദൈവം ചെമ്പോലക്കരണമൊന്നും നല്കിയിട്ടില്ല. തന്റെ ജന്മദേശത്തുനിന്ന് വിദേശികളെ ആട്ടിപ്പായിക്കാനാണ് മഹാരാജ (ശിവജി) യത്നിച്ചത്. പരസ്വം കാംക്ഷിക്കുകയെന്ന പാതകമൊന്നും അതിലൂടെ അദ്ദേഹം ചെയ്തിട്ടില്ല. കൂപമണ്ഡൂകത്തെപ്പോലെ നിങ്ങളുടെ വീക്ഷണം ഹ്രസ്വമാക്കാതിരിക്കുക. പീനൽക്കോഡിൽനിന്ന് പുറത്തുകടക്കൂ! ശ്രീമദ് *ഭഗവദ്ഗീത*യുടെ അനന്തവിശാലമായ ഔന്നത്യത്തിലേക്ക് പ്രവേശിക്കൂ! മഹത്തുക്കളുടെ കർമ്മങ്ങളെക്കുറിച്ചാലോചിക്കൂ!'

ജൂൺ 22 ന് ചപേക്കർ സഹോദരന്മാർ റാൻഡിനെയും എവേഴ്സ്റ്റിനെയും വധിച്ചു.

അങ്ങനെ ചപേക്കർ സഹോദരന്മാരുടെ പ്രവൃത്തിക്ക് സത്വരപ്രചോദകമായി ഭവിച്ചത് റാൻഡിന്റെ മർദ്ദനവും തിലകന്റെ പ്രസംഗവുമാണെന്ന് പ്രത്യക്ഷത്തിൽ തോന്നിയേക്കാം. എന്നാലത് അർദ്ധസത്യം മാത്രമാണ്. മഹാമാരിക്കും റാൻഡിന്റെ രംഗപ്രവേശത്തിനും മുമ്പു തന്നെ ചപേക്കർമാരുടെ ആശയം രൂപംകൊള്ളാൻ തുടങ്ങിയിരുന്നുവെന്നതാണ് വസ്തുത.

അവർ 1894 ൽ തന്നെ പൂനയിൽ ഒരു സംഘം രൂപീകരിച്ചിരുന്നു. കായികാഭ്യാസത്തിനും സൈനിക പരിശീലനത്തിനും വേണ്ടിയുള്ള ഈ സംഘം ഹിന്ദുമതത്തിനുമുമ്പിലുള്ള പ്രതിബന്ധങ്ങളെ തട്ടിനീക്കാനുള്ള സംഘം എന്ന പേരിലാണ് അറിയപ്പെട്ടത്. ഹിന്ദുമതസംരക്ഷണ സംഘം (ഹിന്ദു സംരക്ഷണസമിതി) എന്നും അതിനെ വിളിച്ചിരുന്നു. ഈ സംഘം എല്ലാ കൊല്ലവും ശിവജിജയന്തിയും ഗണപതി ഉത്സവവും കൊണ്ടാടാറുണ്ടായിരുന്നു. ഈ ഉത്സവവേളകളിൽ ചപേക്കർമാർ ആലപിച്ച ശ്ലോകങ്ങളും സ്തോത്രങ്ങളും അവരിൽ അങ്കുരിച്ചിരുന്ന ചിത്തവൃത്തിയുടെ നിദർശനങ്ങളായിരുന്നു. കരവാളേന്താൻ ജനങ്ങളോട് ആവശ്യപ്പെട്ടുകൊണ്ടുള്ള ശിവജി ശ്ലോകത്തിൽ പറയുന്നത് നോക്കുക:

> പാടിനടന്ന് അഷ്ടി കഴിക്കുന്നവരെപ്പോലെ ശിവജിയുടെ കഥകൾ ഉരുവിട്ടതുകൊണ്ടുമാത്രം സ്വാതന്ത്ര്യം ലഭിക്കില്ല. ശിവജിയെയും ബാജിയെയുംപോലെ സത്വരം ധീരസാഹസികോദ്യമങ്ങളിൽ ഏർപ്പെടേണ്ടത് അവശ്യം ആവശ്യമാണ്. എന്തുതന്നെ സംഭവിച്ചാലും നല്ലയാളുകൾ വാളും പരിചയുമെടുക്കുമെന്നറിയുക. ഒരു ദേശീയ യുദ്ധത്തിൽ നാം അടർക്കളത്തിൽ ജീവൻ ത്യജിക്കാനൊരുങ്ങണം. നമ്മുടെ മതം നശിപ്പിക്കുന്ന ശത്രുവിന്റെ ചോര ഭൂമുഖത്ത് ഒഴുക്കണം. പെണ്ണുങ്ങളെപ്പോലെ കഥ കേൾക്കുമ്പോൾതന്നെ കൊന്നിട്ടേ നാം ചാകാവൂ.[2]

ശിവജിശ്ലോകത്തേക്കാൾ തുറന്നടിച്ചുകൊണ്ടുള്ളതാണ് ഗണപതി ശ്ലോകം. ഗോവിനെയും മതത്തെയും കാത്തുരക്ഷിക്കുന്നതിന് ഉണർന്നെഴുന്നേല്ക്കാൻ ഹിന്ദുക്കളെ ആഹ്വാനം ചെയ്തുകൊണ്ട് അതിൽ പറയുന്നു:

> ഹാ കഷ്ടം, ദാസ്യം സഹിച്ച് കഴിഞ്ഞുകൂടാൻ നിങ്ങൾക്ക് ലജ്ജയില്ലേ? പോയി ചാകൂ! കശാപ്പുകാരെപ്പോലെ പൈശാചിക ക്രൂരതയോടെ ദുഷ്ടക്കൂട്ടം നമ്മുടെ പശുക്കിടാങ്ങളെയും പശുക്കളെയും കൊല്ലുന്നു. അവളെ (പശുവിനെ) ഈ ദുരന്തത്തിൽനിന്ന് മോചിപ്പിക്കൂ. ആലസ്യം പൂണ്ട് ഭൂമിക്കൊരു ഭാരമാവാതിരിക്കാൻ നോക്കൂ. ഇത് ഹിന്ദുസ്ഥാനാണ്. ഇംഗ്ലീഷുകാർ ഇവിടെ ഭരണം നടത്തുന്നതെങ്ങനെ?[3]

ചപേക്കർമാരും അവരുടെ കൂട്ടുകാരും മുഖ്യമായും മതവികാരത്താൽ പ്രചോദിതരും കടുത്ത യാഥാസ്ഥിതികരുമായിരുന്നു. അക്കാരണത്താൽത്തന്നെ ബ്രിട്ടീഷുവിരോധികളെന്നപോലെ ഇസ്ലാം വിരോധികളുമായിരുന്നു.

അങ്ങനെ ചപേക്കർമാരുടെ ദേശാഭിമാനം ഹൈന്ദവത്വത്തിലധിഷ്ഠിതമായിരുന്നു. ഹിന്ദുമതത്തെയും പശുവിനെയും രക്ഷിക്കാൻവേണ്ടിയാണവർ ബ്രിട്ടീഷുകാരെ ആട്ടിപ്പായിക്കാൻ തുനിഞ്ഞത്. മർദ്ദനനടപടികളാലും നിഷ്ഠുരകൃത്യങ്ങളാലും ജനരോഷത്തിന് പാത്രമായ ഒരു വ്യക്തിക്കെതിരായ ഉൽക്കടവികാരത്തിന്റെ ഫലമായിരുന്നു റാൻഡിനെതിരായ അവരുടെ നടപടി.

അവർക്ക് പ്രചോദകമായ മറ്റെന്തെങ്കിലും ഘടകങ്ങൾ ഉള്ളതായി 1857 ലെ സ്വാതന്ത്ര്യസമരമോ ഫ്രഞ്ച് ഇറ്റാലിയൻ വിപ്ലവങ്ങളോ അവർക്ക് പ്രചോദകമായതായി യാതൊരു തെളിവും കാണാനില്ല.

ഈ പരിമിതികളെല്ലാം ഉണ്ടെന്നിരിക്കിലും കേസ് വിചാരണവേളയിലും അതിനുശേഷവും ചപേക്കർമാർ പ്രദർശിപ്പിച്ച കരുത്തും ധീരതയും ത്യാഗസന്നദ്ധതയും ഒട്ടും കുറച്ചു കണ്ടുകൂടാ. ഈ മൂന്നു

സഹോദരന്മാരും തല ഉയർത്തിപ്പിടിച്ചുകൊണ്ടുതന്നെയാണ് തൂക്കുമരത്തിലേറിയത്.

അടിമത്തത്തിന്റെയും സ്വാതന്ത്ര്യത്തിന്റെയും പ്രശ്നങ്ങളോടുള്ള മതപരമായ ഈ സമീപനം ചപേക്കർ സഹോദരന്മാരിൽ മാത്രം ഒതുങ്ങിനിന്ന ഒന്നായിരുന്നില്ല.

> സവർക്കർ സഹോദരന്മാരുടെ സമീപനവും മതത്തിന്റേതുതന്നെയായിരുന്നു.... ബംഗാൾ വിപ്ലവകാരികളും ജനങ്ങളെ സമീപിച്ചത് മതത്തിന്റെ പേരിലായിരുന്നു. ജനങ്ങളെ ഉണർത്തിവിടാൻ അവർ മതം ഒരു ഉപാധിയാക്കുക ആയിരുന്നില്ല. അവർ കടുത്ത മതവിശ്വാസികൾ തന്നെയായിരുന്നു.... അവരുടെ അന്തഃസത്ത മതവിശ്വാസത്തിന്റേതായിരുന്നു.[4]

1902 ൽ കല്ക്കത്തയിൽ രൂപീകൃതമായ അനുശീലൻ സമിതിയുടെ പ്രവർത്തനരീതി വിശദീകരിച്ചുകൊണ്ട് തരിണിശങ്കർ ചക്രവർത്തി എഴുതി:

> വിപ്ലവപ്രവർത്തനത്തിനായി സമിതിയിൽ ചേരാൻ മുമ്പോട്ടു വന്നവർ രണ്ടുതരക്കാരായിരുന്നു. ഇതിലൊന്ന് മതവിശ്വാസികളുടെ വിഭാഗമായിരുന്നു. മതത്തോട് വലിയ മമതയൊന്നുമില്ലാത്ത, വിപ്ലവപ്രവർത്തനത്തിനുവേണ്ടി മാത്രം സമിതിയിൽ ചേർന്നവരായിരുന്നു രണ്ടാമത്തെ വിഭാഗം. മതവിശ്വാസികൾ ഈ തോട്ടത്തിൽ (മണിക്ക് തല്ലാ ബഗൻ) കഴിച്ചുകൂട്ടി.... ഒന്നാംകിട വിപ്ലവകാരികളായി കണക്കാക്കപ്പെട്ടത് ഈ കുട്ടികൾ മാത്രമായിരുന്നു.[5]
>
> അക്കാലത്തെ ബംഗാൾ വിപ്ലവകാരികളിൽ ഭൂരിപക്ഷം പേരിലും സ്വാധീനം ചെലുത്തിയിരുന്നത് ബങ്കിം ചന്ദ്രചാറ്റർജിയും വിവേകാനന്ദനുമായിരുന്നു. അനുശീലൻ സമിതി അംഗങ്ങൾ ഹൈന്ദവപുരാണങ്ങൾ പ്രത്യേകിച്ചും *ഗീത* സശ്രദ്ധം പാരായണം ചെയ്യേണ്ടിയിരുന്നു.[6]
>
> ബങ്കിം ചന്ദ്രചാറ്റർജിയുടെയും വിവേകാനന്ദന്റെയും ബൗദ്ധിക പാരമ്പര്യത്തിൽ വളർന്നുവന്ന ഇരുപതാം നൂറ്റാണ്ടിന്റെ ആദ്യദശകത്തിലെ ബംഗാൾ വിപ്ലവകാരികൾ മതപരമായ ആചാരാനുഷ്ഠാനങ്ങൾ, പുരാണകഥകൾ, പ്രതീകങ്ങൾ, പൗരാണിക ഹൈന്ദവകൃതികളിലെ സ്തോത്രങ്ങൾ, ശ്ലോകങ്ങൾ എന്നിവയിൽനിന്നൊക്കെ പ്രചോദനം ഉൾക്കൊണ്ടവരായിരുന്നു.[7]

അങ്ങനെ വിപ്ലവപ്രസ്ഥാനത്തിന്റെ ആദ്യഘട്ടത്തിൽ (1897–1913) വിപ്ലവകാരികൾ പൊതുവെ ഹിന്ദുമതത്തോടു ചായ്വുള്ളവരും അതിൽനിന്ന് പ്രചോദനം ഉൾകൊണ്ടവരുമായിരുന്നു. ഇതൊരു യാദൃച്ഛിക പ്രതിഭാസമല്ല. അതിന് ചരിത്രപരമായ കാരണങ്ങളുണ്ട്. കഴിഞ്ഞ

നൂറ്റാണ്ടിന്റെ എഴുപതുകളിൽ യുവഭാരതമനസ്സുകളിൽ ഒരു പുത്തൻ ചൈതന്യം പതച്ചുയർന്നു. അഭ്യസ്തവിദ്യരായ യുവാക്കൾ രാഷ്ട്രീയ മായി ചിന്തിക്കാൻ തുടങ്ങി. ഒരു പുത്തൻ ദേശീയത രൂപം കൊള്ളാനും തുടങ്ങി. ഈ പുത്തൻ ദേശീയത കൂടുതൽ ഗൗരവബോധത്തോടും യാഥാർത്ഥ്യബോധത്തോടും കൂടിയതായിരുന്നു. ദേശീയ ജീവിതത്തിനാകെ ഒരു പുനഃപ്രചോദനവും പുനഃസൃഷ്ടിയും ആവശ്യമാണെന്ന കാഴ്ചപ്പാ ടാണ് അവരെ നയിച്ചത്. നല്ലവരായ എല്ലാവരുടെയും മനസ്സിനെ ഈ പുതിയ വികാരവും പുത്തൻ ചിന്താധരണിയും ജാജ്ജ്വല്യമാനമാക്കി. ഇന്ത്യൻ മനസ്സിനെ ഈ പുതിയ വികാരം എത്രത്തോളം ഉദ്ദീപ്തമാക്കി യെന്ന് ഇതിൽനിന്ന് കാണാൻ കഴിയും. പഴയ ദൈവങ്ങളോടുള്ള ഭക്തി യുടെ സ്ഥാനത്ത് വിദ്വേഷത്തിന്റെയും ചോരയുടേതുമായ ചില ദൈവ ങ്ങളോടുള്ള ഉൽക്കടമായ ഭക്തി പ്രതിഷ്ഠാപിതമായി.

ഈ നിലയ്ക്ക് മതം ക്രിയാത്മകമായ പങ്കുവഹിച്ചു. എന്നാൽ ഇതിനൊരു നിഷേധാത്മകവശം കൂടിയുണ്ട്. പരാമൃഷ്ടകാലഘട്ട ത്തിൽ ബാലഗംഗാധര തിലകൻ, ബിപിൻചന്ദ്രപാൽ, ബ്രഹ്മബാന്ധവ ഉപാദ്ധ്യായ, അരവിന്ദഘോഷ് എന്നിവരെപ്പോലുള്ള ഉല്പതിഷ്ണുക്ക ളായ ദേശീയ നേതാക്കളെല്ലാം രാഷ്ട്രീയത്തെ മതം കലർത്തി ദുഷിപ്പി ക്കാനാണ് ശ്രമിച്ചത്. ബോധപൂർവ്വമല്ലെങ്കിലും, അവർ വർഗ്ഗീയ രാഷ്ട്രീ യത്തിന്റെ വിഷവിത്തുവിതച്ചു. ഗാന്ധിജിയും അനുയായികളും ഈ പാരമ്പര്യത്തെ മുമ്പോട്ടുകൊണ്ടുപോവുകയും അവസാനംവരെ മുറു കെപ്പിടിക്കുകയും ചെയ്തു. അതേസമയം വിപ്ലവകാരികളാവട്ടെ പ്രസ്ഥാനം 1914 കാലത്ത് അതിന്റെ രണ്ടാം ഘട്ടത്തിലേക്ക് പ്രവേശിച്ച പ്പോൾ, മേല്പറഞ്ഞ സമീപനത്തെ നിരാകരിച്ചുകൊണ്ട് മതനിരപേക്ഷ സമീപനം അവലംബിച്ചു. മതത്തെ രാഷ്ട്രീയത്തിൽ കൂട്ടിക്കലർത്തുന്ന ഈ സമീപനം ഇന്നും പൊതുജീവിതത്തിന് ഹാനിവരുത്തിവെക്കുന്നു. അതാകട്ടെ, ദേശീയ ഐക്യത്തിന്റെ ആന്തരികഘടനയ്ക്കുതന്നെ ഭീഷണി ഉയർത്തിക്കൊണ്ടിരിക്കയാണിന്ന്.

മഹാരാഷ്ട്രത്തിലെ ചപേക്കർമാരും ഈ നൂറ്റാണ്ടിന്റെ ആദ്യദശ കത്തിലെ ബംഗാൾ വിപ്ലവകാരികളും ഒരുപോലെ പൗരാണിക ഇന്ത്യൻ സംസ്കാരത്താൽ പ്രചോദിതരായിരുന്നു. എന്നാൽ ഇരുകൂ ട്ടരും തമ്മിൽ പ്രകടമായ വ്യത്യാസം ഉണ്ട്.

കിങ്സ് ഫോർഡ് സഞ്ചരിച്ചിരുന്ന വണ്ടിക്കുനേരെ 1908 ഏപ്രിൽ 30 ന് ബോംബെറിയപ്പെട്ടു. തൽഫലമായി രണ്ടു സ്ത്രീകൾ കൊല്ലപ്പെ ടുകയും ചെയ്തു. ഈ സംഭവത്തെക്കുറിച്ച് തന്റെ *കേസരി* പത്ര ത്തിന്റെ ജൂൺ 22 ന്റെ ലക്കത്തിൽ ലോകമാന്യ തിലകൻ എഴുതി:

> .... 1897 ലെ വധവും ബംഗാളിലെ ബോംബെറിയലും തമ്മിൽ ഗണ്യ മായ വ്യത്യാസമുണ്ട്. വളരെ സമർത്ഥമായാണ് ചപേക്കർ സഹോ ദരന്മാർ കൃത്യം നിർവ്വഹിച്ചത്. ഈ നിലയ്ക്ക് നോക്കുമ്പോൾ

> അവർ ബംഗാളിൽ ബോംബെറിഞ്ഞവരേക്കാൾ മേലേക്കിടയിലാണ്. ലക്ഷ്യവും മാർഗ്ഗവും വെച്ചുനോക്കുമ്പോൾ കൂടുതൽ ശ്ലാഘനീയർ ബംഗാളികളാണ്. 1897 ൽ പ്ലേഗ് ബാധയുടെ കാലത്ത് പൂനാക്കാർ കൊടിയമർദ്ദനത്തിനു വിധേയരായി. മർദ്ദനം സൃഷ്ടിച്ചുവിട്ട പ്രകോപനം പൂർണ്ണമായും രാഷ്ട്രീയാടിസ്ഥാനത്തിലുള്ളതായിരുന്നില്ല. ഭരണവ്യവസ്ഥയാകെത്തന്നെ വഷളായിരിക്കുന്നു. അധികൃതരെ ഒറ്റയ്ക്കൊറ്റയ്ക്ക് വ്യക്തിപരമായി ഭയപ്പെടുത്താത്ത പക്ഷം വ്യവസ്ഥ മാറ്റുവാൻ അവർ സമ്മതിക്കില്ല. ഇത്തരം സുപ്രധാനപ്രശ്നങ്ങളൊന്നും ചപേക്കർ സഹോദരന്മാരുടെ മുമ്പിലുണ്ടായിരുന്നില്ല. പ്ലേഗിനെത്തുടർന്നുണ്ടായ മർദ്ദനങ്ങൾക്കുനേരെയാണവർ തിരിഞ്ഞത്. അവരുടെ ലക്ഷ്യം അതുമാത്രമായിരുന്നു. അതായത് ഒരു പ്രത്യേകനടപടിക്കു നേരെയാണവർ തോക്കുചൂണ്ടിയത്. ബംഗാൾ ബോംബുസംഭവം അങ്ങനെയായിരുന്നില്ല. ബംഗാൾവിഭജനത്തെ തുടർന്നുളവായ കൂടുതൽ വിശാലമായ വേദിയിലാണ് അവരുടെ ദൃഷ്ടി പതിഞ്ഞത്.[9]

അതുമാത്രമല്ല. ബംഗാൾ വിപ്ലവകാരികൾ മതത്തിനു വളരെ പ്രാധാന്യം കല്പിച്ചിരുന്നുവെങ്കിലും പ്രസ്ഥാനത്തിന്റെ അന്തിമ ലക്ഷ്യത്തെക്കുറിച്ച് 1902 ൽ അവർ ഒരു പ്രഖ്യാപനം നടത്തുകയുണ്ടായി. ബംഗാൾവിപ്ലവകാരികൾ അനുശീലൻ സമിതി എന്ന പേരിൽ ഒരു പാർട്ടി സംഘടിപ്പിച്ചത് അക്കൊല്ലമായിരുന്നു. സമിതി രൂപീകരിച്ച സന്ദർഭത്തിൽ അവർ ഒരു മാനിഫെസ്റ്റോ പുറത്തിറക്കി. അതിൽ ഇങ്ങനെ പ്രഖ്യാപിച്ചു:

> .... അനുശീലൻ സ്വപ്നംകാണുന്ന സമൂഹത്തിൽ നിരക്ഷരരോ ദരിദ്രരോ ഉണ്ടായിരിക്കില്ല. ഭീരുക്കളും ദുർജ്ജനങ്ങളുമുണ്ടാവില്ല. ആരോഗ്യമില്ലാത്തവരും ഉണ്ടാവില്ല. അത്തരമൊരു സമൂഹം കെട്ടിപ്പടുക്കുന്നതിന്, നാം എല്ലാത്തരം അസമത്വങ്ങളും ഇല്ലാതാക്കണം. സമ്പത്തിലുള്ള അസമത്വം, സാമൂഹ്യമായ അസമത്വം, സാമുദായികമായ അസമത്വം, പ്രാദേശികമായ അസമത്വം — ഇവയൊക്കെ അവസാനിപ്പിച്ച് എല്ലാ മനുഷ്യരും തമ്മിൽ നാം സമത്വം കൈവരുത്തണം. അടിമത്ത വ്യവസ്ഥയിൻകീഴിൽ അനുശീലൻ സ്വപ്നം കാണുന്ന സമൂഹം സ്ഥാപിക്കാനാവില്ല. അക്കാരണത്താൽ അനുശീലൻ അടിമത്തത്തിനെതിരെ കലാപം പ്രഖ്യാപിക്കുന്നു. അനുശീലൻ ഇന്ത്യയുടെ പൂർണ്ണസ്വാതന്ത്ര്യം ആവശ്യപ്പെടുന്നു.[10]

അനുശീലൻസമിതിയുടെ ഈ പ്രഖ്യാപനം തീർച്ചയായും ഒരു വലിയ കാൽവെപ്പാണ്. ബംഗാൾ വിപ്ലവകാരികൾ 1897 ലെ പൂനാകേന്ദ്രത്തേക്കാൾ മുന്നിട്ടുനില്ക്കുന്നത് ഇവിടെയാണ്. ചപേക്കർമാരും

വിദേശികളെ വെറുത്തു. എന്നാൽ അവർക്കെന്താണ് വേണ്ടതെന്ന് വ്യക്തമല്ല. ബംഗാൾവിപ്ലവകാരികളുടെ നില അതല്ല. അവരും മതവിശ്വാസികളും ഹിന്ദുപുരാണങ്ങളിൽനിന്ന് പ്രചോദനമുൾക്കൊണ്ടവരും തന്നെ. എന്നാൽ അവർ മുസ്ലീം വിരോധികളായിരുന്നില്ല.

ഈ കാലഘട്ടത്തിലെ പഞ്ചാബ് വിപ്ലവകാരികളും തുടക്കംതൊട്ടേ വർഗ്ഗീയതയുടേതായ ദൗർബല്യത്തിൽനിന്ന് വിമുക്തരായിരുന്നു. സർദാർ അജിത്സിങ്, ലാൽചന്ദ്ഫലാക്, സുഫി അംബാപ്രസാദ്, ലാലാഹർദയാൽ എന്നിവരും അവരുടെ കൂട്ടുകാരും മതേതരുമായിരുന്നു. അവരെ സംബന്ധിച്ചിടത്തോളം മതം ഒരു സ്വകാര്യ ഏർപ്പാടായിരുന്നു.

"ഈ നൂറ്റാണ്ടിന്റെ ആദ്യദശകത്തിലെ വിപ്ലവകാരികൾക്ക് പ്രചോദനത്തിന്റെ മറ്റൊരു ഉറവിടം 1857 ന്റെ — ഇന്ത്യയുടെ ഒന്നാം സ്വാതന്ത്ര്യയുദ്ധത്തിന്റെ — ചരിത്രമായിരുന്നു. 1907-08 കാലത്ത് ലണ്ടനിൽവെച്ച് ഈ വിഷയത്തെക്കുറിച്ച് സവർക്കർ എഴുതിയ പുസ്തകം എന്തൊക്കെ പോരായ്മകളുണ്ടെങ്കിലും — ആ കാലഘട്ടത്തിൽ നിലവിലിരുന്ന പരിതഃസ്ഥിതിയിൽ അത് സ്വാഭാവികമാണ് — വലിയ സേവനമാണ് നിർവ്വഹിച്ചത്. ഈ വിഷയം സംബന്ധിച്ച് ബ്രിട്ടീഷ് സാമ്രാജ്യത്വ ചരിത്രകാരന്മാർ പടച്ചുവിട്ട അപവാദങ്ങളും നുണകളും നിരാകരിച്ചുകൊണ്ടുള്ളതാണത്. അതിന്റെ ഫലം പ്രത്യക്ഷത്തിൽത്തന്നെ കാണാറാവുകയും ചെയ്തു.. ബ്രിട്ടീഷ് ഭരണാധികാരികൾ ആ പുസ്തകം ഉടൻതന്നെ നിരോധിച്ചു. എന്നാൽ ഇന്ത്യയിലെ സമകാലീന വിപ്ലവകാരികൾക്കിടയിൽ അതിന്റെ കൈയെഴുത്തുപ്രതികൾ തയ്യാറാക്കി വൻതോതിൽ രഹസ്യമായി പ്രചരിപ്പിക്കപ്പെട്ടു."[11]

1857 ലെ ജനകീയ കലാപം സ്വാതന്ത്ര്യസമരത്തിലുടനീളം സ്വാതന്ത്ര്യസമരപോരാളികൾക്ക് പ്രചോദനത്തിന്റെ ഉറവിടമായിരുന്നുവെന്നത് ഒരു വസ്തുതയാണ്.

ഈ നൂറ്റാണ്ടിന്റെ ആദ്യദശകത്തിലെ വിപ്ലവകാരികൾക്ക് പ്രചോദനത്തിന്റെ മറ്റൊരു ഉറവിടം ഫ്രഞ്ച്, ഇറ്റാലിയൻ, റഷ്യൻ വിപ്ലവകാരികളുടെ കഥകളായിരുന്നു.

പ്രസ്ഥാനത്തിന്റെ ആദ്യഘട്ടത്തിലെ ദൗർബല്യങ്ങളും പരിമിതികളും

പ്രസ്ഥാനത്തിന്റെ ആദ്യഘട്ടത്തിലെ പൂന-ബംഗാൾ വിപ്ലവകാരികളുടെ ഒന്നാമത്തെ ദൗർബല്യം അവരുടെ ഹിന്ദുപക്ഷപാതമായിരുന്നു. ഇത് മുസ്ലീം ജനസാമാന്യത്തെ പ്രസ്ഥാനത്തിൽനിന്ന് അകറ്റിനിർത്തി. ബംഗാൾ വിപ്ലവകാരികൾ മുസ്ലീം വിരോധികളായിരുന്നില്ല. എന്നാൽ മുസ്ലീങ്ങൾക്കിടയിൽനിന്ന് കേഡർമാരെ റിക്രൂട്ട് ചെയ്യാൻ അവർ കാര്യമായ ശ്രമമൊന്നും നടത്തിയില്ല. എന്നാൽ ഇതിന് അപവാദമായി അങ്ങിങ്ങ് ചില പ്രസ്താവനകൾ കണ്ടേക്കാം. എന്നാൽ അപവാദങ്ങൾ പ്രമാണവല്ക്കരിക്കാനാവില്ല.

പ്രസ്ഥാനത്തിന്റെ വ്യാപ്തിയെ പരിമിതപ്പെടുത്തിയ രണ്ടാമത്തെ ദൗർബല്യം ജനങ്ങളുമായുള്ള സജീവ സമ്പർക്കത്തിന്റെ അഭാവമാണ്. സ്വദേശി പ്രസ്ഥാനഘട്ടത്തിൽ മൂന്നോ നാലോ കൊല്ലം ബംഗാൾ വിപ്ലവകാരികൾ ജനങ്ങൾക്കിടയിലേക്ക് ഇറങ്ങിച്ചെന്ന് അവരെ സമരത്തിലേക്ക് ഉണർത്തിവിട്ടതൊഴിച്ചാൽ, വിപ്ലവകാരികൾ പൊതുവെ വ്യക്തിഗത ഭീകരപ്രവർത്തനങ്ങൾ — ഔദ്യോഗികമായി തെറ്റായി നിർദ്ദേശിക്കപ്പെട്ട ഭീകരപ്രവർത്തനങ്ങൾ—അവലംബിക്കുകയാണ് ചെയ്തത്. അവരുടെ ത്യാഗസന്നദ്ധതയും ധീരതയും ജനങ്ങൾ വിലമതിച്ചുവെങ്കിലും അവരുടെ നടപടികളെ ദൈനംദിന പ്രശ്നങ്ങളുമായി ബന്ധപ്പെടുത്താൻ കഴിയുമായിരുന്നില്ല. ഇത് സാമ്രാജ്യാധിപതികൾക്ക് ഈ വിപ്ലവകാരികളെ തച്ചമർത്തുക സുഗമമാക്കിത്തീർത്തു.

മൂന്നാമത്തെ ന്യൂനത ഇതിൽ പങ്കെടുത്തവരുടെ വർഗ്ഗസ്വഭാവമാണ്. വിപ്ലവപ്രസ്ഥാനത്തിലെ കേഡർമാരിൽ ഭൂരിഭാഗവും ഇടത്തരക്കാരിലെ താഴേത്തട്ടിൽപ്പെട്ടവരായിരുന്നു. ആ ഘട്ടത്തിൽ അത് തികച്ചും സ്വാഭാവികവുമായിരുന്നു. യുവതലമുറ വിദേശാധിപത്യത്തിൽനിന്നു പൂർണ്ണ സ്വാതന്ത്ര്യത്തിനുവേണ്ടി ദൃഢമായി ആവശ്യപ്പെട്ടിരുന്ന ഘട്ടമായിരുന്നു അത്. യുവാക്കൾ അക്ഷമരായിരുന്നു. എന്നാൽ തലമൂത്തനേതൃത്വം സ്വയംഭരണ (ഹോംറൂൾ)ത്തിനുവേണ്ടി ഹർജികൾ അയക്കുന്നതിലും പ്രമേയങ്ങൾ പാസാക്കുന്നതിലും അപ്പുറം പോകാൻ തയ്യാറായിരുന്നില്ല. അഭ്യസ്തവിദ്യരായ യുവാക്കളാകട്ടെ ഒരു പുത്തൻ പറുദീസയ്ക്കുവേണ്ടി എന്തു സാഹസത്തിനും തയ്യാറായിരുന്നു. ഉശിരൻ സായുധസമരത്തിലൂടെ രാജ്യത്തെ മോചിപ്പിക്കാൻ കഴിയുമെന്നവർ വിശ്വസിച്ചു. ഇതിനുവേണ്ടി ജീവൻ ബലിയർപ്പിക്കാൻതന്നെയും അവർ ഒരുക്കമായിരുന്നു.

ഇടത്തരക്കാർ സ്വാഭാവികമായും വ്യക്തിവാദികളാണ്. അവർക്ക് ഒരു പ്രബല സഖ്യശക്തിയാവാൻ കഴിയും. ബൂർഷ്വാസിയോടൊപ്പം പോയാൽ അവർ പിന്തിരിപ്പത്തത്തിന്റെ ചട്ടുകമാവും. തൊഴിലാളിവർഗ്ഗത്തോടൊപ്പം നിന്നാൽ സ്വയം നേതൃത്വം നല്കാൻ കഴിയില്ലെങ്കിലും അവർ ഒരു വിപ്ലവശക്തിയായിത്തീരും. അവരുടെ സ്വതന്ത്രമായ പ്രവർത്തനം പലപ്പോഴും വ്യക്തിഗതസമരത്തിന്റെ രൂപത്തിലാവും. പഠനവിധേയമായ കാലഘട്ടത്തിൽ ബൂർഷ്വാസിക്കോ, തൊഴിലാളിവർഗ്ഗത്തിനോ സ്വാതന്ത്ര്യത്തിനുവേണ്ടി ഒരു ബഹുജനസമരം നടത്താവുന്ന സ്ഥിതി ഉണ്ടായിരുന്നില്ല. സ്വാഭാവികമായും തങ്ങളുടെ സ്വപ്നസാക്ഷാൽക്കാരത്തിന് സർവ്വസ്വവും ത്യജിക്കാൻ തയ്യാറായ യുവാക്കൾ, അവരുടെ തനതായ മാർഗ്ഗത്തിൽ വെല്ലുവിളി ഏറ്റെടുത്തു. തുടക്കത്തിൽ അത് വ്യക്തിഗതസമരത്തിന്റെ രൂപത്തിലാവാനേ മാർഗ്ഗമുണ്ടായിരുന്നുള്ളു. ഈ പരിമിതി ചരിത്രപരമായ പ്രക്രിയയുടെ അനന്തരഫലമായിരുന്നുതാനും.

എന്നാൽ അടിമത്തത്തിന്റേതായ അപമാനകരമായ പരിതഃസ്ഥിതിക്ക് കീഴ്വഴങ്ങുന്നതിനേക്കാൾ സർവ്വദാ നല്ലത് കയറിയടിച്ചു

നശിപ്പിക്കുന്നതാണ്. ആദ്യത്തെ പ്രഹരം ആരെങ്കിലും നല്കിയേ തീരൂ. പൊതുവിൽ ആദ്യത്തെ അടികൊണ്ട് ഫലമുണ്ടാവില്ല. മിക്കപ്പോഴും ആദ്യം കയറിയടിച്ചയാൾ നശിക്കുകയും ചെയ്യും. എന്നാൽ ഈ ത്യാഗം വ്യഥാവിലാവില്ല. നേരിയ നീരുറവ ആർത്തലയ്ക്കുന്ന മഹാനദിയാവും; ഒരു തീപ്പൊരി ഒരഗ്നിപർവ്വതമായി പരിണമിക്കും. വ്യക്തി ജനസാമാന്യത്തിൽ വിലയം പ്രാപിക്കും. പഴയ വ്യവസ്ഥയുടെ സ്ഥാനത്ത് പുതിയതൊന്ന് പ്രതിഷ്ഠിക്കപ്പെടും; സ്വപ്നം യാഥാർത്ഥ്യമായിത്തീരും. വിപ്ലവകാരികളുടെ മുന്നേറ്റം അങ്ങനെയാണ്. ഇന്ത്യയിലെ വിപ്ലവപ്രസ്ഥാനവും മുന്നേറിയത് ഇതേ രീതിയിലാണ്.

അപ്രതിരോദ്ധ്യമായ, ആധുനികകാലത്തെ ഏറ്റവും വലിയ സാമ്രാജ്യത്വ കൊളോണിയൽ ശക്തിയെ ആയുധമെടുത്തു വെല്ലുവിളിക്കാൻ ധൈര്യപ്പെടുക മാത്രമല്ല ഇന്ത്യൻ വിപ്ലവകാരികൾ ചെയ്തത്. ഇന്ത്യയിലെ ആദ്യകാല വീരവിപ്ലവകാരികളായ ചപേക്കർ സഹോദരന്മാർ, ഖുദിറാം, കനായ്‌ലാൽ, മന്ദലാൽ ധിൻഗ്ര എന്നിവരെപ്പോലുള്ളവർ തങ്ങളുടെ ആത്മാഹുതിയിലൂടെയും രക്തസാക്ഷിത്വത്തിലൂടെയും ദീർഘനിദ്രയിലാണ്ട ഇന്ത്യൻ ജനസാമാന്യത്തെ ദേശീയ സ്വാതന്ത്ര്യത്തിന്റെയും തങ്ങളുടെ അനന്യമായ ജനാധിപത്യരാഷ്ട്രീയാവകാശത്തിന്റേതുമായ ഉദാത്തമായ ആശയങ്ങളിലേക്ക് ഉണർത്തിവിടുകയും ചെയ്തു. ചരിത്രത്തിലാദ്യമായി പൂർണ്ണസ്വാതന്ത്ര്യമെന്ന ലക്ഷ്യം ഉയർത്തിക്കാട്ടിയത് വിപ്ലവപ്രസ്ഥാനമാണ്; ദേശീയ സ്വാതന്ത്ര്യത്തിനും പരമാധികാരത്തിനും വേണ്ടിയുള്ള ഇന്ത്യയുടെ സമരത്തിന്റെ രാഷ്ട്രീയലക്ഷ്യം ബ്രിട്ടീഷ് സാമ്രാജ്യത്വവുമായുള്ള എല്ലാ രാഷ്ട്രീയബന്ധങ്ങളും വിച്ഛേദിക്കുകയാണെന്ന ആശയം ഉയർത്തിപ്പിടിച്ചതും അവരാണ്. ഈ ലക്ഷ്യം മുൻനിർത്തിയാണ് സാമ്രാജ്യത്വവാഴ്ചയ്ക്കെതിരെ ജനങ്ങളുടെ സായുധചെറുത്തുനില്പ് സംഘടിപ്പിക്കാൻ അവർ ആഹ്വാനം ചെയ്തത്.

> സമ്പൂർണ്ണ ദേശീയ പരമാധികാരത്തിനും ഇന്ത്യൻ ജനതയുടെ ജനാധിപത്യാവകാശത്തിനുംവേണ്ടി തുടക്കംതൊട്ടേ ഉറച്ചുനിന്നു പോരാടി; ഒരിക്കലും ആ ലക്ഷ്യത്തിൽനിന്ന് അവർ വ്യതിചലിച്ചതുമില്ല.
>
> അവരുടെ രക്തസാക്ഷിത്വം ജനങ്ങളുടെ സ്നേഹാദരം ഉണർത്തിവിട്ടു. അതാകട്ടെ വിദേശസാമ്രാജ്യത്വ വാഴ്ചയ്ക്കെതിരായ ജനരോഷം ആളിക്കത്തിക്കാനും അങ്ങനെ അവരുടെ സമരവീര്യം ഔന്നത്യത്തിലേക്ക് ഉയർത്താനും സഹായകമായി.[12]

ഗദർപാർട്ടി രൂപീകരണം

ഈ ഘട്ടത്തിൽ ഒട്ടേറെ ഇന്ത്യൻ വിപ്ലവകാരികൾ യൂറോപ്പിലേക്കും അമേരിക്കയിലേക്കും പോയി. അവരുടെ മുഖ്യോദ്ദേശ്യം പ്രചാ

രണവും ഫണ്ടുപിരിവും ഇന്ത്യയിൽ വിപ്ലവപ്രവർത്തനത്തെ മുമ്പോട്ടു നയിക്കുന്നതിന് അർപ്പണബോധത്തോടുകൂടിയ ധീരരും ബുദ്ധിമാന്മാരും ത്യാഗസന്നദ്ധരുമായ യുവാക്കളുടെ ഒരു സംഘം കെട്ടിപ്പടുക്കലുമായിരുന്നു. ഈ പ്രവൃത്തിയിൽ അവർ കൈവരിച്ച വിജയം ചെറുതല്ല. എന്നിരിക്കിലും അന്തിമലക്ഷ്യത്തെക്കുറിച്ചുള്ള അവരുടെ കാഴ്ചപ്പാട് ഇപ്പോഴും ഇന്ത്യയുടെ സ്വാതന്ത്ര്യമെന്ന വൈകാരികസങ്കല്പത്തിൽ ഒതുങ്ങിനിന്നു. വിപ്ലവാനന്തരം സ്ഥാപിക്കപ്പെടുന്ന ഗവൺമെന്റിന്റെ രൂപമെന്തായിരിക്കണം; മറ്റു രാജ്യങ്ങളിലെ വിപ്ലവശക്തികളോടുള്ള ബന്ധമെന്തായിരിക്കണം; പുതിയ സംവിധാനത്തിൽ മതത്തിനുള്ള സ്ഥാനം എന്തായിരിക്കണം; — ഈ വക പ്രശ്നങ്ങളിലെല്ലാം വിപ്ലവകാരികളിൽ ബഹുഭൂരിപക്ഷത്തിനും വ്യക്തമായ ധാരണകളൊന്നുമുണ്ടായിരുന്നില്ല. ഈ സ്ഥിതി ഏറക്കുറെ 1913 വരെ തുടർന്നുപോന്നു. ഈ പ്രശ്നങ്ങളിലെല്ലാം ക്രിയാത്മകമായ ഒരു നിലപാട് കൈക്കൊണ്ടതിന്റെ നേട്ടം ഗദർപാർട്ടി നേതാക്കൾക്കാണ്.

ഈ നൂറ്റാണ്ടിന്റെ ആദ്യദശകത്തിൽ വിദേശത്തേക്കുപോയ വിപ്ലവകാരികൾക്ക് ബ്രിട്ടീഷുകാരുടെ കൈയിൽപ്പെടാതെ കഴിക്കാൻ ഒരു രാജ്യത്തുനിന്ന് മറ്റൊന്നിലേക്ക് പലായനം ചെയ്യേണ്ടിവന്നു. ഒടുവിൽ അവരിൽ പലരും അമേരിക്കയിൽ അഭയം തേടാനും ആ രാജ്യത്തെ തങ്ങളുടെ പ്രവർത്തനകേന്ദ്രമാക്കാനും തീരുമാനിച്ചു. ഇവരിൽ പ്രധാനികൾ താരകനാഥ്ദാസ്, ശൈലേന്ദ്രഘോഷ്, ചന്ദ്രചക്രവർത്തി, നന്ദലാൽക്കർ, ബസന്ത്കുമാർ റോയ്, ശാരങ്ധർ ദാസ്, സുധീന്ദ്രനാഥ് ബോസ്, ജി ഡി കുമാർ എന്നിവരായിരുന്നു. ആ ദശകത്തിന്റെ ഒടുവിൽ ലാലാഹർദയാലും അവരോടൊപ്പം ചേർന്നു. അമേരിക്കയിലും കാനഡയിലും കുടിയേറിപ്പാർത്ത ഇന്ത്യക്കാരുമായി ബന്ധപ്പെട്ട്, അവർ ഫണ്ടു ശേഖരിച്ചു: പത്രം തുടങ്ങി; വിവിധ സ്ഥലങ്ങളിൽ രഹസ്യസംഘങ്ങൾ രൂപീകരിച്ചു.

താരകനാഥ്ദാസ് *ഫ്രീ ഹിന്ദുസ്ഥാൻ* എന്നൊരു പത്രം തുടങ്ങി; അമേരിക്കയിൽ കുടിയേറിപ്പാർത്ത ഇന്ത്യക്കാർക്കും ഇന്ത്യൻ വിദ്യാർത്ഥികൾക്കുമിടയിൽ അദ്ദേഹം പ്രഭാഷണങ്ങൾ നടത്തി. സമിതി എന്ന ഒരു രഹസ്യസംഘത്തിന് അദ്ദേഹം നേതൃത്വം നല്കുകയും ചെയ്തു. ഈ സംഘത്തിന്റെ മറ്റംഗങ്ങൾ ശൈലേന്ദ്രനാഥ് ബോസ്, ശാരങ്ധർ ദാസ്, ജി ഡി കുമാർ, ലസ്കർ എന്നിവരും ഗ്രീൻ എന്ന പേരിൽ അറിയപ്പെട്ടിരുന്ന ഒരു അമേരിക്കക്കാരനുമായിരുന്നു.

റാംനാഥ്പുരി, ഹിന്ദുസ്ഥാൻ അസോസിയേഷൻ എന്ന ഒരു സംഘം 1908 ൽ ഓക്‌ലണ്ടിൽ രൂപീകരിച്ചു. *സർക്കുലർ ഓഫ് ഫ്രീഡം* എന്ന ഒരു പത്രം പ്രസിദ്ധീകരിക്കുകയും ചെയ്തു. ഈ പത്രത്തിലൂടെ ബ്രിട്ടീഷുകാരെ ഇന്ത്യയിൽനിന്ന് പുറത്താക്കണമെന്ന് അദ്ദേഹം വാദിച്ചുപോന്നു. വാൻകുവറിൽനിന്ന് *സ്വദേശിസേവക്* എന്ന ഒരു പത്രം ജി ഡി കുമാറും ആരംഭിച്ചു. അദ്ദേഹം അവിടത്തെ രഹസ്യസംഘത്തിൽ

അംഗവുമായിരുന്നു. സംഘത്തിലെ മറ്റ് അംഗങ്ങൾ റഹിമും സുന്ദർസിങ്ങുമായിരുന്നു. *ആര്യൻ* എന്നൊരു പത്രം സുന്ദർസിങ് നടത്തിയിരുന്നു. അതിലൂടെ അദ്ദേഹം മുറയ്ക്ക് ബ്രിട്ടീഷ് വിരുദ്ധ പ്രചാരണം നടത്തിപ്പോന്നു. റഹിമും ആത്മാറാമും ചേർന്ന്, വാൻകുവറിൽ യുണൈറ്റഡ് ഇന്ത്യാ ലീഗ് സംഘടിപ്പിച്ചു.

ലാലാഹർദയാൽ അമേരിക്കയിലെത്തിയത് ഏതാണ്ട് 1911 കാലത്താണ്. അദ്ദേഹം സ്റ്റാൻഫോർഡ് സർവ്വകലാശാലയിൽ ഒരു ലക്ചററായി ജോലിയിൽ പ്രവേശിച്ചു. സാൻഫ്രാൻസിസ്കോയിൽ ഹിന്ദുസ്ഥാൻ സ്റ്റുഡന്റ്സ് അസോസിയേഷൻ എന്ന പേരിൽ ഒരു സംഘം രൂപീകരിച്ചു. 1913 ൽ അസ്റ്റോറിയയിൽ ഒരു ഹിന്ദുസ്ഥാൻ അസോസിയേഷനും അദ്ദേഹം സംഘടിപ്പിച്ചു. കരിം ബക്ഷ, നവാബ്ഖാൻ, ബൽവന്ത്സിങ്, മുൻഷിറാം, കേസർസിങ്, കർത്താർസിങ് സരാഭാ എന്നിവരായിരുന്നു അതിലെ അംഗങ്ങൾ.

താക്കൂർദാസും സുഹൃത്തുക്കളും ചേർന്ന് സെന്റ്ജോണിൽ താമസക്കാരായ ഇന്ത്യക്കാരുടെ ഒരു സംഘം രൂപീകരിച്ചു. ചിക്കാഗോയിൽ ഹിന്ദുസ്ഥാനി അസോസിയേഷൻ ഒഫ് യുണൈറ്റഡ് സ്റ്റേറ്റ്സ് ഓഫ് അമേരിക്ക എന്ന ഒരു സംഘടന 1913 ൽ രൂപീകരിച്ചു.[13]

യു എസ് എയുടെ വിവിധ ഭാഗങ്ങളിൽ പ്രവർത്തിക്കുന്ന ഈ സംഘടനകളുടെ പ്രവർത്തനം ഏകോപിപ്പിക്കേണ്ടത് ആവശ്യമാണെന്ന് ലാലാ ഹർദയാലിന് തോന്നി. കാനഡയിലും യു എസ് എയിലുമുള്ള ഇന്ത്യൻ വിപ്ലവകാരികളുടെ ഒരു യോഗം അദ്ദേഹം വിളിച്ചുകൂട്ടി. 'ഹിന്ദുസ്ഥാനി അസോസിയേഷൻ ഓഫ് പസഫിക് കോസ്റ്റ്' എന്ന പേരിൽ ഒരു സംഘടന ഏർപ്പെടുത്താൻ ആ യോഗം തീരുമാനിച്ചു. ബാബാസോഹൻസിങ് ഭാക്ന, ലാലാഹർദയാൽ എന്നിവർ യഥാക്രമം പ്രസിഡന്റും സെക്രട്ടറിയുമായി തെരഞ്ഞെടുക്കപ്പെട്ടു. ലാലാഹർദയാൽ ജോലി രാജിവെച്ച് അസോസിയേഷന്റെ മുഴുവൻ സമയ പ്രവർത്തകനായി.

ഗദർ എന്ന പേരിൽ സാൻഫ്രാൻസിസ്കോയിൽ നിന്ന് ഒരു പത്രം തുടങ്ങാൻ 1913 മാർച്ചിൽ അസോസിയേഷൻ തീരുമാനിച്ചു. അതിൽ പിന്നെ അസോസിയേഷനെ ഗദർപാർട്ടിയെന്നു പുനർനാമകരണം ചെയ്തു.

ഒരു വലിയ കാൽവെപ്പ്

1913 ൽ ഗദർപാർട്ടി രൂപീകരിച്ചത്, വിപ്ലവപ്രസ്ഥാനത്തെ സംബന്ധിച്ചിടത്തോളം ഒരു വലിയ കാൽവെപ്പായിരുന്നു. അത് അതിന്റെ രാഷ്ട്രീയത്തെ മതത്തിൽനിന്നു വിമുക്തമാക്കി മതനിരപേക്ഷ നിലപാടെടുത്തു. മതം ഒരു സ്വകാര്യ ഏർപ്പാടായി പ്രഖ്യാപിക്കുകയും ചെയ്തു.

എല്ലാവരെയും ഒരുപോലെ ബാധിക്കുന്ന സാമ്പത്തികകാര്യങ്ങളിൽ കൂടുതൽ ശ്രദ്ധചെലുത്താൻ *ഗദർ* പത്രം ഹിന്ദുക്കളോടും മുസ്ലീങ്ങളോടും അഭ്യർത്ഥിച്ചു. ഇരുകൂട്ടരും മഹാമാരി ബാധിച്ച് ചത്തുവീഴുന്നു. ക്ഷാമം കൊടുമ്പിരിക്കൊള്ളുമ്പോൾ ഇരുകൂട്ടരും ഭക്ഷണം കിട്ടാതെ നരകിക്കുന്നു. ഇരുകൂട്ടരും ബെഗർ (കൂലിയില്ലാതെ നിർബ്ബന്ധപൂർവ്വം ജോലിചെയ്യാൻ വിധിക്കപ്പെട്ടവർ) മാരായി ജോലിചെയ്യാൻ നിർബ്ബന്ധിതരാവുന്നു. ഇരുകൂട്ടരും ഭാരിച്ച ഭൂനികുതിയും വെള്ളക്കരവും നല്കേണ്ടിവരുന്നു. ഹിന്ദുക്കൾക്കെതിരെ മുസ്ലീങ്ങൾ എന്നതല്ല പ്രശ്നം. ബ്രിട്ടീഷ് മേലാളന്മാർക്കെതിരെ ഇന്ത്യക്കാർ എന്നതാണ്. ആർക്കും തകർക്കാൻ കഴിയാത്തവിധം ഹിന്ദു-മുസ്ലീം ഐക്യം പ്രബലമാവണം.[14]

ഗദർപാർട്ടി "മതേതരത്വത്തിൽ വിശ്വസിക്കുകയും ഈടുറ്റ ഹിന്ദു -മുസ്ലീം-സിഖ് ഐക്യത്തിനുവേണ്ടി നിലകൊള്ളുകയും ചെയ്യുന്നു. തൊട്ടുകൂടാത്തവരും അല്ലാത്തവരും എന്നുള്ള ഭേദങ്ങളൊന്നും അതിന് സ്വീകാര്യമല്ല. ഇന്ത്യയുടെ ഐക്യവും ഇന്ത്യൻ സ്വാതന്ത്ര്യസമരത്തിനുവേണ്ടിയുള്ള ഐക്യവുമായിരുന്നു അതിന്റെ മുഖ്യ തത്ത്വങ്ങൾ. അതിന് മാർഗ്ഗദർശകമായി വർത്തിച്ചതും ഈ തത്ത്വങ്ങൾ തന്നെ."[15]

ഇക്കാര്യത്തിൽ ഗദർപാർട്ടി അക്കാലത്തെ ഇന്ത്യൻ നേതാക്കളെക്കാൾ എത്രയോ മുൻപന്തിയിലായിരുന്നു. സോഹൻസിംങ് ജോഷിന്റെ അഭിപ്രായത്തിൽ ഗദർ വിപ്ലവകാരികൾ രാഷ്ട്രീയ-സാമൂഹ്യ പരിഷ്കാരകാര്യങ്ങളിൽ അര നൂറ്റാണ്ടു മുമ്പിലായിരുന്നു.[16]

1914 ജൂലായ് 14 ന്റെ *ഗദർ* പത്രത്തിൽ ഹർദയാൽ എഴുതിയ ഒരു ലേഖനത്തിൽ പറഞ്ഞു:

പ്രാർത്ഥനയുടെ കാലം കഴിഞ്ഞു. കരവാളേന്താൻ കാലമായി. പണ്ഡിറ്റുമാരോ ഖാസിമാരോ നമുക്കാവശ്യമില്ല....[17]

1913 ൽ പോർട്ട്ലാൻഡിൽ ചെയ്ത ഒരു പ്രഭാഷണത്തിൽ അദ്ദേഹം പറഞ്ഞു:

വരാൻ പോകുന്ന വിപ്ലവത്തിന് ഗദർ വിപ്ലവകാരികൾ തയ്യാറാവണം. അവർ ഇന്ത്യയിലേക്ക് പോകണം; ബ്രിട്ടീഷുകാരെ അവിടെനിന്ന് ആട്ടിയോടിക്കണം. അമേരിക്കയിലേതുപോലൊരു ജനാധിപത്യ ഗവൺമെന്റ് അവിടെ രൂപീകരിക്കണം. മത-ജാതി-വർണ്ണഭേദമില്ലാതെ അവിടെ എല്ലാവരും സമന്മാരും സ്വതന്ത്രരുമായിരിക്കണം.

അരാജകവാദിയെന്ന് സ്വയം വിശേഷിപ്പിക്കുന്ന ഹർദയാൽ പ്രഖ്യാപിച്ചു:

> രണ്ടുപേരും മുഹമ്മദീയരോ സിഖുകാരോ വൈഷ്ണവരോ ആയിരുന്നാലും യജമാനനും ഭൃത്യനും തമ്മിൽ സമത്വം സാദ്ധ്യമല്ല. പണക്കാരൻ എപ്പോഴും പാവപ്പെട്ടവനെ ഭരിക്കും. സാമ്പത്തിക സമത്വമില്ലാതെ സാഹോദര്യം ഒരു വെറും സ്വപ്നംമാത്രമായിരിക്കും.[18]

ഇന്ത്യക്കാർക്കിടയിൽ സാമുദായിക മൈത്രി വളർത്താൻ ഗദർപാർട്ടി യത്നിച്ചു. യുഗാന്തർ ആശ്രമം എന്ന പേരിലറിയപ്പെട്ടിരുന്ന ഗദർ ആപ്പീസിൽ ജാതിഹിന്ദുക്കളും അയിത്തജാതിക്കാരും മുസ്ലീങ്ങളും സിഖുകാരുമെല്ലാം ഒത്തുകൂടുകയും ഒന്നിച്ചിരുന്ന് ഭക്ഷണം കഴിക്കുകയും പതിവായിരുന്നു.

മതം രാഷ്ട്രീയവുമായി കൂട്ടിക്കുഴച്ചാൽ അത് മാരകമായ വിഷമായിത്തീരും. അത് ക്രമേണ രാഷ്ട്രത്തിന്റെ ഓജസ് ക്ഷയിപ്പിക്കും. സഹോദരനെ സഹോദരന് എതിരാക്കും. ജനങ്ങളെ നിർവീര്യമാക്കും. അവരുടെ വീക്ഷണത്തെ വികലമാക്കും. യഥാർത്ഥ ശത്രുവിനെ കണ്ടറിയുക വിഷമകരമാക്കും. ജനങ്ങളുടെ സമരവീര്യം ദുർബ്ബലമാക്കും. രാഷ്ട്രത്തെ, സാമ്രാജ്യത്വ ഗൂഢതന്ത്രത്തിന് എളുപ്പം ഇരയാക്കിത്തീർക്കുകയും ചെയ്യും. ഇന്ത്യയിൽ ഇദംപ്രഥമമായി ഈ യാഥാർത്ഥ്യം മനസ്സിലാക്കിയത് ഗദർ വിപ്ലവകാരികളാണ്. ഈ കാകോളത്തെ രാഷ്ട്രീയത്തിൽനിന്ന് അകറ്റി നിർത്താൻ തങ്ങൾ ദൃഢനിശ്ചയം ചെയ്തിരിക്കയാണെന്നവർ ഉറക്കെ പ്രഖ്യാപിച്ചു. പ്രഖ്യാപനം പ്രവൃത്തിപഥത്തിൽ കൊണ്ടുവരികയും ചെയ്തു. ഇന്ത്യൻ രാഷ്ട്രീയത്തിൽ അവരുടെ ഒന്നാമത്തെ മഹത്തായ നേട്ടം ഇതായിരുന്നു.

ഗദർ വിപ്ലവകാരികളുടെ രണ്ടാമത്തെ വൻനേട്ടം അവരുടെ സാർവ്വദേശീയ വീക്ഷണമായിരുന്നു.

> ഗദർപ്രസ്ഥാനം ഒരു സാർവ്വദേശീയ പ്രസ്ഥാനമായിരുന്നു. മലയ, ഷാങ്ഹായ്, ഇന്തോനേഷ്യ, ഈസ്റ്റ് ഇൻഡീസ്, ഫിലിപ്പൈൻസ്, ജപ്പാൻ, മനില, ന്യൂസിലണ്ട്, ഹോങ്കോങ്ങ്, സിങ്കപ്പൂർ, ഫിജി, ബർമ എന്നിവിടങ്ങളിലും മറ്റു രാജ്യങ്ങളിലും അതിന് ശാഖകൾ ഉണ്ടായിരുന്നു. ലോകവ്യവസായ തൊഴിലാളികൾക്ക് (ഐ ഡബ്ല്യു ഡബ്ല്യു) ഗദർ പാർട്ടിയുടെ ലക്ഷ്യങ്ങളോട് വലിയ അനുഭാവമാണുണ്ടായിരുന്നത്. എല്ലാ രാജ്യങ്ങളുടെയും സ്വാതന്ത്ര്യത്തിനുവേണ്ടിയാണവർ (ഗദർ വിപ്ലവകാരികൾ) നിലകൊണ്ടത്.[19]

ഗദർ ദിഗൂഞ്ചിൽ—പലരും എഴുതിയ കവിതകളുടെ ഒരു സമാഹാരമാണത്—ഒരു കവി ഇങ്ങനെ കുറിക്കുകയുണ്ടായി :

> സോദരരെ, ചൈനക്കെതിരായ യുദ്ധത്തിൽ അങ്കം വെട്ടരുത്. ഇന്ത്യയിലെയും ചൈനയിലെയും തുർക്കിയിലെയും ജനങ്ങൾ സഹോദരന്മാരാണ്. അവരുടെ സാഹോദര്യം കളങ്കപ്പെടുത്താൻ ശത്രുക്കളെ അനുവദിക്കരുത്.[20]

1911 ൽ വാൻകുവറിൽ ഒരു സംഘം രൂപീകരിക്കുകയുണ്ടായി. അതിന്റെ ലക്ഷ്യം ഹിന്ദുസ്ഥാനി രാഷ്ട്രം ലോകത്തിലെ മറ്റു രാജ്യങ്ങളോടുള്ള ബന്ധത്തിൽ സ്വാതന്ത്ര്യവും സമത്വവും സാഹോദര്യവും സ്ഥാപിക്കുകയെന്നതായിരുന്നു. ഇന്ത്യയിൽ മാത്രമല്ല എല്ലായിടത്തും വിപ്ലവത്തിനുവേണ്ടിയാണ് താൻ നിലകൊള്ളുന്നതെന്ന് ഹർദയാൽ തന്റെ പ്രസംഗങ്ങളിൽ പ്രഖ്യാപിക്കുമായിരുന്നു.[21]

> ഗദർവിപ്ലവകാരികൾ തങ്ങളുടെ പ്രചാരവേലകളിൽ ലോകതൊഴിലാളിയൂണിയനുകളോട് വികാരതീവ്രതയോടെ അഭ്യർത്ഥനകൾ നടത്തുമായിരുന്നു. സാമ്രാജ്യത്വവ്യവസ്ഥ പിഴുതെറിയാൻ, ഒന്നിച്ചുചേരാൻ ലോകത്തെങ്ങുമുള്ള സാധാരണക്കാരോടും അവർ അഭ്യർത്ഥിക്കാറുണ്ടായിരുന്നു.[22]

പ്രത്യയശാസ്ത്രവും പരിപാടിയും

ഗദർപാർട്ടി ബ്രിട്ടീഷ് വിരുദ്ധമായ ഒന്നായിരുന്നു. അതിന്റെ ലക്ഷ്യം ബ്രിട്ടീഷ് ആധിപത്യത്തിൽനിന്ന് ഇന്ത്യയെ സായുധസമരത്തിലൂടെ മോചിപ്പിച്ച് അവിടെ അമേരിക്കൻ മാതൃകയിലുള്ള ഒരു ഇന്ത്യൻ റിപ്പബ്ലിക് ഏർപ്പെടുത്തുകയായിരുന്നു. പ്രമേയങ്ങൾ, നിവേദനങ്ങൾ, പ്രതിനിധിസംഘത്തെ അയക്കൽ – ഇതൊന്നും എവിടെയും എത്തിക്കുകയില്ലെന്നവർക്ക് പൂർണ്ണ ബോദ്ധ്യമുണ്ടായിരുന്നു. ബ്രിട്ടീഷ് ഭരണാധികാരികൾക്കുമുമ്പിൽ കുഴഞ്ഞാടുന്ന മിതവാദിനേതാക്കളെ അവർ അശേഷം ഇഷ്ടപ്പെട്ടില്ല. ഏതെങ്കിലും തരത്തിലുള്ള രാജവാഴ്ചക്കെതിരായി തിരഞ്ഞെടുക്കപ്പെട്ട പ്രസിഡന്റ് എന്നതായിരുന്നു അവർ വിഭാവനം ചെയ്തിരുന്ന റിപ്പബ്ലിക്കിൽ അടങ്ങിയ ആശയം.

ഇന്ത്യയുടെ മോചനമെന്ന ലക്ഷ്യം നേടുന്നതിന് പട്ടാളക്കാർക്കിടയിൽ പ്രചാരണം നടത്തൽ, കലാപത്തിനു പട്ടാളക്കാരെ ആഹ്വാനം ചെയ്യൽ തുടങ്ങിയ വ്യക്തിഗത സമരങ്ങളെ ഗദർപാർട്ടി വളരെയൊന്നും ആശ്രയിച്ചിരുന്നില്ല.

വർഗ്ഗസ്വഭാവത്തിലും ഗദർ വിപ്ലവകാരികൾ അവരുടെ മുൻഗാമികളിൽനിന്ന് വ്യത്യസ്തരായിരുന്നു. ആദ്യകാല വിപ്ലവകാരികൾ മുഖ്യമായും ഇടത്തരക്കാരിൽത്തന്നെ താഴത്തെപടിയിലുള്ള ബുദ്ധിജീവികളായിരുന്നുവെങ്കിൽ ഗദർപാർട്ടി അണികളിൽ മഹാഭൂരിപക്ഷവും തൊഴിലാളികളായി മാറിയ കർഷകരായിരുന്നു. ആകയാൽ കലാപത്തിനു മുമ്പോട്ടുവരാൻ അവർ കൃഷിക്കാരോട് അഭ്യർത്ഥിച്ചു.

രണ്ടു ദൗർബല്യങ്ങൾ

ഗദർപാർട്ടി രൂപീകരിക്കപ്പെട്ടത് അമേരിക്കയിലാണ്. അവിടെ ജനങ്ങൾക്ക് ഒട്ടൊക്കെ പൗരസ്വാതന്ത്ര്യവും അഭിപ്രായസ്വാതന്ത്ര്യവും അനുഭവപ്പെട്ടിരുന്നു. എന്നാൽ ഇന്ത്യയിൽ അക്കാലത്ത് ഇതൊക്കെ

അജ്ഞാതമായിരുന്നു. ഗദർനേതാക്കൾ തങ്ങളുടെ ഉദ്ദേശ്യം, പദ്ധതി, പരിപാടി — ഇവയെക്കുറിച്ചൊക്കെ പരസ്യമായി ചർച്ചചെയ്യുകയും ലേഖനങ്ങൾ എഴുതുകയും ചെയ്യുമായിരുന്നു. അതിനാൽ അവരുടെ പരിപാടികൾ ബ്രിട്ടീഷ് സാമ്രാജ്യമേധാവികൾക്ക് പൂർണ്ണമായി ഗ്രഹിക്കാൻ കഴിഞ്ഞിരുന്നു. ഗദർ വിപ്ലവകാരികളുടെ പ്രവർത്തനഫലമായി ഉളവായേക്കാവുന്ന ഏതു പരിതഃസ്ഥിതിയെയും കൈകാര്യംചെയ്യാൻ വേണ്ട മുന്നൊരുക്കങ്ങൾ ചെയ്യാനും അവർക്കു കഴിയുമായിരുന്നു. ഗദർ നേതാക്കൾക്കിടയിലും അണികൾക്കിടയിലും രഹസ്യത്തെക്കുറിച്ചുണ്ടായിരുന്ന വളരെ താഴ്ന്ന നിലവാരത്തിലുള്ള ധാരണ ഹേതുവായി പാർട്ടിക്ക് കനത്ത വില നല്കേണ്ടിവന്നു.

രണ്ടാമത്തെ മുഖ്യ ദൗർബല്യം ഒരു സാമ്രാജ്യശക്തി മറ്റൊരു സാമ്രാജ്യശക്തിയുടെ പിടിയിലമർന്ന രാജ്യത്തെ രക്ഷിക്കാൻ ആത്മാർത്ഥമായി സഹായിക്കുമെന്ന മിഥ്യാബോധമായിരുന്നു. എന്നാൽ വസ്തുതയെന്താണ്? എല്ലാ സാമ്രാജ്യശക്തികളുടെയും — ബർമയോ ബ്രിട്ടീഷോ മറ്റേതുതന്നെയായാലും — സ്വഭാവം മൗലികമായി ഒന്നുതന്നെയാണ്. ഈ യാഥാർത്ഥ്യത്തെക്കുറിച്ച് അവർക്ക് വേണ്ടത്ര വ്യക്തതയുണ്ടായിരുന്നില്ല. 1914 ൽ ഒന്നാം ലോകമഹായുദ്ധം പൊട്ടിപ്പുറപ്പെട്ടപ്പോൾ 'ബ്രിട്ടന്റെ വൈഷമ്യം ഞങ്ങൾക്കവസരം,' 'ശത്രുവിന്റെ ശത്രു മിത്രം' എന്നീ മുദ്രാവാക്യങ്ങൾ ഗദർപാർട്ടിയും അന്നത്തെ മറ്റു വിപ്ലവകാരികളും ഉയർത്തുകയുണ്ടായി. ഈ വിശ്വാസത്തോടെ അവർ സഹായത്തിനായി ജർമ്മനിയിലെ കൈസറുമായി ബന്ധപ്പെട്ടു. കൈസറുടെ പ്രതിനിധികളുമായുള്ള സംഭാഷണത്തിൽ, സ്വതന്ത്ര ഇന്ത്യയുടെ ഭാവി സംവിധാനത്തെ സംബന്ധിച്ച ചില ഉപാധികളെക്കുറിച്ച് വിശദീകരിക്കാൻ ശ്രമിച്ചു. ഇതോടെ കൈസർ ഒഴിഞ്ഞുമാറാനും സന്ദിഗ്ദ്ധ നിലപാടെടുക്കാനും തുടങ്ങി. കൈസർക്ക് താല്പര്യം യുദ്ധകാലത്ത് ഗദർവിപ്ലവകാരികളെ ബ്രിട്ടനെതിരായി ഉപയോഗപ്പെടുത്തുന്നതിൽ മാത്രമായിരുന്നു. അദ്ദേഹത്തിന് തന്റേതായ ചില യുദ്ധലക്ഷ്യങ്ങളുണ്ടായിരുന്നു — ബ്രിട്ടന്റെയും ഫ്രാൻസിന്റെയും കൈയിൽനിന്ന് കഴിയുന്നത്ര കോളനികൾ തട്ടിയെടുക്കുക എന്നതായിരുന്നു അത്. അങ്ങനെ ഗദർ വിപ്ലവകാരികൾക്ക് സാമ്രാജ്യത്വത്തിന്റെ യഥാർത്ഥ സ്വഭാവത്തെക്കുറിച്ച് മൊത്തത്തിൽ വ്യക്തമായ ഒരു ധാരണ ഇല്ലാതെപോയി. യഥാർത്ഥവും ഈടുറ്റതുമായ സ്വാതന്ത്ര്യം നേടുന്നതിന് അടിമരാജ്യങ്ങൾ സാമ്രാജ്യത്വവ്യവസ്ഥയ്ക്കാകെ തന്നെ എതിരായി പോരാടേണ്ടതുണ്ട്. ഈ യാഥാർത്ഥ്യം വ്യക്തമായത് 1917 ഒക്ടോബറിൽ റഷ്യയിൽ യുഗസൃഷ്ടി കുറിച്ച സംഭവം നടന്നപ്പോൾ മാത്രമാണ്.

മഹത്തായ ഒക്ടോബർ വിപ്ലവവും അതിന്റെ സ്വാധീനവും

ഒക്ടോബർ സോഷ്യലിസ്റ്റ് വിപ്ലവം മാനവരാശിയുടെ ചരിത്രത്തിൽ ഒരു വഴിത്തിരിവു കുറിച്ചു. അത് റഷ്യയിലെ സാമ്രാജ്യാധിപത്യത്തിന് തകർപ്പൻ പരാജയം ഏല്പിച്ചുവെന്നുമാത്രമല്ല സാമ്രാജ്യത്വ

വ്യവസ്ഥയ്ക്കാകെ തന്നെ അത് കടുത്ത നടുക്കം ഉളവാക്കി. റഷ്യയിൽ അത് മനുഷ്യനെ മനുഷ്യനും രാഷ്ട്രത്തെ രാഷ്ട്രങ്ങളും ചൂഷണം ചെയ്യാൻ അനുവദിക്കുന്ന വ്യവസ്ഥയ്ക്ക് അന്ത്യം കുറിച്ചു. സോവിയറ്റ് ജനത അവരുടെ ഭാഗധേയത്തിന്റെ വിധാതാക്കളായി. പാടവും ഫാക്ടറിയും വർക്ക്ഷോപ്പും അവരുടെ കൂട്ടായ ഉടമസ്ഥതയിലായി. ബൂർഷ്വാസിയുടെയും ഭൂപ്രഭുക്കളുടെയും അടിമകളായിരുന്ന റഷ്യൻ ജനതയെ റഷ്യൻവിപ്ലവം മോചിപ്പിച്ചു. എന്നുമാത്രമല്ല ഒരു പുതിയ സമൂഹത്തെ, മൊത്തത്തിൽ ഒരു പുതിയ മനുഷ്യനെത്തന്നെ സൃഷ്ടിക്കുകയും ചെയ്തു. അടിമരാജ്യങ്ങളിലെ സ്വാതന്ത്ര്യപ്പോരാളികൾക്ക് അത് പ്രചോദകമായി. അന്തിമമായി തങ്ങളുടെ ലക്ഷ്യം ജയിക്കുമെന്ന ആത്മവിശ്വാസം അതവർക്ക് നല്കി. ഭൂഗോളത്തിന്റെ വിവിധ ഭാഗങ്ങളിൽ നടന്നുകൊണ്ടിരുന്ന മോചനസമരങ്ങൾക്ക് അത് പുതിയൊരു മാനം പ്രദാനം ചെയ്തു.

ആഗോളസാമ്രാജ്യവിരുദ്ധ സമരത്തിന്റെ ഭാഗമാകയാൽ സ്വാതന്ത്ര്യത്തിനുവേണ്ടിയുള്ള ഇന്ത്യയിലെ പോരാട്ടത്തെയും അത് ബാധിക്കാതിരുന്നില്ല. അതിന്റെ വീക്ഷണം കൂടുതൽ വിപുലമായി. സാമൂഹ്യ–സാമ്പത്തികസമത്വം ഇല്ലാത്ത സ്വാതന്ത്ര്യം നിരർത്ഥകമാണെന്ന് അതിന് ബോദ്ധ്യപ്പെട്ടു.

ഒക്ടോബർ വിപ്ലവവും യൂറോപ്പിലെയും ഏഷ്യയിലെയും സാമ്രാജ്യവിരുദ്ധ വിപ്ലവ മുന്നേറ്റവും ഒന്നാം ലോകമഹായുദ്ധാനന്തരകാലത്തെ ഇന്ത്യൻ ജനതയുടെ മുന്നേറ്റവും ബ്രിട്ടീഷ് സാമ്രാജ്യത്വത്തെ ജാഗരൂകരാക്കി. അനുകൂലമല്ലാത്ത സ്ഥിതിഗതികളെ നേരിടുന്നതിന് സാമ്രാജ്യത്വം ഒരു ദ്വിമുഖനയം സ്വീകരിച്ചു. ഒരു വശത്തവർ മൊണ്ടേഗ്–ചെംസ്ഫോർഡ് ഭരണപരിഷ്കാരത്തിലൂടെ ദേശീയ നേതൃത്വത്തിലെ മിതവാദിവിഭാഗത്തെ പാട്ടിലാക്കാൻ ശ്രമം നടത്തി. വളരെ ഇടുങ്ങിയതും പരിമിതവുമായ വോട്ടവകാശത്തിന്റെ അടിസ്ഥാനത്തിലുള്ള തിരഞ്ഞെടുപ്പിലൂടെ അധികാരം പങ്കിടലിനപ്പുറം ഈ ഭരണപരിഷ്കാരത്തിൽ ഒന്നും ഉണ്ടായിരുന്നില്ല. മറുവശത്താകട്ടെ അവർ വിപ്ലവത്തള്ളിച്ചയെക്കുറിച്ചന്വേഷിച്ചു. അത് തച്ചമർത്താനുള്ള നടപടികൾ നിർദ്ദേശിക്കാൻ ജസ്റ്റിസ് റൗലത്തിന്റെ നേതൃത്വത്തിൽ ഒരു സെഡേഷൻ (രാജ്യദ്രോഹ) കമ്മിഷനെ നിയമിച്ചു. കമ്മിഷൻ ശുപാർശകൾ വളരെ ക്രൂരവും നിന്ദ്യവുമായിരുന്നു. സാധാരണ നിലയ്ക്കുള്ള രാഷ്ട്രീയ പ്രവർത്തനം പോലും രാജ്യദ്രോഹമായി അത് മുദ്രകുത്തി. ഈ ഘട്ടത്തിലാണ് റൗലത്ത് കമ്മിറ്റിയുടെ ശുപാർശകളിൽ പ്രതിഷേധിച്ച് ഒരുദിവസത്തെ പൊതുപണിമുടക്കിന് ഗാന്ധിജി ആഹ്വാനം ചെയ്തത്. പ്രതികരണം എല്ലാ പ്രതീക്ഷകളെയും കവച്ചുവെക്കുന്നതരത്തിലായിരുന്നു. നിർദ്ദിഷ്ട മർദ്ദനനടപടികളിൽ രോഷം പ്രകടിപ്പിക്കാൻ ജനങ്ങൾ ഒറ്റക്കെട്ടായി ഉണർന്നെഴുന്നേറ്റ് മുമ്പോട്ടുവന്നു. ഗവൺമെന്റിനും നേതാക്കൾക്കും ഇതൊരു പുത്തൻ അനുഭവമായിരുന്നു. ഇന്ത്യക്കാരെ ഒരുപാഠം പഠിപ്പിക്കാൻത്തന്നെ ബ്രിട്ടീഷുകാർ ഉറച്ചു.

1919 ഏപ്രിൽ 13 ന് ജാലിയൻവാലാബാഗിൽ അവരതു പ്രാവർത്തികമാക്കുകയും ചെയ്തു. മിക്കവാറും പഞ്ചാബിലെ എല്ലാ നഗരങ്ങളിലും ജനങ്ങൾ വെല്ലുവിളി ഏറ്റെടുത്തുകൊണ്ട് തെരുവിലിറങ്ങി. ഒരു സംഘടിത കലാപമായി അതിനെ മുദ്രയടിക്കാനാണ് ഗവൺമെന്റ് തുനിഞ്ഞത്. ഇത്രത്തോളം പോകാൻ ഗാന്ധിജിയും തയ്യാറായിരുന്നില്ല എന്നതാണ് വസ്തുത. ഒരുദിവസത്തെ പൊതുപണിമുടക്കിന് ആഹ്വാനം നല്കിയത് തന്റെ ഭാഗത്തുനിന്നുണ്ടായ ഹിമാലയൻ വിഡ്ഢിത്തമായിപ്പോയെന്ന് അദ്ദേഹം പ്രഖ്യാപിച്ചു. സമരം നിർത്തി (ഭരണ) പരിഷ്കാരത്തിനുവേണ്ടി പ്രവർത്തിക്കാൻ ജനങ്ങളെ ഉപദേശിക്കുകയാണ് അദ്ദേഹം ചെയ്തത്.

ജനങ്ങൾ അക്ഷമരായിരിക്കയാണെന്നും അവർ വല്ലതുമൊക്കെ ചെയ്യുമെന്നും 1920 സെപ്തംബറിൽ ലാലാ ലജ്പത്റായ് വ്യക്തമായ മുന്നറിയിപ്പുനല്കി. ജനരോഷം ശരിയായ മാർഗ്ഗത്തിലേക്ക് തിരിച്ചുവിട്ടില്ലെങ്കിൽ അത് അതിന്റേതായ മാർഗ്ഗം അവലംബിക്കുമെന്നും അത് രാജ്യത്തിന്റെ താല്പര്യത്തിന് ഗുണകരമായിരിക്കില്ലെന്നും അദ്ദേഹം കോൺഗ്രസിനോട് പറഞ്ഞു.

> വിപ്ലവകാലഘട്ടത്തിലൂടെ കടന്നുപോകുമ്പോൾ അതിന്റെ നേർക്ക് കണ്ണടയ്ക്കുന്നതുകൊണ്ട് യാതൊരു പ്രയോജനവുമില്ലെന്നതാണ് വസ്തുത എന്ന് പ്രഖ്യാപിച്ചുകൊണ്ട് അദ്ദേഹം തുടർന്നു പറയുന്നു: വിപ്ലവത്തെ വെറുക്കുന്നതാണ് നമ്മുടെ സഹജസ്വഭാവവും പാരമ്പര്യവും![23]

നാഗ്പൂർ സമ്മേളനത്തിന്റെ താക്കീതിനെക്കുറിച്ചും കോൺഗ്രസ് ചർച്ചചെയ്തു; ഒരു നിസ്സഹകരണപ്രസ്ഥാനം തുടങ്ങാൻ ഗാന്ധിജിയോട് ആവശ്യപ്പെടുകയും ചെയ്തു. എന്നാൽ അത് ആരംഭിക്കുംമുമ്പ് ഗാന്ധിജി ബംഗാളിൽചെന്ന് വിപ്ലവകാരികളെ കണ്ട് തനിക്ക് ഒരു കൊല്ലത്തെ സമയം തരണമെന്ന് അവരോടാവശ്യപ്പെട്ടു. ഒരു കൊല്ലത്തിനുള്ളിൽ സ്വരാജ് നേടിയെടുക്കാൻ തനിക്ക് കഴിഞ്ഞില്ലെങ്കിൽ വിപ്ലവകാരികൾക്ക് അവരുടെ മാർഗ്ഗം അവലംബിക്കാമെന്നും അദ്ദേഹം വാഗ്ദത്തം ചെയ്തു. വിപ്ലവകാരികൾ ഇതിനോട് യോജിച്ചു. ഗാന്ധിജി തന്റെ നിസ്സഹകരണ പ്രസ്ഥാനം ആരംഭിച്ചു. അതിവേഗം അത് രാജ്യത്തെയാകെ ഗ്രസിച്ചു. സ്വരാജ് എന്ന പദം രാജ്യത്തിന്റെ ഓണംകേറാമൂലകളിലെ കുടിലുകളിൽപ്പോലും അനുരണനം സൃഷ്ടിച്ചു. കർഷകർ ഗാന്ധിജി മുമ്പോട്ടുവെച്ച എല്ലാ വിലക്കുകളും പൊട്ടിച്ചെറിഞ്ഞുകൊണ്ട് സമരത്തിലേക്ക് എടുത്തുചാടി. ഗവൺമെന്റാകെ ബേജാറിലായി. അതിന്റെ സമനില തെറ്റാൻ തുടങ്ങി. സാർവ്വത്രികമായി സർക്കാർ നിയമലംഘനജ്വരം പട്ടണങ്ങളിൽനിന്നു തുടങ്ങി കർഷകജനലക്ഷങ്ങളിലേക്കുവരെ ചെന്നെത്തി. ബ്രിട്ടീഷ് ഭരണത്തിന് രക്ഷയില്ലാതായി. മുപ്പതു കോടി ജനങ്ങളുടെ തിളച്ചുമറിയുന്ന സമരാവേശത്തിനുമുമ്പിൽ തോക്കും വിമാനവും നിഷ്ഫലമായി.[24]

ഗാന്ധിജിയും ബേജാറിലായി. തീർത്തും അസന്തുഷ്ടനായിരുന്ന അദ്ദേഹം സമരം പിൻവലിക്കാൻ തക്കം പാർത്തിരിക്കുകയായിരുന്നു. അതിനിടയിലാണ് 1922 ഫെബ്രുവരിയിൽ ചൗരിചൗരാ സംഭവം ഉണ്ടായത്. അതിനെ സ്വാഗതം ചെയ്യുകയും ഇനിയും ആയിരമായിരം ചൗരി ചൗരാ സംഭവങ്ങൾക്കായി ആവശ്യപ്പെടുകയും ചെയ്യുന്നതിനുപകരം സ്വമേധയാ സമരം പിൻവലിച്ച് രാഷ്ട്രീയത്തിൽനിന്ന് വിരമിക്കുകയാണ് അദ്ദേഹം ചെയ്തത്. ഈ പശ്ചാത്തലത്തിലാണ്, മഹാത്മാവിന്റെ അഭ്യർത്ഥന അനുസരിച്ച് ആയുധം താഴെവെച്ച വിപ്ലവകാരികൾ പുനഃസംഘടിച്ച് വീണ്ടും ആയുധമെടുക്കാൻ തീരുമാനിച്ചത്.

ഹിന്ദുസ്ഥാൻ റിപ്പബ്ലിക്കൻ അസോസിയേഷൻ

വിപ്ലവകാരികളെ ഒരൊറ്റ അഖിലേന്ത്യാ പാർട്ടിയായി സംഘടിപ്പിക്കാൻ മുൻകൈ എടുത്തത് സചീന്ദ്രനാഥ് സന്യാലാണ്. 1923 അവസാനത്തോടെ ഹിന്ദുസ്ഥാൻ റിപ്പബ്ലിക്കൻ അസോസിയേഷൻ സ്ഥാപിതമായി. പാർട്ടിക്ക് ഒരു ഭരണഘടനയും അദ്ദേഹം തയ്യാറാക്കി. മഞ്ഞക്കടലാസ്സിലാണത് അച്ചടിച്ചത്. അതിനാൽ മഞ്ഞപ്പത്രം എന്ന പേരിലാണ് അതറിയപ്പെട്ടത്. മറ്റൊരു സുപ്രധാനരേഖയും അദ്ദേഹം തയ്യാറാക്കുകയുണ്ടായി. 'വിപ്ലവകാരി' എന്ന പേരിലുള്ള എച്ച് ആർ എയുടെ മാനിഫെസ്റ്റോ. രണ്ടാമത് പറഞ്ഞരേഖ 1925 ജനുവരി 1 ന് രാത്രി ഉത്തരേന്ത്യയിലാകെ വിപുലമായി വിതരണം ചെയ്യപ്പെട്ടു. 1917 ലെ മഹത്തായ ഒക്ടോബർ വിപ്ലവം ചെലുത്തിയ സ്വാധീനത്തിൻകീഴിൽ ഇന്ത്യൻ വിപ്ലവകാരികളുടെ ലക്ഷ്യം മാനിഫെസ്റ്റോവിൽ ഇങ്ങനെ വിവരിച്ചു:

> രാഷ്ട്രീയ മണ്ഡലത്തിൽ വിപ്ലവപാർട്ടിയുടെ അടിയന്തരലക്ഷ്യം സംഘടിത–സായുധ വിപ്ലവത്തിലൂടെ ഇന്ത്യൻ ഐക്യനാടുകളുടേതായ ഒരു ഫെഡറൽ റിപ്പബ്ലിക്ക് സ്ഥാപിക്കുകയാണ്.... ഈ റിപ്പബ്ലിക്കിന്റെ അടിസ്ഥാനതത്ത്വങ്ങൾ സാർവ്വത്രിക വോട്ടവകാശവും മനുഷ്യനെ മനുഷ്യൻ ചൂഷണം ചെയ്യുന്നത് സാദ്ധ്യമാക്കിത്തീർക്കുന്ന എല്ലാ വ്യവസ്ഥകളും അവസാനിപ്പിക്കലുമായിരിക്കും..... സമ്മതിദായകരുടേതായ ഈ റിപ്പബ്ലിക്കിൽ തങ്ങൾ അങ്ങനെ ആഗ്രഹിക്കുന്നപക്ഷം തങ്ങളുടെ പ്രതിനിധികളെ തിരിച്ചുവിളിക്കാൻ അവകാശമുണ്ടായിരിക്കും. അതില്ലെങ്കിൽ ജനാധിപത്യം ഒരു പ്രഹസനമായിത്തീരും.

മാനിഫെസ്റ്റോ ഊന്നിപ്പറയുന്നു:

വിപ്ലവപ്പാർട്ടി ദേശീയമായിട്ടുള്ളതല്ല. സാർവ്വദേശീയമായിട്ടുള്ളതാണ് — അതിന്റെ അന്തിമലക്ഷ്യം ലോകത്ത് രഞ്ജിപ്പ് കൈവരുത്തുകയാണ് എന്ന അർത്ഥത്തിൽ... വ്യത്യസ്തമായ രണ്ടു രാഷ്ട്രങ്ങളും രണ്ടു സ്റ്റേറ്റുകളും തമ്മിൽ മത്സരമല്ല, സഹകരണമാണ് അതിന്റെ ലക്ഷ്യം. ഇക്കാര്യത്തിൽ അത് മഹത്തായ ഭൂതകാലത്തെ മഹാത്മാക്ക

ളായ ഇന്ത്യൻ ഋഷിവര്യന്മാരുടെയും ആധുനികയുഗത്തിലെ ബോൾഷെവിക് റഷ്യയുടെയും കാല്പാടുകളെയാണ് പിന്തുടരുന്നത്.[25]

വർഗ്ഗീയതയുടെ പ്രശ്നം, ജനങ്ങളുടെ സാമ്പത്തികവും സാമൂഹ്യവുമായ ക്ഷേമത്തിന്റെ പ്രശ്നം, കോൺഗ്രസിനോടും മറ്റ് പാർട്ടികളോടുമുള്ള സമീപനം എന്നീ കാര്യങ്ങളിൽ വിപ്ലവകാരികളുടെ കാഴ്ചപ്പാടും മാനിഫെസ്റ്റോയിൽ വ്യക്തമാക്കിയിട്ടുണ്ട്.

ഈവക കാര്യങ്ങളിലെല്ലാം മാനിഫെസ്റ്റോ ഭൂതകാലത്തിൽനിന്ന് നിശിതമായ പരിഛേദം കുറിച്ചു. സോഷ്യലിസത്തോടും സോവിയറ്റ് റഷ്യയോടുമുള്ള ക്രിയാത്മകമായ ചായ്‌വും അതിൽ കാണാം. വിജയശ്രീലാളിതമായ സോഷ്യലിസത്തിന്റെ പ്രഥമനാടെന്ന് സോവിയറ്റ് റഷ്യയെ അതിൽ വാഴ്ത്തുകയും ചെയ്തു. ദേശീയവിമോചനപ്രസ്ഥാനത്തിന്റെ സാർവ്വദേശീയ സ്വഭാവത്തെക്കുറിച്ചുള്ള ധാരണ, വളരെ വ്യക്തമായിട്ടല്ലെങ്കിലും, അതിൽ വരച്ചുകാട്ടിയിട്ടുണ്ട്. ഭാവിയിൽ സ്വതന്ത്രഭാരതത്തിന്റെ സാമൂഹ്യ-സാമ്പത്തികക്രമം ഉയർത്തിക്കാട്ടാനുള്ള ഒരു ശ്രമവും അതിൽ നടത്തിയിട്ടുണ്ട്. ഈ ലക്ഷ്യം കൈവരിക്കുന്നതിൽ തൊഴിലാളികളെയും കൃഷിക്കാരെയും സംഘടിപ്പിക്കുന്നതിന്റെ ആവശ്യകതയെക്കുറിച്ച് പൂർണ്ണബോദ്ധ്യത്തോടെയാണിത് ചെയ്തിട്ടുള്ളത്. ഈ വക കാര്യങ്ങളിലെല്ലാം മാനിഫെസ്റ്റോ, വിപ്ലവകാരികളുടെ മുൻതലമുറകളിൽനിന്ന് ഒരു വ്യതിയാനം കുറിച്ചു, അഥവാ വ്യതിയാനത്തിനുള്ള ശ്രമം നടത്തിയിരിക്കുന്നു.

എന്നാൽ ഇതുകൊണ്ടൊക്കെ മാനിഫെസ്റ്റോവിന്റെ കർത്താവ് ഒരു മാർക്സിസ്റ്റാണെന്ന് അഥവാ ശാസ്ത്രീയ സോഷ്യലിസത്തിന്റെ അർത്ഥം ഗ്രഹിച്ച ആളാണെന്ന് അർത്ഥമില്ല. ദൈവത്തോടും മിസ്റ്റിസിസ (നിഗൂഢമായ ആദ്ധ്യാത്മിക സിദ്ധി വിശേഷവാദം)ത്തോടും ഒരു തരത്തിലുള്ള അദമ്യമായ ചായ്‌വ് മാനിഫെസ്റ്റോവിന്റെ കർത്താവ് പ്രകടമാക്കുന്നുണ്ട്. മാനിഫെസ്റ്റോവിൽ പറയുന്നു:

> ആദ്ധ്യാത്മികമണ്ഡലത്തിൽ പാർട്ടിയുടെ ലക്ഷ്യം ലോകം 'മായ'യല്ല എന്ന സത്യം സ്ഥാപിക്കുകയും അത് സംബന്ധിച്ച ധർമ്മോപദേശം പ്രാത്ഘോഷിക്കുകയുമാണ്. 'മായ' അവജ്ഞയോടെ അവഗണിച്ച് തള്ളേണ്ട ഒരു മിഥ്യയാണ്. എന്നാൽ അത് അവിഭാജ്യമായ ഒരാത്മാവിന്റെ, സർവ്വശക്തിയുടെയും സർവ്വവിജ്ഞാനത്തിന്റെയും സർവ്വസൗന്ദര്യത്തിന്റെയും പ്രഭവസ്ഥാനമായ പരാശക്തിയുടെ പ്രാദുർഭാവമാണ്. മാനിഫെസ്റ്റോയുടെ കർത്താവ് മാർക്സിസത്തിന്റെ സാമ്പത്തികവശം അംഗീകരിക്കുന്നു — തീർച്ചയായും കകോരി വിപ്ലവകാരികൾക്ക് മുമ്പുള്ള സ്ഥിതിയെ അപേക്ഷിച്ച് ഒരു പുരോഗമനമാണിത്. എന്നാൽ മാർക്സിസത്തിന്റെ ദാർശനികവശത്തെ സംബന്ധിച്ചിടത്തോളം മാനിഫെസ്റ്റോയുടെ കർത്താവ് ഭൗതികവാദം നിരാകരിച്ചുകൊണ്ട് മതത്തെയും ദൈവത്തെയും മുറുകെപ്പിടിക്കുന്നു.

സന്യാൽ പില്ക്കാലത്തെഴുതി:

> കമ്യൂണിസ്റ്റ് ദർശനത്തിൽ ചരിത്രത്തിന്റെ ഭൗതികവ്യാഖ്യാനത്തിന് സവിശേഷ പ്രാധാന്യമുണ്ട്. ചരിത്രത്തിന്റെ ഭൗതികവ്യാഖ്യാനത്തിലുടനീളം വർഗ്ഗസമരസങ്കല്പം ഒരു ചരടുപോലെ വ്യാപകമായി സ്ഥിതിചെയ്യുന്നു.... എനിക്കിന്നും ഈ സിദ്ധാന്തം അംഗീകരിക്കാൻ കഴിയുന്നില്ല.[26]

അദ്ദേഹം കമ്യൂണിസത്തോട് വിയോജിക്കുന്ന മറ്റൊരു സുപ്രധാന കാര്യം വിപ്ലവത്തിൽ തൊഴിലാളിവർഗ്ഗ നേതൃത്വ സങ്കല്പമാണ്. അദ്ദേഹത്തിന്റെ അഭിപ്രായത്തിൽ തൊഴിലാളികളും കൃഷിക്കാരും വിപ്ലവ സൈന്യത്തിലേക്ക് പോരാളികളെ നല്കവെ തന്നെ നേതൃത്വം നല്കാനുള്ള കഴിവ് ഇടത്തരക്കാരായ യുവാക്കൾക്ക് മാത്രമേയുള്ളൂ.[27]

സചീന്ദ്രനാഥ് സന്യാലിന്റെയും അദ്ദേഹത്തിന്റെ സമകാലീന വിപ്ലവകാരികളുടെയും പ്രത്യയശാസ്ത്ര നിലപാട് ഒരു *വിപ്ലവപരമായ പ്രത്യയശാസ്ത്രവും വിപ്ലവപരമായ പരിപാടിയും ആരായാൻ* എന്ന തന്റെ കൃതിയിൽ സത്യേന്ദ്ര നാരായണൻ മജുംദാർ സമഞ്ജസമായി സംഗ്രഹിച്ചിട്ടുണ്ട്. രണ്ടു രേഖകളെ-അതായത് *വിപ്ലവകാരി*യും *ഹിന്ദുസ്ഥാൻ റിപ്പബ്ലിക്കൻ അസോസിയേഷന്റെ ഭരണഘടനയും*—പരാമർശിച്ചുകൊണ്ട് അദ്ദേഹം എഴുതി:

> ആ രണ്ടു രേഖകളും അപ്പോഴേക്കും കമ്യൂണിസത്തിലേക്ക് ആകൃഷ്ടരായെങ്കിലും കാല്പനിക വിപ്ലവത്വ (റൊമാന്റിക് റവല്യൂഷനറിസം)ത്തിന്റെ സ്വാധീനം പൂർണ്ണമായും കീഴ്പ്പെടുത്താൻ കഴിഞ്ഞിട്ടില്ലാത്ത ആ വിപ്ലവകാരികളുടെ ചിന്താസരണിയുടെ ഉത്തമനിദർശനമെന്ന് വിശേഷിപ്പിക്കാവുന്നതാണ്.[28]
>
> പിന്നീടദ്ദേഹം ഈ രണ്ടു രേഖകളിലെയും പ്രബലമായ വസ്തുതകൾ അക്കമിട്ടുപറയുന്നു:
>
> ഈ പ്രബലമായ വസ്തുതകൾ (എ) കമ്യൂണിസത്തോടും, വിജയശ്രീലാളിതമായ വിപ്ലവത്തിന്റെ പ്രഥമനാട് എന്ന നിലയ്ക്ക് ബോൾഷെവിക് റഷ്യയോടുമുള്ള വ്യക്തമായ ചായ്‌വ്. (ബി) ഇനിയും വ്യക്തത കൈവന്നിട്ടില്ലെന്നിരിക്കിലും ദേശീയ വിമോചന വിപ്ലവങ്ങളുടെ സാർവ്വദേശീയ സ്വഭാവത്തെക്കുറിച്ചുള്ള ധാരണയുടെ തുടക്കം. (സി) സ്വതന്ത്രഇന്ത്യയുടെ സാമൂഹ്യ-സാമ്പത്തിക ക്രമത്തിന്റെ രൂപരേഖ ആവിഷ്കരിക്കാനുള്ള ശ്രമം. (ഡി) തൊഴിലാളികളെയും കൃഷിക്കാരെയും സംഘടിപ്പിക്കേണ്ടതിന്റെ ആവശ്യകതയെക്കുറിച്ചുള്ള ബോധവും ഈ കടമ ഏറ്റെടുക്കാനുള്ള നിശ്ചയദാർഢ്യവും. (ഇ) പാർട്ടിയിൽ ജനാധിപത്യ കേന്ദ്രീകരണ തത്ത്വം നടപ്പാക്കൽ.[29]

മജുംദാരുടെ അഭിപ്രായത്തിൽ ഈ രേഖകളിലെ ദുർബ്ബലവശങ്ങൾ ഇനി പറയുന്നവയാണ്: (എ) കമ്യൂണിസത്തിലേക്കുള്ള ചായ്‌വിൽ കമ്യൂണിസ്റ്റ് സിദ്ധാന്തം പഠിക്കാനുള്ള ഉറച്ച കാൽവെപ്പ് ഇനിയും കാണുന്നില്ല. (ബി) ദേശീയവിമോചനസമരത്തിൽ തൊഴിലാളികൾക്കും കൃഷിക്കാർക്കുമുള്ള പങ്കിന്റെ ശരിയായ പ്രാധാന്യവും വ്യക്തമായി ബോദ്ധ്യപ്പെട്ടിട്ടില്ല. (സി) മാനിഫെസ്റ്റോയുടെ കർത്താവിന്റെ മനസ്സിൽ മിസ്റ്റിസിസത്തിന്റെ സ്വാധീനം ഇപ്പോഴും തങ്ങിനില്പുണ്ട്. (ഡി) തൊഴിലാളികളെയും കൃഷിക്കാരെയും സംഘടിപ്പിക്കുന്ന പ്രവൃത്തിയുമായി ഭീകര പ്രവർത്തനത്തിനെതിരായ ക്യാമ്പെയിനെ പൊരുത്തപ്പെടുത്തുന്നതിന്റെ അപ്രായോഗികത വിഭാവനം ചെയ്യുന്നതിൽ അത് പരാജയപ്പെട്ടു. (ഇ) സമൂഹത്തിന്റെ എല്ലാ വിഭാഗങ്ങൾക്കിടയിലും നിസ്സഹായതാബോധം വ്യാപകമായിരിക്കയാണെന്നും സമൂഹത്തിന്റെ ശരിയായ മനോഭാവം വീണ്ടെടുക്കുന്നതിനുള്ള ഫലപ്രദമായ ഒരു മാർഗ്ഗം ഭീകരപ്രവർത്തനമാണെന്നും വ്യാഖ്യാനിച്ചുകൊണ്ട് അത് ദേശീയ പരിതഃസ്ഥിതിയെ തെറ്റായി വിശകലനം ചെയ്യുന്നു. "ഈ സമയത്ത് ഇന്ത്യയിലെ അദ്ധ്വാനിക്കുന്ന ജനസാമാന്യം മുന്നേറിക്കൊണ്ടിരിക്കയായിരുന്നു. അതിന്റെ മുന്നണി കാവൽഭടന്മാരായ തൊഴിലാളിവർഗ്ഗം ഇതിനകം തന്നെ പോരാട്ടം നടത്തുകയുണ്ടായി. കടുത്ത പൊലീസ് മർദ്ദനത്തെ നേരിട്ടുകൊണ്ട് വീരോചിതമായ പണിമുടക്കുസമരം നടത്തിക്കൊണ്ടിരിക്കുകയുമാണ്."[30]

ബംഗാളിലുള്ളതുപോലുള്ള സംഭവവികാസങ്ങൾ നടന്നുവരികയായിരുന്നു. 'അനുശീല'ന്റെയും 'യുഗാന്തറി'ന്റെയും ഒട്ടേറെ ഉന്നത നേതാക്കൾ സോവിയറ്റ് യൂണിയനിലും കോമിന്റേണിലും താല്പര്യം കാണിക്കാൻ തുടങ്ങിയിരുന്നു. എന്നാൽ ഈ താല്പര്യം കമ്യൂണിസത്തെക്കുറിച്ചുള്ള പഠനത്തെയോ ഒക്ടോബർ വിപ്ലവത്തെയും അതിന്റെ പ്രാധാന്യത്തെയും കുറിച്ചുള്ള ശരിയായ ധാരണയെയോ ആസ്പദമാക്കിയുള്ളതായിരുന്നില്ല. സോവിയറ്റ് യൂണിയനെയും കോമിന്റേണിനെയും അവർ ഉറ്റുനോക്കിയത് "ആയുധങ്ങളും സ്ഫോടകവസ്തുക്കളുടെയും നിർമ്മാണത്തിൽ പരിശീലനംപോലെ മറ്റു രൂപത്തിലുള്ള സഹായങ്ങളും ലഭിക്കുന്നതിനുള്ള പ്രബലമായ കേന്ദ്രങ്ങൾ എന്ന നിലയ്ക്കാണ്. എന്നാൽ ജനസാമാന്യത്തിൽനിന്ന് ഒറ്റപ്പെട്ടുകൊണ്ടുള്ള സായുധസമരത്തെ സോവിയറ്റ് ഗവൺമെന്റോ കമ്യൂണിസ്റ്റ് ഇന്റർനാഷണലോ പ്രോത്സാഹിപ്പിക്കുന്നില്ലെന്ന് കണ്ടപ്പോൾ അവരുടെ താല്പര്യം തണുത്തു."[31]

ഈ ഘട്ടത്തിൽ, അതായത് ഇരുപതുകളുടെ രണ്ടാം പകുതിയിൽ ഇന്ത്യയിൽ കമ്യൂണിസ്റ്റ് ആശയം വ്യാപിച്ചുവരികയായിരുന്നു. ഒക്ടോബർ വിപ്ലവത്തിനും റഷ്യയിൽ സാമ്രാജ്യത്വം ഇടങ്കോലിടുന്ന യുദ്ധത്തിന്റെ പരാജയത്തിനും പുറമെ ഈ മാറ്റത്തിനു ആഭ്യന്തരമായ പല വശങ്ങളും ഉണ്ടായിരുന്നു. അവയിൽ ചിലത് ഇനി പറയുന്നവയാണ്; (എ) പെഷവാർ — കാൺപൂർ ബോൾഷെവിക് ഗൂഢാലോചനക്കേസു

കൾ. (ബി) രാജ്യത്തിന്റെ പല ഭാഗത്തുംനടന്ന ഉശിരൻ കർഷക സമരങ്ങൾ. (സി) രാജ്യത്തുടനീളം വൻതോതിൽ നടന്ന തൊഴിലാളി വർഗ്ഗത്തിന്റെ പണിമുടക്കുസമരങ്ങൾ. (ഡി) തൊഴിലാളി—കർഷക പാർട്ടിയുടെ രൂപീകരണം. (ഇ) രാജ്യത്തെ വിവിധ കമ്യൂണിസ്റ്റ് ഗ്രൂപ്പുകൾ സംയോജിപ്പിച്ച് ഒരേകീകൃത കമ്യൂണിസ്റ്റ് പാർട്ടി രൂപീകരിക്കാനുള്ള ശ്രമങ്ങൾ. ദേശീയവും സാർവ്വദേശീയവുമായ ഈ സംഭവവികാസങ്ങളുടെ സ്വാധീനത്തിൻകീഴിൽ 'അനുശീലൻസംഘ'ത്തിലെ ഒരു സംഘം യുവപ്രവർത്തകർ മാതൃസംഘടന വിട്ട് കമ്യൂണിസ്റ്റ് പ്രസ്ഥാനത്തിൽചേർന്നു. അനുശീലൻ കേഡർമാർക്കിടയിൽ സമാരാദ്ധ്യരായിരുന്നു അവർ. യുവവിപ്ലവകാരികൾക്കിടയിൽ കമ്യൂണിസം പ്രചരിപ്പിക്കുന്നതിൽ ഒരു വലിയ അളവോളം പ്രവർത്തിക്കാൻ അവർക്കു കഴിഞ്ഞു.

ഹിന്ദുസ്ഥാൻ റിപ്പബ്ലിക്കൻ ആർമിയുടെ രൂപീകരണം

ഐക്യസംസ്ഥാനത്തെ (ഇപ്പോഴത്തെ ഉത്തർപ്രദേശ്) നേതൃത്വത്തിൽ ഏറക്കുറെ എല്ലാവരും തന്നെ കകോരി ഗൂഢാലോചന കേസുമായി ബന്ധപ്പെടുത്തി 1925 ൽ പിടിക്കപ്പെടുകയും ജയിലിലടയ്ക്കപ്പെടുകയും ചെയ്തു. ഇത് ഹിന്ദുസ്ഥാൻ റിപ്പബ്ലിക്കൻ അസോസിയേഷന് ഒരു തിരിച്ചടിയായിരുന്നു. ചന്ദ്രശേഖർ ആസാദും കുന്ദൻ ലാൽ ഗുപ്തയും മാത്രമാണ് പിടികൂടപ്പെടാതെ രക്ഷപ്പെട്ടത്. പുറത്തുണ്ടായിരുന്ന മറ്റെല്ലാവരും രണ്ടാം നിരക്കാരായിരുന്നു. പാർട്ടി പുനഃസംഘടിപ്പിക്കേണ്ട ബാദ്ധ്യത ഈ രണ്ടാം നിരക്കാരിലാണ് വന്നു പതിച്ചത്. ഈ ഘട്ടത്തിൽ, അതായത് 1926 ൽ ലാഹോറിൽ ഒരു ഗ്രൂപ്പ് സജീവമായുണ്ടായിരുന്നു. മറ്റൊന്ന് കാൺപൂരിൽ പ്രവർത്തനം പുനരാരംഭിക്കാൻ ശ്രമിച്ചുകൊണ്ടിരുന്നു. പ്രത്യയശാസ്ത്രപരമായി ഈ രണ്ടു ഗ്രൂപ്പുകളും ശരിയായ ഒരു പ്രത്യയശാസ്ത്രം ആരായാൻ തുടങ്ങിയിരുന്നുവെങ്കിലും ആ ഘട്ടത്തിൽ ആശയക്കുഴപ്പത്തിലായിരുന്നു. ഒരു നിലയ്ക്ക് ഈ രണ്ടു കേന്ദ്രങ്ങളും ഭാഗ്യശാലികളായിരുന്നു. തങ്ങളെ നയിക്കാൻ കഴിവുറ്റ മാർഗ്ഗദർശികളെ അവർക്കു ലഭിച്ചു.

ലാഹോർ ഗ്രൂപ്പ്, പ്രത്യേകിച്ചും ഭഗത്സിങ്ങും സുഖ്ദേവും റഷ്യൻ അരാജകവാദിയായ ബക്കുനിന്റെ സ്വാധീനത്തിൽപ്പട്ടവരായിരുന്നു. ഭഗത്സിങ്ങിനെ അരാജകവാദത്തിൽനിന്നു സോഷ്യലിസത്തിലേക്കു കൊണ്ടുവന്നതിന്റെ ബഹുമതിക്ക് അർഹരായവർ രണ്ടുപേരാണ് — പരേതനായ സഖാവ് സോഹൻസിങ് ജോഷും ലാലാ ഛബിൽദാസും. ജോഷ് അറിയപ്പെടുന്ന ഒരു കമ്യൂണിസ്റ്റ് നേതാവായിരുന്നു. *കീർത്തി* എന്ന പേരിൽ അദ്ദേഹം പഞ്ചാബിയിൽ ഒരു മാസിക നടത്തുകയും ചെയ്തിരുന്നു. വിവിധ വിഷയങ്ങളെക്കുറിച്ച് ഭഗത്സിങ്ങുമായി അദ്ദേഹം ചർച്ചകൾ നടത്തുകയും *കീർത്തി*യിൽ ലേഖനങ്ങളെഴുതാൻ അദ്ദേഹത്തെ പ്രോത്സാഹിപ്പിക്കുകയും ചെയ്തു. ലാലാ ഛബിൽദാസ്

തിലക് സ്കൂൾ ഒഫ് പൊളിറ്റിക്സിന്റെ പ്രിൻസിപ്പലായിരുന്നു. നാഷണൽ കോളേജ് എന്ന പേരിലും അറിയപ്പെട്ടിരുന്ന ഇത് സ്ഥാപിച്ചത് ലാലാലജ്പത്റായ് ആയിരുന്നു. ലാലാ ഛബിൽദാസ് ധാരാളം വായിച്ചറിവും സോഷ്യലിസത്തോട് ചായ്‌വുമുള്ള ആളായിരുന്നു. എങ്ങനെ എന്തൊക്കെ വായിക്കണം എന്നൊക്കെ അദ്ദേഹം യുവവിപ്ലവകാരികൾക്ക് മാർഗ്ഗനിർദ്ദേശം നല്കിപ്പോന്നു. അങ്ങനെ ഭഗവതീചരൺ വോറ തുടക്കത്തിലേ സോഷ്യലിസത്തിലേക്ക് ആകൃഷ്ടനായി. ജോഷിന്റെ മാർഗ്ഗനിർദ്ദേശങ്ങളും ലാലാ ഛബിൽദാസിന്റെ അഭിപ്രായപ്രകടനങ്ങളുമൊക്കെ വായിക്കാൻ വേണ്ടത്ര പുസ്തകങ്ങൾ ലഭിച്ചിരുന്നില്ലെങ്കിൽ വ്യർഥാവിലായേനെ. ഈ ആവശ്യം ലാലാ ലജ്പത്റായിയുടെ ദ്വാരകാദാസ് ഗ്രന്ഥശാല ഭാഗികമായി നിറവേറ്റി. രാഷ്ട്രീയവിഷയത്തിൽ നല്ലൊരു ഗ്രന്ഥശേഖരം അവിടെ ഉണ്ടായിരുന്നു. മാർക്സിസത്തെയും സോവിയറ്റ് റഷ്യയെയും സംബന്ധിച്ച, ഗവൺമെന്റ് നിരോധിച്ചിട്ടില്ലാത്ത പുസ്തകങ്ങളും അതിൽ ഉൾപ്പെട്ടിരുന്നു. ലാഹോർവിപ്ലവകാരികൾക്ക് ഈ ഗ്രന്ഥശാല വളരെ അഭിഗമ്യമായിരുന്നു. അതിലെ ലൈബ്രേറിയനായ രാജാറാം ശാസ്ത്രി അവരോട് അനുഭാവമുള്ള ആളായിരുന്നു. പുസ്തകങ്ങൾ ലഭിക്കാനുള്ള മറ്റൊരുപാധി അനാർക്കലി ബസാറിലെ രാമകൃഷ്ണൻ സൺസ് എന്ന പുസ്തകഷോപ്പായിരുന്നു. അവരാകട്ടെ നിരോധിച്ച പുസ്തകങ്ങൾ ഇംഗ്ലണ്ടിൽനിന്ന് ഒളിച്ചുകടത്തുന്നതിൽ നിപുണരുമായിരുന്നു. പഞ്ചാബ് വിപ്ലവകാരികൾ പ്രത്യേകിച്ചും ഭഗത്സിങ്ങും ഭഗവതീചരണും ഈ സൗകര്യങ്ങൾ പൂർണ്ണമായി ഉപയോഗപ്പെടുത്തി. ഭഗത്സിങ് അക്ഷരാർത്ഥത്തിൽത്തന്നെ പുസ്തകങ്ങൾ വിഴുങ്ങുകയായിരുന്നുവെന്ന് രാജാറാം ശാസ്ത്രി ഇതെഴുതിയ ആളോട് ഒരിക്കൽ പറയുകയുണ്ടായി. അദ്ദേഹത്തിന്റെ വിജ്ഞാനദാഹം ഒരിക്കലും ശമിക്കാത്തതായിരുന്നു. അദ്ദേഹം പുസ്തകങ്ങൾ വായിച്ചു. കുറിച്ചെടുത്തു; സുഹൃത്തുക്കളുമായി ചർച്ചചെയ്തു. പുതിയ അറിവിന്റെ വെളിച്ചത്തിൽത്തന്നെ ധാരണകളെ സ്വയംവിമർശനപരമായി പരിശോധിച്ച് കണ്ടെത്തിയ തെറ്റുകൾ തിരുത്തി.

മേല്പറഞ്ഞ വസ്തുതകൾ ഹേതുവായി ലാഹോർ ഗ്രൂപ്പിനു അതിവേഗം വളരാൻ കഴിഞ്ഞു. ഇതിന്റെയെല്ലാം ഫലമായി 1928 ന്റെ തുടക്കത്തിൽത്തന്നെ അവർ അരാജകവാദം ഉപേക്ഷിച്ചു. സോഷ്യലിസം തങ്ങളുടെ വിശ്വാസപ്രമാണമായി അംഗീകരിച്ചുകഴിഞ്ഞിരുന്നു. ഇതിനർത്ഥം അവർ മാർക്സിസം പൂർണ്ണമായും ഗ്രഹിച്ചിരുന്നുവെന്നല്ല. ഭൂതകാലത്തിന്റെ വശങ്ങൾ അപ്പോഴും അവരിൽ അവശേഷിച്ചിട്ടുണ്ടായിരുന്നു.

ലാഹോർ ഗ്രൂപ്പിന്റെ അത്രതന്നെ ഗതിവേഗത്തിലല്ലെങ്കിലും കാൺപൂർ ഗ്രൂപ്പും നീങ്ങിക്കൊണ്ടിരുന്നത് ഈ മാർഗ്ഗത്തിൽത്തന്നെയാണ്. കാൺപൂരിൽ രാധാമോഹൻ ഗോകുൽജി, സത്യഭക്ത, മൗലാനാ

ഹസ്രത് മൊഹാനി എന്നിവരൊക്കെ ഉണ്ടായിരുന്നു. ഇവരെല്ലാം തങ്ങൾ കമ്യൂണിസ്റ്റുകാരാണെന്ന് ഇതിനകംതന്നെ പ്രഖ്യാപിച്ചുകഴിഞ്ഞിരുന്നു. ഇവരിൽ പേരെടുത്ത് പറയാൻ അർഹതപ്പെട്ട ഒന്നാമത്തെ വ്യക്തി രാധാമോഹൻ ഗോകുൽജിയാണ്. നല്ലൊരു പുസ്തകശേഖരം അദ്ദേഹത്തിനുണ്ടായിരുന്നു. ധാരാളം വായിക്കുന്ന അദ്ദേഹം കരുത്തുറ്റ ഒരു തൂലികയുടെ ഉടമ കൂടിയായിരുന്നു. 1927 ൽ തന്നെ *കമ്യൂണിസം ക്യാഹൈ* (എന്താണ് കമ്യൂണിസം) എന്ന കൃതി രചിക്കുകയുണ്ടായി. സാധാരണക്കാർക്ക് മനസ്സിലാവുന്ന സുഗമമായ ശൈലിയിലും ലളിതമായ ഭാഷയിലും കമ്യൂണിസ്റ്റ് സിദ്ധാന്തത്തിന്റെ മുഖ്യവശങ്ങൾ വിവരിച്ചുകൊണ്ടുള്ളതാണ് ഈ കൃതി. (ഇതെഴുതുന്നയാൾ കമ്യൂണിസത്തിന്റെ ബാലപാഠങ്ങൾക്ക് ഗോകുൽജിയോട് കടപ്പെട്ടിരിക്കുന്നു) രാധാമോഹൻ ഗോകുൽജി ഒരു അടിയുറച്ച നിരീശ്വരവാദിയാണ്. ദൈവം, മതം, അന്ധവിശ്വാസം എന്നിവക്കെതിരെ സാമാന്യജനങ്ങൾക്ക് മനസ്സിലാവുന്ന ശൈലിയിൽ നിരവധി ലേഖനങ്ങൾ അദ്ദേഹം എഴുതി. ഇതിന്റെ പേരിൽ മഹാനായ ഹിന്ദി–ഉറുദു സാഹിത്യകാരനായ പ്രേംചന്ദ് 'ആധുനിക ചർവാക്' എന്ന പരിഹാസപ്പേര് നല്കുകപോലുമുണ്ടായി.

സത്യഭക്തയുടെ കമ്യൂണിസം ആത്മീയതയുടെ ചായം പുരണ്ടതായിരുന്നു. അതേസമയം മൗലാനയുടെ കമ്യൂണിസമാകട്ടെ ഇസ്ലാമിക തത്ത്വോപദേശങ്ങളുടെ കലർപ്പുള്ളതും. ഈ പ്രത്യേകതകളെല്ലാം ഉണ്ടായിരുന്നെങ്കിലും സോവിയറ്റ് റഷ്യയെയും കമ്യൂണിസത്തെയുംകുറിച്ച് ജനങ്ങൾക്കിടയിൽ പ്രചരിപ്പിക്കുന്നതിൽ അക്കാലത്തെ ഈ മൂന്നുപേരും സുപ്രധാന പങ്കുവഹിച്ചു. കാൺപൂർ വിപ്ലവകാരികളെ സോഷ്യലിസ്റ്റുകാരാക്കുന്ന ജ്ഞാനസ്നാനം നിർവ്വഹിച്ചത് ഇവരാണ്. ഷൗക്കത്ത് ഉസ്മാനിയും കാൺപൂർ സംഘവുമായി ബന്ധം പുലർത്തിയിരുന്നു. എന്നാൽ നമുക്ക് അദ്ദേഹത്തിൽനിന്ന് താത്ത്വിക മാർഗ്ഗദർശനങ്ങളൊന്നും ലഭിക്കാതെപോയി. കാൺപൂർ വിപ്ലവകാരികളെ പല പ്രകാരത്തിലും സഹായിച്ച മറ്റൊരു പ്രമുഖവ്യക്തി ഗണേശ് ശങ്കർവിദ്യാർത്ഥിയായിരുന്നു. രാഷ്ട്രീയ പഠനത്തിലും ജനങ്ങൾക്കിടയിലുള്ള പ്രവർത്തനത്തിലുമാണ് അദ്ദേഹം മുഖ്യമായും വ്യാപരിച്ചത്.

ഇതിന്റെയെല്ലാം മൊത്തം ഫലം കാൺപൂർ സംഘം സോഷ്യലിസത്തിലേക്ക് നയിക്കപ്പെട്ടുവെന്നതാണ്. എന്നാൽ സോഷ്യലിസത്തിലേക്കുള്ള അവരുടെ ചായ്‌വ് യുക്തിചിന്തയ്ക്കുപരി വൈകാരികമായിരുന്നു. ഈ ഘട്ടമായപ്പോഴേക്കും കാൺപൂർ വിപ്ലവകാരികൾ ചന്ദ്രശേഖർ ആസാദും കുന്ദൻലാലുമായി ബന്ധം സ്ഥാപിച്ചുകഴിഞ്ഞിരുന്നു. കകോരി ഗൂഢാലോചനക്കേസിൽ പിടികിട്ടാപ്പുള്ളികളായി പ്രഖ്യാപിക്കപ്പെട്ടവരായിരുന്നു അവർ.

1928 ആദ്യത്തിൽ ഭഗത്സിങ് മുൻകൈയെടുത്ത് വിവിധ ഗ്രൂപ്പുകളെ സംയോജിപ്പിച്ച് ഒരഖിലേന്ത്യാ സംഘടന രൂപീകരിക്കുകയെന്ന

ആശയം മുമ്പോട്ടുവെച്ചത് ഈ പശ്ചാത്തലത്തിലാണ്. അദ്ദേഹത്തിന്റെ നിർദ്ദേശങ്ങൾ ഇവയാണ്: (എ) നമ്മുടെ അന്തിമലക്ഷ്യം സോഷ്യലിസമാണെന്ന് സുധീരം പ്രഖ്യാപിക്കേണ്ട സമയമായിരിക്കുന്നു. (ബി) നമ്മുടെ അന്തിമലക്ഷ്യം എന്തെന്ന് ജനങ്ങൾക്കറിയാൻ കഴിയുമാറ് നമ്മുടെ പാർട്ടിയുടെ പേര് മാറ്റണം. (സി) ജനങ്ങളുടെ ആവശ്യങ്ങളും വികാരങ്ങളുമായി പ്രത്യക്ഷമായി ബന്ധമുണ്ടാകാവുന്നതരത്തിലുള്ള പ്രവർത്തനങ്ങൾ മാത്രമേ നാം ഏറ്റെടുക്കാവൂ. താഴെക്കിടയിലുള്ള നിസാരന്മാരായ പൊലീസ് ആപ്പീസർമാരെയോ ഒറ്റുകാരെയോ കൊല്ലുന്നതിന് നാം നമ്മുടെ സമയവും ഊർജ്ജവും പാഴാക്കരുത്. (ഡി) ഫണ്ടിനുവേണ്ടി സർക്കാർ പണത്തിലേ നാം കൈവെക്കാവൂ. സ്വകാര്യ വീടുകളിൽ കയറുന്നത് കഴിയുന്നത്ര ഒഴിവാക്കണം. (ഇ) കൂട്ടായ നേതൃത്വതത്ത്വം കർശനമായി പാലിക്കണം.

ഇപ്പറഞ്ഞ കാര്യങ്ങളെക്കുറിച്ചെല്ലാം ലാഹോർ–കാൺപൂർ സഖാക്കളുമായി അദ്ദേഹം ചർച്ചചെയ്തു. പിടികൊടുക്കാതെ ഒളിവിൽ കഴിയുന്ന ആസാദ്, കുന്ദൻലാൽ എന്നിവരുടെ അംഗീകാരം നേടുകയും ചെയ്തു. അതിനുശേഷമാണ് വിവിധ പ്രവിശ്യകളിൽനിന്നുള്ള പ്രതിനിധികളുടെ യോഗം 1928 സെപ്തംബർ 8, 9 തീയതികളിൽ ഡൽഹിയിൽ വിളിച്ചുകൂട്ടാൻ തീരുമാനിച്ചത്. അഞ്ച് പ്രവിശ്യകളിൽ നിന്നുള്ള പ്രതിനിധികളെയാണ് ഇതിലേക്ക് ക്ഷണിച്ചത്. നാല് പ്രവിശ്യകൾ ഡൽഹി ചർച്ചയിൽ പങ്കെടുക്കാൻ സമ്മതിച്ചു. ഇതേസമയം ബംഗാൾ മാറിനിന്നു. ഇതുസംബന്ധിച്ച് എസ് എൻ മജൂംദാർ എഴുതിയത്, "എച്ച് ആർ എയുടെ ബംഗാൾ പ്രതിനിധികൾ യോഗത്തിൽ പങ്കെടുക്കാതിരുന്നത് അവിടത്തെ പാർട്ടി ഭീകരപ്രവർത്തനത്തിനും അക്രമത്തിനും എതിരായതുകൊണ്ടാണെന്നാണ് റിപ്പോർട്ട് ചെയ്യപ്പെട്ടിട്ടുള്ളത്" എന്നാണ്. ഈ വ്യാഖ്യാനം ശരിയല്ല. 1928 ആഗസ്ത് മൂന്നാം വാരത്തിൽ ഇതെഴുതുന്ന ആളെത്തന്നെ, ഈ നിർദ്ദേശങ്ങളെക്കുറിച്ച് ബംഗാൾ സഖാക്കളുമായി ചർച്ചചെയ്യാനും ഡൽഹി യോഗത്തിൽ പങ്കെടുക്കാൻ അവരോട് അഭ്യർത്ഥിക്കാനുമായി, കല്ക്കത്തയ്ക്ക് അയക്കുകയുണ്ടായി. അവരുമായി എന്നെ ബന്ധപ്പെടുത്തിയത് വാരാണാസിയിലെ ഒരു തർപാഡെ ആയിരുന്നു. കല്ക്കത്തയിൽ ഒരാളെ എനിക്ക് പരിചയപ്പെടുത്തിത്തന്നു. അടുത്തയിടെ ജയിൽ വിമോചിതനായ ആളാണദ്ദേഹം എന്നാണെന്നോട് പറഞ്ഞത്. തടിച്ചുകൊഴുത്ത് കുറെ പ്രായം തോന്നിക്കുന്ന അദ്ദേഹം ആരോടും തട്ടിക്കയറുന്ന പ്രകൃതക്കാരനായിരുന്നു. അദ്ദേഹത്തിന്റെ സംസാരരീതിയിൽനിന്ന് ഒരു കടുംപിടുത്തക്കാരനും തൻപ്രമാണിത്തക്കാരനുമായ ഒരാളെയാണ് ഞാൻ അഭിമുഖീകരിക്കുന്നതെന്ന് പെട്ടെന്നുതന്നെ എനിക്ക് മനസ്സിലായി. സംഭാഷണവേളയിലുടനീളം നാലോ അഞ്ചോ പേർ അവിടെ ഉണ്ടായിരുന്നു. അവർ സുശീർദാ എന്നാണ് അദ്ദേഹത്തെ വിളിച്ചിരുന്നത്. ഞാൻ മുറിയിൽ കാലുകുത്തിയപ്പോഴേക്കും അദ്ദേഹം കകോരി നടപടിയുടെ പേരിൽ യു പി

ഗ്രൂപ്പിനെ ശകാരിക്കാൻ തുടങ്ങി. “ഞങ്ങളുടെ സമ്മതമില്ലാതെ നിങ്ങൾ ഇതൊക്കെ എന്തിനുചെയ്തു? എന്നിട്ടിപ്പോൾ സംഘടന കുളംകോരിയ ശേഷം വന്നിരിക്കുന്നു സഹായത്തിന്. ഇതുകൊണ്ട് എന്തുപ്രയോജനം?” ഞാൻ വന്നത് സഹായത്തിനു വേണ്ടിയല്ലെന്നും ചില നിർദ്ദേശങ്ങളെക്കുറിച്ച് ചർച്ചചെയ്യാനും ഡൽഹി യോഗത്തിന് ക്ഷമിക്കാനുമാണെന്നും ഞാൻ പറഞ്ഞു. തുടർന്ന് ഞാൻ ആ നിർദ്ദേശങ്ങൾ ഒന്നൊന്നായി അദ്ദേഹത്തിന് വിശദീകരിച്ചുകൊടുത്തു. ഡൽഹി യോഗത്തിൽ പങ്കെടുക്കണമെന്ന് അഭ്യർത്ഥിക്കുകയും ചെയ്തു. ചില നിബന്ധനകളോടെ താൻ യോഗത്തിൽ പങ്കെടുക്കാമെന്നും ആ നിബന്ധനകൾ അംഗീകരിക്കുമെന്ന് ഞാൻ ഉറപ്പുകൊടുക്കണമെന്നുമാണദ്ദേഹം പറഞ്ഞത്. നിബന്ധനകൾ ഇതൊക്കെയാണ്: (എ) സോഷ്യലിസവുമായോ കമ്യൂണിസവുമായോ ഒരു ബന്ധവുമുണ്ടാവരുത്. (ബി) പാർട്ടിയുടെ പേര് മാറ്റരുത്. (സി) ഗവൺമെന്റുമായി ഏറ്റുമുട്ടാനിടയുള്ള കകോരി മാതൃകയിലുള്ള പ്രവൃത്തികൾക്ക് തന്റെ അനുവാദംകൂടാതെ മേലിൽ തുനിയരുത്. (ഡി) ഇവിടെ ഒരു കേന്ദ്രകമ്മിറ്റിക്കും കാര്യമൊന്നുമില്ല. ബംഗാളിലെ പ്രവർത്തനം താൻ മുഖേന മാത്രമായിരിക്കണം. (ഇ) പ്രവർത്തനം സംഘടനാകാര്യങ്ങളിലും ആയുധവും ഫണ്ടും ശേഖരിക്കുന്നതിലും മാത്രമായി ഒതുക്കിനിർത്തണം. (എഫ്) ഫണ്ടിനുവേണ്ടി രാഷ്ട്രീയേതര പ്രവർത്തനം മാത്രമേ അനുവദിക്കുകയുള്ളൂ. മുൻ ഉപാധികളൊന്നും കെട്ടിയേല്പിക്കാതെ യോഗത്തിൽ പങ്കെടുക്കാൻ ഞാനദ്ദേഹത്തെ പ്രേരിപ്പിച്ചുനോക്കി. പക്ഷേ, അത് അദ്ദേഹം പാടെ നിരാകരിക്കുകയാണ് ചെയ്തത്. മേൽപ്പറഞ്ഞ ഉപാധികളൊക്കെ ഞങ്ങളുടെ സമീപനത്തിന്റെ നിഷേധമാകയാൽ അതിന് വഴിപ്പെടാൻ തനിക്ക് കഴിയില്ലെന്ന് വിനയപൂർവ്വം അദ്ദേഹത്തോടു പറഞ്ഞു. അങ്ങനെ ഡൽഹി യോഗം ബംഗാൾ പ്രതിനിധികൾ പങ്കെടുക്കാതെയാണ് നടന്നത്. നാല് പ്രവിശ്യകളെ പ്രതിനിധീകരിച്ച് മൊത്തം പത്തുപേരാണ് യോഗത്തിനെത്തിയിരുന്നത്. 1928 സെപ്തംബർ 8 ന് കോട്‌ലാ ഫെറോസ്ഷായിൽ ചേർന്ന ഈ യോഗത്തിൽ പഞ്ചാബിൽനിന്ന് രണ്ടുപേരും ബിഹാറിൽനിന്ന് രണ്ടുപേരും രാജസ്ഥാനിൽനിന്ന് ഒരാളും യു പിയിൽനിന്ന് അഞ്ചുപേരുമാണ് വന്നെത്തിയത്. യു പിയിൽനിന്നുള്ള അഞ്ചുപേരിൽ രണ്ടുപേർ യോഗത്തിൽ ഇരുന്നില്ല. അവരുടെ ചില നിബന്ധനകൾ മറ്റുള്ളവർ സ്വീകരിക്കാതിരുന്നതാണ് കാരണം. അങ്ങനെ കാര്യാലോചനകളിൽ യഥാർത്ഥത്തിൽ പങ്കെടുത്തത് എട്ടുപേരാണ്. സുരക്ഷാസംബന്ധമായ കാരണങ്ങളാൽ ആസാദിനെ ഡൽഹിക്ക് കൊണ്ടുവന്നിരുന്നില്ല. പക്ഷേ, എല്ലാ കാര്യങ്ങളിലും അദ്ദേഹം നേരത്തെ അംഗീകാരം നല്കിക്കഴിഞ്ഞിരുന്നു. രണ്ടുദിവസം നീണ്ടുനിന്ന ചർച്ചയ്ക്കുശേഷം ഭഗത്സിങ്ങിന്റെ നിർദ്ദേശങ്ങൾ രണ്ടിനെതിരെ ആറുപേരുടെ ഭൂരിപക്ഷത്തോടെ യോഗം അംഗീകരിച്ചു. ഫണീന്ദ്രനാഥ് ഘോഷും മൻമോഹൻബാനർജിയും—രണ്ടുപേരും ബിഹാറിൽനിന്നുള്ളവരാണ് —

സോഷ്യലിസം എന്ന ആശയത്തെയും പാർട്ടിയുടെ പേര് മാറ്റുന്നതിനെയും എതിർത്തു. പിന്നീട് 1928 ഡിസംബറിൽ ഭഗത്സിങ് കല്ക്കത്തയിൽപോയി ത്രൈലോക്യ ചക്രവർത്തിയെയും പ്രതുൽഗാംഗുലിയെയും കണ്ടു. അടുത്തയിടെ ജയിൽവിമുക്തരായ അവർ, ഡൽഹിയോഗത്തിന് ബംഗാൾ വിപ്ലവകാരികളെ ക്ഷണിക്കാൻ വന്നയാൾക്ക് ദൗർഭാഗ്യത്തിന് തെറ്റായ ഒരാളെയാണ് പരിചയപ്പെടുത്തിക്കൊടുത്തതെന്ന കാര്യം അവർ അദ്ദേഹത്തെ അറിയിച്ചു. ഡൽഹിയോഗ തീരുമാനം അദ്ദേഹം ഇരുവർക്കും റിപ്പോർട്ടുചെയ്തു. എല്ലാ കാര്യങ്ങൾക്കും ഇരുനേതാക്കളുടെയും അംഗീകാരം ലഭിക്കുകയും ചെയ്തു. ബോംബുണ്ടാക്കാൻ ഞങ്ങളിൽ ചിലരെ പരിശീലിപ്പിക്കുന്നതിന് യതീന്ദ്രനാഥ് ദാസിനെ ആഗ്രയിലേക്ക് അയക്കാമെന്ന് അവർ സമ്മതിച്ചു.

1928 ഓടെ ഞങ്ങൾ സോഷ്യലിസം താത്ത്വികമായും പ്രായോഗികവുമായും അംഗീകരിച്ചുകഴിഞ്ഞിരുന്നു. എന്നാൽ ഭൂതകാലത്തിന്റെ അവശിഷ്ടം അപ്പോഴും നിലനിന്നിരുന്നു. എന്നാൽ ഭഗത്സിങ് ഹതാശനായിരുന്നെന്നും അതിന്റെ അനന്തരഫലമാണ് സോണ്ടേഴ്സിന്റെ വധവും സെൻട്രൽ അസംബ്ലിയിലെ ബോംബേറുമെന്ന വ്യാഖ്യാനം തികച്ചും തെറ്റായിരുന്നു. അത് അങ്ങനെയാണെന്ന് വരുത്തിത്തീർക്കാനാണ് എസ് എൻ മജുംദാരുടെ ശ്രമം. അദ്ദേഹം പറയുന്നു:

> കോൺഗ്രസിന്റെ കല്ക്കത്താസമ്മേളനകാലത്ത് സംഘടിപ്പിച്ച മാതൃകയിൽ അയ്യായിരം യുവാക്കളുടെ ഒരു സന്നദ്ധസേന സംഘടിപ്പിക്കാൻ ത്രൈലോക്യ ചക്രവർത്തി അദ്ദേഹത്തെ (ഭഗത്സിങ്ങിനെ) ഉപദേശിച്ചു. തന്റെ ഉപദേശം നടപ്പാക്കാൻ ഭഗത്സിങ് ശ്രമിക്കുകയും പരാജയപ്പെടുകയും ചെയ്തതായി ചക്രവർത്തി പിന്നീട് എഴുതുകയുണ്ടായി. ഇത് അദ്ദേഹത്തിൽ ആശാഭംഗം സൃഷ്ടിച്ചു. വികാരവിക്ഷോഭം ഉളവാക്കുന്ന വല്ലതും ചെയ്യേണ്ടത് അനുപേക്ഷണീയമാണെന്ന വിശ്വാസം അദ്ദേഹത്തിന്റെ മനസ്സിൽ പ്രബലപ്പെട്ടു. അതേത്തുടർന്നാണ് സെൻട്രൽ അസംബ്ലിയിൽ ബോംബെറിഞ്ഞ സംഭവം നടന്നത്.[32]

ഈ പ്രസ്താവനയാകെ വസ്തുതകൾക്ക് വിരുദ്ധമാണ്. എച്ച് എസ് ആർ എ കേന്ദ്രകമ്മിറ്റിയുടെ അറിവോ അംഗീകാരമോ കൂടാതെ പ്രധാന രാഷ്ട്രീയനടപടികളൊന്നും തന്നെ ഭഗത്സിങ് ഒരിക്കലും എടുത്തിരുന്നില്ല. അയ്യായിരം യുവാക്കളുടെ സന്നദ്ധസേന സംഘടിപ്പിക്കുന്ന പ്രശ്നം ഒരിക്കലും ചർച്ചയ്ക്കുവന്നിട്ടില്ല. രണ്ടാമതായി, സന്നദ്ധസേന എന്ന ആശയംതന്നെ ഉട്ടോപ്യനാണ്. പണച്ചാക്കുകളുടെ സഹായത്തോടെ, അതും നാലോ അഞ്ചോ ദിവസത്തേക്കുമാത്രം, അയ്യായിരം പേരടങ്ങിയ സന്നദ്ധസേന സംഘടിപ്പിക്കുന്നത് ഒരു കാര്യം. എന്നാൽ രാഷ്ട്രീയബോധവും പരിശീലനവും അച്ചടക്കവുമുള്ള യുവാക്കളുടെ ഒരു വൻസേന രഹസ്യമായ വിപ്ലവപ്രവർത്തനത്തിനുവേണ്ടി ഏതാനും

മാസംകൊണ്ട് സംഘടിപ്പിക്കുക സാദ്ധ്യമല്ല. 1929 ജനുവരി ആദ്യവാരത്തിലാണ് ഭഗത്സിങ് കല്ക്കത്തയിൽനിന്നു തിരിച്ചുവന്നതെന്നകാര്യം പ്രത്യേകം ശ്രദ്ധേയമാണ്. യതീന്ദ്രനാഥ്ദാസ് ആഗ്രയിൽവന്നത് ഫെബ്രുവരിയിലാണ്. അതോടെ ഞങ്ങളോരോരുത്തരും ഒരു പ്രകാരത്തിലല്ലെങ്കിൽ മറ്റൊരു പ്രകാരത്തിൽ ബോംബുഫാക്ടറി ഏർപ്പെടുത്തുന്ന പ്രവർത്തനത്തിൽ വ്യാപൃതരായി. സെൻട്രൽ അസംബ്ലിയിൽ ബോംബെറിയാൻ തീരുമാനിച്ചത് ആഗ്രയിൽവെച്ച് ഫെബ്രുവരി അവസാനവാരത്തിലാണ്—മീറത്ത് അറസ്റ്റ് നടക്കുന്നതിനുമുമ്പ്. അപ്പോൾ ത്രൈലോക്യ സാബുവിന്റെ ഉപദേശം നടപ്പിലാക്കാൻ ഭഗത്സിങ് ശ്രമം നടത്തി പരാജയപ്പെട്ടതിന്റേയോ ഹതാശയുടെയോ പ്രശ്നം ഒരിക്കലും ഉത്ഭവിക്കുന്നില്ല. പരാജയത്തിന്റെയും ആശാഭംഗത്തിന്റേതുമായ ഈ സിദ്ധാന്തം അസംബ്ലി സംഭവത്തിൽ അന്തർഭവിച്ച രാഷ്ട്രീയമായ ഉള്ളടക്കമാകെ കവർന്നെടുത്ത് ആശാഭംഗംമൂലമുണ്ടായ ഒരു നടപടിമാത്രമായി, ഇതിനെ വിലയിടിച്ചുകാണിക്കുന്നതാണ്.

> ഇതുപോലെതന്നെ ദ്രോഹകരമായ മറ്റൊരു കഥ വന്നത് മൻമഥനാഥ് ഗുപ്തയിൽ നിന്നാണ്. സുഖദേവ് രാജ് പ്രചരിപ്പിച്ച തികച്ചും കെട്ടിച്ചമച്ച കഥയെ ആസ്പദമാക്കിയുള്ളതാണത്. 1928 ലും 1929 –ന്റെ പൂർവ്വാർദ്ധത്തിലും അദ്ദേഹം ചിത്രത്തിലൊരിടത്തും ഉണ്ടായിരുന്നില്ല. ഈ കഥയെ ആസ്പദമാക്കി ഗുപ്ത സ്ഥാപിക്കാൻ ശ്രമിച്ചത് അസംബ്ലിയിൽ ബോംബെറിയാൻ സുഖദേവിനെയും ബടുകേശ്വർദത്തയെയും അയക്കുന്നതിനെയാണ് ഈ പാർട്ടി അനുകൂലിച്ചിരുന്നതെന്നാണ്. വ്യക്തിപരമായി ഭഗത്സിങ്ങിനോട് അസൂയാലുവായ സുഖദേവ്, ബടുകേശ്വർദത്തയെ അനുഗമിക്കാൻ ഭഗത്സിങ്ങിനെ നിർബ്ബന്ധിക്കുകയാണുണ്ടായത്. അവരെ സുരക്ഷിതരായി തിരികെ കൊണ്ടുവരുന്നതിന് അകമ്പടി സേവിക്കാൻ ചന്ദ്രശേഖർ ആസാദിനേയും മറ്റും നിയോഗിച്ചു. ഈ തീരുമാനത്തിന്റെ അവസാനഭാഗത്തോട് ഭഗത്സിങ് വിയോജിച്ചു. ജനസാമാന്യത്തെ ഉണർത്തിവിടാൻ തന്റെ പരമോന്നതമായ ആത്മത്യാഗം ആവശ്യമാണെന്ന് വാദിച്ചു.[33] എന്നൊക്കെയാണ് കഥ.

അസംബ്ലിയിൽ ബോംബെറിയാൻ സുഖദേവിനെയാണ് തെരഞ്ഞെടുത്തതെന്ന സിദ്ധാന്തം തെറ്റാണ്. ഒന്നാംദിവസത്തെ യോഗത്തിൽ അന്തിമമായി രണ്ടുപേരുകളാണ് അംഗീകരിച്ചത്—ബടുകേശ്വർദത്തിന്റെയും വിജയകുമാർ സിൻഹയുടെയും പേരുകൾ. ഇക്കാര്യത്തിൽ ഒരു ഘട്ടത്തിലും സുഖദേവിന്റെ പേർ പരിഗണിക്കപ്പെട്ടിരുന്നില്ല. എല്ലാം രാഷ്ട്രീയാടിസ്ഥാനത്തിൽ പരിഗണിക്കുകയെന്നല്ലാതെ വ്യക്തിവിദ്വേഷമോ അസൂയയോ ഭാഗ്യത്തിന് ഞങ്ങൾക്കിടയിലുണ്ടായിരുന്നില്ല. വിജയകുമാറിന്റെ സ്ഥാനത്ത് ഭഗത്സിങ്ങിനെ അയച്ചതിന്റെ ഉത്തരവാദിത്വം തികച്ചും സുഖദേവിനായിരുന്നുവെന്നത് നേരാണ്. ഭഗത്സി

ങ്ങിന്റെ സ്ഥാനത്ത് മറ്റാരായാലും ഈ നടപടിയുടെ രാഷ്ട്രീയോദ്ദേശ്യം നേടാൻ കഴിയില്ലെന്ന് അദ്ദേഹം ആത്മാർത്ഥമായി വിശ്വസിച്ചു. ഭഗത്സിങ്ങിനെതന്നെ ഈ കൃത്യത്തിന് അയക്കാൻ കാരണം അതാണ്.

ഈ തീരുമാനം എന്തുകൊണ്ട്?

പൊതുവെ ഇരുപതുകൾക്ക്, പ്രത്യേകിച്ചം 1928-30 വർഷങ്ങൾക്ക്, ഇന്ത്യൻ സ്വാതന്ത്ര്യസമര ചരിത്രത്തിൽ സുപ്രധാനമായ സ്ഥാനമാണുള്ളത്. ഇടതുപക്ഷം സംഘടിതമായി മുന്നേറാൻ തുടങ്ങിയത് ഈ ഘട്ടത്തിലാണ്. വിപുലമായ തോതിൽ തൊഴിലാളിവർഗ്ഗത്തിന്റെ ഉശിരിൽ പണിമുടക്കുസമരങ്ങൾ ഈ ഘട്ടത്തിൽ രാജ്യവ്യാപകമായ ഒരു പ്രതിഭാസമായിരുന്നു. വർദ്ധമാനമായ തോതിൽ സംഘടിത ട്രേഡ് യൂണിയൻ പ്രവർത്തനങ്ങൾക്കും ഈ കാലഘട്ടം സാക്ഷ്യം വഹിച്ചു. ഇതിന്റെ ഫലമായി വേതനവർദ്ധനവിനും മെച്ചപ്പെട്ട തൊഴിൽ പരിതഃസ്ഥിതിക്കുംവേണ്ടി ഫലപ്രദമായി കൂടുതൽ പോരാടാനുള്ള സ്ഥിതി തൊഴിലാളികൾക്കു കൈവന്നു. തൊഴിലാളികൾ, യുവാക്കൾ, വിദ്യാർത്ഥികൾ എന്നിവർക്കിടയിൽ കമ്യൂണിസ്റ്റ് സ്വാധീനം ത്വരിതഗതിയിൽ വളർന്നുവന്നു. ഇദംപ്രഥമമായി രാജ്യത്ത് സംഘടിതവും വിശാലാടിസ്ഥാനത്തിലുള്ളതുമായ ഇടതുപക്ഷ രാഷ്ട്രീയ പ്രസ്ഥാനം ഉയർന്നുവന്നു. ഈ കാലഘട്ടത്തിലെ യുവതലമുറയുടെ ചിന്താഗതി വിവരിച്ചുകൊണ്ട് ജവാഹർലാൽ നെഹ്റു എഴുതി:

> ബുദ്ധിജീവികൾക്കിടയിലും സർക്കാർ ഉദ്യോഗസ്ഥന്മാർക്കിടയിൽപ്പോലും കമ്യൂണിസത്തിന്റെയും സോഷ്യലിസത്തിന്റെയും അവ്യക്തമായ ആശയങ്ങൾ പ്രചരിച്ചു. ജനാധിപത്യത്തെക്കുറിച്ചുള്ള ബ്രൈസിന്റെ കൃതിയും മോർലി, കീത്ത്, മസീനി എന്നിവരുടെ കൃതികളും വായിച്ചുപോന്നിരുന്ന കോൺഗ്രസിലെ യുവതീയുവാക്കൾ ഇപ്പോൾ കൈയിൽ കിട്ടിയാൽ സോഷ്യലിസത്തെയും കമ്യൂണിസത്തെയും റഷ്യയെയും കുറിച്ചുള്ള പുസ്തകങ്ങൾ വായിക്കുന്നു. ജനങ്ങളുടെ മനസ്സിനെ ഈ പുതിയ ആശയങ്ങളിലേക്ക് തിരിച്ചുവിടുന്നതിൽ മീററ്റ് ഗൂഢാലോചനക്കേസ് വളരെ സഹായിച്ചു. ലോക പ്രതിസന്ധി ഈവക ആശയങ്ങൾ ശ്രദ്ധിക്കാൻ അവരെ നിർബ്ബന്ധിതരാക്കി. ഒരു പുതിയ അന്വേഷണബുദ്ധി, നിലവിലുള്ള വ്യവസ്ഥയെ ചോദ്യം ചെയ്യാനും വെല്ലുവിളിക്കാനുമുള്ള മനോഭാവം, സർവ്വത്ര കാണായി. ജനങ്ങളുടെ മനോഭാവത്തിന്റേതായ കാറ്റിന്റെ ഗതി എങ്ങോട്ടാണെന്ന് പൊതുവെ വ്യക്തമാണ്. എന്നാൽ അതിപ്പോഴും വളരെ മന്ദഗതിയിലുള്ളതും ആത്മവിശ്വാസരഹിതവുമാണ്.[34]

ഇതൊക്കെ ബ്രിട്ടീഷ് സാമ്രാജ്യാധിപതികളെ അസ്വസ്ഥരാക്കി. പ്രസ്ഥാനത്തെ തുടക്കത്തിൽത്തന്നെ തച്ചമർത്താൻ അവർ നിശ്ചയിച്ചു.

ഉദ്യോഗസ്ഥന്മാർ എത്രത്തോളം പരിഭ്രാന്തരായി, ഗവൺമെന്റിന്റെ നീക്കം എങ്ങോട്ട് എന്ന് കാണിക്കാൻ ഒരൊറ്റ ഉദാഹരണം മാത്രം മതി. ഇന്റലിജൻസ് ബ്യൂറോ ഡയറക്ടർ സർ ഡേവിഡ് പാട്രിക്ക് 1926 ൽ തയ്യാറാക്കിയ തന്റെ *കമ്യൂണിസം ഇന്ത്യയിൽ* എന്ന റിപ്പോർട്ടിൽ 'ബോൾഷെവിക് ഭീഷണിയെ'ക്കുറിച്ച് വിവരിച്ചത് ഇങ്ങനെയാണ്:

> കമ്യൂണിസ്റ്റ് ഇന്റർനാഷണലിന്റെ രണ്ടാം കോൺഗ്രസ് 1920 ൽ പാസാക്കിയ 'തീസിസിൽ' വ്യക്തമായും ഇന്ത്യക്കെതിരായ ഗൂഢാലോചനയുടെ ബീജങ്ങൾ സർ സെസിൽ കേയി ശരിക്കും കണ്ടെത്തി. ആ തീസിസിൽ പറഞ്ഞത് കോളനിരാജ്യങ്ങളിലേയും അർദ്ധകൊളോണിയൽ രാജ്യങ്ങളിലെയും ദേശീയപ്രസ്ഥാനം വസ്തുനിഷ്ഠമായും മൗലികമായും വിപ്ലവസമരങ്ങളാണ്. ആ നിലയ്ക്ക് അവ ലോകവിപ്ലവത്തിന്റെ ഭാഗമാണ് എന്നാണ്.
>
> ഏതായാലും..... ഗ്രേറ്റ് ബ്രിട്ടൻ മുഖ്യ ബോൾഷെവിക് ആക്രമണശക്തിയുടെ രോഷം ക്ഷണിച്ചുവരുത്തിയെന്നത് നിസ്തർക്കം. തങ്ങളുടെ അന്തിമവിജയത്തിന്റെ അവശ്യോപാധിയായി ബോൾഷെവിക്കുകാർ കരുതുന്ന ലോകവിപ്ലവത്തിനെതിരായ മുഖ്യ നെടുംകോട്ടയുടെ ഭാഗമാണത്. (ഗ്രേറ്റ് ബ്രിട്ടൻ) ബ്രിട്ടീഷ് സാമ്രാജ്യത്തിലെ എളുപ്പം തോല്പിക്കാവുന്ന കേന്ദ്രം ഇന്ത്യയാണെന്ന് ബോൾഷെവിക്കുകാർ കണ്ടു. ഇന്ത്യ മോചിപ്പിക്കപ്പെടുന്നതുവരെ റഷ്യക്ക് ഇംഗ്ലണ്ടിന്റെ ഭാഷയിൽനിന്നു മോചനമില്ലെന്ന വിശ്വാസപ്രമാണം അവർ വെച്ചുപുലർത്തുകയും ചെയ്തു.[35]
>
> ഒരു വ്യവസ്ഥാപിത സമൂഹത്തിന് കമ്യൂണിസ്റ്റ് സിദ്ധാന്തത്തെയും പ്രയോഗത്തെയുംകാൾ വിനാശകരമായ മറ്റൊന്നില്ലെന്ന് ഇന്ത്യാഗവൺമെന്റിന്റെ ഹോം മെമ്പർ ജൊക്രീറ്റും അഭിപ്രായപ്പെടുകയുണ്ടായി.[36]

കമ്യൂണിസത്തെ, ഇടതുപക്ഷ തൊഴിലാളിവർഗ്ഗ പ്രസ്ഥാനത്തെ തകർത്തുതരിപ്പണമാക്കുന്നതിന് ഗവൺമെന്റ് രണ്ടു ബില്ലുകൾ സെൻട്രൽ അസംബ്ലിയിൽ അവതരിപ്പിക്കാൻ തീരുമാനിച്ചു—പൊതുരക്ഷാബില്ലും, തൊഴിൽ തർക്കബില്ലും. ഇതിൽ ആദ്യത്തേത് ബ്രിട്ടീഷിന്ത്യൻ പ്രജകളോ ഇന്ത്യയിലെ നാട്ടുരാജ്യപ്രജകളോ അല്ലാത്ത വ്യക്തികൾക്കെതിരായി ഉദ്ദേശിക്കപ്പെട്ടതായിരുന്നു. ഈ നടപടിയിലൂടെ ബ്രിട്ടീഷുകാരും വിദേശികളുമായ കമ്യൂണിസ്റ്റുകാരെ ഇന്ത്യയിൽനിന്നു പുറത്താക്കാൻ ഗവർണർ ജനറലിന് അധികാരം നല്കപ്പെട്ടു. രണ്ടാമത്തെ ബിൽ തൊഴിലാളികളുടെ ട്രേഡ് യൂണിയൻ അവകാശം വെട്ടിച്ചുരുക്കാൻ ഉദ്ദേശിച്ചുള്ളതായിരുന്നു.

> അസംബ്ലിയിലെ പ്രതിപക്ഷമാകെയും ജനങ്ങളും പത്രങ്ങളുമെല്ലാം ഈ രണ്ടു ബില്ലുകളെയും എതിർത്തു. വിപുലമായ ഈ

എതിർപ്പുകളെ അവഗണിച്ചുകൊണ്ട് പൊതുരക്ഷാബിൽ 1928 സെപ്തംബർ 6 ന് ഗവൺമെന്റ് അസംബ്ലിയിൽ അവതരിപ്പിച്ചു. സെപ്തംബർ 24 ന് സഭ അത് തള്ളിക്കളഞ്ഞു. 1929 ജനുവരിൽ ഗവൺമെന്റ് പുതിയ രൂപത്തിൽ ഇത് അസംബ്ലിയിൽ വീണ്ടും അവതരിപ്പിച്ചു.[37]

ഗവൺമെന്റ് വീണ്ടും ബിൽ അസംബ്ലിയിൽ അവതരിപ്പിക്കാൻ പോകുന്നുവെന്ന വാർത്ത വന്നപ്പോൾ ഭഗത്സിങ് ആഗ്രയിലായിരുന്നു. ഈ വാർത്തയോടുള്ള അദ്ദേഹത്തിന്റെ പ്രതികരണം വളരെ നിശിതമായിരുന്നു. ഗവൺമെന്റിന്റെ ഔദ്ധത്യം നിറഞ്ഞ ഈ സമീപനത്തിൽ പ്രതിഷേധിക്കാൻ വല്ലതും ചെയ്തേ ഒക്കൂ എന്ന് അദ്ദേഹം നിശ്ചയിച്ചു. ലാഹോറിൽച്ചെന്ന് തന്റെ നിർദ്ദേശങ്ങളെക്കുറിച്ച് സുഖദേവുമായി അദ്ദേഹം ചർച്ചചെയ്തു. തിരിച്ചുവന്ന ഉടൻ കേന്ദ്രകമ്മിറ്റി വിളിച്ചുകൂട്ടി തന്റെ നിർദ്ദേശങ്ങൾ കേന്ദ്രകമ്മിറ്റി മുമ്പാകെ അവതരിപ്പിച്ചു. ഈ നിർദ്ദേശങ്ങൾ ചുരുക്കത്തിൽ താഴെപ്പറയുന്നവയായിരുന്നു. (1) അസംബ്ലിയിൽ ബോംബെറിഞ്ഞുകൊണ്ട് ഗവൺമെന്റിന്റെ കടുംപിടുത്ത സമീപനത്തിൽ പാർട്ടി പ്രതിഷേധം പ്രകടിപ്പിക്കണം. (2) ഇതിന് നിയോഗിക്കപ്പെടുന്നവർ രക്ഷപ്പെടാൻ ശ്രമിക്കാതെ കീഴടങ്ങണം. വിചാരണവേളയിൽ കോടതിയെ, പാർട്ടിയുടെ ഉദ്ദേശ്യലക്ഷ്യങ്ങൾ പ്രചരിപ്പിക്കാനുള്ള വേദിയായി ഉപയോഗപ്പെടുത്തണം. (3) മറ്റൊരു സഖാവിനോടൊപ്പം ഈ തീരുമാനം നടപ്പാക്കാൻ തന്നെ അനുവദിക്കണം. ആദ്യത്തെ രണ്ടു നിർദ്ദേശങ്ങളും കേന്ദ്രകമ്മിറ്റിയാകെ അഭിനന്ദിച്ചു. എന്നാൽ മൂന്നാമത്തേത് ആർക്കും സ്വീകാര്യമായിരുന്നില്ല. ഒന്നാംദിവസത്തെ യോഗത്തിൽ സുഖദേവ് സന്നിഹിതനായിരുന്നില്ല. രണ്ടാംദിവസമാണ് അദ്ദേഹം എത്തിയത്. രണ്ടാംദിവസത്തെ യോഗത്തിൽ അദ്ദേഹത്തിന്റെ സാന്നിദ്ധ്യം ഭഗത്സിങ്ങിന് ഒരു പിൻബലമായി. വളരെയേറെ ചർച്ചകൾക്കുശേഷം ഒടുവിൽ മൂന്നാമത്തെ നിർദ്ദേശത്തിനും കേന്ദ്രകമ്മിറ്റി സമ്മതം നല്കി.

രണ്ടാമത്തെ ബിൽ (തൊഴിൽതർക്കബിൽ) ഒന്നാമതായി അസംബ്ലിയിൽ അവതരിപ്പിച്ചത് 1928 സെപ്തംബർ 4 നാണ്. അത് സെലക്ട് കമ്മിറ്റിക്ക് വിടുകയും ചില മാറ്റങ്ങൾ വരുത്തിയശേഷം 1929 ഏപ്രിൽ 2 ന് ചർച്ചയ്ക്കെടുക്കുകയും ചെയ്തു. ഏപ്രിൽ 8 ന് 38 നെതിരെ 56 വോട്ടുകൾ കിട്ടിയതനുസരിച്ച് ബിൽ സഭ പാസാക്കി. വോട്ടെടുപ്പുഫലം പ്രഖ്യാപിക്കാൻ പ്രസിഡന്റ് എഴുന്നേറ്റപ്പോൾ ഭഗത്സിങ്ങും ബടുകേശ്വർദത്തും ഓരോ ബോംബെറിഞ്ഞു. അവർ മുദ്രാവാക്യം മുഴക്കി. ലഘുലേഖകൾ വിതരണം ചെയ്തു. ഈ നടപടിക്കു പിന്നിലുള്ള ഉദ്ദേശ്യം വിവരിച്ചുകൊണ്ടുള്ള ഈ ലഘുലേഖ പൂർണ്ണരൂപത്തിൽ പ്രസിദ്ധീകരിച്ചുകൊണ്ട് *ഹിന്ദുസ്ഥാൻ ടൈംസ്* ഒരു പ്രത്യേക സായാഹ്നപ്പതിപ്പ് ഇറക്കി. ഇതോടെ വിപ്ലവപ്രസ്ഥാനത്തെ സംബന്ധിച്ചിടത്തോളം ഇത് ഹ്രസ്വമെങ്കിലും സുപ്രധാനമായ ഒരു ഘട്ടമായിരു

ന്നു—ചിലപ്പോൾ തീവ്രവാദ കമ്യൂണിസം (Terro-communism) എന്നു വിളിക്കപ്പെടുന്ന കാലഘട്ടം.

തീവ്രവാദ കമ്യൂണിസം

ലാഹോർ-കാൺപൂർ സംഘങ്ങളിലെ വിപ്ലവകാരികൾ 1926–27 കാലത്തുതന്നെ സോഷ്യലിസത്തിലേക്ക് നീങ്ങാൻ തുടങ്ങിയിരുന്നു. സപ്തംബർ 8 ന്റെ ഡൽഹി യോഗം പ്രത്യയശാസ്ത്രമെന്ന നിലയ്ക്ക് സോഷ്യലിസവും അന്തിമലക്ഷ്യമായി സോഷ്യലിസ്റ്റ് സമൂഹം സ്ഥാപിക്കലും അംഗീകരിച്ചുവെങ്കിലും പ്രയോഗത്തിൽ പഴയ വ്യക്തിഗത സമരശൈലി മുറുകെപ്പിടിക്കുകയാണ് ചെയ്തത്. തൊഴിലാളികൾ, കൃഷിക്കാർ, യുവാക്കൾ, ഇടത്തരക്കാരായ ബുദ്ധിജീവികൾ—ഇവരെയൊക്കെ സംഘടിപ്പിക്കുന്നതിനെക്കുറിച്ച് വളരെ പറഞ്ഞെങ്കിലും പഞ്ചാബിൽ നൗജവാൻ ഭാരത്സഭ രൂപീകരിച്ചതൊഴിച്ചാൽ മറ്റെവിടെയും ഈ ദിശയിലുള്ള കാര്യമായ ശ്രമം നടന്നില്ല. ഇക്കാര്യത്തിൽ ശാസ്ത്രീയസോഷ്യലിസം—അതായത് മാർക്സിസം—സംബന്ധിച്ച ഞങ്ങളുടെ ധാരണകൾ പിശകായിരുന്നു. സിദ്ധാന്തവും പ്രയോഗവും തമ്മിൽ വേർപെടുത്താൻ മാർക്സിസം അനുവദിക്കുന്നില്ലെന്നും വ്യക്തിഗത സമരങ്ങൾക്ക് അതിൽ സ്ഥാനമില്ലെന്നും മനസ്സിലാക്കുന്നതിൽ ഞങ്ങൾ പരാജയപ്പെട്ടു. അക്രമപ്രവർത്തനങ്ങളെയും—മർദ്ദകരായ സർക്കാർ ആപ്പീസർമാരെ വധിക്കലും അതിൽ ഉൾപ്പെടും —ഒറ്റപ്പെട്ട കലാപങ്ങളെയും തൊഴിലാളികൾ, കൃഷിക്കാർ, യുവാക്കൾ, വിദ്യാർത്ഥികൾ എന്നിവരുടെ ബഹുജനസംഘടനകൾ കെട്ടിപ്പടുക്കലുമായി കൂട്ടിയിണക്കാൻ കഴിയുമെന്ന് ഞങ്ങൾ ആശിച്ചു. ജനങ്ങളെ ദീർഘനിദ്രയിൽനിന്നുണർത്താനും ഗവൺമെന്റ് അവലംബിച്ച മർദ്ദനത്തിന് പ്രതികാരം ചെയ്യാനും ഇതാവശ്യമാണെന്നും ഞങ്ങൾ കരുതി. കൽക്കത്താ കോൺഗ്രസ് സമ്മേളനഘട്ടത്തിൽ, 1928 ഡിസംബറിൽ സഖാവ് സോഹൻസിങ് ജോഷുമായി കല്ക്കത്തയിൽവെച്ച് നടന്ന സംഭാഷണത്തിൽ ഭഗത്സിങ് പറഞ്ഞു:

> നിങ്ങളുടെ പാർട്ടിയുടെ പരിപാടിയോടും പ്രവർത്തനങ്ങളോടും ഞങ്ങൾ പൂർണ്ണമായി യോജിക്കുന്നു. എന്നാൽ ശത്രുവിന്റെ പ്രഹരത്തിന് സായുധസമരത്തിലൂടെ ഉടൻ തിരിച്ചടി നല്കേണ്ട സന്ദർഭമുണ്ട്. ബഹുജനങ്ങൾക്കിടയിൽ വിശ്വാസം വളർത്താൻ അതാവശ്യവുമാണ്.[38]

ഞങ്ങളുടെ മനസ്സ് പ്രവർത്തിച്ചിരുന്നത് അങ്ങനെയാണ്. ഞങ്ങളുടെ സമീപനത്തിൽ കുടികൊള്ളുന്ന വൈരുദ്ധ്യത്തിന് അതിന്റേതായ യുക്തിയുക്തതയുമുണ്ടായിരുന്നു. തൊഴിലാളി-കർഷകാദി ജനവിഭാഗങ്ങളെ സംഘടിപ്പിക്കാനുള്ള ഞങ്ങളുടെ തീരുമാനം ഒരു സദുദ്ദേശ്യമായി മാത്രം അവശേഷിച്ചു. ഞങ്ങളുടെ കഴിവിന്റെ ഭൂരിഭാഗവും പ്രതികാര നടപടികൾ സംഘടിപ്പിക്കുന്നതിനുവേണ്ടി വിനിയോഗിക്കപ്പെട്ടു.

ഞങ്ങളുടെ തെറ്റായ ധാരണകൾ തിരുത്താൻ വിദേശത്ത് രൂപീകരിക്കപ്പെട്ട സി പി ഐ വഴി 'ദേശീയവാദികളോടുള്ള അഭ്യർത്ഥന'യിലൂടെ മൂന്നാം ഇന്റർനാഷണൽ ഒരു ശ്രമം നടത്തുകയുണ്ടായി. ഇത് 1924 ഡിസംബർ 15 ന് *വാൻഗാർഡിന്റെ* സപ്ലിമെന്റായി പ്രസിദ്ധീകരിക്കുകയും ചെയ്തു. ഈ അഭ്യർത്ഥനയിൽ വിപ്ലവകാരികളെക്കുറിച്ച് ഇങ്ങനെ പറയുന്നു:

> രഹസ്യസംഘങ്ങൾ നടത്തുന്ന ഒറ്റപ്പെട്ട ഭീകരപ്രവർത്തനത്തേക്കാൾ നിഷ്ഫലമായി മറ്റൊന്നില്ല. ഈ നിഷ്ഫലപ്രവർത്തനം അവലംബിക്കുന്നവർ വിപ്ലവത്തെക്കുറിച്ച് വെച്ചുപുലർത്തുന്ന സങ്കല്പവും അത്രതന്നെ തെറ്റായതാണ്. അക്രമം തനിയെ വിപ്ലവത്തിന്റെ ഒരു അവശ്യഗുണമാവില്ല. സമൂഹത്തിന്റെ ഇപ്പോഴത്തെ സ്ഥിതിഗതിയിൽ രാഷ്ട്രീയ-സാമൂഹ്യവിപ്ലവങ്ങൾ രക്തരഹിതവും അക്രമരഹിതവുമാകുമെന്ന് പ്രതീക്ഷിക്കാനാവില്ല; എന്നാൽ രക്തരൂഷിതവും അക്രമാസക്തവുമായതൊക്കെ വിപ്ലവമല്ല. ഒരു നിശ്ചിത സാമൂഹ്യവ്യവസ്ഥയും വ്യവസ്ഥാപിത രാഷ്ട്രീയ ചട്ടവട്ടങ്ങളും അവ ഉയർത്തിപ്പിടിക്കുന്ന വ്യക്തികളെ വകവരുത്തുന്നതിലൂടെ ഇല്ലാതാക്കാൻ കഴിയില്ല. ബ്രിട്ടീഷ് പാർലമെന്റിലൂടെ ഏതാനും ഭരണപരിഷ്കാര പരമ്പരകൾ പാസാക്കുന്നതിലൂടെ നേടാൻ കഴിയുന്നതിലുപരി ദേശീയസ്വാതന്ത്ര്യം കുറെ ഉദ്യോഗസ്ഥന്മാരെ വകവരുത്തുന്നതിലൂടെയും നേടാനാവില്ല. ഒരു മാതൃക മറ്റേതുപോലെ അത്രതന്നെ നിഷ്ഫലമായതാണ്. എന്തുകൊണ്ടെന്നാൽ രണ്ടും തിന്മയുടെ തായ്വേരറുക്കുന്നില്ല. രണ്ടും രാഷ്ട്രീയവിഡ്ഢിത്തമാണ്. ഭീകരവാദികളെ 'വിപ്ലവകാരികളായ കുറ്റവാളികൾ' എന്നും 'വ്യവസ്ഥാപിതമാർഗ്ഗം അവലംബിക്കുന്നവരെ' വിപ്ലവകാരികളല്ലാത്തവരെന്നും വിളിക്കുന്നത് പരമാബദ്ധമാണ്. നിർണ്ണായക ഘട്ടം വരുമ്പോൾ ഇരുവരും പ്രതിവിപ്ലവകാരികളായിത്തീരും.[39]

ഈ ലേഖനത്തിൽത്തന്നെ മറ്റൊരിടത്ത് വിപ്ലവത്തിന് ശരിയായ നിർവ്വചനം നല്കിയിട്ടുണ്ട്.

> എന്താണ് വിപ്ലവം? ഇതേക്കുറിച്ച് ഇന്ത്യൻ ദേശീയവാദികളുടെ വൃത്തങ്ങളിൽ വളരെ തെറ്റായ ഒരു ധാരണയാണുള്ളത്. വിപ്ലവം പൊതുവെ ബോംബും തോക്കും രഹസ്യസംഘങ്ങളുമായി ബന്ധപ്പെട്ടതാണെന്നാണ് വിവക്ഷ. അതിൽനിന്നുളവായതാണ് സമകാലീന ഇന്ത്യൻ രാഷ്ട്രീയ പദാവലിയിലെ വിപ്ലവപരമായ കുറ്റകൃത്യം എന്ന പദപ്രയോഗം. എന്നാൽ വിപ്ലവം ഇതിലൊക്കെ വലിയ ഒരു കാര്യമാണ്. ഒരു നിശ്ചിത ചരിത്രകാലഘട്ടത്തിന്റെ അന്ത്യം കുറിച്ചുകൊണ്ട് പുതിയതൊന്ന് ആരംഭിക്കുന്ന സുപ്രധാനമായ ഒരു ചരിത്രസംഭവമാണ് വിപ്ലവം. ആകയാൽ പരിസമാപ്തി ഘട്ടത്തിൽ

> നിലവിലിരിക്കുന്ന സ്ഥിതിഗതികളുടെ ഗുണമനുഭവിക്കുന്ന സാമൂഹ്യവിഭാഗങ്ങൾ, സാമ്പത്തികവർഗ്ഗങ്ങൾ, രാഷ്ട്രീയ സ്ഥാപനങ്ങൾ — ഇവയൊന്നും തങ്ങളുടെ ആധിപത്യത്തിന് അന്ത്യംകുറിക്കുന്ന, പലപ്പോഴും അവരുടെ സമ്പൂർണ്ണനാശംതന്നെ വരുത്തിത്തീർക്കുന്ന മാറ്റത്തിന് സ്വമേധയാ അനുവദിക്കില്ല. കടുത്ത ചെറുത്തുനില്പും രാഷ്ട്രീയമായ അക്രമങ്ങളും സാമൂഹികമായ കലക്കവും പൊതുവെ ചരിത്രപമായ ഈ പ്രതിഭാസത്തിന്റെ സവിശേഷതകളാണ്. ഇതിനെയാണ് 'വിപ്ലവം' എന്ന് വിളിക്കുന്നത്.[40]

1925 ൽ യുവകമ്യൂണിസ്റ്റ് ഇന്റർനാഷണൽ ബംഗാൾ യുവാക്കളുടെ വിപ്ലവ സംഘടനയോട് ഒരഭ്യർത്ഥന പുറപ്പെടുവിച്ചു. യുവകമ്യൂണിസ്റ്റ് ഇന്റർനാഷണലിന്റെ മാനിഫെസ്റ്റോ ഒരു രൂപത്തിലുള്ള ഇത് *മാസസി*ന്റെ ഒന്നാം വാല്യത്തിൽ 7-ാം നമ്പറായി പ്രസിദ്ധീകരിച്ചു. പൗരസ്ത്യനാടുകളിലെ വിപ്ലവകാരികളായ യുവാക്കൾ ദേശീയ വിമോചനസമരത്തിൽ അങ്ങേയറ്റം സുപ്രധാനമായ പങ്കുവഹിക്കുന്നുണ്ടെന്ന് മാനിഫെസ്റ്റോ സമ്മതിച്ചു. "ജനങ്ങൾക്കു വേണ്ടി ജീവൻ ബലിയർപ്പിച്ച വീരഭീകര പ്രവർത്തകന്റെ ധീരോദാത്തതയിൽ അളവറ്റ ആദരവ് പ്രകടിപ്പിച്ചുകൊണ്ട്" മാനിഫെസ്റ്റോ, "ജനങ്ങൾക്കുവേണ്ടി പോരാടുന്ന ഒരു വിപ്ലവകാരിക്ക് ജനങ്ങളെ കഴുമരത്തിലേറ്റുന്നവരെയും ആരാച്ചാരന്മാരെയും വകവരുത്താൻ ധാർമ്മികാവകാശമുണ്ടെന്ന്" അഭിപ്രായപ്പെട്ടു.[41]

ദൗർഭാഗ്യകരമെന്ന് പറയട്ടെ, ഈ രേഖകളൊന്നും യഥാസമയം ഞങ്ങൾക്ക് ലഭിക്കാതെ പോയി. അങ്ങനെ സ്വയം അനുഭവത്തിൽനിന്ന് പാഠംപഠിക്കാൻ ഞങ്ങൾ വിധിക്കപ്പെട്ടു. വ്യക്തിഗത സമരങ്ങളുടെ പരിമിതികൾ ബോദ്ധ്യപ്പെടാൻ ഞങ്ങൾക്ക് മൂന്നുവർഷം വേണ്ടിവന്നു. പടിപടിയായി ഞങ്ങൾ സോഷ്യലിസത്തിലേക്ക് നീങ്ങിക്കൊണ്ടിരുന്നു. അറസ്റ്റിനുശേഷം മാത്രമാണ് വായിക്കാനുള്ള വിഭവങ്ങളും വായിക്കാനും ചർച്ചചെയ്യാനും കഴിഞ്ഞകാല അനുഭവങ്ങളിലേക്ക് ചുഴ്ന്നിറങ്ങിച്ചെന്ന് ശരിയായ നിഗമനങ്ങളിലെത്തിച്ചേരാനും വേണ്ടത്ര സമയവും ലഭിച്ചത്.

ഇതിനർത്ഥം പരാമൃഷ്ടമായ കാലഘട്ടത്തിൽ ക്രിയാത്മകമായ യാതൊരു നേട്ടവും ഉണ്ടായിട്ടില്ല എന്നല്ല. തീർച്ചയായും ദുർബ്ബലവശങ്ങൾ ഉണ്ടായിരുന്നു. അതേസമയം പ്രബലമായ വശങ്ങളുമുണ്ട്. ഞങ്ങളുടെ ധാരണയിലെ മുഖ്യപോരായ്മകൾ ഞാൻ ഇതിനകം തന്നെ വിവരിച്ചുകഴിഞ്ഞു. അവ ഇങ്ങനെ സംഗ്രഹിക്കാം:

> ഒന്നാമതായി, ഞങ്ങൾ കമ്യൂണിസം സ്വീകരിച്ചത് മാർക്സിസം ശരിക്കു പഠിച്ച്, അതിന്റെ അടിസ്ഥാനത്തിലായിരുന്നില്ല. അന്ന് നമ്മുടെ രാജ്യത്ത് നിലനിന്നിരുന്ന പരിതഃസ്ഥിതിയിൽ അത്തരത്തിൽ മാർക്സിസം പഠിക്കുകയെന്നത് അത്ര എളുപ്പമായിരുന്നില്ലതാനും.

ഞങ്ങളുടെ രണ്ടാമത്തെ ദൗർബല്യം എതിർ ഭീകരപ്രവർത്തനത്തെ തൊഴിലാളികളെയും കൃഷിക്കാരെയും സംഘടിപ്പിക്കുകയെന്ന പ്രവൃത്തിയുമായി പൊരുത്തപ്പെടുത്തുന്നതിലെ അപ്രായോഗികത മനസ്സിലാക്കാൻ ഞങ്ങൾക്ക് കഴിയാതെപോയതാണ്.

ഇപ്പറഞ്ഞ കുറവുകളും പരിമിതികളുമെല്ലാമുണ്ടെങ്കിലും അല്പായുസ്സായ ഈ പരാമൃഷ്ട കാലഘട്ടത്തിൽ എടുത്തുപറയത്തക്കവിധം സുപ്രധാനവും ക്രിയാത്മകവുമായ നേട്ടങ്ങളും ഉണ്ടായിട്ടുണ്ട്. *ലാഹോറിലെ നൗജവാൻ ഭാരത് സഭയുടെ മാനിഫെസ്റ്റോ (1928), അസംബ്ലി ബോംബുകേസ് വിചാരണവേളയിൽ ഭഗത്സിങ്ങും ബി കെ ദത്തും ചെയ്ത പ്രസ്താവനകൾ (1929), ലാഹോർ കോൺഗ്രസ് സമ്മേളനകാലത്ത് വിതരണം ചെയ്ത എച്ച് എസ് ആർ എ മാനിഫെസ്റ്റോ* (1929 ഡിസംബർ), *ബോംബിന്റെ തത്ത്വശാസ്ത്രം* (1930 ജനുവരി) എന്നിവ ആ കാലഘട്ടത്തെ പ്രതിനിധാനം ചെയ്യുന്ന രേഖകളാണ്. എച്ച് എസ് ആർ എയുടെ മുമ്പോട്ടുള്ള ഒന്നാമത്തെ മികച്ച കാല്വെപ്പ് മാർക്സിസം അതിന്റെ പ്രത്യയശാസ്ത്രമായും സോഷ്യലിസം പ്രസ്ഥാനത്തിന്റെ അന്തിമലക്ഷ്യമായും അംഗീകരിച്ചതാണെന്ന് മേൽപ്പറഞ്ഞ രേഖകളുടെ അടിസ്ഥാനത്തിൽ നമുക്കു പറയാൻ കഴിയും. ബംഗാളിലും മുന്നേറ്റം താരതമ്യേന മന്ദഗതിയിലായിരുന്നെങ്കിലും പ്രസ്ഥാനത്തിന്റെ ദിശ ഇതുതന്നെയായിരുന്നു. എന്നാൽ ഒരു കാര്യം പ്രത്യേകം പറയേണ്ടിയിരിക്കുന്നു : എച്ച് എസ് ആർ എ അതിന്റെ ലക്ഷ്യം സോഷ്യലിസമാണെന്ന് പരസ്യമായി പ്രഖ്യാപിച്ചപ്പോൾ ബംഗാളിൽ മിക്കവാറും മുഖ്യപാർട്ടികളും ഗ്രൂപ്പുകളുമെല്ലാം ഈ വിഷയത്തിൽ അപ്പോഴും അനിശ്ചിതത്വത്തിലായിരുന്നു.

സോഷ്യലിസം ലക്ഷ്യമായി അംഗീകരിച്ചതിനുപുറമെ, ഈ കാലഘട്ടത്തിലെ വിപ്ലവകാരികൾ മനുഷ്യനെ മനുഷ്യനും രാഷ്ട്രത്തെ രാഷ്ട്രവും ചൂഷണം ചെയ്യുന്നതിൽ വിമുക്തമായ ഒരു വർഗ്ഗരഹിത സമൂഹത്തിനുവേണ്ടി നിലകൊണ്ടു; തങ്ങളുടെ പോരാട്ടം ബ്രിട്ടീഷ് സാമ്രാജ്യത്വത്തിന് എതിരായി മാത്രമല്ല, സാമ്രാജ്യവ്യവസ്ഥയ്ക്കാകെ എതിരായിട്ടാണ് എന്ന് അവർ പ്രഖ്യാപിച്ചു. സോവിയറ്റ് യൂണിയനോട് അവർ അളവറ്റ ആദരവും മമതയും വെച്ചുപുലർത്തി; വിപ്ലവാനന്തരം സ്ഥാപിതമാകുന്ന ഗവൺമെന്റ് ഒരു പ്രകാരത്തിലുള്ള തൊഴിലാളി വർഗ്ഗ സർവ്വാധിപത്യമായിരിക്കുമെന്നവർ വിശ്വസിച്ചു. ദൈവം, മതം, മിസ്റ്റിസിസം എന്നിവയോടൊക്കെ സലാം പറഞ്ഞു പിരിഞ്ഞു. മതേതരത്വത്തിൽ വിശ്വാസമർപ്പിച്ചു. വീക്ഷണത്തിൽ അവർ കടുത്ത വർഗ്ഗീയവിരോധികളായിരുന്നുതാനും.

അസംബ്ലി സംഭവത്തിനുശേഷം എച്ച് എസ് ആർ എ യുടെ നേതൃനിരയിലെ മിക്കവരും അറസ്റ്റുചെയ്ത് തുറങ്കിലടയ്ക്കപ്പെട്ടു. വിചാരണതടവുകാരെന്ന നിലയിൽ അവർ കോടതിമുറി തങ്ങളുടെ കാഴ്ചപ്പാടും സോഷ്യലിസ്റ്റാശയങ്ങളും പ്രചരിപ്പിക്കുന്നതിനുള്ള വേദിയാക്കി.

അങ്ങനെ വിപ്ലവപാർട്ടിയുടെ ഉദ്ദേശ്യലക്ഷ്യങ്ങൾ ജനസാമാന്യത്തിന് മുമ്പാകെ അവതരിപ്പിച്ചു. തന്ത്രം ഫലിച്ചു.

എസ് എൻ മജുംദാർ എഴുതി:

> തെറ്റുകളും ദൗർബല്യങ്ങളുമുണ്ടെന്നിരിക്കിലും ദേശീയ പ്രസ്ഥാനത്തിനു മൊത്തമായും യുവതലമുറയിൽപ്പെട്ട വിപ്ലവകാരികളെ കമ്യൂണിസത്തിലേക്ക് ആകർഷിക്കുന്നതിലും എച്ച് എസ് ആർ എയുടെ സംഭാവന നിഷേധിക്കാനാവില്ല.[42]

ജി എസ് ദിയോളിന്റെ അഭിപ്രായത്തിൽ

> പ്രസ്ഥാനത്തിന്റെ വ്യാപ്തിയും വൈപുല്യവും എത്രതന്നെ പരിമിതമായിരുന്നാലും വ്യത്യസ്ത കൈവഴിയിലൂടെ അത് ഇന്ത്യൻ ദേശീയ പ്രസ്ഥാനത്തിന്റെ ഗതിവേഗം വർദ്ധിപ്പിച്ചു. തീർച്ചയായും അവരുടെ (ഭഗത്സിങ്ങിന്റെയും സഖാക്കളുടെയും-എഡിറ്റർ) പ്രവർത്തനം പൂർണ്ണസ്വാതന്ത്ര്യം ആവശ്യപ്പെടുന്നതിലേക്കും 1929 ഡിസംബറിൽ ചേർന്ന ലാഹോർ സമ്മേളനം പൂർണ്ണ സ്വാതന്ത്ര്യ പ്രമേയം പാസാക്കുന്നതിലേക്കും ഇന്ത്യൻ നാഷണൽ കോൺഗ്രസിന് വഴിയൊരുക്കി.[43]

വിപ്ലവകാരികളുടെ പ്രവർത്തനങ്ങളും പോരാട്ടങ്ങളും രാജ്യത്ത് സ്ഫോടകാത്മകമായ സ്ഥിതി ഉളവാക്കിയെന്നും 1930 ൽ നിസ്സഹകരണ പ്രസ്ഥാനം ആരംഭിക്കുന്നതിന് കോൺഗ്രസ് നിർബ്ബന്ധിതമായെന്നും ദിയോൾ ചൂണ്ടിക്കാട്ടുന്നു. "ഭഗത്സിങ്ങിന്റെയും സഖാക്കളുടെയും അക്രമാസക്ത സമരത്തിന് ഒരു ബദൽ എന്നോണമാണ് ആ പ്രസ്ഥാനം ആരംഭിച്ചത്. 1930 മാർച്ച് 2 ന് മഹാത്മാഗാന്ധി വൈസ്രോയിക്കയച്ച കത്തിന്റെ സാരം ഈ അഭിപ്രായത്തെ സാധൂകരിക്കുന്നു.

"അക്രമാസക്ത പാർട്ടി ശക്തിപ്പെടുകയും അനുഭവവേദ്യമാവുകയും ചെയ്തുകൊണ്ടിരിക്കുകയാണെ"ന്ന് ഗാന്ധിജി എഴുതി:

"താൻ ആരംഭിക്കാൻ പോകുന്ന അക്രമരഹിത സമരത്തിന് ബ്രിട്ടീഷ് വാഴ്ചയുടെ അക്രമാസക്തിയെ മാത്രമല്ല അക്രമാസക്ത പാർട്ടിയുടെ വളർന്നുവരുന്ന സംഘടിതമായ അക്രമശക്തിയേയും നേരിടേണ്ടതായിട്ടുണ്ടെന്ന് അദ്ദേഹം പ്രഖ്യാപിക്കുകയും ചെയ്തു.[44]

ശാസ്ത്രീയ സോഷ്യലിസത്തിലേക്ക് മുന്നോട്ട്

1929 മദ്ധ്യമായപ്പോഴേക്കും എച്ച് എസ് ആർ എയുടെ നേതൃനിരയിലുള്ള സഖാക്കളിൽ ഭൂരിഭാഗവും അറസ്റ്റുചെയ്ത് ജയിലിൽ അടയ്ക്കപ്പെട്ടു. അങ്ങനെ വായിക്കാനും ചർച്ചചെയ്യാനും അവർക്കവസരം ലഭിച്ചു. പുതിയ ധാരണയുടെ വെളിച്ചത്തിൽ ഭൂതകാലമാകെ, വിശേഷിച്ചും വ്യക്തിഗത സമരവും വീരസാഹസികതയും പുതിയ പരിശോധ

നയ്ക്ക് വിധേയമാക്കി. ഒടുവിൽ വ്യക്തിഗതസമരം ഉപേക്ഷിക്കാൻ അവർ തീരുമാനിച്ചു. ശാസ്ത്രീയ സോഷ്യലിസ്റ്റ് വിപ്ലവത്തിന്റെ ആശയങ്ങളോട് ആഭിമുഖ്യം കൈക്കൊള്ളുകയും ചെയ്തു. അങ്ങിങ്ങ് ചില ഒറ്റുകാരെയോ ഉദ്യോഗസ്ഥന്മാരെയോ വകവരുത്തുന്നതുകൊണ്ട് ലക്ഷ്യം നേടാനാവില്ലെന്ന നിഗമനത്തിൽ കുലങ്കഷമായ പഠനത്തിന്റെയും ബോർസ്റ്റൾ ജയിലിലെ മറ്റു സഖാക്കളുമായി നടത്തിയ സുദീർഘമായ ചർച്ചയുടെയും ഫലമായി, ഭഗത്സിങ് എത്തിച്ചേർന്നു.

ഭഗത്സിങ് 1929 ഒക്ടോബർ 19 ന് പഞ്ചാബ് വിദ്യാർത്ഥി സമ്മേളനത്തിനയച്ച സന്ദേശത്തിൽ പറയുന്നു:

> കൈത്തോക്കും ബോംബുമെടുക്കാൻ യുവാക്കളോട് ആവശ്യപ്പെടാൻ ഇന്നു നമുക്കാവില്ല... വ്യവസായമേഖലകളിലെ ചേരികളിലും ഗ്രാമങ്ങളിലെ ചെറ്റക്കുടിലുകളിലും കഴിയുന്ന കോടിക്കണക്കിനാളുകളെ ഉണർത്തേണ്ടത് ഇന്ന് അവരുടെ കർത്തവ്യമാണ്.

1931 ഫെബ്രുവരി 2 ന് *യുവരാഷ്ട്രീയ പ്രവർത്തകരോടുള്ള അഭ്യർത്ഥന*യിൽ അദ്ദേഹം എഴുതുകയുണ്ടായി. ഈ അഭ്യർത്ഥനയിലും ഭഗത്സിങ് ആവർത്തിച്ചാവർത്തിച്ച് ഊന്നിപ്പറഞ്ഞത് ജനങ്ങൾക്കിടയിൽ പ്രവർത്തിക്കേണ്ടതിന്റെ പ്രാധാന്യത്തെക്കുറിച്ചാണ്. "യഥാർത്ഥ വിപ്ലവസേന ഗ്രാമങ്ങളിലും ഫാക്ടറികളിലുമാണ്; കൃഷിക്കാരും തൊഴിലാളികളും" അദ്ദേഹം പറഞ്ഞു.

ഇതേ അഭ്യർത്ഥനയിൽത്തന്നെ താനൊരു ഭീകരപ്രവർത്തകനാണെന്ന് പറയുന്നതിനെ അദ്ദേഹം ശക്തിയായി നിഷേധിച്ചു. "ഞാനൊരു ഭീകരപ്രവർത്തകനെപ്പോലെ പ്രവർത്തിച്ചു. പക്ഷേ, ഞാൻ ഒരു ഭീകരപ്രവർത്തകനല്ല. ദീർഘമായ പരിപാടികളുടെ വ്യക്തമായ ആശയങ്ങളുള്ള ഒരു വിപ്ലവകാരിയാണ് ഞാൻ. ഞാനൊരു ഭീകരപ്രവർത്തകനല്ലെന്ന് സർവ്വശക്തിയും ഉപയോഗിച്ച് പ്രഖ്യാപിക്കാൻ എന്നെ അനുവദിച്ചാലും! എന്റെ വിപ്ലവപ്രവർത്തനത്തിന്റെ തുടക്കം ഒഴിച്ചുനിർത്തിയാൽ ഞാൻ ഒരിക്കലും ഒരു ഭീകരപ്രവർത്തകനായിരുന്നില്ല. ആ മാർഗ്ഗത്തിലൂടെ ഒന്നും നേടാനാവില്ലെന്ന് എനിക്ക് ബോദ്ധ്യപ്പെട്ടു." മാർക്സിന്റെയും ലെനിന്റെയും കൃതികൾ വായിക്കാനും അവരുടെ പാഠങ്ങൾ മാർഗ്ഗദർശനങ്ങളായി എടുക്കാനും ജനങ്ങളിലേക്കിറങ്ങിച്ചെന്ന് തൊഴിലാളികൾ, കൃഷിക്കാർ, അഭ്യസ്തവിദ്യരായ ഇടത്തരക്കാർ എന്നിവർക്കിടയിൽ പ്രവർത്തിക്കാനും അവർക്ക് രാഷ്ട്രീയ വിദ്യാഭ്യാസം നല്കി വർഗ്ഗബോധമുള്ളവരാക്കാനും അവരെ വർഗ്ഗാടിസ്ഥാനത്തിൽ യൂണിയനുകളിലും മറ്റും സംഘടിപ്പിക്കാനും യുവരാഷ്ട്രീയ പ്രവർത്തകരെ അദ്ദേഹം ഉപദേശിച്ചു. ജനങ്ങളുടേതായ ഒരു പാർട്ടിയില്ലാതെ ഇതൊന്നും ചെയ്യാനാവില്ലെന്നും അദ്ദേഹം യുവാക്കളോടു പറഞ്ഞു. "നമുക്കാവശ്യം—ലെനിനു പ്രിയങ്കരമായ വാക്കിൽ പറഞ്ഞാൽ വിപ്ലവം തൊഴിലാക്കിയവരെയാണ്. വിപ്ലവമല്ലാതെ മറ്റൊരഭിലാഷമോ ജീവിതത്തിൽ മറ്റൊരു തൊഴിലോ ഇല്ലാത്ത വിപ്ലവകാരികളായ മുഴുവൻ സമയപ്രവർത്തകരെയാണ്."

അദ്ദേഹം ഇങ്ങനെ തുടരുന്നു:

> ചിട്ടയോടെ ഇതിലേക്കു നീങ്ങുന്നതിന് നമുക്ക് അങ്ങേയറ്റം ആവശ്യമായിട്ടുള്ളത് മുകളിൽ ചർച്ച ചെയ്ത തരത്തിൽ വ്യക്തമായ ആശയവും നിശിതമായ കാഴ്ചപ്പാടും, മുൻകൈയെടുക്കാനും പെട്ടെന്ന് തീരുമാനത്തിലെത്താനും വേണ്ട കഴിവും ഉള്ള പ്രവർത്തകന്മാരുടെ ഒരു പാർട്ടിയാണ്. ആ പാർട്ടിക്ക് ഉരുക്കുപോലുള്ള അച്ചടക്കമുണ്ടായിരിക്കണം; അത് ഒളിവിൽ പ്രവർത്തിക്കുന്ന ഒരു പാർട്ടിയാവണമെന്നില്ല; നേരെമറിച്ച്... ആ പാർട്ടി ജനങ്ങൾക്കിടയിൽ പ്രചാരണം നടത്തിക്കൊണ്ടുവേണം തുടങ്ങാൻ. കൃഷിക്കാരുടെയും തൊഴിലാളികളുടെയും സജീവമായ അനുഭാവം നേടാനും അവരെ സംഘടിപ്പിക്കാനും ഇത് അവശ്യം ആവശ്യമാണ്. ആ പാർട്ടിയുടെ പേർ, അഥവാ കൂടുതൽ ഉചിതം ഒരു കമ്യൂണിസ്റ്റ് പാർട്ടിയാണ്. രാഷ്ട്രീയ പ്രവർത്തകരുടെ ഈ പാർട്ടിക്ക് കർശനമായ അച്ചടക്കം ഉണ്ടായിരിക്കണം. മറ്റെല്ലാ പ്രസ്ഥാനങ്ങളെയും അത് കൈകാര്യം ചെയ്യണം.

ഇവിടെ ഭഗത്സിങ് പരസ്യമായി മാർക്സിസത്തിലേക്ക്, കമ്യൂണിസത്തിനും കമ്യൂണിസ്റ്റ് പാർട്ടിക്കുംവേണ്ടി മുമ്പോട്ടുവരുന്നു.

വിപ്ലവം നിർവ്വചിക്കപ്പെട്ടു

വിപ്ലവത്തെക്കുറിച്ചുള്ള ഭഗത്സിങ്ങിന്റെ സങ്കല്പവും വളരെ വ്യക്തമാണ്. 'വിപ്ലവം' എന്ന പദംകൊണ്ട് എന്താണ് വിവക്ഷിക്കുന്നതെന്ന് കീഴ്ക്കോടതിയിൽവെച്ച് അദ്ദേഹത്തോട് ചോദിക്കുകയുണ്ടായി. ഈ ചോദ്യത്തിന് ഉത്തരമായി അദ്ദേഹം പറഞ്ഞു:

> വിപ്ലവം രക്തരൂഷിതമായ കലാപം ആയിക്കൊള്ളണമെന്നില്ല. അത് കൈത്തോക്കിനെയും ബോംബിനെയും ആരാധിക്കലല്ല. വിപ്ലവമെന്നതുകൊണ്ട് ഞങ്ങളുടെ വിവക്ഷ ഇന്നത്തെ വ്യവസ്ഥ—അത് പ്രകടമായും അനീതിയിൽ അധിഷ്ഠിതമാണ്—മാറ്റണമെന്നതാണ്.

ഇത് കൂടുതൽ വിശദീകരിച്ചുകൊണ്ട് അദ്ദേഹം പറഞ്ഞു;

> വിപ്ലവം എന്നതുകൊണ്ട് ഞങ്ങൾ അർത്ഥമാക്കുന്നത് തകർച്ചയുടെ ഭീഷണിക്ക് വശംവദമാവാത്ത ഒരു സമൂഹക്രമം അന്തിമമായും സ്ഥാപിക്കുകയെന്നതാണ്. അതിൽ തൊഴിലാളിവർഗ്ഗത്തിന്റെ പരമാധികാരം അംഗീകരിക്കപ്പെടണം. മാനവരാശിയെ മുതലാളിത്തത്തിന്റെ കെട്ടുപാടുകളിൽനിന്നും സാമ്രാജ്യയുദ്ധത്തിന്റെ ദുരിതങ്ങളിൽനിന്നും മോചിപ്പിക്കുന്ന ഒരു ലോക ഫെഡറേഷനുമുണ്ടാവണം.

പ്രത്യയശാസ്ത്രപരമായി സോഷ്യലിസത്തിലേക്കുള്ള ഭഗത്സിങ്ങിന്റെ മുന്നേറ്റം ത്വരിതഗതിയിലായിരുന്നു. 1924 മുതൽ 1928 വരെയുള്ള കാലഘട്ടത്തിൽ ഭഗത്സിങ് വിവിധ വിഷയങ്ങൾ അതീവ ഗഹനമായി പഠിച്ചു. ഈ കാലഘട്ടത്തിൽ ഭഗത്സിങ് 'പുസ്തകങ്ങൾ വിഴുങ്ങുക'യായിരുന്നുവെന്നാണ് രാജാറാംശാസ്ത്രി പറഞ്ഞത്. അദ്ദേഹത്തിന് പ്രിയപ്പെട്ട വിഷയങ്ങൾ റഷ്യൻവിപ്ലവവും സോവിയറ്റ് റഷ്യയും അയർലണ്ട്, ഫ്രാൻസ്, ഇന്ത്യ എന്നിവിടങ്ങളിലെ വിപ്ലവപ്രസ്ഥാനം, അരാജകത്വവും മാർക്സിസവും—ഇവയൊക്കെ ആയിരുന്നു. 1928 ഒടുവിലായപ്പോഴേക്കും അദ്ദേഹവും അദ്ദേഹത്തിന്റെ സഖാക്കളും തങ്ങളുടെ പ്രസ്ഥാനത്തിന്റെ അന്തിമലക്ഷ്യം സോഷ്യലിസമാണെന്ന് പ്രഖ്യാപിക്കുകയും അതനുസരിച്ച് പാർട്ടിയുടെ പേർ മാറ്റുകയും ചെയ്തു. ഈ മുന്നേറ്റം തൂക്കുമരത്തിലേറുന്ന ദിനംവരെ നിർബ്ബാധം തുടർന്നുപോന്നു.

> ദേശീയപ്രസ്ഥാനം, സമകാലീന ലോകവിപ്ലവ പ്രക്രിയയുടെ സ്വഭാവം, അരാജകവാദം, സോഷ്യലിസം, അക്രമവും അക്രമരാഹിത്യവും, വിപ്ലവാത്മക ഭീകരപ്രവർത്തനം, മതം, വർഗ്ഗീയത, പഴയ വിപ്ലവകാരികൾ, സമകാലീന ദേശീയവാദികൾ—എന്നിവ തുടങ്ങി തന്റേത് ഉൾപ്പെടെ സമകാലീന വീക്ഷണങ്ങളെല്ലാം അദ്ദേഹം ഈ പ്രക്രിയയിൽ വിമർശനപരമായ പരിശോധനയ്ക്ക് വിധേയമാക്കി.[45]

ദൈവത്തെയും മതത്തെയുംപറ്റി

ദൈവത്തെയും മതത്തെയും ഗൂഢാത്മവാദ (മിസ്റ്റിസിസം)ത്തെയും സംബന്ധിച്ച് ഭഗത്സിങ്ങിന്റെ ആശയങ്ങളെക്കുറിച്ച് ഏതാനും വാക്കുകൾകൂടി കുറിക്കാതിരുന്നാൽ ഈ അവതാരിക അപൂർണ്ണമായിരിക്കുമെന്ന് ഞാൻ കരുതുന്നു. അത് അവശ്യം ആവശ്യവുമാണ്. എന്തുകൊണ്ടെന്നാൽ നാനാതരക്കാരായ പിന്തിരിപ്പൻമാരും മതാന്ധരും വർഗ്ഗീയവാദികളുമെല്ലാം ഭഗത്സിങ്ങിന്റെയും ചന്ദ്രശേഖർ ആസാദിന്റെയും പേരും പ്രശസ്തിയും തങ്ങളുടെ സ്വന്തം രാഷ്ട്രീയത്തിനും പ്രത്യയശാസ്ത്രത്തിനും വേണ്ടി ഉപയോഗപ്പെടുത്താൻ ശ്രമം നടത്തിക്കൊണ്ടിരിക്കയാണ് ഇപ്പോൾ.

> താൻ ഒരു നിരീശ്വരവാദിയാണെന്ന് പ്രഖ്യാപിച്ചുകൊണ്ട് ആദ്യകാല വിപ്ലവകാരികളുടെ സമീപനത്തെയും വീക്ഷണത്തെയും സംബന്ധിച്ച പൂർണ്ണമായ ധാരണ ഭഗത്സിങ് കാട്ടിത്തരുന്നു. അവരുടെ മതവിശ്വാസാഭാസത്തിന്റെ ഉറവിടവും അദ്ദേഹം ആരായുകയുണ്ടായി. തങ്ങളുടെ തന്നെ രാഷ്ട്രീയ പ്രവർത്തനത്തെ സംബന്ധിച്ചിടത്തോളം ശാസ്ത്രീയമായ ഒരു ധാരണയുടെ അഭാവത്തിൽ, വ്യക്തിഗതമായ പ്രലോഭനങ്ങൾക്കെതിരെ പോരാടാനും നൈരാ

> ശ്യത്തെ കീഴ്പ്പെടുത്താനും ഭൗതികസുഖങ്ങളും കുടുംബവും ജീവിതംതന്നെയും പരിത്യജിക്കുന്നതിന് ആത്മീയമായ ഒരു താങ്ങായി യുക്തിരഹിതമായ വിശ്വാസവും ഗൂഢാത്മവാദവും അവർക്കാവശ്യമായിരുന്നു. നിരന്തരമായി ജീവിതം തന്നെ അപകടപ്പെടുത്താനും എല്ലാം പരിത്യജിക്കാനും തയ്യാറായ ഒരാൾക്ക് പ്രചോദനത്തിന്റെ അഗാധമായ പ്രഭവസ്ഥാനം അവശ്യം ആവശ്യമാണ്. ആദ്യകാലവിപ്ലവകാരികളായ ഭീകരപ്രവർത്തകർക്ക് ഈ ആവശ്യം നിർവ്വഹിച്ചുകൊടുത്തത് ഗൂഢാത്മവാദവും മതവുമാണ്. എന്നാൽ തങ്ങളുടെ പ്രവർത്തനത്തിന്റെ സ്വഭാവം നല്ലപോലെ മനസ്സിലാക്കുകയും വിപ്ലവപരമായ ഒരു പ്രത്യയശാസ്ത്രത്തിലേക്ക് മുന്നേറുകയും ചെയ്തവർക്ക് ഇത്തരത്തിൽ ഒരു പ്രചോദനത്തിന്റെ പ്രഭവസ്ഥാനം ആവശ്യമില്ല. ആത്മീയതയുടെ കൃത്രിമമായ ഊന്നുകാൽ കൂടാതെതന്നെ അവർക്ക് മർദ്ദനത്തിനെതിരായി പോരാടാൻ കഴിയും. ശാശ്വതമായ മോക്ഷത്തെക്കുറിച്ചുള്ള ആശ്വാസമോ സമാധാനമോ കൂടാതെതന്നെ ആത്മവിശ്വാസത്തോടെ നിർഭയം തൂക്കുമരത്തിലേറാൻ അവർക്ക് കഴിയും. അവർ സ്വാതന്ത്ര്യത്തിനും മർദ്ദിതരുടെ മോചനത്തിനുംവേണ്ടി പോരാടിയത് അങ്ങനെ ചെയ്യാതിരിക്കാൻ അവർക്ക് കഴിയാത്തതുകൊണ്ടാണ്.[46]

അസംബ്ലിയിൽ ബോംബെറിഞ്ഞത് സംബന്ധിച്ച കേസിന്റെ അപ്പീൽ നടന്നുകൊണ്ടിരിക്കെ ലാഹോർ ഹൈക്കോടതി മുമ്പാകെ ചെയ്ത പ്രസ്താവനയിൽ ആശയത്തിന്റെ പ്രാധാന്യം ഭഗത്സിങ് ഊന്നിപ്പറയുകയുണ്ടായി: "വിപ്ലവത്തിന്റെ വായ്ത്തല ചിന്തയുടെ ചാണയിൽ തേച്ച് മൂർച്ചകൂട്ടണം." ഈ അടിസ്ഥാനത്തിൽ "വിമർശനവും സ്വതന്ത്രചിന്തയും വിപ്ലവകാരികൾക്ക് ഒഴിച്ചുകൂടാത്ത രണ്ട് ഗുണവിശേഷങ്ങളാണെന്നും പുരോഗതിക്കുവേണ്ടി നിലകൊള്ളുന്ന ഏതൊരാളും പഴയ വിശ്വാസങ്ങളെ സർവ്വദാ വിമർശിക്കുകയും അവിശ്വസിക്കുകയും ചോദ്യം ചെയ്യുകയും വേണ"മെന്നും "നിലവിലുള്ള വിശ്വാസത്തിന്റെ മുക്കിലും മൂലയിലും ചെന്ന് ജനങ്ങൾ ഒന്നൊന്നായി ചികഞ്ഞെടുത്ത യുക്തിവിചാരത്തിന് വിധേയമാക്കണമെന്നും" അദ്ദേഹം പറഞ്ഞു.

ദൈവം, വിശ്വാസം, മതം എന്നിവയുടെ നിരാകരണം അദ്ദേഹത്തെ സംബന്ധിച്ചിടത്തോളം യാദൃച്ഛികമായിരുന്നില്ല, അത് അഹംഭാവത്തിന്റെയും പൊങ്ങച്ചത്തിന്റെയും സന്തതിയുമായിരുന്നില്ല. 1926 ൽ തന്നെ അദ്ദേഹം ദൈവത്തെ നിരാകരിച്ചു കഴിഞ്ഞിരുന്നു. അദ്ദേഹം എഴുതി:

> 1926 അവസാനത്തോടെ പ്രപഞ്ചത്തിന്റെ സ്രഷ്ടാവും മാർഗ്ഗദർശകനും നിയന്താവുമായ സർവ്വശക്തനായ പരാശക്തിയുടെ അസ്തിത്വം സംബന്ധിച്ച സിദ്ധാന്തം അടിസ്ഥാനരഹിതമാണെന്ന് എനിക്ക് ബോദ്ധ്യപ്പെട്ടു.

ഒരിക്കലും മരിക്കാത്ത ചൈതന്യം

ആയിരത്തിതൊള്ളായിരത്തി മുപ്പത് ജൂലായിലെ അവസാനത്തെ ഞായറാഴ്ച ലാഹോർ സെൻട്രൽ ജയിലിൽനിന്ന് ഭഗത്സിങ് ഞങ്ങളെയൊക്കെ കാണാൻ ബോസ്റ്റൺ ജയിലിൽ വന്നു. ഇതദ്ദേഹത്തിന്റെ ഒരു പതിവായിരുന്നു. എങ്ങനെ കേസ് വാദിക്കണമെന്ന് സംബന്ധിച്ച് മറ്റു പ്രതികളുമായി ചർച്ചചെയ്യാനെന്ന് ന്യായത്തിൻമേൽ ഈ ഒരു സൗകര്യം സർക്കാരിൽനിന്നും അദ്ദേഹം നേടിയെടുത്തിരുന്നു. ചില രാഷ്ട്രീയ പ്രശ്നങ്ങൾ ചർച്ചചെയ്യുന്നതിനിടയിൽ ഞങ്ങൾ വ്യഗ്രതയോടെ കാത്തിരിക്കുന്ന കോടതിവിധിയിലേക്ക് സംഭാഷണം വഴുതിവീണു. ഞങ്ങൾ ഓരോരുത്തരും തമാശയ്ക്ക് മറ്റുള്ളവരെക്കുറിച്ച് വിധി പ്രസ്താവിച്ചു. എന്നാൽ രാജഗുരുവിനെയും ഭഗത്സിങ്ങിനെയും ഞങ്ങൾ ഇതിൽനിന്നൊഴിച്ചുനിർത്തി. അവരെ തൂക്കിക്കൊല്ലുമെന്ന് ഞങ്ങൾക്കറിയാമായിരുന്നു.

"രാജഗുരുവിനെയും എന്നെയും സംബന്ധിച്ചെന്ത് പറയുന്നു. ഞങ്ങളെ നിങ്ങൾ വിട്ടയക്കാൻ പോകയാണോ?" ഭഗത്സിങ് പുഞ്ചിരിയോടെ ചോദിച്ചു. ആരും മറുപടിപറഞ്ഞില്ല. "യാഥാർത്ഥ്യം അംഗീകരിക്കാൻ ഭയപ്പെടുന്നോ?" വളരെ പതിഞ്ഞ സ്വരത്തിൽ അദ്ദേഹം ചോദിച്ചു.

മൗനം. ഞങ്ങളുടെ മൗനം കണ്ട് പൊട്ടിച്ചിരിച്ചുകൊണ്ട് അദ്ദേഹം പറഞ്ഞു: "കഴുത്തിൽ കുരുക്കിട്ട് മരിക്കുന്നതുവരെ ഞങ്ങളെ തൂക്കിലിടും. അതൊരു യാഥാർത്ഥ്യമാണ്, സഖാക്കളെ, എനിക്കതറിയാം, നിങ്ങൾക്കും അതറിയാം. പിന്നെന്തിന് അതിനുനേർക്ക് കണ്ണടയ്ക്കുന്നു?"

ഭഗത്സിങ് തന്റെ സ്വതഃസിദ്ധമായ പ്രകൃതത്തിലായി. വളരെ പതുക്കെ സംസാരിച്ചുതുടങ്ങി. അതാണ് അദ്ദേഹത്തിന്റെ ശൈലി. കേൾക്കുന്ന ഞങ്ങൾക്ക് തോന്നുക അദ്ദേഹംതന്നെ അനുനയിക്കാൻ ശ്രമിക്കുകയാണെന്നാണ്. ഉച്ചത്തിൽ സംസാരിക്കുന്ന ശീലം അദ്ദേഹത്തിനില്ല. അദ്ദേഹത്തിന്റെ ശക്തിയും ഒരുപക്ഷേ, അതാവാം.

തന്റെ സ്വതഃസിദ്ധമായ ശൈലിയിൽ അദ്ദേഹം തുടർന്നു:

> ഒരു ദേശാഭിമാനിക്കുള്ള പരമോന്നത പുരസ്കാരമാണത്. എനിക്കത് ലഭിക്കാൻ പോകുന്നുവെന്നതിൽ ഞാൻ അഭിമാനംകൊള്ളുന്നു. എന്റെ ഈ ഐഹികശരീരം നശിപ്പിച്ചാൽ ഈ രാജ്യത്ത് സുരക്ഷിതരാവും എന്നാണവർ കരുതുന്നത്. അവർക്ക് തെറ്റിപ്പോയി. അവരെന്നെ കൊല്ലുമായിരിക്കാം. പക്ഷേ, എന്റെ ആശയങ്ങളെ കൊല്ലാൻ അവർക്ക് കഴിയില്ല. എന്റെ ശരീരം നശിപ്പിക്കാൻ അവർക്ക് കഴിയും. പക്ഷേ, എന്റെ അന്തഃചൈതന്യത്തെ നശിപ്പിക്കാൻ അവർക്കാവില്ല. എന്റെ ആശയങ്ങൾ ബ്രിട്ടീഷുകാരെ ഒരു ശാപംപോലെ അലട്ടിക്കൊണ്ടിരിക്കും—അവർ ഇവിടം വിട്ട് ഓടിപ്പോവാൻ നിർബ്ബന്ധിതരാവുംവരെ.

തികച്ചും വികാര വിക്ഷോഭത്തോടെയാണ് ഭഗത്സിങ് സംസാരിച്ചത്. ഞങ്ങളുടെ മുമ്പിലിരിക്കുന്ന ഈ മനുഷ്യൻ ഞങ്ങളുടെ സഹപ്രവർത്തകനാണെന്ന് അല്പസമയത്തേക്ക് ഞങ്ങളെല്ലാം വിസ്മരിച്ചു. അദ്ദേഹം തുടർന്നു:

> ഇത് ചിത്രത്തിന്റെ ഒരു വശം മാത്രം. മറുവശവും ഇത്രതന്നെ ഭാസുരമാണ്. മരിച്ച ഭഗത്സിങ് ജീവിച്ചിരിക്കുന്ന ഭഗത്സിങ്ങിനേക്കാൾ ബ്രിട്ടീഷ് മേധാവികൾക്ക് ആപൽക്കാരിയായിരിക്കും. എന്നെ തൂക്കിലേറ്റിക്കഴിഞ്ഞാൽ എന്റെ വിപ്ലവാശയങ്ങളുടെ സൗരഭ്യം നമ്മുടെ മനോഹരമായ നാടിന്റെ അന്തരീക്ഷത്തിൽ വ്യാപിക്കും. അത് യുവാക്കളെ ഉന്മത്തരാക്കും; സ്വാതന്ത്ര്യത്തിനും വിപ്ലവത്തിനുംവേണ്ടിയുള്ള വൈകാരിക വിഭ്രാന്തിയിലേക്കുവരെ ചെന്നെത്തിക്കും; അതാവട്ടെ ബ്രിട്ടീഷ് സാമ്രാജ്യത്വത്തിന്റെ അന്ത്യം ആസന്നമാക്കിത്തീർക്കുകയും ചെയ്യും. ഇതാണെന്റെ ദൃഢമായ കാഴ്ചപ്പാട്. രാജ്യസേവനത്തിനും എന്റെ ജനങ്ങളോടുള്ള എന്റെ സ്നേഹത്തിനുമുള്ള സമുന്നതമായ ആ പുരസ്കാരം ഏറ്റുവാങ്ങുന്ന ദിനം ഞാൻ ആകാംക്ഷയോടെ കാത്തിരിക്കുകയാണ്.

ഒരു കൊല്ലത്തിനകം ഭഗത്സിങ്ങിന്റെ പ്രവചനം യാഥാർത്ഥ്യമായി പരിണമിച്ചു. അദ്ദേഹത്തിന്റെ നാമധേയം മരണത്തെ തൃണവൽഗണിക്കുന്ന ധീരതയുടെയും ത്യാഗത്തിന്റെയും ദേശാഭിമാനത്തിന്റെയും നിശ്ചയദാർഢ്യത്തിന്റെയും പ്രതീകമായിത്തീർന്നു. ഒരു സോഷ്യലിസ്റ്റ് സമൂഹം സ്ഥാപിക്കുകയെന്ന അദ്ദേഹത്തിന്റെ സ്വപ്നം അഭ്യസ്തവിദ്യരായ യുവാക്കളുടെ ചേതനയെ പിടികൂടി; 'ഇങ്കിലാബ് സിന്ദാബാദ്' (വിപ്ലവം നീണാൾ വാഴട്ടെ) എന്ന് അദ്ദേഹം ഉയർത്തിയ മുദ്രാവാക്യം രാഷ്ട്രത്തിന്റെയാകെ പോർവിളിയായി. 1930-32 കാലത്ത് ജനങ്ങളാകെ ഒന്നായി ഉണർന്നെഴുന്നേറ്റു. തടവും തല്ലും ലാത്തിപ്രയോഗവും അവരുടെ ആത്മധൈര്യത്തെ അണുപോലും ഇളക്കിയില്ല. ഇതേ അന്തഃചൈതന്യം, കൂടുതൽ ഉയർന്നതലത്തിൽ ക്വിറ്റിന്ത്യാ സമരത്തിന്റെ നാളുകളിൽ പ്രത്യക്ഷപ്പെട്ടു. ചുണ്ടിൽ അദ്ദേഹത്തിന്റെ നാമധേയവും കൊടിക്കൂറകളിൽ അദ്ദേഹത്തിന്റെ മുദ്രാവാക്യവുമായി ചെറുപ്പക്കാരും യുവാക്കളും നവനീതസദൃശം വെടിയുണ്ടകളെ നേരിട്ടു. രാജ്യമാകെ വൈകാരിക വിഭ്രാന്തിയിലാമഗ്നമായി. തുടർന്ന് 1945-46 കാലഘട്ടം വന്നെത്തി. തികച്ചും ഒരു പുതിയ ഇന്ത്യയുടെ ഉയർച്ചയ്ക്ക് അന്ന് ലോകം സാക്ഷ്യംവഹിച്ചു. തൊഴിലാളികൾ, കൃഷിക്കാർ, വിദ്യാർത്ഥികൾ, യുവാക്കൾ, നാവികർ, പട്ടാളക്കാർ, വ്യോമസൈനികർ, പൊലീസുകാർ തന്നെയും— സർവ്വരും തിരിച്ചടിക്കാൻ മുന്നോട്ടുവന്നു. സഹനസമരം ഉശിരൻ തിരിച്ചടിക്ക് വഴിമാറിക്കൊടുത്തു. ത്യാഗങ്ങളും ദുരിതങ്ങളും വരിക്കാനുള്ള അന്തഃചൈതന്യം 1930 വരെ നന്നേ കുറച്ചുപേരേ

പ്രകടമാക്കിയിരുന്നുള്ളുവെങ്കിൽ ഇപ്പോഴത് ഒരു ബഹുജനപ്രതിഭാസമായിത്തീർന്നു. വിപ്ലവാവേശം രാഷ്ട്രത്തെയാകെ പിടികൂടി.

ഭഗത്സിങ് പറഞ്ഞത് എത്രയും ശരിയാണ്. അന്തഃചൈതന്യം മരിക്കില്ല. അതിന്നും മരിച്ചിട്ടില്ല.

കുറിപ്പുകൾ

1. Quoted in the *Sedition Committee (Rowlatt) Report,* 1919, p. 3
2. Ibid, p. 2
3. Ibid, p. 2
4. M N Gupta, *Bharatiya Krantikari Andolan ka Itihas* (Hindi), second edition, 1960, p. 44
5. Tarini Shankar Chakravarty, *Bharat men Sashastra Kranti ki Bhoomika* (Hindi), Krantikari Prakashan, Mirzapur, p. 142
6. Budhadeva Bhattacharya (Ed.), *Freedom Struggle and Anushilan Samiti* P. 48.
7. Ibid, p. 68
8. J C Kar, *Political Trouble in India 1907-1917,* Preface, 1973, p. 13
9. Quoted in the *Sedition Committee (Rowlatt) Report,* op. cit, p. 7
10. Tarini Shankar Chakravarty *op. cit,* p. 92
11. G Adhikari, *Challenge,* People's Publishing House, New Delhi, Jan. 1984, p. 3.
12. Tridib Chaudhary, *Freedom Struggle and Anushilan Samiti,* Introduction, pp. 16-17
13. For details regarding activities of Indian revolutionaries in America, I have relied on L P Mathur, *Indian Revolutionary Movement in United States of America,* S. Chand & Co. New Delhi, 1970.
14. Paraphrased from *Ghadar,* Weekly, vol. 1, No. 3 (December 30, 1913) by Sohan Singh Josh, *Hindustan Ghadar Party. A Short History,* p. 160
15. Ibid, p. 189
16. Ibid, p. 175
17. Ibid, p. 192
18. Ibid, p. 177
19. Ibid, p. 193
20. Ibid, p. 193
21. L P Mathur, "op. cit., p. 23
22. Ibid, p. 29
23. Presidential address to special (Calcutta) Session of the Indian National Congress, September 1920. Quoted in R P Dutt, *India Today,* p. 280
24. R P Dutt, *op. cit.*, p. 284

25. See Appendix I
26. Quoted from Sanyal's *Bandi Jeevan* (Hindi) by Vishwamitra Upadhyaya, *Shachindra Nath Sanyal aur Unka Yug,* p. 195
27. Ibid, p.156
28. Ibid, p. 178
29. Ibid, p. 177
30. Ibid, p. 178
31. Ibid, p. 154
32. Ibid, pp. 181-2
33. Ibid, p. 183
34. Jawaharlal Nehru, *An Autobiography,* John Lane the Bodley Head, London, 1936, pp. 364-5
35. Quoted in Pratima Ghosh, *Meerut Conspiracy Case and the Left-Wing in India,* p. 47
36. Ibid, p. 53
37. The bill was to be discuned by the House on March 21, but the President postponed it for April 2 when he gave his ruling that the basis of the bill and the charges labelled against the Meerut Conspiracy Case accused were the same and, therefore, any discussion on the bill would prejudice the defence. He therefore, disallowed the discussion. On April 4, the government placed the case before the House and pleaded for discussion. On April 11, the president overruled the government's plea and upheld his ruling. On April 13, the Viceroy promulgated the Ordinance.
38. Quoted by G Adhikari in an article in *Mainstream.* April 25, 1981.
39. G Adhikari (ed.) *Documents of the History of the Communist Party of India,* Vol. II, P. 443
40. Ibid, p. 442
41. Ibid, p. 473
42. S N Mazumdar, *op. cit,* p. 176
43. G L Deol, *Sardar Bhagat Singh,* p. 112
44. Ibid, p. 113
45. Bipan Chanra, Introduction to *Why I am an Atheist?* Shaheed Bharat Singh Research Committee, New Delhi, 1979
46. *Ibid.*

തെരഞ്ഞെടുത്ത കൃതികൾ

പഞ്ചാബി ഭാഷയുടെയും ലിപിയുടെയും പ്രശ്നങ്ങൾ*

ഈ വിഷയത്തിൽ പഞ്ചാബ് ഹിന്ദിസാഹിത്യ സമ്മേളനം 1923 ൽ ഒരു പ്രബന്ധമത്സരം സംഘടിപ്പിക്കുകയുണ്ടായി. ഈ മത്സരത്തിലേക്ക് ഭഗത്സിങ് എഴുതിയതാണ് ഈ ലേഖനം. ഇതിന് അദ്ദേഹത്തിന് 50 രൂപ സമ്മാനം ലഭിക്കുകയും ചെയ്തു. സാഹിത്യസമ്മേളനം ജനറൽ സെക്രട്ടറി ശ്രീ. ഭീംസെൻ വിദ്യാലങ്കാർക്ക് (ഇപ്പോൾ ജീവിച്ചിരിപ്പില്ല) ഈ ലേഖനം നന്നേ ഇഷ്ടപ്പെട്ടു. അദ്ദേഹം അത് സൂക്ഷിച്ചുവെക്കുകയും ചെയ്തു. പിന്നീട് 1933 ഫെബ്രുവരി 28 ന് ഹിന്ദി സന്ദേശിൽ ഇത് പ്രസിദ്ധീകരിക്കപ്പെട്ടു.

"**ഒ**രു സമൂഹത്തിന്റെ അഥവാ രാജ്യത്തിന്റെ സാഹിത്യപരിചയത്തിന് ആ സമൂഹത്തെ അഥവാ രാജ്യത്തെ മനസ്സിലാക്കുന്നതിൽ പരമപ്രാധാന്യമുണ്ട്. എന്തുകൊണ്ടെന്നാൽ ആ സമൂഹമനഃസാക്ഷി അതിന്റെ സാഹിത്യത്തിലും പ്രതിഫലിച്ചിരിക്കും." ഈ പ്രസ്താവനയുടെ ആധികാരികതത്വത്തിനു ചരിത്രം സാക്ഷ്യം വഹിക്കുന്നു. സാഹിത്യത്തിന്റെ ഒഴുക്കിനാൽ നിർണ്ണീതമായ ദിശിയാണ് രാജ്യങ്ങൾ പിന്തുടരുന്നത്. ഓരോ രാജ്യത്തിനും അതിന്റെ ഉന്നതിക്ക് ഉത്തമ സാഹിത്യം ആവശ്യമാണ്. ഒരു രാജ്യത്തിന്റെ സാഹിത്യത്തിനു പുതിയ ഔന്നത്യം കൈവരുമ്പോൾ ആ രാജ്യവും വളരുന്നു. ദേശാഭിമാനികൾ—വെറും സാമൂഹ്യ പരിഷ്കർത്താക്കളായാലും രാഷ്ട്രീയ നേതാക്കളായാലും ശരി—തങ്ങളുടെ രാജ്യത്തെ സാഹിത്യത്തിൽ അതീവ ശ്രദ്ധപതിപ്പിക്കു

---

* മൂലകൃതി ഹിന്ദിയിൽ

ന്നു. സമകാലീന പ്രശ്നങ്ങളുടെയും പരിതഃസ്ഥിതിയുടെയും ആവശ്യം നിറവേറ്റാനുതകുന്ന സാഹിത്യം അവർ സൃഷ്ടിക്കുന്നില്ലെങ്കിൽ അവരുടെ എല്ലാ യത്നങ്ങളും പരാജയപ്പെടും. അവരുടെ പ്രവർത്തനത്തിനു സ്ഥിരപ്രതിഷ്ഠയില്ലെന്നു തെളിയുകയും ചെയ്യും.

മസീനി തന്റെ മുപ്പതുകൊല്ലത്തെ ദൗത്യം സാംസ്കാരിക-സാഹിത്യ നവോത്ഥാനത്തിനുവേണ്ടി വിനിയോഗിച്ചിരുന്നില്ലെങ്കിൽ ഗാരിബാൾഡിക്ക് അത്രയെളുപ്പം സൈന്യത്തെ സജ്ജീകരിക്കാൻ ഒരുപക്ഷേ, കഴിയുമായിരുന്നില്ല. അയർലണ്ടിൽ നവോത്ഥാനത്തോടൊപ്പം അതേ ആവേശത്തോടെ ഐറിഷ് ഭാഷയുടെ പുനരുജ്ജീവനശ്രമവും നടക്കുകയുണ്ടായി. ഐറിഷ് ജനതയെ അന്തിമമായി അടിച്ചമർത്തുന്നതിനുവേണ്ടി ഭരണാധികാരികൾ അവരുടെ ഭാഷയെ അടിച്ചമർത്താൻ ആഗ്രഹിച്ചു. ഗെയ്ലിക് ഭാഷയിലുള്ള ഏതാനും പദ്യങ്ങൾ സൂക്ഷിച്ചുവെച്ചതിനു കുട്ടികൾപോലും ശിക്ഷിക്കപ്പെട്ടു. റൂസോയുടെയും വോൾട്ടയറിന്റെയും സാഹിത്യമില്ലായിരുന്നുവെങ്കിൽ ഫ്രഞ്ചുവിപ്ലവം അസാദ്ധ്യമാകുമായിരുന്നു. ടോൾസ്റ്റോയിയും കാൾമാർക്സും മാക്സിം ഗോർക്കിയും തങ്ങളുടെ ജീവിതം പുതിയ സാഹിത്യസൃഷ്ടിക്കുവേണ്ടി വിനിയോഗിച്ചിരുന്നില്ലെങ്കിൽ റഷ്യൻ വിപ്ലവം നടക്കുമായിരുന്നില്ല. കമ്യൂണിസത്തിന്റെ പ്രചാരവും പ്രയോഗവും സംബന്ധിച്ച് പിന്നെ പറയേണ്ടതുണ്ടോ?

സാമൂഹ്യ-മത പരിഷ്കർത്താക്കൾക്കും ബാധകമാണിത്. കബീറിന്റെ ആശയങ്ങൾക്ക് ശാശ്വതപ്രതിഷ്ഠ കൈവന്നതിനുകാരണം അദ്ദേഹത്തിന്റെ സാഹിത്യമാണ്. അദ്ദേഹത്തിന്റെ കവിതകളുടെ മാധുര്യവും സംവേദനക്ഷമതയും ജനഹൃദയങ്ങളെ ഇന്നും ഹഠാദാകർഷിക്കുന്നു.

ഗുരുനാനാക്ക് ദേവ്ജിയെക്കുറിച്ചും ഇതുതന്നെ പറയാൻ കഴിയും. സിഖ് ഗുരുമാർ ഒരു പുതിയ വ്യവസ്ഥ സ്ഥാപിക്കാൻ മുതിർന്നപ്പോൾ തങ്ങളുടെ വിശ്വാസ പ്രബോധനത്തോടൊപ്പം ഒരു പുതിയ സാഹിത്യത്തിന്റെ ആവശ്യകത അവർക്ക് അനുഭവപ്പെട്ടു. ഇത് ഗുരുമുഖിലിപി രൂപപ്പെടുത്തുന്നതിന് ഗുരു ആനന്ദ് ദേവ്ജിക്ക് പ്രചോദകമായി. നൂറ്റാണ്ടുകളോളം തുടർച്ചയായി നടന്ന യുദ്ധങ്ങളും മുസ്ലീം ആക്രമണവും കാരണം പഞ്ചാബിൽ സാഹിത്യം വറ്റിവരണ്ടു. ഹിന്ദിഭാഷ നാശത്തിന്റെ വക്കത്തെത്തി. ഒരു ഇന്ത്യൻ ഭാഷയ്ക്കുവേണ്ടിയുള്ള അന്വേഷണത്തിൽ അദ്ദേഹം കാശ്മീരി ലിപി സ്വീകരിച്ചു. പില്ക്കാലത്ത് ഗുരു അർജുൻ ദേവ്ജിയും ഭായ് ഗുരുദാസ്ജിയും ആദിഗ്രന്ഥ് സമാഹരിച്ചു. തങ്ങളുടെ വിശ്വാസ പ്രമാണങ്ങൾക്ക് ശാശ്വത പ്രതിഷ്ഠ നല്കുന്നതിന് തനതായ ലിപിയും സാഹിത്യവും സൃഷ്ടിക്കുകവഴി ദൂരവ്യാപകവും പ്രയോജനപ്രദവുമായ ഒരു കാൽവയ്പാണ് അവർ നടത്തിയത്.

പില്ക്കാലത്ത് സ്ഥിതിഗതികൾ മാറിയതോടെ സാഹിത്യത്തിന്റെ ഒഴുക്കിലും മാറ്റംവന്നു. ഗുരുക്കളുടെ അക്ഷീണമായ ദുരിതങ്ങളും ത്യാഗങ്ങളും സ്ഥിതിഗതിയിൽ മാറ്റം വരുത്തി. ആദിഗുരുവിന്റെ പ്രബോ

ധനങ്ങളിൽ ഭക്തിയും ആത്മവിസ്മൃതിയും നാം കണ്ടപ്പോൾ താഴെപ്പറയുന്ന വരികളിൽ നമുക്കനുഭവപ്പെടുന്നത് സ്വയം മറ്റുള്ളവരുടെ ശ്രദ്ധയിൽപ്പെടാതെ ഒഴിഞ്ഞുനില്ക്കാനുള്ള മനോഭാവമാണ്.

> നാനാക്ക് ഏവരോടും ആവശ്യപ്പെടുന്നത് ദൂബ്പുല്ലുപോലെ എളിയവരും അപ്രധാനികളും ആയിരിക്കാനാണ്. മറ്റെല്ലാ പുല്ലുകളും കത്തിനശിക്കുമ്പോൾ ദൂബ് തഴച്ചുവളരുന്നു.

ഗുരു ശ്രീ. തേജ്ബഹദൂർജിയുടെ പ്രബോധനങ്ങളിൽ നാം കാണുന്നത് മർദ്ദിതരോടുള്ള സഹാനുഭൂതിയും അവരെ സഹായിക്കാനുള്ള മനോഭാവവുമാണ്.

> നിങ്ങൾ ആർക്കെങ്കിലും സംരക്ഷണം നല്കുകയാണെങ്കിൽ, സ്വയം ത്യാഗസന്നദ്ധരാവണം; അല്ലാതെ സംരക്ഷണമാവുകയില്ല. ഗുരു തേജ്ബഹദൂർ നിങ്ങളോടാവശ്യപ്പടുന്നത് ഈ ഭൂമുഖത്ത് നിങ്ങൾ നിങ്ങളുടെ മതം കൈവെടിയരുതെന്നാണ്.

അദ്ദേഹത്തിന്റെ ആത്മബലിക്കുശേഷം ഗുരുഗോവിന്ദസിങ്ങിന്റെ പ്രബോധനത്തിൽ ഒരു പോരാളിയുടെ അന്തഃചൈതന്യം പെട്ടെന്ന് നമുക്കനുഭവപ്പെടുന്നു. വെറും ആത്മീയഭക്തികൊണ്ട് ഒന്നും ചെയ്യാനാവില്ലെന്ന് അദ്ദേഹത്തിന് ബോദ്ധ്യമായപ്പോൾ അദ്ദേഹം ചണ്ഡിപൂജ ആരംഭിക്കുകയും ആത്മീയതയും പോരാട്ടവുമായി സംയോജിപ്പിച്ച് സിഖ് സമൂഹത്തെ ആരാധകരുടെയും യോദ്ധാക്കളുടെയും ഒരു സമൂഹമാക്കി മാറ്റുകയും ചെയ്തു. അദ്ദേഹത്തിന്റെ കൃതികളിൽ ഒരു പുതിയ ചൈതന്യം നാം കാണുന്നു. അദ്ദേഹം എഴുതി:

> നിങ്ങൾ സ്നേഹത്തിന്റെ ക്രീഡയിൽ തല്പരരാണെങ്കിൽ തല കൈത്തലംകൊണ്ട് താങ്ങിക്കൊണ്ടുമാത്രം എന്റെ മാർഗ്ഗത്തിൽ പ്രവേശിക്കുക. ഈ മാർഗ്ഗത്തിൽ കാലുകുത്തുമ്പോൾ ജീവൻ വെടിയേണ്ടിവന്നാലും പിന്തിരിയരുത്.

അദ്ദേഹം തുടർന്നു:

> പാപങ്ങൾക്കുവേണ്ടി പോരാടുന്നവൻ മാത്രമാണ് ധീരൻ. അയാൾ തുണ്ടം തുണ്ടമായി വെട്ടിനുറുക്കപ്പെട്ടേക്കാം. വധിക്കപ്പെട്ടേക്കാം. എന്നാലും അയാൾ രംഗത്തുനിന്ന് നിഷ്ക്രമിക്കില്ല.

പിന്നീട് പെട്ടെന്ന് ഖണ്ഗാരാധന ആരംഭിച്ചു.

ഇതേ അന്തഃചൈതന്യത്തോടെയാണ് ബാബാ ബന്ദയും മറ്റും മുസ്ലീം ഭരണാധികാരികൾക്കെതിരെ അക്ഷീണം പോരാടിയത്. സിഖുകാർ അരാജകവാദികളുടെയും പ്രഖ്യാപിത ഭ്രഷ്ടന്മാരുടെയും സംഘ

ങ്ങളായി അധഃപതിക്കുകയും വനങ്ങളിൽ അഭയം തേടാൻ നിർബ്ബന്ധി തരാവുകയും ചെയ്തതോടെ പുതിയ സാഹിത്യകൃതികളൊന്നും സൃഷ്ടിക്കപ്പെട്ടില്ല. പുതിയൊരു അന്തഃചൈതന്യംകൊണ്ട് അവരെ പ്രചോദിതരാക്കാനും കഴിഞ്ഞില്ല. യോദ്ധാക്കളുടെ അന്തഃചൈതന്യ മാണ് അവർക്കുണ്ടായിരുന്നത്—ധീരതയും ത്യാഗമനോഭാവവും മുസ്ലീം ഭരണാധികാരികൾക്കെതിരെ തുടർന്നും യുദ്ധം ചെയ്യാനുള്ള ആന്തരിക ചൈതന്യവും. എന്നാൽ അതിലപ്പുറം തങ്ങളുടെ ഭാവിയെ കരുപ്പിടിപ്പി ക്കാൻ അവർക്ക് കഴിഞ്ഞില്ല. ഈ പോരാളി സംഘങ്ങൾ പരസ്പരം പട വെട്ടിയത് എന്തുകൊണ്ടെന്ന് ഇതിൽനിന്ന് വ്യക്തമാവുന്നു. ഇവിടെ നമ്മെ അലട്ടുന്നത് സമകാലീനമായ അന്തഃചൈതന്യത്തിന്റെ അഭാ വമാണ്. രഞ്ജിത്സിങ്ങിനെപ്പോലെ പോരാളിയും സമർത്ഥനായ ഒരു ഭരണാധികാരിയും പിന്നീട് ആവിർഭവിച്ചില്ലെങ്കിൽ സിഖുകാർക്ക് ഉന്ന താദർശം അഥവാ അവരെ ചലിപ്പിക്കാനുള്ള അന്തഃചൈതന്യം അവർക്ക് നഷ്ടപ്പെട്ടിരിക്കണം.

ഇതോടൊപ്പം മറ്റൊരു കാര്യവും നമ്മുടെ ശ്രദ്ധയർഹിക്കുന്നു. സമസ്ത സംസ്കൃത സാഹിത്യവും ഹൈന്ദവസമൂഹത്തിന്റെ പുനരു ജ്ജീവനത്തിൽ പരാജയപ്പെട്ടു. പുതിയ സാഹിത്യം സമകാലീനമായ ആധുനിക ഭാഷയിൽ എഴുതേണ്ടിയിരിക്കുന്നു. നാളിതുവരെ സമകാലീ നമായ അന്തഃചൈതന്യം ഉൾക്കൊള്ളുന്ന സാഹിത്യസൃഷ്ടികൾ മാത്രമേ അനുഭവവേദ്യമായിട്ടുള്ളു. ശരിയായ വിദ്യാഭ്യാസവും അറിവും ഉള്ളവരെപ്പോലും ദുർഗ്രാഹ്യമായ സംസ്കൃത സ്തോത്രങ്ങളും അറ ബിക് ക്ലാസിക്കുകളിലെ ആയത്തുകളും ആവേശംകൊള്ളിക്കുന്നില്ല. ലളിതമായ ഭാഷയിലുള്ള ലഘുവായ പ്രസ്താവനകൾക്കേ അതിനു കഴിയുകയുള്ളു.

പഞ്ചാബി ഭാഷയുടെയും സാഹിത്യത്തിന്റെയും സംക്ഷിപ്ത ചരി ത്രമാണ് മുകളിൽ വിവരിച്ചത്. ഇനി നമുക്ക് നമ്മുടെ കാലഘട്ടത്തി ലേക്ക് കടക്കാം. ബംഗാളിൽ സ്വാമി വിവേകാനന്ദനും പഞ്ചാബിൽ സ്വാമി രാമതീർത്ഥനും ജനിച്ചത് ഏതാണ്ട് ഒരേ കാലത്താണ്. രണ്ടു പേരും 'മഹാന്മാരു'മായിരുന്നു. ഒരേ അർത്ഥത്തിൽത്തന്നെ രണ്ടുപേരും ഇന്ത്യൻ കേവലവാദം (മെറ്റാഫിസിക്സ്) വിദേശത്ത് സ്ഥാപിക്കുന്ന തിൽ പ്രശസ്തി നേടുകയും ചെയ്തു. സ്വാമി വിവേകാനന്ദന്റെ ദൗത്യം ബംഗാളിൽ സ്ഥിരപ്രതിഷ്ഠ നേടി. അതേസമയം പഞ്ചാബിൽ സ്വാമി രാമതീർത്ഥന് ഒരു സ്മാരകം പോലുമില്ല. അവരുടെ ചിന്താസരണിയിൽ ഗണ്യമായ വൈജാത്യമുണ്ടെന്നിരിക്കിലും ആദികാരണത്തിൽ പ്രബല മായ സാധർമ്മ്യങ്ങളും നാം കാണുന്നു. സ്വാമി വിവേകാനന്ദൻ കർമ്മയോഗമാണ് ഉദ്ബോധിപ്പിച്ചത്. സ്വാമി രാമതീർത്ഥനും പരമാന ന്ദത്തെ വാഴ്ത്തിപ്പാടി.

നാം പൊട്ടും പൊടിയും കൊണ്ടാണ്
ജീവിക്കുന്നതെങ്കിലും ഭാരതത്തിനു

വേണ്ടി സ്വയം ബലിയർപ്പിക്കും
ഉണക്കധാന്യം തിന്നിട്ടായാലും
ഭാരതത്തിനുവേണ്ടി ജീവിക്കും
നഗ്നത മറച്ചില്ലെങ്കിലും
ജീവിതം ഭാരതത്തിനുവേണ്ടി സമർപ്പിക്കും.

അമേരിക്കയിൽ അസ്തമയം നോക്കിനിന്ന് പലപ്പോഴും തേങ്ങിക്കരഞ്ഞുകൊണ്ടദ്ദേഹം പറഞ്ഞു;

> നീ ഇപ്പോൾ എന്റെ പ്രിയപ്പെട്ട രാജ്യത്ത് ഉദിച്ചുയരുകയാവും. മഞ്ഞുതുള്ളി കണക്കെ എന്റെ കണ്ണുനീർത്തുള്ളികൾ ഇന്ത്യയിലെ വെള്ളംകെട്ടി നില്ക്കുന്ന മനോഹരമായ പാടങ്ങിൽ പതിപ്പിക്കൂ.

ഇത്തരത്തിൽ രാജ്യഭക്തനും ദൈവഭക്തനുമായ ആ മഹാൻ ജനിച്ചത് നമ്മുടെ പ്രവിശ്യയിലാണ്. അദ്ദേഹത്തിന് ഒരു സ്മാരകംപോലും നമുക്കിവിടെ ഇല്ലെങ്കിൽ സാഹിത്യപരമായ നമ്മുടെ പിന്നോക്കാവസ്ഥ എന്നല്ലാതെ മറ്റെന്ത് വിശദീകരണമാണ് നല്കാൻ കഴിയുക?

ഓരോ കാൽവെപ്പിലും നമുക്കിത് അനുഭവപ്പെടുന്നു. ഒട്ടേറെ മഹാന്മാർ പഞ്ചാബിൽ ജനിച്ചിട്ടുണ്ട്. പഞ്ചാബിലെ കേശവചന്ദ്രസെന്നുമായും ശ്രീ. ദേവേന്ദ്രനാഥ് ഠാക്കൂറുമായും താരതമ്യപ്പെടുത്താവുന്നവർ— എന്നാൽ നാം അവരെ മാനിച്ചില്ല. അവരുടെ മരണശേഷം നാം അവരെ എളുപ്പം വിസ്മരിക്കുകയും ചെയ്തു. ഗുരു ഗ്യാൻസിങ്ങും മറ്റും ഉദാഹരണം. ഇതിനിടയിൽ ഒരൊറ്റ കാരണമേ നമുക്ക് കാണാൻ കഴിയൂ – സാഹിത്യപരമായ താല്പര്യത്തിന്റെയും ഉണർവ്വിന്റെയും അഭാവം. ഒരു രാജ്യത്തിനും അഥവാ ഒരു സമൂഹത്തിനും അതിന്റേതായ സാഹിത്യമില്ലാതെ പുരോഗമിക്കാനാവില്ലെന്നതാണ് യാഥാർത്ഥ്യം. എന്നാൽ സാഹിത്യത്തിന്റെ പ്രാഥമികാവശ്യമാണ് ഭാഷ. പഞ്ചാബിൽ അതില്ല. ഈ പ്രതിബന്ധം ദീർഘകാലമായി ബോദ്ധ്യപ്പെട്ടിട്ടും ഭാഷാ പ്രശ്നം ഇന്നും പരിഹൃതമാവാതെ അവശേഷിച്ചിരിക്കയാണ്. ഇതിന്റെ പിന്നിലുള്ള മുഖ്യകാരണം ദൗർഭാഗ്യത്തിന് നമ്മുടെ പ്രവിശ്യയിൽ ഭാഷ, വർഗ്ഗീയവല്ക്കരിക്കപ്പെട്ടിരിക്കുന്നുവെന്നതാണ്. മറ്റ് പ്രവിശ്യകളിൽ മുസ്ലീങ്ങൾ അവരുടെ പ്രവിശ്യാ ഭാഷയെ പൂർണ്ണമായി അംഗീകരിച്ചതായി നാം കാണുന്നു. ബംഗാൾ സാഹിത്യലോകത്ത് കവി നസ്രുൽ ഇസ്ലാം ഒരുജ്ജ്വല താരമാണ്. ലത്തീഫ് ഹുസൈൻ 'നട്വർ' ഹിന്ദി കവികളിൽ പ്രാമാണികനാണ്. ഗുജറാത്തിനെ സംബന്ധിച്ചും ഇതെത്രയും ശരിയാണ്. എന്നാൽ പഞ്ചാബ് നിർഭാഗ്യവതിയാണ്. ഇവിടെ മുസ്ലീങ്ങളുടെ കാര്യം പോയിട്ട് ഹിന്ദുക്കളും സിഖുകാരും തമ്മിൽപോലും യോജിപ്പില്ല.

മറ്റ് പ്രവിശ്യകളിലെന്നപോലെ പഞ്ചാബിന്റെ ഭാഷ പഞ്ചാബി

ആവേണ്ടതായിരുന്നു. സ്വമേധയാ ഉയർന്നുവരേണ്ട ഒരു പ്രശ്നമായിരുന്നിട്ടും അതുണ്ടായില്ല. മുസ്ലീങ്ങൾ ഉർദു സ്വീകരിച്ചിരിക്കയാണ്. മുസ്ലീങ്ങൾക്ക് ഇന്ത്യാത്വം ഇല്ലതന്നെ. അതിനാൽ അറബിക് ലിപിയും പേർഷ്യൻ ഭാഷയും പ്രചരിപ്പിക്കാൻ അവർ ആഗ്രഹിക്കുന്നു. ഇന്ത്യയിലാകെ ഇന്ത്യാത്വത്തിന്റെ പ്രാധാന്യം മനസ്സിലാക്കുന്നതിൽ അവർ പരാജയപ്പെട്ടിരിക്കയാണ്. ആകയാൽ ഏകഭാഷയുടെ—ഹിന്ദിക്കുമാത്രമാണങ്ങനെയാവാൻ കഴിയുക—പ്രാധാന്യം മനസ്സിലാക്കുന്നതിലും അവർ പരാജയപ്പെടുന്നു. അതുകൊണ്ടാണവർ തത്തയെപ്പോലെ ഉർദു വേണമെന്ന ആവശ്യം ഉരുവിട്ടുകൊണ്ട് ഒറ്റപ്പെട്ട നിലപാടെടുക്കുന്നത്.

ഇനി സിഖുകാരുടെ കാര്യം നോക്കാം. അവരുടെ സാഹിത്യമാകെ ഗുരുമുഖി ലിപിയിലാണ്. ഒരു ഭാഷാ ഘടകമെന്ന നിലയ്ക്ക് ഹിന്ദി അവിടെ പ്രചാരത്തിലുണ്ട്. എന്നാൽ മുഖ്യഭാഷ പഞ്ചാബിയാണ്. അതിനാൽ സിഖുകാർ ഗുരുമുഖിയിൽ എഴുതുന്ന പഞ്ചാബിയാണ് തങ്ങളുടെ ഭാഷയായി സ്വീകരിച്ചത്. എന്തു വിലകൊടുക്കേണ്ടിവന്നാലും അത് കൈവിടാൻ അവർക്ക് കഴിയില്ല. ഒരു വർഗ്ഗീയ ഭാഷയാക്കിക്കൊണ്ട് അവർ അതിനെ ആശ്ലേഷിക്കുന്നു.

മറുവശത്താകട്ടെ, ആര്യസമാജം ആവിർഭവിച്ചു. സ്വാമി ദയാനന്ദൻ രാജ്യത്താകെ ഹിന്ദി വ്യാപിപ്പിക്കാൻ പ്രചാരണം നടത്തി. ഹിന്ദി ആര്യസമാജപ്രസ്ഥാനത്തിന്റെ മതപരമായ ഘടകമായിത്തീർന്നു. മതത്തോടുള്ള ഈ സമ്പർക്കംകൊണ്ട് ഒരു നിലയ്ക്ക് ഹിന്ദിക്ക് ഗുണമുണ്ടായിട്ടുണ്ട്. പഞ്ചാബിക്ക് സിഖുകാരുടെ ഉറച്ച പിന്തുണ ലഭിച്ചപ്പോൾ ആര്യസമാജത്തിന്റെ ഉറച്ച നിലപാട് ഹിന്ദിക്ക് തനതായ ഒരു സ്ഥാനം നേടിക്കൊടുക്കാൻ സഹായകമായി.

ആര്യസമാജത്തിന്റെ ആദ്യനാളുകളിൽ സിഖുകാരും ആര്യസമാജക്കാരും മതസമ്മേളനം ചേർന്നിരുന്നത് ഒരേ സ്ഥലത്താണ്. അവ തമ്മിൽ ഭിന്നതയുണ്ടെന്ന ധാരണ അപ്പോൾ ഉണ്ടായിരുന്നില്ല. പില്ക്കാലത്ത് *സത്യാർത്ഥ പ്രകാശി*ലെ ചില വാചകങ്ങളാണ് പരസ്പര വിദ്വേഷത്തിനും പകയ്ക്കും കാരണമായത്. പഞ്ചാബികളും ഹിന്ദിയെ വെറുക്കാൻ തുടങ്ങി. മറ്റുള്ളവർ ഇത് ശ്രദ്ധിച്ചതുപോലുമില്ല.

പില്ക്കാലത്ത് ഒരു ആര്യസമാജ നേതാവായ മഹാത്മാ ഹാൻസരാജ്ജി പല നേതാക്കളുമായും കൂടിയാലോചിച്ചശേഷം ഒരു നിർദ്ദേശം മുമ്പോട്ടുവെച്ചു: ഹിന്ദി ലിപി അംഗീകരിക്കുക, ഹിന്ദി ലിപിയിലെഴുതുന്ന പഞ്ചാബിഭാഷയ്ക്ക് സർവ്വകലാശാലയുടെ അംഗീകാരം നേടിക്കൊടുക്കാമെന്നതായിരുന്നു ഈ നിർദ്ദേശം. അതിന്റെ പ്രാധാന്യം മനസ്സിലാക്കാൻ അവർക്ക് കഴിഞ്ഞില്ല. ഇതിനുകാരണം അവരുടെ സങ്കുചിതമനോഭാവവും സാഹിത്യപരമായ അറിവിന്റെ അഭാവവുമായിരുന്നു. ഈ ഘട്ടത്തിൽ പഞ്ചാബിൽ മൂന്ന് വീക്ഷണങ്ങളാണ് നിലവിലുണ്ടായിരുന്നത്. ഒന്നാമതായി, മുസ്ലീങ്ങൾക്കിടയിൽ ഉർദുവിനോടുള്ള പ്രബലമായ ആസക്തി. രണ്ടാമതായി, ആര്യസമാജക്കാർക്കിടയിലും

മറ്റു ചില ഹിന്ദുക്കൾക്കിടയിലും ഹിന്ദിയോടുള്ള പ്രേമം. മൂന്നാമതായി, പഞ്ചാബി.

ഈ ഭാഷകളെല്ലാം ഒന്നൊന്നായെടുത്ത് പരിശോധിക്കുന്നത് അനുചിതമായിരിക്കയില്ല. ഒന്നാമതായി, നമുക്ക് മുസ്ലീം വീക്ഷണമെടുത്ത് പരിശോധിക്കാം. അവർ ശക്തിയായി ഉർദുവിനെ പിന്തുണയ്ക്കുന്നവരാണ്. ഇന്നത്തെ സ്ഥിതിയിൽ ഈ ഭാഷയ്ക്ക് പഞ്ചാബിൽ മുഖ്യമായ സ്ഥാനമുണ്ട്. കോടതി ഭാഷയും ഇതുതന്നെയാണ്. ഉർദു ലിപി സ്ഥലം ലാഭിക്കാൻ ഉതകുമെന്ന് ചില മുസ്ലീങ്ങൾ പറയാറുണ്ട്. ഇത് ശരിയായിരിക്കാം. എന്നാൽ ഇപ്പോൾ നമ്മുടെ മുമ്പിലുള്ള സുപ്രധാന പ്രശ്നം ഇന്ത്യയെ ഒരേകീകൃത രാഷ്ട്രമാക്കിത്തീർക്കുകയെന്നതാണ്. ഒരേകീകൃത രാഷ്ട്രത്തിന് ഒരു ഭാഷ ഉണ്ടാവേണ്ടത് അവശ്യം ആവശ്യമാണ്. എന്നാലിത് ഒറ്റയടിക്ക് സാധിക്കുകയില്ല. പടിപടിയായി ഇതിലേക്ക് നീങ്ങണം. ഇന്ത്യക്കാകെ ഒരു ഭാഷ അംഗീകരിക്കാൻ കഴിയില്ലെങ്കിൽ ഏറ്റവും ചുരുങ്ങിയത് ഒരു ലിപിയെങ്കിലും സ്വീകരിക്കണം. ഉർദുലിപി കുറ്റമറ്റ ഒന്നല്ല. പ്രധാന സംഗതി അത് പേർഷ്യൻ ഭാഷയെ ആസ്പദമാക്കിയുള്ളതാണെന്നതാണ്. ഉറുദു കവികളുടെ—അവർ ഹിന്ദി (ഇന്ത്യ) ക്കാരാണെങ്കിൽത്തന്നെയും—ഭാവന ചിറകുവിടർത്തി പേർഷ്യയിലെ സാകി (മദ്യശാലകളിൽ മദ്യം വിളമ്പുന്ന കന്യകമാർ) കളിലേക്കും അറബ് രാജ്യങ്ങളിലെ ഈന്തപ്പനകളിലേക്കും ചെന്നെത്തുന്നു. കാസി നസ്രുൾ ഇസ്ലാമിന്റെ കവിതകളിൽ ധൂർജടി, വിശ്വാമിത്രൻ, ദുർവാസാവ് എന്നിവരെക്കുറിച്ചൊക്കെ പലപ്പോഴും പരാമർശിച്ചുകാണാം. എന്നാൽ പഞ്ചാബിലെ ഹിന്ദി-ഉർദു കവികൾക്ക് അവരെക്കുറിച്ച് ചിന്തിക്കാൻപോലും കഴിയില്ല. അത് ആരെയും ദുഃഖിപ്പിക്കുന്ന ഒരു കാര്യമല്ലേ? ഇന്ത്യാത്വത്തെക്കുറിച്ചും ഇന്ത്യൻ സാഹിത്യത്തെക്കുറിച്ചുമുള്ള അജ്ഞതയാണതിന് മുഖ്യകാരണം. ഇന്ത്യാത്വം നുകരാൻ കഴിയില്ലെങ്കിൽ അവരുടെ സാഹിത്യം നമ്മെ ഇന്ത്യക്കാരാക്കുന്നതെങ്ങനെ? ഉർദു പഠനത്തിൽ മാത്രം ഒതുങ്ങിനില്ക്കുന്ന വിദ്യാർത്ഥികൾക്ക് ഇന്ത്യൻ പൗരാണിക സാഹിത്യത്തെക്കുറിച്ചുള്ള ജ്ഞാനം ആർജ്ജിക്കാൻ കഴിയില്ല. ഇതൊക്കെ ഉർദുപോലുള്ള സാഹിത്യഭാഷകളിലേക്ക് തർജ്ജമ ചെയ്യാനാവില്ല എന്നാണെങ്കിൽ അത് ഇന്ത്യൻ സാഹിത്യം ആരാഞ്ഞു ചെല്ലുന്ന ഒരു പേർഷ്യക്കാരന് മാത്രമേ അതുകൊണ്ട് പ്രയോജനമുണ്ടാവുകയുള്ളൂ.

ഇപ്പറഞ്ഞതിന് ഉപോൽബലകമായി ഒരു ചെറിയ കാര്യം ചൂണ്ടിക്കാണിക്കാം. ആര്യ, സ്വരാജ്യ എന്നീ പദങ്ങൾ 'അറിയ', 'സ്വരാജിയ' എന്നെഴുതിയാൽ കേവലവാദപരമായ ദാർശനികവിഷയങ്ങൾക്ക് സംഭവിക്കുന്നതെന്തായിരിക്കും? ഏതാനുംനാൾ മുമ്പ് ഒരു സർക്കാർ പരിഭാഷകൻ നചികേത ഋഷിയെന്നത് 'നീചികുട്യ' എന്ന് ഉർദുവിൽ എഴുതുകയുണ്ടായി. ഇത് പരിഭാഷപ്പെടുത്തിയാൽ 'താഴ്ന്ന ജനുസിലുള്ള പട്ടി' എന്നാവും ഇതിനർത്ഥം. 'ദേശീയതകൾക്ക് അതിജീവിക്കാൻ കഴിയുന്ന

തെങ്ങനെ?' എന്ന വിഷയത്തെക്കുറിച്ച് ലാലാഹർദയാൽ എഴുതിയ ഒരു ഉർദു കൃതിയുടെ പരിഭാഷയിലാണ് ഈ അബദ്ധം പറ്റിയത്. ഇത് ലാല ഹർദയാലിന് പറ്റിയ തെറ്റല്ല. പരിഭാഷകന്റെ കുറ്റംകൊണ്ടുമല്ല. ഉറുദു ലിപിയിൽ വന്ന ഒരു നോട്ടപ്പിശകു മാത്രമാണ്. ഉറുദു–ഹിന്ദി ഭാഷകളും സാഹിത്യവും തമ്മിലുള്ള വൈജാത്യത്തിന്റെ ഫലമാണിത്.

ഇന്ത്യയുടെ ഇതരഭാഗങ്ങളിൽ ഇന്ത്യൻ ഭാഷകളും ലിപികളും നിലനിന്നുവരുന്നു. ഇത്തരമൊരു പരിതഃസ്ഥിതിയിൽ പഞ്ചാബിൽ ഉറുദു പ്രചരിപ്പിക്കുകവഴി നാം ഇന്ത്യയിൽനിന്ന് തികച്ചും ഒറ്റപ്പെട്ടിട്ടുണ്ടോ? ഇല്ല. പ്രസക്തമായ മറ്റൊരുകാര്യം മുസ്ലീം എഴുത്തുകാരിൽ ഉർദു പക്ഷക്കാർ അങ്ങേയറ്റം പേർഷ്യവല്ക്കൃത ഉർദുവിലാണ് എഴുതുന്നതെന്നുള്ളതാണ്. *സിന്ദാബാദ്, സിയാസത്* പോലുള്ള മുസ്ലീം പത്രങ്ങൾ പ്രബലമായ ഉർദു സ്വാധീനം ഉള്ളവയാണ്. സാമാന്യജനങ്ങൾക്ക് അത് മനസ്സിലാക്കാൻ വിഷമമാണ്. ഈ സ്ഥിതിയിൽ അവ പ്രചരിപ്പിക്കുന്നതെങ്ങനെ? നമ്മുടെ മുസ്ലീം സഹോദരന്മാർ മതം മുറുകെപ്പിടിക്കുമ്പോൾത്തന്നെ തുർക്കിയിലെ കമലിനെപ്പോലെ സ്വയം ഇന്ത്യവല്ക്കരിക്കുന്നതിനെക്കുറിച്ച് ആലോചിക്കണം. ഈ വഴിക്കുമാത്രമേ ഇന്ത്യയുടെ മോചനം സാദ്ധ്യമാകുകയുള്ളു. ഭാഷ ഒരു വർഗ്ഗീയ പ്രശ്നമാക്കുന്നതിനുപകരം നാം വിശാലമായ ഒരു കാഴ്ചപ്പാട് സ്വീകരിക്കണം.

നമുക്കിനി ഹിന്ദിയുടെയും പഞ്ചാബിയുടെയും പ്രശ്നത്തിലേക്ക് തിരിയാം. പല ആദർശവാദികളും ലോകം ഒരൊറ്റ രാഷ്ട്രമായി, ഒരാഗോള രാഷ്ട്രമായി മാറുന്നത് സംബന്ധിച്ച വീക്ഷണം വെച്ചുപുലർത്തുന്നു. ഇതൊരു സുന്ദരമായ ആശയമാണ്. ഏവരും ഈ ഒരു വീക്ഷണം വെച്ചുപുലർത്തുകയും വേണം. എന്നാൽ ഇത് ഇന്ന് കൈവരിക്കാനാവില്ല. നമ്മുടെ എല്ലാ കാൽവെപ്പുകളും എല്ലാ യത്നങ്ങളും എല്ലാ ദേശീയതകളും എല്ലാ രാജ്യങ്ങളും പ്രബലമായ ബന്ധത്തിന്റെ അടിസ്ഥാനത്തിൽ ഏകോപിപ്പിക്കുകവഴി സന്തുഷ്ടി വളർത്തുന്ന ദിശയിലേക്ക് തിരിച്ചുവിടണം. അതിനുമുമ്പ് നമ്മുടെ സ്വന്തം രാജ്യത്തുതന്നെ ഈ ആശയം സാക്ഷാൽക്കരിക്കണം. ഒരു ഭാഷ, ഒരു ലിപി, ഒരു സാഹിത്യം, ഒരാദർശം, ഒരു രാഷ്ട്രം എന്നിവ നാം അംഗീകരിക്കണം. എന്നാൽ ഒരു ഭാഷ സ്വീകരിച്ചുകൊണ്ടുവേണം മറ്റെല്ലാ ഐക്യത്തിലേക്കും നീങ്ങാൻ. അതുവഴി ആശയവിനിമയം നടത്താനും പരസ്പരം മനസ്സിലാക്കാനും നമുക്ക് കഴിയും. ഒരു പഞ്ചാബിയും ഒരു മദ്രാസിയും ഒരു സദസ്സിൽ മൂകരായി ഒന്നിച്ചിരിക്കരുത്. അവർ തങ്ങളുടെ ആശയങ്ങളും വികാരങ്ങളും പരസ്പരം കൈമാറാൻ ശ്രമിക്കണം. അങ്ങനെ ആശയവിനിമയത്തിന് നാം ഉപയോഗിക്കേണ്ടത് ഇംഗ്ലീഷ്പോലുള്ള വിദേശഭാഷയെക്കാൾ നമ്മുടെ ഭാഷയായ ഹിന്ദിയാവണം. ഈ ആശയംതന്നെ സാക്ഷാൽക്കരിക്കാൻ കൊല്ലങ്ങൾ വേണ്ടിവരും. ഒന്നാമതായി, ഈ യത്നത്തിന്റെ ഭാഗമായി നാം സാഹിത്യപരമായ ബോധം സൃഷ്ടിക്കണം. ഇത് അല്പം ചിലർക്കിടയിൽമാത്രം ഉണ്ടായാൽപ്പോരാ. ജനസാ

മാന്യത്തിലാകെ സൃഷ്ടിക്കപ്പെടണം. ഇങ്ങനെ ജനങ്ങൾക്കിടയിൽ സാഹിത്യപരമായ ബോധം സൃഷ്ടിക്കുന്നതിന് ജനങ്ങളുടേതായ ഒരു ഭാഷ അവശ്യം ആവശ്യമാണ്. ഈ യുക്തിചിന്തയുടെ അടിസ്ഥാനത്തിൽ നമുക്ക് പറയാൻ കഴിയും പഞ്ചാബിൽ പഞ്ചാബി ഭാഷയിലൂടെ മാത്രമേ നമുക്ക് വിജയിക്കാൻ കഴിയുകയുള്ളുവെന്ന്.

നാളിതുവരെ പഞ്ചാബിഭാഷയ്ക്ക് ഒരു സാഹിത്യഭാഷയാവാൻ കഴിഞ്ഞിട്ടില്ല. അത് പഞ്ചാബിലാകെ ഉപയോഗിക്കുന്ന ഒരു ഭാഷയുമല്ല. മദ്ധ്യപഞ്ചാബിൽ പ്രചാരത്തിലുള്ള ഭാഷയാണ് പഞ്ചാബി ഭാഷയായി അറിയപ്പെടുന്നത്. അത് എഴുതുന്നത് ഗുരുമുഖി ലിപിയിലാണ്. വിപുലമായതോതിൽ പ്രചാരത്തിലുള്ളതല്ല അത്. സാഹിത്യപരമായോ ശാസ്ത്രീയാടിസ്ഥാനത്തിലോ ഉള്ള പ്രാധാന്യവും അതിനില്ല. നേരത്തെ അത് ശ്രദ്ധിക്കപ്പെടാതെ കിടന്നു. ഇപ്പോൾ തന്നെയും അതിന്റെ കാര്യത്തിൽ ശ്രദ്ധ പതിപ്പിക്കുന്നവരെ അലട്ടുന്ന പ്രശ്നം ലിപിയുടെ അപര്യാപ്തതയാണ്. എല്ലാ വാക്കുകളും കൃത്യമായി അതിൽ എഴുതാനാവില്ല. 'ഹലന്ത'ത്തിന്റെ 'ആ'കാരാന്തത്തിന്റെ അഭാവമാണ് ഒരു പ്രശ്നം. 'പൂർണ്ണ' എന്ന പദം ആ ലിപിയിൽ എഴുതാനാവില്ല. മറ്റൊരു പ്രശ്നം കൂട്ടക്ഷരങ്ങൾ എഴുതാനുള്ള വിഷമമാണ്. ഈ ലിപി ഉർദുവിനേക്കാൾ അപൂർണ്ണമാണ്. ശാസ്ത്രീയവും കുറ്റമറ്റതുമായ ഹിന്ദി ലിപി ഉണ്ടായിരിക്കെ, അത് സ്വീകരിക്കാൻ നാം എന്തിന് മടിക്കണം? ഗുരുമുഖി ലിപി ഹിന്ദിലിപിയുടെ രൂപഭേദം മാത്രമാണ്. ആദ്യം തൊട്ട് പരിശോധിക്കാം. **=** എന്നത് **Cx** ആണ്. **+** എന്നത് **A** യും]õ, `ö മുതലായവ ഒന്നുതന്നെ. നിയമങ്ങളെല്ലാം ഒന്നുതന്നെ. അപ്പോൾ ഉടൻതന്നെ അതിലേക്ക് മാറിയാൽ അത് എത്ര വലിയ നേട്ടമായിരിക്കും. കുറ്റമറ്റ ഈ ലിപി സ്വീകരിക്കുന്നതോടെ പഞ്ചാബി ഭാഷ പെട്ടെന്നുതന്നെ വളരാൻ തുടങ്ങും. അത് പ്രചരിപ്പിക്കുന്നത് ഒരു പ്രശ്നവുമല്ല. പഞ്ചാബിലെ ഹിന്ദുസ്ത്രീകൾക്ക് ഈ ലിപി ഇപ്പോൾത്തന്നെ വശമാണ്. ഡി എ വി വിദ്യാലയങ്ങളിലും സനാതന ധർമ്മവിദ്യാലയങ്ങളിലും ബോധനം ഹിന്ദിയിൽ മാത്രമാണ്. സ്ഥിതി ഇതായിരിക്കെ ഇതിലെന്താണൊരു പ്രശ്നം? ആത്യന്തികമായും സുനിശ്ചിതമായും ഭാരതത്തിന്റെയാകെ ഭാഷ ഹിന്ദിയായിരിക്കുമെന്ന് ഹിന്ദിയെ പിന്തുണയ്ക്കുന്നവരോടൊപ്പം നാമും ആവശ്യപ്പെടണം. എന്നാൽ ഇപ്പോൾതൊട്ട് അത് പ്രചരിപ്പിക്കുന്നത് സൗകര്യപ്രദമായിരിക്കും. ഹിന്ദിലിപി സ്വീകരിക്കുന്നതോടെ പഞ്ചാബി, ഹിന്ദിയെപ്പോലെതന്നെയായിത്തീരും. എല്ലാ ഭിന്നതകളും അപ്രത്യക്ഷമാവും. അത് അഭിലഷണീയവുമാണ്. സാമാന്യ ജനങ്ങൾക്ക് വിദ്യാഭ്യാസം നല്കാൻ അത് സഹായകമാവും. എന്തുകൊണ്ടെന്നാൽ ജനങ്ങളുടെ തനതായ ഭാഷയിൽ തനതായ ലിപി ഉപയോഗിച്ചുകൊണ്ടു മാത്രമേ അത് സാദ്ധ്യമാവൂ. ഈ പഞ്ചാബി പദ്യം നോക്കുക:

ഹേ പാന്ഥാ, ഞാൻ പറയുന്നത് ശ്രദ്ധിക്കൂ.

അങ്ങ് ധരിച്ചിരിക്കുന്ന വിദേശ തലപ്പാവു ചുട്ടെരിക്കൂ,
മാതര ധരിക്കൂ.

മനോഹരമായ ഹിന്ദി കവിതകൾക്കുപോലും ജനഹൃദയങ്ങളെ വശീകരിക്കുന്നതിൽ ഇതിനോട് കിടപിടിക്കാനാവില്ല. എന്തുകൊണ്ടെന്നാൽ ഹിന്ദി കവിതകൾക്ക് ഇനിയും ജനഹൃദയങ്ങളിൽ സ്ഥലം ലഭിച്ചിട്ടില്ല. അവർക്കത് ഇപ്പോഴും അന്യമായതാണ്. ഇതിനു കാരണം ഹിന്ദിക്ക് ആസ്പദം സംസ്കൃതമാണെന്നുള്ളതാണ്. എന്നാൽ പഞ്ചാബ് അതിൽനിന്ന് വളരെ വിദൂരമാണ്. പഞ്ചാബിൽ ഒരു വലിയ അളവോളം ആധിപത്യം പുലർത്തുന്നത് പേർഷ്യനാണ്. ഉദാഹരണമായി ഒരു കൂട്ടം സാധനങ്ങൾക്ക് 'ചീ സെയിം' എന്നതിനുപകരം ഇവിടെ 'ചീസൻ' എന്നു പറയും. ഈ തത്ത്വം ഉടനീളം കാണാം. ഇവിടെ ഊന്നിപ്പറയുന്നത് ഇതാണ്: പഞ്ചാബിയുമായി വളരെ അടുപ്പമുണ്ടെങ്കിലും ഹിന്ദി, പഞ്ചാബികളുടെ ഹൃദയത്തിൽ, അതിനിപ്പോഴും സ്ഥാനമില്ല. ഹിന്ദി ലിപി സ്വീകരിച്ച് സാഹിത്യസൃഷ്ടിക്ക് തുനിഞ്ഞാൽ പഞ്ചാബികൾ തീർച്ചയായും ഹിന്ദിയോട് അടുക്കും.

മുഖ്യപ്രശ്നങ്ങളെല്ലാം മിക്കവാറും ഇവിടെ ചർച്ചചെയ്തു കഴിഞ്ഞു. അവശേഷിക്കുന്ന ഒരു കാര്യംകൂടി പറഞ്ഞുകൊള്ളട്ടെ. പഞ്ചാബി ഭാഷയ്ക്ക് മാധുര്യവും സൗന്ദര്യവും വികാരതീവ്രതയും ഇല്ലെന്നാണ് പലരുടെയും വാദം. ഈ വാദം തികച്ചും അടിസ്ഥാനരഹിതമാണ്. ഈ ഗാനം കവീന്ദ്രരവീന്ദ്രനെ ആകർഷിച്ചത് ഈ അടുത്തിടെ മാത്രമാണ്.

> ഹാ! ലച്ചീ, നീ എവിടെ വെള്ളം തൂവിയോ അവിടെ ചന്ദനമരം കിളിർത്തു:

'ഹാ! ലച്ചീ, അങ്ങു വെള്ളം തൂവിയേടത്ത്' എന്നിങ്ങനെ കവി അത് പരിഭാഷപ്പെടുത്താൻ തുടങ്ങുകയും ചെയ്തു.

ഇനിയും എത്രയോ ഉദാഹരണങ്ങൾ എടുത്തു കാട്ടാനാവും. താഴെ കൊടുത്ത വരികൾ മറ്റേതു ഭാഷയിലെ കവിതകളേക്കാളും മോശമാണോ?

> ആലിലകളേ നിങ്ങൾ ബഹളം കൂട്ടുന്നതെന്തിന്?
> പഴയ പത്രങ്ങൾ പൊഴിഞ്ഞ് പുതിയവ കിളിർക്കുവാൻ കാലമായി

ഒരു പഞ്ചാബി ഒറ്റയ്ക്കോ ഒരു കൂട്ടത്തിലോ ഇരിക്കുമ്പോൾ ഗൗഹാറിന്റെ താഴെ കൊടുത്ത വരികളെപ്പോലെ മറ്റേതെങ്കിലും ഭാഷ അയാളെ വശീകരിക്കുമോ?

> കോടീശ്വരന്മാരുടെ ലക്ഷക്കണക്കിന് പട ഞാൻ കണ്ടു. കടന്നുപോയ പാന്ഥർക്ക് അവരാരും കടം നല്കിയില്ല. ഒരിടത്തും തങ്ങാത്ത, ഒരിക്കലും ഒരിടത്തുതന്നെ പാർക്കാത്തവരാണവർ. അവരെ ആരും

വിശ്വസിക്കുന്നില്ല. ശലഭം പുഷ്പങ്ങളിൽ ചെന്നിരിക്കുന്നത് അവയുടെ സുഗന്ധം കാരണമാണ്. പാമ്പിൻപത്തിക്ക് ആരും സ്നേഹം പകരില്ല. ഹാ! ഗൗഹാർ, നല്ല പെരുമാറ്റവും സ്വാഗതവും ജീവിച്ചിരിക്കുന്നവർക്കാണ്. മരണസമയത്ത് എല്ലാവരും നമസ്തേ പറഞ്ഞു പിരിയുന്നു.

ചത്തവയെ വീണ്ടും ജീവിപ്പിക്കാൻ നിങ്ങൾക്ക് കഴിയാത്തപ്പോൾ നിങ്ങൾ എന്തിന് ജീവികളെ കൊല്ലുന്നു? നിങ്ങളുടെ പടിവാതില്ക്കൽ വന്ന യാചകനെ, അയാൾക്ക് വല്ലതും കൊടുക്കാൻ നിങ്ങൾക്ക് കഴിയാത്തപ്പോൾ, എന്തിന് തുറിച്ചുനോക്കുന്നു. വേർപിരിഞ്ഞ ഹൃദയങ്ങളെ യോജിപ്പിക്കാൻ നിങ്ങൾക്ക് കഴിവില്ലെങ്കിൽ ചിത്തൈക്യം എന്തിന് തകർക്കുന്നു? ഹാ! ഗൗഹർ, അപരർക്ക് നന്മചെയ്യാൻ നിങ്ങൾക്ക് കഴിയില്ലെങ്കിൽ നിങ്ങളുടെ നല്ല ഭക്ഷണം മുറിയിൽ അടച്ചുസൂക്ഷിച്ചുകൊള്ളൂ.

ഇന്നിപ്പോൾ ദാർദ്, മസ്താനാ, ദിവാന എന്നിവരെപ്പോലുള്ള ഉജ്ജ്വലകവികൾ പഞ്ചാബികവിതയെ സമ്പുഷ്ടമാക്കിക്കൊണ്ടിരിക്കയാണ്.

ഇത്തരത്തിൽ മധുരോദാരവും വശ്യവുമായ ഒരു ഭാഷയെ പഞ്ചാബികൾപോലും അംഗീകരിക്കുന്നില്ലെന്നത് ഖേദകരമാണ്. അവരിപ്പോഴും അതിന് വിസമ്മതിക്കുന്നു. പ്രശ്നത്തിന്റെ കാതലായ വശം ഇതാണ്. എല്ലാവരും വാദിക്കുന്നത് മതപരമായ കാഴ്ചപ്പാടിന്റെ അടിസ്ഥാനത്തിലാണ്. പഞ്ചാബിൽ ഭാഷയെയും ലിപിയെയും സംബന്ധിച്ച ഒരേയൊരു പ്രശ്നം ഈ പ്രതിബന്ധം തട്ടിനീക്കുകയെന്നതാണ്. ആശ കുടികൊള്ളുന്നത് സിഖുകാർക്കിടയിൽ വളർന്നുവരുന്ന സാഹിത്യസംബന്ധമായ ധാരണയിലാണ്. ഹിന്ദുക്കൾക്കിടയിലും അതുണ്ട്. സന്മനസ്സുള്ളവർക്ക് എന്തുകൊണ്ട് കൂടിയാലോചിച്ച് ഒരു തീരുമാനമെടുത്തുകൂടാ? പരിഹാരമാർഗ്ഗം അതുമാത്രമാണ്. മതപരമായ പരിഗണനകൾ കൈവെടിഞ്ഞുവേണം പ്രശ്നത്തെ കാണാൻ. തദനുസൃതമായി, പഞ്ചാബ് സർവ്വകലാശാലയെക്കൊണ്ട് പഞ്ചാബിഭാഷ അംഗീകരിപ്പിക്കാനും ശ്രമം നടത്തണം. ഇത് സാധിക്കുന്നതിന് അമൃതസറിലെ *പ്രേം* പോലുള്ള ആനുകാലികങ്ങൾ ഭാഷ മെച്ചപ്പെടുത്തണം. ഈ രീതിയിൽ പ്രശ്നം പരിഹരിക്കണം. ഈർഷ്യ ഒഴിവാക്കിയാൽ പഞ്ചാബിന് അനവദ്യസുന്ദരമായ ഒരു മികച്ച സാഹിത്യം കൈവരും; ഇന്ത്യയിലെ ഉത്തമ ഭാഷകളോടൊപ്പം അത് എണ്ണപ്പെടുകയും ചെയ്യും.

അച്ഛന് അയച്ച കത്ത്*

ഭഗത്സിങ്ങിന്റെ അച്ഛൻ സർദാർ കിഷൻസിങ് മകനെക്കൊണ്ട് വിവാഹം കഴിപ്പിക്കാൻ 1923 ൽ കാര്യമായ ശ്രമം നടത്തുകയുണ്ടായി. ഭഗത്സിങ് ഇതറിഞ്ഞപ്പോൾ, അച്ഛന് ഒരു കത്തെഴുതിവച്ച് വീടുവിട്ടിറങ്ങിപ്പോയി. ആ കത്താണിത്.

ബഹുമാനപ്പെട്ട അച്ഛന്,
നമസ്കാരം

എന്റെ ജീവിതം മഹത്തായ ഒരു ലക്ഷ്യത്തിനുവേണ്ടി—ഇന്ത്യയുടെ സ്വാതന്ത്ര്യം എന്ന ലക്ഷ്യത്തിനുവേണ്ടി—സമർപ്പിക്കപ്പെട്ടിരിക്കയാണ്. അക്കാരണത്താൽത്തന്നെ ജീവിതസുഖങ്ങളോ ഐഹികാഭിലാഷങ്ങളോ എന്നെ ആകർഷിക്കുന്നില്ല.

എന്റെ ഉപനയന (പൂണൂൽധാരണ ചടങ്ങ്) സമയത്ത്—അന്ന് ഞാൻ നന്നേ ചെറുപ്പമായിരുന്നു—ബാപ്പുജി (മുത്തച്ഛൻ) എന്നെ രാജ്യസേവനത്തിനായി ഉഴിഞ്ഞുവെച്ചതായി പ്രഖ്യാപിച്ചത് അങ്ങ് ഓർക്കുന്നുണ്ടാവും. അന്നത്തെ ആ പ്രതിജ്ഞയെ ഞാൻ മാനിക്കുന്നു. അങ്ങ് എന്നോടു ക്ഷമിക്കുമെന്ന് ഞാൻ ആശിക്കുന്നു.

അങ്ങയുടെ വിധേയൻ,

ഭഗത്സിങ്

* ഹിന്ദിയിൽനിന്നുള്ള പരിഭാഷ

ഹോളി നാളിൽ ചിന്തിയ ചോര

ബബ്ബാർ അകാലികളെ കുരിശിലേറ്റി

ഭഗത്സിങ് 1925-26 കാലത്ത് കാൺപൂരിലായിരുന്നു. അദ്ദേഹം അവിടെ ഗണേശ് ശങ്കർ വിദ്യാർത്ഥിയുടെ കീഴിൽ പ്രതാപ് എന്ന ഹിന്ദിവാരികയിൽ പ്രവർത്തിച്ചുവന്നു. അക്കാലത്ത് 'ഏക് പഞ്ചാബി യുവക്' (ഒരു പഞ്ചാബി യുവാവ്) എന്ന പേരിൽ ബബ്ബാർ അകാലി പ്രസ്ഥാനത്തിന്റെ രക്തസാക്ഷികളെക്കുറിച്ച് എഴുതിയതാണ് ഈ ലേഖനം. ഇത് 1926 മാർച്ച് 15 ന് പ്രതാപ് വാരികയിൽ പ്രസിദ്ധീകരിച്ചു.

ആയിരത്തി തൊള്ളായിരത്തി ഇരുപത്തിയാറ് ഫെബ്രുവരി 27, ഹോളിദിനം. നാമെല്ലാം ആഹ്ലാദത്തിമിർപ്പിന്റെ പാരമ്യത്തിലായിരിക്കെ, ഈ മഹത്തായ പ്രവിശ്യയിലെ ഒരു മുക്കിൽ ഒരു ഭീകരസംഭവം നടന്നു. അതേക്കുറിച്ച് കേൾക്കുമ്പോൾ നിങ്ങൾ നടുങ്ങും! ഞെട്ടിവിറയ്ക്കും! ആ ദിവസം ധീരരായ ആറ് ബബ്ബാർ അകാലികൾ ലാഹോർ സെൻട്രൽ ജയിലിൽ തൂക്കിലേറ്റപ്പെട്ടു. ശ്രീ. കിഷൻസിങ് ഗദാഗജ്ജ, ശ്രീ. ശാന്താസിങ്ജി, ശ്രീ. ദിലീപ്സിങ്ജി, ശ്രീ. നന്ദ്സിങ്ജി, ശ്രീ. കരംസിങ്ജി, ശ്രീ. ധരംസിങ്ജി എന്നിവർ. കഴിഞ്ഞ രണ്ടുകൊല്ലമായി കേസ് വിചാരണയോട് തികഞ്ഞ അലക്ഷ്യഭാവമാണ് അവർ പ്രദർശിപ്പിച്ചുപോന്നിരുന്നത്. അത് വിളിച്ചോതുന്നത് അവർ ഈ ദിനം അരുമയോടെ കാത്തിരിക്കുകയായിരുന്നുവെന്നാണ്. മാസങ്ങൾക്കുശേഷം ജഡ്ജി വിധി പ്രസ്താവിച്ചു; അഞ്ചുപേർക്ക് വധശിക്ഷ; പലർക്കും ജീവപര്യന്തം തടവ് അല്ലെങ്കിൽ നാടുകടത്തൽ, നീണ്ടകാല

ത്തേക്കുള്ള ജയിൽശിക്ഷ, കുറ്റം ചാർത്തപ്പെട്ട ആ വീരകേസരികൾ ഗർജ്ജിച്ചു. അവരുടെ വിജയകരമായ മുദ്രാവാക്യം വിളികൾ വാനോളമെത്തി പ്രതിദ്ധ്വനിച്ചു. തുടർന്ന് അവർക്ക് അപ്പീൽ നല്കാൻ അനുമതി നല്കി. അഞ്ചുപേർക്കുപകരം ഇപ്പോൾ ആറുപേർ തൂക്കുമരത്തിലേക്കയക്കപ്പെട്ടു. അന്നുതന്നെ ഒരു ദയാഹർജി നല്കപ്പെട്ട വാർത്തയും വരികയുണ്ടായി. വധശിക്ഷ നടപ്പാക്കൽ മാറ്റിവെച്ചതായി പഞ്ചാബ് സെക്രട്ടറി പ്രഖ്യാപിച്ചു. ഞങ്ങൾ കാത്തിരിക്കെ പെട്ടെന്ന് ഹോളിദിവസം ആ വീരസേനാനികളുടെ മൃതശരീരങ്ങൾ വഹിച്ചുകൊണ്ട് ഒരു ചെറിയ വിലാപയാത്ര ശ്മശാനത്തിലേക്ക് നീങ്ങുന്നത് ഞങ്ങൾ കണ്ടു. അന്തിമോപചാരച്ചടങ്ങുകളെല്ലാം വളരെ ശാന്തമായി അവസാനിച്ചു.

നഗരം അപ്പോഴും ആഘോഷത്തിമിർപ്പിലാണ്. വഴിയാത്രക്കാരുടെമേൽ ചായം വാരിയെറിഞ്ഞുകൊണ്ടിരിക്കുന്നു. നിസ്സംഗത്വം എത്ര ഭീകരം! അവർ വഴിപിഴച്ചവരാണെങ്കിൽ, അവർ വെറിപൂണ്ട് ചിത്തഭ്രമം പിടിപെട്ടവരാണെങ്കിൽ അങ്ങനെതന്നെയാവട്ടെ. ഏതായാലും അവർ ഭയലേശമില്ലാത്ത ദേശാഭിമാനികളായിരുന്നു. അവർ ചെയ്തതെന്തും ദുരിതമനുഭവിക്കുന്ന ഈ രാജ്യത്തിനുവേണ്ടി ചെയ്തതാണ്. അനീതി പൊറുക്കാൻ അവർക്ക് കഴിയുമായിരുന്നില്ല. സർവ്വനാശത്തിലേക്ക് നിപതിച്ച ഈ രാജ്യത്തെ അഭിമുഖീകരിക്കാൻ അവർക്ക് കഴിയുമായിരുന്നില്ല. പാവങ്ങൾ തച്ചമർത്തപ്പെട്ടത് അവർക്ക് സഹിക്കാൻ കഴിയുമായിരുന്നില്ല. ജനകോടികൾ ചൂഷണംചെയ്യുന്നത് അവർക്ക് പൊറുക്കാൻ കഴിയുമായിരുന്നില്ല. അവർ അവയെ വെല്ലുവിളിച്ചു. കർമ്മപഥത്തിലേക്കെടുത്തുചാടി. അവരിൽ ജീവചൈതന്യം തുടിച്ചുനിന്നു. അഹോ! അർപ്പിതബോധാധിഷ്ഠിതമായ ധീരകൃത്യത്തിനാൽ അവർ നല്കേണ്ടിവന്ന വില അതിഭീകരം! നിങ്ങൾ അനുഗൃഹീതരാണ്. മരണാനന്തരം ശത്രുക്കളും മിത്രങ്ങളും ഒരുപോലെയാണ്—അതാണ് മാനവാദർശം. വെറുക്കപ്പെടേണ്ട വല്ലതും അവർ ചെയ്തിട്ടുണ്ടെങ്കിൽ തന്നെയും രാഷ്ട്രത്തിന്റെ ബലിപീഠത്തിൽ ജീവൻ ബലിയർപ്പിക്കുന്നതിൽ അവർ പ്രദർശിപ്പിച്ച ധീരത, അർപ്പണബോധം—തീർച്ചയായും അത് ആരാദ്ധ്യമാണ്. ബംഗാളിലെ ധീര വിപ്ലവകാരി ജതിൻ മുഖർജിയുടെ നിര്യാണത്തിൽ അനുശോചിക്കവേ, തീർത്തും എതിർവശത്തായിരുന്നിട്ടുകൂടി അദ്ദേഹത്തിന്റെ ധീരതയും ദേശാഭിമാനവും പ്രതിബദ്ധതയും നിസ്സങ്കോചം വിലമതിക്കാനും വാനോളം വാഴ്ത്താനും തേഗർട്ടിന് കഴിഞ്ഞു. എന്നാൽ ഭീരുക്കളും നിന്ദ്യരുമായ നമുക്ക് ഒരു നെടുവീർപ്പിടാനോ ആഘോഷങ്ങൾ ഒരുനിമിഷം നിർത്തിവെക്കാനോ പോലും ധൈര്യമില്ലാതെപോയി. എത്ര നിരാശാജനകം! പാവങ്ങൾ! നിഷ്ഠുരരായ ഉദ്യോഗസ്ഥ ദുഷ്പ്രഭുക്കളുടെ ദൃഷ്ടിയിൽ അവർ ചെയ്ത കുറ്റത്തിന് ആ ഉദ്യോഗസ്ഥ ദുഷ്പ്രഭുക്കളുടെതന്നെ മാനദണ്ഡമനുസരിച്ച് 'മതിയായ' ശിക്ഷ അവർക്ക് നല്കപ്പെട്ടു. അതിഭീകരമായ ഒരു ദുരന്തനാടകത്തിന്റെ ഒരു രംഗം അവസാനിച്ചു. പക്ഷേ, തിരശീല വീണില്ല. ആ ദുര

ന്നനാടകത്തിൽ ഇനിയും കുറേക്കൂടി ഭീകരരംഗങ്ങൾ ഉണ്ട്. കഥ വളരെ നീണ്ടതാണ്. അതറിയാൻ നമുക്കതിലേക്കൊന്ന് തിരിഞ്ഞുനോക്കാം.

നിസ്സഹകരണപ്രസ്ഥാനം അതിന്റെ പാരമ്യത്തിലെത്തിയ ഘട്ടം. പഞ്ചാബും ഒട്ടും പിന്നിലായില്ല. സിഖുകാരും ദീർഘനിദ്ര വിട്ടുണർന്നു. അത് തികച്ചും ഒരു ഉണർന്നെഴുന്നേല്ക്കൽ തന്നെയായിരുന്നു. അകാലി പ്രസ്ഥാനം ആരംഭിച്ചു. ത്യാഗങ്ങൾ ധാരാളം അരങ്ങേറി. മഹൽപൂരിലെ (ഹോഷിയാർപൂർ ജില്ല) ഖാൽസാ മിഡിൽ സ്കൂളിലെ മുൻ അദ്ധ്യാപകനായ മാസ്റ്റർ മോട്ടോസിങ് ഒരു പ്രസംഗംചെയ്തു. തുടർന്ന് അദ്ദേഹത്തിന്റെ പേരിൽ അറസ്റ്റുവാറണ്ട് പുറപ്പെടുവിക്കപ്പെട്ടു. എന്നാൽ ചക്രവർത്തി തിരുമനസ്സിന്റെ ആതിഥ്യം സ്വീകരിക്കുകയെന്ന ആശയത്തോട് അദ്ദേഹത്തിന് യോജിപ്പില്ലായിരുന്നു. ജയിൽ നിറയ്ക്കുന്നതിനുവേണ്ടി അറസ്റ്റുവരിക്കുന്നതിനോട് അദ്ദേഹം എതിരായിരുന്നു. അദ്ദേഹം തുടർന്നും പലേടത്തും പ്രസംഗിച്ചു. കോട് ഫതൂഹി ഗ്രാമത്തിൽ ഒരു വലിയ സമ്മേളനം ചേർന്നു. ആ പ്രദേശമാകെ പൊലീസ് വളഞ്ഞു. എന്നിട്ടും മാസ്റ്റർ മോട്ടാസിങ് പ്രസംഗിച്ചു. അദ്ധ്യക്ഷന്റെ ആജ്ഞാനുസാരം ജനങ്ങൾ എഴുന്നേറ്റ് സമാധാനപരമായി പിരിഞ്ഞുപോയി. മോട്ടാസിങ് അത്ഭുതകരമാംവിധം രക്ഷപ്പെട്ടു. ഇങ്ങനെ പൊലീസിന് പിടികൊടുക്കാതെ അദ്ദേഹം ദീർഘനാൾ കഴിച്ചുകൂട്ടി. സർക്കാരാകെ വെറിപിടിച്ച മട്ടിലായി. ഒടുവിൽ ഒരു സുഹൃത്ത് വഞ്ചകനായി മാറി ഒറ്റുകൊടുത്തതിനെത്തുടർന്ന് ഒന്നരക്കൊല്ലത്തിനുശേഷം മാസ്റ്റർ അറസ്റ്റുചെയ്യപ്പെട്ടു. ഭീകരനാടകത്തിന്റെ ഒന്നാം രംഗം അതായിരുന്നു.

ഗുരു കാ ബാഗ് എന്നൊരു പ്രസ്ഥാനം ആരംഭിച്ചു. നിരായുധരായ സമരസേനാനികളെ ജീവച്ഛവമാകുംവരെ തല്ലാൻ വാടകഗുണ്ടകൾ ഏർപ്പെടുത്തപ്പെട്ടു. ഇതു കാണുകയോ അഥവാ ഇതേക്കുറിച്ച് കേൾക്കുകയോ ചെയ്യുന്ന ആർക്കെങ്കിലും ചുമ്മാതിരിക്കാനാവുമോ? സർവ്വത്ര അറസ്റ്റ്. സർദാർ കിഷൻസിങ് ഗദാഗജ്ജയുടെ പേരിലും അറസ്റ്റുവാറണ്ട് പുറപ്പെടുവിച്ചു. അദ്ദേഹവും അറസ്റ്റുവരിക്കുന്ന കൂട്ടത്തിലായിരുന്നില്ല. പൊലീസിന് കലി കയറി. പഠിച്ചപണി പതിനെട്ടും പയറ്റിനോക്കി. പക്ഷേ, ഓരോ ഘട്ടത്തിലും സിങ് രക്ഷപ്പെട്ടു. അദ്ദേഹത്തിന് സ്വന്തമായ ഒരു സംഘടനയുണ്ടായിരുന്നു. നിരായുധരായ പ്രക്ഷോഭകർക്കുനേരെ നടക്കുന്ന അക്രമങ്ങൾ അദ്ദേഹത്തിന് സഹിക്കാൻ കഴിഞ്ഞില്ല. സമാധാനപ്രസ്ഥാനത്തോടൊപ്പം ആയുധങ്ങൾ പ്രയോഗിക്കേണ്ടതും ഒരു ആവശ്യമാണെന്ന് അദ്ദേഹം കരുതി.

ഒരുവശത്ത് സർക്കാരിന്റെ വേട്ടപ്പട്ടികൾ മണംപിടിച്ചു നടക്കുന്നു. മറുവശത്താകട്ടെ സ്തുതിപാഠകരെ 'നന്നാക്കാൻ' തീരുമാനിക്കപ്പെട്ടു. സ്വരക്ഷയ്ക്ക് ആയുധം കരുതണം, എന്നാൽ തല്ക്കാലം സാഹസിക നടപടികൾക്കൊന്നും പോകേണ്ട—സർദാർ കിഷൻസിങ് പറയുമായിരുന്നു. എന്നാൽ ഭൂരിപക്ഷം ഇതിനെതിരായിരുന്നു. എല്ലാ കുറ്റവും സ്വയം ഏറ്റെടുത്തുകൊണ്ട് മൂന്നാളുകളുടെ പേരു നല്കാനും സ്തുതി

പാാകരെ നന്നാക്കാനുള്ള ശ്രമം ആരംഭിക്കാനും ഒടുവിൽ തീരുമാനിച്ചു. സർദാർ കരംസിങ്, സർദാർ ധനാസിങ്, സർദാർ ഉദയസിങ് എന്നിവർ മുന്നോട്ടുവന്നു. ഔചിത്യത്തിന്റെ പ്രശ്നം തല്ക്കാലം മാറ്റിവെച്ചു. അവർ പ്രതിജ്ഞയെടുത്ത ആ മുഹൂർത്തം ഒന്നു സങ്കല്പിച്ചു നോക്കൂ! അവർ ഇങ്ങനെ പ്രതിജ്ഞചെയ്തു:

> രാജ്യസേവനത്തിനായി സർവ്വസ്വവും ഞങ്ങൾ ബലിയർപ്പിക്കും. ഞങ്ങൾ പൊരുതി മരിക്കും. പക്ഷേ, ജയിലിൽ പോവില്ല.

കുടുംബബന്ധങ്ങളെല്ലാം പരിത്യജിച്ച് അവർ ഈ പ്രതിജ്ഞയെടുത്ത ആ രംഗം! എത്ര സുന്ദരം!! എത്ര പാവനം!!! അവരുടെ ത്യാഗത്തിന്റെ അന്ത്യമെവിടെ? അവരുടെ ധീരതയുടെയും നിർഭയത്വത്തിന്റെയും സീമ എവിടെ? അവരുടെ ആദർശത്തിന്റെ അഗ്രിമസ്ഥാനമെവിടെ?

ശ്യാം ചുരാസി—ഹോഷിയാർപൂർ റെയിൽവെ ലൈനിൽ ഒരു സ്റ്റേഷനു സമീപംവെച്ച് ഒരു സുബേദാറായിരുന്നു ആദ്യത്തെ ഇര. സംഭവത്തിനുശേഷം ഈ മൂന്നുപേരും അവരുടെ പേര് പ്രഖ്യാപിച്ചു. അവരെ പിടികൂടാൻ സർക്കാർ എല്ലാ കഴിവും പ്രയോഗിച്ചുവെങ്കിലും പരാജയപ്പെട്ടു. ഒരു ഘട്ടത്തിൽ റൂർഖികലാന് സമീപം വച്ച് കിഷൻസിങ് പൊലീസ് വലയിൽ ഏറക്കുറെ അകപ്പെടുകതന്നെ ചെയ്തു. അദ്ദേഹത്തെ അനുഗമിച്ചിരുന്ന ഒരു യുവാവ് പരിക്കേറ്റുവീഴുകയും പൊലീസിന്റെ പിടിയിൽ അകപ്പെടുകയും ചെയ്തു. പക്ഷേ, അപ്പോഴും ആയുധം പ്രയോഗിച്ചു രക്ഷപ്പെട്ടു. വഴിക്കുവെച്ച് അദ്ദേഹം ഒരു സന്ന്യാസിയെ കണ്ടുമുട്ടി. അത്ഭുതശക്തിയുള്ള ഒരു ദിവ്യ ഔഷധത്തെക്കുറിച്ച് സന്ന്യാസി പറഞ്ഞു. സർദാർജി അത് വിശ്വസിച്ച് നിരായുധനായി ആ സന്ന്യാസിയെ ചെന്നു കണ്ടു. ഈ സന്ന്യാസി ചില ഔഷധങ്ങൾ തയ്യാറാക്കാൻ ഏല്പിച്ചു. അതിനിടയ്ക്ക് പൊലീസിന് വിവരം നല്കി. അങ്ങനെ സർദാർ അറസ്റ്റുചെയ്യപ്പെട്ടു. ഈ സന്ന്യാസിചമഞ്ഞത് ഒരു സി ഐ ഡി ഇൻസ്പെക്ടറായിരുന്നു. ബബ്ബാർ അകാലികൾ അവരുടെ പ്രവർത്തനം ഊർജ്ജിതപ്പെടുത്തി. സർക്കാർ അനുകൂലികളായ ഒട്ടേറെ പേർ കൊല്ലപ്പെട്ടു. ബിയാസ്—സത്‌ലജ് നദികൾക്കിടയിൽ സ്ഥിതിചെയ്യുന്ന ജലന്ധർ—ഹോഷിയാർപൂർ ജില്ലകൾ ഇതിനകം തന്റെ രാജ്യത്തിന്റെ രാഷ്ട്രീയ ഭൂപടത്തിൽ സ്ഥാനം നേടിക്കഴിഞ്ഞിരുന്നു. 1915 ലെ രക്തസാക്ഷികളിൽ ഭൂരിഭാഗവും ഈ പ്രദേശത്തുകാരായിരുന്നു. ഇന്നിപ്പോൾ വീണ്ടും ഒരു മുന്നേറ്റത്തിന് ആ പ്രദേശം സാക്ഷ്യം വഹിച്ചു. പൊലീസ് വകുപ്പ് അതിന്റെ സർവ്വ കഴിവുകളും പ്രയോഗിച്ചെങ്കിലും അതൊക്കെ വിഫലമായി. ജലന്ധറിനു സമീപം ഒരു ചെറിയ നദിയുണ്ട്. അതിന്റെ തീരത്ത് ഒരു ഗ്രാമത്തിലാണ് 'ചേരാണ്ട സാഹിബ്' ഗുരുദ്വാര സ്ഥിതിചെയ്യുന്നത്. കരംസിങ്, ധനാ

സിങ്, ഉദയസിങ്, അനൂപ്സിങ് എന്നിവർ ഏതാനും അനുയായികളോടൊപ്പം അവിടെയിരുന്ന് ചായ തയ്യാറാക്കുകയായിരുന്നു. പെട്ടെന്ന് ധനാസിങ് പറഞ്ഞു: "ബാബാ കരംസിങ്, എന്തോ അശുഭ സൂചന തോന്നുന്നു. നാം ഉടൻ ഇവിടം വിടണം." എഴുപത്തഞ്ചുകാരനായ കരംസിങ് അതത്ര കാര്യമാക്കിയില്ല. പക്ഷേ, ധനാസിങ് പതിനെട്ടുകാരനായ തന്റെ അനുയായി ദിലീപ്സിങ്ങിനെയും കൂട്ടി സ്ഥലംവിട്ടു. പെട്ടെന്ന് കരംസിങ് അനൂപ്സിങ്ങിനോട് പറഞ്ഞു: "നിങ്ങൾ ഒരു നല്ല ആളല്ല." അതിനുശേഷം തന്റെ തന്നെ മുന്നറിയിപ്പിനെക്കുറിച്ച് അദ്ദേഹം വിസ്മരിച്ചു. അവർ സംസാരിച്ചുകൊണ്ടിരിക്കെ പെട്ടെന്ന് പൊലീസ് പ്രത്യക്ഷപ്പെട്ടു. ബോംബുകളെല്ലാം അനൂപ്സിങ്ങിന്റെ കൈവശമായിരുന്നു. അവർ ഒരു ഗ്രാമത്തിൽ അഭയം തേടി. അവരെ പിടികൂടാൻ പൊലീസ് പരമാവധി ശ്രമിച്ചെങ്കിലും പരാജയപ്പെട്ടു. അവസാനത്തെ കൈയായി അവർ പ്രഖ്യാപിച്ചു; കലാപകാരികളെ പുറത്തുവിട്ടില്ലെങ്കിൽ ഗ്രാമമാകെ ചുട്ടെരിക്കുമെന്ന്. പക്ഷേ, ഗ്രാമീണർ വഴങ്ങിയില്ല.

ഇതെല്ലാം കണ്ടുകൊണ്ടിരുന്ന അവർ പുറത്തുവന്നു. അനൂപ്സിങ് കൈവശമുള്ള ബോംബുകളുമായി ഓടിച്ചെന്ന് പൊലീസിനു കീഴടങ്ങി. ശേഷിച്ച നാലുപേർ അദ്ദേഹത്തിന് ചുറ്റും നിന്നു. ബ്രിട്ടീഷ് പൊലീസ് ക്യാപ്ടൻ ആജ്ഞാപിച്ചു: "കരംസിങ്, ആയുധം താഴെ വെക്കൂ! തനിക്കുമാപ്പുതരാം. എന്നാൽ ആ വീരസേനാനി പൊലീസ് മേധാവിയെ വെല്ലുവിളിച്ചുകൊണ്ട് പ്രതികരിച്ചു. ഞങ്ങൾ ആയുധം വെച്ച് കീഴടങ്ങില്ല, സ്വന്തം മാതൃഭൂമിക്കുവേണ്ടി വിപ്ലവകാരികളെപ്പോലെ പൊരുതി മരിക്കും; രക്തസാക്ഷികൾക്കു ചേർന്ന മരണം വരിക്കും; അദ്ദേഹം ആവേശത്തോടെ തന്റെ സഖാക്കളെ വിളിച്ചു. അവരും സിംഹങ്ങളെപ്പോലെ ഗർജ്ജിച്ചു. അങ്കം കുറിക്കപ്പെട്ടു. വെടിയുണ്ടകൾ നാലുപാടും ചീറിപ്പാഞ്ഞു. കൈയിലുണ്ടായിരുന്ന പടക്കോപ്പുകളെല്ലാം തീർന്നു. മണിക്കൂറുകളോളം പൊരുതി ക്ഷീണിച്ച അവർ ധീരതയോടെ സമീപത്തുള്ള നദിയിലേക്കെടുത്തുചാടി വീരചരമം പ്രാപിച്ചു.

എഴുപത്തഞ്ചുകാരനായ കരംസിങ് കാനഡയിലായിരുന്നു. തങ്കപ്പെട്ട സ്വഭാവക്കാരൻ. പെരുമാറ്റമാകട്ടെ മാതൃകാപരവും. ബബ്ബാർ അകാലികളുടെ കഥ കഴിഞ്ഞുവെന്ന് സർക്കാർ കണക്കുകൂട്ടി. പക്ഷേ, അവർ യഥാർത്ഥത്തിൽ ശക്തിപ്രാപിച്ചു. പതിനെട്ടുകാരനായ ദിലീപ്സിങ് നിരക്ഷരനെങ്കിലും സുമുഖനും കരുത്തുറ്റവനുമായിരുന്നു. ഈ യുവാവ് നേരത്തെ ഒരു കൊള്ളസംഘത്തിലായിരുന്നു. ധനാസിങ്ങുമായി ബന്ധപ്പെട്ട ശേഷം ആ മാർഗ്ഗം വെടിഞ്ഞ് ഒരു യഥാർത്ഥ വിപ്ലവകാരിയായി. കുപ്രസിദ്ധ കൊള്ളക്കാരായ ബൻടാസിങ്, വരിയംസിങ് എന്നിവരെപ്പോലെ ഒട്ടനവധി കൊള്ളയും കവർച്ചയും ഉപേക്ഷിച്ച് വിപ്ലവകാരികളോടൊപ്പം ചേരുകയുണ്ടായി.

അവർക്ക് മരണഭയം അശേഷമുണ്ടായിരുന്നില്ല. മുൻകാല പാപ

കൃത്യങ്ങളുടെ കറ കഴുകിക്കളയാൻ അവർ അത്യൗത്സുക്യം കാണിച്ചു. വിപ്ലവകാരികളുടെ സംഖ്യ അനുദിനം പെരുകിക്കൊണ്ടിരുന്നു. ഒരു ദിവസം ധനാസിങ്, മൗഹാനാഗ്രാമത്തിലിരിക്കയായിരുന്നു. അദ്ദേഹം മദ്യപിച്ച് സുബോധം നഷ്ടപ്പെട്ട അവസ്ഥയിലായിരുന്നു. പെട്ടെന്ന് പൊലീസെത്തി. യാതൊരു ചെറുത്തുനില്പും കൂടാതെ പിടികൂടാൻ അവർക്ക് കഴിഞ്ഞു. അവർ അദ്ദേഹത്തിന്റെ റിവോൾവർ തട്ടിയെടുത്ത ശേഷം കൈയാമംവെച്ച് പുറത്തുകൊണ്ടുവന്നു. പന്ത്രണ്ടു പൊലീസുകാരും രണ്ടു ബ്രിട്ടീഷ് ആപ്പീസർമാരും അദ്ദേഹത്തെ വലയം ചെയ്തു നില്പുണ്ടായിരുന്നു. പെട്ടെന്ന് ഇടിമുഴക്കംപോലെ ഒരു പൊട്ടിത്തെറി. ധനാസിങ് തന്റെ കൈവശമുണ്ടായിരുന്ന ബോംബു പൊട്ടിച്ചതാണ്. അദ്ദേഹം മരിച്ചുവീണു. ഒപ്പം പത്തുപൊലീസുകാരുടെയും ഒരു ബ്രിട്ടീഷ് ആപ്പീസറുടെയും കഥകഴിഞ്ഞു. ശേഷിച്ചവർക്ക് ഗുരുതരമായി മുറിവേറ്റു.

ഇതേപോലെ ഒരു ഗ്രാമത്തിൽവെച്ച് ബൻടാസിങ്ങിനെയും ജ്വാലാസിങ്ങിനെയും പൊലീസ് വളയുകയുണ്ടായി. ഏതാനും വിപ്ലവകാരികൾകൂടി അവരോടൊപ്പമുണ്ടായിരുന്നു. അവർ ഒരു പുരപ്പുറത്തു ഒത്തുകൂടി വെടിയുതിർത്തു. പൊലീസും വിപ്ലവകാരികളും പരസ്പരം വെടിയുണ്ട ഉതിർത്തു. ഒടുവിൽ രക്ഷയില്ലാതെ പൊലീസ് മണ്ണെണ്ണ പമ്പു ചെയ്ത് വീടിനുതീകൊളുത്തി. ബൻടാസിങ് അവിടെവച്ചു കൊല്ലപ്പെട്ടു. പക്ഷേ, കൂടെ ഉണ്ടായിരുന്ന വരിയംസിങ് അത്തവണയും രക്ഷപ്പെട്ടു.

ഇതുപോലുള്ള മറ്റു ചില സംഭവങ്ങൾകൂടി വിവരിക്കുന്നത് അനുചിതമാവില്ല. ബൻടാസിങ് അതിധീരനായിരുന്നു. ഒരിക്കൽ ജലന്ധർ കന്റോൺമെന്റിലെ ആയുധപ്പുരയ്ക്ക് കാവൽനിന്നിരുന്ന ഒരു പട്ടാളക്കാരന്റെ കുതിരയെയും റൈഫിളും അദ്ദേഹം തട്ടിയെടുത്തു. ഒട്ടേറെ പൊലീസ് സ്ക്വാഡുകൾ അദ്ദേഹത്തെ പരതി നടക്കുന്ന കാലമായിരുന്നു അത്. കാട്ടിൽ ഒരിടത്തുവെച്ച് ഇത്തരത്തിൽ ഒരു സ്ക്വാഡിന്റെ മുമ്പിൽപെട്ടു. പെട്ടെന്നുതന്നെ സർദാർ സാഹെബ് അവരെ വെല്ലുവിളിച്ചു: "ഉശിരുണ്ടെങ്കിൽ എന്നെ നേരിടൂ; അപ്പുറത്ത് പണത്തിന്റെ അടിമകളേയുള്ളു. ഈ ഭാഗത്ത് ജീവൻ ബലികഴിക്കാൻ തയ്യാറായവരാണ്. ഇരുകൂട്ടരുടെയും ഉദ്ദേശ്യലക്ഷ്യങ്ങൾ തമ്മിൽ യാതൊരു സാമ്യവുമില്ല." പൊലീസ് സ്ക്വാഡ് പിന്തിരിഞ്ഞോടി.

അവരെ അറസ്റ്റു ചെയ്യാൻ നിയോഗിക്കപ്പെട്ട പൊലീസ് സ്ക്വാഡിന്റെ സ്ഥിതി ഇതായിരുന്നു. എന്നിരുന്നാലും അറസ്റ്റുകൾ ഒരു നിത്യസംഭവമായിത്തീർന്നു. ഗ്രാമങ്ങൾതോറും പൊലീസ് ചെക്ക് പോസ്റ്റുകൾ ഏർപ്പെടുത്തപ്പെട്ടു. ക്രമേണ ബബ്ബാർ അകാലി പ്രസ്ഥാനം ദുർബ്ബലമായി. അതുവരെയും യഥാർത്ഥ ഭരണാധികാരികൾ അവരാണെന്ന് തോന്നി. ചെല്ലുന്നിടത്തൊക്കെ അവർക്ക് ഹൃദ്യമായ ആതിഥ്യമാണ് ലഭിച്ചത്. ചിലർ ആവേശപൂർവ്വം അവരെ സ്വീകരിച്ചപ്പോൾ മറ്റു ചിലർ പേടിച്ചാണ് അവരെ ആദരിച്ചത്. എന്നാൽ അവരുടെ അനുയായി

കൾ പരാജയമനോഭാവക്കാരായിരുന്നു. സന്ധ്യയായാൽ പുലരുംവരെ വീടുവിട്ടുപുറത്തിറങ്ങാൻപോലും അവർ ഭയപ്പെട്ടു. അവരൊക്കെ അക്കാലത്തെ 'വീരനായകന്മാർ' ആയിരുന്നുതാനും. അവർ ധീരരും ഒരുതരം വീരാരാധകരുമായിരുന്നു. പക്ഷേ, ക്രമേണ അവരുടെ ശക്തി ക്ഷയിച്ചു. അവരിൽ നൂറുകണക്കിനാളുകൾ തടവിലാക്കപ്പെട്ടു. അവർക്കെതിരെ കേസുകൾ ചാർജുചെയ്യപ്പെട്ടു.

അവശേഷിച്ചത് വരിയംസിങ് മാത്രമാണ്. ജലന്ധറിലും ഹോഷിയാർപൂരിലും പൊലീസ് ശല്യം സഹിക്കാതായി. അതുകൊണ്ട് അദ്ദേഹം ലയാൽപൂരിലേക്ക് നീങ്ങുകയായിരുന്നു. ഒരുനാൾ അദ്ദേഹവും പൊലീസ് പിടിയിലായി. എന്നാൽ അദ്ദേഹം ധീരമായി പോരാടി. അദ്ദേഹം നന്നേ ക്ഷീണിതനായിരുന്നു; ഒറ്റയ്ക്കായിരുന്നുതാനും. ഒരു അസാധാരണ പരിതഃസ്ഥിതിയിലാണ് അദ്ദേഹം പിടികൂടപ്പെട്ടത്. ഒരു ദിവസം ധേസിയാൻ ഗ്രാമത്തിലുള്ള തന്റെ അമ്മാവനെ അദ്ദേഹം സന്ദർശിച്ചു. ആയുധങ്ങളൊക്കെ പുറത്താണ് വെച്ചിരുന്നത്. ഭക്ഷണം കഴിച്ചശേഷം ആയുധങ്ങൾ സൂക്ഷിച്ചസ്ഥലത്തേക്ക് നീങ്ങുകയായിരുന്നു. പെട്ടെന്ന് പൊലീസ് പ്രത്യക്ഷപ്പെട്ടു. അവർ അദ്ദേഹത്തെ വളഞ്ഞു. ഒരു ബ്രിട്ടീഷ് ആപ്പീസർ അദ്ദേഹത്തെ പുറകിലൂടെ വന്നു പിടികൂടി. കൃപാൺകൊണ്ട് സിങ് അദ്ദേഹത്തെ മുറിവേല്പിച്ചു. ആപ്പീസർ കുഴഞ്ഞുവീണു. സിങ്ങിനെ കൈയാമം വെക്കാൻ പൊലീസുകാർ ആവതു ശ്രമിച്ചുവെങ്കിലും പരാജയപ്പെട്ടു.

രണ്ടുകൊല്ലത്തെ തച്ചമർത്തലിനെത്തുടർന്ന് അകാലിജാഥയ്ക്ക് അന്ത്യം കുറിക്കപ്പെട്ടു. നിരവധി കേസുകൾ ചാർജ് ചെയ്യപ്പെട്ടു. അതിലൊന്നിനെക്കുറിച്ചാണ് തുടക്കത്തിൽ പരാമർശിച്ചത്. ഈ അടുത്തിടെപോലും തങ്ങളെ എത്രയുംവേഗം തൂക്കിലിടണമെന്ന് അവർ ആഗ്രഹം പ്രകടിപ്പിക്കുകയുണ്ടായി. അവരുടെ ആഗ്രഹം സഫലമായി. അവർ നിത്യശാന്തിയടഞ്ഞു.

ഹേ ഉദ്യോഗസ്ഥ ദുഷ്പ്രഭുത്വമേ, കരുതിയിരിക്കൂ!

സോണ്ടേഴ്സിനെ കൊലപ്പെടുത്താനുണ്ടായ കാരണം വിവരിച്ചു കൊണ്ടുള്ള ഒരു ലഘുലേഖയുടെ കൈയെഴുത്തുപ്രതി ഡിസംബർ 18 ന് രാത്രി ലാഹോറിൽ ഒട്ടേറെ ചുവരുകളിൽ പതിക്കപ്പെട്ടു. 1928 ഡിസംബർ 18 ന് മൊസാങ്ഹൗസ് രഹസ്യസങ്കേതത്തിൽ വെച്ചാണിത് എഴുതിയത്. ഭഗത്സിങ്ങിന്റെ കൈപ്പടയിലുള്ള ഇതിലൊരു പ്രതി ലാഹോർ ഗൂഢാലോചനക്കേസിൽ തെളിവായി ഹാജരാക്കുകയുണ്ടായി.

ഹിന്ദുസ്ഥാൻ സോഷ്യലിസ്റ്റ് റിപ്പബ്ലിക്കൻ ആർമി നോട്ടീസ്

ജെ പി സോണ്ടർ മരിച്ചു. ലാലാ ലജ്പത്റായിയുടെ വധത്തിന് പ്രതികാരം ചെയ്തു

സോണ്ടേഴ്സിനെപ്പോലുള്ള ഒരു സാധാരണ പൊലീസ് ആപ്പീസറുടെ നീചവും അക്രമാസക്തവുമായ കരങ്ങൾ ഹിന്ദുസ്ഥാനിലെ 30 കോടി ജനങ്ങൾക്ക് പ്രിയങ്കരനായ ആ വന്ദ്യവയോധികന്റെ ശരീരത്തെ അപമാനകരമാംവിധം സ്പർശിക്കുകയും അദ്ദേഹത്തിന്റെ മരണത്തിനിടയാക്കുകയും ചെയ്തതിനെക്കുറിച്ച് ചിന്തിക്കുന്നതുപോലും യഥാർത്ഥത്തിൽ അസഹ്യമാണ്. ഇന്ത്യൻ ദേശീയതയുടെ ശിരസ്സിൽ പതിച്ച ആ പ്രഹരം ഇന്ത്യൻ യുവത്വത്തോടും പൗരുഷത്വത്തോടുമുള്ള വെല്ലുവിളിയാണ്. ഇന്ത്യ ഇപ്പോഴും ജീവിച്ചിരിപ്പുണ്ടെന്ന്, യുവാക്കളുടെ രക്തം തണുത്ത് മരവിച്ചിട്ടില്ലെന്ന്, രാഷ്ട്രത്തിന്റെ അഭിമാനം അപകടപ്പെടു

മ്പോൾ ജീവൻ ബലിയർപ്പിക്കാൻ അവർക്ക് കഴിയുമെന്ന് ലോകം അറിയട്ടെ! ആ അജ്ഞാതർ ഈ പ്രവൃത്തിയിലൂടെ അത് തെളിയിച്ചു. അവരുടെ സ്വന്തം ജനങ്ങൾ അവരെ ഒരിക്കലും തള്ളിപ്പറയില്ല, അധിക്ഷേപിക്കുകയില്ല, ശിക്ഷിക്കുകയുമില്ല.

കരുതിയിരിക്കുക, ഹേ മർദ്ദകരെ കരുതിയിരിക്കുക

ചവിട്ടിത്താഴ്ത്തപ്പെട്ടതും മർദ്ദിച്ചൊതുക്കപ്പെട്ടതുമായ ഒരു രാജ്യത്തിന്റെ വികാരങ്ങളെ വ്രണപ്പെടുത്തരുത്. ഇത്തരം പൈശാചിക കൃത്യങ്ങൾക്ക് തുനിയുംമുമ്പ് രണ്ടുവട്ടം ചിന്തിക്കൂ! ‘ആയുധനിയമം’ നിലവിലുണ്ടെന്നത് ശരിതന്നെ; ആയുധങ്ങൾ ഒളിച്ച് കടത്തുന്നതിനെതിരെ കർശനമായ കാവൽ ഏർപ്പെടുത്തപ്പെട്ടിട്ടുണ്ടെന്നതും ശരിതന്നെ. പക്ഷേ, ഒന്നോർക്കണം. കൈത്തോക്കുകളുടെ പ്രവാഹം എന്നെന്നും അനുസ്യൂതം തുടരും—തല്ക്കാലം ഒരു സായുധ കലാപത്തിനു വേണ്ടത്ര അതുണ്ടാവില്ലെങ്കിലും രാജ്യത്തോടുള്ള അപമാനത്തിനു പ്രതികാരം ചെയ്യാൻ ആവശ്യമായിടത്തോളമെങ്കിലും അവ ലഭിക്കും. സ്വന്തക്കാരും ബന്ധുക്കളും എത്രതന്നെ തള്ളിപ്പറഞ്ഞാലും എത്രതന്നെ അധിക്ഷേപിച്ചാലും ശത്രുസർക്കാർ എത്രതന്നെ മർദ്ദനങ്ങളും ശിക്ഷാനടപടികളും കൈക്കൊണ്ടാലും യുവാക്കളുടെ പാർട്ടി, അഹങ്കാരികളായ ഭരണാധികാരികളെ പാഠം പഠിപ്പിക്കാൻ എന്നെന്നും സജീവമായിരിക്കും. എതിർപ്പിന്റെയും മർദ്ദനത്തിന്റെയും കൊടുങ്കാറ്റിനിടയിലും എന്തിനേറെ തൂക്കുമരത്തട്ടിൽപ്പോലും ആ ധീരസേനാനികളുടെ പോർവിളി ഉയരും.

വിപ്ലവം നീണാൾ വാഴട്ടെ!

ഒരു മനുഷ്യന്റെ മരണത്തിൽ ദുഃഖമുണ്ട്. എന്നാൽ ഇവിടെ മരിച്ച ഈ മനുഷ്യൻ, ക്രൂരവും അതിനിന്ദ്യവും അധഃപതിച്ചതും പിഴുതെറിയപ്പെടേണ്ടതുമായ വ്യവസ്ഥാപിത ചട്ടവട്ടങ്ങളുടെ പ്രതിനിധിയാണ് ഈ മനുഷ്യനിലൂടെ മരിച്ചത് ഇന്ത്യയിലെ ബ്രിട്ടീഷ് ആധിപത്യത്തിന്റെ—ലോകത്തെങ്ങുമുള്ള ഗവൺമെന്റുകളിൽവെച്ച് അങ്ങേയറ്റത്തെ മർദ്ദകഗവൺമെന്റിന്റെ—ദല്ലാളാണ്.

ഒരു മനുഷ്യന്റെ രക്തം ചിന്തിയതിൽ ദുഃഖമുണ്ട്; എന്നാൽ വിപ്ലവത്തിന്റെ ബലിപീഠത്തിൽ വ്യക്തികളുടെ ജീവാർപ്പണം സമസ്തജനങ്ങൾക്കും സ്വാതന്ത്ര്യം കൈവരുത്തും; മനുഷ്യനെ മനുഷ്യൻ ചൂഷണം ചെയ്യുന്നതിന് അറുതിവരുത്തും. അത് അനിവാര്യമാണ്.

വിപ്ലവം നീണാൾ വാഴട്ടെ!

ബൽരാജ് (ഒപ്പ്)
സർവ്വസൈന്യാധിപൻ

1928, ഡിസംബർ 18

സുഖദേവിന് അയച്ച കത്ത്

സംശയാസ്പദമായ ഒരു പ്രേമകഥയെച്ചൊല്ലി ഭഗത്സിങ്ങും സുഖദേവും തമ്മിൽ ചില തെറ്റിദ്ധാരണകൾ നാമ്പെടുത്തു. ഒരു വിപ്ലവകാരിയുടെ ജീവിതത്തിൽ പ്രേമത്തിനുള്ള സ്ഥാനത്തെക്കുറിച്ച് പരാമർശിക്കുന്നതാണ് ഈ കത്ത്. 1929 ഏപ്രിൽ 5 ന് ഡൽഹിയിലെ സീതാറാം ബസാർ രഹസ്യ കേന്ദ്രത്തിൽ വച്ചാണ് ഇതെഴുതിയത്. ഏപ്രിൽ 6-ാം തീയതി ഇത് ശിവവർമ ലാഹോറിലേക്ക് കൊണ്ടുപോയി. സുഖദേവിനു കൈമാറി. ഏപ്രിൽ 13 ന് സുഖദേവ് അറസ്റ്റു ചെയ്യപ്പെട്ടപ്പോൾ ഈ കത്ത് അദ്ദേഹത്തിന്റെ പക്കൽനിന്ന് കണ്ടെടുത്തു. ലാഹോർ ഗൂഢാലോചനക്കേസിൽ ഒരു തെളിവായി ഹാജരാക്കുകയും ചെയ്തു.

പ്രിയ സഹോദരാ,

ഈ കത്ത് താങ്കൾക്കു കിട്ടുമ്പോഴേക്കും ഞാൻ പൊയ്ക്കഴിഞ്ഞിരിക്കും—അതിവിദൂര ലക്ഷ്യസ്ഥാനത്തേക്ക്. മറ്റെന്നത്തേയുംകാൾ ഞാനിന്ന് വളരെ വളരെ സന്തോഷവാനാണെന്ന് ഉറപ്പുതരാൻ എന്നെ അനുവദിച്ചാലും. എല്ലാ മധുരസ്മരണകളും ഇവിടെ ജീവിതത്തിന്റെ എല്ലാ വശ്യതകളും ഉണ്ടെന്നിരിക്കിലും ഞാൻ ദീർഘയാത്രയ്ക്ക് തയ്യാറായിക്കഴിഞ്ഞു. നാളിതുവരെ എന്റെ ഹൃദയത്തെ നുള്ളിനോവിച്ചുകൊണ്ടിരിക്കുന്നത് ഒരു കാര്യമാണ്. സഹോദരാ, എന്റെ സ്വന്തം സഹോദരാ, അത് ഇതാണ്—താങ്കൾ എന്നെ തെറ്റിദ്ധരിച്ചു. എന്റേ മേൽ ഗൗരവാവഹമായ കുറ്റം ചുമത്തി—ദൗർബല്യത്തിന്റേതായ കുറ്റം. ഇന്നു ഞാൻ തികച്ചും സംതൃപ്തനാണ്, അതൊരു വെറും തെറ്റിദ്ധാരണ, ഒരു തെറ്റായ കണക്കുകൂട്ടൽ മാത്രമല്ലാതെ മറ്റൊന്നുമല്ലെന്ന് മറ്റെന്നത്തേ

യുംകാൾ ഇന്നു ഞാൻ കരുതുന്നു. എന്റെ അതിരുകവിഞ്ഞ നിഷ്കപട മനോഭാവം, വാചാലതയായി വ്യാഖ്യാനിക്കപ്പെട്ടു. എന്റെ കുറ്റസമ്മതം എന്റെ ദൗർബല്യമായും. ഇന്നെനിക്കുതോന്നുന്നത് അതൊരു തെറ്റിദ്ധാരണയാണെന്നാണ്, വെറും തെറ്റിദ്ധാരണമാത്രം. ഞാൻ ദുർബ്ബലനല്ല. നമ്മിലാരേക്കാളും കൂടുതൽ ദൗർബല്യം എനിക്കില്ല. സംശുദ്ധമായ ഹൃദയത്തോടെ ഞാൻ പോകുന്നു. താങ്കളും താങ്കളുടെ ഹൃദയം സംശുദ്ധമാക്കില്ലേ? അത് എന്നോടുകാണിക്കുന്ന വലിയ ദയാവായ്പായിരിക്കും. എന്നാൽ ഒരു കാര്യം. താങ്കൾ ധൃതിപിടിച്ച് ഒന്നും ചെയ്യരുത്. സമചിത്തതയോടെ ശാന്തമായി പ്രവർത്തിക്കുക. തുടക്കത്തിൽ തന്നെ അവസരം ഉപയോഗപ്പെടുത്താൻ ശ്രമിക്കരുത്. പൊതുജനങ്ങളോട് താങ്കൾക്ക് ചില കടമകളുണ്ട്. ഈ പ്രവർത്തനം തുടരുക വഴി താങ്കൾക്കതു നിറവേറ്റാൻ കഴിയും. ഞാനൊരഭിപ്രായം പറഞ്ഞുകൊള്ളട്ടെ, എം ആർ ശാസ്ത്രി*യെ മറ്റെന്നത്തേയുംകാൾ ഞാൻ ഇഷ്ടപ്പെടുന്നു. ഇരുണ്ടഭാവിയെക്കുറിച്ച് വ്യക്തമായി അറിഞ്ഞുകൊണ്ട് അദ്ദേഹം സന്നദ്ധനാവുന്ന പക്ഷം അദ്ദേഹത്തെ രംഗത്തുകൊണ്ടുവരാൻ ശ്രമിക്കുക. അദ്ദേഹം ജനങ്ങളോട് ഇടപഴകി അവരുടെ മനഃശാസ്ത്രം പഠിക്കട്ടെ. തികഞ്ഞ ഊർജ്ജസ്വലതയോടെ പ്രവർത്തിക്കുകയാണെങ്കിൽ അദ്ദേഹം വളരെ പ്രയോജനപ്പെടും. എന്നാൽ ധൃതിപിടിക്കരുത്. ഒരു വിധികല്പിക്കാൻ കഴിയുക താങ്കൾക്ക് തന്നെയാണ്. ഉചിതമെന്ന്, താങ്കൾക്കുതോന്നുന്നതു ചെയ്യുക. സഹോദരാ, നാം സന്തോഷിക്കുക.

അതിനിടയ്ക്ക് ഒരുകാര്യംകൂടി പറഞ്ഞുകൊള്ളട്ടെ, ഇവിടെ ചർച്ചാവിഷയമായ കാര്യത്തിൽ എന്റെ ഭാഗം വീണ്ടും വാദിക്കാതിരിക്കാൻ എനിക്കാവില്ല. വീണ്ടും ഞാൻ തറപ്പിച്ചുപറഞ്ഞുകൊള്ളട്ടെ, ജീവിതാഭിലാഷങ്ങളും അഭിവാഞ്ഛയും എനിക്ക് തികച്ചും ഉണ്ട്. ജീവിതത്തോടുള്ള കാമനയും വേണ്ടത്രയുണ്ട്. എന്നാൽ ആവശ്യംവരുമ്പോൾ അതൊക്കെ പരിത്യജിക്കാൻ എനിക്കു കഴിയും, അതാണ് യഥാർത്ഥ ത്യാഗം. ഈവക കാര്യങ്ങൾ ഒരിക്കലും മനുഷ്യന്റെ മുമ്പിൽ വിലങ്ങുതടിയാവില്ല. എന്നാൽ ഒന്നുണ്ട്. അയാൾ മനുഷ്യനായിരിക്കണം. സമീപഭാവിയിൽത്തന്നെ അതിന്റെ പ്രായോഗികമായ തെളിവ് താങ്കൾക്കുകാണാൻ കഴിയും. ആരുടെയെങ്കിലും സ്വഭാവത്തെക്കുറിച്ച് ചർച്ചചെയ്യുമ്പോൾ ഒരു കാര്യം താങ്കൾ എന്നോടു ചോദിക്കാറുണ്ട്—പ്രേമം എപ്പോഴെങ്കിലും ആർക്കെങ്കിലും സഹായകമായിട്ടുണ്ടോയെന്ന്. ഉണ്ട്. ആ ചോദ്യത്തിന് ഞാനിന്ന് ഉത്തരം നല്കുന്നു. മസീനിക്ക് അത് സഹായകമായിട്ടുണ്ട്. തന്റെ ആദ്യത്തെ മുന്നേറ്റത്തെത്തുടർന്നുണ്ടായ തികഞ്ഞ പരാജയത്തിനും തകർപ്പൻ തോല്വിക്കുംശേഷം കഷ്ടപ്പാടുകളും മൃതിയടഞ്ഞ സഖാക്കളെക്കുറി

* രാജാറാം ശാസ്ത്രിയെക്കുറിച്ചാണ് ഇവിടെ പരാമർശം. മാസ്റ്റ് റാം ശാസ്ത്രി എന്ന പരിഹാസപ്പേരുള്ള ആൾ.

ച്ചുള്ള ചിന്തയും അദ്ദേഹത്തിന് താങ്ങാനാവുമായിരുന്നില്ല. അതൊക്കെ താങ്കൾ വായിച്ചിരിക്കും: താൻ സ്നേഹിക്കുന്ന പെൺകുട്ടിയുടെ ഒരു കത്ത് ലഭിച്ചിരുന്നില്ലെങ്കിൽ അദ്ദേഹത്തിന് ഭ്രാന്ത്പിടിക്കുമായിരുന്നു അഥവാ അദ്ദേഹം ആത്മഹത്യചെയ്യുമായിരുന്നു. അദ്ദേഹം മറ്റാരെയും പോലെ, അല്ല, മറ്റെല്ലാവരെയുംകാൾ ശക്തനായിരുന്നു. പ്രേമത്തിന്റെ സദാചാരപരമായ സ്ഥാനത്തെ സാംബന്ധിച്ചിടത്തോളം അത് പ്രകൃതത്തിൽ വികാരമല്ലാതെ മറ്റൊന്നുമല്ല. എന്നാൽ അത് മൃഗീയവികാരമല്ല; മാനുഷിക വികാരമാണ്; അത് മധുരോദാരവുമാണ്. പ്രേമം സ്വതഃസിദ്ധമായി ഒരിക്കലും മൃഗീയവികാരമാവില്ല. പ്രേമം മനുഷ്യനെ മാനസികമായി ശ്രേഷ്ഠമായ സ്ഥാനത്തേക്കുയർത്തുന്നു. അതൊരിക്കലും മനുഷ്യനെ അധഃപതിപ്പിക്കുന്നില്ല. എന്നാൽ ഒരു കാര്യം. പ്രേമം യഥാർത്ഥ പ്രേമമാവണം. നാം പൊതുവെ സിനിമയിൽ കാണുന്ന ഈ പെൺകുട്ടികളെ—കമിതാക്കളെ—ഭ്രാന്തന്മാരെന്നു വിളിക്കാൻ താങ്കൾക്ക് കഴിയില്ല. അവർ സർവ്വദാ മൃഗീയവികാരത്തിന്റെ കൈയിലെ കളിപ്പാവകളാണ്. യഥാർത്ഥ പ്രേമം സൃഷ്ടിസഹമല്ല. അത് സ്വമേധയാ സംജാതമാവുകയാണ്. എപ്പോളെന്ന് ആർക്കും പറയാനാവില്ല. അത് സ്വാഭാവികം മാത്രമാണ്. ഒരു യുവാവിനും യുവതിക്കും പരസ്പരം പ്രേമിക്കാനും അവരുടെ പ്രേമത്തിന്റെ സഹായത്തോടെ വികാരത്തെ കീഴ്പ്പെടുത്താനും പരിശുദ്ധി നിലനിർത്താനും കഴിയുമെന്ന് ഞാൻ പറയും. ഇവിടെ ഒരു കാര്യം വ്യക്തമാക്കിക്കൊള്ളട്ടെ. പ്രേമം മാനുഷിക ദൗർബല്യമാണെന്ന് ഞാൻ പറയുമ്പോൾ, സാധാരണ മനുഷ്യരെക്കുറിച്ച് അങ്ങനെ പറയാനാവില്ല. പൊതുവിൽ ജനങ്ങൾ ഈയൊരു ഘട്ടത്തിലെത്തിയിട്ടില്ല. ആദർശപരമായി വളരെ ഉയർന്നഘട്ടമാണത്. ആ ഘട്ടത്തിലെത്തിയാൽ കാമ, ക്രോധ വികാരങ്ങളെയെല്ലാം കീഴ്പ്പെടുത്താൻ കഴിയും. അപ്പോൾ അയാൾ തന്റെ എല്ലാ വ്യാപാരത്തിനും ആസ്പദമായി കാര്യ-കാരണബന്ധങ്ങളെ കണ്ടെത്തുന്നു. എന്നാൽ ഈ ഘട്ടത്തിൽ ഇതൊരു ചീത്തക്കാര്യമല്ല, നല്ലകാര്യമാണ്. മനുഷ്യന് പ്രയോജനപ്രദവുമാണ്. അതിനുംപുറമെ....* പ്രേമത്തെ അധിക്ഷേപിക്കൽ, ഒരു വ്യക്തിക്ക് മറ്റൊരു വ്യക്തിയോടുള്ള പ്രേമത്തെയാണ് ഞാൻ അധിക്ഷേപിച്ചത്. അതും ആദർശപരമായ ഒരു ഉയർന്ന ഘട്ടത്തിൽനിന്നുകൊണ്ട്. അവിടെയും പ്രേമമെന്ന പ്രബലവികാരമുണ്ട്. അത് പക്ഷേ ഒരു വ്യക്തിയിൽമാത്രം ഒതുങ്ങിനില്ക്കുന്നതല്ലായിരിക്കാം; സാർവ്വലൗകികമായിരിക്കാം. ഇപ്പോൾ എന്റെ നിലപാട് ഞാൻ വ്യക്തമാക്കിക്കഴിഞ്ഞതായി കരുതുന്നു.

ശ്രദ്ധേയമായ ഒരു കാര്യംകൂടി പറഞ്ഞുകൊള്ളട്ടെ: പുരോഗമനപരമായ ആദർശങ്ങളൊക്കെ നാം പോറ്റിവളർത്തുന്നുവെന്നിരിക്കിലും സദാചാരധർമ്മം സംബന്ധിച്ച ആര്യസമാജക്കാരുടെ അതിരുകടന്ന

---

* ഇവിടെ ചില വാക്കുകൾ വിട്ടുപോയിരിക്കുന്നു.

ആദർശസങ്കല്പങ്ങൾ കൈവെടിയാൻ നമുക്ക് കഴിയുന്നില്ല. പുരോഗമനപരമായ എല്ലാ കാര്യങ്ങളെക്കുറിച്ചും അനർഗ്ഗളം സംസാരിക്കാൻ നമുക്ക് കഴിഞ്ഞേക്കും. എന്നാൽ പ്രായോഗിക ജീവിത്തിലാകട്ടെ അവ പ്രത്യക്ഷപ്പെടാൻ തുടങ്ങുമ്പോൾത്തന്നെ നാം നടുങ്ങുന്നു. ഇതവസാനിപ്പിക്കാൻ ഞാൻ താങ്കളോട് അപേക്ഷിക്കുന്നു. താങ്കൾ അന്യഥാ ധരിക്കുമോ എന്ന ആശങ്കയോടെതന്നെ ഒരു കാര്യം അപേക്ഷിക്കയാണ്: ദയവായി അതിരുകടന്ന ആദർശവാദത്തിന്റെ നിലവാരത്തിൽനിന്ന് അല്പം താഴോട്ടിറങ്ങിയാലും. എന്നെപ്പോലെ ഈ രോഗത്തിനിരയായവരോട് പരുഷമായി പെരുമാറാതിരിക്കുക. അവരെ അധിക്ഷേപിച്ച് അവരുടെ വേദനകളും ദുരിതങ്ങളും വർദ്ധിപ്പിക്കാതിരിക്കുക. അവർക്ക് താങ്കളുടെ സഹതാപം ആവശ്യമാണ്. ഞാൻ ആവർത്തിച്ച് അപേക്ഷിക്കട്ടെ; ഏതെങ്കിലും പ്രത്യേക വ്യക്തിയോട് എന്തെങ്കിലും തരത്തിലുള്ള വൈരം വെച്ചുപുലർത്താതിരിക്കുക. അവരോട് സഹതപിക്കുക, അവർക്കത് ആവശ്യമാണ്. താങ്കൾ അങ്ങനെ ചെയ്യില്ലേ? താങ്കൾ സ്വയം അതിന് (പ്രേമത്തിന്) ഇരയാവാത്ത കാലത്തോളം ഈവക കാര്യങ്ങളൊന്നും താങ്കൾക്ക് മനസ്സിലാവില്ലെന്ന് എനിക്കറിയാം. പിന്നെന്തിനിതൊക്കെ ഞാൻ പറഞ്ഞുവെന്നോ? എല്ലാം തുറന്നുപറയാൻ ഞാൻ ആഗ്രഹിക്കുന്നു. ഞാനെന്റെ ഹൃദയം തുറന്നുകാട്ടിക്കഴിഞ്ഞു.

താങ്കൾക്ക് എല്ലാ വിജയങ്ങളും ജീവിത സൗഭാഗ്യങ്ങളും ആശംസിച്ചുകൊണ്ട്,

താങ്കളുടെ—

ബധിരകർണ്ണം തുറപ്പിക്കാൻ

ഹിന്ദുസ്ഥാൻ സോഷ്യലിസ്റ്റ് റിപ്പബ്ലിക്കൻ അസോസിയേഷന്റെ നോട്ടീസ്

ബോംബെറിഞ്ഞശേഷം ഭഗത്സിങ്ങും ബി കെ ദത്തും സെൻട്രൽ അസംബ്ലിയിൽ ടൈപ്പ്ചെയ്ത ഒരു ലഘുലേഖ വലിച്ചെറിയുകയുണ്ടായി. സീതാറാം ബസാർ രഹസ്യകേന്ദ്രത്തിൽവെച്ച് ഭഗത്സിങ് തന്നെയാണ് അത് എഴുതിയുണ്ടാക്കിയത്. ടൈപ്പുചെയ്തതും അദ്ദേഹം തന്നെയാണ്. പാർട്ടിയുടെ ലെറ്റർഹെഡ്ഢിൽ 30–40 കോപ്പികൾ അദ്ദേഹം ടൈപ്പ് ചെയ്തെടുത്തു. ടൈപ്പ് ചെയ്യാനുള്ള ഏർപ്പാടുകൾ സംഘടിപ്പിച്ചത് ഒരു മാർവാറി സ്കൂളിലെ ഡ്രിൽമാസ്റ്ററുടെ സഹായത്തോടെ ജയദേവ് കപൂറാണ്.

അന്നുതന്നെ (1929 ഏപ്രിൽ 8) ഹിന്ദുസ്ഥാൻ ടൈംസ് ഇറക്കിയ പ്രത്യേക സായാഹ്നപതിപ്പിൽ ഈ ലഘുലേഖ പൂർണ്ണരൂപത്തിൽ ബ്ലോക്ക് ചെയ്ത് പ്രസിദ്ധപ്പെടുത്തിയിരുന്നു.

'**ബ**ധിരകർണ്ണം തുറപ്പിക്കാൻ ഭീകരശബ്ദമുയർത്തുക'—സമാന സന്ദർഭത്തിൽ വീര സാഹസികനായ ഫ്രഞ്ച് അരാജകവാദി രക്തസാക്ഷിയുടെ അനശ്വരമായ ഈ വാക്കുകളുച്ചരിച്ചുകൊണ്ട് തങ്ങളുടെ കൃത്യത്തെ ഞങ്ങൾ ശക്തിയായി ന്യായീകരിക്കുന്നു.

കഴിഞ്ഞ പത്തുകൊല്ലത്തെ പരിഷ്കരണ പ്രവർത്തനത്തിന്റെ അപമാനകരമായ ചരിത്രം ആവർത്തിക്കുന്നില്ല. ഇന്ത്യൻ പാർലമെന്റ് എന്ന് വിളിക്കപ്പെടുന്ന ഈ സഭയിലൂടെ ഇന്ത്യാരാഷ്ട്രത്തിന്റെ തലയ്ക്കു നേരെ ചുഴറ്റിയെറിഞ്ഞ അപമാനങ്ങളെക്കുറിച്ചും ഒന്നും പറ

യുന്നില്ല. ഇത്തവണ വീണ്ടും സൈമൺ കമ്മീഷനിൽനിന്ന് പരിഷ്കാരത്തിന്റെ ചില പൊട്ടും പൊടിയുംകൂടി ജനങ്ങൾ പ്രതീക്ഷിച്ചുകൊണ്ടിരിക്കെ, പ്രതീക്ഷിക്കുന്ന ആ എല്ലിൻകഷണത്തിന്റെ വിതരണത്തെച്ചൊല്ലി അവർ കടിപിടികൂടുമ്പോൾ നാം കാണുന്നത് പൊതുരക്ഷാ—തൊഴിൽ തർക്കബില്ലുകൾ പോലുള്ള പുത്തൻ മർദ്ദനനടപടികൾ നമ്മുടെമേൽ അടിച്ചേല്പിക്കുന്നതാണ്. പത്രമാരണനിയമം (പ്രസ് സെഡിഷൻ ബിൽ) അടുത്ത സമ്മേളനത്തിലേക്ക് കരുതിവെക്കുകയും ചെയ്തിരിക്കയാണ്. പരസ്യമായി പ്രവർത്തിക്കുന്ന തൊഴിലാളി പ്രവർത്തകരുടെ വിവേചനരഹിതമായ അറസ്റ്റ് കാറ്റെങ്ങോട്ടാണ് എന്നതിന്റെ വ്യക്തമായ സൂചനയാണ്.

അങ്ങേയറ്റം പ്രകോപനപരമായ ഈ ചുറ്റുപാടിൽ ഹിന്ദുസ്ഥാൻ സോഷ്യലിസ്റ്റ് റിപ്പബ്ലിക്കൻ അസോസിയേഷൻ എല്ലാ ഗൗരവബോധത്തോടുംകൂടി, ഉത്തരവാദിത്വം പൂർണ്ണമായും മനസ്സിലാക്കിക്കൊണ്ട് ഈ പ്രത്യേക നടപടി കൈക്കൊള്ളാൻ തീരുമാനിക്കുകയും അതിനായി അതിന്റെ സേനയ്ക്ക് ഉത്തരവ് നല്കുകയും ചെയ്തു. അങ്ങനെ അപമാനകരമായ ഈ പ്രഹസനം അവസാനിപ്പിക്കാനും വിദേശ ഉദ്യോഗസ്ഥ ദുഷ്പ്രഭുത്വ ചൂഷകർ അവർക്കിഷ്ടമുള്ളത് ചെയ്യാൻ വിട്ടുകൊണ്ട് അവരുടെ നഗ്നരൂപം പൊതുജനസമക്ഷം അവതരിപ്പിക്കാനും നിശ്ചയിച്ചു.

ജനപ്രതിനിധികൾ അവരുടെ നിയോജകമണ്ഡലങ്ങളിലേക്ക് തിരിച്ചുപോയി വരാനിരിക്കുന്ന വിപ്ലവത്തിന് ജനങ്ങളെ സജ്ജമാക്കട്ടെ. പൊതുരക്ഷാ-തൊഴിൽതർക്ക ബില്ലുകളിലും ലാലാ ലജ്പത് റായിയുടെ നിഷ്ഠുരവധത്തിലും നിസ്സഹായരായ ഇന്ത്യൻ ജനതയ്ക്കുവേണ്ടി പ്രതിഷേധിക്കുന്നതോടൊപ്പം വ്യക്തികളെ കൊല്ലാനെളുപ്പമാണ്, എന്നാൽ ആശയങ്ങളെ കൊല്ലാനാവില്ലെന്ന് പലവട്ടം ആവർത്തിക്കപ്പെട്ട ചരിത്രപാഠം ഗവൺമെന്റ് അറിയട്ടെ എന്ന് ഊന്നിപ്പറയാൻ ഞങ്ങൾ ആഗ്രഹിക്കുന്നു. വൻ സാമ്രാജ്യങ്ങൾ തകർന്നു തരിപ്പണമായി. എന്നാൽ ആശയങ്ങൾ അതിജീവിച്ചു. ബൂർബൻമാരും സാറുമാരും നിലംപതിച്ചു. അതേസമയം വിപ്ലവം വിജയകരമായി മുന്നോട്ടുകുതിച്ചു.

മനുഷ്യജീവന് വമ്പിച്ച പാവനത്വം കല്പിക്കുന്ന ഞങ്ങൾ, മനുഷ്യൻ തികഞ്ഞ സമാധാനവും പൂർണ്ണസ്വാതന്ത്ര്യവും അനുഭവിക്കുന്ന മഹത്തായ ഭാവിയെ സ്വപ്നം കാണുന്ന ഞങ്ങൾ, മനുഷ്യരക്തം ചിന്താൻ നിർബ്ബന്ധിതരായി. ഞങ്ങൾക്കതിൽ ദുഃഖമുണ്ടെന്ന് സമ്മതിക്കുന്നു. എന്നാൽ വിപ്ലവത്തിന്റെ ബലിപീഠത്തിൽ വ്യക്തികളെ കുരുതികൊടുക്കേണ്ടത് അനിവാര്യമാണ്. അത് എല്ലാവർക്കും സ്വാതന്ത്ര്യം കൈവരുത്തും. മനുഷ്യൻ മനുഷ്യനെ ചൂഷണം ചെയ്യുന്നത് അസാദ്ധ്യമാക്കിത്തീർക്കുകയും ചെയ്യും.

വിപ്ലവം നീണാൾ വാഴട്ടെ!

ബൽരാജ് (ഒപ്പ്)
സർവ്വസൈന്യാധിപൻ

സെഷൻസ് കോടതിയിൽ സമർപ്പിച്ച പത്രിക

വിപ്ലവ പ്രസ്ഥാനത്തിന്റെ ഉദ്ദേശ്യലക്ഷ്യങ്ങൾ വിവരിക്കുന്ന നയപരമായ ഒരു രേഖയാണിത്.

അസംബ്ലി ബോംബുകേസിൽ ഭഗത്സിങ്ങും ജി കെ ദത്തും സമർപ്പിച്ച പത്രികയുടെ അസ്സൽ

(ഭഗത്സിങ്ങിനും ജി കെ ദത്തിനുംവേണ്ടി മി: ആസഫ് അലി 1929 ജൂൺ 6 ന് കോടതിയിൽ വായിച്ചത്.)

ഞങ്ങൾ ഗുരുതരമായ ചില കുറ്റാരോപണങ്ങൾക്ക് വിധേയരായിരിക്കയാണ്. ഈ ഘട്ടത്തിൽ ഞങ്ങളുടെ പ്രവൃത്തിയെക്കുറിച്ച് ഞങ്ങൾ വിശദീകരിക്കുന്നത് എത്രയും ശരിയായ നടപടിയായിരിക്കും.

ഇതോടനുബന്ധിച്ച് താഴെപ്പറയുന്ന ചോദ്യങ്ങൾ ഉയർന്നുവരുന്നു.

1. ചേമ്പറിൽ ബോംബെറിഞ്ഞുവോ? ഉണ്ടെങ്കിൽ എന്തിനുവേണ്ടി?
2. കീഴ്ക്കോടതി ചുമത്തിയ കുറ്റങ്ങൾ ശരിയാണോ അതോ മറിച്ചോ?

ഇതിൽ ആദ്യത്തെ ചോദ്യത്തിന്റെ ആദ്യഭാഗത്തിനുള്ള ഉത്തരം ആ ചോദ്യം ശരിവെച്ചുകൊണ്ടുള്ളതാണ്. എന്നാൽ ദൃക്സാക്ഷികളെന്നു പറയപ്പെടുന്ന ചിലർ നല്കിയത് കള്ള സത്യവാങ്മൂലമാണ്. ഞങ്ങളുടെ ബാദ്ധ്യത ഞങ്ങൾ നിഷേധിക്കുന്നില്ലാത്തതിനാൽ അവരെക്കുറിച്ചുള്ള ഞങ്ങളുടെ പ്രസ്താവനയെക്കുറിച്ച് അതർഹിക്കുന്നവിധം തീർപ്പുകല്പിക്കപ്പെടട്ടെ. ഞങ്ങളിൽ ഒരാളിൽനിന്ന് പിസ്റ്റൾ പിടിച്ചെടുത്തുവെന്ന സർജന്റ് ടെറെ നല്കിയ തെളിവ് കരുതിക്കൂട്ടി കെട്ടിച്ചമച്ച

കള്ളമാണെന്ന് ഒരു വിവരത്തിലൂടെ ഞങ്ങൾ ചൂണ്ടിക്കാണിച്ചുകൊള്ളട്ടെ. എന്തുകൊണ്ടെന്നാൽ ഞങ്ങൾ പിടികൊടുത്തപ്പോൾ ഞങ്ങൾ ഇരുവരുടെയും കൈയിൽ പിസ്റ്റൾ ഇല്ലായിരുന്നു. ഞങ്ങൾ ബോംബെറിയുന്നത് കണ്ടുവെന്ന് ആണയിട്ടുപറയുന്ന മറ്റു സാക്ഷികളും നുണപറയാൻ മടിച്ചില്ല. നീതിന്യായത്തിന്റെ പരിശുദ്ധിയും ന്യായയുക്തതയും ലക്ഷ്യമാക്കുന്നവരെ സംബന്ധിച്ചിടത്തോളം ഈ വസ്തുതയ്ക്ക് അതിന്റേതായ ധാർമ്മികമൂല്യമുണ്ട്.

അതേസമയം പബ്ലിക് പ്രോസിക്യൂട്ടറുടെയും കോടതിയുടെ ഇതേവരെയുള്ള നീതിന്യായ സമീപനത്തിന്റെയും ന്യായതയെ ഞങ്ങൾ അംഗീകരിക്കുന്നു.

വൈസ്രോയിയുടെ അഭിപ്രായം ശരിവെച്ചു

ഒന്നാം ചോദ്യത്തിന്റെ ബാക്കി ഭാഗത്തിനുള്ള ഉത്തരത്തെ സംബന്ധിച്ചിടത്തോളം ഞങ്ങളുടെ ഉദ്ദേശ്യത്തെയും ഇപ്പോൾ ഒരു ചരിത്രസംഭവമായിത്തീർന്ന ഇതിലേക്ക് ഞങ്ങളെ ചെന്നെത്തിച്ച പരിതഃസ്ഥിതിയെയുംകുറിച്ച് പൂർണ്ണവും തുറന്ന മനസ്സോടെയും ഉള്ള ഒരു വിശദീകരണം അല്പം വിസ്തരിച്ചുതന്നെ നല്കാൻ ഞങ്ങൾ പ്രേരിതരായിരിക്കുന്നു.

ഈ സംഭവം ഏതെങ്കിലും വ്യക്തിയുടെ നേർക്കുള്ള ആക്രമണമല്ലെന്നും വ്യവസ്ഥാപിത സംവിധാനത്തിനെതിരായുള്ള ഒരാക്രമണമാണെന്നും ഇരുസഭകളുടെയും സംയുക്ത സമ്മേളനത്തെ അഭിസംബോധന ചെയ്തുകൊണ്ട് ഇർവിൻപ്രഭു വിശദീകരിച്ചതായി ജയിലിൽ ഞങ്ങളെ വന്നുകണ്ട ചില പൊലീസ് ആപ്പീസർമാർ ഞങ്ങളോട് പറയുകയുണ്ടായി. സംഭവത്തിന്റെ യഥാർത്ഥ പ്രാധാന്യം ശരിക്കും വിലയിരുത്തിക്കൊണ്ടുള്ളതാണ് അതെന്ന് ഞങ്ങൾ അംഗീകരിക്കുന്നു.

മനുഷ്യസ്നേഹത്തിന്റെ കാര്യത്തിൽ ഞങ്ങൾ ആരുടെയും പുറകിലല്ല. ഞങ്ങൾക്ക് ഏതെങ്കിലും വ്യക്തിയോട് വിദ്വേഷമോ പകയോ ഇല്ല. മാനവജീവിതത്തിന്റെ പാവനത്വം വാക്കുകൾക്കതീതമാണെന്ന് ഞങ്ങൾ കരുതുന്നു.

ഞങ്ങൾ ഭീരുക്കൾക്കു ചേർന്ന കൊടും ദ്രോഹം ചെയ്യുന്നവരല്ല. അതുകൊണ്ട് കപടസോഷ്യലിസ്റ്റായ ദിവാൻ ചമൻലാൽ വിശേഷിപ്പിച്ചതായി റിപ്പോർട്ടുചെയ്യപ്പെട്ടതുപോലെ ഞങ്ങൾ രാജ്യത്തിന് അപമാനകരമല്ല. ലാഹോറിലെ *ദ ട്രിബ്യൂണും* മറ്റും വിശ്വസിക്കുന്നതുപോലെ 'കിറുക്കൻ'മാരുമല്ല.

പ്രായോഗികതലത്തിലുള്ള പ്രതിഷേധം

നമ്മുടെ രാജ്യത്തിന്റെ ചരിത്രം, രാജ്യത്തെ സ്ഥിതിഗതികൾ, ജനങ്ങളുടെ അഭിലാഷം എന്നിവ ഗൗരവബോധത്തോടെ പഠിക്കുന്ന

വിദ്യാർത്ഥികളാണ് ഞങ്ങൾ. അതിലപ്പുറമൊന്നും ഞങ്ങൾ അവകാശപ്പെടുന്നില്ല. കാപട്യത്തെ ഞങ്ങൾ അവജ്ഞയോടെ തള്ളിക്കളയുന്നു. പ്രായോഗികമായും ഞങ്ങളുടെ പ്രതിഷേധം വ്യവസ്ഥാപിത ചട്ടവട്ടങ്ങൾക്കെതിരെയാണ്. അതാവട്ടെ ആരംഭംതൊട്ടേ വിലകെട്ടതാണെന്ന് തെളിയിച്ചിരിക്കയാണ്. എന്നുമാത്രമല്ല അതിന്റെ ദൂരവ്യാപകമായ അധികാരശക്തി അനർത്ഥകാരിയുമാണ്. ചൂഴ്ന്നാലോചിക്കുന്തോറും അത് നിലനില്ക്കുന്നതുതന്നെയും ഇന്ത്യയുടെ നിസ്സഹായാവസ്ഥയും അപമാനവും ലോകസമക്ഷം വെളിപ്പെടുത്താൻവേണ്ടി മാത്രമാണ്. അതിന്റെ അനിയന്ത്രിതമായ ആധിപത്യം നിരുത്തരവാദപരമായ സ്വേച്ഛാധിപത്യ വാഴ്ചയുടെ പ്രതീകമാണ്. ജനപ്രതിനിധികൾ ദേശീയാവശ്യങ്ങൾ പലപ്പോഴും ഉന്നയിച്ചുവെങ്കിലും അവയൊക്കെ ചവറ്റുകൊട്ടയിൽ വലിച്ചെറിയപ്പെടുകയാണുണ്ടായത്.

യഥാവിധി സഭ പാസാക്കിയ പ്രമേയങ്ങളെ ഇന്ത്യൻ പാർലമെന്റ് എന്ന് വിശേഷിപ്പിക്കപ്പെടുന്ന വേദിയിൽവെച്ച് അവജ്ഞാപൂർവ്വം ചവിട്ടിത്തേക്കപ്പെട്ടു. മർദ്ദനനടപടികൾ റദ്ദാക്കണമെന്നാവശ്യപ്പെട്ടുകൊണ്ടുള്ള പ്രമേയത്തോട് അവജ്ഞാപൂർവ്വമായാണ് പെരുമാറിയത്. അസ്വീകാര്യമെന്ന നിലയ്ക്ക് ജനപ്രതിനിധികൾ നിരാകരിച്ച സർക്കാർ നടപടികളും നിർദ്ദേശങ്ങളും പേനത്തുമ്പുകൊണ്ട് പുനഃസ്ഥാപിക്കുകയാണുണ്ടായത്. ചുരുക്കത്തിൽ ഇന്ത്യയിലെ അദ്ധ്വാനിക്കുന്ന ജനലക്ഷങ്ങൾ വിയർപ്പൊഴുക്കി നേടിയ പണംകൊണ്ട് സൃഷ്ടിക്കപ്പെട്ട ഈ സ്ഥാപനം, എല്ലാ ധാടിമോടികളും അതിനുണ്ടെന്നിരിക്കിലും നിലനില്ക്കുന്നതിന് യാതൊരു നീതീകരണവും ഞങ്ങൾ കാണുന്നില്ല. ആളുകളെ കബളിപ്പിക്കാനുള്ള പൊള്ളയായ ഒരു കുരുട്ടുതന്ത്രം മാത്രമാണത്. അതുപോലെതന്നെ പ്രകടമായും ഇന്ത്യയുടെ നിസ്സഹായവിധേയത്വം പ്രദർശിപ്പിക്കുന്ന ഈ പ്രഹസനത്തിനുവേണ്ടി ജനങ്ങളുടെ പണവും സമയവും പാഴാക്കാൻ ഗവൺമെന്റിനെ സഹായിക്കുന്ന ജനനേതാക്കളുടെ മനോഭാവവും ഞങ്ങൾക്ക് മനസ്സിലാവുന്നില്ല.

തൊഴിലാളികൾക്ക് ആശയ്ക്ക് വഴിയില്ല

ഈവക കാര്യങ്ങളെക്കുറിച്ചുള്ള കൂലങ്കഷമായ ചിന്തയും തൊഴിൽതർക്കബിൽ അസംബ്ലിയിൽ അവതരിപ്പിച്ച ഘട്ടത്തിൽ തൊഴിലാളി പ്രസ്ഥാനത്തിന്റെ നേതാക്കൾ കൂട്ടത്തോടെ അറസ്റ്റുചെയ്യപ്പെട്ടതുമെല്ലാം ബില്ലിന്റെ സ്ഥിതി എന്താവുമെന്ന് വീക്ഷിക്കാൻ ഞങ്ങളെ അസംബ്ലിയിലേക്ക് ആകർഷിച്ചു. ചൂഷകരുടെ ധ്വംസനത്തിന്റെയും നിസ്സഹായരായ തൊഴിലാളികളുടെ അടിമത്തത്തിന്റെയും ഭീഷണസ്മാരകമായ ഒരു സ്ഥാപനത്തിൽനിന്ന് ഇന്ത്യയിലെ അദ്ധ്വാനിക്കുന്ന ജനലക്ഷങ്ങൾക്ക് യാതൊന്നും പ്രതീക്ഷിക്കാനില്ലെന്ന് ബോദ്ധ്യപ്പെട്ട വസ്തുതയെ സ്ഥിരീകരിക്കുന്നതു മാത്രമായിരുന്നു അവിടെ നടന്ന വിവാദം.

ഒടുവിൽ രാജ്യത്തിനുവേണ്ടി സ്വയം സമർപ്പിക്കപ്പെട്ട ജനപ്രതിനിധികളുടെ മേൽ, മനുഷ്യത്വവിഹീനമായ പൈശാചിക നടപടിയെന്നു ഞങ്ങൾ കരുതുന്ന അപമാനം ചൊരിയപ്പെട്ടു. ദുരിതമനുഭവിക്കുന്നവരും പട്ടിണിക്കാരുമായ ജനലക്ഷങ്ങൾക്ക് തങ്ങളുടെ സാമ്പത്തിക നില മെച്ചപ്പെടുത്തുന്നതിനുള്ള ഒരേ ഒരു മാർഗ്ഗം, അവരുടെ പ്രാഥമികാവകാശം, നിഷേധിക്കപ്പെട്ടു. തൊഴിലാളികളുടെ ക്ലേശകരമായ അവസ്ഥയിൽ മനോവ്യഥ അനുഭവിക്കുന്ന ഞങ്ങളെപ്പോലുള്ളവർക്ക് സമചിത്തതയോടെ ഈ കാഴ്ചയ്ക്ക് സാക്ഷ്യം വഹിക്കാനാവില്ല. സമ്പദ്ഘടന കെട്ടിപ്പടുക്കാൻ നിശ്ശബ്ദം ഹൃദയരക്തമൊഴുക്കുന്നവരെച്ചൊല്ലി വേദനിക്കുന്ന ആർക്കും ഈ ആഘാതം ഏല്പിച്ച മനോവേദന അമർത്തിവെക്കാനാവില്ല.

ബോംബ് ആവശ്യമായി വന്നു

തൽഫലമായി, ഒരു കാലത്ത് ഗവർണർ ജനറലിന്റെ എക്സിക്യൂട്ടിവ് കൗൺസിലിൽ ലോ മെമ്പറായിരുന്ന പരേതനായ എസ് ആർ ദാസ് തന്റെ മകനയച്ച പ്രസിദ്ധമായ കത്തിലെ "ഇംഗ്ലണ്ടിനെ അതിന്റെ സ്വപ്നത്തിൽനിന്നുണർത്താൻ ബോംബാവശ്യമാണ്" എന്ന വാക്കുകൾ അനുസ്മരിച്ചുകൊണ്ട് ഞങ്ങളുടെ ഹൃദയവ്യഥ പ്രകടിപ്പിക്കാൻ മറ്റൊരു മാർഗ്ഗവുമില്ലാതായവർക്കുവേണ്ടി അസംബ്ലിയിൽ ഞങ്ങൾ ബോംബെറിഞ്ഞു. 'ബധിരകർണ്ണങ്ങൾ തുറപ്പിക്കുക'യും ശ്രദ്ധിക്കാൻ തയ്യാറില്ലാത്തവർക്ക് ഒരു മുന്നറിയിപ്പുനല്കുകയുമായിരുന്നു ഞങ്ങളുടെ ഏക ഉദ്ദേശ്യം. നിശ്ചലമായി കാണപ്പെട്ട ഇന്ത്യൻ മാനവരാശിയാകുന്ന കടലിൽ സുനിശ്ചയമായും ഒരു കോളിളക്കം പൊട്ടിപ്പുറപ്പെടാൻ പോകുന്നുവെന്ന് ഞങ്ങളെപ്പോലെ മറ്റുള്ളവരും നിശിതമായി നിനച്ചിരുന്നു. മുമ്പോട്ടുള്ള ഗതിയിലെ ഗുരുതരമായ ആപത്തിനെ കാണാതെ കുതിച്ചുപായുന്നവർക്ക് ആപൽസൂചന കാട്ടി മുന്നറിയിപ്പുനല്കുക മാത്രമാണ് ഞങ്ങൾ ചെയ്തത്. ഉട്ടോപ്യൻ അക്രമരാഹിത്യയുഗത്തിന് അന്ത്യംകുറിക്കുകമാത്രമാണ് ഞങ്ങൾ ചെയ്തത്. ഉട്ടോപ്യൻ അക്രമരാഹിത്യത്തിന്റെ ഫലശൂന്യത സംശയത്തിന്റെ നിഴലാട്ടംപോലുമില്ലാതെ വളരുന്ന തലമുറയ്ക്ക് ബോദ്ധ്യപ്പെട്ടു കഴിഞ്ഞിരുന്നു.

ഉട്ടോപ്യൻ അക്രമരാഹിത്യമെന്ന പദപ്രയോഗത്തിന് ഒരു വിശദീകരണം ആവശ്യമാണ്: ഹിംസോദ്യുക്തമായ ബലപ്രയോഗം അക്രമമാണ്. അത് ധാർമ്മികമായി ന്യായീകരിക്കാനാവാത്തതാണ്. എന്നാൽ ന്യായമായ ഒരു ലക്ഷ്യത്തെ മുമ്പോട്ടു നയിക്കുന്നതിനുവേണ്ടി അത് പ്രയോഗിക്കുമ്പോൾ അതിന് ധാർമ്മികമായ ന്യായീകരണമുണ്ട്. എന്തുവിലകൊടുത്തും ബലപ്രയോഗം ഒഴിവാക്കൽ ഉട്ടോപ്യനാണ്. രാജ്യത്ത് ഒരു പുതിയ പ്രസ്ഥാനം ഉയർന്നുവന്നിരിക്കുന്നു. അതിന്റെ ഉദയത്തെക്കുറിച്ച് ഞങ്ങൾ മുന്നറിയിപ്പു നല്കി. ഗുരുഗോവിന്ദ് സിങ്, ശിവജി,

കമാൽപാഷ, റിസാഖാൻ, വാഷിങ്ടൺ, ഗാരിബാൾഡി, ലഫായത്തെ, ലെനിൻ എന്നിവർക്ക് മാർഗ്ഗദർശകമായ ആദർശത്താൽ പ്രചോദിതരായാണ് ഞങ്ങൾ അതിനു മുതിർന്നത്.

ഇത്തരമൊരു പ്രസ്ഥാനത്തിന്റെ അസ്തിത്വത്തിനുനേർക്ക് ശത്രുഗവൺമെന്റും ഇന്ത്യയിലെ ബഹുജനനേതാക്കളും ഒരുപോലെ കണ്ണടയ്ക്കുകയാണ് ചെയ്തത്. അവർക്ക് കേൾക്കാതിരിക്കാൻ കഴിയാത്തവണ്ണം അത്രയും ഉച്ചത്തിലൊരു മുന്നറിയിപ്പു നല്കേണ്ടത് ഞങ്ങളുടെ കടമയാണെന്ന് ഞങ്ങൾ കരുതി.

സംഭവത്തിന് പിന്നിലെ പ്രേരകശക്തിയെക്കുറിച്ചാണ് നാം ഇതുവരെ പറഞ്ഞത്. ഇനി ഞങ്ങളുടെ ഉദ്ദേശ്യംകൂടി അല്പം വിവരിക്കാം.

വ്യക്തിവിദ്വേഷമില്ല

സംഭവത്തിൽ പരിക്കേറ്റവരോടോ അഥവാ അസംബ്ലിയിൽ ഉണ്ടായിരുന്ന ഏതെങ്കിലും വ്യക്തിയോടോ ഞങ്ങൾക്ക് വിദ്വേഷമോ പകയോ ഉണ്ടായിരുന്നില്ല. നേരെമറിച്ച് മനുഷ്യജീവൻ വാക്കുകൾക്കതീതമാംവിധം പാവനമാണെന്ന പക്ഷക്കാരാണ് ഞങ്ങൾ. ആരെയെങ്കിലും പീഡിപ്പിക്കുന്നതിലുപരി മാനവരാശിയെ സേവിക്കുന്നതിനുവേണ്ടി ജീവൻ ബലിയർപ്പിക്കാൻ തയ്യാറായവരാണ് ഞങ്ങൾ. യാതൊരു മനഃസാക്ഷിക്കുത്തുമില്ലാതെ ആളുകളെ കൊല്ലാൻ പരിശീലിപ്പിക്കപ്പെട്ട സാമ്രാജ്യത്വത്തിന്റെ ചോറ്റുപട്ടാളക്കാരിൽനിന്ന് വ്യത്യസ്തമായി മനുഷ്യജീവനെ മാനിക്കുന്നവരും ഞങ്ങളുടെ കഴിവിന്റെ പരിധിക്കകത്തുനിന്നുകൊണ്ട് മനുഷ്യജീവൻ രക്ഷിക്കാൻ തുനിയുന്നവരുമാണ് ഞങ്ങൾ. എന്നിട്ടും ബോധപൂർവ്വം ബോംബെറിഞ്ഞുവെന്നത് ഞങ്ങൾ സമ്മതിക്കുന്നു. ഉട്ടോപ്യൻ സാങ്കല്പിക സാഹചര്യങ്ങളെയും നിഗമനങ്ങളെയും വലിച്ചിഴയ്ക്കാതെ ഞങ്ങളുടെ ഉദ്ദേശ്യത്തെക്കുറിച്ച് ഞങ്ങളുടെ പ്രവൃത്തിയുടെ ഫലത്തെ ആസ്പദമാക്കി വേണം വിധി കല്പിക്കാൻ.

ഒരു ദിവ്യാത്ഭുതവുമില്ല

സർക്കാർ വിദഗ്ദ്ധർ എന്തൊക്കെ തെളിവുകൾ ഹാജരാക്കിയാലും ശരി അസംബ്ലി ചേംബറിൽ ബോംബെറിഞ്ഞതിന്റെ ഫലമായി ചില്ലറ നാശനഷ്ടങ്ങളേ ഉണ്ടായുള്ളൂ. ഒരൊഴിഞ്ഞ ബഞ്ചിന് അല്പം കേടുപാടുകൾ ഏല്ക്കുകയും അരഡസനിൽ താഴെ പേർക്ക് അല്പസ്വല്പം പോറലേല്ക്കുകയും ചെയ്തു. അത്രമാത്രം. ഇതൊരു ദിവ്യാത്ഭുതമായാണ് സർക്കാർ ശാസ്ത്രജ്ഞന്മാരും വിദഗ്ദ്ധന്മാരും വിശേഷിപ്പിക്കുന്നത്. എന്നാൽ സംഭവത്തിലാകെ കണിശമായ ശാസ്ത്രീയ പ്രക്രിയയല്ലാതെ മറ്റൊന്നും ഞങ്ങൾ കാണുന്നില്ല. ഒന്നാമതായി ആളൊഴിഞ്ഞ സ്ഥലത്ത് ബഞ്ചുകൾക്കും ഡസ്കുകൾക്കുമിടയിലാണ് രണ്ട് ബോംബുകളും പൊട്ടിത്തെറിച്ചത്. രണ്ടാമതായി, സ്ഫോടനം നടന്ന സ്ഥലത്തുനിന്ന് രണ്ടടി അകലത്തുണ്ടായിരുന്നവർക്ക്, ഉദാഹരണത്തിന് പി റൌ,

ശങ്കർറാവു, സർ ജോർജ് ഷുസ്റ്റർ എന്നിവർക്ക് മുറിവേറ്റിട്ടില്ല. അഥവാ നേരിയ പോറൽ മാത്രമാണേറ്റത്. സർക്കാർ വിദഗ്ദ്ധൻ സാക്ഷ്യപ്പെടുത്തിയപോലെ അത്ര ശക്തിയുള്ളതായിരുന്നു ബോംബെങ്കിൽ (അദ്ദേഹത്തിന്റെ കണക്കുകൂട്ടൽ സാങ്കല്പികവും അതിശയോക്തിപരവുമാണ്.) പൊട്ടാസ്യം ക്ലോറേറ്റും സ്ഫോടകവസ്തുക്കളും കൊണ്ടുണ്ടാക്കിയതായിരുന്നുവെങ്കിൽ മരസാമാനങ്ങൾ കൊണ്ടുള്ള തടസ്സങ്ങളെ തട്ടിത്തകർത്ത് ഏതാനും വാരകൾക്കപ്പുറത്തുള്ളവരെപ്പോലും നിലംപതിപ്പിക്കുമായിരുന്നു.

അവ വളരെ ഉയർന്ന സ്ഫോടകശക്തിയുള്ളതും മാരകമായ ഉണ്ടകൾ നിറച്ചതുമായിരുന്നുവെങ്കിൽ അസംബ്ലിമെമ്പർമാരിൽ ഭൂരിഭാഗത്തെയും തൂത്തെറിയാൻ അവ പര്യാപ്തമാകുമായിരുന്നു. ഞങ്ങൾക്കവ ശ്രദ്ധേയരായ വ്യക്തികൾ ഇരിക്കുന്ന ഔദ്യോഗിക വേദിയിലേക്ക് എറിയാൻ കഴിയുമായിരുന്നു. അവസാനമായി ഉത്തരവാദപ്പെട്ട എല്ലാവരും വെറുക്കുന്ന, നിർഭാഗ്യകരമായ കമ്മീഷന്റെ തലവനായ സർ ജോൺ സൈമൺ പ്രസിഡന്റിന്റെ ഗാലറിയിൽ ഇരിപ്പുണ്ടായിരുന്നു. ഞങ്ങൾക്ക് അദ്ദേഹത്തെ കടന്നാക്രമിക്കാമായിരുന്നു. ഇതൊന്നും ഞങ്ങളുടെ ഉദ്ദേശ്യത്തിൽപ്പെടുമായിരുന്നില്ല. ഞങ്ങൾ ഉദ്ദേശിച്ചതിലപ്പുറം നാശനഷ്ടങ്ങളൊന്നും ബോംബു സ്ഫോടനം കൊണ്ടുണ്ടായിട്ടില്ല. ഞങ്ങൾ കരുതിക്കൂട്ടി ഉന്നംവെച്ച സ്ഥലം അവർക്ക് സുരക്ഷിതത്വം നല്കി. അതിൽക്കവിഞ്ഞ് ഒരു ദിവ്യാത്ഭുതവുമില്ല.

ഞങ്ങൾ ചെയ്ത കുറ്റത്തിനുള്ള ശിക്ഷ ഏറ്റുവാങ്ങാൻ ഞങ്ങൾ ബോധപൂർവ്വം സന്നദ്ധരായി. വ്യക്തികളെ നശിപ്പിക്കുന്നതുവഴി ആശയങ്ങളെ ഞെക്കിക്കൊല്ലാനാവില്ലെന്ന് സാമ്രാജ്യവാദികളായ ചൂഷകപ്പരിഷകൾ അറിയട്ടെ എന്നുവെച്ചാണ് ഞങ്ങൾ ഇങ്ങനെ ചെയ്തത്. നിസാരന്മാരായ രണ്ടാളുകളെ നശിപ്പിച്ചതുകൊണ്ട് ഒരു രാഷ്ട്രത്തെയാകെ തകർക്കാനാവില്ല. രാജകീയ രഹസ്യ ഉത്തരവുകൾക്കും ബാസ്റ്റൈൽ തടവറയ്ക്കും ഫ്രാൻസിലെ വിപ്ലവപ്രസ്ഥാനത്തെ തച്ചമർത്താനായില്ല. തൂക്കുമരങ്ങൾക്കും സൈബീരിയൻഖനികൾക്കും റഷ്യൻ വിപ്ലവത്തെ കെടുത്തിക്കളയാനായില്ല. ഈ ചരിത്രപാഠങ്ങൾ ഊന്നിപ്പറയാൻ ഞങ്ങൾ ആഗ്രഹിക്കുന്നു. രക്തരൂഷിത ഞായറാഴ്ചയ്ക്കോ പൊലീസിനോ ഐറിഷ് സ്വാതന്ത്ര്യപ്രസ്ഥാനത്തെ തച്ചമർത്താനായില്ല.

ഓർഡിനൻസുകൾകൊണ്ടും രക്ഷാബില്ലുകൾകൊണ്ടും ഇന്ത്യയിൽ സ്വാതന്ത്ര്യത്തിന്റെ അഗ്നിജ്വാലയെ തച്ചുകെടുത്താൻ കഴിയുമോ? കെട്ടിച്ചമച്ചതോ കണ്ടുപിടിക്കപ്പെട്ടതോ ആയ ഗൂഢാലോചനക്കേസുകൾകൊണ്ടോ മഹത്തായ ആശയങ്ങളുടെതായ വീക്ഷണം വച്ചുപുലർത്തുന്ന യുവാക്കളെ തടവിലിട്ടതുകൊണ്ടോ വിപ്ലവമുന്നേറ്റത്തെ തടുത്തുനിർത്താനാവില്ല. എന്നാൽ സമയോചിതമായ ഒരു താക്കീത് ശ്രവിക്കപ്പെടാതെ പോയില്ലെങ്കിൽ ജീവനാശവും ദുരിതങ്ങളും ഒഴിവാക്കാൻ സഹായകമാവും.

ഈ മുന്നറിയിപ്പുനല്കുകയെന്ന ചുമതല ഞങ്ങൾ ഏറ്റെടുത്തു. ഞങ്ങൾ ആ കടമ നിർവ്വഹിക്കുകയും ചെയ്തു.

(വിപ്ലവമെന്നവാക്കുകൊണ്ട് എന്താണ് അർത്ഥമാക്കുന്നതെന്ന് കീഴ്കോടതിയിൽവെച്ച് ഭഗത്സിങ്ങിനോട് ചോദിക്കുകയുണ്ടായി. അതിന് അദ്ദേഹം ഇങ്ങനെ ഉത്തരം നല്കി.) വിപ്ലവം രക്തച്ചൊരിച്ചി ലോടുകൂടിയ കലാപമായിക്കൊള്ളണമെന്നില്ല. വ്യക്തിഗതമായ പ്രതി കാര വാഞ്ഛയ്ക്ക് അതിൽ സ്ഥാനമില്ല. അത് ബോംബിനെയും തോക്കിനെയും പൂജിക്കലുമല്ല. വിപ്ലവമെന്നതുകൊണ്ട് ഞങ്ങൾ അർത്ഥമാക്കുന്നത് നിലവിലുള്ള വ്യവസ്ഥ — പ്രകടമായ അനീതിയിൽ അധിഷ്ഠിതമാണത് - മാറ്റിത്തീർക്കണം എന്നതാണ്. ഉല്പാദകർ അഥവാ പണിയെടുക്കുന്നവർ സമൂഹത്തിന്റെ ഏറ്റവും അവശ്യഘടക മാണെന്നിരിക്കിലും, അവരുടെ അദ്ധ്വാനം ചൂഷണം ചെയ്യുന്നവരാൽ കൊള്ളയടിക്കപ്പെടുന്നു. അവരുടെ പ്രാഥമികാവകാശങ്ങൾ നിഷേധിക്ക പ്പെടുന്നു. എല്ലാവർക്കും വേണ്ടി ധാന്യം വിളയിക്കുന്ന കർഷകർ സകു ടുംബം പട്ടിണികിടക്കുന്നു. ലോകകമ്പോളത്തിലേക്ക് തുണിനെയ്തു നല്കുന്ന നെയ്ത്തുകാരന് അവന്റെയും അവന്റെ കുട്ടികളുടെയും നാണം മറയ്ക്കാൻവേണ്ട തുണിയില്ല. മണിമേടകൾ പണിയുന്ന കല്പ്പ ണിക്കാരനും ആശാരിയും കരുവാനും ചെറ്റക്കുടിലിൽ അന്തിയുറങ്ങാൻ വിധിക്കപ്പെട്ടിരിക്കുന്നു. സമൂഹത്തിലെ ഇത്തിക്കണ്ണികളായ മുതലാളി മാരും ചൂഷകരും ചപല വിനോദത്തിനായി ലക്ഷങ്ങൾ ധൂർത്തടിക്കു ന്നു. ഈ ഭീകരമായ അസമത്വം, അടിച്ചേല്പിക്കപ്പെട്ട അവസരസമത്വ രാഹിത്യം, നിശ്ചയമായും കുഴപ്പങ്ങളിലെത്തിക്കും. ഇത് അധികകാലം പോവില്ല. വിലാസലോലുപമായ ഇപ്പോഴത്തെ സമൂഹവ്യവസ്ഥ ഒരഗ്നി പർവ്വതത്തിന്റെ വക്കത്താണ്.

ഈ നാഗരികതയുടെ ഉത്തുംഗസൗധമാകെ, യഥാസമയം രക്ഷി ച്ചില്ലെങ്കിൽ, തകർന്നുതരിപ്പണമാകും. അതിനാൽ സമഗ്രമായ ഒരു മാറ്റം അവശ്യം ആവശ്യമാണ്. സമൂഹത്തെ സോഷ്യലിസ്റ്റ് അടിസ്ഥാനത്തിൽ പുനഃസംവിധാനം ചെയ്യേണ്ടത് ഈ യാഥാർത്ഥ്യം മനസ്സിലാക്കിയവരുടെ കടമയാണ്. ഇത് ചെയ്യാത്തപക്ഷം, മനുഷ്യൻ മനുഷ്യനെയും രാഷ്ട്ര ങ്ങൾ രാഷ്ട്രങ്ങളെയും ചൂഷണം ചെയ്യുന്നത് അവസാനിപ്പിക്കാത്തപ ക്ഷം, മാനവരാശിയെ ഇന്ന് ഭീഷണിപ്പെടുത്തിക്കൊണ്ടിരിക്കുന്ന ദുരിത ങ്ങളും കൂട്ടക്കൊലകളും തടയാനാവില്ല. യുദ്ധം അവസാനിപ്പിക്കുന്നതി നെയും സാർവ്വലൗകിക സമാധാനയുഗപ്പിറവിയെയും കുറിച്ചുള്ള ഭാഷ ണങ്ങളെല്ലാം കാപട്യത്തിന്റെ നഗ്നരൂപങ്ങൾ മാത്രം.

വിപ്ലവമെന്നതുകൊണ്ട് ഞങ്ങൾ അർത്ഥമാക്കുന്നത് അത്തരത്തി ലുള്ള തകർച്ചയുടെ ഭീഷണിക്കിരയാവാത്ത ഒരു സാമൂഹ്യക്രമം അന്തി മമായി സ്ഥാപിക്കുകയെന്നതാണ്. അതിൽ തൊഴിലാളിവർഗ്ഗത്തിന്റെ പരമാധികാരം അംഗീകരിക്കപ്പെട്ടിരിക്കും. ഒരു ലോക ഫെഡറേഷൻ മാനവരാശിയെ മുതലാളിത്തത്തിന്റെ കെട്ടുപാടുകളിൽ നിന്ന് സാമ്രാ

ജ്യയുദ്ധത്തിന്റെ ദുരിതങ്ങളിൽനിന്നും മോചിപ്പിക്കും

ഇതാണ് ഞങ്ങളുടെ ആദർശം. ഞങ്ങൾക്ക് പ്രചോദനത്തിന്റെ ഉറവിടമായ ഈ പ്രത്യയശാസ്ത്രത്തോടെ ഞങ്ങൾ ന്യായയുക്തവും ഉച്ചത്തിലുള്ളതുമായ താക്കീതുനല്കുന്നു.

ഇത് ശ്രദ്ധിക്കപ്പെടാതെ പോകുകയും ഇപ്പോഴത്തെ സർക്കാർ വ്യവസ്ഥ സ്വാഭാവികമായി വളർന്നുവരുന്ന ശക്തികൾക്കൊരു പ്രതിബന്ധമായി തുടരുകയും ചെയ്യുന്നപക്ഷം, എല്ലാ പ്രതിബന്ധങ്ങളെയും തട്ടിനീക്കി തൊഴിലാളിവർഗ്ഗ സർവ്വാധിപത്യം സ്ഥാപിക്കുന്നതിനും വിപ്ലവാദർശ സാക്ഷാൽക്കാരത്തിന് വഴിയൊരുക്കുകയുംചെയ്യുന്നതിന് ഒരു കടുത്ത പോരാട്ടമാവും അതിന്റെ ഫലം. വിപ്ലവം മാനവരാശിയുടെ അവശ്യമായ അവകാശമാണ്. സ്വാതന്ത്ര്യം ഏവരുടെയും അനശ്വരമായ ജന്മാവകാശമാണ്. സമൂഹത്തെ താങ്ങിനിർത്തുന്നത് അദ്ധ്വാനമാണ്. ജനങ്ങളുടെ പരമാധികാരമെന്നത് പണിയെടുക്കുന്നവരുടെ അന്തിമലക്ഷ്യമാണ്.

ഈ ആദർശങ്ങൾക്കുവേണ്ടി, ഈ വിശ്വാസത്തിനുവേണ്ടി ഞങ്ങൾക്ക് വിധിക്കപ്പെട്ട ഏതൊരു കഷ്ടപ്പാടുകളെയും ഞങ്ങൾ സ്വാഗതം ചെയ്യും. വിപ്ലവത്തിന്റെ ബലിപീഠത്തിൽ ഞങ്ങളുടെ യുവത്വം ഞങ്ങൾ ആഹൂതിചെയ്യുന്നു. മഹത്തായ ഒരുലക്ഷ്യത്തിനുവേണ്ടി എത്ര വലിയ ത്യാഗവും അധികമാവില്ല. ഞങ്ങൾക്ക് തൃപ്തിയായി. വിപ്ലവത്തിന്റെ സമാഗമത്തെ ഞങ്ങൾ കാത്തിരിക്കുന്നു.

വിപ്ലവം നീണാൾ വാഴട്ടെ!

പഞ്ചാബ് ജയിൽ ഐ ജിക്ക് അയച്ചകത്ത്

തടവുകാരോടുള്ള പെരുമാറ്റം കുറെക്കൂടി നല്ല രീതിയിലുള്ളതാക്കണമെന്ന ആവശ്യം ഉന്നയിച്ചുകൊണ്ട് നടത്തിയ ദീർഘിച്ച ഒരു സമരത്തിന് മുന്നോടിയായിട്ടാണ് ഈ കത്തെഴുതിയത്.

മിയാങ്‌വാലി ജയിൽ
1929 ജൂൺ 17

ഇൻസ്പെക്ടർ ജനറൽ (ജയിൽസ്)
പഞ്ചാബ് ജയിൽസ്
ലാഹോർ

സർ

സോണ്ടേഴ്സിനെ വെടിവെച്ചുകൊന്ന കേസിനെത്തുടർന്ന് അറസ്റ്റുചെയ്യപ്പെട്ട മറ്റ് യുവാക്കളോടൊപ്പം എന്നെയും പ്രോസിക്യൂട്ട് ചെയ്യുമെന്നിരിക്കെ എന്നെ ഇപ്പോൾ ഡൽഹിയിൽ നിന്ന് മിയാങ്‌വാലി ജയിലിലേക്ക് മാറ്റിയിരിക്കുകയാണ്. ഈ കേസിന്റെ വിചാരണ 1929 ജൂൺ 26 മുതൽ തുടങ്ങുകയാണ്. അതിനിടയ്ക്ക് ഇത്തരത്തിൽ ജയിൽ മാറ്റം നടത്തിയതിന്റെ പിന്നിലുള്ള ന്യായയുക്തി എന്താണെന്ന് എനിക്ക് ഒട്ടും മനസ്സിലാകുന്നില്ല. അതെന്തുമാകട്ടെ; വിചാരണയിലിരിക്കുന്ന ഏതൊരു തടവുകാരനും, അയാളുടെ കേസ് വാദിക്കാൻ വേണ്ട ഒരുക്കങ്ങൾ നടത്താൻ സഹായിക്കുന്ന തരത്തിലുള്ള എല്ലാ സൗകര്യങ്ങളും ചെയ്തുകൊടുക്കേണ്ടത് നീതിനിർവ്വഹണത്തിന് ആവശ്യമാണ്. ഞാൻ ഇവിടെ ആയിരുന്നാൽ എനിക്ക് ഒരു അഭിഭാഷകനെ നിയോഗിക്കാൻ എങ്ങനെയാണ് കഴിയുക? എന്റെ അച്ഛനുമായും മറ്റു ബന്ധുക്കളു

മായും ബന്ധം പുലർത്തിക്കൊണ്ടുപോകാനും ബുദ്ധിമുട്ടുണ്ട്. തികച്ചും ഒറ്റപ്പെട്ട ഒരു സ്ഥലമാണിത്. ഇവിടെ വന്നെത്താനുള്ള വഴി ദുർഘടമാണ്. ലാഹോറിൽനിന്ന് ഏറെ അകലെയാണ് ഈ സ്ഥലം.

എന്റെ കേസ് വാദിക്കാനുള്ള ഒരുക്കങ്ങൾ നടത്താൻ സഹായകമായി എന്നെ ഉടനെതന്നെ ലാഹോർ ജയിലിലേക്ക് മാറ്റാനുള്ള ഉത്തരവ് പുറപ്പെടുവിക്കണമെന്ന് അഭ്യർത്ഥിക്കുന്നു. കഴിയുംവേഗം ഈ അഭ്യർത്ഥന പരിഗണിക്കുമെന്ന് ഞാൻ പ്രതീക്ഷിക്കുന്നു.

എന്ന്,
ഭഗത്സിങ്

നിരാഹാര സത്യഗ്രഹികളുടെ ആവശ്യങ്ങൾ

ഡൽഹി നിയമസഭയിൽ ബോംബ് എറിഞ്ഞ കേസിൽ ഭഗത്സിങ്, ബി കെ ദത്ത് എന്നിവർക്കെതിരായുണ്ടായ വിധി അവർക്ക് ജീവപര്യന്തം നാടുകടത്തൽശിക്ഷ നല്കണമെന്നായിരുന്നു. ശിക്ഷ നല്കുന്ന ഈ വിധി പ്രഖ്യാപിക്കപ്പെട്ടതിനുശേഷം അവരെ യഥാക്രമം മിയാങ്‌വാലി ജയിലിലേക്കും ലാഹോർ ജയിലേക്കും മാറ്റി. രാഷ്ട്രീയത്തടവുകാരോടുള്ള പെരുമാറ്റം കുറെക്കൂടി നല്ലരീതിയിലാക്കണമെന്ന ആവശ്യം ഉന്നയിച്ചുകൊണ്ട് അവർ രണ്ടുപേരും ജയിലിൽ നിരാഹാരസമരം ആരംഭിച്ചു. കുറെ ദിവസങ്ങൾക്കുശേഷം ഭഗത്സിങ്ങിനെയും മിയാങ്‌വാലി ജയിൽനിന്നും ലാഹോർ സെൻട്രൽ ജയിലിലേക്ക് മാറ്റി. ദത്ത് നേരത്തെതന്നെ അവിടെയായിരുന്നു. തങ്ങളുടെ ആവശ്യങ്ങൾ ഉന്നയിച്ചുകൊണ്ട് അവർ രണ്ടുപേരും ചേർന്ന് ഇന്ത്യാഗവൺമെന്റിന്റെ ആഭ്യന്തരവകുപ്പ് മെമ്പർക്ക് അയച്ചുകൊടുത്ത കത്താണിത്. ജയിലുകളിൽ അടയ്ക്കപ്പെട്ടിരുന്ന രാഷ്ട്രീയത്തടവുകാരോടുള്ള പെരുമാറ്റം മെച്ചപ്പെടുത്തണമെന്ന ആവശ്യത്തിനുവേണ്ടിയുള്ള ദീർഘ സമരത്തിന്റെ തുടക്കം ഇവിടെനിന്നായിരുന്നു.

സെൻട്രൽ ജയിൽ

ലാഹോർ
24.6.1929

ഞങ്ങൾ–ഭഗത്സിങ്, ബി കെ ദത്ത് എന്നിവർ–ഡൽഹി നിയമസഭാ ബോംബ് കേസിൽ ജീവപര്യന്തം നാടുകടത്തൽ ശിക്ഷയ്ക്ക് വിധി കല്പിക്കപ്പെട്ടവരാണ്. 1929 ഏപ്രിൽ 20 നാണ് വിധിയുണ്ടായത്. വിചാരണയിലിരുന്ന കേസിലെ തടവുകാരെന്ന നിലയ്ക്ക് ഞങ്ങൾ ഡൽഹി

ജയിലിലായിരുന്നപ്പോൾ ഞങ്ങളോട് നല്ലരീതിയിൽ പെരുമാറിയിരുന്നു. നല്ല ആഹാരവും ഞങ്ങൾക്ക് അവിടെ ലഭിച്ചിരുന്നു. എന്നാൽ മിയാങ്വാലി ജയിലിലേക്കും ലാഹോർ ജയിലിലേക്കും ഞങ്ങളെ മാറ്റിയതിനുശേഷം ഞങ്ങളോടുള്ള പെരുമാറ്റം സാധാരണ കുറ്റവാളികളോടുള്ള രീതിയിലായിത്തീർന്നു. ആദ്യദിവസംതന്നെ മെച്ചപ്പെട്ട ആഹാരവും മറ്റു ചില ആനുകൂല്യങ്ങളും ആവശ്യപ്പെട്ടുകൊണ്ടുള്ള ഒരു അപേക്ഷ ഞങ്ങൾ ഉന്നതാധികാരിക്ക് എഴുതി അയച്ചിരുന്നു. ജയിൽ ആഹാരം കഴിക്കാൻ ഞങ്ങൾ വിസമ്മതിക്കുകയും ചെയ്തു.

ഞങ്ങളുടെ ആവശ്യങ്ങൾ താഴെപ്പറയുന്നവയാണ്:

1. രാഷ്ട്രീയത്തടവുകാരെന്ന നിലയ്ക്ക് ഞങ്ങൾക്ക് കുറെക്കൂടി മെച്ചപ്പെട്ട ആഹാരം നല്കേണ്ടതാണ്. ഞങ്ങൾക്ക് നല്കേണ്ട ആഹാരത്തിന്റെ നിലവാരം യൂറോപ്യൻ തടവുകാർക്ക് നല്കുന്ന ആഹാരത്തിന്റെ നിലവാരത്തിൽ ഉള്ളതെങ്കിലും ആയിരിക്കണം. (ഞങ്ങൾ ആവശ്യപ്പെടുന്നത് ആ തടവുകാർക്ക് നല്കുന്നതിന് സമാനമായ ആഹാരക്രമമല്ല. ആഹാരത്തിന്റെ നിലവാരത്തിലെ സമാനതയാണ്.)

2. കഠിനാദ്ധ്വാനമോ, ലജ്ജാകരമായ ജോലികളോ ഞങ്ങളെ നിർബ്ബന്ധിച്ച് ചെയ്യിക്കരുത്.

3. നിരോധിക്കപ്പെട്ടിട്ടുള്ളവ ഒഴികെയുള്ള എല്ലാ പുസ്തകങ്ങളും എഴുതാനുള്ള സാധനസാമഗ്രികളും യാതൊരു നിയന്ത്രണത്തിനും വിധേയമാക്കാതെ ഞങ്ങൾക്ക് അനുവദിച്ചുതരണം.

4. ഓരോ രാഷ്ട്രീയത്തടവുകാരനും നല്ല നിലവാരമുള്ള ഒരു ദിനപത്രമെങ്കിലും നല്കണം.

5. ഓരോ ജയിലിലും രാഷ്ട്രീയത്തടവുകാർക്കായി പ്രത്യേകം ഒരു വാർഡ് നല്കണം. യൂറോപ്യൻമാർക്ക് നല്കുന്ന അതേ സൗകര്യങ്ങളോടു കൂടിയതായിരിക്കണം ആ വാർഡ്. ഒരു ജയിലിൽതന്നെയുള്ള എല്ലാ രാഷ്ട്രീയത്തടവുകാരെയും ആ വാർഡിൽ പാർപ്പിക്കണം.

6. കക്കൂസ്, കുളിമുറി തുടങ്ങിയുള്ള ശുചീകരണസൗകര്യങ്ങൾ ഏർപ്പെടുത്തിത്തരണം.

7. കൂടുതൽ നല്ല വസ്ത്രങ്ങൾ നല്കണം.

ഞങ്ങൾ ഉന്നയിച്ചിട്ടുള്ള ആവശ്യങ്ങളാണ് മുകളിൽ വിവരിച്ചിട്ടുള്ളത്. ഇവ ഏറ്റവും ന്യായയുക്തമായ ആവശ്യങ്ങളാണ്. ജയിൽ അധികൃതർ ഒരുദിവസം ഞങ്ങളോടു പറഞ്ഞത് ഉന്നതാധികാരികൾ ഞങ്ങളുടെ ആവശ്യങ്ങൾ അംഗീകരിക്കാൻ തയ്യാറല്ലെന്നാണ്.

ഇതിനുംപുറമെ, അസ്വാഭാവികമായ രീതിയിൽ നിർബ്ബന്ധിച്ച് ഭക്ഷണം കഴിപ്പിക്കാൻ ശ്രമിക്കുമ്പോൾ വളരെ പരുഷമായ രീതിയിൽ അവർ ഞങ്ങളെ പീഡിപ്പിക്കുകയും ചെയ്യുന്നു. 1929 ജൂൺ 10-ാം തീയതി ഇതിന്റെ ഫലമായി ഭഗത്സിങ് ഏതാണ്ട് 15 മിനിട്ടോളം അബോധാവസ്ഥയിൽ കിടന്നു. നിർബ്ബന്ധിച്ച് ഭക്ഷണം കഴിപ്പിക്കുന്നതിനുവേണ്ടിയുള്ള ഈ പീഡനം ഒട്ടും താമസം കൂടാതെ അവസാനിപ്പിക്കണമെന്ന്

ഞങ്ങൾ അഭ്യർത്ഥിക്കുന്നു.

കൂടാതെ യു പി ജയിൽ കമ്മിറ്റിയിൽ പണ്ഡിറ്റ് ജഗത്നാരായണൻ, കെ ബി ഹഫീസ് ഹിദായത് ഹുസൈൻ എന്നിവർ മുന്നോട്ടുവച്ച ശുപാർശകളിലേക്ക് ശ്രദ്ധ ക്ഷണിക്കാനും ഞങ്ങളെ അനുവദിച്ചാലും. രാഷ്ട്രീയത്തടവുകാരെ 'ഉന്നതവിഭാഗം തടവുകാരായി' പരിഗണിക്കണമെന്നാണ് അവർ ശുപാർശചെയ്തിട്ടുള്ളത്.

കഴിയുംവേഗം ഞങ്ങളുടെ ആവശ്യങ്ങൾ പരിഗണിക്കണമെന്ന് ഞങ്ങൾ അഭ്യർത്ഥിക്കുന്നു.

'രാഷ്ട്രീയ തടവുകാർ' എന്ന പദപ്രയോഗംകൊണ്ട് ഞങ്ങൾ അർത്ഥമാക്കുന്നത് ഭരണകൂടത്തിനെതിരായിട്ടുള്ള കുറ്റകൃത്യങ്ങളുടെ പേരിൽ ശിക്ഷിക്കപ്പെട്ടിട്ടുള്ള എല്ലാ തടവുകാരെയുമാണ്. ഉദാഹരണത്തിന്, ലാഹോർ ഗൂഢാലോചനക്കേസ് (1915–17), കകോരി ഗൂഢാലോചനക്കേസ് എന്നിവയും പൊതുവായി എല്ലാ രാജ്യദ്രോഹക്കേസുകളും ആണ്.

എന്ന്,
ഭഗത്സിങ്
ബി കെ ദത്ത്

പഞ്ചാബ് വിദ്യാർത്ഥി സമ്മേളനത്തിനയച്ച സന്ദേശം

രണ്ടാം പഞ്ചാബ് വിദ്യാർത്ഥിസമ്മേളനം സുഭാഷ്ചന്ദ്രബോസിന്റെ അദ്ധ്യക്ഷതയിൽ 1929 ഒക്ടോബർ 19-ാം തീയതി ലാഹോറിൽ നടത്തി. ഈ അവസരം പാഴാക്കാതെ ഭഗത്സിങ് ഈ സന്ദേശം വിദ്യാർത്ഥികൾക്ക് അയച്ചുകൊടുത്തു. വരാൻപോകുന്ന 1930-31 ലെ പ്രക്ഷോഭ വിദ്യാർത്ഥികൾ നിശ്ചയദാർഢ്യത്തോടെ രംഗത്തിറങ്ങി സജീവമായി പ്രവർത്തിക്കുകയും രാജ്യത്തിന്റെ വിദൂരപ്രദേശങ്ങളിലേക്കുപോലും വിപ്ലവത്തിന്റെ സന്ദേശം എത്തിക്കുകയും ചെയ്യണമെന്ന് ആഹ്വാനം ചെയ്തു. ആ അഭ്യർത്ഥന ഭഗത്സിങ്ങും ബി കെ ദത്തും കൂട്ടായി തയ്യാറാക്കി ഒപ്പിട്ടയക്കുകയാണ് ചെയ്തത്. അതു പൊതുസമ്മേളനത്തിൽ വായിച്ചു. "ഭഗത്സിങ് സിന്ദാബാദ്" എന്ന മുദ്രാവാക്യം ഉയർത്തിക്കൊണ്ട് വമ്പിച്ച കരഘോഷത്തോടെ വിദ്യാർത്ഥികൾ ആ സന്ദേശം സ്വീകരിച്ചു.

സഖാക്കളേ,

ഇന്ന് യുവാക്കൾ കൈത്തോക്കും ബോംബും എടുത്ത് പോരാടണമെന്ന് ആഹ്വാനം നല്കാൻ ഞങ്ങൾക്ക് കഴിയില്ല. ഇന്ന് വിദ്യാർത്ഥികൾ അതിലുമേറെ പ്രാധാന്യമുള്ള ഒരു കടമയാണ് നിർവ്വഹിക്കേണ്ടതായിട്ടുള്ളത്. കോൺഗ്രസിന്റെ വരാൻപോകുന്ന ലാഹോർ സമ്മേളനം നമ്മുടെ രാജ്യത്തിന്റെ സ്വാതന്ത്ര്യത്തിനുവേണ്ടിയുള്ള ഉഗ്രമായ സമരം നടത്താനുള്ള ആഹ്വാനം നല്കാൻ പോവുകയാണ്. നമ്മുടെ രാഷ്ട്രത്തിന്റെ ചരിത്രത്തിലെ വിഷമമേറിയ ഈ കാലഘട്ടത്തിൽ യുവാക്കൾ വമ്പിച്ച ചുമതലകളുടെ ഭാരം വഹിക്കേണ്ടതുണ്ട്. സ്വാതന്ത്ര്യത്തിനു

വേണ്ടിയുള്ള സമരത്തിൽ വിദ്യാർത്ഥികൾ മരണത്തെ ധീരമായി നേരിട്ടുകൊണ്ട് മുന്നണിയിൽത്തന്നെ നിന്ന് പോരാടിയിട്ടുണ്ടെന്നത് ശരിയാണ്. ഈ അവസരത്തിൽ അവർ അതേ നിശ്ചയദാർഢ്യവും ആത്മവിശ്വാസവും പ്രകടിപ്പിക്കുന്നതിൽ ഉറച്ചുനില്ക്കുമോ? വിപ്ലവത്തിന്റെ ഈ സന്ദേശം നാടിന്റെ എല്ലാ മുക്കിലും മൂലയിലും എത്തിക്കാൻ യുവാക്കൾ ശ്രദ്ധിക്കണം. വ്യവസായമേഖലകളിലെ ചേരിവാസികളായ കോടിക്കണക്കിനുള്ള തൊഴിലാളികൾക്കിടയിലും ഗ്രാമപ്രദേശങ്ങളിൽ ജീർണ്ണിച്ച കുടിലുകളിൽ താമസിക്കുന്ന കോടിക്കണക്കിനുള്ള പാവപ്പെട്ടവർക്കിടയിലും പുതിയ ഉണർവ്വ് ഉണ്ടാക്കാനും, നാടിന്റെ സ്വാതന്ത്ര്യം നേടിയെടുക്കുകയും, മനുഷ്യൻ മനുഷ്യനെ ചൂഷണം ചെയ്യുന്ന വ്യവസ്ഥിതി ഇല്ലാതാക്കുകയും ചെയ്യാനുള്ള പോരാട്ടത്തിൽ മുന്നേറാൻ അവർക്ക് കഴിവുണ്ടാക്കാനുംവേണ്ടി യുവാക്കൾ പ്രവർത്തിക്കണം. അല്ലെങ്കിൽതന്നെ പഞ്ചാബ് രാഷ്ട്രീയമായി പിന്നോക്കം നില്ക്കുന്നതായിട്ടാണ് കരുതപ്പെടുന്നത്. ഈ സ്ഥിതിയും യുവാക്കളിൽ വമ്പിച്ച ചുമതലകളാണ് അർപ്പിക്കുന്നത്. രക്തസാക്ഷി യതീന്ദ്രനാഥ് ദാസിന്റെ സ്മരണയിൽനിന്ന് ആവേശം ഉൾക്കൊള്ളുകയും നമ്മുടെ രാജ്യത്തോട് അതിരറ്റ കൂറ് പുലർത്തുകയും ചെയ്തുകൊണ്ട് തങ്ങൾ രാജ്യത്തിന്റെ സ്വാതന്ത്ര്യത്തിനുവേണ്ടി ദൃഢനിശ്ചയത്തോടെ പോരാടാൻ സന്നദ്ധരാണെന്ന് യുവാക്കൾ തെളിയിക്കണം.

“വിപ്ലവം നീണാൾ വാഴട്ടെ” (ഇങ്കിലാബ് സിന്ദാബാദ്) എന്ന മുദ്രാവാക്യത്തെക്കുറിച്ച്

മോഡേൺ റിവ്യു മാസികയുടെ പത്രാധിപർ ശ്രീ. രാമാനന്ദ ചാറ്റർജി ഒരു പത്രാധിപക്കുറിപ്പിലൂടെ “വിപ്ലവം നീണാൾ വാഴട്ടെ” എന്ന മുദ്രാവാക്യത്തെ അപഹസിക്കുകയുണ്ടായി (അനുബന്ധം 8 നോക്കുക). ആ മുദ്രാവാക്യത്തിന് തികച്ചും തെറ്റായ ഒരു വ്യാഖ്യാനമാണ് അദ്ദേഹം ആ കുറിപ്പിൽ നല്കിയത്. ആ കുറിപ്പിനുള്ള മറുപടി ഭഗത്സിങ് എഴുതുകയും മോഡേൺ റിവ്യുവിന് അയച്ചുകൊടുക്കണമെന്ന് അഭ്യർത്ഥിച്ചുകൊണ്ട് കേസ് വിചാരണ നടത്തുന്ന മജിസ്ട്രേട്ടിന് നല്കുകയും ചെയ്തു. പിന്നീട് ആ മറുപടി 1929 ഡിസംബർ 24 ന് ട്രിബ്യൂൺ പത്രത്തിൽ പ്രസിദ്ധീകരിക്കുകയും ചെയ്തു.

മോഡേൺ റിവ്യു പത്രാധിപർക്ക്,

താങ്കളുടെ വിലപ്പെട്ട മാസികയുടെ ഡിസംബർ (1929) ലക്കത്തിൽ “വിപ്ലവം നീണാൾ വാഴട്ടെ” എന്ന ശീർഷകത്തിൽ ഒരു കുറിപ്പ് താങ്കൾ പ്രസിദ്ധീകരിച്ചിരുന്നല്ലോ. ആ മുദ്രാവാക്യം അർത്ഥശൂന്യമായ ഒരു പദപ്രയോഗം ആണെന്നായിരുന്നു, അതിൽ സൂചിപ്പിച്ചത്. അനുഭവസമ്പന്നനും പ്രശസ്തനും ആയ താങ്കളെപ്പോലുള്ള മുതിർന്ന, കുലീനനായ ഒരു പത്രപ്രവർത്തകന്റെ പ്രസ്താവനയെ നിരാകരിക്കുകയോ, അതിനെ ഖണ്ഡിക്കുകയോ ചെയ്യാൻ ഞങ്ങൾ മുതിരുന്നത് അപമര്യാദയായേക്കാം. പ്രബുദ്ധരായ ഇന്ത്യക്കാരായ എല്ലാവരും അങ്ങയോട് അത്യന്തം ആദരവ് പുലർത്തിപ്പോരുന്നു. എങ്കിൽപ്പോലും മേൽപ്പറഞ്ഞ പദപ്രയോഗം കൊണ്ട് ഞങ്ങൾ ഉദ്ദേശിക്കുന്നതെന്തെന്ന് വിശദീകരിക്കേണ്ടത് ഞങ്ങളുടെ കടമയായി കരുതുന്നു. എന്തെന്നാൽ ഈ ഘട്ടത്തിൽ നമ്മുടെ

രാജ്യത്ത് ഇത്തരം 'ആക്രോശങ്ങൾക്ക്' പ്രചാരണം നല്കാനുള്ള ചുമതല വന്നുഭവിച്ചത് ഞങ്ങളിലാണ്.

ഈ 'വിളി'യുടെ ഉത്ഭവകർത്താക്കൾ ഞങ്ങളായിരുന്നില്ല. ഇതേ 'വിളി' റഷ്യൻ വിപ്ലവപ്രസ്ഥാനങ്ങളിലും ഉയർത്തിയിരുന്നു. പ്രശസ്തനായ സോഷ്യലിസ്റ്റ് സാഹിത്യകാരനായ അപ്ടൺ സിങ്ക്ളെയർ, അദ്ദേഹത്തിന്റെ അടുത്തകാലത്തെ കൃതികളായ *ബോസ്റ്റൺ, ഓയിൽ* എന്നീ നോവലുകളിലെ അരാജകവാദി വിപ്ലവകാരികളായ ചില കഥാപാത്രങ്ങളിലൂടെ ഈ പദങ്ങൾ ഉപയോഗിച്ചിട്ടുണ്ട്. രക്തരൂഷിതമായ കലാപങ്ങൾ എക്കാലത്തും തുടർന്നുകൊണ്ടേയിരിക്കണമെന്നല്ല ഈ പദപ്രയോഗംകൊണ്ട് ഉദ്ദേശിക്കുന്നത്. ഹ്രസ്വമായ ഒരു കാലത്തേക്കും ഒന്നും തന്നെ നിശ്ചലമായി നില്ക്കാൻ പാടില്ലെന്നുമല്ല ഇതുകൊണ്ട് ഉദ്ദേശിക്കുന്നത്. വ്യാകരണപരമായോ ശബ്ദപരമായോ ന്യായീകരിക്കപ്പെടാനായില്ലേക്കാമെങ്കിലും, ഈ ആഹ്വാനത്തിന് ഉപയോഗിക്കുന്ന പദാവലിക്ക് ഒരു പ്രത്യേക അർത്ഥഗൗരവം ദീർഘനാളത്തെ ഉപയോഗംകൊണ്ട് കൈവന്നിട്ടുണ്ട്. എന്നിരുന്നാലും അതുമായി ബന്ധപ്പെട്ട ആശയ സാഹചര്യങ്ങളിൽനിന്നും അതിനെ നമുക്ക് വേർതിരിച്ചെടുക്കാനാവില്ല. ഈ ആർപ്പുവിളിയിൽ ഉൾക്കൊള്ളുന്ന പൊതുവായ ആശയം, ഭാഗികമായി ആർജ്ജിക്കപ്പെട്ടതും ഭാഗികമായി അവയിൽതന്നെ അന്തർലീനമായതും ആണ്. ഉദാഹരണത്തിന് "ജതിൻ ദാസ് നീണാൾ വാഴട്ടെ" എന്ന് നാം വിളിച്ചുപറയുമ്പോൾ ദാസ് കായികമായിത്തന്നെ ജിവിച്ചിരിക്കണം എന്നല്ല. അങ്ങനെയാകാൻ കഴിയുകയില്ലല്ലൊ. അതുകൊണ്ട് നാം അർത്ഥമാക്കുന്നത് അദ്ദേഹത്തിന്റെ ഉന്നതമായ ജീവിതാദർശങ്ങൾ–ആ മഹാനായ രക്തസാക്ഷിക്ക് പറയാനാവുന്നത്ര കഷ്ടപ്പാടുകൾ സഹിക്കാനും ആ ആദർശത്തിനുവേണ്ടി ജീവൻതന്നെ ബലിയർപ്പിക്കാനും കഴിയുമാറാക്കിയ ആദർശങ്ങൾ–എക്കാലത്തും ജീവത്തായിരിക്കണമെന്നാണ്. ഈ ശബ്ദം നാം ഉയർത്തുമ്പോൾ നാം ആഗ്രഹിക്കുന്നത് നമ്മുടെ ആദർശം സാക്ഷാൽക്കരിക്കാൻ തളരാത്ത ധീരത നമുക്ക് പ്രകടിപ്പിക്കാൻ കഴിയട്ടെ എന്നാണ്. ആ മനഃശക്തിയാണ് ഞങ്ങൾ ഉദ്ദേശിക്കുന്നത്.

അതുപോലെതന്നെ 'വിപ്ലവം' എന്ന വാക്കിനെ അക്ഷരാർത്ഥത്തിൽ വ്യാഖ്യാനിക്കരുത്. ഈ വാക്കിന് വിവിധ അർത്ഥങ്ങളും പൊരുളുകളും, ആ വാക്ക് ഉപയോഗിക്കുകയോ ദുരുപയോഗപ്പെടുത്തുകയോ ചെയ്യുന്നയാളുടെ താല്പര്യത്തിനനുസരിച്ചും നല്കപ്പെടാറുണ്ട്. ചൂഷണത്തിന്റെ വ്യവസ്ഥാപിതതാല്പര്യങ്ങളെ സംബന്ധിച്ചിടത്തോളം ആ വാക്ക് അവരിൽ ഉയർത്തുന്ന ബോധം, രക്തപങ്കിലമായ ഭയാനകതയുടേതാണ്. വിപ്ലവകാരികളെ സംബന്ധിച്ചിടത്തോളമാകട്ടെ അത് പാവനമായ പദമാണ്. 'വിപ്ലവം' എന്ന വാക്കുകൊണ്ട് ഞങ്ങൾ ഉദ്ദേശിക്കുന്നതെന്തെന്ന് വിശദീകരിക്കാൻ അസംബ്ലി ബോംബ് കേസ് വിചാരണ ചെയ്യുന്ന ഡൽഹി സെഷൻസ് ജഡ്ജിയുടെ മുമ്പാകെ സമർപ്പിച്ച പ്രസ്താവനയിലൂടെ ഞങ്ങൾ ശ്രമിച്ചിരുന്നു.

വിപ്ലവം എന്നത് അവശ്യമായും രക്തരൂഷിതകലാപം ആയിക്കൊള്ളണമെന്നില്ല എന്ന് ഞങ്ങൾ അതിൽ പറഞ്ഞിരുന്നു. ബോംബിന്റെയും കൈത്തോക്കിന്റെയും ആരാധനയുമല്ല അതെന്നും ഞങ്ങൾ വ്യക്തമാക്കി. ചിലപ്പോൾ അവ ലക്ഷ്യംനേടാനുള്ള ഉപാധികൾ മാത്രം ആയേക്കാം. തീർച്ചയായും ചില പ്രസ്ഥാനങ്ങളിൽ ഈ ആയുധങ്ങൾ പ്രധാനപ്പെട്ട പങ്കു വഹിച്ചേക്കാം. എന്നാൽ അവ–അതുകൊണ്ടുമാത്രം–വിപ്ലവംതന്നെ ആയിത്തീരുന്നില്ല. ഒരു കലാപം വിപ്ലവം ആകുന്നില്ല. ആത്യന്തികമായി അതിലേക്ക് നയിച്ചേക്കാം.

ആ പദാവലിയിൽ വിപ്ലവം എന്ന പദം ഉപയോഗിച്ചിരിക്കുന്നത് മെച്ചപ്പെട്ട ഒരു വ്യവസ്ഥിതിയിലേക്കുള്ള മാറ്റത്തിനുവേണ്ടിയുള്ള അഭിലാഷം–ഇച്ഛാശക്തി–എന്ന അർത്ഥത്തിലാണ്. സാധാരണയായി ജനങ്ങൾ സ്ഥിതിഗതികളുടെ വ്യവസ്ഥാപിത ക്രമവുമായി നിത്യപരിചയത്തിലൂടെ പൊരുത്തപ്പെട്ടുപോകുന്നു. ഒരു മാറ്റം വരുത്തണമെന്ന ആശയംതന്നെ അവരിൽ നടുക്കം ഉണ്ടാക്കുന്നു. ഈ ഉദാസീന മനോഭാവം മാറ്റി വിപ്ലവവീര്യം വളർത്തുകയാണ് വേണ്ടത്. അല്ലാത്തപക്ഷം പിന്തിരിപ്പൻശക്തികൾ മനുഷ്യസമുദായത്തിന്റെ അധഃപതനത്തിന്റെ ഗതിവേഗം വർദ്ധിപ്പിക്കുകയും പിന്തിരിപ്പൻശക്തികൾ മനുഷ്യസമുദായത്തെയാകെ വഴിതെറ്റിച്ചുകൊണ്ടുപോവുകയും ചെയ്യും. ഇത്തരത്തിലൊരു സ്ഥിതി ഉണ്ടായാൽ അത് മനുഷ്യന്റെ പുരോഗതി സ്തംഭിക്കാനും തളർന്നുപോകാനും ഇടയാക്കും. മനുഷ്യരാശിയുടെ ചേതനയിൽ വിപ്ലവവീര്യം ഊറിച്ചെന്ന് വ്യാപിക്കണം. പുരോഗതിയിലേക്കുള്ള മനുഷ്യന്റെ അവിരാമമായ പ്രയാണത്തെ തടുക്കാൻ പിന്തിരിപ്പൻ ശക്തികൾക്ക് കഴിയുമാറാകുന്നതരത്തിൽ അവയ്ക്ക് കരുത്ത് ആർജ്ജിക്കാൻ അവസരം ലഭിക്കാത്ത സ്ഥിതി ഉണ്ടാവുകയും വേണം. പഴയ വ്യവസ്ഥിതി, എല്ലായ്പ്പോഴും എന്നെന്നത്തേക്കുമായിമാറണം, പുതിയ വ്യവസ്ഥിതിക്ക് അത് വഴിമാറിക്കൊടുക്കയും വേണം. അങ്ങനെ ഏതെങ്കിലും 'നല്ലതെന്ന്' കരുതപ്പെടുന്ന ഒരു വ്യവസ്ഥിതി ലോകത്തെയാകെ ദുഷിതമാക്കാൻ ഇടയാക്കാതിരിക്കണം. ഈ അർത്ഥത്തിലാണ് ഞങ്ങൾ "വിപ്ലവം നീണാൾ വാഴട്ടെ" എന്ന ജയശബ്ദം ഉയർത്തുന്നത്.

വിശ്വസ്തതയോടെ,
(ഒപ്പ്) ഭഗത്സിങ്
ബി കെ ദത്ത്

ലെനിന്റെ ചരമ വാർഷികദിനാച രണത്തിൽ അയച്ച കമ്പിസന്ദേശം

1930 ജനുവരി 21-ാം തീയതി ലാഹോർ ഗൂഢാലോചനക്കേസിലെ പ്രതികൾ ചുവന്ന കണ്ഠവസ്ത്രങ്ങളും ധരിച്ചുകൊണ്ടാണ് കോട തിയിൽ ഹാജരായത്. മജിസ്ട്രേട്ട് കോടതിയിൽ എത്തി, കസേര യിൽ ഇരുന്ന ഉടനെതന്നെ അവർ "സോഷ്യലിസ്റ്റ് വിപ്ലവം നീണാൾ വാഴട്ടെ", "കമ്യൂണിസ്റ്റ് ഇന്റർനാഷണൽ നീണാൾ വാഴട്ടെ," "റഷ്യൻ ജനത നീണാൾ വാഴട്ടെ," "ലെനിന്റെ നാമം എക്കാലവും അണഞ്ഞു പോകാതെ നിലനില്ക്കും," "സാമ്രാ ജ്യത്വം നശിക്കട്ടെ" തുടങ്ങിയ മുദ്രാവാക്യങ്ങൾ മുഴക്കി. അതിനു ശേഷം താഴെക്കാണുന്ന കമ്പിസന്ദേശം ഭഗത്സിങ് കോടതിയിൽ വായിക്കുകയും അത് മൂന്നാം ഇന്റർനാഷണലിന് അയച്ചുകൊടു ക്കണമെന്ന് മജിസ്ട്രേട്ടിനോട് അഭ്യർത്ഥിക്കുകയും ചെയ്തു.

കമ്പിസന്ദേശം

ലെനിന്റെ ചരമവാർഷികദിനത്തിൽ, മഹാനായ ലെനിന്റെ ആശ യങ്ങൾ ഉയർത്തിപ്പിടിച്ചുകൊണ്ട് മുന്നോട്ടു പോകാൻവേണ്ടി പ്രവർത്തി ച്ചുകൊണ്ടിരിക്കുന്ന എല്ലാവർക്കും ഞങ്ങൾ ഹാർദ്ദമായ അഭിവാദ്യങ്ങൾ അയക്കുന്നു-റഷ്യയിൽ പ്രാവർത്തികമാക്കിക്കൊണ്ടിരിക്കുന്ന മഹത്തായ പരീക്ഷണത്തിന് ഞങ്ങൾ വിജയം നേരുന്നു. സാർവ്വദേശീയ തൊഴി ലാളിവർഗ്ഗപ്രസ്ഥാനത്തിന്റെ ശബ്ദത്തിന് കരുത്തേകാൻ ഞങ്ങളും ശബ്ദം ഉയർത്തുന്നു. "തൊഴിലാളിവർഗ്ഗം വിജയിക്കും. മുതലാളിത്തത്തെ പരാജയപ്പെടുത്തും. സാമ്രാജ്യത്വം നശിക്കട്ടെ."

നിരാഹാര സത്യഗ്രഹികളുടെ ആവശ്യങ്ങൾ ആവർത്തിച്ച് പ്രഖ്യാപിക്കുന്നു

ജയിൽ കമ്മിറ്റിയുടെ റിപ്പോർട്ട് പരിഗണിച്ചുകൊണ്ടിരിക്കുകയാണെന്നും ജയിൽ പരിഷ്കരണ നടപടികൾ ഉടനെതന്നെ പ്രഖ്യാപിക്കപ്പെടുമെന്നുമുള്ള ഉറപ്പ് ഇന്ത്യാഗവൺമെന്റിൽ നിന്നും ലഭിച്ചതിനെത്തുടർന്നാണ് ലാഹോർ ഗൂഢാലോചനക്കേസ് (എൽ സി സി) പ്രതികൾ നിരാഹാരസത്യഗ്രഹം നിർത്തിവച്ചത്. നിരാഹാരസത്യഗ്രഹത്തിൽ പങ്കെടുത്തതിന് പ്രതികളിലാരെയും ശിക്ഷിക്കുകയില്ലെന്നും ഗവൺമെന്റ് സമ്മതിച്ചിരുന്നു. നിരാഹാരസത്യഗ്രഹം നിർത്തിവെച്ചശേഷം ഇന്ത്യാഗവൺമെന്റ് കാലവിളംബം ഉണ്ടാക്കുന്ന അടവുകളാണ് സ്വീകരിച്ചത്. യു പിയിലെയും പഞ്ചാബിലെയും ജയിലുകളിലെ നിരാഹാര സത്യഗ്രഹികൾക്കെതിരായി (എൽ സി സി തടവുകാരല്ലാത്തവർക്കെതിരായി) ശിക്ഷാ നടപടികൾ എടുക്കുകയും ചെയ്തു. ഇതുമായി ബന്ധപ്പെട്ടാണ് ഭഗത്സിങ് ഇന്ത്യാഗവൺമെന്റിന് ഈ കത്തയച്ചത്. അതാകട്ടെ നിരാഹാരസത്യഗ്രഹം വീണ്ടും തുടങ്ങാനുള്ള നോട്ടീസും അന്ത്യശാസനവും ആണെന്ന് തോന്നിയേക്കാവുന്ന ഒന്നായിരുന്നു.

ഹോം മെമ്പർ
ഗവൺമെന്റ് ഒഫ് ഇന്ത്യ,
ഡൽഹി സ്പെഷ്യൽ മജിസ്ട്രേട്ട്
(ലാഹോർ ഗൂഢാലോചനക്കേസ്)
ലാഹോർ വഴി അയക്കുന്നത്

സർ,

താഴെക്കാണും പ്രകാരമുള്ള 1930 ജനുവരി 20–ാം തീയതിയിലെ ഞങ്ങളുടെ കമ്പിസന്ദേശത്തിന് ഒരു മറുപടിയും തന്നിട്ടില്ല.

കമ്പിസന്ദേശം

"ഹോം, മെമ്പർ, ഇന്ത്യാഗവൺമെന്റ്, ഡൽഹി.

ലാഹോർ ഗൂഢാലോചനക്കേസിലെ വിചാരണത്തടവുകാരും മറ്റ് രാഷ്ട്രീയ തടവുകാരും പ്രൊവിൻഷ്യൽ ജയിൽ കമ്മിറ്റിയുടെ റിപ്പോർട്ടുകൾ ഇന്ത്യാഗവൺമെന്റിന്റെ പരിഗണനയിൽ ആണെന്ന ഉറപ്പിന്മേലാണ് നിരാഹാരസത്യഗ്രഹം പിൻവലിച്ചത്. അഖിലേന്ത്യാഗവൺമെന്റ് കോൺഫറൻസ് നടന്നുകഴിഞ്ഞു. ഇനിയും നടപടിയെടുത്തിട്ടില്ല. രാഷ്ട്രീയത്തടവുകാരോട് പകപോക്കൽ രീതിയിലുള്ള പെരുമാറ്റം തുടരുന്നതിനാൽ ഗവൺമെന്റിന്റെ അവസാനതീരുമാനം ഒരാഴ്ചയ്ക്കകം അറിയിക്കണം എന്ന് ഞങ്ങൾ അഭ്യർത്ഥിക്കുന്നു."

ലാഹോർ ഗൂഢാലോചനക്കേസിലെ വിചാരണത്തടവുകാർ

മേൽക്കാണിച്ച കമ്പിസന്ദേശത്തിൽ ചുരുക്കത്തിൽ പറഞ്ഞിട്ടുള്ളതുപോലെ ലാഹോർ ഗൂഢാലോചനക്കേസിലെ വിചാരണത്തടവുകാരും മറ്റു നിരവധി രാഷ്ട്രീയത്തടവുകാരും, പഞ്ചാബിലെ ജയിലിലുള്ളവർ അവരുടെ നിരാഹാരസത്യഗ്രഹം നിർത്തിവച്ചത്, പഞ്ചാബ് ജയിൽ എൻക്വയറി കമ്മിറ്റിമെമ്പർമാർ രാഷ്ട്രീയത്തടവുകാരോടുള്ള പെരുമാറ്റം ഒരു ഹ്രസ്വകാലയളവിൽതന്നെ, അവസാനമായി ഞങ്ങൾക്ക് തൃപ്തികരമായ രീതിയിൽ പരിഹരിക്കപ്പെടും എന്ന ഉറപ്പു നല്കിയതിനെത്തുടർന്നാണ്. കൂടാതെ മഹാനായ രക്തസാക്ഷി ജതീന്ദ്രദാസിന്റെ മരണത്തിനുശേഷവും മേല്പറഞ്ഞ ഉറപ്പുനല്കിയതിനുശേഷവും, ഈ പ്രശ്നം നിയമസഭയിൽ പരിഗണനയ്ക്കെടുത്ത അവസരത്തിലും ഇതേ ഉറപ്പ് സർ ജെയിംസ് ക്രിറ്റർ പരസ്യമായി നല്കിയിരുന്നു. അതിൽ പിന്നീട്, ഒരു മനംമാറ്റം ഉണ്ടായിട്ടുണ്ടെന്നും, രാഷ്ട്രീയ തടവുകാരോടുള്ള പെരുമാറ്റത്തിന്റെ പ്രശ്നം ഗവൺമെന്റിന്റെ അനുകമ്പാപൂർവ്വമായ പരിഗണനയിലാണെന്നും പ്രഖ്യാപിക്കപ്പെട്ടു. അതിനുശേഷം രാജ്യത്തിന്റെ വിവിധ ഭാഗങ്ങളിലെ ജയിലുകളിലുള്ള നിരാഹാരസത്യഗ്രഹികളായ രാഷ്ട്രീയത്തടവുകാർ തങ്ങളുടെ നിരാഹാരസത്യഗ്രഹം നിർത്തിവച്ചു. മേൽപ്പറഞ്ഞ ഉറപ്പുനല്കിയിട്ടുള്ളതിന്റെ സാഹചര്യത്തിൽ പാസാക്കിയ എ ഐ സി സി പ്രമേയത്തിൽ ഇത്തരത്തിലുള്ള അഭ്യർത്ഥന ഉണ്ടായിരുന്നതിനെത്തുടർന്നാണ് നിരാഹാര സത്യഗ്രഹം നിർത്തിവച്ചത്. ചില തടവുകാരുടെ സ്ഥിതി വളരെ ഗുരുതരമായിത്തീർന്നതും കണക്കിലെടുത്താണ് അങ്ങനെ ചെയ്തത്.

അതിൽ പിന്നീട് എല്ലാ പ്രാദേശിക ഗവൺമെന്റുകളും അവരുടെ

റിപ്പോർട്ട് സമർപ്പിച്ചു. വിവിധ പ്രവിശ്യകളിലെ ജയിൽ ഇൻസ്പെക്ടർ ജനറൽമാരുടെ ഒരുയോഗം ലഖ്നൗവിൽ കൂടുകയും, ഡൽഹിയിൽ അഖിലേന്ത്യാഗവൺമെന്റ് കോൺഫറൻസിലെ ചർച്ചകൾ സമാപിക്കുകയും ചെയ്തു. അഖിലേന്ത്യാ സമ്മേളനം കഴിഞ്ഞ ഡിസംബറിലാണ് നടന്നത്. ഒരു മാസം കഴിഞ്ഞുവെങ്കിലും അവസാന ശുപാർശകളിൽ ഒന്നുപോലും പ്രാബല്യത്തിൽ കൊണ്ടുവന്നിട്ടില്ല. ഗവൺമെന്റിന്റെ ഇത്തരത്തിലുള്ള കാലവിളംബം ഉണ്ടാക്കുന്ന മനോഭാവം കാരണം ഞങ്ങൾ മാത്രമല്ല, പൊതുജനങ്ങളും ഈ പ്രശ്നത്തെ ഗവൺമെന്റ് പരണത്ത് വെച്ചിരിക്കയാണെന്ന് ആശങ്കിക്കാൻ തുടങ്ങിയിരിക്കുന്നു. ഇക്കഴിഞ്ഞ നാല് മാസമായി നിരാഹാര സത്യഗ്രഹികളോടും മറ്റ് രാഷ്ട്രീയത്തടവുകരോടും പകപോക്കൽ നടപടികൾ സ്വീകരിച്ചുപോരുന്നത് ഞങ്ങളുടെ ആശങ്കയെ ഒന്നുകൂടി ബലപ്പെടുത്തുന്നു. രാഷ്ട്രീയത്തടവുകാർ അനുഭവിക്കേണ്ടിവരുന്ന ക്ലേശങ്ങളെക്കുറിച്ചുള്ള വിശദവിവരങ്ങൾ മനസ്സിലാക്കാൻ ഞങ്ങൾക്ക് ബുദ്ധിമുട്ടുണ്ട്. എങ്കിലും ജയിലുകളുടെ നാലുവശത്തുമുള്ള ഭിത്തികൾക്ക് പുറത്തേക്ക് അല്പാല്പമായി ചോർന്നുവരുന്ന തുച്ഛമായ വിവരങ്ങൾപോലും പീഡനങ്ങൾ വ്യക്തമായി കാട്ടിത്തരുന്ന സംഭവങ്ങളുടേതാണ്. ഇത്തരം ചിലവയുടെ ഉദാഹരണങ്ങൾ താഴെചേർക്കുന്നു. ഇവയെല്ലാം ഗവൺമെന്റ് നല്കിയ ഉറപ്പുകൾക്ക് അനുയോജ്യമായവ അല്ലെന്നാണ് ഞങ്ങൾക്ക് തോന്നുന്നത്.

1. ശ്രീ. ബി കെ ബാനർജി ദക്ഷിണേശ്വർ ബോംബു കേസിൽ അഞ്ച് വർഷത്തെ തടവിന് ശിക്ഷിക്കപ്പെട്ട് ലാഹോർ സെൻട്രൽ ജയിലിൽ കഴിയുന്നു. കഴിഞ്ഞവർഷം നടന്ന നിരാഹാരസത്യഗ്രഹത്തിൽ അദ്ദേഹം പങ്കെടുത്തു. ഇപ്പോൾ ഒരു ശിക്ഷയെന്ന നിലയിൽ, ഇതുവരെ അദ്ദേഹം നേടിയെടുത്ത ശിക്ഷയിളവു ദിവസങ്ങളിൽനിന്ന് രണ്ട് ദിവസംവീതം, നിരാഹാരത്തിന്റെ ഓരോ ദിവസത്തേക്കുമായി, റദ്ദാക്കപ്പെടുന്നു. സാധാരണഗതിയിൽ കഴിഞ്ഞ ഡിസംബറിൽ അദ്ദേഹം ജയിലിൽനിന്നും മോചിപ്പിക്കപ്പെടേണ്ടതായിരുന്നു. ഇപ്പോൾ ഇളവു ദിവസങ്ങൾ റദ്ദാക്കപ്പെട്ടതോടെ ജയിലിൽ നിന്നുള്ള മോചനം തികച്ചും നാലു മാസം താമസിച്ചു മാത്രമേ നടക്കൂ. ഇതേ ജയിലിൽ ഇത്തരത്തിലുള്ള ശിക്ഷ എഴുപത് വയസ്സോളം പ്രായമായ വൃദ്ധനായ ബാബാ സോഹൻസിങ്ങിനും നല്കിയിരിക്കുകയാണ്. ഇദ്ദേഹം ഒന്നാം ലാഹോർ ഗൂഢാലോചനക്കേസിൽ ജീവപര്യന്തം നാടുകടത്തൽ ശിക്ഷയ്ക്ക് വിധേയനായി ഈ ജയിലിൽ കഴിയുകയാണ്. ഇതിനുംപുറമെ മിയാങ്വാലി ജയിലിൽ തടവിൽ കഴിയുന്ന സർദാർ കാബുൾ സിങ്, സർദാർ ഗോപാൽ സിങ്, റാവൽപിണ്ടി ജയിലിൽ തടവിൽ കഴിയുന്ന മാസ്റ്റർ മോട്ടാസിങ് എന്നിവരും നിരാഹാരസമരത്തിൽ പങ്കെടുത്തതിന്റെ പേരിൽ പകപോക്കൽ നടപടികളെന്ന നിലയ്ക്കുള്ള ശിക്ഷകൾക്ക് വിധേയരായിരിക്കുന്നു. ഇവയിൽ മിക്കവാറും കേസുകളിൽ ജയിൽശിക്ഷയുടെ കാലയളവ് വർദ്ധിപ്പിച്ചിരിക്കുകയാണ്. അവരിൽ ചിലരുടെ കാര്യത്തിലാകട്ടെ സ്പെഷ്യൽ

ക്ലാസിൽനിന്നും അവരുടെ പേര് നീക്കം ചെയ്യപ്പെട്ടിരിക്കുകയാണ്.

2. പൊതു നിരാഹാരസമരത്തിൽ പങ്കെടുത്തു എന്ന ഇതേ കുറ്റത്തിന്റെ പേരിൽ ആഗ്ര സെൻട്രൽ ജയിലിൽ കഴിയുന്ന സചീന്ദ്രനാഥ് സന്യാൽ, രാംകിഷൻ ഖത്രി, സുരേശ്ചന്ദ്ര ഭട്ടാചാര്യ എന്നിവർക്കും കകോരികേസ് തടവുകാരായ രാജ്കുമാർ സിഹ്ന, സചീന്ദ്രനാഥ് ബക്ഷി, മൻമഥനാഥ് ഗുപ്ത തുടങ്ങി ഒട്ടേറെ തടവുകാർക്കും കടുത്ത ശിക്ഷ നല്കിയിരിക്കുകയാണ്. മിസ്റ്റർ സന്യാലിനെ കാൽത്തള വിലങ്ങിട്ട് ഏകാന്തതടവിലാക്കിയിരിക്കുന്നുവെന്നാണ് വിശ്വാസയോഗ്യമായി അറിയാൻ കഴിഞ്ഞത്. അതിന്റെ ഫലമായി അദ്ദേഹത്തിന്റെ ആരോഗ്യം തകർന്നിരിക്കുന്നു. തൂക്കം പതിനെട്ട് പൗണ്ടോളം കുറഞ്ഞു. മിസ്റ്റർ ഭട്ടാചാര്യ ക്ഷയരോഗബാധിതനായിരിക്കുന്നതായി അറിയുന്നു. ബറൈലി ജയിലിലെ മൂന്ന് തടവുകാർക്കും ശിക്ഷ നല്കപ്പെട്ടിരിക്കുന്നുവെന്നാണ് അറിയുന്നത്. ബന്ധുക്കളുമായി കൂടിക്കാണാനും കത്തിടപാട് നടത്താനുമുള്ള സാധാരണ അവകാശങ്ങൾ പോലും അവർക്ക് നിഷേധിക്കപ്പെട്ടിരിക്കുന്നു. അവരുടെയെല്ലാം തൂക്കം ഗണ്യമായി കുറഞ്ഞിട്ടുണ്ട്. ഇത് സംബന്ധിച്ച് 1929 സെപ്തംബറിലും 1930 ജനുവരിയിലും ആയി പണ്ഡിറ്റ് ജവാഹർലാൽ നെഹ്റു രണ്ട് പത്രപ്രസ്താവനകൾ പ്രസിദ്ധീകരിച്ചിട്ടുണ്ട്.

3. നിരാഹാര സത്യഗ്രഹത്തെക്കുറിച്ചുള്ള എ ഐ സി സിയുടെ പ്രമേയം അംഗീകരിക്കപ്പെട്ടതിനുശേഷം വിവിധ രാഷ്ട്രീയത്തടവുകാർക്ക് ആ പ്രമേയത്തിന്റെ പ്രതികൾ അയച്ചുകൊടുത്തത് ജയിൽ അധികൃതർ തടഞ്ഞുവെച്ചു. ഇക്കാര്യത്തിൽ തടവുകാരെ കണ്ട് സംസാരിക്കുന്നതിന് കോൺഗ്രസിന് ഒരു പ്രതിനിധി സംഘത്തിന് അനുവാദം നല്കണമെന്ന ആവശ്യവും ഗവൺമെന്റ് നിഷേധിച്ചു.

4. ഉന്നതരായ പൊലീസ് ഉദ്യോഗസ്ഥന്മാരുടെ ഉത്തരവുകളനുസരിച്ച് 1929 ഒക്ടോബർ 23 നും 24 നും ലാഹോർ ഗൂഢാലോചനക്കേസിലെ വിചാരണത്തടവുകാരെ ക്രൂരമായി മർദ്ദിച്ച സംഭവത്തിന്റെ പൂർണ്ണവിവരങ്ങൾ പത്രങ്ങളിൽ വന്നിട്ടുണ്ട്. സ്പെഷ്യൽ മജിസ്ട്രേട്ട് പണ്ഡിറ്റ് ശ്രീ. കിഷൻ രേഖപ്പെടുത്തിയ ഞങ്ങളിൽ ഒരാളുടെ പ്രസ്താവനയുടെ പകർപ്പ് ഒരു കത്തോടുകൂടി അങ്ങേക്ക് 1929 ഡിസംബർ 16 ാം തീയതി അയച്ചിരുന്നു. ഒരു അന്വേഷണം നടത്തണമെന്നാവശ്യപ്പെട്ടുകൊണ്ട് ഞങ്ങൾ അയച്ച കത്തുകൾക്ക് മറുപടി നല്കാനോ, കത്ത് കിട്ടിയ വിവരം അറിയിക്കാൻ പോലുമോ, പഞ്ചാബ് ഗവൺമെന്റോ, ഇന്ത്യാഗവൺമെന്റോ തയ്യാറായിട്ടില്ല. അതാവശ്യമാണെന്നുപോലും അവർ കരുതിയിട്ടില്ല. നേരെ മറിച്ച് അതേ സംഭവവുമായി ബന്ധപ്പെട്ട് ഞങ്ങളെ പ്രോസിക്യൂട്ട് ചെയ്യേണ്ടത് ഒഴിച്ചുകൂടാനാവാത്ത ആവശ്യമാണെന്ന് പ്രാദേശിക ഗവൺമെന്റ് കരുതുകയും ചെയ്തു. ഞങ്ങൾ 'അക്രമാസക്തമായ ചെറുത്തുനില്പു'നടത്തിയെന്ന കുറ്റം ആരോപിച്ചാണ് ഇത് ചെയ്തത്.

5. പഞ്ചാബ് ജയിൽ അന്വേഷണ കമ്മിറ്റിയുടെ ഏകകണ്ഠമായ ശുപാർശകൾക്കും പഞ്ചാബ് പൊലീസ് ഇൻസ്പെക്ടർ ജനറലിന്റെ

ശുപാർശകൾക്കും കടകവിരുദ്ധമായി 1929 ഡിസംബർ അവസാനവാരത്തിൽ ലാഹോർ ബോർസ്റ്റൽ ജയിലിൽ തടങ്കലിൽ കഴിയുന്ന ശ്രീ. കരൺ ചന്ദ്രദാസിനെയും മറ്റ് എട്ടുപേരെയും മജിസ്ട്രേട്ടുകോടതിയിലേക്ക് കൊണ്ടുപോയതും ഹാജരാക്കിയതും കൈവിലങ്ങുകൾ ഇട്ടുകൊണ്ടും ചങ്ങലകൾക്കൊണ്ട് ബന്ധിപ്പിച്ചുകൊണ്ടും ആയിരുന്നു. ഈ തടവുകാർ ജാമ്യം നല്കപ്പെടാവുന്ന കുറ്റങ്ങൾ ആരോപിക്കപ്പെട്ട വിചാരണത്തടവുകാരായിരുന്നു എന്ന വസ്തുതയും പ്രത്യേകം ശ്രദ്ധിക്കപ്പെടേണ്ടതാണ്. ഇത് സംബന്ധിച്ച് ലാഹോറിലെ ഡോ: മുഹമ്മദ് അലമും, അംബാലയിലെ ലാലാ ദുനി ചന്ദും പുറപ്പെടുവിച്ച ദീർഘമായ ഒരു പ്രസ്താവന *ട്രിബ്യൂൺ* പത്രത്തിൽ പ്രസിദ്ധീകരിച്ചിരുന്നു.

രാഷ്ട്രീയത്തടവുകാർ അനുഭവിക്കേണ്ടിവന്ന ഇത്തരം പീഡനങ്ങളും മറ്റ് കഷ്ടപ്പാടുകളും ഞങ്ങൾ മനസ്സിലാക്കിയതോടെ, ഞങ്ങൾക്ക് വളരെയേറെ ദുഃഖമുണ്ടായെങ്കിലും വീണ്ടും നിരാഹാരം തുടങ്ങുന്നതിന് ഞങ്ങൾ തയ്യാറായില്ല. കാരണം, അടുത്തുതന്നെ പ്രശ്നങ്ങൾ പരിഹരിക്കപ്പെടും എന്ന് ഞങ്ങൾ കരുതിയിരുന്നു. എന്നാൽ മേല്പറഞ്ഞ സംഭവങ്ങൾ നടന്ന സാഹചര്യത്തിൽ നിരാഹാരസത്യഗ്രഹികൾ അനുഭവിച്ച പറയാനാവാത്ത ക്ലേശങ്ങളും, ജതിൻദാസിന്റെ മഹത്തായ ത്യാഗവും എല്ലാം വൃഥാവിലാകുമെന്നാണോ ഞങ്ങൾ കരുതേണ്ടത്......? ബഹുജന പ്രക്ഷോഭത്തിന്റെ വേലിയേറ്റത്തെ തടയാനും ഒരു പ്രതിസന്ധി ഒഴിവാക്കാനും വേണ്ടിയായിരുന്നു ഗവൺമെന്റ് ഉറപ്പുകൾ നല്കിയതെന്നാണോ ഞങ്ങൾ മനസ്സിലാക്കേണ്ടത്? ന്യായയുക്തമായും വേണ്ടത്ര സമയം ഞങ്ങൾ ക്ഷമയോടെ കാത്തിരുന്നു എന്ന് ഞങ്ങൾ പറഞ്ഞാൽ താങ്കളും അത് സമ്മതിക്കുമെന്ന് കരുതുന്നു. കാലതാമസം വരുത്തുന്ന നയവും രാഷ്ട്രീയത്തടവുകാരോട് പ്രതികാരപരമായ പെരുമാറ്റം തുടരുന്ന നടപടിയും കാരണം സമരം വീണ്ടും തുടങ്ങുകയല്ലാതെ മറ്റൊരുമാർഗ്ഗവും ഞങ്ങൾക്ക് ഇല്ലാതായിരിക്കുന്നു. നിരാഹാരസമരം തുടങ്ങുന്നതും അത് അനിശ്ചിതമായി തുടരുന്നതും സുഗമമായ ഒരു കാര്യമല്ലെന്ന് ഞങ്ങൾഛറിയാം. അതേസമയം, ഇന്ത്യക്ക് ഇനിയും ജയതിൻദാസുമാരെയും രാമരക്ഷസ്സുമാരെയും ഭാനുസിങ്ങുമാരെയും സൃഷ്ടിക്കാൻ കഴിയും എന്ന് ചൂണ്ടിക്കാണിക്കാൻ ഞങ്ങളെ അനുവദിക്കുക. (ഇതിൽ അവസാനം പറഞ്ഞ രണ്ടുപേരും 1917 ൽ ആന്തമാനിൽവെച്ചാണ് ജീവൻ വെടിഞ്ഞത്. ആദ്യത്തെയാൾ 63 ദിവസത്തെ നിരാഹാരസമരത്തെ തുടർന്നാണ് അന്ത്യശ്വാസം വലിച്ചത്. തികച്ചും ആറുമാസത്തോളം കാലം മനുഷ്യത്വരഹിതമായ പീഡനങ്ങൾ സഹിച്ചുകൊണ്ട് നിശ്ശബ്ദനായി ധീരനായ ഒരു യോദ്ധാവിനു ചേർന്ന മരണമാണ് രണ്ടാമത്തെയാൾ കൈവരിച്ചത്.)

രാഷ്ട്രീയത്തടവുകാരോടുള്ള പെരുമാറ്റം മെച്ചപ്പെടുത്തണമെന്ന ആവശ്യത്തെ ന്യായീകരിച്ചുകൊണ്ട് ഞങ്ങളും പൊതുജനങ്ങളും (അന്വേഷണക്കമ്മിറ്റിയും) വേണ്ടത്ര കാര്യങ്ങൾ ഇതിനകം പറഞ്ഞുകഴിഞ്ഞു. അതെല്ലാം ഇവിടെ ആവർത്തിക്കേണ്ട ആവശ്യമില്ല. എന്നാൽ

തടവുകാരുടെ ക്ലാസ് നിർണ്ണയിക്കുന്നതിന്റെ അടിസ്ഥാനവും അതിപ്രധാനമായ ഘടകവും ആയി 'ആന്തരോദ്ദേശ്യം' എന്ന ഘടകം കൂടി ഉൾപ്പെടുത്തുന്നതിനെക്കുറിച്ച് കുറെ കാര്യങ്ങൾ പറയാൻ ഞങ്ങൾ ആഗ്രഹിക്കുന്നു. തരംതിരിവിന്റെ മാനദണ്ഡങ്ങളെക്കുറിച്ച് കുറെയേറെ ഒച്ചപ്പാട് ഉണ്ടാക്കിയിട്ടുണ്ട്. 'ആന്തരോദ്ദേശ്യം' എന്ന ഘടകം വിവിധ പ്രാദേശിക ഗവൺമെന്റുകൾ നിർദ്ദേശിച്ചിരുന്ന തരംതിരിവിന്റെ മാനദണ്ഡങ്ങളിൽനിന്നും പൂർണ്ണമായും ഇതേവരെ ഒഴിവാക്കിയിരുന്നു എന്നാണ് ഞങ്ങൾക്ക് മനസ്സിലാക്കാൻ കഴിഞ്ഞത്. ഇത് യഥാർത്ഥത്തിൽ വിചിത്രമായ ഒരു മനോഭാവമാണ്. ഏതെങ്കിലും ഒരു പ്രവൃത്തിയുടെ യഥാർത്ഥ മൂല്യം എന്താണെന്ന് നിർണ്ണയിക്കാൻ കഴിയുന്നത് 'ആന്തരോദ്ദേശ്യം' എന്താണെന്ന് അറിയുന്നതിലൂടെ മാത്രമാണ് ഒരു കൊള്ളക്കാരൻ, കൊള്ളയടിച്ചിട്ട് തന്റെ ഇരയെ കൊല്ലുന്നതും, ഒരു യുവതിയുടെ മാനംരക്ഷിക്കാനായി ഖഡക് ബഹാദൂർ ഒരു ദുഷ്ടനെ കൊല്ലുന്നതും, അങ്ങനെ സമൂഹത്തിൽനിന്നും വിഷയാസക്തനായ ഒരു ദുഷ്ടനെ-സമൂഹത്തിലെ ഒരു ഇത്തിക്കണ്ണിയെ-ഉന്മൂലനം ചെയ്ത് സമൂഹത്തെ രക്ഷിക്കുന്നതും തമ്മിലുള്ള വ്യത്യാസം തിരിച്ചറിയാൻ ഗവൺമെന്റിന് കഴിയില്ല എന്നാണോ ഞങ്ങൾ മനസ്സിലാക്കേണ്ടത്? ഇവർ രണ്ടുപേരും ഒരേതരത്തിൽ പെട്ടയാളുകൾ എന്ന നിലയ്ക്കാണോ കാണേണ്ടത്? ഒരേ കുറ്റകൃത്യം ചെയ്യുന്ന രണ്ടുപേർ തമ്മിൽ-അതിൽ ഒരാൾ സ്വാർത്ഥതാല്പര്യങ്ങൾക്കുവേണ്ടിയും മറ്റേയാൾ നിസ്വാർത്ഥനായും ആണ് കുറ്റകൃത്യങ്ങൾ ചെയ്യുന്നതെങ്കിൽ, ആ രണ്ടുപേർ തമ്മിൽ-യാതൊരു വ്യത്യാസവും ഇല്ലെന്നാണോ? അതുപോലെ ഒരു സാധാരണ കൊലയാളിയും ഒരു രാഷ്ട്രീയ പ്രവർത്തകനും (അയാൾ അക്രമത്തിൽ ഏർപ്പെടുകയാണെങ്കിൽപോലും) തമ്മിൽ യാതൊരു വ്യത്യാസവും ഇല്ലേ? രാഷ്ട്രീയപ്രവർത്തകന്റെ നിസ്വാർത്ഥത, സാധാരണ ക്രിമിനൽ കുറ്റവാളികളുടെ ഇടയിൽനിന്നും അയാളെ ഒരു ഉന്നതതലത്തിലേക്ക് ഉയർത്തുന്നില്ലെ? ഈ സാഹചര്യങ്ങളിൽ ആന്തരോദ്ദേശ്യം എന്നത് തരംതിരിവിന്റെ മാനദണ്ഡങ്ങളിൽ വെച്ചേറ്റവും പ്രധാനപ്പെട്ട ഘടകമാണെന്ന് നിർണ്ണയിക്കണം എന്നാണ് ഞങ്ങൾ കരുതുന്നത്.

കഴിഞ്ഞവർഷം, ഞങ്ങൾ നിരാഹാരസമരം തുടങ്ങിയ അവസരത്തിൽ അംബാലയിലെ ഡോക്ടർ ഗോപീചന്ദും ലാലാദുനിചന്ദും-അവസാനം പറഞ്ഞയാൾ പഞ്ചാബ് ജയിൽ അന്വേഷണകമ്മിറ്റി റിപ്പോർട്ടിൽ ഒപ്പുവെച്ചവരിൽ ഒരാളാണ്-ഇതേകാര്യം ചർച്ച ചെയ്യാനായി ഞങ്ങളെ സമീപിക്കുകയും അക്രമസ്വഭാവമുള്ള കുറ്റകൃത്യങ്ങൾക്ക് ശിക്ഷിക്കപ്പെട്ട രാഷ്ട്രീയത്തടവുകാരെ സ്പെഷ്യൽ ക്ലാസ് തടവുകാരായി അംഗീകരിക്കുന്ന കാര്യം ഗവൺമെന്റ് പരിഗണിക്കുകയാണെന്ന് ഞങ്ങളോട് പറയുകയും ചെയ്തപ്പോൾ ഒരു ഒത്തുതീർപ്പെന്ന നിലയ്ക്ക് കൊലപാതകക്കുറ്റം ചുമത്തപ്പെട്ടിട്ടുള്ളവരെ ഒഴിവാക്കാം എന്നിടത്തോളമുള്ള നിർദ്ദേശം ഞങ്ങൾ അംഗീകരിക്കുകയുണ്ടായി. എന്നാൽ പിന്നീട് ചർച്ചകൾ മറ്റൊരു വഴിക്ക് തിരിയുകയും പഞ്ചാബ് ജയിൽ അന്വേഷണകമ്മി

റ്റിയുടെ പരിഗണനയ്ക്കുവയ്ക്കുന്ന ഉത്തരവിലെ നിർദ്ദിഷ്ടകാര്യങ്ങളിൽനിന്നും 'ആന്തരോദ്ദേശ്യ'ത്തിന്റെ പ്രശ്നം പാടേ ഒഴിവാക്കിക്കൊണ്ടുള്ളതായിരുന്നു ഗവൺമെന്റ് പ്രഖ്യാപനം എന്ന് കാണുകയും ചെയ്തു. തരംതിരിവ് രണ്ട് കാര്യങ്ങളെമാത്രം അടിസ്ഥാനമാക്കിയായിരിക്കും എന്നാണ് വ്യവസ്ഥ ചെയ്തത്. അതായത്:

ഒന്ന്, കുറ്റകൃത്യത്തിന്റെ സ്വഭാവം.

രണ്ട്, 'കുറ്റവാളി'ക്ക് സമൂഹത്തിലെ സ്ഥാനം.

ഈ മാനദണ്ഡങ്ങൾ, പ്രശ്നം പരിഹരിക്കുന്നതിനുപകരം അതിനെ കൂടുതൽ സങ്കീർണ്ണമാക്കി.

അക്രമരഹിതമായ കുറ്റങ്ങൾ ചുമത്തപ്പെട്ടവരും, അക്രമാസക്തമായ കുറ്റങ്ങൾ ചുമത്തപ്പെട്ടവരും എന്ന തരത്തിലുള്ള രണ്ടുവിഭാഗങ്ങളായി രാഷ്ട്രീയത്തടവുകാരെ തരംതിരിക്കുന്നത് ഞങ്ങൾക്ക് മനസ്സിലാക്കാനാവും. പക്ഷേ, അതിനിടയ്ക്കാണ് പഞ്ചാബ് ജയിൽ അന്വേഷണ കമ്മിറ്റി റിപ്പോർട്ടിൽ സാമൂഹ്യപദവിയുടെ പ്രശ്നം നുഴഞ്ഞുകയറിയിരിക്കുന്നത്. ചൗധരി അഫ്സൽ ഹക്, അദ്ദേഹത്തിന്റെ വിയോജനക്കുറിപ്പിൽ ചൂണ്ടിക്കാട്ടിയതുപോലെ (അദ്ദേഹം ചൂണ്ടിക്കാട്ടിയത് ശരിയായിരുന്നുതാനും) സ്വാതന്ത്ര്യസമ്പാദനം എന്ന ലക്ഷ്യത്തിനുവേണ്ടി നിസ്വാർത്ഥമായ, സമർപ്പിതസേവനം, നടത്തിക്കൊണ്ട് ജീവിതം കഴിച്ചുകൂട്ടി പാപ്പരായിത്തീർന്ന രാഷ്ട്രീയത്തടവുകാരുടെ സ്ഥിതി എന്താവും?

എല്ലാവരെയും സാധാരണ കുറ്റവാളികളായി തരംതിരിച്ചുകൊണ്ട് ഗവൺമെന്റിനോടുള്ള തന്റെ കൂറിന്റെ ഉത്തമവിശ്വാസ്യത തെളിയിക്കാൻ എല്ലായ്പ്പോഴും ശ്രമിക്കുന്ന ഒരു മജിസ്ട്രേട്ടിന്റെ ദയാദാക്ഷിണ്യത്തിന് ഇത്തരം ആളുകളെ വിട്ടുകൊടുക്കുകയാണോ വേണ്ടത്? അതോ, നിസ്സഹകരണ പ്രസ്ഥാനത്തിലെ ഒരു സത്യഗ്രഹി തന്റെ ശത്രുവായിക്കരുതി ആരോടാണോ പൊരുതുന്നത് ആ ആളുടെ മുമ്പിൽ കൈനീട്ടിക്കൊണ്ട് തനിക്ക് ജയിലിൽ നല്ല പെരുമാറ്റം ലഭിക്കണമെന്ന് യാചിക്കും എന്നാണോ പ്രതീക്ഷിക്കുന്നത്? അസംതൃപ്തി ഉളവാകുന്നതിന് കാരണമായിത്തീരുന്ന പ്രശ്നങ്ങൾ പരിഹരിക്കാൻ ഉള്ളതാണോ ഈ മാർഗ്ഗം? അതോ അത്തരം പ്രശ്നങ്ങളെ കൂടുതൽ രൂക്ഷതരമാക്കാനുള്ളതാണോ? ജയിലിനുപുറത്ത് ദരിദ്രാവസ്ഥയിൽ കഴിയുന്നവരെ ശിക്ഷ അനുഭവിക്കാനായി തടങ്കലിലാക്കിയിരിക്കുമ്പോൾ, ജയിലിനകത്ത് സുഖാനുഭോഗ സൗകര്യങ്ങൾ ലഭിക്കുമെന്ന് പ്രതീക്ഷിക്കരുതെന്ന വാദം ഉന്നയിച്ചേക്കാം. എന്നാൽ ആവശ്യപ്പെടുന്ന പരിഷ്കാരങ്ങൾ സുഖാനുഭോഗ സൗകര്യങ്ങളുടെ സ്വഭാവത്തിലുള്ളവയാണോ? ആവശ്യപ്പെടാൻ കഴിയുന്ന ഏതെല്ലാം സൗകര്യങ്ങൾ ഏർപ്പെടുത്തിയാലും ജയിലുകൾ എക്കാലത്തും ജയിലുകളായിത്തന്നെ നിലനില്ക്കും. പുറത്തുനിന്നും ആളുകളെ ആകർഷിച്ചുകൊണ്ടുവരാൻ കഴിയുന്ന കാന്തശക്തിയൊന്നും ജയിലിൽ ഇല്ല. അങ്ങനെയൊന്ന് ഉണ്ടാക്കാൻ കഴിയുകയില്ല. ജയിലിലേക്ക് വരാൻ വേണ്ടിമാത്രം ആരും കുറ്റകൃത്യങ്ങൾ ചെയ്യില്ല. തങ്ങളുടെ രാജ്യത്തെ

പൗരന്മാരുടെ ജീവിതനിലവാരം ജയിലുകളിലേതിലും താഴെ ആയിരിക്കുന്നിടത്തോളം അധഃപതിച്ച് നിരാധാരരായിരിക്കുകയാണവർ എന്ന് ഏതെങ്കിലും ഒരു ഗവൺമെന്റ് പറയുന്നത് എത്രയും മോശപ്പെട്ട ഒരു വാദഗതിയാണെന്ന് ചൂണ്ടിക്കാണിക്കാനും ഞങ്ങൾ മുതിരട്ടെ. ഇത്തരത്തിലുള്ള ഒരു വാദം ഗവൺമെന്റിന്റെ നിലനില്പിനുള്ള അവകാശത്തിന്റെ വേരറുക്കുന്ന ഒന്നല്ലേ? ഏതായാലും ഇപ്പോൾ ഞങ്ങൾക്ക് അക്കാര്യത്തിലേക്ക് കടക്കാൻ താല്പര്യമില്ല. ഇപ്പോൾ ഞങ്ങൾ പറയാൻ ആഗ്രഹിക്കുന്നത് രാഷ്ട്രീയത്തടവുകാരെയാകെ ഒരു പ്രത്യേകവിഭാഗമായി തരംതിരിവ് നടത്തുകയാണ് ഇന്ന് നിലവിലുള്ള അസംതൃപ്തി ഇല്ലാതാക്കാനുള്ള ഏറ്റവും നല്ല മാർഗ്ഗമെന്നു മാത്രമാണ്. വേണമെങ്കിൽ അവരെ രണ്ട് ഉപവിഭാഗങ്ങളായും തരംതിരിക്കാവുന്നതാണ്-ഒന്ന്, അക്രമസ്വഭാവത്തിലുള്ളതല്ലാത്ത കുറ്റകൃത്യങ്ങൾക്കായി ശിക്ഷിക്കപ്പെട്ടവരും, മറ്റൊന്ന് അക്രമാസക്തമായ കുറ്റങ്ങൾക്കായി ശിക്ഷിക്കപ്പെട്ടവരും. അങ്ങനെയാകുമ്പോൾ 'ആന്തരോദ്ദേശ്യം' എന്നത് ഒരു നിർണ്ണായകഘടകമാകും. രാഷ്ട്രീയ കേസുകളിൽ ആന്തരോദ്ദേശ്യം എന്താണെന്ന് അന്വേഷിച്ചറിയാൻ ആവില്ലെന്ന് പറയുന്നത് കപടമായ അവകാശവാദമായിരിക്കും. 'രാഷ്ട്രീയക്കാർക്ക്' സാധാരണ ആനുകൂല്യങ്ങൾപോലും നിഷേധിക്കാൻ ആധാരമായ വിവരങ്ങൾ ഇന്ന് ജയിൽ അധികൃതർക്ക് ലഭിക്കുന്നതിനുള്ള സംവിധാനം എന്താണ്? അവർക്ക് സ്പെഷ്യൽ ഗ്രേഡ് അഥവാ 'നമ്പർദാരി' നിഷേധിക്കുന്നതിന് ആധാരമായതെന്താണ്? ശിക്ഷിക്കപ്പെട്ട മറ്റെല്ലാ തടവുകാരിൽനിന്നും രാഷ്ട്രീയക്കാരെ അകറ്റി മാറ്റി നിർത്തുന്നതിന് അധികൃതർക്ക് എന്ത് പരിഗണനകളാണ് ആധാരമായിട്ടുള്ളത്? അതേ പരിഗണനകൾ തന്നെ അവരെ തരംതിരിക്കുന്നതിനും സഹായകമാവില്ലെ?

പ്രത്യേക അവകാശങ്ങളെക്കുറിച്ചാണെങ്കിൽ അവയെല്ലാം പഞ്ചാബ് ജയിൽ അന്വേഷണകമ്മിറ്റിക്ക് ഞങ്ങൾ സമർപ്പിച്ച മെമ്മോറാണ്ടത്തിൽ പൂർണ്ണമായും പ്രതിപാദിച്ചിട്ടുണ്ട്. എങ്കിലും ഞങ്ങൾ പ്രത്യേകം ഊന്നൽ നല്കുന്ന ഒരാവശ്യം, അവരുടെ കുറ്റങ്ങളെന്തായാലും രാഷ്ട്രീയത്തടവുകാർക്ക് കഠിനാദ്ധ്വാനം ആവശ്യമായ ജോലികളോ അവർക്ക് പൊരുത്തപ്പെടാൻ കഴിയാത്ത, അഭിമാനകരമല്ലാത്ത ജോലികളോ നല്കരുത് എന്നതാണ്. ഒരേ ജയിലിൽ അടയ്ക്കപ്പെട്ടിട്ടുള്ള രാഷ്ട്രീയത്തടവുകാരെ ഒരുമിച്ച് ഒരു വാർഡിൽ തന്നെ പാർപ്പിക്കണം. തദ്ദേശ ഭാഷയിലോ ഇംഗ്ലീഷിലോ ഉള്ള ഏതെങ്കിലും ഒരു നല്ല നിലവാരമുള്ള ദിനപത്രമെങ്കിലും അവർക്ക് നല്കണം. പഠനത്തിന് ആവശ്യമായ, പൂർണ്ണവും ഉചിതവുമായ സൗകര്യങ്ങൾ അനുവദിക്കണം. അവസാനമായി, ആഹാരം, വസ്ത്രം എന്നിവയ്ക്കാവശ്യമായ തുക അനുവദിക്കപ്പെടുന്നതിനുപുറമെ ബന്ധുക്കളിൽനിന്നും മറ്റും ലഭിക്കാനുള്ള കൂടുതൽ സൗകര്യങ്ങൾ ഉപയോഗപ്പെടുത്താൻ അവരെ അനുവദിക്കണം.

ഞങ്ങൾക്കും പൊതുജനങ്ങൾക്കും ഗവൺമെന്റ് നല്കിയിരുന്ന

വാഗ്ദാനം ഇനിയൊട്ടും താമസിയാതെ നടപ്പാക്കും എന്നുതന്നെയാണ് ഞങ്ങൾ വിശ്വസിക്കുന്നത്. നിരാഹാരസമരം വീണ്ടും തുടങ്ങാൻ ഒരു അവസരം ഉണ്ടാവില്ലെന്ന് ഞങ്ങൾ കരുതുന്നു. അടുത്ത ഏഴ് ദിവസത്തിനകം ഗവൺമെന്റ് നല്കിയിരുന്ന ഉറപ്പുപാലിക്കാനുള്ള വ്യക്തമായ നടപടികൾ ഒന്നും ഉണ്ടാകാത്ത പക്ഷം, വീണ്ടും നിരാഹാരസമരം തുടങ്ങാൻ ഞങ്ങൾ നിർബ്ബന്ധിതരാകുന്നതാണ്.

(ഒപ്പ്)
ഭഗത്സിങ്, ദത്ത് എന്നിവരും
ലാഹോർ ഗൂഢാലോചനക്കേസിലെ
മറ്റ് വിചാരണത്തടവുകാരും

1930 ജനുവരി 28

കോടതിയിൽ ഹാജരാകാൻ സന്നദ്ധരല്ലാത്തതിന് കാരണങ്ങൾ

ഗവൺമെന്റ് ഉറപ്പുനല്കിയതിനെത്തുടർന്ന് ലാഹോർ ഗൂഢാലോചനക്കേസിൽ കുറ്റമാരോപിക്കപ്പെട്ടവരുടെ നിരാഹാരസമരം 21 ദിവസത്തിനുശേഷം പിൻവലിക്കപ്പെട്ടു. എന്നാൽ മജിസ്ട്രേട്ട് ശ്രദ്ധിക്കാൻ പോലും തയ്യാറാകാത്ത പല ചെറിയ പ്രശ്നങ്ങളും പരാതികളും അവശേഷിച്ചിരുന്നു. അതേത്തുടർന്ന് കേസിൽ കുറ്റം ആരോപിക്കപ്പെട്ടവരെ കോടതിയിൽ ഹാജരാക്കാൻ സന്നദ്ധരായില്ല.

'സിവിൽ ആന്റ് മിലിട്ടറി ഗസറ്റ്' (ലാഹോറിൽനിന്നും പ്രസിദ്ധപ്പെടുത്തിയിരുന്ന ഒരു ആംഗ്ലോ-ഇന്ത്യൻ ദിനപത്രം) ഈ കേസിൽ കുറ്റം ആരോപിക്കപ്പെട്ടവർ ബ്രിട്ടീഷ് കോടതികൾ ബഹിഷ്കരിച്ചുവെന്ന് ആ നടപടിയെ വ്യാഖ്യാനിച്ചു. ഇത് തെറ്റായിരുന്നു. ഭഗത്സിങ് അത് നിഷേധിക്കുകയും കോടതിയിൽ ഹാജരാകാൻ തയ്യാറാകാത്തതിന്റെ കാരണങ്ങൾ വിശദീകരിക്കുകയും ചെയ്തു.

മിസ്റ്റർ മജിസ്ട്രേട്ട്,

സിവിൽ *ആന്റ് മിലിട്ടറി ഗസറ്റിൽ* പ്രസിദ്ധീകരിച്ചിരുന്ന താങ്കളുടെ 1930 ഫെബ്രുവരി 4 ാം തീയതിയിലെ ഉത്തരവ് വായിച്ചു നോക്കിയതിൽ നിന്നും കോടതി ബഹിഷ്കരിക്കുന്നതിനുള്ള കാരണങ്ങൾ താങ്കളോട് വിശദീകരിക്കേണ്ടത് ആവശ്യമാണെന്ന് തോന്നുന്നു.

ഞങ്ങൾ ബ്രിട്ടീഷ്ഗവൺമെന്റിന്റെ കോടതികൾ ബഹിഷ്കരിക്കുകയാണെന്ന് പറയുന്നത് തെറ്റാണ്. ഇന്ന് ഞങ്ങൾ ജയിൽ നിയമത്തിന്റെ 22-ാം വകുപ്പനുസരിച്ച് ഞങ്ങൾക്കെതിരായി എടുത്തിട്ടുള്ള

കേസിന്റെ വിചാരണ നടത്തുന്ന മിസ്റ്റർ ലൂയിസിന്റെ കോടതിയിലേക്ക് പോകുന്നുണ്ട്. താങ്കളുടെ മുമ്പാകെ സമർപ്പിച്ച ഞങ്ങളുടെ ജാമ്യാപേക്ഷയും ഞങ്ങളുടെ പ്രശ്നങ്ങളും ബുദ്ധിമുട്ടുകളും അവതരിപ്പിച്ചിരുന്നു. എന്നാൽ അത് ഇനിയും പരിഗണിക്കപ്പെടാതെ അവശേഷിക്കുകയാണ്.

വിചാരണയിലിരിക്കുന്ന ഞങ്ങളുടെ സഖാക്കൾ രാജ്യത്തിന്റെ വിവിധ, വിദൂര സ്ഥലങ്ങളിൽപ്പെട്ടവരാണ്. അതുകൊണ്ട് അവരുടെ അഭ്യുദയകാംക്ഷികളെയും അനുഭാവികളെയും കാണാനുള്ള സൗകര്യം ചെയ്തുകൊടുക്കണം. ശ്രീ. ബി കെ ദത്ത് മിസ് ലജ്ജാവതിയെ കാണാൻ അനുവദിക്കണമെന്ന് ഒരു അപേക്ഷ നല്കിയിരുന്നു. ശ്രീ. കമൽനാഥ് തിവാരിയും ഒരാളെ കാണണമെന്ന് ആവശ്യപ്പെട്ടിരുന്നു. എന്നാൽ ഇവർ രണ്ടുപേരും അപേക്ഷകരുടെ ബന്ധുക്കളോ അഭിഭാഷകന്മാരോ അല്ല എന്ന കാരണം പറഞ്ഞ് കൂടിക്കാഴ്ചയ്ക്കുള്ള അനുവാദം നിഷേധിക്കപ്പെട്ടു. അവരുടെ അധികാരപത്രം ലഭിച്ചിട്ടും കൂടിക്കാഴ്ചയ്ക്ക് അനുവാദം നല്കിയില്ല. വിചാരണയിലിരിക്കുന്ന തടവുകാർക്ക് അവരുടെ ഭാഗം കോടതിയിൽ വാദിക്കാൻ വേണ്ടതായ സൗകര്യങ്ങളൊന്നും നല്കുകയില്ലെന്നാണ് ഇതിൽ നിന്നും വ്യക്തമാകുന്നത്. ഇതുമാത്രമല്ല ഞങ്ങളുടെ ഡിഫൻസ് കമ്മിറ്റിക്കുവേണ്ടി വളരെ പ്രയോജനപ്രദമായ പ്രവർത്തനങ്ങൾ നടത്തിവരുകയും, ഞങ്ങൾക്ക് ദൈനംദിനാവശ്യങ്ങൾക്കുവേണ്ട സാധനസാമഗ്രികൾ നല്കുകയും ചെയ്തുകൊണ്ടിരുന്ന സഖാവ് ക്രാന്തി കുമാറിനെ കെട്ടിച്ചമച്ച ആരോപണങ്ങളുടെ പേരിൽ തടങ്കലിലാക്കുകയും ചെയ്തു. കറികൊണ്ടുവന്നതിനുള്ളിൽ വെടിയുണ്ടകൾ ഒളിച്ചുകടത്തിക്കൊണ്ടുവന്നു എന്ന കെട്ടിച്ചമച്ച ആരോപണം തെളിയിക്കാൻ കഴിയാതെവന്നപ്പോൾ 124-A വകുപ്പ് അനുസരിച്ച് മറ്റൊരു കെട്ടിച്ചമച്ച ആരോപണം അദ്ദേഹത്തിന്റെ മേൽ ചുമത്തി എന്നാണ് ഞങ്ങൾക്ക് അറിയാൻ കഴിഞ്ഞത്. ലാഹോറിൽനിന്ന് വളരെ അകലെയായ ഗുരുദാസ്പൂരിലാണ് ഈ കുറ്റാരോപണം ചുമത്തപ്പെട്ടത്.

എനിക്കുതന്നെയും ഒരു അഭിഭാഷകനെ മുഴുവൻ സമയം പ്രവർത്തിക്കാൻവേണ്ടി ഏർപ്പെടുത്താൻ കഴിയില്ല. അതുകൊണ്ട് എന്റെ വിശ്വസ്തരായ സുഹൃത്തുക്കൾ കോടതിയിൽ വിചാരണനടക്കുമ്പോൾ സന്നിഹിതരായിരിക്കണമെന്ന് ഞാൻ അഭ്യർത്ഥിച്ചിരുന്നു. എന്നാൽ വ്യക്തമായ കാരണമൊന്നും പറയാതെ അവർക്ക് അതിനുള്ള അനുവാദം നിഷേധിച്ചു. എന്റെ അഡ്വക്കേറ്റ് ലാലാ അമർദാസിന് മാത്രമാണ് കോടതിമുറിയിൽ ഇരിപ്പിടം നല്കിയത്. മറ്റൊരു പ്രധാനപ്പെട്ട പരാതി കൂടിയുണ്ട്. വർത്തമാനപത്രങ്ങൾ കിട്ടുന്നില്ല എന്ന പരാതിയാണത്. വിചാരണയിലിരിക്കുന്ന തടവുകാരോട് ശിക്ഷിക്കപ്പെട്ട തടവുകാരോട് എന്നപോലെ പെരുമാറാൻ പാടില്ല. ഞങ്ങൾക്ക് ഒരു പത്രമെങ്കിലും കൃത്യമായി തരണം. ഇംഗ്ലീഷുഭാഷ അറിയാൻവയ്യാത്തവർക്കുവേണ്ടി

മറ്റൊരു പത്രവും നല്കണം. ഞങ്ങളുടെ പ്രതിഷേധം പ്രകടിപ്പിക്കുന്നതിനായി, ഇംഗ്ലീഷ് ദിനപത്രം *ട്രിബ്യൂൺ* തിരിച്ചയക്കുകയാണ്. ഈ പരാതികൾ കാരണമാണ് 1930 ജനുവരി 29 മുതൽ കോടതി ബഹിഷ്കരിക്കാൻ ഞങ്ങൾ തീരുമാനിച്ചത്. ഈ അസൗകര്യങ്ങൾ മാറ്റിത്തീർത്താൽ ഞങ്ങൾ കോടതിനടപടികളിൽ വീണ്ടും ഭാഗഭാക്കാകും.

വിശ്വസ്തതയോടെ,

(ഒപ്പ്)

ലാഹോർ ഹൈക്കോടതി ബഞ്ച് മുമ്പാകെ നടത്തിയ പ്രസ്താവന*

ഉജ്ജ്വലമായ ഈ പ്രസ്താവനയിലൂടെ ഭഗത്സിങ് സെഷൻസ് കോടതിവിധിയുടെ അടിത്തറതന്നെ തകർക്കുകയും 'ആന്തരോദ്ദേശ്യം' പരിഗണിക്കേണ്ടതിന്റെ പ്രാധാന്യം ശക്തമായി ചൂണ്ടിക്കാട്ടുകയും ചെയ്തു. കുറ്റം ആരോപിക്കപ്പെട്ടിട്ടുള്ളയാളുടെ കുറ്റകൃത്യത്തെക്കുറിച്ച് വിധി കല്പിക്കുമ്പോൾ മുഖ്യ പരിഗണന നല്കേണ്ടത് 'ആന്തരോദ്ദേശ്യ'ത്തിനാണെന്ന് അദ്ദേഹം പറഞ്ഞു.

അഭിവന്ദ്യരേ,

ഞങ്ങൾ അഭിഭാഷകരോ ഇംഗ്ലീഷ്ഭാഷയിൽ പ്രാവീണ്യം നേടിയവരോ ബിരുദധാരികളോ അല്ല. അതുകൊണ്ട്, ഞങ്ങളിൽനിന്നും, വാഗ്വൈഭവത്തോടുകൂടിയ പ്രസംഗമൊന്നും ദയവായി പ്രതീക്ഷിക്കരുതെന്ന് അഭ്യർത്ഥിക്കുന്നു. ഞങ്ങളുടെ പ്രസ്താവനയിൽ ഭാഷാപരമായ തെറ്റുകളെന്തെങ്കിലും ഉണ്ടെങ്കിൽ അത് പരിഗണിക്കാതെ, ബഹുമാന്യരായ താങ്കൾ ആ പ്രസ്താവനയുടെ യഥാർത്ഥ പൊരുൾ എന്താണെന്ന് മനസ്സിലാക്കാൻ ശ്രമിക്കണമെന്ന് വിനീതമായി അഭ്യർത്ഥിക്കുന്നു.

മറ്റ് വാദഗതികൾ ഞങ്ങളുടെ അഭിഭാഷകർക്കായി വിട്ടുകൊടുത്തുകൊണ്ട് ഒരു കാര്യത്തിൽമാത്രം ഒതുങ്ങിനിന്നുകൊണ്ട്, എനിക്ക് ബോധിപ്പിക്കാനുള്ളത് എന്താണെന്ന് പറയാം. ഈ കേസിൽ അതിപ്രധാനമായ ഒരു കാര്യത്തെക്കുറിച്ചാണ് ബോധിപ്പിക്കുന്നത്. ഞങ്ങളുടെ

---

* ഈ പ്രസ്താവനയുടെ ഇംഗ്ലീഷിലുള്ള അസ്സൽ കണ്ടുപിടിക്കാൻ കഴിഞ്ഞില്ല. എന്നാൽ ഹിന്ദിയിലും ഉർദുവിലും ഉള്ള വിവർത്തനങ്ങൾ ലഭ്യമായിരുന്നു. അതുകൊണ്ട് ഹിന്ദിയിൽനിന്നും പുനർ വിവർത്തനം ചെയ്തതാണിത്.

ഉദ്ദേശ്യങ്ങൾ എന്തായിരുന്നുവെന്നും, ഞങ്ങളുടെ മേൽ ആരോപിക്കപ്പെട്ടിട്ടുള്ള കുറ്റകൃത്യത്തിൽ ഞങ്ങൾ എത്രത്തോളം കുറ്റവാളികളാണെന്നും ഉള്ള കാര്യമാണ് ഇവിടെ ബോധിപ്പിക്കുന്നത്. ഇത് സങ്കീർണ്ണമായ ഒരു പ്രശ്നമാണ്. ഒരു പ്രത്യേക രീതിയിൽ പ്രവർത്തിക്കുന്നതിന് ഞങ്ങൾക്ക് ഉത്തേജനം നല്കിയ മനോവികാരത്തിന്റെ ഉൽകൃഷ്ടതയുടെ ഔന്നത്യം എത്രമാത്രമാണെന്ന് താങ്കളുടെ മുമ്പാകെ വ്യക്തമായി പ്രതിപാദിക്കാൻ ആർക്കും കഴിയുകയുമില്ല. ഞങ്ങളുടെ ഉദ്ദേശ്യത്തെയും ഞങ്ങളുടെ കുറ്റത്തെയും കുറിച്ച് വിലയിരുത്തുമ്പോൾ ഇക്കാര്യം പ്രത്യേകം പരിഗണിക്കണമെന്നാണ് ഞങ്ങൾ ആവശ്യപ്പെടുന്നത്. പ്രശസ്ത നീതിശാസ്ത്ര പണ്ഡിതനായ സോളമന്റെ അഭിപ്രായത്തിൽ ഒരാളുടെ ലക്ഷ്യം നിയമത്തിനെതിരല്ലാത്തപക്ഷം അയാളുടെ ക്രിമിനൽ കുറ്റകൃത്യത്തിന് അയാളെ ശിക്ഷിക്കാൻ പാടില്ല.

സെഷൻസ് കോടതിമുമ്പാകെ ഞങ്ങൾ ഒരു പ്രസ്താവന എഴുതി സമർപ്പിച്ചിരുന്നു. ഞങ്ങളുടെ ലക്ഷ്യം എന്തായിരുന്നുവെന്നും ആന്തരോദ്ദേശ്യം എന്തായിരുന്നുവെന്നും ആ പ്രസ്താവനയിൽ വിശദീകരിച്ചിട്ടുണ്ട്. എന്നാൽ പണ്ഡിതനായ ജഡ്ജി ആ പ്രസ്താവനയെ, തൂലികയുടെ ഒരൊറ്റ ചലനംകൊണ്ട് തള്ളിക്കളഞ്ഞു. അദ്ദേഹം പറഞ്ഞത് ഇങ്ങനെയാണ്: "സാധാരണഗതിയിൽ നിയമത്തിന്റെ പ്രവർത്തനത്തെ ഒരാൾ എങ്ങനെയാണ് ആ കുറ്റം ചെയ്തതെന്നോ എന്തുകൊണ്ട് അത് ചെയ്തുവെന്നോ ഉള്ള കാര്യം ബാധിക്കുകയില്ല." "ഈ രാജ്യത്ത് ഒരു കുറ്റകൃത്യത്തിന്റെ പിന്നിലുള്ള ലക്ഷ്യം എന്തായിരുന്നു എന്നതിനെക്കുറിച്ച് വിരളമായി മാത്രമേ നിയമവ്യാഖ്യാനങ്ങളിൽ പ്രതിപാദിക്കപ്പെടാറുള്ളു."

അഭിവന്ദ്യരേ, ഈ സാഹചര്യത്തിൽ പണ്ഡിതനായ ജഡ്ജി, ഞങ്ങളുടെ പ്രവൃത്തിയുടെ പരിണതഫലത്തിന്റെയോ അല്ലെങ്കിൽ ഞങ്ങളുടെ പ്രസ്താവനയിലെ മനഃശാസ്ത്രപരമായ വശത്തിന്റെയോ അടിസ്ഥാനത്തിലായിരുന്നു ഞങ്ങളുടെമേൽ വിധികല്പിക്കേണ്ടിയിരുന്നത് എന്നാണ് ഞങ്ങളുടെ വാദം. എന്നാൽ ഇതിലൊരു ഘടകവും അദ്ദേഹം പരിഗണിക്കുകയുണ്ടായില്ല.

ഞങ്ങൾ നിയമനിർമ്മാണസഭയിലേക്ക് എറിഞ്ഞ രണ്ട് ബോംബുകളും കായികമായോ സാമ്പത്തികമായോ ആർക്കും നാശമോ നഷ്ടമോ ഉണ്ടാക്കിയില്ല എന്ന കാര്യമാണ് പരിഗണിക്കേണ്ടത്. അതുകൊണ്ട് ഞങ്ങൾക്ക് നല്കിയിട്ടുള്ള ശിക്ഷ കടുത്തതായിപ്പോയി എന്നുമാത്രമല്ല അത് പ്രതികാരപരവും ആണ്. കൂടാതെ കുറ്റം ആരോപിക്കപ്പെട്ടയാളുടെ ഉദ്ദേശ്യം എന്തായിരുന്നുവെന്നത് അയാളുടെ മനഃശാസ്ത്രത്തെക്കുറിച്ച് മനസ്സിലാക്കാതെ കണ്ടുപിടിക്കാനാവില്ല. ഒരാളുടെ ആന്തരോദ്ദേശ്യം എന്തായിരുന്നു എന്നത് പരിഗണിക്കാതിരുന്നാൽ അയാൾക്ക് നീതി ലഭിക്കുകയില്ല. ആന്തരോദ്ദേശ്യത്തെ അവഗണിക്കുകയാണെങ്കിൽ ലോകത്ത് ഇന്നുള്ള ഉന്നതരായ സൈനിക ജന

റൽമാർപോലും സാധാരണ കൊലപാതകികളെപ്പോലെയായിരിക്കും കരുതേണ്ടിവരുക. റവന്യു ഉദ്യോഗസ്ഥന്മാർ കള്ളന്മാരും തട്ടിപ്പുകാരും ആണെന്ന് കരുതപ്പെട്ടേക്കാം. ജഡ്ജിമാർപോലും കൊലപാതകക്കുറ്റാരോപണത്തിന് വിധേയരായേക്കാം. ഇങ്ങനെയായാൽ സാമൂഹിക വ്യവസ്ഥിതിയും നാഗരികതയും ആകെ, കൊലപാതകങ്ങളും മോഷണവും തട്ടിപ്പും നടമാടുന്നതാണെന്നതരത്തിൽ അധഃപതിക്കും. ഗവൺമെന്റ്, ആന്തരോദ്ദേശ്യത്തെ അവഗണിക്കുന്നപക്ഷം ജനങ്ങളിൽനിന്നും ഉദ്യോഗസ്ഥന്മാരിൽനിന്നും ത്യാഗപൂർവ്വമായ സേവനങ്ങളൊന്നും ഗവൺമെന്റിന് പ്രതീക്ഷിക്കാനാവില്ല. ആന്തരോദ്ദേശ്യത്തെ അവഗണിച്ചാൽ, ഏതൊരു മതപ്രചാരകനെയും, അസത്യങ്ങൾ പ്രചരിപ്പിക്കുന്നവനായി മുദ്രകുത്തി അവഹേളിക്കാം. പ്രവാചകന്മാരെല്ലാം അജ്ഞരായ കോടിക്കണക്കിന് സാധാരണക്കാരെ വഴിതെറ്റിക്കുന്നവരാണെന്ന കുറ്റം അവരിൽ ആരോപിക്കപ്പെട്ടേക്കാം.

ആന്തരോദ്ദേശ്യം പരിഗണിക്കാതെ തള്ളിക്കളഞ്ഞാൽ യേശുക്രിസ്തുപോലും അസ്വാസ്ഥ്യങ്ങൾ സൃഷ്ടിക്കുന്നതിന് ഉത്തരവാദിയായ ആളായും, സമാധാന ഭഞ്ജകനായും, കലാപത്തിനുവേണ്ടി പ്രചാരണം നടത്തുന്നവനായും കരുതപ്പെട്ടേക്കാം. നിയമത്തിന്റെ ഭാഷയിൽ അദ്ദേഹത്തെ 'അപകടകാരിയായ വ്യക്തി'യായി പരിഗണിച്ചേക്കാം. പക്ഷേ, നാം അദ്ദേഹത്തെ ആരാധിക്കുന്നു. നമ്മുടെ ഹൃദയത്തിൽ അദ്ദേഹം ആദരവ് ഉളവാക്കുന്നു. അദ്ദേഹത്തിന്റെ പ്രതിബിംബം നമ്മളിൽ ആദ്ധ്യാത്മികതയുടെ അനുചലനങ്ങൾ സൃഷ്ടിക്കുന്നു. എന്തുകൊണ്ടാണത്? അദ്ദേഹത്തിന്റെ പ്രവർത്തനങ്ങളുടെ പിന്നിലുള്ള പ്രചോദനം മഹത്തായ ഒരു ആദർശത്തിന്റേതായിരുന്നു. അക്കാലത്തെ ഭരണാധികാരികൾക്ക് മഹത്തായ ആ ആദർശത്തെ അംഗീകരിക്കാൻ കഴിഞ്ഞില്ല. അവർക്ക് അദ്ദേഹത്തിന്റെ പുറമേയുള്ള പ്രവർത്തനങ്ങളെ മാത്രമേ നോക്കിക്കാണാനായുള്ളു. അതിനുശേഷം പത്തൊമ്പതു നൂറ്റാണ്ടുകൾ കഴിഞ്ഞിരിക്കുന്നു. ഈ കാലയളവിൽ നാം പുരോഗമിച്ചിട്ടില്ലേ? നമ്മൾ ഇനിയും ആ തെറ്റുകൾ ആവർത്തിക്കുമോ? അങ്ങനെയാണെങ്കിൽ, മനുഷ്യരാശിയുടെ ത്യാഗങ്ങളും, മഹത്തുക്കളായ എല്ലാ രക്തസാക്ഷികളുടെയും പരിശ്രമങ്ങളും എല്ലാം നിഷ്ഫലമായിരുന്നു എന്ന് സമ്മതിക്കേണ്ടിവരും. നാം ഇപ്പോഴും ഇരുപത് നൂറ്റാണ്ടുമുമ്പ് നിന്നിരുന്ന അതേ സ്ഥാനത്തുതന്നെയാണ് നിലയുറപ്പിക്കുന്നതെന്ന് കരുതേണ്ടിവരില്ലേ?

നിയമത്തിന്റെ കാഴ്ചപ്പാടിലാണെങ്കിൽതന്നെയും ആന്തരോദ്ദേശ്യത്തിന്റെ പ്രശ്നം സവിശേഷപ്രാധാന്യമുള്ളതാണ്. ജനറൽ ഡയറിന്റെ ഉദാഹരണം എടുത്തുനോക്കുക: അയാൾ വെടിവയ്പ് നടത്തി ആയിരക്കണക്കിന് നിരപരാധികളും നിരായുധരും ആയ ആളുകളെ കൊലചെയ്തു. എങ്കിലും സൈനികകോടതി അയാളെ വെടിവെച്ചു കൊല്ലാൻ ഉത്തരവിട്ടില്ല. മറിച്ച് അയാൾക്ക് ലക്ഷക്കണക്കിന് രൂപ പാരിതോഷികം

നല്കാനുള്ള ഉത്തരവാണ് പുറപ്പെടുവിച്ചത്. മറ്റൊരു ഉദാഹരണമെടുക്കുക. യുവാവായ ഒരു ഗൂർഖ-ശ്രീ. ഖഡക്ബഹാദൂർസിങ്-കല്ക്കത്തയിൽവച്ച് ഒരു മാർവാഡിയെ കൊന്നു. അയാളുടെ ആന്തരോദ്ദേശ്യത്തെ അവഗണിച്ചാൽ ഖഡക്ബഹാദൂർസിങ്ങിനെ തൂക്കിക്കൊല്ലണമായിരുന്നു. പക്ഷേ, അദ്ദേഹത്തിന് നല്കിയ ശിക്ഷ ലഘുവായതായിരുന്നു. കുറെ വർഷത്തെ തടവിനുള്ള വിധിയായിരുന്നു അത്. ശിക്ഷയുടെ കാലാവധി തീരുന്നതിന് വളരെ മുമ്പുതന്നെ അദ്ദേഹത്തെ ജയിലിൽനിന്നും മോചിപ്പിക്കുകയും ചെയ്തു. വധശിക്ഷയിൽനിന്നും അദ്ദേഹം രക്ഷപ്പെടത്തക്കവണ്ണം നിയമത്തിൽ വല്ല പഴുതുകളും ഉണ്ടായിരുന്നോ? അതോ, കൊലക്കുറ്റം തെളിയിക്കാൻ കഴിയാത്തതുകൊണ്ടാണോ? ഞങ്ങളെപ്പോലെതന്നെ അദ്ദേഹവും തന്റെ പ്രവൃത്തിയുടെ പൂർണ്ണ ഉത്തരവാദിത്വം ഏറ്റെടുത്തിരുന്നു. അദ്ദേഹം ഇന്ന് സ്വതന്ത്രനാണ്. എന്താണ് അദ്ദേഹത്തിന് വധശിക്ഷ നല്കാത്തതെന്ന് അഭിവന്ദ്യരായ താങ്കളോട് ഞാൻ ആരായട്ടെ? അദ്ദേഹത്തിന്റെ പ്രവൃത്തി കരുതിക്കൂട്ടിയുള്ളതും ആസൂത്രിതവും ആയിരുന്നു. ആന്തരോദ്ദേശ്യത്തിന്റെ കാര്യത്തിലാണെങ്കിൽ അദ്ദേഹം ചെയ്ത കുറ്റം കുറെക്കൂടി ഗൗരവതരവും മാരകമായതും ആയിരുന്നു. അദ്ദേഹത്തിന് ലഘുവായ ശിക്ഷ മാത്രം നല്കിയത് അദ്ദേഹത്തിന്റെ ഉദ്ദേശ്യം നല്ലതായിരുന്നതുകൊണ്ടാണ്. സൗന്ദര്യവതികളായ ഒട്ടേറെ യുവതികളുടെ ജീവിതം നശിപ്പിച്ച വൃത്തികെട്ട രക്തദാഹിയായ ഒരു നീരട്ടയിൽനിന്നും സമൂഹത്തെ രക്ഷിക്കുകയായിരുന്നു, അദ്ദേഹം ചെയ്തത്. നിയമത്തിന്റെ ഔപചാരികതകൾ പാലിക്കാൻവേണ്ടി മാത്രമാണ് ഖഡക്സിങ്ങിന് ലഘുവായ ഒരു ശിക്ഷ നല്കിയത്.

ഈ തത്ത്വം (നിയമം, ആന്തരോദ്ദേശ്യത്തിന് പരിഗണന നല്കുകയില്ല എന്ന തത്ത്വം) അസംബന്ധമാണ്. 'നിയമം മനുഷ്യനുവേണ്ടിയുള്ളതാണ്. അല്ലാതെ മനുഷ്യൻ നിയമത്തിനുവേണ്ടിയുള്ളതല്ല' എന്ന അടിസ്ഥാന നിയമതത്ത്വത്തിന് എതിരാണിത്. അപ്പോൾപിന്നെ, അതേ മാനദണ്ഡങ്ങൾതന്നെ ഞങ്ങളുടെ കാര്യത്തിലും പ്രയോഗിക്കാതിരിക്കുന്നത് എന്തുകൊണ്ടാണ്? ഇതിന്റെ ഉത്തരം വ്യക്തമാണ്. ഖഡക്സിങ്ങിനെ ശിക്ഷിക്കുമ്പോൾ ആന്തരോദ്ദേശ്യം പരിഗണിച്ചിരുന്നു. അതല്ലെങ്കിൽ ഒരു കൊലപാതകിക്ക് ഒരിക്കലും ആരാച്ചാരുടെ കയർ കുടുക്കിൽനിന്നും രക്ഷപ്പെടാനാവില്ല. ഞങ്ങളുടെ കുറ്റകൃത്യം ഗവൺമെന്റിന് എതിരായിരുന്നതുകൊണ്ടാണോ, അതോ ഞങ്ങളുടെ കൃത്യം രാഷ്ട്രീയപ്രാധാന്യമുള്ള ഒന്നായതുകൊണ്ടാണോ നിയമത്തിൽനിന്നും സാധാരണ ലഭിക്കേണ്ട ആനുകൂല്യം ഞങ്ങൾക്ക് നിഷേധിക്കപ്പെടുന്നത്? ബഹുമാനപ്പെട്ട കോടതി, ഈ സാഹചര്യങ്ങളിൽ ഇത്തരം ഹീനമായ മാർഗ്ഗങ്ങളിൽ അഭയം തേടുന്ന ഒരു ഗവൺമെന്റിന് നിലനില്ക്കാൻ അവകാശമില്ല എന്ന് ഉറപ്പിച്ച് പറയാൻ ഞങ്ങളെ അനുവദിച്ചാലും. അത് നിലനില്ക്കുന്നുവെങ്കിൽ തന്നെ തല്ക്കാലത്തേക്ക് മാത്രമായിരിക്കും.

ആ താല്ക്കാലിക നിലനില്പുപോലും പതിനായിരക്കണക്കിനാളുകളുടെ രക്തം ഒഴുക്കിയതിന്റെ കുറ്റം തലയിലേറ്റിക്കൊണ്ടായിരിക്കുകയും ചെയ്യും. ആന്തരോദ്ദേശ്യം എന്തായിരുന്നെന്ന് നോക്കിക്കാണാൻ നിയമം തയ്യാറായില്ലെങ്കിൽ ഒരിക്കലും നീതി പുലർത്താനാവില്ല. സുസ്ഥിരമായ സമാധാനവും ഉണ്ടാവില്ല.

ധാന്യമാവിൽ പാഷാണം (ഒരു വിഷം) കലർത്തുന്നത് എലിയെ കൊല്ലാൻ ഉദ്ദേശിച്ചുകൊണ്ടാണെങ്കിൽ അത് ഒരു കുറ്റകൃത്യമായി ആരും കരുതുകയില്ല. നേരെമറിച്ച് ഒരു ഉദ്ദേശ്യം മനുഷ്യനെ കൊല്ലാൻ ആണെങ്കിൽ അത് കൊലക്കുറ്റമായി പരിഗണിക്കപ്പെടും. അതുകൊണ്ടുതന്നെ യുക്തിക്ക് നിരക്കാത്തതും നീതിയുടെ തത്ത്വങ്ങൾക്കെതിരായതും ആയ നിയമങ്ങൾ റദ്ദാക്കേണ്ടതാണ്. നീതിക്ക് നിരക്കാത്ത ഇത്തരം നിയമങ്ങൾ കാരണമാണ് മഹാന്മാരായ പല ബുദ്ധിജീവികൾക്കും കലാപത്തിന്റെ പാതയിലേക്കിറങ്ങേണ്ടിവരുന്നത്.

ഞങ്ങളുടെ കേസിനെ സംബന്ധിച്ച വസ്തുക്കൾ വളരെ ലളിതമാണ്. 1929 ഏപ്രിൽ 8-ാം തീയതി ഞങ്ങൾ നിയമനിർമ്മാണ സഭയിലേക്ക് രണ്ട് ബോംബുകളെറിഞ്ഞു. സ്ഫോടനത്തിന്റെ ഫലമായി കുറെയാളുകൾക്ക് ചെറിയ പരിക്കുകളേറ്റു. ചേമ്പറിനകത്ത് ആകെ ബഹളമായി. നൂറുകണക്കിന് സന്ദർശകരും നിയമസഭാംഗങ്ങളും പുറത്തേക്കോടിപ്പോയി. സന്ദർശകഗ്യാലറിയിൽ എന്റെ സുഹൃത്ത് ബി കെ ദത്തും ഞാനും മാത്രം ഇരിപ്പിടങ്ങളിൽതന്നെ ഇരുന്നിരുന്നു. ഞങ്ങൾ സ്വയം അറസ്റ്റിന് വിധേയരായി. കൊലനടത്താൻ ശ്രമിച്ചു എന്ന കുറ്റത്തിന് ഞങ്ങളെ വിചാരണചെയ്യുകയും ജീവപര്യന്തം തടവിന് ഞങ്ങളെ ശിക്ഷിക്കുകയും ചെയ്തു. മുകളിൽ പറഞ്ഞതുപോലെ ബോംബു സ്ഫോടനംകൊണ്ട് നാലോ അഞ്ചോ ആളുകൾക്കുമാത്രം ചെറിയ പരിക്കുകളേറ്റു. ഒരു ബെഞ്ചിന് കേടുപാടുകളുണ്ടാകുകയും ചെയ്തു. ഞങ്ങൾക്ക് രക്ഷപ്പെടണമെന്ന ഉദ്ദേശ്യം ഉണ്ടായിരുന്നെങ്കിൽ അതിന് കഴിയുമായിരുന്നുവെന്ന് സെഷൻസ് ജഡ്ജിതന്നെ അംഗീകരിച്ചു. ഞങ്ങൾ കുറ്റം സമ്മതിക്കുകയും ഞങ്ങളുടെ നിലപാട് വിശദീകരിച്ചുകൊണ്ട് ഒരു പ്രസ്താവന നല്കുകയും ചെയ്തു. ഞങ്ങൾ ശിക്ഷയെ ഭയപ്പെടുന്നില്ല. എന്നാൽ ഞങ്ങളെ തെറ്റിദ്ധരിക്കുന്നത് ഞങ്ങൾക്കിഷ്ടമില്ല. ഞങ്ങളുടെ പ്രസ്താവനയിൽനിന്നും കുറെ ഖണ്ഡികകൾ ജഡ്ജി നീക്കിക്കളഞ്ഞു. ഇത് ഞങ്ങളുടെ യഥാർത്ഥ നിലപാടിന് ദോഷകരമാണെന്ന് ഞങ്ങൾ കരുതുന്നു.

ഞങ്ങളുടെ പ്രസ്താവന മുഴുവനും ശരിയായി പഠിക്കുകയാണെങ്കിൽ ഞങ്ങളുടെ അഭിപ്രായത്തിൽ ഞങ്ങളുടെ രാജ്യം ഇപ്പോൾ വളരെ വിഷമകരമായ ഒരു ഘട്ടത്തിലൂടെ കടന്നുപോകുകയാണ്. ആസന്നമായ അത്യാപത്ത് ഞങ്ങൾ മുൻകൂട്ടി കാണുകയും, യഥാവസരം ഒരു മുന്നറിയിപ്പ് ഉച്ചത്തിൽ വിളിച്ചറിയിക്കേണ്ടത് ആവശ്യമാണെന്ന് കരുതുകയും ചെയ്തു. ഞങ്ങൾക്ക് യുക്തമെന്ന് തോന്നിയ രീതിയിൽ ആ

മുന്നറിയിപ്പ് നല്കുകയും ചെയ്തു. ഞങ്ങൾക്ക് തെറ്റുപറ്റിപ്പോയിരിക്കാം. ഞങ്ങളുടെ ചിന്താഗതിയും പണ്ഡിതനായ ജഡ്ജിയുടെ ചിന്താഗതിയും വ്യത്യസ്തമായിരിക്കാം. എന്നാൽ അതിന്റെ അർത്ഥം, ഞങ്ങളുടെ ആശയങ്ങൾ പ്രകടിപ്പിക്കാനുള്ള അനുവാദം നിഷേധിക്കപ്പെടണമെന്നോ ഞങ്ങളുടെ പേരിൽ തെറ്റായ കാര്യങ്ങൾ പ്രചരിപ്പിക്കപ്പെടാമെന്നോ അല്ല.

ഞങ്ങളുടെ പ്രസ്താവനയിൽ 'വിപ്ലവം നീണാൾ വാഴട്ടെ,' 'സാമ്രാജ്യത്വം നശിക്കട്ടെ" എന്നീ മുദ്രാവാക്യങ്ങൾകൊണ്ട് ഞങ്ങൾ ഉദ്ദേശിക്കുന്നതെന്താണെന്ന് വിശദമായി ഞങ്ങൾ പ്രതിപാദിച്ചിരുന്നു. ഞങ്ങളുടെ ആശയങ്ങളുടെ കാതലായിരുന്നു അത്. ആ ഭാഗമാണ് ഞങ്ങളുടെ പ്രസ്താവനയിൽനിന്നും നീക്കം ചെയ്തത്. 'വിപ്ലവം' എന്ന പദത്തിന് സാധാരണയായി തെറ്റായ ഒരർത്ഥം നല്കിപ്പോരുന്നുണ്ട്. ഞങ്ങളുടെ ധാരണ അതല്ല. ബോംബുകളും കൈത്തോക്കുകളും വിപ്ലവം സൃഷ്ടിക്കുകയില്ല. വിപ്ലവഖഡ്ഗം ആശയങ്ങളുടെ ഉരകല്ലിലാണ് കൂർപ്പിച്ചെടുക്കുന്നത്. ഇതാണ് ഉറപ്പിച്ച് പറയാൻ ഞങ്ങൾ ആഗ്രഹിച്ചത്. വിപ്ലവം എന്ന വാക്കുകൊണ്ട് ഞങ്ങൾ അർത്ഥമാക്കുന്നത് മുതലാളിത്തയുദ്ധങ്ങൾ കാരണമുണ്ടാകുന്ന ദുരിതങ്ങൾ അവസാനിപ്പിക്കണമെന്നാണ്. ഞങ്ങളുടെ ഉദ്ദേശ്യലക്ഷ്യങ്ങളെക്കുറിച്ചും, അവ സാക്ഷാൽക്കരിക്കാനുള്ള മാർഗ്ഗങ്ങളെക്കുറിച്ചും മനസ്സിലാക്കാതെ ഞങ്ങളെപ്പറ്റി വിധിനിർണ്ണയിക്കുന്നത് ഉചിതമല്ല. ഞങ്ങളുടെ പേരുമായി തെറ്റായ ആശയങ്ങളെ ബന്ധപ്പെടുത്തുന്നത് തികച്ചും അനീതിയാണ്.

ജനങ്ങൾക്കിടയിലെ അസ്വസ്ഥത വർദ്ധിച്ചുവരുകയാണെന്നും തക്കസമയത്ത് ചികിത്സിക്കപ്പെടാതിരുന്നാൽ രോഗം ഒരു വിഷമഘട്ടത്തിലെത്തിച്ചേരാനിടയുണ്ടെന്നും യഥാവസരം മുന്നറിയിപ്പു നല്കേണ്ടത് ആവശ്യമായിരുന്നു. ഞങ്ങളുടെ മുന്നറിയിപ്പ് ശ്രദ്ധിക്കപ്പെടാതെ പോകുകയാണെങ്കിൽ ആ സ്ഥിതിവിശേഷം ഉണ്ടാകുന്നത് തടയുക എന്നത് മനുഷ്യശക്തിക്ക് അതീതം ആയിരിക്കും. കൊടുങ്കാറ്റിനെ ശരിയായ ദിശയിലേക്ക് തിരിച്ചുവിടാൻ വേണ്ടിയാണ് ഞങ്ങൾ ഈ നടപടി കൈക്കൊണ്ടത്. ഞങ്ങൾ ചരിത്രം ഗൗരവപൂർവ്വം പഠിക്കുന്ന വിദ്യാർത്ഥികളാണ്. തക്കസമയത്ത് ഭരണാധികാരശക്തികൾ ഉചിതമായ രീതിയിൽ പ്രവർത്തിച്ചിരുന്നെങ്കിൽ ഫ്രാൻസിലും റഷ്യയിലും രക്തരൂഷിതമായ വിപ്ലവങ്ങൾ ഉണ്ടാവുമായിരുന്നില്ലെന്നാണ് ഞങ്ങൾ വിശ്വസിക്കുന്നത്. ലോകത്തെ പല വൻശക്തികളും ആശയങ്ങളുടെ കൊടുങ്കാറ്റിനെ തടഞ്ഞുനിർത്താൻ ശ്രമിച്ചതിനെത്തുടർന്നാണ് അവർതന്നെ രക്തച്ചൊരിച്ചിലിന്റെ അന്തരീക്ഷത്തിൽ അമർന്നുപോകാനിടയായത്. ഭരണാധികാരികളായ ആളുകൾക്ക് ഒഴുക്കിന്റെ ഗതിയെ തടയാനാവില്ല. ഞങ്ങൾ ആദ്യത്തെ മുന്നറിയിപ്പ് നല്കാനാണ് ആഗ്രഹിച്ചത്. ചില പ്രധാനപ്പെട്ട വ്യക്തികളെ കൊല്ലാനാണ് ഞങ്ങൾ ഉദ്ദേശിച്ചിരുന്നതെങ്കിൽ ഞങ്ങളുടെ യഥാർത്ഥ ലക്ഷ്യം സാക്ഷാൽക്കരിക്കുന്ന

തിൽ ഞങ്ങൾ പരാജയപ്പെട്ടേനെ.

അഭിവന്ദ്യരേ, ഞങ്ങളുടെ പ്രവൃത്തിയുടെ പിന്നിലുണ്ടായിരുന്ന ലക്ഷ്യവും ആദർശവും ഇതായിരുന്നു. ഞങ്ങളുടെ പ്രവൃത്തിയുടെ ഫലം ഞങ്ങളുടെ പ്രസ്താവനയ്ക്ക് സ്ഥിരീകരണം നല്കുകയും ചെയ്യുന്നു. ഒരുകാര്യം കൂടി വിശദീകരിക്കേണ്ടതുണ്ട്: അത് ഞങ്ങൾ ഉപയോഗിച്ച ബോംബിന്റെ ശക്തിയെക്കുറിച്ചാണ്. ആ ബോംബുകളുടെ ശക്തിയെക്കുറിച്ച് ഞങ്ങൾക്ക് യാതൊരു വിവരവും ഇല്ലായിരുന്നെങ്കിൽ പണ്ഡിറ്റ് മോത്തിലാൽ നെഹ്റു, ശ്രീ. കെൽക്കർ, ശ്രീ. ജയക്കർ, ശ്രീ. ജിന്ന തുടങ്ങിയ ആദരണീയരായ ദേശീയനേതാക്കളുടെ സാന്നിദ്ധ്യത്തിൽവെച്ച് ആ ബോംബുകൾ എടുത്തെറിയുന്ന പ്രശ്നമേ ഇല്ലായിരുന്നു. ഞങ്ങളുടെ നേതാക്കൻമാരുടെ ജീവൻ നഷ്ടപ്പെടാൻ ഇടയാക്കുന്ന തരത്തിൽ ഞങ്ങൾക്കെങ്ങനെ പ്രവർത്തിക്കാൻ കഴിയുമായിരുന്നു? എന്തായാലും ഞങ്ങൾ ഭ്രാന്തന്മാരല്ല. അങ്ങനെയായിരുന്നെങ്കിൽ ഞങ്ങളെ ജയിലിൽ അടയ്ക്കുന്നതിനുപകരം ഭ്രാന്താശുപത്രിയിലേക്ക് അയക്കുകയായിരിക്കും ചെയ്യുമായിരുന്നത്. ആ ബോംബുകളുടെ ശക്തിയെക്കുറിച്ച് ഞങ്ങൾക്ക് പൂർണ്ണമായ അറിവ് ഉണ്ടായിരുന്നു. അതുകൊണ്ടാണ് ഞങ്ങൾ ദൃഢവിശ്വാസത്തോടെ പ്രവർത്തിച്ചത്. ആളുകൾ ഇരുന്ന ബഞ്ചുകളിലേക്ക് വേണമെങ്കിൽ ഈ ബോംബുകൾ ഞങ്ങൾക്ക് അനായാസം എറിയാമായിരുന്നു. എന്നാൽ ശൂന്യമായ ബഞ്ചുകൾക്കുനേരെ ബോംബുകൾ എറിഞ്ഞതും വളരെ പ്രയാസപ്പെട്ടാണ്. ഞങ്ങൾ സുബോധമുള്ളവരല്ലായിരുന്നെങ്കിൽ അഥവാ ഞങ്ങൾ മനസ്സിന്റെ സമനില തെറ്റിയവരായിരുന്നെങ്കിൽ ഞങ്ങൾ എറിഞ്ഞ ബോംബുകൾ, ആളുകൾ ഇരുന്ന ബഞ്ചുകളിലേക്ക് വീണേക്കാമായിരുന്നു. ശൂന്യമായ ബഞ്ചുകളിലേക്ക് ആകുമായിരുന്നില്ല. അതുകൊണ്ട് ഞങ്ങൾ പ്രകടിപ്പിച്ച ധീരതയ്ക്കും സൂക്ഷ്മതയോടെ ശൂന്യമായ ബഞ്ചുകളുള്ള സ്ഥലത്തേക്ക് ബോംബുകൾ എറിഞ്ഞതിനും ഞങ്ങൾക്ക് പാരിതോഷികം നല്കണമെന്നാണ് എനിക്ക് ബോധിപ്പിക്കാനുള്ളത്. ബഹുമാന്യരേ, ഈ സാഹചര്യങ്ങളിലാണ്, ഞങ്ങളെക്കുറിച്ച് ശരിയായ ഒരു ധാരണ ഇല്ലെന്ന് ഞങ്ങൾ കരുതുന്നത്. ഞങ്ങളുടെ ശിക്ഷ കുറച്ചുകിട്ടാൻ വേണ്ടിയല്ല ഞങ്ങൾ താങ്കളുടെ മുമ്പാകെ ഹാജരായിട്ടുള്ളത്. ഞങ്ങളുടെ നിലപാട് എന്താണെന്ന് വ്യക്തമാക്കാനാണ് ഞങ്ങൾ ഇവിടെ വന്നത്. നീതിരഹിതമായ രീതിയിൽ ഞങ്ങളോട് പെരുമാറരുതെന്നും ഞങ്ങൾക്ക് എതിരായി നീതിക്കുനിരക്കാത്ത രീതിയിലുള്ള അഭിപ്രായം പ്രകടിപ്പിക്കരുതെന്നുമാണ് ഞങ്ങൾ ആവശ്യപ്പെടുന്നത്. ഞങ്ങളെ സംബന്ധിച്ചിടത്തോളം ശിക്ഷയുടെ പ്രശ്നത്തിന് കുറഞ്ഞ പ്രാധാന്യമേ ഉള്ളു.

ലാഹോർ ഗൂഢാലോചനക്കേസ് ഓർഡിനൻസിനെക്കുറിച്ച്

ലാഹോർ ഗൂഢാലോചനക്കേസിലെ പ്രതികളുടെ തന്ത്രം, കേസ് ദീർഘിപ്പിച്ചു കൊണ്ടുപോകുകയും കോടതിയെ വിപ്ലവ പാർട്ടിയുടെ ഉദ്ദേശലക്ഷ്യങ്ങൾ പ്രചരിപ്പിക്കാനുള്ള ഒരു വേദിയായി ഉപയോഗപ്പെടുത്തുകയും ചെയ്യുക എന്നതായിരുന്നു. ഗവൺമെന്റ് ഈ തന്ത്രം മനസ്സിലാക്കുകയും, കോടതിനടപടികൾ ത്വരിതപ്പെടുത്താനായി കീഴ്കോടതിയിൽനിന്നും കേസ് പിൻവലിക്കുകയും 1930 ലെ എൽ സി സി ഓർഡിനൻസ് നമ്പർ 3 എന്ന പേരിൽ ഒരു ഓർഡിനൻസ് പ്രഖ്യാപിക്കുകയും ചെയ്തു. ഈ ഓർഡിനൻസിന്റെ ബലത്തിൽ ഗവൺമെന്റ് മൂന്ന് ഹൈക്കോടതി ജഡ്ജിമാർ ഉൾപ്പെട്ട ഒരു സ്പെഷ്യൽ ട്രിബ്യൂണലിനെ നിയോഗിക്കുകയും, കേസ് ആ ട്രിബ്യൂണലിന് ഏല്പിച്ചുകൊടുത്തുകൊണ്ട്, സാക്ഷികളെ ഒഴിവാക്കാനും പ്രതികളുടെ അസാന്നിദ്ധ്യത്തിൽപ്പോലും കേസ് നടത്തിക്കൊണ്ടുപോകാനും ഉള്ള അധികാരം അതിന് നല്കുകയും ചെയ്തു. അപ്പീലിനുള്ള അവകാശവും പ്രതികൾക്ക് നിഷേധിക്കപ്പെട്ടു. ഈ നടപടിയെ ന്യായീകരിച്ചുകൊണ്ട് പ്രതികൾ കൂടെക്കൂടെ നിരാഹാരസമരം നടത്തുകയും, കേസ് നടത്തിക്കൊണ്ടുപോകാൻ കോടതിക്ക് സാദ്ധ്യമല്ലാതാക്കിത്തീർക്കുകയും ചെയ്യുകയാണെന്ന് ഗവർണർ ജനറൽ പറഞ്ഞു. ഈ സാഹചര്യത്തിലാണ് ഭഗത്സിങ് ഗവർണർ ജനറലിന്റെ വാദങ്ങളെ ഖണ്ഡിക്കാനായി താഴെ ചേർത്തിട്ടുള്ള കത്ത് അയച്ചത്.

1930 മെയ് 2

ഹിസ് എക്സെലൻസി
ദി ഗവർണർ ജനറൽ ഒഫ് ഇന്ത്യ
സിംല
സർ,

ഞങ്ങളുടെ വിചാരണ ത്വരിതപ്പെടുത്താനായി പുറപ്പെടുവിച്ചിട്ടുള്ള സ്പെഷ്യൽ ഓർഡിനൻസിന്റെ പൂർണ്ണരൂപം ഞങ്ങളെ വായിച്ചു കേൾപ്പിച്ചു. പഞ്ചാബ് ഹൈക്കോടതി ചീഫ് ജസ്റ്റീസ് ട്രിബ്യൂണലിനെ നിയമിക്കുകയും ചെയ്തിരിക്കുന്നു. ഈ വാർത്ത ഞങ്ങൾ സ്വാഗതം ചെയ്യുന്നു. ഈ കേസിൽ ഞങ്ങൾ സ്വീകരിച്ച നിലപാടിനെക്കുറിച്ച് താങ്കൾ പരാമർശിച്ചില്ലായിരുന്നെങ്കിൽ–ആ പരാമർശത്തിലൂടെ മുഴുവൻ ഉത്തരവാദിത്വവും ഞങ്ങളുടെ ചുമലിലേക്ക് കയറ്റിവെക്കാൻ ശ്രമിക്കാതിരുന്നെങ്കിൽ–ഞങ്ങൾ നിശ്ശബ്ദരായിരുന്നേനെ. ഇപ്പോൾ നിലവിലുള്ള സ്ഥിതിയിൽ ഞങ്ങളുടെ നിലപാട് വ്യക്തമാക്കുന്നതിന് ഒരു പ്രസ്താവന നടത്തേണ്ടത് ആവശ്യമാണെന്ന് ഞങ്ങൾ കരുതുന്നു.

ആരംഭത്തിൽതന്നെ ഞങ്ങൾക്ക് കാണാൻ കഴിഞ്ഞ ഒരു കാര്യം ഗവൺമെന്റ് അധികൃതർ എപ്പോഴും ഞങ്ങളെപ്പറ്റി തെറ്റായ ധാരണ പരത്താനുള്ള ബോധപൂർവ്വമായ ശ്രമം നടത്തിപ്പോരുകയായിരുന്നു എന്നതാണ്. എന്തായാലും ഇതൊരു സമരമാണല്ലോ. തെറ്റിദ്ധരിപ്പിക്കുക എന്നതാണ് അതിന്റെ ശത്രുക്കളെ നേരിടാൻ ഗവൺമെന്റിന്റെ കരങ്ങളിലുള്ള മികച്ച ആയുധം. എല്ലായ്പ്പോഴും അത് അങ്ങനെതന്നെ ആയിരുന്നുതാനും. ഈ ഹീനമായ അടവിനെപ്പറ്റി ഞങ്ങൾക്ക് വെറുപ്പ് ഒട്ടുമേയില്ല. എന്നാൽ ചില കാര്യങ്ങൾ പരിഗണിക്കുമ്പോൾ താഴെചേർക്കുന്ന എതിർവാദങ്ങൾ ഉന്നയിക്കാൻ ഞങ്ങൾ നിർബ്ബന്ധിതരാകുന്നു.

ലാഹോർ ഗൂഢാലോചന ഓർഡിനൻസ് പുറപ്പെടുവിച്ചതോടൊപ്പമുള്ള താങ്കളുടെ പ്രസ്താവനയിൽ ഞങ്ങളുടെ നിരാഹാരസമരത്തെക്കുറിച്ച് പരാമർശിച്ചിട്ടുണ്ട്. ഞങ്ങളിൽ രണ്ടുപേർ സ്പെഷ്യൽ മജിസ്ട്രേട്ട് ശ്രീ. പണ്ഡിറ്റ് ശ്രീകൃഷ്ണന്റെ കോടതിയിൽ ഈ കേസിലെ അന്വേഷണം തുടങ്ങുന്നതിനു മുമ്പുതന്നെ നിരാഹാരസമരം തുടങ്ങിയിരുന്നുവെന്ന് താങ്കൾ തന്നെ സമ്മതിച്ചിട്ടുണ്ട്. അതുകൊണ്ട്, ഈ വിചാരണയുമായി നിരാഹാരസമരത്തിന് യാതൊരു ബന്ധവും ഇല്ലെന്ന് സാമാന്യബോധമുള്ള ആർക്കും മനസ്സിലാക്കാൻ കഴിയും. നിരാഹാരസമരം ആരംഭിക്കുന്നതിന് ഞങ്ങൾക്ക് ന്യായയുക്തമായ കാരണങ്ങൾ ഉണ്ടായിരുന്നു. പരാതികൾ ഉണ്ടായിരുന്നുവെന്ന കാര്യം ഗവൺമെന്റിന് അംഗീകരിക്കേണ്ടിവന്നു. പ്രശ്നം ഒത്തുതീർപ്പിലൂടെ പരിഹരിക്കുന്നതിനുള്ള ചില ഏർപ്പാടുകൾ ചെയ്യുന്നതായുള്ള സൂചനകൾ ഗവൺമെന്റിന്റെ ഭാഗത്തുനിന്നുണ്ടാവുകയും പ്രാദേശിക ജയിൽ അന്വേഷക്കമ്മിറ്റികൾ നിയമിക്കപ്പെടുകയും ചെയ്തപ്പോൾ ഞങ്ങൾ നിരാഹാരസമരം ഉപേക്ഷിച്ചു. എന്നാൽ ആദ്യം ഞങ്ങളെ അറിയിച്ചത് പ്രശ്നത്തിൻമേലുള്ള അവസാ

നതീരുമാനം നവംബറിൽ ഉണ്ടാകുമെന്നായിരുന്നു. പിന്നീട് അത് ഡിസംബർവരേക്കും നീട്ടിവച്ചു. പക്ഷേ, ജനുവരിമാസം കഴിഞ്ഞിട്ടും ഇക്കാര്യത്തിൽ ഗവൺമെന്റ് എന്തെങ്കിലും ചെയ്യാനുദ്ദേശിക്കുന്നുണ്ടോ ഇല്ലയോ എന്ന കാര്യത്തിൽ യാതൊരു സൂചനയും ഉണ്ടായില്ല. പ്രശ്നം പരിഹരിക്കുന്ന കാര്യം ഗവൺമെന്റ് പരണത്തുവെച്ചെന്ന ആശങ്ക ഞങ്ങൾക്കുണ്ടായി. അതുകൊണ്ടാണ് പൂർണ്ണമായും ഒരാഴ്ചത്തെ നോട്ടീസ് നല്കിക്കൊണ്ട് 1930 ഫെബ്രുവരി 4 ന് രണ്ടാമത്തെ നിരാഹാരസമരം തുടങ്ങിയത്. അപ്പോൾ മാത്രമാണ് ഗവൺമെന്റ് പ്രശ്നത്തിന് പരിഹാരം ഉണ്ടാക്കാനുള്ള ശ്രമം തുടങ്ങിയത്. ഗവൺമെന്റ് ഒരു വിജ്ഞാപനം പുറപ്പെടുവിക്കുകയും ഞങ്ങൾ വീണ്ടും നിരാഹാരസമരം ഉപേക്ഷിക്കുകയും ചെയ്തു. ഇക്കാര്യത്തിലുള്ള അവസാന തീരുമാനം നടപ്പിലാക്കുന്നത് കാണാൻപോലും ഞങ്ങൾ കാത്തിരുന്നില്ല. ഇപ്പോൾ മാത്രമാണ്, ബ്രിട്ടീഷ് ഗവൺമെന്റ് ഇത്തരം സാധാരണ കാര്യങ്ങളിൽപ്പോലും കള്ളം പറയുക എന്ന നയം ഉപേക്ഷിച്ചിട്ടില്ലെന്ന് ഞങ്ങൾക്ക് ബോദ്ധ്യപ്പെട്ടത്. വിജ്ഞാപനം നിശ്ചിതവ്യവസ്ഥകൾ ഉൾക്കൊള്ളുന്നതാണ്. എന്നാൽ പ്രായോഗികമായി അവയ്ക്ക് വിരുദ്ധമായ നടപടികളാണ് ഞങ്ങൾക്ക് കാണാൻ കഴിയുന്നത്. എന്തായാലും ഈ പ്രശ്നം ചർച്ചചെയ്യാനുള്ള ഉചിതമായ വേദി ഇതല്ലല്ലൊ. സന്ദർഭം വരുകയാണെങ്കിൽ അത് പിന്നീട് ഞങ്ങൾ കൈകാര്യം ചെയ്തുകൊള്ളാം. എന്നാൽ ഈ കത്തിൽ ഞങ്ങൾ തറപ്പിച്ചുപറയാൻ ആഗ്രഹിക്കുന്ന കാര്യം നിരാഹാര സമരം ഒരിക്കലും കോടതിനടപടികൾക്ക് എതിരായിട്ടായിരുന്നില്ല എന്നതാണ്. അത്തരത്തിൽ സാധാരണഗതിയിലുള്ള ഏതെങ്കിലും ഉദ്ദേശ്യംവെച്ചുകൊണ്ട് ഇത്തരത്തിലുള്ള വമ്പിച്ച ക്ലേശങ്ങൾ ആരും ക്ഷണിച്ചുവരുത്തില്ല. മഹത്തായ ത്യാഗങ്ങളും ഇത്തരം നിസാരകാര്യങ്ങൾക്കുവേണ്ടി ആരും ചെയ്യാൻ തയ്യാറാവില്ല. നിസാരമായ ഇത്തരം കാരണങ്ങൾക്കുവേണ്ടിയായിരുന്നില്ല, ദാസ് അദ്ദേഹത്തിന്റെ ജീവൻ ബലിയർപ്പിച്ചത്. കോടതിവിചാരണ നീട്ടിക്കൊണ്ടുപോകാൻവേണ്ടിയായിരുന്നില്ല, രാജഗുരുവും മറ്റും അവരുടെ ജീവൻ അപകടത്തിലാക്കാൻ തുനിഞ്ഞത്.

നിരാഹാരസമരം കാരണമായിരുന്നില്ല, ഇപ്പോൾ ഈ ഓർഡിനൻസ് പുറപ്പെടുവിക്കാൻ താങ്കൾ നിർബ്ബന്ധിതനായതെന്ന കാര്യം താങ്കൾക്കും ബന്ധപ്പെട്ട മറ്റെല്ലാവർക്കും വ്യക്തമായി അറിയാവുന്നതാണ്. താങ്കളുടെ ഗവൺമെന്റിന്റെ തലവന്മാർക്ക് ആശയക്കുഴപ്പം ഉണ്ടാക്കിയ മറ്റെന്തോ കാരണങ്ങളുണ്ട്. കേസിന്റെ നടത്തിപ്പ് ദീർഘിപ്പിച്ചുകൊണ്ടുപോകുന്നു എന്നതോ മറ്റേതെങ്കിലും അടിയന്തരസ്ഥിതിഗതിയോ ആയിരുന്നില്ല ഈ നിയമവിരുദ്ധമായ നിയമത്തിൽ ഒപ്പുവെക്കാൻ താങ്കളെ നിർബ്ബന്ധിതനാക്കിയത്. അത് തീർച്ചയായും മറ്റെന്തോ കാരണങ്ങൾ കൊണ്ടാണ്.

എന്നാൽ ഈ ഓർഡിനൻസുകൾ കൊണ്ടൊന്നും ഞങ്ങളുടെ സമരവീര്യത്തെ അടിച്ചമർത്താൻ കഴിയില്ലെന്ന് എക്കാലത്തേക്കുമായി

ഞങ്ങൾ പ്രഖ്യാപിക്കട്ടെ. ചില വ്യക്തികളെ നിങ്ങൾക്ക് അടിച്ചമർത്താൻ കഴിഞ്ഞേക്കാം. ഈ ഓർഡിനൻസിനെ സംബന്ധിച്ച് പറയുകയാണെങ്കിൽ അത് ഞങ്ങളുടെ വിജയം കുറിക്കുന്നു എന്നാണ് ഞങ്ങൾ കരുതുന്നത്. ആദ്യം മുതൽതന്നെ നിലവിലുള്ള ഈ നിയമം ഒരു കപടനാടകം മാത്രമാണെന്ന് ഞങ്ങൾ ചൂണ്ടിക്കാണിച്ചുവന്നിരുന്നു. ആ നിയമംകൊണ്ട് നീതി നടപ്പാക്കാനാവില്ല. കുറ്റം ആരോപിക്കപ്പെട്ടിട്ടുള്ള പ്രതികൾക്ക് ന്യായമായും നിയമപരമായും അവകാശപ്പെട്ടതും സാധാരണ കേസുകളിലെ പ്രതികൾക്ക് അനുവദിച്ചുകൊടുത്തുവരുന്നതുമായ ആനുകൂല്യാവകാശങ്ങൾ രാഷ്ട്രീയത്തടവുകാർക്ക് അനുവദിച്ചുകൊടുക്കാൻ കഴിയുന്നില്ല. രാഷ്ട്രീയത്തടവുകാർക്ക് അവരുടെ കേസ് വാദിക്കാനുള്ള അവകാശം ലഭിക്കാൻപോലുമുള്ള അവസരം അവർക്ക് നല്കില്ല എന്ന് തുറന്നു സമ്മതിച്ചുകൊണ്ട് ഗവൺമെന്റ് അതിന്റെ മുഖാവരണം വലിച്ചുമാറ്റി മുന്നോട്ടുവരണം എന്നാണ് ഞങ്ങൾ ആഗ്രഹിക്കുന്നത്. ഇവിടെ ഇതാ, ഗവൺമെന്റിന്റെ മറവൊന്നുമില്ലാത്ത ഏറ്റുപറച്ചിൽ ഞങ്ങൾക്ക് ലഭിച്ചിരിക്കുന്നു. ആ ആർജ്ജവത്തെ ഞങ്ങൾ മാനിക്കുന്നു. താങ്കളെയും താങ്കളുടെ ഗവൺമെന്റിനെയും അക്കാര്യത്തിൽ ഞങ്ങൾ അഭിനന്ദിക്കുന്നു.

താങ്കളുടെ ഏജന്റുമാരുടെ സ്പെഷ്യൽ മജിസ്ട്രേട്ട്, പ്രോസിക്യൂഷൻ അഭിഭാഷകൻ എന്നിവരുടെ ഭാഗത്തുനിന്നും ഞങ്ങളുടെ നിലപാട് ഈ കാലയളവിലുടനീളം ന്യായയുക്തമായിരുന്നുവെന്നുള്ള തുറന്ന ഏറ്റുപറച്ചിൽ ഉണ്ടായിട്ടുകൂടി, ഞങ്ങളുടെ കേസിന്റെ നിലനില്പിനെ സംബന്ധിച്ചുള്ള ചിന്തതന്നെ താങ്കളിൽ ആശയക്കുഴപ്പം സൃഷ്ടിച്ചിരിക്കുകയാണ്. ഈ സമരത്തിൽ ഞങ്ങളുടെ വിജയം ഉറപ്പാക്കുന്നതിന് ഇതിൽ കൂടുതലായി മറ്റെന്താണ് വേണ്ടത്?

കോടതി മുമ്പാകെ തങ്ങളുടെ കേസ് വാദിക്കാത്ത പ്രതികളുടെ പ്രസ്താവന

പ്രചാരണപരമായ ഉദ്ദേശ്യങ്ങൾക്കായി ലാഹോർ ഗൂഢാലോചന കേസിലെ പ്രതികൾ സ്വയം മൂന്ന് ഗ്രൂപ്പുകളായി തരംതിരിയുകയുണ്ടായി. ആദ്യത്തെ ഗ്രൂപ്പ്, അഭിഭാഷകൻ മുഖാന്തരം വിചാരണയിൽ ഭാഗഭാക്കാവുന്ന സഖാക്കൾ ഉൾപ്പെട്ടതായിരുന്നു. അവർക്കെതിരായി വലിയ തെളിവൊന്നും ഇല്ലായിരുന്നതുകൊണ്ട് വെറുതെവിടാൻ സാദ്ധ്യതയുള്ള പ്രതികൾ ഉൾപ്പെട്ട ഈ ഗ്രൂപ്പ് വളരെ ചെറിയതായിരുന്നു.

രണ്ടാമത്തെ ഗ്രൂപ്പ്, അഭിഭാഷകരുടെ പ്രാതിനിദ്ധ്യം ഇല്ലായിരുന്ന പ്രതികൾ ഉൾപ്പെട്ടതായിരുന്നു. ഭഗത്സിങ് ഈ ഗ്രൂപ്പിൽപ്പെട്ടയാളായിരുന്നു. ഈ ഗ്രൂപ്പിലെ സഖാക്കൾ സാധാരണയായി കോടതിയിൽ തങ്ങളുടെ വാദങ്ങൾ ഉന്നയിച്ചുകൊണ്ട് സംസാരിച്ചിരുന്നു. പ്രോസിക്യൂഷൻ സാക്ഷികളെ എതിർവിസ്താരം ചെയ്യുകയും കോടതിയുടെ ഉത്തരവുകളെ വെല്ലുവിളിക്കുകയും രാഷ്ട്രീയ പ്രസംഗങ്ങൾ നടത്തുകയും ചെയ്തുകൊണ്ട് വിചാരണ നടപടികൾ നീട്ടിക്കൊണ്ടുപോകാനാവുന്നത്ര പരിശ്രമിക്കുകയും ചെയ്തു.

മൂന്നാമത്തെ ഗ്രൂപ്പാകട്ടെ, തങ്ങളുടെ കേസ് വാദിക്കാത്ത പ്രതികളായിരുന്നു. അവർ കോടതിയുടെയും ഗവൺമെന്റിന്റെയും ഉത്തമവിശ്വാസത്തെ വെല്ലുവിളിക്കാനാണ് തീരുമാനിച്ചിരുന്നത്. ആദ്യ ദിവസംതന്നെ എഴുതി തയ്യാറാക്കിയ ഒരു പ്രസ്താവന ട്രിബ്യൂണൽ മുമ്പാകെ സമർപ്പിച്ചു. ഒരു വിദേശിഗവൺമെന്റിനെയും ആ ഗവൺമെന്റ് നിയോഗിക്കുന്ന കോടതിയെയും തങ്ങൾ അംഗീകരിക്കുന്നില്ലെന്നും ശത്രുവിന്റെ കോടതിയിൽനിന്നും തങ്ങൾക്ക്

നീതി ലഭിക്കുമെന്ന പ്രതീക്ഷയില്ലെന്നും പ്രസ്താവനയിൽ അവർ പറഞ്ഞു. പ്രസ്താവന തയ്യാറാക്കിയത് ഭഗത്സിങ് ആയിരുന്നു. കോടതിയിൽ അത് വായിച്ചത് ജിതേന്ദ്രനാഥ് സന്യാലും ആയിരുന്നു. അതിൽ ഒപ്പുവെച്ച മറ്റുനാലുപേർ മഹാബീർസിങ്, ഗയാപ്രസാദ് കടിയാർ, കുന്ദൻലാൽ, ബടുകേശ്വർദത്ത് എന്നിവരായിരുന്നു. ആ പ്രസ്താവന രാജ്യദ്രോഹപരമാണെന്ന് ട്രിബ്യൂണൽ പ്രഖ്യാപിക്കുകയും അത് നിരോധിക്കുകയും ചെയ്തു. കോടതിയുടെ രേഖകളുടെ ഭാഗമായി അത് സ്വീകരിക്കുന്നില്ലെന്നും പറഞ്ഞു.

ലാഹോർ ഗൂഢാലോചനക്കേസിലെ
സ്പെഷ്യൽ ട്രിബ്യൂണൽ കമ്മീഷണർക്ക്
ലാഹോർ

മാന്യരെ,

ഞാൻ ഉൾപ്പെടെയുള്ള അഞ്ച് സഖാക്കൾക്കുവേണ്ടി ഈ വിചാരണയുടെ ആരംഭഘട്ടത്തിൽതന്നെ താഴെചേർത്ത പ്രസ്താവന ചെയ്യേണ്ടത് ആവശ്യമാണെന്ന് കരുതുന്നു. അത് കോടതിയുടെ രേഖകളിൽ സൂക്ഷിക്കുമെന്നും വിശ്വസിക്കുന്നു.

നീതിയുടെ അടിസ്ഥാനത്തിൽ രൂപീകരിക്കപ്പെട്ടതോ നിയമപ്രകാരം സ്ഥാപിക്കപ്പെട്ടതോ ആണെന്ന് പറയപ്പെടുന്ന ഈ ഗവൺമെന്റിനെ ഞങ്ങൾ അംഗീകരിക്കാത്തതുകൊണ്ട് ഈ കേസിന്റെ നടപടിക്രമങ്ങളിൽ പങ്കെടുക്കണമെന്ന് ഞങ്ങൾ ഉദ്ദേശിക്കുന്നില്ല.

"എല്ലാ അധികാരത്തിന്റെയും സ്രോതസ്സ് മനുഷ്യൻ ആയിരിക്കെ, ഏതെങ്കിലും ഒരു വ്യക്തിക്കോ ഗവൺമെന്റിനോ ജനങ്ങളിൽനിന്ന് നേരിട്ട് അധികാരം ലഭിക്കാത്തിടത്തോളം കാലം യാതൊരു അധികാരവും വഹിക്കാൻ അവകാശമില്ല" എന്ന് ഞങ്ങൾ വിശ്വസിക്കുന്നു. ഇതിനാൽ ഞങ്ങൾ അത് പ്രഖ്യാപിക്കുകയും ചെയ്യുന്നു.

ഈ ഗവൺമെന്റ് മേൽപ്പറഞ്ഞ തത്ത്വങ്ങളെ പൂർണ്ണമായി നിഷേധിക്കുന്ന ഒന്നായതുകൊണ്ട് അതിന്റെ നിലനില്പുതന്നെ നീതീകരിക്കാനാവുന്നതല്ല. മർദ്ദിത ജനതകളെ ചൂഷണം ചെയ്യാനായി സ്ഥാപിക്കപ്പെടുന്ന ഇത്തരം ഗവൺമെന്റുകൾക്ക് വാളിന്റെ അധികാരം (അതായത് മൃഗീയശക്തിയുടെ അധികാരം) കൊണ്ടല്ലാതെ നിലനില്ക്കാൻ അവകാശമില്ല. ഈ അധികാരം ഉപയോഗിച്ച് ഈ ഗവൺമെന്റുകൾ സ്വതന്ത്രേച്ഛയുടെയും സ്വാതന്ത്ര്യത്തിന്റെയും ആശയങ്ങളെയാകെയും, ജനങ്ങളുടെ ന്യായയുക്തമായ അഭിലാഷങ്ങളെയും കടിഞ്ഞാണിട്ടുനിയന്ത്രിക്കാൻ ശ്രമിക്കുന്നു. ഇത്തരം ഗവൺമെന്റുകൾ-വിശേഷിച്ചും ബ്രിട്ടീഷ് ഗവൺമെന്റ്-അരുംകൊലകൾ നടത്താനും നശീകരണത്തിനും വേണ്ട എല്ലാ ആയുധങ്ങളും കൊണ്ട് സജ്ജമാക്കപ്പെട്ട ഒരു സംഘം

കൊള്ളക്കാരിൽനിന്നും ഒട്ടും മെച്ചമല്ലാത്ത ഒരുകൂട്ടം ചൂഷകരിൽനിന്നും ഒട്ടും ഭേദമല്ലാത്ത അധികാരസ്ഥാപനങ്ങളാണ്. നിസ്സഹായരും വിമുഖരും ആയ ഇന്ത്യൻ ജനതയുടെമേൽ അടിച്ചേല്പിക്കപ്പെട്ടവയാണിവ. ഇവയെ തുറന്നുകാട്ടുകയോ എതിർക്കുകയോ ചെയ്യുന്ന ആരെയും ഈ ഗവൺമെന്റുകൾ 'നിയമസമാധാന'ത്തിന്റെ പേരിൽ അടിച്ചമർത്തുന്നു. സാമ്രാജ്യത്വം എന്നത് കൊള്ളയടിക്കുക എന്ന ലക്ഷ്യത്തോടെ സംഘടിപ്പിക്കപ്പെട്ട ഒരു വലിയ ഉപജാപകസംഘമാണെന്ന് ഞങ്ങൾ കരുതുന്നു. മനുഷ്യനെ മനുഷ്യനും രാഷ്ട്രത്തെ രാഷ്ട്രവും വഞ്ചിച്ച് ചൂഷണം ചെയ്യുന്ന പ്രക്രിയയുടെ അവസാനഘട്ടമാണ്, സാമ്രാജ്യത്വം. തങ്ങളുടെ കൊള്ളയടിക്കൽ തന്ത്രങ്ങൾ പ്രവർത്തികമാക്കാനുള്ള ലക്ഷ്യത്തോടെ തങ്ങളുടെ നിയമകോടതികൾ വഴി നിയമാധികാരം ഉപയോഗിച്ചുള്ള കൊലപാതകങ്ങൾ നടത്തുക മാത്രമല്ല, കൂട്ടക്കൊലകളും നശീകരണ പ്രവർത്തനങ്ങളും യുദ്ധംപോലുള്ള ബീഭത്സമായ കുറ്റകൃത്യങ്ങളും ഇവർ നടത്തിപ്പോരുന്നു. തങ്ങളുടെ കൊള്ളയടിക്ക് വഴങ്ങാതിരിക്കുകയോ വിനാശകരവും നിന്ദ്യവുമായ ഗൂഢതന്ത്രങ്ങളെ അംഗീകരിക്കാതിരിക്കുകയോ ചെയ്യുന്ന നിരപരാധികളും നിരായുധരും ആയ ആളുകളെ വെടിവെച്ചു വീഴ്ത്താൻ ഇവർക്ക് യാതൊരു മടിയും ഇല്ല. 'നിയമസമാധാന'ത്തിന്റെ സംരക്ഷകരുടെ വേഷമണിഞ്ഞുകൊണ്ട് ഇവർ സമാധാനം തകർക്കുകയും അസ്വസ്ഥത സൃഷ്ടിക്കുകയും ആളുകളെ കൊല്ലുകയും സങ്കല്പിക്കാനാവാത്ത എല്ലാത്തരം കുറ്റകൃത്യങ്ങളും നടത്തുകയും ചെയ്യുന്നു.

സ്വാതന്ത്ര്യം, എല്ലാവിഭാഗം ജനങ്ങളുടെയും അനിഷേദ്ധ്യമായ ജന്മാവകാശം ആണെന്നും ഓരോരുത്തർക്കും അവനവന്റെ അദ്ധ്വാനത്തിന്റെ ഫലങ്ങൾ ആസ്വദിക്കാനുള്ള അവിച്ഛേദ്യമായ അവകാശം ഉണ്ടെന്നും, ഓരോ രാഷ്ട്രത്തിനും അതിന്റെ വിഭവങ്ങളുടെ മേൽ അവിതർക്കിതമായ ഉടമാവകാശം ഉണ്ടെന്നും ഞങ്ങൾ വിശ്വസിക്കുന്നു. ഏതെങ്കിലും ഒരു ഗവൺമെന്റ് ഇവർക്ക് ഈ പ്രാഥമികാവകാശങ്ങൾ നിഷേധിക്കുകയാണെങ്കിൽ ആ ഗവൺമെന്റിനെ തകർക്കാനുള്ള അവകാശം ജനങ്ങൾക്കുണ്ട്. അല്ല, അത് യഥാർത്ഥത്തിൽ അവരുടെ കടമയാണ്. ബ്രിട്ടീഷ് ഗവൺമെന്റ് ഞങ്ങൾ നിലകൊള്ളുന്ന ഈ തത്ത്വങ്ങളുടെ നിഷേധം ആണെന്നതുകൊണ്ട് ഒരു വിപ്ലവം സൃഷ്ടിക്കാനും ഈ ഗവൺമെന്റിനെ തകർക്കാനുംവേണ്ടി നടത്തുന്ന ഏതൊരു ശ്രമവും അതിനായി സ്വീകരിക്കുന്ന ഏതു മാർഗ്ഗവും ധാർമ്മികമായി നീതീകരിക്കാവുന്നതാണ് എന്നാണ് ഞങ്ങളുടെ ദൃഢമായ വിശ്വാസം. സാമൂഹികവും രാഷ്ട്രീയവും സാമ്പത്തികവും ആയ രംഗങ്ങളിൽ നിലവിലുള്ള വ്യവസ്ഥയിലാകെ ഒരു മാറ്റം ഉണ്ടാക്കുന്നതിനുവേണ്ടിയാണ്– അടിസ്ഥാനപരമായ ഒരു മാറ്റം ഉണ്ടാക്കുന്നതിനുവേണ്ടിയാണ്– ഞങ്ങൾ നിലകൊള്ളുന്നത്. നിലവിലുള്ള വ്യവസ്ഥയ്ക്കാകെ മാറ്റമുണ്ടാക്കിക്കൊണ്ട് മനുഷ്യനെ മനുഷ്യൻ ചൂഷണം ചെയ്യുന്നത് അസാദ്ധ്യമാക്കിത്തീർക്കുകയും അങ്ങനെ എല്ലാ ആളുകൾക്കും എല്ലാരംഗങ്ങളിലും പൂർണ്ണമായ സ്വാതന്ത്ര്യം ലഭിക്കുമെന്ന്

ഉറപ്പുവരുത്തുകയും ചെയ്യുന്ന ഒരു പുതിയ വ്യവസ്ഥ പഴയ വ്യവസ്ഥയ്ക്ക് പകരമായി കൈവരുത്താൻ വേണ്ടിയാണ് ഞങ്ങൾ നിലകൊള്ളുന്നത്. നിലവിലുള്ള സാമൂഹിക വ്യവസ്ഥയാകെ മാറ്റുകയും ഒരു സോഷ്യലിസ്റ്റ് വ്യവസ്ഥ സ്ഥാപിക്കുകയും ചെയ്യാത്തപക്ഷം ലോകമാകെ വിനാശകരമായ ഒരു മഹാവിപത്തിനെ നേരിടേണ്ടിവരുമെന്ന് ഞങ്ങൾ വിശ്വസിക്കുന്നു.

ഈ വിപ്ലവാദർശം സാക്ഷാൽക്കരിക്കുന്നതിനുവേണ്ടി ഉപയോഗിക്കുന്ന മാർഗ്ഗങ്ങളെ സംബന്ധിച്ചാണെങ്കിൽ–സമാധാനപരമായവയോ അല്ലാത്തവയോ ആയ മാർഗ്ഗങ്ങളിൽ ഏതാണ് സ്വീകരിക്കേണ്ടത് എന്നതിനെ സംബന്ധിച്ചാണെങ്കിൽ–അധികാരം വഹിക്കുന്നവരാണ് ഏതു മാർഗ്ഗമാണ് സ്വീകരിക്കേണ്ടതെന്ന് നിർണ്ണയിക്കേണ്ടത്. വിപ്ലവകാരികൾ പരക്ഷേമകാംക്ഷാപരമായ തത്ത്വങ്ങൾ പാലിക്കുന്നവരായതുകാരണം സമാധാനപ്രേമികളുമാണ്. നീതിയുടെയും സമത്വത്തിന്റെയും അടിസ്ഥാനത്തിലുള്ള യഥാർത്ഥവും ശാശ്വതവുമായ സമാധാനമാണ് അവർ അഭിലഷിക്കുന്നത്. അതല്ലാതെ കുത്തുവാളിൻ മുന ചൂണ്ടിക്കൊണ്ട് നിലനിർത്തുന്ന ഭീരുത്വത്തിന്റെ ഫലമായുള്ള മായിക സമാധാനമല്ല. വിപ്ലവകാരികൾ ബോംബുകളും കൈത്തോക്കുകളും എടുത്തു പെരുമാറുന്നെങ്കിൽ അത് അവസാനത്തെ വഴിയെന്നനിലയ്ക്ക്, അവശ്യമായ ഒരു കടുത്ത നടപടി എന്ന നിലയ്ക്ക് മാത്രമാണ്.

"നിയമ–സമാധാനം മനുഷ്യനുവേണ്ടിയുള്ളതാണ്. അതല്ലാതെ മനുഷ്യൻ നിയമ–സമാധാനത്തിനുവേണ്ടിയുള്ളവനല്ല." എന്നാണ് ഞങ്ങൾ വിശ്വസിക്കുന്നത്. വിപ്ലവകാലത്തെ ഫ്രാൻസിലെ പരമാധികാര നീതിന്യായ കൗൺസിൽ, ഉചിതമായ വാക്കുകളിൽ പ്രസ്താവിച്ചിട്ടുള്ളത് ഇങ്ങനെയാണ്:

> നിയമത്തിന്റെ ലക്ഷ്യം സ്വാതന്ത്ര്യത്തെ ഇല്ലാതാക്കുകയോ നിയന്ത്രിക്കുകയോ അല്ല. നേരെമറിച്ച് സ്വാതന്ത്ര്യത്തെ സംരക്ഷിക്കുകയും വികസിപ്പിക്കുകയും ചെയ്യുക എന്നതാണ്. സാമാന്യജനങ്ങളുടെ നന്മയ്ക്കുവേണ്ടി മാത്രമായി പ്രഖ്യാപിക്കപ്പെടുന്ന നിയമങ്ങൾ അനുസരിച്ചുള്ളതും ആത്യന്തികമായി ജനങ്ങളുടെ സമ്മതത്തോടും അംഗീകാരത്തോടും കൂടിയുള്ളതും, ന്യായയുക്തവും ആയ അധികാരം, ഭരണം നടത്താൻ ആവശ്യമാണ്. അത്തരത്തിലുള്ള നിയമത്തിൽനിന്നും ആരും–നിയമസഭാസാമാജികർപോലും –ഒഴിവാക്കപ്പെടുന്നില്ല.

ജനങ്ങളുടെ ഇച്ഛയുടെ പ്രകാശനം ആകുമ്പോൾ മാത്രമേ നിയമത്തിന്റെ പവിത്രത സംരക്ഷിക്കാനാവുകയുള്ളു. ഒരു മർദ്ദകവർഗ്ഗത്തിന്റെ കരങ്ങളിലെ ഒരു ഉപകരണം മാത്രമായിത്തീരുമ്പോൾ, അതിന്റെ പവിത്രതയും പ്രാധാന്യവും നഷ്ടപ്പെടുന്നു. എന്തെന്നാൽ നീതിനിർവ്വഹണ

ത്തിന്റെ അടിസ്ഥാനപരമായ പ്രാഥമികവ്യവസ്ഥ എല്ലാത്തരം താല്പര്യങ്ങളെയും നിരാകരിക്കണമെന്നതാണ്. ജനപ്രീതികരമായ സാമൂഹികാവശ്യങ്ങളുമായി പൊരുത്തപ്പെടാതെ വരുമ്പോൾ നിയമം, അനീതിയും ജനദ്രോഹവും നടത്തുന്നതിനുള്ള ഒരു ഉപകരണമായിത്തീരുന്നു. അത്തരത്തിലൊരു നിയമം നിലനിർത്തിക്കൊണ്ടുപോകുന്നത് പൊതുതാല്പര്യത്തിനെതിരായി ഏതെങ്കിലും ഒരു പ്രത്യേക താല്പര്യത്തിന്റെ കുടിലമായ പ്രകടനമല്ലാതെ മറ്റൊന്നുമല്ല.

നിലവിലുള്ള ഗവൺമെന്റിന്റെ നിയമങ്ങൾ വൈദേശിക ഭരണാധികാരികളുടെ താല്പര്യങ്ങൾ സംരക്ഷിക്കാനുള്ളവയും, ഞങ്ങളുടെ രാജ്യത്തെ ജനങ്ങളുടെ താല്പര്യങ്ങൾക്ക് വിരുദ്ധമായവയും ആണ്. അതുകൊണ്ട് അവയ്ക്ക് ധാർമ്മികമായ ബാദ്ധ്യസ്ഥതയൊന്നും തന്നെയില്ല. അതുകൊണ്ട് ഈ നിയമങ്ങളെ നിഷേധിക്കുകയും അവയെ അനുസരിക്കാതിരിക്കുകയും ചെയ്യുക എന്നത് ഇന്ത്യക്കാരായ എല്ലാവരുടെയും അവശ്യകർത്തവ്യം ആണ്. ചൂഷണ സംവിധാനത്തിന്റെ ഭാഗങ്ങളെന്ന നിലയ്ക്ക് ബ്രിട്ടീഷ് നിയമക്കോടതികൾക്ക് നീതി നിർവ്വഹിക്കാനാവില്ല-പ്രത്യേകിച്ചും ഗവൺമെന്റിന്റെ താല്പര്യങ്ങളും ജനങ്ങളുടെ താല്പര്യങ്ങളും തമ്മിൽ സംഘട്ടനം നടത്തുന്ന രാഷ്ട്രീയ കേസുകളിൽ നീതി നിർവ്വഹിക്കാനാവില്ല. ഈ കോടതികൾ, നീതിനിർവ്വഹണത്തെ ഒരു പ്രഹസനമാക്കി അവതരിപ്പിക്കാനുള്ള നാടകവേദികളല്ലാതെ മറ്റൊന്നുമല്ലെന്ന് ഞങ്ങൾക്കറിയാം.

ഈ കാരണങ്ങളിൽ ഞങ്ങൾ ഈ പ്രഹസനപ്രദർശനത്തിൽ പങ്കാളികളാകാൻ വിസമ്മതിക്കുന്നു. ഇനിമേൽ ഈ കേസിന്റെ നടപടിയിൽ ഞങ്ങൾ ഭാഗഭാക്കാകുകയുമില്ല.

താങ്കളുടെ വിശ്വസ്തർ,
ജെ എൻ സന്യാൽ
മഹാബീർസിങ്
ബി കെ ദത്ത്
ഡോ: ഗയാ പ്രസാദ്
കുന്ദൻലാൽ

1930 മെയ് 5

ജസ്റ്റീസ് ഹിൽട്ടനും പോയേ തീരൂ

സ്പെഷ്യൽ ട്രിബ്യൂണൽ മുമ്പാകെ ഞങ്ങളുടെ കേസ് വിചാരണ 1930 മെയ് 5 ന് തുടങ്ങി. മെയ് 12-ാം തീയതി, കോടതിയുടെ അദ്ധ്യക്ഷസ്ഥാനത്തിരുന്ന ജഡ്ജി ഒരു ഗാനത്തെച്ചൊല്ലി അരിശം കൊണ്ടു. പ്രതികൾക്ക് വിലങ്ങുവെക്കാൻ അദ്ദേഹം ഉത്തരവിട്ടു. പ്രതികൾ അതിനെ ചെറുത്തു. ബലം പ്രയോഗിച്ച് അവരെ കോടതിയിൽനിന്നും നീക്കുകയും ജയിലിലേക്ക് തിരിച്ചയക്കുകയും ചെയ്തു. അടുത്തദിവസം മുതൽ അവർ കോടതി ബഹിഷ്കരിക്കുകയും ആദ്ധ്യക്ഷ്യം വഹിക്കുന്ന ജഡ്ജി മാപ്പുപറയണമെന്നും അല്ലാത്തപക്ഷം അദ്ദേഹത്തെ ആ സ്ഥാനത്തുനിന്നു മാറ്റണമെന്നും ആവശ്യപ്പെടുകയും ചെയ്തു.

ജൂൺ 21-ാം തീയതി അദ്ധ്യക്ഷസ്ഥാനം വഹിച്ചിരുന്ന ജഡ്ജിയെ മാറ്റി. എന്നാൽ അതോടൊപ്പം തൊട്ടടുത്ത സീനിയർ ജഡ്ജിയായ ജസ്റ്റീസ് ആഗാ ഹൈദറേയും മാറ്റുകകൂടി ചെയ്തു. ഈ ജഡ്ജി പ്രതികളോട് അനുഭാവപൂർവ്വം പെരുമാറിയിരുന്ന ആളാണ്.

ജൂൺ 23 ന് പ്രതികൾ കോടതിയിൽ വന്നപ്പോൾ കണ്ടത് നേരത്തെ പറഞ്ഞ ഉത്തരവ് പുറപ്പെടുവിക്കുന്നതിൽ പങ്കാളിയായിരുന്ന ജസ്റ്റീസ് ഹിൽട്ടൺ ട്രിബ്യൂണലിൽ ആദ്ധ്യക്ഷ്യം വഹിച്ചുകൊണ്ടിരിക്കുന്നതായിട്ടാണ്. പ്രതികൾ ഇതിൽ ആക്ഷേപം ഉന്നയിക്കുകയും ഒന്നുകിൽ ജസ്റ്റീസ് ഹിൽട്ടൺ ആ ഉത്തരവ് പുറപ്പെടുവിച്ചതിന്റെ ഉത്തരവാദിത്വത്തിൽനിന്നും ഒഴിയണമെന്നും അല്ലെങ്കിൽ അദ്ദേഹം മാപ്പു പറയണമെന്നും ആവശ്യപ്പെടുകയും ചെയ്തു. ഇങ്ങനെ ചെയ്യാത്തപക്ഷം ട്രിബ്യൂണ

ലിൽനിന്നും അദ്ദേഹത്തെയും മാറ്റണമെന്നും അവർ ആവശ്യപ്പെട്ടു. ഈ സാഹചര്യത്തിലാണ് ഭഗത്സിങ് ഈ കത്തെഴുതിയത്.

കമ്മീഷണർ
സ്പെഷ്യൽ ട്രിബ്യൂണൽ
ലാഹോർ ഗൂഢാലോചനക്കേസ്
ലാഹോർ

സർ,

ഈ ട്രിബ്യൂണലിൽനിന്നും രണ്ട് ജഡ്ജിമാർ പിൻവലിയുകയോ, പിൻവലിയാൻ നിർബ്ബന്ധിതരാവുകയോ ചെയ്തിട്ടുള്ളതിനാലും അവരുടെ സ്ഥാനത്ത് രണ്ട് ജഡ്ജിമാർ നിയമിക്കപ്പെടുകയും ചെയ്തിട്ടുള്ളതിനാലും, യാതൊരു തെറ്റിദ്ധാരണയ്ക്കും ഇടംനല്കാതിരിക്കാൻവേണ്ടി ഞങ്ങളുടെ നിലപാട് വിശദീകരിക്കേണ്ടത് ആവശ്യമാണെന്ന് ഞങ്ങൾ കരുതുന്നു.

1930 മെയ് 12 ാം തീയതിയാണ് അന്ന് ട്രിബ്യൂണൽ പ്രസിഡന്റായിരുന്ന മി: ജസ്റ്റീസ് കോൾഡ്സ്ട്രീം കോടതിയിൽവെച്ച് ഞങ്ങൾക്ക് വിലങ്ങിടാനുള്ള ഉത്തരവ് പാസാക്കിയത്. ഇതിനായി ഞങ്ങളുടെമേൽ ബലപ്രയോഗം നടത്താൻ പൊലീസിനോട് അദ്ദേഹം നിർദ്ദേശിക്കുകയും ചെയ്തു. ഇത്തരത്തിൽ പെട്ടെന്ന് ഒരു അസാധാരണമായ ഉത്തരവ് പുറപ്പെടുവിക്കാനുണ്ടായ കാരണം എന്താണെന്ന് ഞങ്ങളെ ധരിപ്പിക്കണമെന്ന ഞങ്ങളുടെ ആവശ്യം പരിഗണന അർഹിക്കുന്നില്ല എന്നാണ് തീരുമാനിച്ചത്. പൊലീസ് ബലംപ്രയോഗിച്ച് ഞങ്ങൾക്ക് വിലങ്ങ് ഇടുകയും ഞങ്ങളെ ജയിലിലേക്ക് തിരിച്ച് കൊണ്ടുപോകുകയും ചെയ്തു. തൊട്ടടുത്തദിവസം മൂന്ന് ജഡ്ജിമാരിൽ ഒരാളായ മി: ആഗാ ഹൈദർ പ്രസിഡന്റിന്റെ ഉത്തരവിൽ താൻ പങ്കാളിയാകുന്നില്ലെന്ന് പ്രസ്താവിച്ചു. ആ ദിവസത്തിനുശേഷം ഞങ്ങൾ കോടതിയിൽ ഹാജരാകാതിരിക്കുകയാണ്.

അടുത്തദിവസം തന്നെ കോടതിയിൽ ഞങ്ങൾ ഹാജരാകുന്നത്, പ്രസിഡന്റ് മാപ്പു പറയുകയോ അതല്ലെങ്കിൽ അദ്ദേഹത്തെ ആ സ്ഥാനത്തുനിന്നും മാറ്റി പകരം ഒരാളെ വെക്കുകയോ ചെയ്യണം എന്ന വ്യവസ്ഥയ്ക്ക് വിധേയമായിരിക്കും എന്ന് ഞങ്ങൾ ട്രിബ്യൂണൽമുമ്പാകെ ബോധിപ്പിച്ചു. ഇതുകൊണ്ട് ഞങ്ങൾ ഉദ്ദേശിച്ചത് അദ്ദേഹത്തിന്റെ സ്ഥാനത്ത് ആ ഉത്തരവ് പുറപ്പെടുവിക്കുന്നതിൽ പങ്കാളിയായ മറ്റൊരു ജഡ്ജി പകരം പ്രസിഡന്റായി വരണമെന്നായിരുന്നില്ല.

പ്രതികളുടെ ആവലാതി, അഞ്ചാഴ്ചയിലേറെ കാലത്തേക്ക് ശ്രദ്ധിക്കപ്പെട്ടതേയില്ല.

ഇപ്പോൾ ട്രിബ്യൂണൽ രൂപീകരിക്കപ്പെട്ടിരിക്കുന്നത് പ്രസിഡന്റി നെയും അദ്ദേഹത്തിന്റെ ഉത്തരവിൽ പങ്കാളിയല്ലെന്ന് പ്രഖ്യാപിച്ച മറ്റൊരു ജഡ്ജിയെയും അവരുടെ സ്ഥാനങ്ങളിൽനിന്നും മാറ്റിയിട്ട് പുതിയ രണ്ടു ജഡ്ജിമാരെക്കൂടി നിയമിച്ചിരിക്കുകയാണ്. അങ്ങനെ ആ ഉത്തരവ് പുറപ്പെടുവിക്കുന്നതിൽ പങ്കാളിയായിരുന്ന ഒരു ജഡ്ജിയെ (പ്രസിഡന്റ് ഉത്തരവ് പുറപ്പെടുവിച്ചത് ഭൂരിപക്ഷം ജഡ്ജിമാർക്കുവേണ്ടിയായിരുന്നു) ട്രിബ്യൂണലിന്റെ പ്രസിഡന്റായി നിയമിച്ചിരിക്കുകയാണ്. ഈ സാഹചര്യത്തിൽ ഞങ്ങൾ ഒരു കാര്യം തറപ്പിച്ച് പറയാൻ ആഗ്രഹിക്കുന്നു. ഞങ്ങൾക്ക് മി. ജസ്റ്റീസ് കോൾഡ് സ്ട്രീമിനെതിരെ വ്യക്തിപരമായി യാതൊരു വിദ്വേഷവും ഇല്ല. ഭൂരിപക്ഷം ജഡ്ജിമാർക്കുവേണ്ടി പ്രസിഡന്റ് ഉത്തരവ് പുറപ്പെടുവിച്ചതിനെതിരായും അതിനുശേഷം ഞങ്ങളെ പീഡിപ്പിച്ചതിനെതിരായും പ്രതിഷേധിക്കുകയാണ് ഞങ്ങൾ ചെയ്തത്. മനുഷ്യസഹജമായി ഒരാൾക്ക് മറ്റൊരാളോട് ഉണ്ടായിരിക്കേണ്ട ആദരവ് മി. ജസ്റ്റീസ് കോൾഡ്സ്ട്രീമിനോടും മി. ജസ്റ്റിസ് ഹിൽട്ടനോടും ഞങ്ങൾക്കുണ്ട്. ഞങ്ങളുടെ പ്രതിഷേധം ഒരു പ്രത്യേക ഉത്തരവിനെക്കുറിച്ചായിരുന്നതുകൊണ്ട് പ്രസിഡന്റ് മാപ്പു പറയണമെന്ന് ഞങ്ങൾ ആവശ്യപ്പെട്ടു. അതിന്റെ അർത്ഥം ആ ഉത്തരവ് പുറപ്പെടുവിക്കുന്നതിന് ഉത്തരവാദിത്വം വഹിച്ച ട്രിബ്യൂണലിനുവേണ്ടി പ്രസിഡന്റ് മാപ്പു പറയണം എന്നായിരുന്നു. പ്രസിഡന്റിനെ സ്ഥാനത്തുനിന്ന് മാറ്റിയതുകൊണ്ട് സ്ഥിതിഗതിയിൽ വ്യത്യാസമൊന്നും ഉണ്ടായിട്ടില്ല. എന്തെന്നാൽ ആ ഉത്തരവിൽ പങ്കാളിയായിരുന്ന മി. ജസ്റ്റീസ് ഹിൽട്ടൺ മി. ജസ്റ്റീസ് കോൾഡ്സ്ട്രീമിന്റെ സ്ഥാനത്ത് പ്രസിഡന്റായി ഇരിക്കുകയാണ്. ഇപ്പോഴത്തെ ഈ സ്ഥിതി, കുനിൻമേൽ കുരു എന്ന പോലെ, ഞങ്ങളെ പീഡിപ്പിച്ചതിനുപുറമെ, അധിക്ഷേപിക്കുകയും കൂടി ചെയ്തിരിക്കുന്നു എന്നതു മാത്രമാണെന്നാണ് ഞങ്ങൾ കാണുന്നത്.

ഒപ്പ്
ഭഗത്സിങ്
ബി കെ ദത്ത്

1930 ജൂൺ 25

ആത്മഹത്യയെക്കുറിച്ച്
സുഖദേവിന് അയച്ച കത്ത്

കേസിന്റെ വിചാരണ കഴിഞ്ഞു. വിധി ഏതുദിവസവും വരാമെന്ന് പ്രതീക്ഷിക്കുന്നു. ജീവപര്യന്തം നാടുകടത്തൽ ശിക്ഷ വിധിക്കുമെന്നാണ് സുഖദേവ് പ്രതീക്ഷിച്ചിരുന്നത്. 20 വർഷക്കാലം ജയിലിൽ കഴിയുക എന്നകാര്യം സുഖദേവിനെ സംബന്ധിച്ചിടത്തോളം തികച്ചും അസഹ്യമായിരുന്നു. ജീവപര്യന്തം തടവുശിക്ഷയ്ക്ക് വിധേയനാകുകയാണെങ്കിൽ താൻ ആത്മഹത്യ ചെയ്യും എന്ന് സുഖദേവ് ഭഗത്സിങ്ങിന് എഴുതി. ഒന്നുകിൽ ജയിലിൽ നിന്നും മോചനം അല്ലെങ്കിൽ മരണം. അതല്ലാതെ മറ്റു മാർഗ്ഗങ്ങളൊന്നും ഇല്ല.

സുഖദേവിന്റെ ഈ കത്തിനോട് ഭഗത്സിങ്ങിന്റെ പ്രതികരണം നിശിതമായിരുന്നു. സേവനം നടത്തുക, ക്ലേശങ്ങൾ സഹിക്കുക, ലക്ഷ്യപ്രാപ്തിക്കുവേണ്ടിയുള്ള സമരംനടത്താനായി ജീവിക്കുക, "പ്രയാസങ്ങളിൽനിന്ന് രക്ഷപ്പെട്ടുപോകുന്നത് ഭീരുത്വമാണ്" എന്നാണദ്ദേഹം പറഞ്ഞത്. ആ രക്തസാക്ഷിയുടെ മനസ്സിനുള്ളിലേക്ക് എത്തിനോക്കാൻ സഹായിക്കുന്ന ഒരു ജാലകം കൂടി ഈ കത്ത് തുറന്നിടുന്നു.

പ്രിയ സഹോദരാ,

നിങ്ങളുടെ കത്ത് ഞാൻ ശ്രദ്ധാപൂർവ്വം പലവട്ടം വായിച്ചു. മാറിയ പരിതഃസ്ഥിതി നമ്മളെ രണ്ടുപേരെയും ബാധിച്ചത് വ്യത്യസ്തമായ രീതിയിലാണെന്ന് ഞാൻ മനസ്സിലാക്കുന്നു. പുറത്തായിരുന്നപ്പോൾ നിങ്ങൾ വെറുത്തിരുന്ന കാര്യങ്ങളെല്ലാം നിങ്ങൾക്ക് ഇപ്പോൾ ആവശ്യമായിത്തീർന്നിരിക്കുന്നു. ഉദാഹരണത്തിന്, വ്യക്തിപരമായ

സ്നേഹത്തിൽ ഞാൻ വിശ്വസിച്ചിരുന്നു. പക്ഷേ, ഇപ്പോൾ ഈ വികാരത്തിന് എന്റെ ഹൃദയത്തിലോ മനസ്സിലോ പ്രത്യേകസ്ഥാനമൊന്നും ഇല്ലാതായിരിക്കുന്നു. പുറത്തായിരുന്നപ്പോൾ നിങ്ങൾക്ക് ആ വികാരത്തോട് ശക്തമായ എതിർപ്പായിരുന്നു. എന്നാൽ ഇപ്പോൾ വ്യക്തിപരമായ സ്നേഹത്തെക്കുറിച്ചുള്ള നിങ്ങളുടെ ആശയങ്ങളിൽ പ്രബലമായ ഒരു മാറ്റവും ആമൂലപരിവർത്തനവും ഉണ്ടായിട്ടുള്ളതായി തോന്നുന്നു. നിങ്ങൾ അതിനെ മനുഷ്യാസ്തിത്വത്തിന്റെ അവശ്യ ഭാഗമായി അനുഭവിക്കുന്നു. ആ അനുഭവത്തിൽ നിങ്ങൾ പ്രത്യേക തരത്തിലുള്ള സന്തുഷ്ടി കണ്ടെത്തുകയും ചെയ്തിരിക്കുന്നു.

ഒരുദിവസം ഞങ്ങൾ നിങ്ങളുമായി ആത്മഹത്യയെക്കുറിച്ച് ചർച്ച ചെയ്ത കാര്യം ഇപ്പോഴും ഓർക്കുന്നുണ്ടാകുമല്ലൊ. നമ്മുടെ സംഭാഷണം നടന്ന സമയവും സ്ഥലവും ഞാൻ ഇപ്പോഴും വ്യക്തമായി ഓർക്കുന്നു. ഒരുദിവസം വൈകുന്നേരം നാം ഇതേക്കുറിച്ച് ശാഹൻ ശാഹി കുടിയായിൽവെച്ച് സംസാരിച്ചു. നിങ്ങൾ അപ്പോൾ തമാശയായി പറഞ്ഞത് ഇത്ര ഭീരുത്വപരമായ ഒരു കാര്യം ഒരിക്കലും ന്യായീകരിക്കാനാവില്ല എന്നായിരുന്നു. ഇത്തരത്തിലുള്ള ഒരു പ്രവൃത്തി ഭീതിജനകവും ഹീനവുമാണെന്നാണ് നിങ്ങൾ പറഞ്ഞത്. എന്നാൽ ഇപ്പോൾ നിങ്ങൾ അതിൽനിന്നും നേരെ തിരിച്ചുള്ള ഒരു നിലപാടെടുത്തിരിക്കുന്നതായി കാണുന്നു. ഇപ്പോൾ നിങ്ങൾ അത് (ആത്മഹത്യ) ചില സാഹചര്യങ്ങളിൽ ഉചിതമായേക്കാം എന്നു മാത്രമല്ല അനിവാര്യമായേക്കാം എന്നോ അതുമല്ല തികച്ചും ആവശ്യമായിവന്നേക്കാം എന്നും കണ്ടുപിടിച്ചിരിക്കുന്നു. എന്റെ അഭിപ്രായമാകട്ടെ നിങ്ങൾ മുമ്പ് പ്രകടിപ്പിച്ചതു തന്നെയാണ്-അതായത് അത് ഹീനമായ ഒരു കുറ്റകൃത്യമാണെന്ന്. വിപ്ലവകാരികളുടെ കാര്യം പോകട്ടെ ഒരു വ്യക്തിക്കും അത്തരത്തിലൊരു കൃത്യം ന്യായീകരിക്കാനാവില്ല.

രാജ്യത്തെ സേവിക്കുന്നതിന് കഷ്ടപ്പാട് അനുഭവിക്കുകതന്നെ വേണമെന്നത് നിങ്ങൾക്ക് മനസ്സിലാക്കാനാവുന്നില്ല എന്നാണ് നിങ്ങൾ പറയുന്നത്. നിങ്ങളെപ്പോലുള്ള ഒരാളിൽനിന്നും ഇങ്ങനെ ഒരു ചോദ്യം ഉയർന്നുവരികയെന്നത് യഥാർത്ഥത്തിൽ അന്ധാളിപ്പിക്കുന്ന ഒരു കാര്യമാണ്. എന്തെന്നാൽ "സേവനത്തിലൂടെ കഷ്ടപ്പാടുകൾ സഹിക്കുകയും ത്യാഗം അനുഷ്ഠിക്കുകയും ചെയ്യുക" എന്ന നവഭാരത്സഭയുടെ മുദ്രാവാക്യത്തെ നാം സുചിന്തിതമായി സ്നേഹിച്ചിരുന്നു എന്നതുകൊണ്ടാണ്. സാദ്ധ്യമായിടത്തോളമുള്ള സേവനം നിങ്ങൾ നടത്തിയിട്ടുണ്ടെന്ന് ഞാൻ വിശ്വസിക്കുന്നു; ഇപ്പോൾ നിങ്ങൾ ചെയ്ത കാര്യങ്ങൾകൊണ്ട് പ്രയാസങ്ങൾ അനുഭവിക്കുകയാണ്. പിന്നെ, മറ്റൊരു കാര്യം മുഴുവൻ ജനതയേയും നിങ്ങൾ നയിക്കേണ്ടതായ യഥാർത്ഥ അവസരം ഇതാണെന്നതാണ്.

തന്റെ പ്രവൃത്തിയുടെ നീതിയുക്തതയെക്കുറിച്ച് ഒരാൾ ഉറപ്പുള്ളവനാകുമ്പോൾ മാത്രമേ അയാൾ പ്രവർത്തിക്കുകയുള്ളു. നാം

നിയമസഭയിലേക്ക് ബോംബ് എറിഞ്ഞത് അങ്ങനെയാണ്. ആ കൃത്യം ചെയ്തതിനുശേഷം അതിന്റെ പ്രത്യാഘാതങ്ങൾ സഹിക്കേണ്ട അവസരമാണിത്. ദയയ്ക്കുവേണ്ടി യാചിച്ചുകൊണ്ട് ശിക്ഷയിൽനിന്നും ഒഴിവാക്കാൻ നാം ശ്രമിച്ചിരുന്നെങ്കിൽ അതാണോ കൂടുതൽ നീതീകരിക്കാവുന്ന നിലപാട്? തീർച്ചയായും അല്ല. അങ്ങനെയായാൽ അത് ബഹുജനങ്ങൾക്കിടയിൽ പ്രതികൂലമായ പ്രത്യാഘാതമായിരിക്കും ഉണ്ടാക്കുന്നത്. ഇപ്പോഴാകട്ടെ നമ്മുടെ പരിശ്രമത്തിൽ നാം തികച്ചും വിജയിച്ചിരിക്കുകയാണ്.

നമ്മെ ജയിലിൽ അടച്ച അവസരത്തിൽ നമ്മുടെ പാർട്ടിയിലെ രാഷ്ട്രീയത്തടവുകാരുടെ സ്ഥിതി വളരെ ദുരിതപൂർണ്ണമായിരുന്നു. ആ സ്ഥിതി മെച്ചപ്പെടുത്താൻ നാം ശ്രമിച്ചു. ഞാൻ വളരെ ഗൗരവപൂർവ്വം നിങ്ങളോട് പറയട്ടെ, അടുത്തുതന്നെ നാം മരിക്കുമെന്നുതന്നെയാണ് നാം കരുതിയിരുന്നത്. നിർബ്ബന്ധപൂർവ്വം നമ്മെ ഭക്ഷണം കഴിപ്പിക്കുന്ന കാര്യത്തെക്കുറിച്ച് നമുക്ക് അറിയില്ലായിരുന്നു. അത്തരം ഒരു കാര്യത്തെക്കുറിച്ച് നാം ചിന്തിച്ചത് തന്നെയില്ല. നാം മരിക്കാൻ തയ്യാറായിരുന്നു. നിങ്ങൾ പറയുന്നത് നാം ആത്മഹത്യചെയ്യാൻ ഉദ്ദേശിച്ചിരുന്നു എന്നാണോ? അല്ല. മഹത്തായ ഒരു ലക്ഷ്യത്തിനുവേണ്ടി പ്രയത്നിക്കുകയും ജീവൻ ബലികഴിക്കുന്നതും ആത്മഹത്യ ആണെന്ന് ഒരിക്കലും പറയാനാവില്ല. നമ്മുടെ സഖാവ് യതീന്ദ്രനാഥദാസിന്റെ മരണം അസൂയാവഹമായ ഒരു കാര്യമായിട്ടാണ് നാം കണ്ടത്. അതൊരു ആത്മഹത്യ ആയിരുന്നെന്ന് നിങ്ങൾ പറയുമോ? ആത്യന്തികമായി നമ്മുടെ കഷ്ടപ്പാടുകൾക്ക് ഫലമുണ്ടായി. രാജ്യത്താകമാനം ഒരു മഹാപ്രസ്ഥാനം തന്നെ ആരംഭിച്ചു. നമ്മുടെ ലക്ഷ്യത്തിൽ നാം വിജയിച്ചു. ഇത്തരത്തിൽ സമരങ്ങളിൽവച്ചുണ്ടാകുന്ന മരണം ആദർശപരമായ മരണം ആണ്.

ഇതിനുംപുറമെ, വധശിക്ഷ നല്കപ്പെടുമെന്ന് വിശ്വസിച്ചിരുന്ന നമ്മുടെ സഖാക്കൾ, ആ ശിക്ഷ വിധിക്കപ്പെടുന്ന ദിവസവും തൂക്കിക്കൊല്ലുന്ന ദിവസവും ക്ഷമാപൂർവ്വം കാത്തിരിക്കുകയാണ് വേണ്ടത്. ഈ മരണം സുന്ദരമായിരിക്കും. എന്നാൽ ആത്മഹത്യ–കുറച്ച് വേദന ഒഴിവാക്കാൻവേണ്ടി മാത്രം ജീവിതം അവസാനിപ്പിക്കാൻ തുനിഞ്ഞത്–ഭീരുത്വമാണ്. പ്രതിബന്ധങ്ങളാണ് ഒരു മനുഷ്യനെ വിശിഷ്ടനാക്കുന്നത് എന്ന് ഞാൻ നിങ്ങളോട് പറയട്ടെ. ഞാനോ നിങ്ങളോ–അഥവാ നമ്മളിൽ ആരെങ്കിലുമോ–ഇതുവരെയും വേദനയൊന്നും അനുഭവിച്ചിട്ടില്ല. നമ്മുടെ ജീവിതത്തിന്റെ ആ ഭാഗം ഇപ്പോഴാണ് തുടങ്ങാൻ പോകുന്നത്.

നമ്മുടെ സാഹിത്യത്തിലെങ്ങും കാണാനാവാത്ത യഥാതഥത്വം റഷ്യൻ സാഹിത്യത്തിൽ കാണാൻ കഴിയുന്നതിനെക്കുറിച്ച് നാം പലപ്പോഴും സംസാരിച്ചിരുന്നത് നിങ്ങൾ ഓർക്കുമല്ലൊ. അവരുടെ കഥകളിലെ വേദനാനിർഭരമായ സ്ഥിതിഗതികളുടെ വർണ്ണന നാം ആസ്വദിച്ചിരുന്നു. എന്നാൽ നമ്മുടെ ഉള്ളിൽ കഷ്ടപ്പാടുകൾ സഹിക്കാനുള്ള ആ

മനഃശക്തിയുള്ളതായി അനുഭവപ്പെടുന്നില്ല. അവരുടെ കൃതികളിലെ കഥാപാത്രങ്ങളുടെ വികാരങ്ങളെയും സ്വഭാവമഹിമയെയും നാം ശ്ലാഘിക്കുന്നു. പക്ഷേ, അവരിൽ അതെല്ലാം ഉണ്ടാകുന്നതിന്റെ കാരണമെന്താണെന്ന് അന്വേഷിക്കാൻ നാം മെനക്കെടാറില്ല. വേദനസഹിക്കാനുള്ള അവരുടെ ദൃഢനിശ്ചയമാണ്, വികാരതീക്ഷ്ണതയും, വേദനയുടെ അനുഭവവും അവരിൽ ഉണ്ടാക്കിയതെന്ന് ഞാൻ പറയും. ഇതാണ് ആ കൃതികളിലെ കഥാപാത്രങ്ങൾക്ക്, ആ സാഹിത്യത്തിനുതന്നെയും, ഗാംഭീര്യവും ഔന്നത്യവും നല്കിയത്. സ്വാഭാവികമോ, ദൃഢമായതോ ആയ ഒരു അടിസ്ഥാനവും ഇല്ലാതെ നമ്മുടെ ജീവിതത്തിൽ യുക്തിയുക്തമല്ലാത്ത ആജ്ഞേയവാദം സ്വായത്തമാക്കുമ്പോൾ വാസ്തവത്തിൽ നാം പരിതാപകരവും പരിഹാസ്യജനകവും ആയ ഒരു അവസ്ഥയിലാവുകയാണ് ചെയ്യുന്നത്. എല്ലാ അർത്ഥത്തിലും വിപ്ലവകാരികളാവുന്നതിൽ അഭിമാനം കൊള്ളുന്ന നമ്മേപ്പോലുള്ളവർ എല്ലാ പ്രയാസങ്ങളും, ഉൽക്കണ്ഠകളും വേദനയും ദുരിതങ്ങളും സഹിക്കാൻ എപ്പോഴും തയ്യാറായിരിക്കണം. നാം തന്നെ ആരംഭിച്ച സമരങ്ങളിലൂടെ നാംതന്നെ ക്ഷണിച്ചുവരുത്തിയവയാണ് ഇവയെല്ലാം എന്നതുകൊണ്ടാണ് വിപ്ലവകാരികളാണ് നാം എന്ന് പറയുന്നത്.

കുറ്റകൃത്യങ്ങളെയും പാപത്തെയും മറ്റും സംബന്ധിച്ച ഗഹനമായ സാമൂഹികപ്രശ്നങ്ങളെക്കുറിച്ചും അനുഭവസിദ്ധമായ പഠനം നടത്താനുള്ള ഒരു അവസരം ഒരാൾക്ക് ലഭിക്കുന്നത് ജയിലിൽവെച്ചാണ്–ജയിലിൽവെച്ച് മാത്രമാണ്–എന്ന് ഞാൻ നിങ്ങളെ ധരിപ്പിക്കട്ടെ. ഈ വിഷയങ്ങളിൽ കുറെ പുസ്തകങ്ങൾ ഞാൻ വായിച്ചിട്ടുണ്ട്. ഇത്തരം വിഷയങ്ങളെക്കുറിച്ചെല്ലാം സ്വയം പഠനം നടത്താൻ ഏറ്റവും പറ്റിയ സ്ഥലം ജയിൽ മാത്രമാണ്. സ്വയം പഠനത്തിന്റെ പ്രധാന ഭാഗം ക്ലേശങ്ങൾ സ്വയം അനുഭവിക്കുക എന്നതാണ്.

സാറിസ്റ്റ്‌വാഴ്ച അവസാനിപ്പിച്ചശേഷം, റഷ്യയിൽ ജയിൽ ഭരണത്തിലുണ്ടായ വിപ്ലവകരമായ മാറ്റങ്ങൾ ഉണ്ടായത് മുഖ്യമായും റഷ്യയിലെ ജയിലുകളിൽ കഴിഞ്ഞ രാഷ്ട്രീയത്തടവുകാർ അനുഭവിച്ചുവന്ന ദുരിതങ്ങൾ കാരണമായിരുന്നു എന്ന് നിങ്ങൾക്ക് അറിയാമല്ലൊ. ഈ പ്രശ്നത്തെക്കുറിച്ച് പൂർണ്ണമായ ധാരണയുള്ളവരും ഇവയിലെല്ലാം വ്യക്തിപരമായി അനുഭവമുള്ളവരും ആയ ഇത്തരം ആളുകൾ ഇന്ത്യക്ക് ആവശ്യമില്ലെന്നാണോ? മറ്റാരെങ്കിലും ഇതെല്ലാം ചെയ്തുകൊള്ളുമെന്നോ, ഇതെല്ലാം ചെയ്യാൻ മറ്റെത്രയോ ആളുകൾ ഉണ്ടെന്നോ മാത്രം പറഞ്ഞിരുന്നാൽ പോരാ. അതുകൊണ്ട് വിപ്ലവകരമായ തങ്ങളുടെ കടമകൾ മറ്റുള്ളവർ നിർവ്വഹിക്കട്ടെ എന്ന് തീരുമാനിക്കുന്നത് തികച്ചും അപമാനകരവും നിന്ദ്യവും ആണെന്ന് മനസ്സിലാക്കുന്ന ആളുകൾ, നിലവിലുള്ള വ്യവസ്ഥിതിക്കെതിരായി തികഞ്ഞ അർപ്പണബോധത്തോടെ സമരത്തിലിറങ്ങേണ്ടതാണ്. അവർ നിലവിലുള്ള ചട്ടങ്ങൾ ലംഘിക്കണം. എന്നാൽ അവർ എപ്പോഴും ഔചിത്യദീ

ക്ഷയുള്ളവരായിരിക്കുകയും വേണം. എന്തെന്നാൽ അനാവശ്യവും അനുചിതവുമായ പരിശ്രമങ്ങൾ ഒരിക്കലും നീതിയുക്തമാണെന്ന് കരുതാനാവില്ല. മേൽപ്പറഞ്ഞതരത്തിലുള്ള പ്രക്ഷോഭങ്ങൾ വിപ്ലവപ്രക്രിയയുടെ ദൈർഘ്യം കുറയ്ക്കും. ഇത്തരം പ്രസ്ഥാനങ്ങളിൽനിന്നെല്ലാം അകന്നു നില്ക്കുന്നതിന് നിങ്ങൾ ഉന്നയിച്ച ന്യായവാദങ്ങളൊന്നും എനിക്ക് മനസ്സിലാക്കാൻ കഴിയുന്നില്ല. നമ്മുടെ ചില സുഹൃത്തുക്കൾ ഒന്നുകിൽ വിഡ്ഢികളാണ്, അല്ലെങ്കിൽ അജ്ഞരാണ്. അവർക്കെല്ലാം നിങ്ങളുടെ പെരുമാറ്റം തികച്ചും വിസ്മയകരവും ദുർഗ്രഹവും ആണ്. (നിങ്ങൾ അവരുടെ ധാരണനിലവാരത്തിൽനിന്നും എത്രയോ ഉയർന്നതും വിദൂരവുമായ നിലവാരത്തിലാണെന്നതുകൊണ്ടാണ് അവർക്ക് അത് മനസ്സിലാക്കാൻ കഴിയാത്തത് എന്ന് അവർതന്നെ പറയുന്നു.) യഥാർത്ഥത്തിൽ ജയിൽ ജീവിതം അപമാനകരമാണെങ്കിൽ, അത് സമരം നടത്തുന്നതിലൂടെ മെച്ചപ്പെടുത്താൻ നിങ്ങൾ എന്തുകൊണ്ട് ശ്രമിക്കുന്നില്ല? ഒരുവേള അത് നിഷ്ഫലമായിരിക്കും എന്ന് നിങ്ങൾ പറഞ്ഞേക്കാം. പക്ഷേ, ദുർബ്ബലരായ ആളുകൾ ഏതൊരു പ്രസ്ഥാനത്തിൽനിന്നും ഒഴിഞ്ഞുനില്ക്കാൻ സാധാരണയായി ഉപയോഗിക്കുന്ന ഒരു മറ ഈ വാദം തന്നെയാണ്. വിപ്ലവപ്രസ്ഥാനങ്ങളിൽ കുടുങ്ങിപ്പോകുന്നതിൽനിന്നും രക്ഷപ്പെടാൻ ഉൽക്കണ്ഠ കാട്ടുന്ന, ജയിലിന് പുറത്തുള്ള ആളുകളിൽനിന്നും കേട്ടുവന്ന മറുപടിയും ഇതുതന്നെയായിരുന്നു. ഞാൻ ഇപ്പോൾ ഈ വാദം നിങ്ങളിൽനിന്നും കേൾക്കണമെന്നാണോ? കൈപ്പിടിയിൽ ഒതുങ്ങാവുന്ന കുറെ ആളുകൾ മാത്രമുള്ള നമ്മുടെ പാർട്ടിക്ക് അതിന്റെ ലക്ഷ്യങ്ങളുടെയും ആദർശങ്ങളുടെയും വൈപുല്യവുമായി താരതമ്യപ്പെടുത്തുമ്പോൾ എന്താണ് ചെയ്യാൻ കഴിയുക? ഇതിൽനിന്നും നമ്മുടെ പ്രവർത്തനം തുടങ്ങിയതു തന്നെ അപ്പാടെ ഗുരുതരമായ ഒരു തെറ്റായിരുന്നു എന്ന നിഗമനത്തിലാണോ എത്തിച്ചേരേണ്ടത്? അല്ല. അത്തരം നിഗമനങ്ങൾ അനുചിതമായിരിക്കും. ഇത്തരത്തിൽ ചിന്തിക്കുന്നയാളുടെ ദൗർബല്യത്തെയാണ് ഇത് കാണിക്കുന്നത്. തനിക്കു മുമ്പുണ്ടായിരുന്ന അതേ ചിന്താഗതിതന്നെ, ദീർഘമായ 14 വർഷത്തെ ജയിൽ ജീവിതത്തിന്റെ കഷ്ടപ്പാടുകൾക്കുശേഷവും ഉണ്ടായിരിക്കും എന്ന് എങ്ങനെയാണ് പ്രതീക്ഷിക്കുക എന്നാണ് തുടർന്ന് നിങ്ങൾ എഴുതിയിരിക്കുന്നത്. ജയിലിന് പുറത്തുള്ള സ്ഥിതിഗതി ഇതിൽനിന്നും ഒട്ടെങ്കിലും കൂടുതൽ അനുകൂലമായിരുന്നോ എന്ന് ഞാൻ ചോദിക്കട്ടെ? അങ്ങനെയാണെങ്കിൽ നമ്മുടെ പോരായ്മകൾ കാരണം നാം അത് ഉപേക്ഷിക്കാൻ തുനിയുമായിരുന്നോ? നാം രംഗത്തിറങ്ങിയില്ലായിരുന്നെങ്കിൽ വിപ്ലവപ്രവർത്തനങ്ങൾ ഒന്നുമേ ഉണ്ടാവുകയില്ല എന്നാണോ നിങ്ങൾ ഉദ്ദേശിക്കുന്നത്? അതാണ് നിങ്ങളുടെ വാദമെങ്കിൽ നിങ്ങൾക്ക് തെറ്റുപറ്റിയിരിക്കുന്നു. പരിതഃസ്ഥിതികൾ മാറ്റിത്തീർക്കുന്നതിൽ ഒരു പരിധിവരെ നമ്മുടെ പ്രവർത്തനം സഹായകമായിരുന്നു എന്നത് ശരിയാണ്. എന്നാൽ

നമ്മുടെ കാലഘട്ടത്തിന്റെ ആവശ്യങ്ങളുടെ സൃഷ്ടി മാത്രമാണ് നമ്മൾ.

കമ്യൂണിസത്തിന്റെ പിതാവായ മാർക്സ് പോലും, ഈ ആശയത്തിന്റെ ഉപജ്ഞാതാവ് ആയിരുന്നില്ലെന്നുകൂടി ഞാൻ പറയും? യൂറോപ്പിലെ വ്യാവസായിക വിപ്ലവംതന്നെ ഇത്തരം ആളുകളെ സൃഷ്ടിച്ചു. അവരിൽ ഒരാളായിരുന്നു മാർക്സ്. കാലഘട്ടത്തിന്റെ ചക്രങ്ങളെ ഒരു പരിധിവരെ ഒരു പ്രത്യേക ദിശയിലേക്ക് തിരിച്ചുവിടാൻ തീർച്ചയായും കാരണഭൂതനായിരുന്നു.

ഞാനും (നിങ്ങളും) അല്ല സോഷ്യലിസത്തിന്റെയും കമ്യൂണിസത്തിന്റെയും ആശയങ്ങൾക്ക്, ഈ രാജ്യത്ത് ജന്മം നല്കിയത്. നമ്മുടെ കാലഘട്ടത്തിന്റെയും സ്ഥിതിഗതികളുടെയും സ്വാധീനം നമ്മളിൽ പ്രവർത്തിച്ചതിന്റെ പരിണതഫലമാണത്. തീർച്ചയായും ഈ ആശയങ്ങൾക്ക് പ്രചാരണം നല്കാൻ നാം കുറെയൊക്കെ പ്രവർത്തിച്ചു എന്നത് ശരിയാണ്. അതുകൊണ്ട്, ആയാസകരമായ ഒരു കടമ നാം ഏറ്റെടുത്തുകഴിഞ്ഞതിനാൽ അതിന്റെ നിർവ്വഹണം പുരോഗമിപ്പിക്കുന്നത് നാം തുടരണം. പ്രയാസങ്ങളിൽനിന്നും രക്ഷപ്പെടാൻ വേണ്ടി നാം ആത്മഹത്യചെയ്യുന്നതുകൊണ്ട് ജനങ്ങൾക്ക് മാർഗ്ഗനിർദേശം ഒന്നും ലഭിക്കില്ല. നേരെമറിച്ച് അത് തികച്ചും ഒരു പിന്തിരിപ്പൻ നടപടി ആയിരിക്കും.

ക്ലേശകരമായ സാഹചര്യങ്ങളും നിരാശകളും സമ്മർദ്ദങ്ങളും, ജയിൽ ചട്ടങ്ങളിൽ അടിച്ചേല്പിക്കുന്ന അക്രമങ്ങളും എല്ലാം ഉണ്ടായിട്ടും നാം നമ്മുടെ പ്രവർത്തനം തുടർന്നുപോന്നു. അങ്ങനെ നാം പ്രവർത്തിച്ചപ്പോൾ പലതരത്തിലുള്ള പ്രയാസങ്ങൾക്ക് നാം വിധേയരാകേണ്ടിവന്നു. ഞങ്ങൾ വലിയ വിപ്ലവകാരികളാണെന്ന് പ്രഖ്യാപിക്കുന്നതിൽ ഊറ്റം കൊണ്ടിരുന്ന ആളുകൾപോലും നമ്മെ ഉപേക്ഷിച്ചു. ഇതെല്ലാം അങ്ങേയറ്റം ക്ലേശകരമായ പരീക്ഷണങ്ങളായിരുന്നില്ലേ? അപ്പോൾ പിന്നെ നമ്മുടെ പ്രക്ഷോഭവും പരിശ്രമങ്ങളും നാം തുടർന്നുപോന്നതിന്റെ യുക്തി എന്തായിരുന്നു?

ലളിതമായ ഈ വാദം തന്നെ നമ്മുടെ ആശയങ്ങൾക്ക് കൂടുതൽ കരുത്ത് നല്കുന്നില്ലേ? തങ്ങളുടെ ശിക്ഷ അനുഭവിക്കുമ്പോൾ ജയിലിലെ ദുരിതങ്ങൾകൊണ്ട് ക്ലേശിച്ച നമ്മുടെ വിപ്ലവ സഖാക്കൾ ജയിലിൽനിന്നും പുറത്തുവന്നതിനുശേഷം ഇപ്പോഴും പ്രവർത്തിക്കുന്ന സഖാക്കളുടെ ഉദാഹരണങ്ങൾ നമ്മുടെ മുമ്പിലില്ലേ? ബക്കുനിൻ നിങ്ങളെപ്പോലെ വാദിച്ചിരുന്നെങ്കിൽ ആദ്യംതന്നെ ആത്മഹത്യചെയ്യുമായിരുന്നില്ലേ? ഇന്ന്, തങ്ങളുടെ ജീവിതത്തിന്റെ നല്ലൊരു ഭാഗം ജയിലിൽ കഴിച്ചുകൂട്ടേണ്ടിവന്ന വിപ്ലവകാരികളിൽ പലരും റഷ്യൻ ഭരണകൂടത്തിൽ ഉത്തരവാദപ്പെട്ട സ്ഥാനങ്ങൾ വഹിച്ചുപോരുന്നതായി നാം കാണുന്നില്ലേ? മനുഷ്യൻ അവന്റെ വിശ്വാസങ്ങളിൽ മുറുകെപ്പിടിച്ചു നില്ക്കണം. ഭാവിയിൽ എന്തുണ്ടാകും എന്ന് ആർക്കും പറയാനാവില്ല.

നമ്മുടെ ബോംബു ഫാക്ടറികൾ സാന്ദ്രീകൃതവും ഫലപ്രദവുമായ വിഷംകൂടി കരുതിവെക്കുന്ന കാര്യത്തെക്കുറിച്ച് നാം ചർച്ച ചെയ്തപ്പോൾ നിങ്ങൾ ആ നിർദ്ദേശത്തെ രൂക്ഷമായി എതിർത്തത് ഓർക്കുന്നുണ്ടോ? ആ ആശയംതന്നെ നിങ്ങൾക്ക് അസ്സഹനീയമായി തോന്നി. അതിൽ നിങ്ങൾക്ക് വിശ്വാസമില്ലായിരുന്നു. ഇപ്പോൾ പിന്നെ എന്താണ് സംഭവിച്ചത്? ഇവിടെ ദുഷ്കരവും സങ്കീർണ്ണവും ആയ സ്ഥിതിഗതികൾ പോലും നിലവിലില്ല. ഈ പ്രശ്നം ചർച്ചചെയ്യാൻ പോലും എനിക്ക് വിരക്തി തോന്നുന്നു. ആത്മഹത്യ അനുവദിക്കുക എന്ന ചിന്താഗതിയെപ്പോലും നിങ്ങൾ വെറുത്തിരുന്നു. നിങ്ങളെ തടവിലാക്കിയ ആ സമയത്തുതന്നെ ഇപ്പോഴത്തെ നിങ്ങളുടെ വിശ്വാസമനുസരിച്ച് നിങ്ങൾ പ്രവർത്തിച്ചിരുന്നുവെങ്കിൽ (അതായത് വിഷം കഴിച്ച് നിങ്ങൾ അന്ന് ആത്മഹത്യ ചെയ്തിരുന്നെങ്കിൽ) വിപ്ലവലക്ഷ്യത്തിനുവേണ്ടി നിങ്ങൾ പ്രവർത്തിച്ചു എന്ന് പറയാമായിരുന്നു എന്ന് ചൂണ്ടിക്കാണിച്ചാൽ എന്നോട് ക്ഷമിക്കണം. എന്നാൽ ഈ അവസരത്തിലാകട്ടെ അത്തരം ഒരു ചിന്തതന്നെ നമ്മുടെ ലക്ഷ്യത്തിന് ദോഷകരമായി ഭവിക്കും.

നിങ്ങളുടെ ശ്രദ്ധക്ഷണിക്കേണ്ടതായ ഒരു കാര്യം കൂടിയുണ്ട്. നാം ദൈവവിശ്വാസികളല്ല. നരകത്തിലോ സ്വർഗ്ഗത്തിലോ ശിക്ഷകളിലോ വരദാനങ്ങളിലോ ഒന്നും നാം വിശ്വസിക്കുന്നില്ല. അതായത് മനുഷ്യ ജീവിതത്തിന് ദൈവികമായ വിധിനിർണ്ണയം ഉണ്ടെന്നതിൽ നാം വിശ്വസിക്കുന്നില്ല. അതുകൊണ്ട് ജീവിതത്തെയും മരണത്തെയും കുറിച്ച് ഭൗതികവാദപരമായ രീതിയിലാണ് നാം ചിന്തിക്കേണ്ടത്. എന്നെ ഡൽഹിയിൽനിന്നും തിരിച്ചറിയലിനുവേണ്ടി ഇവിടെ കൊണ്ടുവന്നപ്പോൾ, എന്റെ അച്ഛന്റെ സാന്നിദ്ധ്യത്തിൽ ചില ഇന്റലിജൻസ് ആപ്പീസർമാർ എന്നോട് ഈ വിഷയത്തെക്കുറിച്ച് സംസാരിച്ചു. രഹസ്യങ്ങൾ വെളിവാക്കിക്കൊണ്ട് എന്റെ ജീവൻ രക്ഷിക്കാൻ ഞാൻ ശ്രമിക്കുന്നില്ല എന്നത് എന്റെ ജീവിതത്തിൽ തീവ്രമായ മരണവേദന ഉണ്ടെന്നാണ് തെളിയിക്കുന്നതെന്ന് അവർ പറഞ്ഞു. ഇത്തരത്തിലുള്ള ഒരു മരണം ആത്മഹത്യയെപ്പോലുള്ളതാണെന്ന് അവർ വാദിച്ചു. എന്നാൽ എന്നെപ്പോലെ വിശ്വാസങ്ങളും ആദർശങ്ങളും ഉള്ള ഒരാൾക്ക് ഒരിക്കലും യാതൊരു പ്രയോജനവുമില്ലാതെ മരിക്കുക എന്നത് ചിന്തിക്കാൻ കഴിയില്ലെന്ന് ഞാൻ മറുപടി പറഞ്ഞു. ഞങ്ങൾ ജീവിതത്തിൽനിന്നും പരമാവധി മൂല്യം ആർജ്ജിക്കണമെന്ന് ആഗ്രഹിക്കുന്നവരാണ്. ഞങ്ങളുടെ കഴിവിന്റെ പരമാവധി മനുഷ്യരാശിയെ സേവിക്കണം എന്നാണ് ഞങ്ങൾ ആഗ്രഹിക്കുന്നത്. വിശേഷിച്ചും ജീവിതം ഒരിക്കലും ദുഃഖകരമോ ഉൽക്കണ്ഠാകുലമോ ആയിരുന്നിട്ടില്ലാത്ത എന്നെപ്പോലെയുള്ള ഒരാൾക്ക് ആത്മഹത്യയെക്കുറിച്ച് ഒരിക്കലും ചിന്തിക്കാൻപോലും കഴിയില്ല; അതിന് ശ്രമിക്കുക എന്നതിനെപ്പറ്റി പറയാനുമില്ല. അതുതന്നെയാണ്, ഇപ്പോൾ നിങ്ങളോട് എനിക്ക് പറയാനുള്ളത്.

ഞാൻ എന്നെപ്പറ്റിതന്നെ ചിന്തിക്കുന്നത് എങ്ങനെയാണെന്ന് പറയാൻ എന്നെ അനുവദിക്കുമോ? എനിക്ക് വധശിക്ഷ തന്നെ ലഭിക്കുമെന്ന് എനിക്കുറപ്പാണ്. തെല്ലെങ്കിലും ലഘൂകരണം ഉണ്ടാകുമെന്നോ മാപ്പു നല്കപ്പെടുമെന്നോ എനിക്ക് പ്രതീക്ഷയില്ല. മാപ്പു നല്കപ്പെടുകയാണെങ്കിൽതന്നെ അത് എല്ലാവർക്കും ആവില്ല. അത് നല്കപ്പെടുകയാണെങ്കിൽത്തന്നെ മറ്റുള്ളവർക്കായിരിക്കും. നമുക്കായിരിക്കില്ല. അത് തികച്ചും നിയന്ത്രിതവും, പല വ്യവസ്ഥകൾക്ക് വിധേയമായതും ആയിരിക്കും. നമുക്ക്, മാപ്പ് നല്കപ്പെടില്ല, അതൊരിക്കലും സംഭവിക്കില്ല. എങ്കിലും നമ്മുടെ മോചനത്തിനുവേണ്ടിയുള്ള ആഹ്വാനം കൂട്ടായി, ലോകവ്യാപകമായി ഉയർന്നുവരണമെന്നാണ് ഞാൻ ആഗ്രഹിക്കുന്നത്. അതോടൊപ്പം നമ്മുടെ പ്രസ്ഥാനം അതിന്റെ ഉച്ചകോടിയിൽ എത്തുമ്പോഴായിരിക്കണം നമ്മളെ തൂക്കിക്കൊല്ലേണ്ടതെന്നും ഞാൻ ആഗ്രഹിക്കുന്നു. എപ്പോഴാണെങ്കിലും, മാന്യമായ രീതിയിലുള്ള ന്യായയുക്തമായ ഒരു ഒത്തുതീർപ്പ് സാദ്ധ്യമായി വരുകയാണെങ്കിൽ നമ്മുടെ കേസിന്റേതുപോലുള്ള പ്രശ്നങ്ങൾ അതിന് തടസ്സമാകരുതെന്നും ഞാൻ ആഗ്രഹിക്കുന്നു. നമ്മുടെ രാജ്യത്തിന്റെ വിധി നിർണ്ണയിക്കപ്പെടുമ്പോൾ വ്യക്തികളുടെ വിധി വിസ്മരിക്കപ്പെടണം. വിപ്ലവകാരികൾ എന്ന നിലയ്ക്ക് മുൻകാല അനുഭവങ്ങളെക്കുറിച്ചെല്ലാം നമുക്കു തികഞ്ഞ ബോധമുണ്ട്. അതുകൊണ്ട് നമ്മുടെ ഭരണാധികാരികളുടെ മനോഭാവത്തിൽ പെട്ടെന്ന് എന്തെങ്കിലും ഒരു മാറ്റം ഉണ്ടാകുമെന്ന് നാം വിശ്വസിക്കുന്നില്ല-പ്രത്യേകിച്ചും ബ്രിട്ടീഷ് ഭരണാധികാരികളുടെ കാര്യത്തിൽ. വിപ്ലവം നടക്കാതെ അത്തരത്തിൽ വിസ്മയകരമായ മാറ്റം ഉണ്ടാവുക അസാദ്ധ്യമാണ്. നിരന്തരമുള്ള പ്രയത്നവും കഷ്ടപ്പാടുകളും ത്യാഗവുംകൊണ്ട് മാത്രമേ വിജയിക്കുകയുള്ളൂ. തീർച്ചയായും അത് നേടുകതന്നെ ചെയ്യും. എന്റെ മനോഭാവത്തെ സംബന്ധിച്ചാണെങ്കിൽ, എല്ലാവർക്കും വേണ്ട സൗകര്യങ്ങളും അവകാശങ്ങളും എല്ലാവർക്കും പൊതുമാപ്പും ഉണ്ടാകുന്നത് അതിന്റെ ഫലം ശാശ്വതം ആവുകയും, നമ്മെ തൂക്കിക്കൊല്ലുന്നതിലൂടെ ജനങ്ങളുടെ ഹൃദയങ്ങളിൽ മായാത്ത മുദ്ര പതിക്കുകയും ചെയ്തെങ്കിൽ മാത്രമേ ഞാൻ അതിനെ സ്വാഗതം ചെയ്യൂ എന്നതാണ്. ഇപ്പോൾ ഇത്രമാത്രമേ പറയാനുള്ളൂ. മറ്റൊന്നുമില്ല.

അച്ഛന് അയച്ച കത്ത്

കേസിന്റെ വിചാരണ അവസാനഘട്ടത്തിൽ ആയ അവസരത്തിൽ ഭഗത്സിങ്ങിന്റെ പിതാവ് സർദാർ കിഷൻസിങ്, തന്റെ മകൻ നിരപരാധിയാണെന്നും, സോണ്ടേഴ്സ് വധത്തിൽ അയാൾക്ക് യാതൊരു പങ്കും ഇല്ലെന്നും പറഞ്ഞുകൊണ്ട് രേഖാമൂലമുള്ള ഒരു അഭ്യർത്ഥന ട്രിബ്യൂണലിന് സമർപ്പിച്ചു. അയാളുടെ നിരപരാധിത്വം തെളിയിക്കാൻ മകന് ഒരു അവസരം നല്കണമെന്നും കൂടി അദ്ദേഹം അഭ്യർത്ഥിച്ചു. ഇതേക്കുറിച്ച് അറിഞ്ഞപ്പോൾ ഭഗത്സിങ് രോഷാകുലനാവുകയും, ഈ നീക്കത്തിൽ പ്രതിഷേധിച്ചുകൊണ്ട് അച്ഛന് ഒരു കത്തയക്കുകയും ചെയ്തു.

1930 ഒക്ടോബർ 4

എന്റെ പ്രിയപ്പെട്ട അച്ഛന്,

എന്റെ കേസ് വാദിക്കുന്നതുമായി ബന്ധപ്പെട്ട് അങ്ങ് ട്രിബ്യൂണലിന് ഒരു ഹർജി സമർപ്പിച്ചു എന്നറിഞ്ഞത് എന്നെ വിസ്മയസ്തബ്ധനാക്കി. ഈ വിവരം സമചിത്തതയോടെ താങ്ങാനാവാത്ത, കനത്ത ഒരു പ്രഹരമായിട്ടാണ് അനുഭവപ്പെട്ടത്. എന്റെ മനസ്സിന്റെ സമനിലയെയാകെ ഇത് തകിടംമറിച്ചിരിക്കുന്നു. ഈ ഘട്ടത്തിൽ നിലവിലുള്ള സാഹചര്യങ്ങളിൽ ഇത്തരത്തിൽ, ഒരു ഹർജി സമർപ്പിക്കുന്നത് ഉചിതമാണെന്ന് താങ്കൾ ചിന്തിക്കാനിടയായത് എന്തുകൊണ്ടാണെന്ന് എനിക്ക് മനസ്സിലാക്കാൻ കഴിയുന്നില്ല. അച്ഛൻ എന്ന നിലയ്ക്കുള്ള ചേതോവികാരങ്ങളും മനോഭാവവും എന്തെല്ലാമായാലും, എന്നോട് ആലോചിക്കുകപോലും ചെയ്യാതെ എനിക്കുവേണ്ടി ഇത്തരത്തിലൊരു നീക്കം നടത്താൻ താങ്കൾക്ക് യാതൊരു അവകാശവും ഇല്ലെന്നാണ് ഞാൻ കരു

തുന്നത്. രാഷ്ട്രീയരംഗത്ത് എന്റെ അഭിപ്രായങ്ങൾ എപ്പോഴും താങ്കളുടെതിൽനിന്നും വിഭിന്നമായിരുന്നു എന്ന് താങ്കൾക്ക് അറിയാമല്ലോ. അങ്ങയുടെ അംഗീകാരമോ വിസമ്മതമോ പരിഗണിക്കാതെ, സ്വതന്ത്രമായിട്ടാണ് ഞാൻ പ്രവർത്തിച്ചുപോന്നത്.

ആദ്യം മുതല്ക്കുതന്നെ എന്റെ കേസിൽ ഗൗരവപൂർവ്വം എതിർവാദം നടത്തണമെന്നും, ശരിയായ രീതിയിൽ എന്റെ ഭാഗം വാദിക്കണമെന്നും എന്നെ ബോദ്ധ്യപ്പെടുത്താൻ അങ്ങ് ശ്രമിച്ചിരുന്നു എന്ന് ഓർക്കുമല്ലോ. എന്നാൽ ഞാൻ അതിനെ എപ്പോഴും എതിർത്തിരുന്നു എന്നും അങ്ങേക്കറിയാം. എന്റെ കേസിൽ എതിർവാദം നടത്താൻ എനിക്ക് ഒരിക്കലും താല്പര്യമില്ലായിരുന്നു. അതേക്കുറിച്ച് ഞാൻ ഗൗരവപൂർവ്വം ചിന്തിക്കുകപോലും ചെയ്തിരുന്നില്ല. അത് വെറുമൊരു അവ്യക്തമായ ആശയം മാത്രമായിരുന്നോ, അതോ എന്റെ നിലപാട് ന്യായീകരിക്കാൻ എനിക്ക് ചില ന്യായവാദങ്ങൾ ഉണ്ടായിരുന്നു എന്നോ, ഉള്ളത് ഒരു പ്രത്യേക പ്രശ്നമാണ്. അതേക്കുറിച്ച് ഇവിടെ ചർച്ചചെയ്യാനാവില്ല.

ഈ കേസ് വിചാരണയിൽ ഞങ്ങൾ വ്യക്തമായ ഒരു നയമാണ് പിന്തുടർന്നുപോരുന്നത് എന്ന് അങ്ങേക്കറിയാമല്ലോ. ആ നയത്തിനും എന്റെ തത്ത്വങ്ങൾക്കും എന്റെ പരിപാടിക്കും അനുയോജ്യമായതായിരിക്കണം എന്റെ എല്ലാ പ്രവൃത്തികളും. ഇപ്പോൾ സാഹചര്യങ്ങൾ തികച്ചും വ്യത്യസ്തമാണ്. എന്നാൽ സ്ഥിതിഗതികൾ മറ്റുതരത്തിലായിരുന്നെങ്കിൽ കേസിൽ എതിർവാദം നടത്തുന്നതിൽ അവസാനത്തെ ആളായിരുന്നേനെ ഞാൻ. കേസ് വിചാരണയിലുടനീളം എനിക്ക് ഒരൊറ്റ ഉദ്ദേശ്യമേ ഉണ്ടായിരുന്നുള്ളു–അതായത് ഞങ്ങൾക്കെതിരായ കുറ്റാരോപണങ്ങൾ വളരെ ഗുരുതരമാണെങ്കിൽപ്പോലും വിചാരണയോട് തികഞ്ഞ താല്പര്യരാഹിത്യം കാണിക്കുക എന്നതായിരുന്നു അത്. രാഷ്ട്രീയ പ്രവർത്തകരെല്ലാം തന്നെ ഇത്തരത്തിൽ അവഗണന കാട്ടണമെന്നും നിയമകോടതികളിൽ നിയമയുദ്ധം നടത്താൻ മെനക്കെടരുതെന്നുമായിരുന്നു എല്ലായ്പ്പോഴും എന്റെ അഭിപ്രായം. ഏറ്റവും കനത്ത ശിക്ഷയെപ്പോലും അവർ ധീരമായി നേരിടണമെന്നുമാണ് എന്റെ അഭിപ്രായം. കേസിൽ അവർക്ക് വേണമെങ്കിൽ എതിർവാദം നടത്താം. എന്നാൽ അത് രാഷ്ട്രീയ പരിഗണനകളോടെ ആയിരിക്കണം. അതല്ലാതെ ഒരിക്കലും വ്യക്തിപരമായ പരിഗണനകളോടെ ആയിരിക്കരുത്. ഈ തത്ത്വം മുറുകെപ്പിടിച്ചുകൊണ്ടുള്ളതായിരുന്നു, ഈ വിചാരണയിൽ ഞങ്ങളുടെ നയം. ഞങ്ങൾ ഇതിൽ വിജയിച്ചോ ഇല്ലയോ എന്ന കാര്യത്തിൽ വിധി കല്പിക്കേണ്ടത് ഞാനല്ല. സ്വകാര്യതല്പരത ഒട്ടുമേ ഇല്ലാതെയാണ് ഞങ്ങളുടെ കടമകൾ നിർവ്വഹിച്ചുവന്നത്.

ലാഹോർ ഗൂഢാലോചനക്കേസ് ഓർഡിനൻസിന് അനുബന്ധമായുള്ള പ്രസ്താവനയിൽ വൈസ്രോയി പറഞ്ഞത്, ഈ കേസിലെ പ്രതികൾ നിയമത്തെയും നീതിയെയും അവഹേളിക്കാനാണ് ശ്രമിച്ചുവന്നതെന്നാണ്. ഞങ്ങളാണോ നിയമത്തെ അവഹേളിക്കാൻ ശ്രമിക്കുന്നത്,

അതല്ല മറ്റുള്ളവരാണോ അങ്ങനെ ചെയ്യുന്നതെന്ന് ജനങ്ങൾക്ക് മനസ്സിലാക്കിക്കൊടുക്കാൻ, സ്ഥിതിഗതികൾ ഞങ്ങൾക്ക് ഒരവസരം നല്കി. ഇക്കാര്യത്തിൽ പൊതുജനങ്ങൾ ഞങ്ങളോട് വിയോജിച്ചേക്കാം. താങ്കളും അവരിൽ ഒരാളായിരിക്കാം. എന്നാൽ അതിന്റെ അർത്ഥം ഇത്തരം നീക്കങ്ങൾ എനിക്കുവേണ്ടി എന്റെ സമ്മതമോ, അറിവുപോലുമോ കൂടാതെ നടത്തണമെന്നല്ല. എന്റെ ജീവൻ എന്നെ സംബന്ധിച്ചിടത്തോളമെങ്കിലും താങ്കൾ കരുതുന്നതുപോലെ അത്ര അനർഘമായതല്ല. എന്റെ തത്ത്വങ്ങൾ കൈവെടിഞ്ഞിട്ട് രക്ഷിക്കാൻ തക്ക മൂല്യമൊന്നുമുള്ളതല്ല എന്റെ ജീവൻ. എന്റെ കേസുപോലെതന്നെ ഗുരുതരമായ കേസുകളിൽ ഉൾപ്പെട്ട എന്റെ സഖാക്കൾ വേറെയുമുണ്ട്. ഞങ്ങൾ പൊതുവായ ഒരു നയമാണ് സ്വീകരിച്ചത്. ഞങ്ങൾക്ക് വ്യക്തിപരമായി എന്തു വില നല്കേണ്ടതായിവന്നാലും ഞങ്ങൾ അവസാനംവരെ ആ നയത്തിൽ ഉറച്ചു നില്ക്കും.

അച്ഛാ, ഞാൻ ആകെ അന്ധാളിച്ചിരിക്കുകയാണ്. സാധാരണ ഉപചാരക്രമങ്ങളെല്ലാം ഞാൻ അവഗണിക്കാനിടയാകുമോ എന്നും, താങ്കളുടെ ഭാഗത്തുനിന്നുണ്ടായ ഈ നീക്കത്തെ വിമർശിക്കുമ്പോൾ–അഥവാ അതിനെ കുറ്റപ്പെടുത്തുമ്പോൾ–എന്റെ ഭാഷ അല്പം പരുക്കനായിപ്പോകുമോ എന്നും ഞാൻ ഭയപ്പെടുന്നു. ഒളിപ്പൊന്നുമില്ലാതെ ഞാൻ പറയട്ടെ, എന്നെ പിറകിൽനിന്ന് കുത്തിയതായിട്ടാണ് എനിക്ക് തോന്നുന്നത്. മറ്റാരെങ്കിലുമാണ് ഇത് ചെയ്തിരുന്നതെങ്കിൽ, വൻ ചതിയിൽ കുറഞ്ഞതൊന്നുമല്ല കാണിച്ചതെന്ന് ഞാൻ കണക്കാക്കുമായിരുന്നു. എന്നാൽ അങ്ങയുടെ കാര്യത്തിൽ, അത് ഒരു ദൗർബല്യംകൊണ്ടാണ്–ഏറ്റവും മോശപ്പെട്ടതരത്തിലുള്ള ഒരു ദൗർബല്യംകൊണ്ടാണ്–ഇങ്ങനെ ചെയ്തതെന്ന് പറയാൻ എന്നെ അനുവദിച്ചാലും.

എല്ലാവരുടെയും ധൈര്യം പരീക്ഷിക്കപ്പെടുന്ന ഒരവസരമാണിത്. താങ്കൾ ഈ പരീക്ഷണത്തിൽ പരാജയപ്പെട്ടിരിക്കയാണ്, അച്ഛാ. അങ്ങ്, ആത്മാർത്ഥതയുള്ള ഒരു ദേശാഭിമാനിയാണ്. താങ്കളുടെ ജീവിതം ഇന്ത്യയുടെ സ്വാതന്ത്ര്യത്തിനുവേണ്ടി അർപ്പിതമാണെന്ന് എനിക്കറിയാം. പക്ഷേ, ഇപ്പോൾ എന്താണ് ഇങ്ങനെയൊരു ദൗർബല്യം പ്രകടിപ്പിക്കാൻ കാരണം? എനിക്ക് മനസ്സിലാകുന്നില്ല. അവസാനമായി താങ്കളോടും എന്റെ സുഹൃത്തുക്കളോടും എന്റെ കേസിൽ താല്പര്യമുള്ള എല്ലാവരോടും ഞാൻ പറയട്ടെ. താങ്കളുടെ നീക്കത്തെ ഞാൻ അംഗീകരിച്ചിട്ടില്ല. എന്റെ കൂട്ടുപ്രതികളായ മറ്റു ചിലർ കേസിൽ എതിർവാദം നടത്തുന്നതിനെ സംബന്ധിച്ചും മറ്റും സമർപ്പിച്ചിട്ടുള്ള ഹർജികൾ കോടതി അനുവദിക്കുകയാണെങ്കിൽപ്പോലും എന്റെ കേസിൽ ഞാൻ എതിർവാദം നടത്തുമായിരുന്നില്ല. നിരാഹാരസമരം നടത്തിയ അവസരത്തിൽ, കൂടിക്കാഴ്ചയെ സംബന്ധിച്ച് ഞാൻ ട്രിബ്യൂണലിന് സമർപ്പിച്ച അപേക്ഷകളെ തെറ്റായി വ്യാഖ്യാനിക്കുകയും ഞാൻ കേസിൽ

എതിർവാദം നടത്താൻ പോവുകയാണെന്ന് പത്രങ്ങളിൽ പ്രസിദ്ധപ്പെടുത്തുകയും ചെയ്തു. എന്നാൽ ഞാൻ ഒരിക്കലും കേസിൽ എതിർവാദം നടത്താൻ തയ്യാറായിരുന്നില്ല. ഞാൻ ഇപ്പോഴും മുൻ അഭിപ്രായത്തിൽതന്നെ ഉറച്ചുനില്ക്കുന്നു. ബോർസ്റ്റൽ ജയിലിൽ കിടക്കുന്ന എന്റെ സുഹൃത്തുക്കൾ ഇതിനെ എന്റെ ഭാഗത്തുനിന്നുള്ള വിശ്വാസവഞ്ചനയും ചതിയും ആയി കണക്കാക്കിയേക്കാം. അവരുടെ മുമ്പാകെ എന്റെ നിലപാട് വിശദീകരിക്കാൻ ഒരവസരംപോലും എനിക്ക് ലഭിക്കുകയില്ല.

ഈ സങ്കീർണ്ണാവസ്ഥയുടെ എല്ലാ വിശദവിവരങ്ങളും പൊതുജനങ്ങൾ അറിയണമെന്ന് എനിക്കാഗ്രഹമുണ്ട്. ഈ കത്ത് പ്രസിദ്ധീകരിക്കണമെന്ന് ഞാൻ അഭ്യർത്ഥിക്കുന്നു.

അങ്ങയുടെ പ്രിയപ്പെട്ട മകൻ,
ഭഗത്സിങ്

ബി കെ ദത്തിന് അയച്ച കത്ത്*

വധശിക്ഷയിൽനിന്ന് രക്ഷപ്പെടാൻ കഴിഞ്ഞ സഖാക്കളിൽനിന്നും എന്താണ് പ്രതീക്ഷിക്കുന്നതെന്നതിനെക്കുറിച്ച് ഭഗത്സിങ്ങിന്റെ അഭിപ്രായം എന്തായിരുന്നുവെന്നതിന്റെ സൂചന നല്കുന്നതാണ് ഈ കത്ത്.

സെൻട്രൽ ജയിൽ, ലാഹോർ
1930 നവംബർ

പ്രിയസഹോദരാ,

വിധി പ്രഖ്യാപിക്കപ്പെട്ടു കഴിഞ്ഞു. എനിക്ക് വധശിക്ഷയാണ് വിധിക്കപ്പെട്ടിരിക്കുന്നത്. ഇവിടെ ഈ ജയിലറകളിൽ എന്നെ കൂടാതെ മറ്റ് പല തടവുകാരും തൂക്കിക്കൊല നടക്കുന്ന ദിവസം കാത്തിരിക്കുകയാണ്. ഈ ആളുകളുടെ ഏക പ്രാർത്ഥന, എങ്ങനെയെങ്കിലും കൊലക്കയറിന്റെ കുരുക്കിൽനിന്നും രക്ഷപ്പെടേണേ എന്നാണ്. ഒരുവേള, ഇവർക്കിടയിൽ ഞാൻ മാത്രമായിരിക്കാം, എന്റെ ആദർശത്തിനുവേണ്ടി കൊലമരത്തെ ആശ്ലേഷിക്കാനുള്ള ഭാഗ്യം ലഭിക്കുന്ന ആ ദിവസത്തെ ആകാംക്ഷയോടെ കാത്തിരിക്കുന്ന ഏക മനുഷ്യൻ.

ഞാൻ സന്തോഷത്തോടെ കൊലമരത്തിൽ കയറും. അങ്ങനെ വിപ്ലവകാരികൾ എത്രമാത്രം ധീരതയോടെയാണ് തങ്ങളുടെ ലക്ഷ്യ

---

* ഈ കത്തിന്റെ ഇംഗ്ലീഷിലുള്ള അസ്സൽ കൽക്കത്തയിൽനിന്നുള്ള ഒരു ഇംഗ്ലീഷ് വരികയായ *ന്യൂ ഈറയിൽ* പ്രസിദ്ധപ്പെടുത്തിയിരുന്നു. (ഈ പത്രം ഇപ്പോഴില്ല) എന്നാൽ ആ ലക്കം കണ്ടുകിട്ടാനായില്ല. ഹിന്ദി വിവർത്തനം ലഭ്യമായിരുന്നു. അതിൽനിന്നും ഇംഗ്ലീഷിലേക്ക് പുനർവിവർത്തനം ചെയ്തതാണ്.

ത്തിനുവേണ്ടി ജീവൻ ത്യജിക്കുന്നതെന്ന് ലോകത്തിന് കാട്ടിക്കൊടുക്കുകയും ചെയ്തു.

എനിക്ക് വധശിക്ഷയാണ് വിധിച്ചിരിക്കുന്നത്. എന്നാൽ നിങ്ങൾക്ക് വിധിച്ചിരിക്കുന്നത് ജീവപര്യന്തം നാടുകടത്തലിനുള്ള ശിക്ഷയാണ്. നിങ്ങൾ ജീവിക്കും. അങ്ങനെ ജീവിക്കുമ്പോൾ നിങ്ങൾ ലോകത്തിന് കാട്ടിക്കൊടുക്കേണ്ടത് വിപ്ലവകാരികൾ തങ്ങളുടെ ആദർശങ്ങൾക്കുവേണ്ടി മരിക്കാൻ തയ്യാറാകുക മാത്രമല്ല ചെയ്യുന്നത്, ഏത് അത്യാപത്തിനെയും ധീരമായി നേരിടാനും അവർ തയ്യാറാണ് എന്നതാണ്. മരണം ലൗകിക പ്രയാസങ്ങളിൽനിന്നും രക്ഷപ്പെടാനുള്ള ഒരു മാർഗ്ഗം ആകരുത്. കൊലമരത്തിൽനിന്ന് രക്ഷപ്പെടാൻ യദൃച്ഛയാ കഴിഞ്ഞ വിപ്ലകാരികൾ ജീവിക്കുകയും, തങ്ങൾ കൊലമരത്തിൽ ഏറാൻ തയ്യാറാണെന്ന് മാത്രമല്ല, ഇരുളടഞ്ഞ, വൃത്തികെട്ട ജയിലറകളിൽ കിടന്ന്, അത്യന്തം നീചമായ പീഡനങ്ങൾപോലും സഹിക്കുകയും ചെയ്യുമെന്ന് ലോകത്തിന് കാട്ടിക്കൊടുക്കണം.

താങ്കളുടെ ഭഗത്സിങ്

ജയദേവ് ഗുപ്തയ്ക്ക് അയച്ച കത്ത്

സ്കൂൾ വിദ്യാഭ്യാസകാലം മുതല്ക്കേ ഒരു ഉറ്റ സുഹൃത്തായിരുന്ന ജയദേവ് ഗുപ്തയ്ക്ക് ചില പുസ്തകങ്ങൾക്കു വേണ്ടി ഭഗത്സിങ് അയച്ചതാണ് ഈ കത്ത്. തന്റെ സഖാക്കളുടെ ബൗദ്ധിക വികാസത്തിന്റെ കാര്യത്തിൽ ഭഗത്സിങ് എത്രമാത്രം തല്പരനായിരുന്നു എന്നും ഈ കത്ത് വെളിവാക്കുന്നു.

ലാഹോർ സെൻട്രൽ ജയിൽ
24.7.1930

പ്രിയപ്പെട്ട ജയദേവ്,

താഴെപ്പറയുന്ന പുസ്തകങ്ങൾ ദയവായി ദ്വാരകദാസ് ലൈബ്രറിയിൽനിന്നും എന്റെ പേരിൽ എടുത്ത് കുൽവീർ വഴി ഈ ഞായറാഴ്ച അയച്ചുതരണം.

മിലിട്ടറിസം (*സൈന്യവ്യവസ്ഥ*)-കാൾ ലീബ്ക്നെക്ത്

വൈ മെൻ ഫൈറ്റ് (എന്തുകൊണ്ട് മനുഷ്യൻ പൊരുതുന്നു)-ബർട്രാന്റ് റസൽ

സോവിയറ്റ്സ് അറ്റ് വർക് (സോവിയറ്റുകൾ പ്രവർത്തനത്തിൽ)

കൊളാപ്സ് ഓഫ് ദി സെക്കൻഡ് ഇന്റർനാഷണൽ (രണ്ടാം ഇന്റർനാഷണലിന്റെ തകർച്ച)

ലെഫ്റ്റ്വിങ് കമ്യൂണിസം (ഇടതുപക്ഷ കമ്യൂണിസം)

മ്യൂചൽ എയ്ഡ് (പരസ്പര സഹായം)-പ്രിൻസ് ക്രൊപോട്കിൻ

ഫീൽഡ്സ് ഫാക്ടറീസ് ആന്റ് വർക്ഷോപ്സ് (കൃഷിയിടങ്ങൾ, ഫാക്ടറികൾ, വർക്ഷോപ്പുകൾ)

സിവിൽ വാർ ഇൻ ഫ്രാൻസ് (ഫ്രാൻസിലെ ആഭ്യന്തരയുദ്ധം) – മാർക്സ്

ലാൻഡ് റവല്യൂഷൻ ഇൻ റഷ്യ (റഷ്യയിലെ കാർഷിക വിപ്ലവം)

സ്പൈ (ചാരൻ) – അപ്ടൺ സിംക്ലെയർ

പഞ്ചാബ് പബ്ലിക് ലൈബ്രറിയിൽനിന്ന് ഒരു പുസ്തകവും കൂടി അയച്ചുതന്നാലും:

ഹിസ്റ്റോറിക്കൽ മെറ്റീരിയലിസം (ചരിത്രപരമായ ഭൗതികവാദം) – ബുഖാറിൻ

അവിടത്തെ ലൈബ്രേറിയനിൽനിന്നും ബോർസ്റ്റൽ ജയിലിലേക്ക് കുറെ പുസ്തകങ്ങൾ അയച്ചുകൊടുക്കാൻ കഴിയുമോ എന്നുകൂടി തിരക്കി അറിയണം. അവിടെ അവർ കടുത്ത പുസ്തകക്ഷാമം അനുഭവിക്കുകയാണ്. സുഖദേവിന്റെ സഹോദരൻ ജയദേവ് വഴി അവർ പുസ്തകങ്ങളുടെ ഒരു ലിസ്റ്റ് അയച്ചിരുന്നു. ഇതുവരെ അവർക്ക് ഒരു പുസ്തകംപോലും കിട്ടിയിട്ടില്ല. ലിസ്റ്റ് അവരുടെ അടുക്കൽ ഇല്ലെങ്കിൽ ലാലാ ഫിറോസ് ചന്ദിനോട്, അദ്ദേഹം തെരഞ്ഞെടുക്കുന്ന ഏതെങ്കിലും രസകരമായ കുറെ പുസ്തകങ്ങൾ അയച്ചുകൊടുക്കാൻ ദയവായി പറയുക. ഈ ഞായറാഴ്ച ഞാൻ അവിടെ പോകുന്നതിനുമുമ്പായി പുസ്തകങ്ങൾ അവർക്ക് കിട്ടിയിരിക്കണം. ഈ ജോലി ഒട്ടും ഒഴിച്ചുകൂടാനാവാത്തതാണ്. ദയവായി ഇക്കാര്യം ശ്രദ്ധിക്കുക.

കൂടാതെ ഡോക്ടർ ആലമിനുവേണ്ടി, ഡാർലിങ്ങിന്റെ *പഞ്ചാബ് പെസന്റ്സ് ഇൻ പ്രോസ്പെരിറ്റി ആൻഡ് ഡെബ്റ്റ്* (പഞ്ചാബിലെ കർഷകർ സമൃദ്ധിയിലും ഋണബാദ്ധ്യതയിലും) എന്ന പുസ്തകവും അത്തരത്തിലുള്ള മറ്റ് രണ്ടോ മൂന്നോ പുസ്തകങ്ങളുംകൂടി അയക്കുക. നിങ്ങളെ ഇക്കാര്യത്തിൽ ഉപദ്രവിക്കുന്നത് ക്ഷമിക്കുമല്ലോ. മേലിൽ ഇങ്ങനെ ശല്യം ചെയ്യില്ലെന്ന് ഞാൻ ഉറപ്പുതരുന്നു. നമ്മുടെ എല്ലാ സുഹൃത്തുക്കളോടും എന്റെ അന്വേഷണങ്ങൾ അറിയിക്കുക. ലജ്ജാവതിയെ എന്റെ അഭിവാദനങ്ങൾ അറിയിക്കുക. ദത്തിന്റെ സഹോദരി വന്നാൽ എന്നെ വന്ന് കാണാൻ അവർ മറക്കില്ലെന്ന് എനിക്കുറപ്പുണ്ട്.

അഭിവാദനങ്ങളോടെ,
ഭഗത്സിങ്

‘ഡ്രീംലാൻഡ്’ (സ്വപ്നഭൂമി) എന്ന കവിതയുടെ അവതാരിക

ആയിരത്തിതൊള്ളായിരത്തി പതിനഞ്ചിൽ ഒന്നാം ലാഹോർ ഗൂഢാലോചനക്കേസിലെ ലാലാരാമസരൺ ദാസിനെ ജീവപര്യന്തം തടവിന് ശിക്ഷിച്ചു. മദ്രാസ് പ്രസിഡൻസിയിലെ സേലം സെൻട്രൽ ജയിലിൽ തടവിൽ കഴിയുമ്പോൾ അദ്ദേഹം “ഡ്രീംലാൻഡ്” (സ്വപ്നഭൂമി) എന്ന പേരിൽ ഒരു കവിത എഴുതുകയുണ്ടായി. ഇരുപതുകളുടെ മദ്ധ്യത്തിൽ അദ്ദേഹം ജയിൽമോചിതനായതിനുശേഷം ഭഗത്സിങ്ങുമായും സുഖദേവുമായും ബന്ധപ്പെടുകയും ഹിന്ദുസ്ഥാൻ റിപ്പബ്ലിക്കൻ അസോസിയേഷനിൽ സജീവമായി പ്രവർത്തിക്കുകയും ചെയ്തു. രണ്ടാം ലാഹോർഗൂഢാലോചനക്കേസുമായി ബന്ധപ്പെടുത്തി അദ്ദേഹത്തെ വീണ്ടും അറസ്റ്റുചെയ്തു. ഈ പ്രാവശ്യം അദ്ദേഹത്തിന് ചാഞ്ചാട്ടമുണ്ടായി. രാജാധികാരത്തിൽനിന്നും അദ്ദേഹത്തിന് മാപ്പ് ലഭിച്ചു. എന്നാൽ പെട്ടെന്നു തന്നെ അദ്ദേഹം തെറ്റ് മനസ്സിലാക്കുകയും മുമ്പു നല്കിയ പ്രസ്താവന പിൻവലിക്കുകയും ചെയ്തു. സത്യം ചെയ്ത് കളവ് പറഞ്ഞു എന്ന കുറ്റം ആരോപിച്ച് അദ്ദേഹത്തെ രണ്ടു വർഷത്തെ തടവിന് ശിക്ഷിച്ചു. പിന്നീട് ശിക്ഷയുടെ കാലാവധി അപ്പീൽ കോടതിയിൽനിന്നും രണ്ടുമാസമായി കുറച്ചു.

ഈ ശിക്ഷയുടെ കാലയളവിലാണ് അദ്ദേഹം ഈ പദ്യകൃതിയുടെ കൈയെഴുത്തുപ്രതി, ഒരു അവതാരിക എഴുതി കൊടുക്കണമെന്ന് ആവശ്യപ്പെട്ടുകൊണ്ട് ഭഗത്സിങ്ങിന് എത്തിച്ചുകൊടുത്തത്. ഭഗത്സിങ് എഴുതിയ ലേഖനത്തിൽ രാമസരൺ ദാസിന്റെ കൃതിയുടെ ഉദ്ദേശ്യശുദ്ധിയെ മാനിക്കുന്നതോടൊപ്പം

വിപ്ലവത്തിന്റെ പ്രശ്നങ്ങളെക്കുറിച്ച് കവി സ്വീകരിച്ച കാല്പനിക (യുട്ടോപ്പിയൻ) സമീപനത്തെ വിമർശിക്കുകയും ചെയ്തു. ദൈവം, മതം, അക്രമവും അക്രരാഹിത്യവും, ആത്മീയവാദം, സാഹിത്യം, കവിത തുടങ്ങിയ വിഷയങ്ങളെക്കുറിച്ചുള്ള തന്റെ അഭിപ്രായവും ഭഗത്സിങ് പ്രകടിപ്പിച്ചു.

ബഹുമാന്യനായ എന്റെ സുഹൃത്ത് എൽ രാമസരൺ ദാസ്, അദ്ദേഹത്തിന്റെ പദ്യകൃതിയായ 'ഡ്രീം ലാൻഡി'ന് (സ്വപ്നഭൂമി) ഒരു അവതാരിക എഴുതണമെന്ന് എന്നോട് ആവശ്യപ്പെട്ടിരിക്കുന്നു. ഞാൻ ഒരു കവിയോ, സാഹിത്യകാരനോ അല്ല. ഞാൻ ഒരു പത്രപ്രവർത്തകനോ നിരൂപകനോ പോലുമല്ല. അതുകൊണ്ട് അദ്ദേഹത്തിന്റെ ഈ ആവശ്യത്തിന് ന്യായീകരണം കണ്ടുപിടിക്കാൻ എത്ര ശ്രമിച്ചിട്ടും എനിക്ക് കഴിയുന്നില്ല പക്ഷേ, ഇന്ന് ഞാൻ ഇവിടെ കഴിയുന്ന സാഹചര്യങ്ങളിൽ ഗ്രന്ഥകർത്താവുമായി ഇതേക്കുറിച്ച് ചർച്ചചെയ്യാൻ, ദീർഘമായി വാദവിവാദം നടത്താൻ അവസരം ലഭിക്കുകയില്ലെന്നതുകൊണ്ട് എന്റെ സുഹൃത്തിന്റെ ആഗ്രഹമനുസരിച്ച് പ്രവർത്തിക്കുകയല്ലാതെ മറ്റൊരു മാർഗ്ഗവും ഇല്ല.

ഞാൻ ഒരു കവിയല്ലാത്തതുകൊണ്ട് ഈ കൃതിയെ, ഒരു കവിത എന്ന നിലയ്ക്ക് നിരൂപണം ചെയ്യാൻ മുതിരുന്നില്ല. എനിക്ക് വൃത്തത്തെക്കുറിച്ചും മറ്റും യാതൊരറിവും ഇല്ല. ഛന്ദസ്സിനെ സംബന്ധിച്ചുള്ള മാനദണ്ഡങ്ങളുടെ അടിസ്ഥാനത്തിൽ വിലയിരുത്താൻ തുനിഞ്ഞാൽതന്നെ അത് ശരിയായിരിക്കുമോ എന്നും എനിക്ക് അറിയില്ല. ഒരു സാഹിത്യകാരനല്ലാത്തതുകൊണ്ട് ഞാൻ ഈ കൃതിക്ക് ദേശീയ സാഹിത്യത്തിൽ സ്ഥാനം നിർണ്ണയിക്കാൻ ഉദ്ദേശിച്ചുകൊണ്ടുള്ള ഒരു ചർച്ച നടത്താനും മുതിരുന്നില്ല.

ഞാൻ ഒരു രാഷ്ട്രീയ പ്രവർത്തകൻ ആയതിനാൽ പരമാവധി എനിക്ക് ചെയ്യാൻ കഴിയുന്നത് രാഷ്ട്രീയ കാഴ്ചപ്പാടനുസരിച്ച് ഇതേപ്പറ്റി ചർച്ചചെയ്യുക എന്നതാണ്. പക്ഷേ, അവിടെയും എന്റെ ഈ ജോലി ഫലത്തിൽ അസാദ്ധ്യമാക്കിത്തീർക്കുകയോ, അതല്ലെങ്കിൽ വളരെ വിഷമകരമാക്കിത്തീർക്കുകയോ ചെയ്യുന്ന ഒരു ഘടകവും കൂടിയുണ്ട്. പ്രായേണ, ഒരു കൃതിക്ക് അവതാരിക എഴുതുന്നത്, ആ കൃതിയുടെ ഉള്ളടക്കത്തെ സംബന്ധിച്ച് അതിന്റെ ഗ്രന്ഥകർത്താവുമായി ആശയപ്പൊരുത്തമുള്ള ആൾ ആയിരിക്കും. എന്നാൽ ഇവിടെ കാര്യം തികച്ചും വ്യത്യസ്തമാണ്. എല്ലാ കാര്യങ്ങളിലും എനിക്ക് എന്റെ സുഹൃത്തിന്റെ കാഴ്ചപ്പാടുമായി പൊരുത്തപ്പെടാനാവുന്നില്ല. പ്രധാനപ്പെട്ട പല കാര്യങ്ങളിലും ഞാൻ അദ്ദേഹത്തോട് വിയോജിച്ചിരുന്നു എന്ന വസ്തുത അദ്ദേഹത്തിന് അറിയാം. അതുകൊണ്ട് ഞാൻ എഴുതാൻ പോകുന്നത് ഒരു അവതാരിക ആവുകയേയില്ല. ഏറിയാൻ അത്

ഒരു വിമർശനം ആയേക്കാം. അതിന്റെ സ്ഥാനം പുസ്തകത്തിന്റെ ആദ്യമായിരിക്കില്ല, അവസാനത്തിലായിരിക്കും.

രാഷ്ട്രീയരംഗത്ത് 'സ്വപ്നഭൂമി'ക്ക് പ്രധാനപ്പെട്ട ഒരു സ്ഥാനമുണ്ട്. നിലവിലുള്ള സാഹചര്യങ്ങളിൽ പ്രസ്ഥാനത്തിലെ പ്രധാനപ്പെട്ട ഒരു വിടവ് അത് നികത്തുന്നു. യഥാർത്ഥത്തിൽ നമ്മുടെ രാജ്യത്ത് ആധുനിക ചരിത്രത്തിൽ പ്രധാനപ്പെട്ട പങ്ക് ഇതുവരെ വഹിച്ചിരുന്ന എല്ലാ രാഷ്ട്രീയ പ്രസ്ഥാനങ്ങൾക്കും അവ സാക്ഷാൽക്കരിക്കാൻ ലക്ഷ്യമിട്ടിട്ടുള്ള ആദർശത്തിന്റെ അഭാവമുണ്ട്. വിപ്ലവപ്രസ്ഥാനവും ഇതിനൊരു അപവാദമല്ല. തങ്ങൾ സമരം ചെയ്യുന്നത് എന്തിനു വേണ്ടിയാണെന്നതിനെക്കുറിച്ച് വ്യക്തമായ ധാരണയുള്ള ഒരു രാഷ്ട്രീയ പാർട്ടിയേയും, എത്ര ശ്രമിച്ചിട്ടും എനിക്ക് കാണാൻ കഴിയുന്നില്ല. ഇതിന് ഒരു അപവാദം ഗദർ പാർട്ടി മാത്രമാണ്. അമേരിക്കൻ ഐക്യനാടുകളിലെ ഗവൺമെന്റിന്റെ മാതൃകയാൽ പ്രചോദിതരായ അവർ, നിലവിലുള്ള ഗവൺമെന്റിനെ മാറ്റി പകരം റിപ്പബ്ലിക്കൻ രൂപത്തിലുള്ള ഗവൺമെന്റ് സ്ഥാപിക്കണമെന്നാണ് ആഗ്രഹിക്കുന്നതെന്ന് വ്യക്തമായി പ്രഖ്യാപിച്ചിട്ടുണ്ട്. മറ്റെല്ലാ പാർട്ടികളിലുമാകട്ടെ, അവയിൽപ്പെട്ട ആളുകൾക്ക് വൈദേശികഭരണാധികാരികൾക്കെതിരായി പൊരുതുക എന്ന ഒരൊറ്റ ആശയം മാത്രമാണുള്ളത്. ആ ആശയം തികച്ചും ശ്ലാഘനീയമാണ്. എന്നാൽ അതൊരു വിപ്ലവകരമായ ആശയമാണെന്ന് പറയാനാവില്ല. വിപ്ലവം എന്നതുകൊണ്ട് നാം അർത്ഥമാക്കുന്നത് ഒരു കലാപം മാത്രമോ രക്തരൂഷിതമായ പോരാട്ടമോ അല്ല. നിലവിലുള്ള വ്യവസ്ഥിതിയെ (ഭരണാധികാരത്തെ) പൂർണ്ണമായും നശിപ്പിച്ചിട്ട്, പുതിയതും മെച്ചപ്പെട്ടതുമായ, പരിതഃസ്ഥിതികൾക്കനുസൃതമായ പുനർനിർമ്മാണം ചിട്ടയായ രീതിയിൽ സമൂഹത്തിൽ കൈവരുത്താനുള്ള ഒരു പരിപാടികൂടി അവശ്യമായും വിപ്ലവം എന്ന ആശയത്തിൽ ഉൾക്കൊള്ളുന്നു.

രാഷ്ട്രീയരംഗത്ത് മിതവാദികൾ നിലവിലുള്ള ഗവൺമെന്റിൽ ചില പരിഷ്കാരങ്ങൾ വരുത്തണമെന്നാണ് ആവശ്യപ്പെട്ടത്. തീവ്രവാദികളാകട്ടെ ഇതിലും അല്പംകൂടി കൂടുതലായി ചിലത് വേണമെന്ന് ആവശ്യപ്പെട്ടു. ആ ലക്ഷ്യം സാക്ഷാൽക്കരിക്കാൻ സമൂലമായ മാറ്റങ്ങൾ വരുത്താനുള്ള മാർഗ്ഗങ്ങൾ ഉപയോഗിക്കാനും അവർ തയ്യാറായിരുന്നു. വിപ്ലവകാരികൾക്കിടയിലാണെങ്കിൽ അവർ വിദേശാധിപത്യം ഇല്ലാതാക്കുക എന്ന ഏക ലക്ഷ്യം നേടാൻവേണ്ടി തീവ്രമായ മാർഗ്ഗങ്ങൾ സ്വീകരിക്കുന്നതിന് എല്ലായ്പ്പോഴും അനുകൂലമായിരുന്നു. അത്തരം മാർഗ്ഗങ്ങളിലൂടെ ചില പരിഷ്കാരങ്ങൾ പിടിച്ചുപറ്റുന്നതിനെ അനുകൂലിക്കുന്ന ചിലരും ഉണ്ടായിരുന്നു. ഈ പ്രസ്ഥാനങ്ങളെയെല്ലാം ശരിക്കും വിപ്ലവപ്രസ്ഥാനങ്ങൾ എന്ന പേരിന് അർഹമായ പ്രസ്ഥാനങ്ങളായി കാണാനാവില്ല. എന്നാൽ 1908 ൽ ഒളിവിൽ കഴിഞ്ഞിരുന്ന ഒരു

ബംഗാളി പ്രവർത്തകൻ പഞ്ചാബിൽവച്ച് ആദ്യമായി ഔപചാരികമായി റിക്രൂട്ട് ചെയ്ത ആദ്യവിപ്ലവകാരിയാണ് എൽ രാമസരൺ ദാസ്. അതിൽപിന്നീട് അദ്ദേഹം വിപ്ലവപ്രസ്ഥാനങ്ങളുമായി ബന്ധം വെക്കുകയും, അവസാനം ഗദർപാർട്ടിയിൽ ചേരുകയും ചെയ്തു. എങ്കിലും തങ്ങളുടെ പ്രസ്ഥാനത്തിന്റെ ആദർശങ്ങളെക്കുറിച്ച് മുമ്പ് അവർ വെച്ചുപുലർത്തിയിരുന്ന അതേ ആശയങ്ങൾതന്നെ അപ്പോഴും നിലനിർത്തിപ്പോന്നു. അതിന്റെ സൗകുമാര്യത്തിനും മൂല്യത്തിനും മാറ്റുകൂട്ടുന്ന മറ്റൊരു രസകരമായ വസ്തുതകൂടിയുണ്ട്. എൽ രാമ സരൺ ദാസിന് 1915 ൽ വധശിക്ഷ നല്കപ്പെട്ടു. പിന്നീട് അത് ജീവപര്യന്തം നാടുകടത്തൽ ശിക്ഷയായി ഇളവ് ചെയ്യപ്പെട്ടു. ഇന്ന് ജുഗുപ്സാവഹമായ ഈ തടവറയിൽ കഴിയുന്ന എനിക്ക് വായനക്കാരോട് അധികാരമായി പറയാൻ കഴിയും, തടവറയിലാക്കപ്പെടുന്നതാണ് മരണത്തേക്കാളും താരതമ്യേന കൂടുതൽ വിഷമകരമായ സ്ഥിതി എന്നകാര്യം. എൽ രാമസരൺ ദാസിന് യഥാർത്ഥത്തിൽ 14 വർഷത്തേക്ക് തടവറയിൽ കഴിയേണ്ടിവന്നു. തെക്കൻ പ്രദേശത്തെ ഒരു ജയിലിൽവെച്ചാണ് അദ്ദേഹം ഒരു കവിതരചിച്ചത്. ഗ്രന്ഥകർത്താവിന്റെ അപ്പോഴത്തെ മാനസികാവസ്ഥയും മനഃക്ഷോഭവും ഈ കവിതയിൽ അതിന്റെ മുദ്രപതിപ്പിച്ചിട്ടുണ്ട്. അതുകൊണ്ടുതന്നെ അത് കൂടുതൽ സുന്ദരവും രസകരവും ആയിത്തീരുന്നു. എഴുതാൻ തീരുമാനിക്കുന്നതിന് മുമ്പ് അദ്ദേഹം നിരുന്മേഷകരമായ ഒരു മാനസികവാസ്ഥക്കെതിരായി പൊരുതുകയായിരുന്നു. ഉറപ്പുകൾ നല്കിയതിന്റെ അടിസ്ഥാനത്തിൽ അദ്ദേഹത്തിന്റെ സഖാക്കളിൽ പലരെയും മോചിപ്പിച്ച ആ ദിവസങ്ങളിൽ മറ്റുപലർക്കും അദ്ദേഹത്തിനുതന്നെയും പ്രലോഭനങ്ങളുടെ സമ്മർദ്ദം വളരെ ശക്തമായിരിക്കുകയും ചെയ്ത ആ ദിവസങ്ങളിൽ, ഭാര്യയെയും കുട്ടികളെയും കുറിച്ചുള്ള മധുരതരമെങ്കിലും വേദനാജനകമായ സ്മരണകൾ സ്വാതന്ത്ര്യത്തിനുള്ള അഭിവാഞ്ഛയ്ക്ക് ശക്തികൂട്ടിയിരുന്നു. ഇവയുടെയെല്ലാം ധൈര്യക്ഷയം വരുത്തുന്ന ആഘാതങ്ങൾക്കെതിരായി കടുത്ത സമരം നടത്തേണ്ടിവന്ന അവസരത്തിലാണ് ഈ കൃതിയുടെ രചനയിലേക്ക് തന്റെ ശ്രദ്ധ തിരിച്ചുവിട്ടത്. അതുകൊണ്ടുതന്നെയാണ്. തുടക്കത്തിൽതന്നെ പെട്ടെന്നൊരു പൊട്ടിത്തെറിക്കൽ നമുക്കു കാണാൻ കഴിയുന്നത്.

"ഭാര്യയും കുട്ടികളും സുഹൃത്തുക്കളും എന്നെ വലയം ചെയ്തിരിക്കുന്നു. എനിക്ക് ചുറ്റുമാകെ വിഷസർപ്പങ്ങളാണ്." തുടക്കത്തിൽ അദ്ദേഹം തത്ത്വശാസ്ത്രത്തെക്കുറിച്ച് ചർച്ചചെയ്യുന്നുണ്ട്. ബംഗാളിലെയും പഞ്ചാബിലെയും എല്ലാ വിപ്ലവപ്രസ്ഥാനങ്ങളുടെയും ശക്തിക്ക് ആധാരമായിരുന്നത് മുഖ്യമായും തത്ത്വശാസ്ത്രമാണ്. ഈ പ്രശ്നത്തിൽ ഞാൻ അദ്ദേഹത്തിൽനിന്നും വലിയൊരളവോളം വിയോജിക്കുന്നു. പ്രപഞ്ചത്തെക്കുറിച്ചുള്ള അദ്ദേഹത്തിന്റെ വ്യാഖ്യാനം വിശ്വോ

ത്പത്തിക്കു ആദികാരണം ഉണ്ടെന്ന വാദത്തിൽ (ഹേതുമീമാംസയിൽ) അധിഷ്ഠിതമാണ്, അദ്ധ്യാത്മവാദത്തിൽ അധിഷ്ഠിതമാണ്. ഞാനാകട്ടെ ഒരു ഭൗതികവാദിയാണ്. അതുകൊണ്ടുതന്നെ പ്രതിഭാസങ്ങളെക്കുറിച്ചുള്ള എന്റെ വ്യാഖ്യാനം കാര്യ-കാരണബന്ധങ്ങളെ അടിസ്ഥാനമാക്കിയുള്ളതാണ്. എങ്കിൽപ്പോലും അദ്ദേഹത്തിന്റേതുപോലുള്ള വാദങ്ങൾ അപ്രസക്തമോ കാലം കഴിഞ്ഞതോ അല്ല. നമ്മുടെ രാജ്യത്ത് പൊതുവെ നിലവിലുള്ള ആശയങ്ങൾ കൂടുതലും അദ്ദേഹം പ്രകടിപ്പിക്കുന്ന ആശയങ്ങളുമായി പൊരുത്തപ്പെടുന്നവയാണ്. നിരുന്മേഷത വളർത്തുന്ന മനഃസ്ഥിതിക്കെതിരെ പൊരുതാൻ വേണ്ടി അദ്ദേഹം പ്രാർത്ഥനയെ ആശ്രയിച്ചു. ഈ കൃതിയുടെ ആദ്യഭാഗം മിക്കവാറും പൂർണ്ണമായും ദൈവത്തിനും, ദൈവസ്തുതിക്കും ദൈവത്തെക്കുറിച്ചുള്ള നിർവ്വചനത്തിനും വേണ്ടിയാണ് വിനിയോഗിച്ചിരിക്കുന്നതെന്നതിൽനിന്നും ഇത് വെളിവാകും. മോഹഭംഗത്തിന്റെ സ്വാഭാവിക പ്രത്യാഘാതമായ അജ്ഞേയവാദത്തിന്റെ അനന്തരഫലമാണ് ദൈവവിശ്വാസം. ഈ പ്രപഞ്ചമാകെ 'മായ' ആണെന്നും 'മിഥ്യ' ആണെന്നും ഒരു സ്വപ്നമോ കെട്ടുകഥയോ ആണെന്നും പറയുന്നത് വ്യക്തമായും അജ്ഞേയവാദമാണ്. പഴയകാലത്ത് ശങ്കരാചാര്യരെയും മറ്റും പോലുള്ള ഹിന്ദു തത്ത്വജ്ഞാനികൾ ആവിഷ്കരിച്ചു വളർത്തിക്കൊണ്ടുവന്നതാണ് ഈ തത്ത്വചിന്ത. എന്നാൽ ഭൗതികവാദത്തിൽ ഈ രീതിയിലുള്ള ചിന്താഗതിക്ക് യാതൊരു സ്ഥാനവും ഇല്ല. പക്ഷേ, ഈ ഗ്രന്ഥകാരന്റെ അജ്ഞേയവാദപരമായ ചിന്താഗതി ഒരു തരത്തിലും നികൃഷ്ടമോ നിന്ദനീയമോ അല്ല. അതിന് അതിന്റേതായ അഴകും രാമണീയകതയും ഉണ്ട്. ആശയങ്ങൾ പ്രോത്സാഹജനകമായവയാണ്. ഇതാ നോക്കുക:

"മൂടിക്കിടക്കുന്ന ഒരു അടിവാരശിലയായി, വിശാലവും ബൃഹത്തും ആയ ശില്പകലാ സൃഷ്ടിയായ സൗധത്തെ നിന്റെ ഉരസിൽ സഹർഷം വഹിച്ചു കൊള്ളൂ. പീഡാനുഭവത്തിൽ ഉണ്മയായി.

അഭയസ്ഥാനം തേടൂ. തേച്ചുമിനുക്കിയ മേല്പുരയുടെ ശിലകളിൻമേലാണ് ലോകരെല്ലാം പ്രശംസചൊരിയുന്നതെന്നുകണ്ട് തെല്ലും അസൂയപ്പെടാതിരിക്കൂ."

ഒരാൾ നിരന്തരം അപകടകരമായ ജീവിതം നയിച്ചുകൊണ്ടിരിക്കുമ്പോൾ, "പ്രതീക്ഷയോ ഭയാശങ്കകളോ തെല്ലും ഇല്ലാതെ," "ആദരിക്കപ്പെടാതെയും പ്രകീർത്തിക്കപ്പെടാതെയും, അറിയപ്പെടാതെയും മരിക്കാൻ എപ്പോഴും ഒരാൾ തയ്യാറായിരിക്കുമ്പോൾ" രഹസ്യ പ്രവർത്തനങ്ങളിൽ ഒരാൾ ഏർപ്പെട്ടിരിക്കുമ്പോൾ, അയാൾക്ക് വ്യക്തിപരമായ പ്രലോഭനങ്ങൾക്കും ആഗ്രഹങ്ങൾക്കും എതിരായി പൊരുതാൻ ഇത്തരത്തിലുള്ള ഗൂഢതത്ത്വശാസ്ത്രം സ്വീകരിക്കാതിരിക്കാൻ കഴിയില്ലെന്ന് എനിക്ക് ധൈര്യമായി ഉറപ്പിച്ചുപറയാൻ കഴിയും. അതൊരിക്കലും

ധൈര്യക്ഷയത്തിനിടയാക്കില്ല. അദ്ദേഹം അടുത്തതായി കൈകാര്യം ചെയ്യുന്ന വിഷയം ഒരു വിപ്ലവകാരിയുടെ മനോഭാവത്തെക്കുറിച്ചാണ്. ഒട്ടേറെ അക്രമപ്രവർത്തനങ്ങൾക്ക് ഉത്തരവാദിയാണെന്ന് കരുതപ്പെട്ട ഒരു വിപ്ലവപാർട്ടിയിലെ അംഗമായിരുന്നു, എൽ രാമസരൺ ദാസ്. എന്നാൽ അതുകൊണ്ട് വിപ്ലവകാരികളെല്ലാം രക്തദാഹികളായ നിഷ്ഠുരന്മാരാണെന്നും നശീകരണത്തിൽ സന്തുഷ്ടി തേടുന്നവരാണെന്നും, ഒരിക്കലും തെളിയിക്കാനാവില്ല.

"ആവശ്യമായിവന്നാൽ, പുറമേക്ക് രൗദ്രതകാട്ടിക്കൊള്ളൂ. പക്ഷേ, ഹൃദയം എപ്പോഴും ദയാർദ്രമായിരിക്കട്ടെ.

വേണ്ടപ്പോൾ ചീറ്റിക്കൊള്ളൂ. പക്ഷേ, ഒരിക്കലും കടിച്ചുകീറരുത്. ഹൃദയത്തിൽ സ്നേഹവും പുറത്ത് പോരാട്ടവും."

നിർമ്മാണത്തിന്, നശീകരണം അവശ്യമാണെന്നു മാത്രമല്ല ഒഴിച്ചു കൂടാനാവാത്തതുമാണ്. വിപ്ലവകാരികൾക്ക് അവരുടെ പരിപാടിയിൽ അത് അവശ്യം വേണ്ടകാര്യമായി സ്വീകരിക്കേണ്ടതുണ്ട്. അക്രമത്തിന്റെയും അക്രരാഹിത്യത്തിന്റെയും തത്ത്വശാസ്ത്രം മേൽപ്പറഞ്ഞ വരികളിൽ വളരെ ഭംഗിയായി വിശദീകരിച്ചിരിക്കുന്നു. ലെനിൻ ഒരിക്കൽ ഗോർക്കിയോട് പറഞ്ഞത്, തന്റെ സിരാവ്യൂഹത്തെയാകെ തകിടം മറിക്കുന്ന സംഗീതം തനിക്ക് അസ്സഹനീയമായി തോന്നുന്നു എന്നും കലാകാരന്മാരുടെ ശിരസ്സിൽ തലോടണമെന്ന് തനിക്ക് പലപ്പോഴും തോന്നാറുണ്ടെന്നുമാണ്. തുടർന്ന് അദ്ദേഹം ഇതുകൂടി പറഞ്ഞു: "പക്ഷേ, ഇപ്പോൾ ശിരസ്സ് തലോടാനുള്ള സമയമല്ലല്ലോ. ഇപ്പോൾ നമ്മുടെ കരങ്ങൾ താഴുന്നത് തലമണ്ട തല്ലിപ്പൊളിക്കാനാണ്. എന്നാൽ നമ്മുടെ ആത്യന്തികലക്ഷ്യം എല്ലാവിധ അക്രമങ്ങളും ഇല്ലാതാക്കുക എന്നതാണ്." ഒഴിച്ചുകൂടാനാവാത്ത ആവശ്യമായി അക്രമമാർഗ്ഗങ്ങൾ സ്വീകരിക്കേണ്ടിവരുമ്പോൾ വിപ്ലവകാരികൾ യഥാർത്ഥത്തിൽ ഇങ്ങനെ തന്നെയാണ് ചിന്തിക്കുന്നത്.

അടുത്തതായി ഗ്രന്ഥകാരൻ, പരസ്പരം വിരോധിക്കുന്ന വിവിധ മതങ്ങളുടെ പ്രശ്നത്തെക്കുറിച്ചാണ് പ്രതിപാദിക്കുന്നത്. എല്ലാ ദേശീയ വാദികളും ശ്രമിക്കാറുള്ളതുപോലെ അദ്ദേഹം ഇവയെ അനുരഞ്ജിപ്പിക്കാൻ ശ്രമിക്കുന്നു. ഈ പ്രശ്നം അദ്ദേഹം കൈകാര്യം ചെയ്യുന്ന രീതി, ദീർഘിച്ചതും വളഞ്ഞവഴിയിലൂടെ പോകുന്നതുമായതാണ്. എന്നെ സംബന്ധിച്ചിടത്തോളം ഇതെല്ലാംതന്നെ കാൾ മാർക്സിന്റെ "മതം ജന സാമാന്യത്തിന്റെ കറുപ്പ് (മയക്കുമരുന്ന്) ആണ്" എന്ന ഒറ്റവാചകത്തിൽ ഒതുക്കിവിടുമായിരുന്നു.

അവസാനമായി അദ്ദേഹത്തിന്റെ കവിതയുടെ ഏറ്റവും പ്രധാനപ്പെട്ട ഭാഗം, നാമെല്ലാം സൃഷ്ടിക്കാൻ ആഗ്രഹിക്കുന്ന ഭാവിസാമൂഹിക വ്യവസ്ഥിതിയെക്കുറിച്ച് കൈകാര്യം ചെയ്യുന്നതാണ്. എന്നാൽ ആദ്യം തന്നെ ഞാൻ ഒരു കാര്യം വ്യക്തമാക്കാൻ ആഗ്രഹിക്കുന്നു. 'സ്വപ്ന

ഭൂമി' യഥാർത്ഥത്തിൽ ഒരു കാല്പനികരാഷ്ട്രം (ഉട്ടോപ്പിയ) ആണ്. കവിതയുടെ ശീർഷകത്തിൽ തന്നെ അദ്ദേഹം ഇത് തുറന്നു സമ്മതിക്കുന്നുണ്ട്. ഈ വിഷയത്തിൽ ഒരു ശാസ്ത്രീയപ്രബന്ധം രചിച്ചതായി നടിക്കുന്നില്ല. 'സ്വപ്നഭൂമി' എന്ന ശീർഷകം വളരെ വ്യക്തമാണ്. എന്നാൽ സാങ്കല്പിക്കലോകങ്ങൾ നിസ്സംശയമായും, സാമൂഹിക പുരോഗതിയിൽ വളരെ പ്രധാനപ്പെട്ട ഒരു പങ്കുവഹിക്കുന്നുണ്ട്. സെയന്റ്, സൈമൺ, ഫൂരിയെ, റോബർട്ട് ഓവൻ എന്നിവരെപ്പോലുള്ളവരും അവരുടെ സിദ്ധാന്തങ്ങളും ഇല്ലായിരുന്നെങ്കിൽ ശാസ്ത്രീയ മാർക്സിയൻ സോഷ്യലിസവും ഉണ്ടാവുമായിരുന്നില്ല. എൽ രാമസരൺ ദാസിന്റെ ഉട്ടോപ്പിയയും അതേ പങ്കുതന്നെയാണ് വഹിക്കുന്നത്. നമ്മുടെ തൊഴിലാളികൾ അവരുടെ പ്രസ്ഥാനത്തിന്റെ തത്ത്വശാസ്ത്രത്തെ ചിട്ടപ്പെടുത്തേണ്ടതിന്റെ പ്രാധാന്യം മനസ്സിലാക്കുകയും പ്രസ്ഥാനത്തിന്റെ ശാസ്ത്രീയമായ വീക്ഷണം രൂപീകരിക്കേണ്ടതിന്റെ ആവശ്യകത അവർക്ക് ബോദ്ധ്യപ്പെടുകയും ചെയ്യുമ്പോൾ, ഈ പുസ്തകം അവർക്ക് വളരെ പ്രയോജനപ്രദം ആയിരിക്കും.

ആശയപ്രക്കടനത്തിന്റെ രീതി അകൃത്രിമമാണെന്ന് ഞാൻ ചൂണ്ടിക്കാണിച്ചിട്ടുണ്ട്. നിലവിലുള്ള സമൂഹത്തിലെ ആശയങ്ങൾ തന്റെ സാങ്കല്പിക രാഷ്ട്രത്തെക്കുറിച്ച് പ്രതിപാദിക്കുമ്പോൾ അദ്ദേഹത്തെ സ്വാധീനിക്കാതിരിക്കുന്നില്ല.

"ആവശ്യമുള്ളവർക്കെല്ലാം ഭിക്ഷാദാനം നല്കുക."

ഭാവിസമൂഹത്തിൽ-അതായത് നാം കെട്ടിപ്പടുക്കാൻ ആഗ്രഹിക്കുന്ന കമ്യൂണിസ്റ്റ് സാമൂഹ്യവ്യവസ്ഥിതിയിൽ-അഗതികളോ ദരിദ്രരോ ഉണ്ടായിരിക്കുകയില്ല. ഭിക്ഷാദാനം നല്കലോ ഭിക്ഷ യാചിക്കലോ ഉണ്ടാവില്ല. പോരായ്മയുണ്ടെങ്കിലും, പ്രശ്നം വളരെ ഹൃദ്യമായ രീതിയിൽ പ്രതിപാദിച്ചിട്ടുണ്ട്.

കാര്യങ്ങൾ ചർച്ചചെയ്യുമ്പോൾ സ്വീകരിച്ചിട്ടുള്ള പൊതുവായ കാഴ്ചപ്പാട് മിക്കവാറും ശാസ്ത്രീയ സോഷ്യലിസത്തിന്റേതുതന്നെയാണ്. എന്നാൽ എതിർക്കപ്പെടേണ്ടതോ, ആക്ഷേപം ഉന്നയിക്കപ്പെടേണ്ടതോ-കുറെക്കുടി സുക്ഷ്മമായി പറഞ്ഞാൽ ഭേദഗതി ചെയ്യപ്പെടേണ്ടതോ-ആയ കുറെയേറെ കാര്യങ്ങളുണ്ട്. ഉദാഹരണത്തിന്, 427-ാമത്തെ പദ്യത്തിന്റെ അടിക്കുറിപ്പിൽ പൊതുസേവനം നടത്തുന്നവർ കൃഷിയിടങ്ങളിലോ ഫാക്ടറികളിലോ ദിവസവും നാലുമണിക്കൂർ നേരം ഉപജീവനമാർഗ്ഗത്തിനായി ജോലി ചെയ്യണമെന്ന് അദ്ദേഹം പറയുന്നുണ്ട്. ഇതും ഉട്ടോപ്പിയൻ ആശയമാണ്. അപ്രായോഗികവുമാണ്. നിലവിലുള്ള വ്യവസ്ഥയിൽ പൊതുസേവനങ്ങളിലെ ജീവനക്കാർക്ക് അമിതമാംവിധം ഉയർന്ന വേതനം നല്കുന്നതിനാൽ ആ വ്യവസ്ഥയോടുള്ള വെറുപ്പിന്റെ പരിണതഫലമാണിത്. യഥാർത്ഥത്തിൽ ബോൾഷെവിക്കുകാർക്കും ബൗദ്ധികമായ ജോലിയും കായികാദ്ധ്വാനവും പോലെ

തന്നെ പ്രത്യുല്പാദനപരമായ അദ്ധ്വാനം ആണെന്ന് അംഗീകരിക്കേണ്ടിവന്നു. ഭാവിസമൂഹത്തിൽ സമത്വത്തിന്റെ അടിസ്ഥാനത്തിൽ വിവിധ ഘടകങ്ങൾ തമ്മിലുള്ള ബന്ധങ്ങളിൽ, ചില സമീകരണങ്ങൾ സമത്വത്തിന്റെ അടിസ്ഥാനത്തിൽ നടത്തേണ്ടിവരുമ്പോൾ, ഉല്പാദകരും വിതരണക്കാരും ഒരേപോലെ പ്രാധാന്യമുള്ളവരായി കണക്കാക്കപ്പെടും. ഒരു നാവികൻ അയാളുടെ ജോലി നിർത്തിവെച്ച് ഓരോ ഇരുപത്തിനാലു മണിക്കൂറും കഴിയുമ്പോൾ കരയ്ക്കിറങ്ങി ഉപജീവനമാർഗ്ഗം തേടാനായി നാലുമണിക്കൂർ ജോലി കരയ്ക്കുവെച്ചു നടത്തുമെന്ന് പ്രതീക്ഷിക്കാനാവില്ല. അതുപോലെ ഒരു ശാസ്ത്രജ്ഞൻ പരീക്ഷണശാലയിലെ ഗവേഷണപ്രവർത്തനം നിർത്തിവെച്ച് കൃഷിയിടങ്ങളിൽ അയാളുടെ ജോലി ചെയ്യുമെന്നും പ്രതീക്ഷിക്കാനാവില്ല. ഇവർ രണ്ടു കൂട്ടരും ഉല്പാദനപരമായ അദ്ധ്വാനം തന്നെയാണ് ചെയ്യുന്നത്. ഒരു വ്യത്യാസം ഉള്ളത് സോഷ്യലിസ്റ്റ് സാമൂഹ്യവ്യവസ്ഥയിൽ, ബൗദ്ധിക ജോലി ചെയ്യുന്നവരെ ഇനിയങ്ങോട്ട് കായികാദ്ധ്വാനം നടത്തുന്നവരേക്കാൾ മേന്മയുള്ളവരായി കണക്കാക്കപ്പെടില്ല എന്നത് മാത്രമാണ്.

സൗജന്യ വിദ്യാഭ്യാസത്തെക്കുറിച്ചുള്ള എൽ രാമ സരൺ ദാസിന്റെ ആശയങ്ങൾ പരിഗണന അർഹിക്കുന്നവയാണ്. സോഷ്യലിസ്റ്റ് ഗവൺമെന്റ് റഷ്യയിൽ ഇതിന് ഏതാണ്ട് സമാനമായ രീതി സ്വീകരിക്കുകയും ചെയ്തിട്ടുണ്ട്.

കുറ്റകൃത്യങ്ങളെക്കുറിച്ചുള്ള അദ്ദേഹത്തിന്റെ ചർച്ച യഥാർത്ഥത്തിൽ ഏറ്റവും പുരോഗമനപരമായ വീക്ഷണത്തിലുള്ളതാണ്. വളരെ തന്ത്രപരമായി കൈകാര്യം ചെയ്യപ്പെടേണ്ടതായ ഏറ്റവും ഗൗരവതരമായ സാമൂഹികപ്രശ്നമാണ് കുറ്റകൃത്യങ്ങളുടേത്. തന്റെ ജീവിതത്തിന്റെ ഭൂരിഭാഗം കാലവും ജയിലിൽ കഴിയേണ്ടിവന്ന ആളാണ് അദ്ദേഹം. അദ്ദേഹത്തിന് പ്രായോഗികാനുഭവങ്ങളുണ്ട്. ഒരിടത്ത് അദ്ദേഹം ജയിലുമായി ബന്ധപ്പെട്ടുള്ള സ്വാഭാവിക പദപ്രയോഗങ്ങളാണ് ഉപയോഗിക്കുന്നത്. 'അദ്ധ്വാനം കുറഞ്ഞ ജോലി ഇടത്തരം അദ്ധ്വാനം, കഠിനാദ്ധ്വാനം' തുടങ്ങിയവ. മറ്റു സോഷ്യലിസ്റ്റുകാരെപ്പോലെ അദ്ദേഹവും പ്രതികാരപരമായ നടപടികൾക്കുപകരം–അതായത് വൈരനിര്യാതനപരമായ നടപടികൾക്കുപകരം–പുനഃസംസ്കരണപരമായ നടപടികളായിരിക്കണം ശിക്ഷയുടെ അടിസ്ഥാനം എന്ന് നിർദ്ദേശിക്കുന്നു. നീതിനിർവ്വഹണത്തിന്റെ നിയാമകതത്ത്വങ്ങൾ ശിക്ഷിക്കാനല്ല, മറിച്ച് സന്മാർഗ്ഗത്തിലേക്ക് തിരിച്ച് ആനയിക്കുക എന്നതായിരിക്കണം. ജയിലുകൾ ദുർഗ്ഗുണ പരിഹാരശാലയാകണം. അതല്ലാതെ യഥാർത്ഥ നരകമാകരുത്. ഇതുമായി ബന്ധപ്പെട്ട്, വായനക്കാർ റഷ്യയിലെ ജയിൽ വ്യവസ്ഥകളെക്കുറിച്ച് പഠിക്കണം. ദേശരക്ഷാസൈന്യത്തെക്കുറിച്ച് ചർച്ച ചെയ്യുമ്പോൾ അദ്ദേഹം യുദ്ധത്തെക്കുറിച്ചും ചർച്ചചെയ്യുന്നു. എന്റെ അഭിപ്രായത്തിൽ ഒരു വ്യവസ്ഥയെന്ന നിലയ്ക്ക് യുദ്ധത്തെക്കുറിച്ചുള്ള

ചർച്ച വിജ്ഞാനകോശത്തിന്റെ വളരെ കുറച്ച് പേജുകളിൽ മാത്രമായി ഒതുക്കേണ്ടതാണ്. അതിനുശേഷം യുദ്ധസാമഗ്രികൾ കാഴ്ചബംഗ്ലാവുകളുടെ ഗ്യാലറികളെയാണ് അലംകൃതമാക്കേണ്ടത്. എന്തെന്നാൽ ആധുനികസമൂഹത്തിൽ യുദ്ധത്തിന് കാരണമായിത്തീരുന്ന സംഘട്ടനാത്മകവും വിഭിന്നവും ആയ താല്പര്യങ്ങൾ ഒന്നും ഉണ്ടാവുകയില്ല.

ഏറിയാൽ നമുക്ക് പറയാൻ കഴിയുന്നത് ഒരു സ്ഥാപനം എന്ന നിലയ്ക്ക് യുദ്ധം ഒരു അന്തരാളഘട്ടത്തിലേക്ക് മാത്രമായി നിലനിർത്തേണ്ട ഒരു കാര്യമാണ്. സമകാലീന റഷ്യയുടെ ഉദാഹരണം എടുത്താൽ നമുക്ക് ഇത് എളുപ്പം മനസ്സിലാക്കാൻ കഴിയും. അവർ ഒരു സോഷ്യലിസ്റ്റ് വ്യവസ്ഥ കെട്ടിപ്പടുക്കാൻ ആഗ്രഹിക്കുന്നു. അതിനിടയ്ക്കുള്ള കാലത്ത് മുതലാളിത്ത സാമൂഹ്യവ്യവസ്ഥക്കെതിരായി തങ്ങളുടെ പുതിയ വ്യവസ്ഥയെ സംരക്ഷിക്കുന്നതിനുവേണ്ടി അവർക്ക് സൈന്യത്തെ നിലനിർത്തേണ്ടതായിട്ടുണ്ട്. പക്ഷേ, യുദ്ധത്തിന്റെ ലക്ഷ്യങ്ങൾ വ്യത്യസ്തമായിരിക്കും. നമ്മുടെ സ്വപ്നഭൂമിയിലെ ആളുകൾ, സാമ്രാജ്യത്വ ഗൂഢതന്ത്രങ്ങളാൽ പ്രേരിതരാവില്ല. അത്തരത്തിലുള്ള പ്രേരണകളാൽ സ്വാധീനിക്കപ്പെട്ടുകൊണ്ട് അവർ യുദ്ധത്തിൽ ഏർപ്പെടുകയില്ല. ഇനിയങ്ങോട്ട് ഒരിക്കലും യുദ്ധജയചിഹ്നങ്ങളായ സമ്മാനങ്ങളോ സ്മാരകങ്ങളോ ഉണ്ടാവില്ല. വിപ്ലവ സൈന്യങ്ങൾ ഭരിക്കാനായിട്ടോ ആളുകളെ കൊള്ളയടിക്കാനായിട്ടോ മറ്റ് പ്രദേശങ്ങളിലേക്ക് കടന്നുകയറുകയില്ല. അവർ പരാന്നഭുക്കുകളായ ഭരണാധികാരികളെ അവരുടെ സിംഹാസനങ്ങളിൽനിന്ന് പിടിച്ച് താഴെ ഇറക്കാനും രക്തം വലിച്ചൂറ്റിക്കുടിക്കുന്ന അവരുടെ ചൂഷണം അവസാനിപ്പിക്കാനും അങ്ങനെ അദ്ധ്വാനിക്കുന്ന ജനവിഭാഗങ്ങളുടെ മോചനം നേടാനും വേണ്ടിയാണ് മറ്റ് പ്രദേശങ്ങളിലേക്ക് മാർച്ചു ചെയ്യുന്നത്. ഞങ്ങളുടെ ആളുകൾ സമരം ചെയ്യാൻ പ്രചോദിപ്പിക്കപ്പെടുന്നത് ദേശീയമോ വംശീയമോ ആയ വെറുപ്പുകൊണ്ടായിരിക്കില്ല.

സ്വതന്ത്രമായി ചിന്തിക്കുന്ന എല്ലാ ആളുകളുടെയും അടിയന്തരവും ഏറ്റവും ജനഹിതപരവും ആയ ലക്ഷ്യം ലോകഫെഡറേഷനാണ്. ഈ വിഷയത്തെക്കുറിച്ച് ഈ ഗ്രന്ഥകർത്താവ് വളരെ വിശദമായി പ്രതിപാദിച്ചിട്ടുണ്ട്. ലീഗ് ഓഫ് നേഷൻസ് എന്ന് വിളിക്കപ്പെടുന്ന സംഘടനയെക്കുറിച്ചുള്ള അദ്ദേഹത്തിന്റെ വിമർശനം മനോഹരമായിരിക്കുന്നു.

571 (572) -ാം പദ്യത്തിന്റെ അടിക്കുറിപ്പിൽ അദ്ദേഹം ചുരുക്കത്തിലാണെങ്കിലും മാർഗ്ഗങ്ങളെക്കുറിച്ചും സൂചിപ്പിക്കുന്നുണ്ട്. "ഇത്തരത്തിലൊരു രാജ്യം കായികമായ, അക്രമസ്വഭാവമുള്ള വിപ്ലവത്തിലൂടെ സ്ഥാപിക്കാനാവില്ല. പുറമെനിന്നും സമൂഹത്തിന്റെമേൽ അത് അടിച്ചേല്പിക്കാനാവില്ല............അത് ക്രമേണയുള്ള പരിണാമ പ്രക്രിയയിലൂടെ മാത്രമേ നിലവിൽ വരുത്താനാവൂ. അത് ഉള്ളിൽ നിന്നുതന്നെ

വളരണം. ബഹുജനങ്ങളെ മുകളിൽപറഞ്ഞ രീതിയിൽ പഠിപ്പിച്ചുകൊണ്ടാണ് അത് കൈവരുത്തേണ്ടത്." ഈ പ്രസ്താവനയിൽ അസംഗതമായൊന്നും ഇല്ല. അത് തികച്ചും ശരിയാണ്. എന്നാൽ പൂർണ്ണമായും വിശദീകരിക്കപ്പെട്ടിട്ടില്ലാത്തതുകൊണ്ട് തെറ്റിദ്ധാരണ ഉണ്ടാകാനിടയാക്കുന്ന പ്രസ്താവനയാണത്. അതിലുമേറെ ആശയക്കുഴപ്പം തന്നെ ഉണ്ടാക്കാൻ ഇടനല്കുന്ന ഒന്നാണത്. ഇതിന്റെ അർത്ഥം എൽ രാമസരൺ ദാസ്, അക്രമാസക്തമായ പദ്ധതിയുടെ നിഷ്പ്രയോജനത്വം മനസ്സിലാക്കിയെന്നാണോ? അദ്ദേഹം ഇപ്പോൾ യാഥാസ്ഥിതികനായ, അക്രമരാഹിത്യത്തിൽ വിശ്വസിക്കുന്ന, ഒരാളായിത്തീർന്നിരിക്കുന്നുവെന്നാണോ? അല്ല. ഇതിന് അങ്ങനെയൊരു വ്യാഖ്യാനം നല്കാനാവില്ല.

മുകളിൽ ഉദ്ധരിച്ച പ്രസ്താവനയുടെ പൊരുൾ എന്താണെന്ന് ഞാൻ വിശദീകരിക്കട്ടെ. വിപ്ലവകാരികൾക്ക്, മറ്റുള്ളവരേക്കാൾ കൂടുതൽ നന്നായി അറിയാവുന്ന കാര്യമാണ്, സോഷ്യലിസ്റ്റ് സാമൂഹികവ്യവസ്ഥ അക്രമാസക്തമായ മാർഗ്ഗത്തിലൂടെ നിലവിൽ വരുത്താൻ ആവില്ലെന്നത്. നേരെമറിച്ച് അത് ഉള്ളിൽനിന്നുതന്നെ വളർന്ന് വികസിക്കേണ്ടതാണ്. ഗ്രന്ഥകർത്താവ് ഇതിനായി ഉപയോഗിക്കേണ്ട ഏക ആയുധം വിദ്യാഭ്യാസമാണെന്ന് നിർദ്ദേശിക്കുന്നു. എന്നാൽ നിലവിലുള്ള ഗവൺമെന്റോ–യഥാർത്ഥത്തിൽ മറ്റേതൊരു മുതലാളിത്ത ഗവൺമെന്റോ–ഇത്തരമൊരു പരിശ്രമത്തിന് സഹായം നല്കാൻ തയ്യാറാവുകയില്ലെന്നുമാത്രമല്ല, അതിനെ നിഷ്കരുണം അടിച്ചമർത്താൻ ആയിരിക്കും ശ്രമിക്കുക. ആർക്കും എളുപ്പം മനസ്സിലാക്കാൻ കഴിയുന്ന കാര്യമാണ്. അപ്പോൾ, അദ്ദേഹത്തിന്റെ 'പരിണാമം' എന്താണ് നേടിത്തരാൻ പോകുന്നത്? വിപ്ലവകാരികളായ ഞങ്ങൾ അധികാരം ഞങ്ങളുടെ കരങ്ങളിൽ പിടിച്ചെടുക്കാനും ഇന്ന് റഷ്യയിൽ ചെയ്യുന്നതുപോലെ ബഹുജനവിദ്യാഭ്യാസത്തിനുവേണ്ടി അതിന്റെ കഴിവുകൾ മുഴുവൻ വിനിയോഗിക്കുന്ന ഒരു വിപ്ലവ ഗവൺമെന്റ് ഉണ്ടാക്കാനുമാണ് ശ്രമിച്ചുകൊണ്ടിരിക്കുന്നത്. അധികാരം പിടിച്ചെടുത്തു കഴിഞ്ഞാൽ നിർമ്മാണപ്രവർത്തനങ്ങൾക്കുവേണ്ടി സമാധാനപരമായ മാർഗ്ഗങ്ങൾ ഉപയോഗിക്കുകയും എല്ലാ പ്രതിബന്ധങ്ങളെയും തകർക്കുകയും ചെയ്യും. ഇതാണ് ഗ്രന്ഥകർത്താവ് ഉദ്ദേശിക്കുന്നതെങ്കിൽ ഞങ്ങൾക്ക് അതിനോട് യോജിപ്പാണ്. അദ്ദേഹം ഇതുതന്നെയാണ് യഥാർത്ഥത്തിൽ ഉദ്ദേശിക്കുന്നതെന്ന കാര്യത്തിൽ എനിക്ക് ഉറപ്പുണ്ട്.

ഞാൻ ഈ പുസ്തകത്തെക്കുറിച്ച് വളരെ വിശദമായി ചർച്ച ചെയ്തു കഴിഞ്ഞു. എന്നാൽ ഇതിൽ ഏതെങ്കിലും ഭേദഗതി വരുത്തണമെന്ന് ആവശ്യപ്പെടാൻ ഞാൻ തുനിയുന്നില്ല. എന്തെന്നാൽ ഇതിന് ഇതിന്റേതായ ചരിത്രപരമായ മൂല്യമുണ്ട്. 1914–15 കാലഘട്ടത്തിലെ വിപ്ലവകാരികളുടെ ആശയങ്ങൾ ഇതെല്ലാം തന്നെയായിരുന്നു.

ഞാൻ ഈ പുസ്തകം വിശേഷിച്ചും യുവാക്കളുടെ പഠനത്തി

നായി ശുപാർശ ചെയ്യുന്നു. ഇതിനെ അന്ധമായി പിന്തുടരാൻ ഉദ്ദേശിച്ചു കൊണ്ട് ഇത് വായിക്കരുത്. അതിൽ എഴുതിയിരിക്കുന്നതെല്ലാം അപ്പാടെ ശരിയാണെന്ന് കരുതുകയും ചെയ്യരുത്. ഇത് വായിക്കുകയും ഇതിനെ വിമർശിക്കുകയും ഇതിലെഴുതിയിട്ടുള്ള കാര്യങ്ങളെക്കുറിച്ച് ചിന്തിക്കുകയും ഇതിന്റെ സഹായത്തോടെ സ്വന്തമായി നിങ്ങളുടെ ആശയങ്ങൾക്ക് രൂപം നല്കുകയും ചെയ്യുക.

ഹരികിഷന്റെ കേസിൽ എതിർവാദത്തിന് സ്വീകരിക്കേണ്ടതായ സമീപനം

ആയിരത്തി തൊള്ളായിരത്തി മുപ്പത് ഡിസംബർ 23-ാം തീയതി പഞ്ചാബ് ഗവർണർ ലാഹോറിലെ സർവ്വകലാശാലാ ഹാളിൽനിന്നും ബിരുദദാന പ്രസംഗം നടത്തിയശേഷം പുറത്തേക്ക് വരുമ്പോൾ ഹരികിഷൻ അദ്ദേഹത്തിന്റെ നേർക്ക് വെടിവെച്ചു. ഒരാൾ മരിക്കുകയും ഗവർണർക്ക് ചെറിയ പരിക്കുകൾ പറ്റുകയും ചെയ്തു. ഹരികിഷന്റെ അഭിഭാഷകൻ എതിർവാദത്തിന് സ്വീകരിച്ച സമീപനം, ഹരികിഷന് ഗവർണറെ വധിക്കണമെന്ന ഉദ്ദേശ്യം ഇല്ലായിരുന്നു എന്നും ഒരു മുന്നറിയിപ്പ് നല്കുക എന്നത് മാത്രമായിരുന്നു ഉദ്ദേശ്യം എന്നുമായിരുന്നു.

ഭഗത്സിങ് എതിർവാദത്തിന് ഇത്തരത്തിലൊരു സമീപനം സ്വീകരിക്കുന്നതിനോട് വിയോജിച്ചു. വിപ്ലവകാരികളുടെ കേസ് നടത്തേണ്ടത് ഏതു രീതിയിൽ ആയിരിക്കണമെന്ന് വിശദീകരിച്ചുകൊണ്ടുള്ള ഒരു കത്ത് ജയിലിനുപുറത്തുള്ള സുഹൃത്തുക്കളിലൊരാൾക്ക് എഴുതി. ഈ കത്ത് പീപ്പിൾ എന്ന പത്രത്തിൽ 1931 ജൂണിൽ പ്രസിദ്ധീകരിച്ചു.

ഇത് സംബന്ധിച്ച് നേരത്തെ ഞാനെഴുതിയ കത്ത് യഥാസമയം അതിന്റെ ലക്ഷ്യസ്ഥാനത്തെത്തിയില്ലെന്നും അതുകൊണ്ട് കത്തിന് യാതൊരു പ്രയോജനവും ഉണ്ടായില്ലെന്നും-അഥവാ ഈ കത്തെഴുതിയതുകൊണ്ട് ഉദ്ദേശിച്ച കാര്യത്തിന് ഉതകില്ലെന്നും-അറിഞ്ഞതിൽ എനിക്ക് അതിയായ ഖേദമുണ്ട്. അതുകൊണ്ട്, പൊതുവെ രാഷ്ട്രീയ ക്കേസുകളിലും-വിശേഷിച്ചും വിപ്ലവകാരികളുടെ കേസുകളിൽ എതിർവാദത്തിന് സ്വീകരിക്കേണ്ടതായ സമീപനത്തെക്കുറിച്ച് എന്റെ

അഭിപ്രായം നിങ്ങളെ അറിയിക്കാനാണ് ഈ കത്തെഴുതുന്നത്. ആ കത്തിൽ വിശദീകരിച്ചിരിക്കുന്ന ചില കാര്യങ്ങൾക്കുപുറമെ, ഈ കത്തു കൊണ്ട് മറ്റൊരു പ്രയോജനവും കൂടിയുണ്ട്. അതായത്, സംഭവത്തിനു ശേഷം മാത്രം എനിക്ക് വിവേകം ഉദിക്കുകയായിരുന്നില്ലെന്ന് രേഖാമൂലം തെളിയിക്കാനും ഇത് ഉതകും.

ഏതായാലും, എതിർവാദത്തിനുവേണ്ടി ഉന്നയിക്കേണ്ട ന്യായവാദത്തെക്കുറിച്ച് അഭിഭാഷകൻ നിർദ്ദേശിച്ചിട്ടുള്ളത് അംഗീകരിക്കാൻ പാടില്ലെന്നാണ് ആ കത്തിൽ ഞാൻ എഴുതിയിരുന്നത്. നിങ്ങളുടെയും എന്റെയും എതിർപ്പുണ്ടായിട്ടും അത് അംഗീകരിച്ചിരിക്കുകയാണല്ലോ.

രാഷ്ട്രീയക്കേസുകളിലെ പ്രതികൾ അവരുടെ കേസുകളിൽ എതിർവാദം നടത്തുന്നതിനെ ഞാൻ അനുകൂലിക്കുന്നില്ലെന്ന് നിങ്ങൾക്ക് അറിയാമല്ലോ. പക്ഷേ, അതിന്റെ അർത്ഥം യഥാർത്ഥസമരത്തിന്റെ സൗന്ദര്യം തികച്ചും ദുഷിപ്പിക്കണമെന്നല്ല. (സൗന്ദര്യം എന്ന പദം അതിന്റെ കേവലമായ അർത്ഥത്തിലല്ല ഉപയോഗിച്ചിരിക്കുന്നതെന്നും, ഒരു പ്രത്യേക കുറ്റകൃത്യത്തിന്റെ പിന്നിലുള്ള ആന്തരോദ്ദേശ്യം എന്ന അർത്ഥത്തിലാണെന്നും ധരിക്കുക) എല്ലാ രാഷ്ട്രീയക്കാരും തങ്ങളുടെ കേസ് സ്വയം വാദിക്കണമെന്ന് ഞാൻ പറയുമ്പോൾ അത് ചില ഒഴിച്ചുവെക്കലുകളോടുകൂടിയാണ്. അത് ഒരു വിശദീകരണത്തോടുകൂടി വ്യക്തമാകും. ഒരാൾ ഒരു കൃത്യം ചെയ്യുന്നത് ഒരു ലക്ഷ്യം ചെയ്തുകഴിഞ്ഞാലും ആ കൃത്യത്തിന്റെ രാഷ്ട്രീയ പ്രാധാന്യം കുറയ്ക്കാൻ പാടില്ല. ആ കൃത്യത്തേക്കാൾ പ്രാധാന്യം അത് ചെയ്ത ആൾക്ക് ഉണ്ടാകാൻ പാടില്ല. ചില ഉദാഹരണങ്ങളിലൂടെ നമുക്ക് അത് കുറെക്കൂടി നന്നായി വിശദീകരിക്കാം. മി. ഹരികിഷൻ ഗവർണറെ വെടിവെക്കാനായിട്ടാണ് അവിടെ വന്നത്. ആ പ്രവൃത്തിയുടെ ധാർമ്മികവശത്തെക്കുറിച്ച് ചർച്ചചെയ്യാൻ ഞാൻ ആഗ്രഹിക്കുന്നില്ല. അതിന്റെ രാഷ്ട്രീയവശത്തെക്കുറിച്ച് മാത്രമാണ് ഞാൻ ചർച്ചചെയ്യാൻ ആഗ്രഹിക്കുന്നത്. നിർഭാഗ്യവശാൽ, ആ കൃത്യത്തിന്റെ ഫലമായി ഒരു പൊലീസ് ഉദ്യോഗസ്ഥൻ മരിക്കാൻ ഇടയായി. ഇനിയാണ് ആ കേസിലെ എതിർവാദത്തിന്റെ പ്രശ്നം ഉയർന്നുവരുന്നത്. ഭാഗ്യവശാൽ ഗവർണർ രക്ഷപ്പെട്ടതുകൊണ്ട് അയാളുടെ കേസിൽ വളരെ രസകരമായ ഒരു ന്യായവാദം ഉന്നയിക്കപ്പെടാവുന്നതാണ്. അതായത് കീഴ്ക്കോടതിയിൽ ചെയ്തതുപോലെയുള്ള യഥാർത്ഥ വസ്തുക്കൾ വെളിവാക്കുന്ന പ്രസ്താവന. അത് നിയമപരമായ ആവശ്യങ്ങൾക്കും ഉപകരിക്കും. സബ് ഇൻസ്പെക്ടറുടെ മരണത്തിന്റെ കാരണത്തെക്കുറിച്ചുള്ള വിശദീകരണത്തിലാണ് അഭിഭാഷകന്റെ ബുദ്ധിശക്തിയും കഴിവും വ്യക്തമായി കാണാൻ കഴിയുന്നത്. ഗവർണറെ വധിക്കാൻ പ്രതിക്ക് ഉദ്ദേശ്യം ഇല്ലായിരുന്നെന്നും അദ്ദേഹത്തിന് ഒരു മുന്നറിയിപ്പ് നല്കാൻ മാത്രമേ ഉദ്ദേശിച്ചിരുന്നുള്ളു എന്നും മറ്റും വാദിക്കുന്നതുകൊണ്ട് എന്താണ് അയാൾക്ക് നേടാൻ കഴിയുക? സാമാന്യബോധമുള്ള ആർക്കെങ്കിലും ഒരു നിമിഷത്തേക്കെങ്കിലും അത്തരത്തിലൊരു ഉദ്ദേശ്യത്തെക്കു

റിച്ച് ചിന്തിക്കാൻപോലും കഴിയുമോ? അതിന് നിയമപരമായി വല്ല വില യുമുണ്ടാകുമായിരുന്നോ? തികച്ചും ഇല്ല എന്നുതന്നെയാണ് ഇതിനുത്ത രം. പിന്നെ എന്തിനാണ് ആ പ്രത്യേക കൃത്യത്തിന്റെ മാത്രമല്ല പൊതു പ്രസ്ഥാനത്തിന്റെയും അഴകിന് കേടുണ്ടാക്കുന്നത്? അതുകൊണ്ടെന്ത് പ്രയോജനമാണുണ്ടാവുക? മുന്നറിയിപ്പുകളും നിഷ്പ്രയോജനകരമായ പ്രതിഷേധങ്ങളും എക്കാലത്തേക്കും തുടർന്നു കൊണ്ടുപോകാനാവില്ല. വളരെ മുമ്പുതന്നെ ഒരിക്കൽ മുന്നറിയിപ്പു നല്കിയിരുന്നതാണ്. വിപ്ലവ പാർട്ടിയുടെ കഴിവിനൊത്തുള്ള വിപ്ലവസമരം, തികഞ്ഞ ആത്മാർത്ഥത യോടെ തുടങ്ങിക്കഴിഞ്ഞിരുന്നു. വൈസ്രോയിയുടെ ട്രെയിനിനുനേരെ നടന്ന ആക്രമണം ഒരു മുന്നറിയിപ്പോ പരീക്ഷണമോ ആയിരുന്നില്ല. അതുപോലെതന്നെ ഹരികിഷന്റെ കൃത്യവും സമരത്തിന്റെ ഭാഗമായിരു ന്നു. മുന്നറിയിപ്പു മാത്രമായിരുന്നില്ല. ആ കൃത്യം പരാജയപ്പെട്ടതോടെ കേസിലെ പ്രതിക്ക് അത് നേരംപോക്കുള്ള ഒരു കാര്യമായി കരുതാവു ന്നതാണ്. ഉദ്ദേശ്യം സാധിച്ചതുകൊണ്ട്, ഭാഗ്യവശാൽ ഗവർണർ രക്ഷ പ്പെട്ടതിൽ കുറ്റവാളിക്ക് ആഹ്ലാദിക്കാമായിരുന്നു. ഏതെങ്കിലും ഒരു വ്യക്തിയെ കൊല്ലുന്നതുകൊണ്ട് ഒരു പ്രയോജനവുമില്ല. ഇത്തരം പ്രവൃ ത്തികൾ, അന്തിമ സമരത്തിന് അവശ്യം വേണ്ടതായ ഒരു മനോഭാവ വും അന്തരീക്ഷവും സൃഷ്ടിക്കാൻ ഉതകുന്നു എന്നതിനാൽ അവയ്ക്ക് രാഷ്ട്രീയ പ്രാധാന്യം ഉണ്ട്. വ്യക്തിപരമായ പ്രവൃത്തികൾ ജനങ്ങളുടെ ധാർമ്മിക പിന്തുണനേടിയെടുക്കാൻ കഴിയേണ്ടവയാണ്. 'പ്രവൃത്തിയി ലൂടെയുള്ള പ്രചാരണം' എന്ന പേരാണ്, ഞങ്ങൾ ചിലപ്പോൾ ഇത്തരം പ്രവർത്തനങ്ങൾക്ക് നല്കുന്നത്.

ഇപ്പോൾ ഈ ആളുകൾക്കുവേണ്ടി വാദിക്കേണ്ടതുണ്ട്. പക്ഷേ, അത് മുകളിൽ പറഞ്ഞ പരിഗണനകൾക്ക് വിധേയമായിട്ടായിരിക്കണം. കേസിൽ കക്ഷികളായ എല്ലാവരും തങ്ങൾക്ക് കൂടുതൽ നേട്ടം ഉണ്ടാ ക്കാനും തങ്ങളുടെ നഷ്ടം കുറയ്ക്കാനും ആയിരിക്കും ശ്രമിക്കുന്നത് എന്നത് സാമാന്യമായ ഒരു തത്ത്വമാണ്. പ്രതീക്ഷിക്കുന്ന നേട്ടത്തേ ക്കാൾ കൂടുതൽ ത്യാഗം സഹിക്കേണ്ടിവരുന്ന ഒരു നയം ഒരു സൈനി കോദ്യോഗസ്ഥനും സ്വീകരിക്കുകയില്ല. ഹരികിഷന്റെ വിലപ്പെട്ട ജീവൻ രക്ഷിക്കണമെന്ന കാര്യത്തിൽ എന്നേക്കാൾ കൂടുതൽ ആകാംക്ഷയു ള്ളവർ വേറെയാരും ഉണ്ടാവില്ല. എന്നാൽ അദ്ദേഹത്തിന്റെ ജീവൻ വില പ്പെട്ടതാക്കുന്നത് എന്താണോ അതിനെ ഒരിക്കലും അവഗണിക്കാൻ പാടില്ല എന്നാണ് എനിക്ക് നിങ്ങളെ അറിയിക്കാനുള്ളത്. എന്തു വില കൊടുത്തും ജീവൻ രക്ഷിക്കുക എന്നത് നമ്മുടെ നയമല്ല. അത് ഒരു വേള ചാരുകസാല രാഷ്ട്രീയക്കാരുടെ നയമായിരിക്കും. പക്ഷേ, അത് നമ്മുടെ നയമല്ല.

എതിർവാദത്തിന് സ്വീകരിക്കേണ്ട നയം എന്താണെന്ന് കൂടുത ലായും കേസിലെ പ്രതിയുടെതന്നെ മനോഭാവത്തെ ആശ്രയിച്ചാണിരി ക്കുന്നത്. എന്നാൽ ആ പ്രതി തന്നെ ചുളിപ്പോകാതെ മുമ്പെന്നത്തേ

ക്കാളും ഉത്സാഹിയായി കഴിയുന്നതിനെ ഭയപ്പെടുന്നില്ലെങ്കിൽ എന്തു ലക്ഷ്യത്തിനുവേണ്ടിയാണോ അയാൾ സ്വന്തം ജീവൻ അപകടപ്പെടുത്താൻ തുനിഞ്ഞത് ആ ലക്ഷ്യത്തിനാണ് മുൻഗണന നല്കേണ്ടത്. അയാളുടെ വ്യക്തിപരമായ പ്രശ്നം അതിനുശേഷമേ പരിഗണിക്കാവൂ. ഒരുതരത്തിലുള്ള ആശയക്കുഴപ്പം ഉണ്ടായേക്കാം. പ്രാദേശികമായി വമ്പിച്ച പ്രാധാന്യം ഉള്ളതാണെങ്കിൽപ്പോലും ഒരാളുടെ പ്രവൃത്തിക്ക് പൊതുവായ പ്രാധാന്യം ഒന്നുമില്ലാത്തതായ കേസുകളും ഉണ്ടാവാം. അത്തരം കേസുകളിൽ കേസിലെ പ്രതി ഉത്തരവാദിത്വം സ്വയം ഏറ്റെടുക്കത്തക്ക മനസ്സുറപ്പില്ലായ്മ കാട്ടേണ്ടതില്ല. സുപ്രസിദ്ധമായ നിർമൽകാന്തിറോയിയുടെ കേസ് വിചാരണ ഇതിന് ഏറ്റവും നല്ല ഉദാഹരണമാണ്.

എന്നാൽ ഇവിടെ ചർച്ച ചെയ്യുന്ന ഈ കേസിലെപ്പോലെ വമ്പിച്ച രാഷ്ട്രീയ പ്രാധാന്യമുള്ള കേസുകളിൽ വ്യക്തിപരമായ വശത്തിന് രാഷ്ട്രീയ ഘടകത്തേക്കാൾ കൂടുതൽ വിലകല്പിക്കേണ്ടതില്ല. എന്റെ അഭിപ്രായം കലവറയില്ലാതെ പറയുകയാണെങ്കിൽ, ലക്ഷ്യത്തിന്റെ പ്രാധാന്യത്തെ അവഗണിക്കുന്നത് ഔദ്യോഗിക (നിയമപരമായി) ദുരഭിമാനത്തിന്റേതായ ബലിപീഠത്തിനുമുമ്പിൽ വമ്പിച്ച ചരിത്രപ്രാധാന്യമുള്ള ഒരു സംഭവത്തെ കുരുതികൊടുക്കൽ ആയിരിക്കും എന്നാണ്.

മറ്റൊരു കാര്യംകൂടി ചൂണ്ടിക്കാണിക്കട്ടെ. ചെയ്തത് അബദ്ധമായിപ്പോയെന്ന ധാരണ, സംഭവം നടന്ന ശേഷം വിവേകശാലികളാകാൻ തുനിയുന്നവർ തങ്ങളുടെ ഉത്തരവാദിത്വം ഏറ്റെടുക്കാനുള്ള ധൈര്യം കാട്ടാൻ കഴിയാതെ ഈ കേസിനെ അമർത്തിക്കളയാൻ ശ്രമിക്കുന്നതുവഴി നമ്മുടെ യുവസഖാവിന്റെ അത്യപൂർവ്വവും വിസ്മയാവഹവുമായ സ്വഭാവകാന്തിക്ക് മങ്ങലേല്പിക്കാനാണ് ശ്രമിക്കുന്നത്. ധീരതയോടെ സ്ഥിതിഗതികളെ നേരിടുന്നതിൽനിന്നും ഹരികിഷൻ ഒഴിഞ്ഞു മാറിയെന്ന് ഈ കൂട്ടർ പറയുന്നത് ഞാൻ കേൾക്കുകയുണ്ടായി. ഇത് യാതൊരു ലജ്ജയുമില്ലാതെ തട്ടിവിടുന്ന ഒരു നുണയാണ്.

എനിക്ക് കാണാൻ കഴിഞ്ഞതിൽ വെച്ചേറ്റവും നല്ല, ധീരനായ, ഒരു ബാലനാണ് ഹരികിഷൻ.

ആളുകൾ ഞങ്ങളോട് ദയ കാട്ടണം. ഞങ്ങൾക്ക് നല്ല പരിചരണം നല്കിക്കൊണ്ടാണെങ്കിലും അധൈര്യപ്പെടുത്തുകയും അവമതിക്കുകയും ചെയ്യുന്നതിനേക്കാൾ നല്ലത് ഞങ്ങളെ അവഗണിക്കുകയാണ്.

ദുരിതമനുഭവിക്കുന്ന ജനസമൂഹത്തിന്റെ വിമോചനം പോലെ പാവനമായ ഒരുലക്ഷ്യത്തിനുവേണ്ടി ജീവത്യാഗം ചെയ്യാൻ മടിക്കാത്ത ചെറുപ്പക്കാരുടെ ജീവിതത്തെയും അവരുടെ മരണത്തെപ്പോലും ചൂഷണം ചെയ്യത്തക്കവിധം അഭിഭാഷകർ അധർമ്മനിഷ്ഠരാകരുത്. യഥാർത്ഥത്തിൽ.........* അങ്ങനെയല്ലെങ്കിൽ ഒരു അഭിഭാഷകൻ എന്തിനാണ്

---

* ഇവിടെ കുറെ വാക്കുകൾ വിട്ടുപോയിരിക്കുന്നു.

മേല്പറഞ്ഞ കേസിലെപ്പോലെ അവിശ്വസനീയമാംവിധം ഒരു വലിയ ഫീസ് ആവശ്യപ്പെടുന്നത്? രാജ്യദ്രോഹക്കുറ്റത്തിനുള്ള കേസുകളിൽ, എതിർവാദം നടത്താൻ ഞങ്ങൾ അനുവദിക്കുന്നതിന് ഒരു പരിധിയുണ്ടെന്ന് ഞാൻ പറയട്ടെ. കഴിഞ്ഞ വർഷം ഞങ്ങളുടെ ഒരു സഖാവിനെ സോഷ്യലിസ്റ്റാശയമുള്ള ഒരു പ്രസംഗം ചെയ്തതിന് പ്രോസിക്യൂട്ട് ചെയ്തപ്പോൾ, അദ്ദേഹം കുറ്റക്കാരനല്ലെന്ന് വാദിച്ചത് എന്നെ തികച്ചും അത്ഭുതസ്തബ്ധനാക്കി. ഇത്തരം കേസുകളിൽ നാം ആശയപ്രകടന സ്വാതന്ത്ര്യത്തിനുവേണ്ടിയുള്ള ആവശ്യം ഉന്നയിക്കണം. എന്നാൽ ഒരാൾ പറയാത്ത കാര്യങ്ങൾക്ക് അയാളിൽ കുറ്റം ചുമത്തിയാൽ അത് നിഷേധിക്കണം. വിശേഷിച്ചും അത്തരം കാര്യങ്ങൾ പ്രസ്ഥാനത്തിന്റെ താല്പര്യങ്ങൾക്ക് വിരുദ്ധമാണെങ്കിൽ അത് നിഷേധിക്കണം. ഇപ്പോൾ കോൺഗ്രസ്, അതിന്റെ മെമ്പർമാർ, അവർക്കെതിരായ കേസിൽ എതിർവാദം നടത്താതെ ജയിലിൽ പോകാൻ അനുവദിച്ചതുമൂലം വിഷമസ്ഥിതിയിലായി. എന്റെ അഭിപ്രായത്തിൽ അത് തെറ്റായിരുന്നു.

ഏതായാലും എന്റെ ഈ കത്ത് ഇതിന് മുമ്പയച്ച കത്തോടൊപ്പം നിങ്ങൾ വായിക്കുകയാണെങ്കിൽ രാഷ്ട്രീയ കേസുകളിൽ എതിർവാദം നടത്തേണ്ടതിനെക്കുറിച്ചുള്ള എന്റെ ആശയങ്ങൾ നിങ്ങൾക്ക് വളരെ വ്യക്തമായി മനസ്സിലാകും എന്ന് ഞാൻ കരുതുന്നു. ഹരികിഷന്റെ കേസിൽ തീർച്ചയായും ഹൈക്കോടതിയിൽ അപ്പീൽ കൊടുക്കണം. അദ്ദേഹത്തെ രക്ഷിക്കാൻ എല്ലാ ശ്രമങ്ങളും നടത്തുകയും വേണം.

ഈ വിഷയത്തിൽ എനിക്ക് പറയാനുള്ളതെല്ലാം ഈ രണ്ട് കത്തിലുമായി സൂചിപ്പിച്ചിട്ടുണ്ടെന്ന് ഞാൻ കരുതുന്നു.

യുവാക്കളായ രാഷ്ട്രീയ പ്രവർത്തകർക്ക്

ആയിരത്തി തൊള്ളായിരത്തി മുപ്പത്തി ഒന്ന് ഫെബ്രുവരി 2 ന് എഴുതിയ ഈ രേഖ. ഒരു തരത്തിൽ ഇന്ത്യയിലെ യുവാക്കളായ രാഷ്ട്രീയപ്രവർത്തകർക്ക് ഉത്തേജനം നല്കുന്ന ആദർശം ഉൾക്കൊള്ളുന്ന ഒരു പ്രമാണമാണിത്. ആ സമയത്ത് കോൺഗ്രസും ബ്രിട്ടീഷ് ഗവൺമെന്റും തമ്മിൽ ഒരു ഒത്തുതീർപ്പുണ്ടാക്കാൻ പോകുന്നു എന്നതിന്റെ സൂചന രാഷ്ട്രീയാന്തരീക്ഷത്തിൽ ഉയർന്നിരുന്നു. ഈ രേഖയിലൂടെ ഏത് അവസരത്തിലാണ് ഒരു ഒത്തുതീർപ്പ് അനുവദനീയമാകുന്നതെന്നും, അത് അനുവദനീയമല്ലാത്തത് എപ്പോഴാണെന്നും ഭഗത്സിങ് വിശദീകരിക്കുന്നു. കോൺഗ്രസ് നമ്മുടെ നാട്ടിലെ പ്രസ്ഥാനത്തെ നയിക്കുന്ന രീതി കണ്ടാൽ ഒരു തരത്തിലുള്ള ഒത്തുതീർപ്പിൽ എത്തിച്ചേരാനാണിട എന്ന് അദ്ദേഹം എടുത്തുകാട്ടുന്നു. അന്ന് നിലവിലിരുന്ന സ്ഥിതിഗതികൾ വിശകലനം ചെയ്തുകൊണ്ട്, അദ്ദേഹം മാർക്സിസം ഒരു പ്രത്യയശാസ്ത്രമായി അംഗീകരിക്കാനും ജനങ്ങൾക്കിടയിലിറങ്ങി പ്രവർത്തിക്കാനും തൊഴിലാളികളെയും കർഷകരെയും സംഘടിപ്പിക്കാനും കമ്യൂണിസ്റ്റ് പാർട്ടി രൂപീകരിക്കാനും യുവാക്കൾക്ക് ആഹ്വാനം നല്കുന്നു.

ഭഗത്സിങ്ങിനെ തൂക്കിലേറ്റിയശേഷം ഈ രേഖ, അംഗഭംഗം വരുത്തി വിരൂപമാക്കപ്പെട്ട രീതിയിൽ പ്രസിദ്ധീകരിക്കപ്പെട്ടു. സോവിയറ്റ് യൂണിയൻ, മാർക്സ്, ലെനിൻ, കമ്യൂണിസ്റ്റ് പാർട്ടി എന്നിവയെക്കുറിച്ചുള്ള എല്ലാ പരാമർശങ്ങളും അതിൽനിന്നും, ശ്രദ്ധാപൂർവ്വം നീക്കംചെയ്യപ്പെട്ടിരുന്നു. പിന്നീട് ഇന്ത്യാ

ഗവൺമെന്റ് 1936 ൽ ഒരു രഹസ്യറിപ്പോർട്ടിൽ ഇത് പ്രസിദ്ധീകരിച്ചു. ഈ റിപ്പോർട്ടിന്റെ ഒരു ഫോട്ടാസ്റ്റാറ്റ് കോപ്പി പഞ്ചാബിലെ രക്തസാക്ഷി സ്മാരകമന്ദിരത്തിലെ സ്വാതന്ത്ര്യ സമര ഗവേഷണ കേന്ദ്രത്തിൽ സൂക്ഷിച്ചുവെച്ചിട്ടുണ്ട്.

യുവാക്കളായ രാഷ്ട്രീയ പ്രവർത്തകർക്ക്,
പ്രിയ സഖാക്കളെ,

നമ്മുടെ പ്രസ്ഥാനം ഇപ്പോൾ അതിന്റെ ഒരു സുപ്രധാനഘട്ടത്തിലൂടെ കടന്നുപൊയ്ക്കൊണ്ടിരിക്കുകയാണ്. ഏറെ വർഷങ്ങളായി നടന്നുവന്ന രൂക്ഷമായ സമരത്തിനുശേഷം വട്ടമേശസമ്മേളനത്തിൽവെച്ച് ഭരണഘടനാ പരിഷ്കാരത്തിനുള്ള നിർദ്ദേശങ്ങൾ രൂപീകരിക്കപ്പെടുകയും കോൺഗ്രസ് നേതാക്കളെ ഇതിന്............* ആയി ക്ഷണിച്ചിരിക്കുകയും ചെയ്തിരിക്കുന്നു. അവർ നിലവിലുള്ള സാഹചര്യങ്ങളിൽ അവരുടെ പ്രക്ഷോഭം പിൻവലിക്കുന്നത് ഉചിതമായിരിക്കുമെന്ന് കരുതുന്നു. അവർ ഇതിന് അനുകൂലമായാണോ എതിരായാണോ തീരുമാനമെടുക്കുന്നത് എന്നത് നമ്മെ സംബന്ധിച്ചിടത്തോളം പ്രാധാന്യമുള്ള കാര്യമല്ല. ഇന്നത്തെ പ്രസ്ഥാനം, അവസാനം ഒരു ഒത്തുതീർപ്പിൽ എത്തിച്ചേരാനാണ് സാദ്ധ്യത. ആ ഒത്തുതീർപ്പ് ഉടനെ തന്നെയോ പിന്നീടോ ഉണ്ടാക്കപ്പെടും.

നാം സാധാരണയായി കരുതുന്നതുപോലെ ഒരു ഒത്തുതീർപ്പ്, നികൃഷ്ടമോ പരിതാപകരമോ ആയ ഒരു കാര്യമല്ല. രാഷ്ട്രീയതന്ത്രത്തിൽ അത് അനിവാര്യമായ ഒരു ഘടകമാണ്. മർദ്ദകർക്കെതിരായി ഉയിർത്തെഴുന്നേല്ക്കുന്ന ഏതു രാഷ്ട്രത്തിനും പ്രാരംഭഘട്ടത്തിൽ പരാജയം നേരിട്ടേക്കാം. അന്തരാളഘട്ടത്തിൽ ഒത്തുതീർപ്പിലൂടെ ഭാഗികമായ ചില പരിഷ്കാരങ്ങൾ നേടിയെടുക്കാനും കഴിഞ്ഞേക്കാം. അവസാനഘട്ടത്തിൽ മാത്രമാണ്, രാഷ്ട്രത്തിന്റെ എല്ലാ വിഭവങ്ങളും ശക്തികളും പൂർണ്ണമായും സമാഹരിച്ചതിനുശേഷം മാത്രമാണ് ഭരണാധികാരികളുടെ ഗവൺമെന്റിനെ തകർക്കുന്നതിൽ വിജയം കൈവരിക്കത്തക്കവിധമുള്ള അവസാന പ്രഹരം ഏല്പിക്കാൻ കഴിഞ്ഞേക്കാവുന്നത്. എന്നാൽ അപ്പോൾപോലും പരാജയം സംഭവിച്ചേക്കാം എന്നതുകൊണ്ട് ഒരു തരത്തിലുള്ള ഒത്തുതീർപ്പ് അനിവാര്യമായിത്തീർന്നേക്കാം. റഷ്യയുടെ ഉദാഹരണം, ഇതിന് ഒരു നല്ല തെളിവാണ്.

1905 ൽ റഷ്യയിൽ ഒരു വിപ്ലവപ്രസ്ഥാനം ഉയർന്നുവന്നു. അദ്ദേഹം അഭയം പ്രാപിച്ചിരുന്ന വിദേശരാജ്യങ്ങളിൽനിന്ന് ലെനിൻ തിരിച്ചെത്തിയിരുന്നു. അദ്ദേഹമാണ് സമരത്തിന് നേതൃത്വം നല്കിയത്. ഒരു ഡസനോളം ഭൂപ്രഭുക്കളെ വധിച്ചുവെന്നും അവരുടെ മണിമന്ദിരങ്ങളിൽ കുറെയേറെ എണ്ണം തീവെച്ച് നശിപ്പിച്ചുവെന്നും അദ്ദേഹത്തെ ധരിപ്പിക്കാൻ

* ഇവിടെ ചില വാക്കുകൾ കാണാനില്ല

ആളുകൾ അദ്ദേഹത്തിന്റെ അടുത്തേക്ക് വന്നു. തിരിച്ചുപോയി പന്തീരായിരം ഭൂപ്രഭുക്കളെ വധിക്കുകയും അത്രയും തന്നെ എണ്ണം മണിമന്ദിരങ്ങൾ തീവെച്ച് നശിപ്പിക്കുകയും ചെയ്യാൻ അവരോട് പറഞ്ഞുകൊണ്ടാണ് ലെനിന്റെ പ്രതികരണം ഉണ്ടായത്. അങ്ങനെയായാൽ, വിപ്ലവം പരാജയപ്പെടുകയാണെങ്കിൽപ്പോലും കാര്യമായി എന്തെങ്കിലും നടന്നു എന്ന് അർത്ഥമാക്കാം എന്നായിരുന്നു അദ്ദേഹത്തിന്റെ അഭിപ്രായം. അതേ ലെനിൻതന്നെ പിന്നീട് ഡൂമ(ജനപ്രതിനിധിസഭ)യിൽ പങ്കെടുക്കണമെന്ന് വാദിക്കുകയും ചെയ്തു. അത് 1907 ലായിരുന്നു. 1906 ൽ രണ്ടാം ഡൂമയേക്കാൾ കൂടുതൽ പ്രവർത്തന സൗകര്യങ്ങൾ അനുവദിച്ചിരുന്ന ആദ്യത്തെ ഡൂമയിൽ പങ്കെടുക്കുന്നതിനെ അദ്ദേഹം എതിർത്തിരുന്നു. രണ്ടാമത്തെ ഡൂമയിൽ അധികാരാവകാശങ്ങൾ വെട്ടിക്കുറയ്ക്കപ്പെട്ടിരുന്നു. അത്, സാഹചര്യങ്ങളിൽ മാറ്റം ഉണ്ടായതുകൊണ്ടാണ്. പിന്തിരിപ്പൻ ശക്തികൾ മുൻകൈ നേടിയിരുന്ന ആ അവസരത്തിൽ സോഷ്യലിസ്റ്റ് ആശയങ്ങൾ ചർച്ചചെയ്യപ്പെടാനായി ഡൂമ ഒരു വേദിയാക്കണമെന്ന് ലെനിൻ ആഗ്രഹിച്ചു.

1917 ലെ വിപ്ലവത്തിനുശേഷം, 'ബ്രെസ്റ്റ്-ലിത്തോവ്സ്ക് ഉടമ്പടി'യിൽ ഒപ്പുവെക്കാൻ ബോൾഷെവിക്കുകാർ നിർബ്ബന്ധിതരായ അവസരത്തിൽ ലെനിൻ ഒഴികെ മറ്റെല്ലാവരും അതിനെതിരായിരുന്നു. എന്നാൽ ലെനിൻ പ്രഖ്യാപിച്ചത് ഇങ്ങനെയാണ്: "സമാധാനം", "സമാധാനം-വീണ്ടും വീണ്ടും സമാധാനം" "എന്ത് വിലകൊടുത്തും സമാധാനം" "ജർമ്മൻ സൈനിക മേധാവിക്ക് റഷ്യൻ പ്രവിശ്യകൾ പലതും വിട്ടുകൊടുത്തുകൊണ്ടു പോലുമുള്ള സമാധാനം." ബോൾഷെവിക് വിരുദ്ധരായ ചിലർ ഈ ഉടമ്പടിയുടെ പേരിൽ ലെനിനെ നിന്ദിച്ചപ്പോൾ, ജർമ്മനിയുടെ കടന്നാക്രമണത്തെ ചെറുക്കാനുള്ള സ്ഥിതിയിലല്ല ബോൾഷെവിക്കുകാരെന്നും അതുകൊണ്ട് ബോൾഷെവിക് ഗവൺമെന്റ് പൂർണ്ണമായും ഉന്മൂലനം ചെയ്യപ്പെടുന്ന സ്ഥിതിവരുന്നതിനേക്കാൾ ഒരു ഉടമ്പടിയുണ്ടാക്കുക എന്നതാണ് ശരിയെന്ന് തങ്ങൾ കരുതുന്നുവെന്നും ലെനിൻ പരസ്യമായി പ്രഖ്യാപിച്ചു.

ഞാൻ ചൂണ്ടിക്കാണിക്കാൻ ആഗ്രഹിക്കുന്നത് സമരം വളർന്നുവരുന്നതനുസരിച്ച് ഇടയ്ക്കിടയ്ക്ക് ഉപയോഗിക്കപ്പെടേണ്ടതായ അവശ്യമായ ഒരു ആയുധമാണ് ഒത്തുതീർപ്പ് എന്ന കാര്യമാണ്. എന്നാൽ എപ്പോഴും പരിഗണനയിൽവെക്കേണ്ടത് പ്രസ്ഥാനത്തിന്റെ ആശയമാണ്. നാം എപ്പോഴും പൊരുതുന്നത് എന്തിനുവേണ്ടിയാണോ ആ ലക്ഷ്യത്തെക്കുറിച്ചുള്ള വളരെ വ്യക്തമായ ഒരു ധാരണ പുലർത്തേണ്ടതുണ്ട്. നമ്മുടെ പ്രസ്ഥാനങ്ങളുടെ നേട്ടങ്ങളും കോട്ടങ്ങളും വിലയിരുത്താൻ നമ്മെ അത് സഹായിക്കും. ഭാവിപരിപാടി ആവിഷ്കരിക്കുന്നതും സുഗമമാക്കും. തിലകന്റെ ആദർശത്തിൽനിന്ന് വേറിട്ട് അദ്ദേഹത്തിന്റെ നയം തനിയേ എടുത്തു പരിശോധിച്ചാൽ-അതായത് തന്ത്രം എന്തായിരുന്നു എന്ന് പരിശോധിച്ചാൽ-അത് ഏറ്റവും മെച്ചപ്പെട്ടതായി

രുന്നു എന്ന് കാണാം. ശത്രുവിൽനിന്നും പതിനാറണ കിട്ടാനാണ് നിങ്ങൾ പൊരുതുന്നത് എന്ന് കരുതുക. ഒരണയേ നിങ്ങൾക്ക് കിട്ടുന്നുള്ളുവെങ്കിൽ അത് കീശയിലാക്കിയിട്ട് ബാക്കിക്കുവേണ്ടി വീണ്ടും പൊരുതുക. മിതവാദികളെക്കുറിച്ച് നാം ശ്രദ്ധിക്കുന്നത് അവരുടെ ആദർശത്തെയാണ്. അവർ ഒരണ കിട്ടാൻവേണ്ടി സമരം ചെയ്യും. അതൊട്ടു കിട്ടുകയുമില്ല. വിപ്ലവകാരികൾ ആകട്ടെ, ഒരു സമ്പൂർണ്ണ വിപ്ലവത്തിനുവേണ്ടിയാണ് യത്നിക്കുന്നതെന്നകാര്യം എപ്പോഴും മനസ്സിൽവെക്കണം. അധികാരം പൂർണ്ണമായും തങ്ങളുടെ കരങ്ങൾക്ക് അധീനമാക്കുന്നതിനുവേണ്ടിയാണ് അവർ യത്നിക്കുന്നത്. ഒത്തുതീർപ്പുണ്ടാക്കിക്കഴിഞ്ഞാലുടനെതന്നെ വിപ്ലവസൈന്യത്തെ പിരിച്ചുവിടാൻ യാഥാസ്ഥിതികർ ശ്രമിക്കും എന്നുള്ളതുകൊണ്ടാണ് ഒത്തുതീർപ്പുകളെക്കുറിച്ച് നമുക്ക് ഭയാശങ്കകൾ ഉണ്ടാകുന്നത്. എന്നാൽ ഇത്തരത്തിലുള്ള കെണികളിൽ പ്രസ്ഥാനം വീണുപോകുന്നതിൽനിന്ന് രക്ഷപ്പെടുത്താൻ കഴിവുറ്റവരും ധീരരും ആയ വിപ്ലവ നേതാക്കന്മാർക്ക് കഴിയും. ഇത്തരത്തിലുള്ള നിർണ്ണായകഘട്ടങ്ങളിൽ, നമുക്ക് യഥാർത്ഥ പ്രശ്നങ്ങളെക്കുറിച്ച് വിശേഷിച്ചും യഥാർത്ഥ ലക്ഷ്യങ്ങളെക്കുറിച്ച് യാതൊരു തരത്തിലുമുള്ള ആശയക്കുഴപ്പവും ഉണ്ടാകാനിടയില്ല. ബ്രിട്ടീഷ് ലേബർ പാർട്ടി നേതാക്കൾ യഥാർത്ഥ സമരത്തെ വഞ്ചിക്കുകയും വെറും കപടവേഷധാരികളായ സാമ്രാജ്യത്വവാദികളായി തരംതാഴുകയും ചെയ്തു. എന്റെ അഭിപ്രായത്തിൽ, മേനി നടിക്കുന്ന സാമ്രാജ്യത്വവാദി ലേബർ നേതാക്കളേക്കാളും മെച്ചം കടുത്ത യാഥാസ്ഥിതികരാണ്. അടവുകളെയും തന്ത്രത്തെയും സംബന്ധിച്ചിടത്തോളം നാം ലെനിന്റെ ആജീവനാന്ത പ്രവർത്തനങ്ങളെക്കുറിച്ച് പഠിക്കണം. ഒത്തുതീർപ്പിനെ സംബന്ധിച്ചുള്ള അദ്ദേഹത്തിന്റെ അഭിപ്രായം *ഇടതുപക്ഷ കമ്യൂണിസം* എന്ന കൃതിയിൽനിന്നും മനസ്സിലാക്കാം.

ഇപ്പോഴത്തെ പ്രസ്ഥാനം-അതായത് ഇപ്പോഴത്തെ സമരം ഒന്നുകിൽ ഏതെങ്കിലും ഒരു ഒത്തുതീർപ്പിൽ അവസാനിക്കും. അല്ലെങ്കിൽ പൂർണ്ണമായും പരാജയപ്പെടും എന്ന് ഞാൻ പറഞ്ഞല്ലോ.

അങ്ങനെ ഞാൻ പറയാൻ കാരണം, എന്റെ അഭിപ്രായത്തിൽ ഈ പ്രാവശ്യം യഥാർത്ഥ വിപ്ലവകാരികളെ രംഗത്തേക്ക് ക്ഷണിച്ചിട്ടില്ല എന്നതാണ്. കുറെ ഇടത്തരം കച്ചവടക്കാരെയും കുറെ മുതലാളിമാരെയും ആശ്രയിച്ച് നടത്തുന്നതാണ് ഈ സമരം. ഇവരിൽ രണ്ടുകൂട്ടർക്കും, പ്രത്യേകിച്ചും രണ്ടാമത്തെ കൂട്ടർക്ക് ഏതെങ്കിലും സമരത്തിലിറങ്ങി തങ്ങളുടെ സ്വത്തും കൈവശാവകാശങ്ങളും നഷ്ടപ്പെടുത്താൻ ധൈര്യം വരില്ല. യഥാർത്ഥ വിപ്ലവസൈനികർ ഗ്രാമപ്രദേശങ്ങളിലും വ്യവസായശാലകളിലും ഉള്ളവരാണ്-കൃഷിക്കാരും തൊഴിലാളികളും. പക്ഷേ, നമ്മുടെ ബൂർഷ്വാ നേതാക്കന്മാർ അവരോട് ഇടപെട്ട് പ്രവർത്തിക്കുകയില്ല. അതിനവർക്ക് കഴിയുകയുമില്ല. ഉറങ്ങുന്ന സിംഹത്തെ വിളിച്ചുണർത്തിയാൽ അത് നമ്മുടെ നേതാക്കൻമാരുടെ

ലക്ഷ്യം നേടിക്കഴിഞ്ഞാലും പിന്നെയും തടുക്കാനാവാത്ത ശക്തിയോടെ നിലകൊള്ളും. 1920 ൽ തൊഴിലാളികളുമായി ബന്ധപ്പെട്ട കാര്യങ്ങളിൽ അദ്ദേഹത്തിനുണ്ടായ ആദ്യത്തെ അനുഭവത്തെ തുടർന്ന് ഗാന്ധിജി പ്രഖ്യാപിച്ചത് ഇങ്ങനെയാണ്:

"തൊഴിലാളികളുടെ കാര്യത്തിൽ നാം അനാവശ്യമായി ഇടപെടരുത്. വ്യവസായശാലകളിലെ തൊഴിലാളിവർഗ്ഗത്തെ രാഷ്ട്രീയമായി ഉപയോഗപ്പെടുത്തുന്നത് അപകടകരമാണ്." (*ദി ടൈംസ്*–1921 മെയ്) അതിൽ പിന്നീട് അവർ ഒരിക്കലും തൊഴിലാളികളെ സമീപിക്കാൻ ധൈര്യപ്പെട്ടില്ല. പിന്നെയുള്ളത്, കൃഷിക്കാരാണ്. അതികായരായ കർഷകവർഗ്ഗം വിദേശരാഷ്ട്രത്തിന്റെ ആധിപത്യത്തെ മാത്രമല്ല, ഭൂപ്രഭുക്കൾ ഏറ്റിവെച്ച നുകത്തെയും തൂത്തെറിയാൻ സന്നദ്ധരായി ഉണർന്നെണീറ്റിരിക്കുന്നതായി കണ്ട നേതാക്കൾക്ക് അനുഭവപ്പെട്ട ഭീതി എത്രമാത്രമായിരുന്നുവെന്ന് 1922 ലെ ബർദോളി പ്രമേയം വളരെ വ്യക്തമായി വിശദീകരിക്കുന്നുണ്ട്.

നമ്മുടെ നേതാക്കൾ കർഷകജനതയ്ക്ക് കീഴടങ്ങുന്നതിനേക്കാൾ ഉചിതം ബ്രിട്ടീഷുകാർക്ക് കീഴടങ്ങുന്നതാണെന്ന് കരുതുന്നു എന്നതാണ് ഇവിടെ നമുക്ക് മനസ്സിലാക്കാൻ കഴിയുന്നത്. പണ്ഡിറ്റ് ജവാഹർലാൽ നെഹ്റുവിന്റെ കാര്യം പോകട്ടെ. കർഷകരെയും തൊഴിലാളികളെയും സംഘടിപ്പിക്കാനുള്ള ശ്രമം ഏതെങ്കിലും നടത്തിയ ഒരൊറ്റ നേതാവിനെയെങ്കിലും ചൂണ്ടിക്കാണിക്കാനാവുമോ? ഇല്ല. അവർ ആ അപകടത്തിന് തുനിയുകയില്ല. അവിടെയാണ് അവരുടെ ന്യൂനത. സാമ്പത്തികവും ഭരണനിർവ്വഹണപരവും ആയ സമ്മർദ്ദം ചെലുത്തി കുറെക്കൂടി പരിഷ്കരണങ്ങൾ നേടാമെന്നായിരുന്നു അവരുടെ പ്രതീക്ഷ. ഇന്ത്യൻ മുതലാളിമാർക്ക് കുറെക്കൂടി ആനുകൂല്യങ്ങൾ നേടാമെന്നും അവർ ആശിച്ചു. അതുകൊണ്ടാണ് ഞാൻ പറഞ്ഞത്, ഈ പ്രസ്ഥാനം മൃതിയടയാൻ പോവുകയാണെന്ന്. അത് ഏതെങ്കിലും തരത്തിലുള്ള ഒത്തുതീർപ്പിനുശേഷമോ അതില്ലാതെയോ തന്നെയാകാം. "വിപ്ലവം നീണാൾ വാഴട്ടെ" എന്ന മുദ്രാവാക്യം ആത്മാർത്ഥതയോടെ ഉയർത്തുന്ന ചെറുപ്പക്കാരായ തൊഴിലാളികൾ ഈ പ്രസ്ഥാനം സ്വയം മുന്നോട്ടു കൊണ്ടുപോകാൻ കഴിയുംവിധം സുസംഘടിതരോ ശക്തരോ അല്ല. ഒരുവേള പണ്ഡിറ്റ് മോത്തിലാൽ നെഹ്റു ഒഴികെ നമ്മുടെ മഹാനേതാക്കൻമാർപോലും ഏതെങ്കിലും ചുമതലകൾ തങ്ങളുടെ ചുമലിൽ ഏറ്റെടുക്കാൻ ധൈര്യപ്പെടുന്നില്ല എന്നതാണ് യാഥാർത്ഥ്യം. അതുകൊണ്ടാണ് അവർ കൂടെക്കൂടെ ഗാന്ധിജിക്കു മുമ്പിൽ നിരുപാധികം കീഴടങ്ങുന്നത്. അഭിപ്രായവ്യത്യാസങ്ങൾ ഉണ്ടെങ്കിൽപ്പോലും അവർ ഗാന്ധിജിയെ കാര്യമായി എതിർക്കുന്നില്ല. മഹാത്മായ്ക്കുവേണ്ടി പ്രമേയങ്ങൾ പാസാക്കപ്പെടുകയും ചെയ്യുന്നു.

ഈ സാഹചര്യങ്ങളിൽ, വിപ്ലവം നടക്കണമെന്ന് ആത്മാർത്ഥമായി ആഗ്രഹിക്കുന്ന ചെറുപ്പക്കാരായ തൊഴിലാളികളോട് കുറെക്കൂടി

പ്രയാസമേറിയ കാലഘട്ടമാണ് വരാൻ പോകുന്നതെന്ന് മുന്നറിയിപ്പ് നല്കട്ടെ. ആശയക്കുഴപ്പം ഉണ്ടാകുകയോ നിരാശരാകുകയോ ചെയ്യാതിരിക്കാൻ അവർ കരുതലോടെ ഇരിക്കണം. മഹാനായ ഗാന്ധിജിയുടെ രണ്ടു സമരങ്ങളിൽനിന്നും ലഭിച്ച അനുഭവത്തിന്റെ ഫലമായി നമ്മുടെ ഇന്നത്തെ സ്ഥിതിയെയും ഭാവിപരിപാടിയെയും കുറിച്ച് നമുക്ക് വ്യക്തമായ ഒരു ധാരണ ഉണ്ടാകാൻ കുറേക്കൂടി സഹായകരമായ സാഹചര്യം ഉണ്ട്.

ഏറ്റവും ലളിതമായ രീതിയിൽ കാര്യം പറഞ്ഞ് മനസ്സിലാക്കിക്കാൻ ഞാൻ ശ്രമിക്കട്ടെ. നിങ്ങൾ "വിപ്ലവം നീണാൾ വാഴട്ടെ" എന്ന മുദ്രാവാക്യം വിളിക്കുന്നു. നിങ്ങൾ യഥാർത്ഥത്തിൽ അതങ്ങനെയാകണമെന്ന് കരുതുന്നുവെന്ന് ഞാൻ വിശ്വസിക്കട്ടെ. അസംബ്ലി ബോംബ് കേസിലെ ഞങ്ങളുടെ പ്രസ്താവന അനുസരിച്ച് ഞങ്ങൾ ആ പദത്തിന് നല്കിയിട്ടുള്ള നിർവ്വചനം, വിപ്ലവം എന്നാൽ നിലവിലുള്ള സാമൂഹ്യ വ്യവസ്ഥ പൂർണ്ണമായും തകർക്കുകയും അതിനുപകരം സോഷ്യലിസ്റ്റ് വ്യവസ്ഥയെ സ്ഥാപിക്കുകയും ചെയ്യുക എന്നാണ്. ആ ഉദ്ദേശ്യം സാധിതപ്രായമാക്കുന്നതിന് അടിയന്തരമായി ലക്ഷ്യമാക്കേണ്ടത് അധികാരം നേടുക എന്നതിലാണ്. യഥാർത്ഥത്തിൽ ഭരണകൂടം-ഗവൺമെന്റ് സംവിധാനം-സ്വന്തം താല്പര്യങ്ങൾ വളർത്തുകയും സംരക്ഷിക്കുകയും ചെയ്യാനായി ഭരണവർഗ്ഗത്തിന്റെ കൈയിലുള്ള ഒരായുധം മാത്രമാണ്. അത് പിടിച്ചെടുക്കുകയും, നമ്മുടെ ലക്ഷ്യത്തിന്റെ സാക്ഷാൽക്കാരത്തിനായി അതിനെ പ്രയോജനപ്പെടുത്തുകയും ചെയ്യാനാണ് നാം ആഗ്രഹിക്കുന്നത്. നമ്മുടെ ലക്ഷ്യം ഒരു പുതിയ അടിസ്ഥാനത്തിൽ-അതായത് മാർക്സിസ്റ്റ് അടിസ്ഥാനത്തിൽ-സമൂഹത്തിന്റെ പുനഃനിർമാണം നടത്തുക എന്നതാണ്. ആ ഉദ്ദേശ്യത്തോടെയാണ് ഭരണതന്ത്രം കൈകാര്യം ചെയ്യാൻവേണ്ടി നാം പൊരുതുന്നത്. നമ്മുടെ സാമൂഹിക പരിപാടിയെക്കുറിച്ച് ബഹുജനങ്ങളെ പഠിപ്പിക്കുകയും, ആ പരിപാടിക്ക് അനുകൂലതരമായ ഒരു അന്തരീക്ഷം സൃഷ്ടിക്കുകയും ചെയ്യാൻവേണ്ടിയാണ് നാം പൊരുതുന്നത്. ഈ സമരങ്ങളിലൂടെയാണ് നമുക്ക് ബഹുജനങ്ങളെ ഏറ്റവും നല്ലരീതിയിൽ പരിശീലിപ്പിക്കുകയും പഠിപ്പിക്കുകയും ചെയ്യാൻ കഴിയുന്നത്.

നമ്മുടെ മുമ്പിലുള്ള ഈ കാര്യങ്ങൾ വ്യക്തമായിക്കഴിഞ്ഞാൽ-അതായത് അടിയന്തരവും ആത്യന്തികവും ആയ നമ്മുടെ ലക്ഷ്യം എന്താണെന്ന് വ്യക്തമാക്കിക്കഴിഞ്ഞാൽ-നമുക്ക് നിലവിലുള്ള സ്ഥിതിഗതികൾ പരിശോധിക്കാൻ തുടങ്ങാം. ഏതെങ്കിലും ഒരു സ്ഥിതിഗതിയെക്കുറിച്ച് വിശകലനം ചെയ്യുമ്പോൾ, നാം ആർജ്ജവവും കാര്യമാത്ര പ്രസക്തതയും ഉള്ളവരായിരിക്കണം.

ഇന്ത്യാഗവൺമെന്റിന്റെ ചുമതല വഹിക്കുന്നതിൽ ഇന്ത്യക്കാർക്ക് പങ്കാളിത്തം ഉണ്ടാകണമെന്ന ആവശ്യത്തെച്ചൊല്ലി മുറവിളി ഉയർത്തിയപ്പോഴാണ്, പര്യാലോചന നടത്താനുള്ള അവകാശം മാത്രമുള്ള

വൈസ്രോയിസ് കൗൺസിൽ രൂപീകരിച്ചുകൊണ്ടുള്ള മിന്റോ-മോർലി ഭരണപരിഷ്കാരം കൊണ്ടുവന്നതെന്ന് നമുക്കറിയാം. മഹായുദ്ധ*കാലത്ത്, ഇന്ത്യക്കാരുടെ സഹായം ഏറ്റവും അവശ്യമായിരുന്ന അവസരത്തിൽ സ്വയംഭരണം നല്കുന്നതിനെക്കുറിച്ച് വാഗ്ദാനം നല്കുകയും നിലവിലുള്ള ഭരണപരിഷ്കാരം കൊണ്ടുവരികയും ചെയ്തു. അസംബ്ലിക്ക് പരിമിതമായ നിയമനിർമ്മാണാധികാരങ്ങൾ നല്കുകയും ചെയ്തു. എന്നാൽ, വൈസ്രോയിയുടെ സൗമനസ്യത്തിന് വിധേയമായിട്ടുള്ള അധികാരങ്ങൾ മാത്രമാണ് നല്കപ്പെട്ടത്. ഇപ്പോൾ മൂന്നാം ഘട്ടമാണ്.

ഇപ്പോൾ ഭരണപരിഷ്കാരങ്ങളെക്കുറിച്ച് ചർച്ച ചെയ്യപ്പെടുകയാണ്. അടുത്ത ഭാവിയിൽതന്നെ അവ പ്രാബല്യത്തിൽ കൊണ്ടുവരും. യുവാക്കൾ എങ്ങനെയുള്ള വിലയിരുത്തലാണ് ഈ പരിഷ്കാരങ്ങളെക്കുറിച്ച് നടത്തേണ്ടത്? അതൊരു പ്രധാന പ്രശ്നമാണ്. കോൺഗ്രസ് നേതാക്കന്മാർ ഇവയെ വിലയിരുത്തുന്നത് ഏത് മാനദണ്ഡങ്ങളുടെ അടിസ്ഥാനത്തിൽ ആയിരിക്കുമെന്ന് എനിക്കറിയില്ല. എന്നാൽ നമ്മളെ സംബന്ധിച്ചിടത്തോളം-വിപ്ലവകാരികളെ സംബന്ധിച്ചിടത്തോളം-താഴെപ്പറയുന്ന മാനദണ്ഡങ്ങൾ അംഗീകരിക്കാവുന്നതാണ്:

1. ഇന്ത്യക്കാർ നിർവ്വഹിക്കാനായി കൈമാറ്റം ചെയ്യപ്പെടുന്ന ചുമതലകളുടെ വ്യാപ്തി.

2. നിലവിൽ വരുത്താൻ പോകുന്ന ഗവൺമെന്റ് സംവിധാനങ്ങളുടെ രൂപവും ബഹുജനപങ്കാളിത്തത്തിനുള്ള അവകാശത്തിന്റെ വ്യാപ്തിയും.

2. ഭാവിസാദ്ധ്യതകളും സംരക്ഷണ വ്യവസ്ഥകളും.

ഇവയെക്കുറിച്ച് അല്പം കൂടുതൽ വിശദീകരണം ആവശ്യമായേക്കാം. ഒന്നാമതായി, നമ്മുടെ നാട്ടിലെ ജനങ്ങൾക്ക് നല്കപ്പെടുന്ന ചുമതലകളുടെ വ്യാപ്തിയെക്കുറിച്ച് വിശകലനം ചെയ്യുമ്പോൾ, ഭരണനിർവ്വഹണ സംവിധാനത്തിന്മേൽ നമ്മുടെ പ്രതിനിധികൾക്ക് ലഭിക്കുന്ന നിയന്ത്രണാധികാരം എത്രമാത്രം ഉണ്ടെന്നതിനെ ആസ്പദമാക്കിക്കൊണ്ട് സുഗമമായി വിലയിരുത്തൽ നടത്താൻ നമുക്ക് കഴിയും. ഇതേവരെക്കും ഒരിക്കലും ഭരണനിർവ്വഹണാധികാരികളെ നിയമസഭയോട് ഉത്തരവാദിത്വം ഉള്ളവരാക്കിയിരുന്നില്ല. വൈസ്രോയിക്ക് നിഷേധാധികാരവും (വീറ്റോ പവർ) ഉണ്ടായിരുന്നു. ഇത് തിരഞ്ഞെടുക്കപ്പെട്ട പ്രതിനിധികളുടെ പരിശ്രമങ്ങളെയെല്ലാം വിഫലമാക്കിത്തീർക്കുകയും ചെയ്തിരുന്നു. സ്വരാജ് പാർട്ടിയുടെ പരിശ്രമങ്ങളുടെ ഫലമായി, വൈസ്രോയി കൂടെക്കൂടെ ഈ അസാധാരണ അധികാരങ്ങൾ ഉപയോഗിക്കാൻ നിർബ്ബന്ധിതനായിത്തീരുകയും ചെയ്തു. ഈ അധികാരങ്ങൾ ഉപയോഗിക്കപ്പെട്ടത്

* ഒന്നാം ലോകമഹായുദ്ധം 1914-18

ദേശീയ പ്രതിനിധികളുടെ ഗൗരവമേറിയ തീരുമാനങ്ങളെ കാല്ക്കീഴിൽ ചവിട്ടിമെതിക്കാൻവേണ്ടിയായിരുന്നു. ഇത് ഇപ്പോൾതന്നെ പരക്കെ അറിയപ്പെടുന്ന കാര്യമായതുകൊണ്ട് കൂടുതൽ ചർച്ച ഇക്കാര്യത്തിൽ ആവശ്യമില്ല.

ഇനി നമുക്ക് ഒന്നാമതായി ഭരണനിർവ്വഹണാധികാര സംവിധാനം രൂപീകരിക്കുന്നതിന്റെ രീതി എന്താണെന്ന് നോക്കാം. ഭരണനിർവ്വഹണാധികാരികളെ ഒരു ജനപ്രതിധിസഭ തിരഞ്ഞെടുക്കുകയാണോ, അതോ, മുമ്പെന്നത്തേയും പോലെ മുകളിൽനിന്നും അടിച്ചേല്പിക്കപ്പെടുകയാണോ? ഇതിനും പുറമെ അവർ പ്രതിനിധി സഭയോട് ഉത്തരവാദിത്വം ഉള്ളവരായിരിക്കുമോ, അതല്ല മുൻകാലങ്ങളിലെപ്പോലെ പ്രതിനിധിസഭയെ എതിരിടുകയായിരിക്കുമോ? സമ്മതിദാനാവകാശത്തിന്റെ വ്യാപ്തി എത്രത്തോളമുണ്ടെന്നതിന്റെ അടിസ്ഥാനത്തിൽ, രണ്ടാമത് പറഞ്ഞ കാര്യത്തെക്കുറിച്ച് വിലയിരുത്താൻ കഴിയും. സമ്മതിദാനാവകാശത്തിനുള്ള അർഹത, ഭൂസ്വത്തിന്റെ ഉടമാവകാശം അടിസ്ഥാനമാക്കിക്കൊണ്ടുള്ള വ്യവസ്ഥ അപ്പാടേ റദ്ദാക്കണം. അതിനുപകരം, സാർവ്വത്രികമായ സമ്മതിദാനാവകാശം നടപ്പാക്കണം. പ്രായപൂർത്തിയായ ഓരോ ആൾക്കും സ്ത്രീ ആയാലും പുരുഷൻ ആയാലും സമ്മതിദാനത്തിനുള്ള അവകാശം ഉണ്ടായിരിക്കണം. ഇപ്പോഴത്തെ നിലയ്ക്ക്, സമ്മതിദാനാവകാശം എത്രത്തോളം വിപുലപ്പെടുത്തിയിട്ടുണ്ട് എന്ന് മാത്രമേ പരിശോധിക്കാനാവൂ.

ഗവൺമെന്റിന്റെ ഘടനയുടെ രൂപത്തെ സംബന്ധിച്ചിടത്തോളം ദ്വിമണ്ഡല സഭയുടെ ഗവൺമെന്റാണുള്ളത്. എന്റെ അഭിപ്രായത്തിൽ, ഉപരിസഭ എന്നത് ബൂർഷ്വാസിയുടെ ഒരു വലിയ അന്ധവിശ്വാസമോ ഒരു കെണിയോ ആണ്. ഏകാംഗ സഭയുള്ള ഗവൺമെന്റാണ് നമുക്ക് പ്രതീക്ഷിക്കാവുന്നതിൽ ഏറ്റവും നല്ലതെന്നാണ് എന്റെ അഭിപ്രായം.

ഇവിടെ പ്രാദേശിക സ്വയംഭരണത്തെക്കുറിച്ച് ഞാൻ പരാമർശിക്കട്ടെ. ഞാൻ കേട്ടിടത്തോളം മുകളിൽനിന്ന് അടിച്ചേല്പിക്കപ്പെടുന്നതും നിയമസഭയ്ക്ക് അതീതവും ഉപരിയുമായുള്ള അസാധാരണ അധികാരങ്ങൾ ഉള്ളതുമായ ഒരു ഗവർണർ, സ്വേച്ഛാധിപതിയല്ലാതെ മറ്റൊന്നും ആവില്ലെന്ന് തെളിയിക്കപ്പെടാൻ പോവുകയാണ്. പ്രാദേശിക 'സ്വയംഭരണം' എന്നതിനുപകരം നമുക്ക് അതിനെ പ്രാദേശിക 'ദുർഭരണം' എന്ന് വിളിക്കാം. ഭരണസംവിധാനം ജനാധിപത്യവല്ക്കരിക്കുന്നതിന്റെ വിചിത്രമായ ഒരു മാതൃകയാണിത്.

മൂന്നാമത്തെ കാര്യം വളരെ വ്യക്തമാണ്. കഴിഞ്ഞ രണ്ടു വർഷക്കാലമായി ബ്രിട്ടീഷ് രാഷ്ട്രീയ നേതാക്കൾ, മൊൺടേഗുവിന്റെ വാഗ്ദാനങ്ങൾ ലംഘിക്കാൻ ശ്രമിച്ചുവരികയായിരുന്നു. ബ്രിട്ടീഷ് ഖജനാവ് ക്ഷയിക്കാത്ത കാലത്തോളം ഓരോ പത്തുവർഷവും കഴിയുമ്പോൾ ഭരണപരിഷ്കരനടപടി ഭിക്ഷയിടുന്നതുപോലെ വിളമ്പിത്തരുമെന്നായിരുന്നു മൊൺടേഗുവിന്റെ വാഗ്ദാനത്തിന്റെ സാരം.

ഭാവിയെ സംബന്ധിച്ച് ഇവർ എന്താണ് തീരുമാനിച്ചിരിക്കുന്നതെന്ന് നമുക്കൊന്ന് നോക്കാം.

നാം ഇതെല്ലാം വിശകലനം ചെയ്യുന്നത് നേട്ടങ്ങളുണ്ടായതിൽ ആഹ്ലാദിക്കാനല്ല, സ്ഥിതിഗതികളെക്കുറിച്ച് വ്യക്തമായ ഒരു ധാരണ നമുക്കുതന്നെയുണ്ടാകാനും ബഹുജനങ്ങളെ ബോധവല്ക്കരിക്കാനും ഇനിയങ്ങോട്ടുള്ള സമരത്തിന് അവരെ സജ്ജരാക്കാനും വേണ്ടിയാണ് ഈ വിശകലനം നടത്തുന്നത് എന്ന വസ്തുത ഞാൻ വ്യക്തമാക്കട്ടെ. നമ്മെ സംബന്ധിച്ചിടത്തോളം ഒത്തുതീർപ്പ് എന്നത് ഒരിക്കലും ഒരു കീഴടങ്ങലായിട്ടല്ല, നേരെമറിച്ച് ഒരടി മുന്നോട്ടുവെക്കുകയും അല്പം വിശ്രമിക്കുകയും ചെയ്യുക എന്നതായിട്ടാണ് നാം കാണുന്നത്. അത്രയേ ഉള്ളൂ. മറ്റൊന്നുമല്ല.

****

നിലവിലുള്ള സ്ഥിതിഗതികളെക്കുറിച്ച് ചർച്ചചെയ്തു കഴിഞ്ഞതോടെ നമുക്കിനി ഭാവിപരിപാടിയെക്കുറിച്ചും നാം സ്വീകരിക്കേണ്ട സമരനയത്തെക്കുറിച്ചും ചർച്ച ചെയ്യാം.

ഞാൻ നേരത്തെ പറഞ്ഞതുപോലെ ഒരു വിപ്ലവപാർട്ടിക്ക് വ്യക്തമായ ഒരു പരിപാടി അത്യന്താപേക്ഷിതമാണ്. എന്തെന്നാൽ വിപ്ലവം എന്നതിന്റെ അർത്ഥം പ്രവൃത്തി എന്നാണെന്ന് നിങ്ങൾക്ക് അറിയാമല്ലോ. അതിന്റെ അർത്ഥം. സുസംഘടിതവും ചിട്ടപ്പെടുത്തിയതുമായ പ്രവൃത്തിയിലൂടെ ബോധപൂർവ്വം കൈവരുത്തുന്ന ഒരു മാറ്റം എന്നാണ്. അതല്ലാതെ പെട്ടെന്നുള്ള, അസംഘടിതമായ, യാദൃച്ഛികമായുണ്ടാകുന്ന ഒരു മാറ്റമോ തകർച്ചയോ അല്ല, വിപ്ലവം. ആ പരിപാടി ആവിഷ്കരിക്കുന്നതിനാകട്ടെ, പഠനം നടത്തേണ്ടത് അനിവാര്യമാണ്. എന്തിനെപ്പറ്റിയാണ് പഠനം നടത്തേണ്ടത്?

1. ലക്ഷ്യം എന്താണ്?
2. തുടക്കം കുറിക്കുമ്പോഴുള്ള സാഹചര്യങ്ങൾ എന്താണ്? അതായത് നിലവിലുള്ള സ്ഥിതിഗതികൾ വിശകലനം ചെയ്യൽ.
3. സമരത്തിന് സ്വീകരിക്കേണ്ട പാത അതായത് ഉപാധികളും മാർഗ്ഗങ്ങളും.

ഈ മൂന്ന് ഘടകങ്ങളെക്കുറിച്ച് വ്യക്തമായ ഒരു ധാരണയില്ലാത്ത ആർക്കും പരിപാടിയെക്കുറിച്ച് ഒന്നും ചർച്ച ചെയ്യാൻ കഴിയില്ല.

നിലവിലുള്ള പരിതഃസ്ഥിതിയെക്കുറിച്ച് ഒരു പരിധിവരെ നാം ചർച്ച ചെയ്തു കഴിഞ്ഞു. ലക്ഷ്യത്തെക്കുറിച്ചും അല്പമൊന്ന് സൂചിപ്പിച്ചു. നാം ആഗ്രഹിക്കുന്നത് ഒരു സോഷ്യലിസ്റ്റ് വിപ്ലവം നടത്തണമെന്നാണ്. ഇതിന് ഒഴിച്ചുകൂടാനാവാത്ത പ്രാഥമിക നടപടി രാഷ്ട്രീയ വിപ്ലവം ഉണ്ടാവുക എന്നതാണ്. ഇതാണ് നമുക്ക് വേണ്ടത്. രാഷ്ട്രീയ വിപ്ലവം എന്നതിന് അർത്ഥം, ബ്രിട്ടീഷുകാരിൽനിന്ന് ഇന്ത്യക്കാരിലേക്കുള്ള ഭരണക്കൈമാറ്റം (കുറേക്കൂടി പച്ചയായി പറഞ്ഞാൽ അധികാരക്കൈമാറ്റം) എന്നല്ല, മറിച്ച് അന്തിമലക്ഷ്യത്തെക്കുറിച്ച് നമ്മോട് യോജി

പ്പുള്ള ഇന്ത്യക്കാരിലേക്കുള്ള ഭരണകൈമാറ്റം (അധികാരക്കൈമാറ്റം) എന്നാണ്. കുറെക്കൂടി സൂക്ഷ്മമായി പറഞ്ഞാൽ ബഹുജന പിന്തുണയിലൂടെ വിപ്ലവപാർട്ടിക്ക് അധികാരം കൈമാറ്റം ചെയ്യപ്പെടുക എന്നാണ്. അതിനുശേഷം വേണ്ടത്, അർപ്പണബോധത്തോടെ സമൂഹത്തിന്റെയാകെ പുനർനിർമ്മാണം സോഷ്യലിസ്റ്റ് അടിസ്ഥാനത്തിൽ നടത്താനുള്ള പ്രക്രിയ തുടങ്ങുക എന്നതാണ്. ഇത്തരത്തിലുള്ള ഒരു വിപ്ലവമല്ല നിങ്ങൾ ഉദ്ദേശിക്കുന്നതെങ്കിൽ, മാപ്പാക്കുക. എങ്കിൽ പിന്നെ "വിപ്ലവം നീണാൾ വാഴട്ടെ" എന്ന മുദ്രാവാക്യം ഉയർത്തുന്നത് നിർത്തുക. വിപ്ലവം എന്ന പദം, നമ്മളെ സംബന്ധിച്ചിടത്തോളമെങ്കിലും വളരെ ലഘുവായ രീതിയിൽ കൈകാര്യം ചെയ്യപ്പെടേണ്ടതോ, ദുരുപയോഗപ്പെടുത്തേണ്ടതോ ആയ ഒരു പദമല്ല. അത് പവിത്രമായ ഒരു പദമാണ്. എന്നാൽ നിങ്ങളുടെ സമരം ഒരു ദേശീയ വിപ്ലവത്തിനുവേണ്ടിയുള്ളതാണെന്നും, അമേരിക്കൻ ഐക്യനാടുകളിലേതുപോലുള്ള ഇന്ത്യൻ റിപ്പബ്ലിക് സ്ഥാപിക്കാൻവേണ്ടിയുള്ളതാണെന്നും ആണ് നിങ്ങൾ പറയുന്നതെങ്കിൽ, ഞാൻ ഒന്നു ചോദിക്കട്ടെ–നിങ്ങൾ ഈ വിപ്ലവം സാക്ഷാൽക്കരിക്കാൻവേണ്ടി ആശ്രയിക്കുന്നത് ഏതെല്ലാം ശക്തികളെയാണെന്ന് പറഞ്ഞുതരാമോ? ഏത് വിപ്ലവമായാലും–ദേശീയ വിപ്ലവമായാലും സോഷ്യലിസ്റ്റ് വിപ്ലവമായാലും–നിങ്ങൾക്ക് ആശ്രയിക്കാൻ കഴിയുന്നത് കർഷകരെയും തൊഴിലാളികളെയുമാണ്. ഈ ശക്തികളെ സംഘടിപ്പിക്കാൻ കോൺഗ്രസ് നേതാക്കൾ ധൈര്യപ്പെടുകയില്ല. അത് ഈ പ്രസ്ഥാനത്തിൽതന്നെ നിങ്ങൾ കണ്ടതാണല്ലോ. ഈ ശക്തികളെക്കൂടാതെ അവർ തികച്ചും നിസ്സഹായരാവും എന്ന കാര്യം മറ്റാരേക്കാളും നന്നായി അവർക്കുതന്നെ അറിയാം. പൂർണ്ണസ്വാതന്ത്ര്യത്തെക്കുറിച്ചുള്ള ഒരു വിപ്ലവം എന്നാണ് യഥാർത്ഥത്തിൽ അതിന്റെ അർത്ഥം–ഒരു പ്രമേയം അവർ പാസാക്കിയപ്പോൾ അവർക്ക് അങ്ങനെ ഒരു ഉദ്ദേശ്യമേ ഉണ്ടായിരുന്നില്ല. യുവവിഭാഗത്തിന്റെ സമ്മർദ്ദത്തിന് വിധേയമായി അവർ അങ്ങനെ ഒരു പ്രമേയം പാസാക്കാൻ നിർബ്ബന്ധിതരായി എന്നുമാത്രം. എന്നിട്ടോ? അത് ഉപയോഗപ്പെടുത്തിക്കൊണ്ട് അവരുടെ ഹൃദയത്തിൽ സൂക്ഷിക്കുന്ന അഭിലാഷം–ഡൊമിനിയൻ പദവിയിലുള്ള ഭരണം–നേടാമെന്ന് അവർ കരുതി. കോൺഗ്രസിന്റെ കഴിഞ്ഞ മൂന്ന് സമ്മേളനങ്ങളിലെ–ഞാൻ ഉദ്ദേശിക്കുന്നത് മദ്രാസ്, കല്ക്കത്ത, ലാഹോർ എന്നിവിടങ്ങളിൽ നടന്ന സമ്മേളനങ്ങളെയാണ്–പ്രമേയങ്ങൾ പഠിച്ചാൽ നിങ്ങൾക്ക് ഈ വസ്തുത ശരിക്കും ബോദ്ധ്യപ്പെടും. കല്ക്കത്തയിൽ അവർ പാസാക്കിയ പ്രമേയത്തിൽ ആവശ്യപ്പെട്ടത്, പന്ത്രണ്ട് മാസങ്ങൾക്കകം, ഡൊമിനിയൻ പദവി നല്കണം എന്നാണ്. അല്ലാത്തപക്ഷം, പൂർണ്ണസ്വാതന്ത്ര്യം തങ്ങളുടെ ലക്ഷ്യമായി അംഗീകരിക്കുമെന്നും പ്രമേയത്തിൽ പറഞ്ഞു. അതിനുശേഷം 1929 ഡിസംബർ 31 അർദ്ധരാത്രിവരെ, അത്തരത്തിലൊരു വരദാനം ലഭിക്കുമെന്ന് കരുതി സഗൗരവം അവർ കാത്തിരിക്കുകയും

ചെയ്തു. കാത്തിരിപ്പ് നിഷ്ഫലം ആയപ്പോൾ, പൂർണ്ണസ്വാതന്ത്ര്യ പ്രമേയം പാസാക്കാൻ ധാർമ്മികമായി അവർ ബാദ്ധ്യസ്ഥരായി. അതല്ലാതെ അവർ യഥാർത്ഥത്തിൽ അതിന് അർത്ഥമൊന്നും കല്പിച്ചില്ല. അപ്പോൾപ്പോലും (ഏതെങ്കിലും തരത്തിലുള്ള ഒരു ഒത്തുതീർപ്പിന്) വാതിൽ തുറന്നിട്ടിരിക്കുകയാണ് എന്ന വസ്തുത മഹാത്മജി രഹസ്യമായി വെച്ചില്ല. അതാണ് യഥാർത്ഥ ആത്മധൈര്യം. തുടക്കത്തിൽതന്നെ അവരുടെ പ്രസ്ഥാനം ഏതെങ്കിലും തരത്തിലുള്ള ഒരു ഒത്തുതീർപ്പിൽ അവസാനിക്കും എന്ന് അവർക്ക് അറിയാമായിരുന്നു. പൂർണ്ണമനസ്സില്ലാതെയുള്ള ഈ അനാസ്ഥയെയാണ് നാം വെറുക്കുന്നത്. അതല്ലാതെ സമരത്തിന്റെ ഒരു പ്രത്യേക ഘട്ടത്തിൽ ഒരു ഒത്തുതീർപ്പുണ്ടാക്കുന്നതിനെയല്ല. ഏതായാലും ഇപ്പോൾ നാം ചർച്ചചെയ്യുന്നത് ഒരു വിപ്ലവത്തിന് നമുക്ക് ആശ്രയിക്കാൻ കഴിയുന്ന ശക്തികളെക്കുറിച്ചാണല്ലോ. നിങ്ങൾ കർഷകരെയും തൊഴിലാളികളെയും സമീപിക്കും എന്ന് നിങ്ങൾ പറയുമ്പോൾ എനിക്ക് ഒരു കാര്യം നിങ്ങളെ ധരിപ്പിക്കാനുണ്ട്. വികാരഭരിതമായ പ്രസംഗം കൊണ്ടൊന്നും അവരെ നിങ്ങൾക്ക് കബളിപ്പിക്കാനാവില്ല എന്നതാണ് ആ കാര്യം. അവർ ത്യാഗം സഹിക്കണമെന്ന് നിങ്ങൾ ആവശ്യപ്പെടുന്ന വിപ്ലവത്തിലൂടെ അവർക്ക് എന്താണ് നേടാൻ കഴിയുക എന്ന് നിങ്ങളോട് തുറന്നടിച്ച് ചോദിക്കും. റീഡിങ്പ്രഭു ഇന്ത്യാഗവൺമെന്റിന്റെ തലവനായിരുന്നാലും, സർ പുരുഷോത്തംദാസ് ഠാക്കൂർദാസ് ആ സ്ഥാനത്ത് വന്നാലും അവർക്ക് എന്താണ് ഗുണം; ഇർവിൻ പ്രഭുവിനുപകരം സർ തേജ് ബഹാദൂർ സപ്രു വന്നാലും കൃഷിക്കാരന് എന്ത് ഗുണമാണ് ഉണ്ടാവുക–എന്നൊക്കെ അവർ നിങ്ങളോട് ചോദിക്കും. അവരുടെ ദേശീയവികാരം ഉണർത്തിവിടാൻ ശ്രമിക്കുന്നതുകൊണ്ട് യാതൊരു പ്രയോജനവുമില്ല. നിങ്ങൾക്ക് അയാളെ നിങ്ങളുടെ ഉദ്ദേശ്യസാദ്ധ്യത്തിനുവേണ്ടി 'ഉപയോഗിക്കാൻ' കഴിയില്ല. നിങ്ങൾ, വിപ്ലവം അയാളുടെതായിരിക്കുമെന്നും അയാളുടെ ഗുണത്തിനുവേണ്ടിയായിരിക്കുമെന്നും ഗൗരവപൂർവ്വം അയാളെ മനസ്സിലാക്കിക്കണം. തൊഴിലാളിവർഗ്ഗത്തിന്റെ വിപ്ലവം തൊഴിലാളിവർഗ്ഗത്തിനുവേണ്ടിയാണ്.

നിങ്ങളുടെ ലക്ഷ്യങ്ങളെക്കുറിച്ച് വളരെ വ്യക്തമായ ഈ ധാരണ നിങ്ങൾ രൂപീകരിച്ചുകഴിഞ്ഞാൽ, ആ സമരത്തിനുവേണ്ടി നിങ്ങൾക്ക് ആവശ്യമായ ശക്തികളെ സംഘടിപ്പിക്കുന്ന പ്രവർത്തനം തുടങ്ങാം. ഇനി നിങ്ങൾ കടന്നുപോകേണ്ടതായ രണ്ട് ഘട്ടങ്ങളുണ്ട്. ഒന്നാംഘട്ടം ഒരുക്കങ്ങളും രണ്ടാമത്തേത് പ്രവർത്തനവും.

ഇപ്പോഴത്തെ പ്രസ്ഥാനം അവസാനിച്ചുകഴിഞ്ഞാൽ ആത്മാർത്ഥതയുള്ള വിപ്ലവപ്രവർത്തകർക്കിടയിൽ വെറുപ്പും നിരാശയും വളരുന്നതായി കാണാം. അതിൽ നിങ്ങൾ അലോസരപ്പെടേണ്ടതില്ല. വികാരതീവ്രമനോഭാവം ഉപേക്ഷിക്കുക. വസ്തുതകളെ നേരിടാൻ സന്നദ്ധരാവുക. വിപ്ലവം പ്രയാസമേറിയ ഒരു കടമയാണ്. വിപ്ലവം സൃഷ്ടിക്കു

ന്നത് ഏതെങ്കിലും ഒരു വ്യക്തിയുടെ കഴിവിനും അതീതമാണ്. ഒരു നിർദ്ദിഷ്ടദിവസം അത് കൈവരുത്താൻ ആവുകയുമില്ല. സാമൂഹികവും സാമ്പത്തികവും ആയ പ്രത്യേക സാഹചര്യങ്ങളുടെ ഫലമായാണ് അത് കൈവരുത്താനാവുക. സാഹചര്യങ്ങൾ പ്രദാനം ചെയ്യുന്ന അത്തരത്തിലുള്ള ഏതവസരവും പ്രയോജനപ്പെടുത്തുക എന്നതാണ് ഒരു സംഘടിതപാർട്ടിയുടെ കടമ. വിപ്ലവത്തിനുവേണ്ടി ബഹുജനങ്ങളെ സജ്ജരാക്കുകയും ശക്തികളെ സമാഹരിക്കുകയും ചെയ്യുക എന്നത് വളരെ പ്രയാസമേറിയ ഒരു കടമയാണ്. അതിന് വിപ്ലവപ്രവർത്തകരുടെ ഭാഗത്തുനിന്നും വമ്പിച്ച ത്യാഗവും ഉണ്ടാകേണ്ടത് ആവശ്യമാണ്. നിങ്ങൾ ഒരു വ്യാപാരിയോ ജീവിതം ഭദ്രതയുള്ള സുഖഭോഗപ്രിയനോ കുടുംബനാഥനോ ആണെങ്കിൽ തീകൊണ്ട് കളിക്കാൻ നിങ്ങൾ മുതിരരുതെന്ന് വ്യക്തമാക്കട്ടെ. ഒരു നേതാവെന്നനിലയ്ക്ക്, പാർട്ടിക്ക് നിങ്ങളെക്കൊണ്ട് പ്രയോജനം ഒന്നുമില്ല. പ്രഭാഷണങ്ങൾ നടത്താൻവേണ്ടി മാത്രം വൈകുന്നേരം കുറെ സമയം ചെലവഴിക്കുന്ന, അത്തരത്തിലുള്ള എത്രയോ നേതാക്കന്മാർ ഇപ്പോൾതന്നെ നമുക്കുണ്ട്. അവരെക്കൊണ്ട് യാതൊരു പ്രയോജനവുമില്ല. ലെനിന് ഏറ്റവും പ്രിയങ്കരമായിരുന്ന വാക്കുകളിൽ പറഞ്ഞാൽ "വിപ്ലവം തൊഴിലായി സ്വീകരിക്കുന്ന പ്രവർത്തകരെ"യാണ് നമുക്കാവശ്യം. വിപ്ലവമല്ലാതെ, വ്യക്തിപരമായ മറ്റ് യാതൊരു അഭിലാഷമോ ജീവിതവൃത്തിയോ ഇല്ലാത്ത മുഴുവൻസമയ പ്രവർത്തകരെയാണ് നമുക്കു വേണ്ടത്. അത്തരത്തിലുള്ള എത്രയേറെ പ്രവർത്തകരെ പാർട്ടിയിൽ സംഘടിപ്പിക്കാമോ അത്രത്തോളം നിങ്ങളുടെ വിജയസാദ്ധ്യത വർദ്ധിക്കും.

ചിട്ടയായ പ്രവർത്തനം മുന്നോട്ട് കൊണ്ടുപോകാൻ നിങ്ങൾക്ക് അവശ്യം വേണ്ടത് മുകളിൽ പ്രതിപാദിച്ചതുപോലുള്ള വ്യക്തമായ ആശയങ്ങളും സൂക്ഷ്മമായ ഗ്രഹണശക്തിയും, മുൻകൈ എടുക്കാനും തക്കസമയത്ത് പെട്ടെന്ന് തീരുമാനങ്ങൾ കൈക്കൊള്ളാനും കഴിവുള്ള പ്രവർത്തകരുടെ ഒരു പാർട്ടിയാണ്. ആ പാർട്ടിക്ക് ഉരുക്കുപോലെ ഉറച്ച അച്ചടക്കം ഉണ്ടായിരിക്കണം. അത് അവശ്യമായും ഒളിവിൽ പ്രവർത്തിക്കുന്ന ഒരു പാർട്ടി ആയിരിക്കണമെന്നില്ല. മറിച്ച് അങ്ങനെയല്ലാത്ത പാർട്ടിയായിരിക്കും ഉചിതം. എന്നാൽ സ്വമേധയാ ജയിൽവാസം വരിക്കുക എന്ന നയം പാടേ ഉപേക്ഷിക്കണം. അത് ഒളിവു ജീവിതം നയിക്കാൻ നിർബ്ബന്ധിതരാകുന്ന ഒട്ടേറെ പ്രവർത്തകരെ സൃഷ്ടിക്കും. അവർ ഇതേ ആവേശത്തോടെ പ്രവർത്തനം മുന്നോട്ടുകൊണ്ടുപോകുകയും വേണം. പ്രവർത്തകരുടെ ഈ സംഘമായിരിക്കും, തക്ക അവസരത്തിൽ വിലപ്പെട്ട നേതാക്കന്മാരെ സൃഷ്ടിക്കുന്നത്.

യുവജനപ്രസ്ഥാനത്തിൽനിന്ന് മാത്രം തിരഞ്ഞെടുക്കപ്പെടുന്ന പ്രവർത്തകരെയാണ് പാർട്ടിക്ക് ആവശ്യം. അതുകൊണ്ടാണ് നമ്മുടെ പരിപാടിയുടെ തുടക്കമായി യുവജനപ്രസ്ഥാനത്തെ നാം കാണുന്നത്. യുവജനപ്രസ്ഥാനം പഠനസംഘങ്ങളും പ്രഭാഷണ ക്ലാസുകളും സംഘ

ടിപ്പിക്കുകയും ലഘുലേഖകൾ, ലഘുപുസ്തകങ്ങൾ, മറ്റ് ഗ്രന്ഥങ്ങൾ, ആനുകാലികങ്ങൾ എന്നിവയുടെ പ്രസിദ്ധീകരണത്തിനുള്ള സംവിധാനം ഉണ്ടാക്കുകയും ചെയ്യണം. ഇതായിരിക്കും രാഷ്ട്രീയപ്രവർത്തകരെ തിരഞ്ഞെടുക്കാനും പരിശീലിപ്പിക്കാനും ഉള്ള ഏറ്റവും നല്ല രംഗം.

തങ്ങളുടെ ധാരണകളിലും ആശയങ്ങളിലും പകതഃനേടിയവരും, ലക്ഷ്യത്തിനുവേണ്ടിയുള്ള പ്രവർത്തനത്തിൽ തങ്ങളുടെ ജീവിതം അർപ്പണബോധത്തോടെ ചെലവഴിക്കാൻ സന്നദ്ധരാകുന്ന യുവാക്കളെ പാർട്ടിയിലേക്ക് കൊണ്ടുവരാവുന്നതാണ്. പാർട്ടി പ്രവർത്തകർ യുവജന പ്രസ്ഥാനത്തിന്റെ പ്രവർത്തനത്തെ നയിക്കുകയും നിയന്ത്രിക്കുകയും ചെയ്യണം. ബഹുജനങ്ങൾക്കിടയിൽ പ്രചാരണം നടത്തുന്ന പ്രവർത്തനം ആയിരിക്കണം പാർട്ടി ആദ്യമായി തുടങ്ങേണ്ടത്. അത് ഏറ്റവും ആവശ്യമാണ്. ഗദർ പാർട്ടിയുടെ (1914–15) പരാജയത്തിന്റെ അടിസ്ഥാനപരമായ കാരണങ്ങളിൽ ഒന്ന് ബഹുജനങ്ങളുടെ അവജ്ഞയും ഉദാസീനതയും ചിലപ്പോൾ തീവ്രമായ എതിർപ്പും ആയിരുന്നു. അതിനും പുറമെ തൊഴിലാളികളുടെയും കർഷകരുടെയും സജീവമായ അനുഭാവം നേടേണ്ടതും അവരെ സംഘടിപ്പിക്കുകയും ചെയ്യേണ്ടതും ആവശ്യമാണ്. പാർട്ടിയുടെ പേര് അല്ലെങ്കിൽ*........ കമ്യൂണിസ്റ്റ് പാർട്ടി എന്നാകണം. രാഷ്ട്രീയപ്രവർത്തകരുടെ പാർട്ടി, കർശനമായ അച്ചടക്കം പാലിക്കാൻ ബാദ്ധ്യസ്ഥമായതും മറ്റെല്ലാ പ്രസ്ഥാനങ്ങളുടെയും പ്രവർത്തനങ്ങൾ കൈകാര്യം ചെയ്യുന്നതും ആയ ഒന്നാകണം. കർഷകരുടെയും തൊഴിലാളികളുടെയും പാർട്ടികളും തൊഴിലാളി യൂണിയനുകളും ആ പാർട്ടി സംഘടിപ്പിക്കണം. കോൺഗ്രസും അതുപോലുള്ള രാഷ്ട്രീയപാർട്ടികളും പിടിച്ചടക്കാൻപോലും മുതിരണം. രാഷ്ട്രീയാവബോധം സൃഷ്ടിക്കാൻവേണ്ടി–ദേശീയ രാഷ്ട്രീയത്തെക്കുറിച്ചുള്ള ബോധം മാത്രമല്ല, വർഗ്ഗരാഷ്ട്രീയത്തെക്കുറിച്ചുള്ള ബോധവും സൃഷ്ടിക്കാൻവേണ്ടി– പാർട്ടി വമ്പിച്ച ഒരു പ്രസിദ്ധീകരണ പരിപാടി സംഘടിപ്പിക്കണം. തൊഴിലാളിവർഗ്ഗത്തിന്റെ എല്ലാ പ്രശ്നങ്ങളെയും സംബന്ധിച്ചുള്ള വിഷയങ്ങളും സോഷ്യലിസ്റ്റ് സിദ്ധാന്തവും, ബഹുജനങ്ങളെ ബോധവത്താക്കാൻവേണ്ട കാര്യങ്ങളെല്ലാം ഉൾക്കൊള്ളുന്ന പ്രസിദ്ധീകരണങ്ങൾ സുഗമമായി ലഭ്യമാക്കുകയും വിപുലമായി വിതരണം ചെയ്യുകയും വേണം. ഗ്രന്ഥരചന ലളിതവും വ്യക്തവും ആയ ഭാഷയിലായിരിക്കണം.

തൊഴിലാളി പ്രസ്ഥാനത്തിൽ ചിലയാളുകൾ, രാഷ്ട്രീയ സ്വാതന്ത്ര്യം ഇല്ലാതെയുള്ള സാമ്പത്തിക സ്വാതന്ത്ര്യം കർഷകർക്കും തൊഴിലാളികൾക്കും ലഭിക്കണം എന്നും മറ്റുമുള്ള അസംബന്ധമായ ചില ആശയങ്ങൾ പ്രചരിപ്പിക്കുന്നുണ്ട്. അവർ വെറും വായാടികളും ബുദ്ധിഹീനരും ആണ്. ഇത്തരം ആശയങ്ങൾ സങ്കല്പിക്കാൻ പോലും

---

* ഇവിടെ ചില വാക്കുകൾ ഒഴിവായി കാണുന്നു.

ആവാത്തവയാണ്; ഭോഷത്തവുമാണ്. ബഹുജനങ്ങളുടെ സാമ്പത്തിക സ്വാതന്ത്ര്യമാണ് നാം ഉദ്ദേശിക്കുന്നത്. അതിനുവേണ്ടിയാണ് രാഷ്ട്രീയാധികാരം നേടാൻവേണ്ടി നാം പ്രയത്നിക്കുന്നത്. ആരംഭത്തിൽ നമുക്ക് ഈ വർഗ്ഗങ്ങളുടെ ചെറിയ സാമ്പത്തികാവശ്യങ്ങൾക്കുവേണ്ടിയും അവകാശങ്ങൾക്കുവേണ്ടിയും പൊരുതേണ്ടിവരും എന്നതിൽ സംശയമില്ല. എന്നാൽ രാഷ്ട്രീയാധികാരങ്ങൾ നേടിയെടുക്കാൻ വേണ്ടിയുള്ള അന്തിമസമരത്തിനായി ബഹുജനങ്ങളെ പഠിപ്പിക്കാനുള്ള ഏറ്റവും നല്ല ഉപാധിയാണ് ഈ സമരങ്ങൾ.

ഇതിനെല്ലാം പുറമെ അനിവാര്യമായും ഒരു സൈനികവിഭാഗത്തെയും സംഘടിപ്പിക്കേണ്ടതുണ്ട്. ഇത് വളരെ പ്രധാനപ്പെട്ട കാര്യമാണ്. ചിലപ്പോഴൊക്കെ ഇതിന്റെ ആവശ്യം ഒഴിച്ചുകൂടാനാവാത്തതായി നമുക്ക് അനുഭവപ്പെട്ടേക്കാം. പക്ഷേ, അത്തരം അവസരങ്ങളിൽ ഫലപ്രദമായി പ്രവർത്തിക്കുന്നതിന് അവശ്യംവേണ്ടതായ ഗണ്യമായ തോതിലുള്ള ഉപാധികളോടുകൂടി ഈ വിഭാഗം സംഘടിപ്പിച്ച് പ്രവർത്തിച്ചുതുടങ്ങാൻ കഴിയാതെ വരും. ഒരുവേള കുറെക്കൂടി സൂക്ഷ്മമായ വിശദീകരണം ആവശ്യമുള്ള ഒരു വിഷയമാണിത്. ഈ വിഷയത്തിന്റെ കാര്യത്തിൽ ഞാൻ തെറ്റിദ്ധരിക്കപ്പെടാനുള്ള സാദ്ധ്യത ഏറെയുണ്ട്. ഞാൻ ഒരു ഭീകരനെപ്പോലെ പ്രവർത്തിച്ചതായി തോന്നിയേക്കാം. പക്ഷേ, ഞാൻ ഒരു ഭീകരനല്ല. ഇവിടെ ചർച്ചചെയ്യപ്പെടുന്നതുപോലെ ഒരു ദീർഘകാല പരിപാടിയെക്കുറിച്ചുള്ള വ്യക്തമായ ധാരണകളോടുകൂടിയ ഒരു വിപ്ലവകാരിയാണ് ഞാൻ. വധശിക്ഷയ്ക്ക് വിധേയരാകുന്നവരുടെ തടവറയിൽ കഴിയുന്നവരിൽ മാനസികമായി ഒരുതരം തിരിച്ചടിക്ക് അടിപ്പെട്ടതായി കുറ്റപ്പെടുത്തപ്പെടുന്ന രാംബിലാസ് ബിസ്മില്ലിനെപ്പോലെ എനിക്കും എന്തോ മാറ്റം വന്നിട്ടുള്ളതായി ചിലപ്പോൾ എന്റെ 'സമരസഖാക്കൾ' എന്നെ കുറ്റപ്പെടുത്തിയേക്കാം. അത് ശരിയല്ല. പുറത്തായിരുന്നപ്പോൾ എനിക്കുണ്ടായിരുന്ന അതേ ദൃഢവിശ്വാസവും ആവേശവും അതേ വീര്യവും എനിക്ക് ഇപ്പോഴുമുണ്ട്. ഒരുവേള, നിർണ്ണായകമായും കൂടുതൽ മെച്ചപ്പെട്ടതരത്തിലാണ് ഇവയെല്ലാം ഇപ്പോഴുള്ളത്. അതുകൊണ്ട് എന്റെ വാക്കുകൾ വായിക്കുമ്പോൾ, ശ്രദ്ധിക്കണമെന്ന് എന്റെ വായനക്കാരോട് അഭ്യർത്ഥിക്കുന്നു. വരികൾക്കിടയിൽക്കൂടി വായിക്കാതിരിക്കണമെന്ന് അഭ്യർത്ഥിക്കുന്നു. ഞാൻ ഒരു ഭീകരനല്ലെന്നും, ഒരിക്കലും അങ്ങനെയായിരുന്നില്ലെന്നും ഏറ്റവും ശക്തമായിത്തന്നെ ഞാൻ പ്രഖ്യാപിക്കട്ടെ. എന്റെ വിപ്ലവപ്രവർത്തനത്തിന്റെ ആദ്യഘട്ടത്തിൽ ചിലപ്പോൾ അങ്ങനെ ആയിരുന്നിരിക്കാം എന്നുമാത്രം. അത്തരം മാർഗ്ഗങ്ങളിലൂടെ നമുക്ക് ഒന്നും നേടാനാവില്ലെന്ന് എനിക്ക് പൂർണ്ണമായ ബോധമുണ്ട്. ഹിന്ദുസ്ഥാൻ സോഷ്യലിസ്റ്റ് റിപ്പബ്ലിക്കൻ അസോസിയേഷന്റെ ചരിത്രത്തിൽനിന്ന് ആർക്കും അത് വിലയിരുത്താവുന്നതാണ്. ഞങ്ങളുടെ എല്ലാ പ്രവർത്തനങ്ങളും ഒരു ലക്ഷ്യത്തെ ഉന്നംവെച്ചുകൊണ്ടുള്ളവയായിരുന്നു. അതായത് മഹ

ത്തായ പ്രസ്ഥാനത്തിന്റെ സൈനികവിഭാഗത്തിന് അനുരൂപമായിക്കൊണ്ടുള്ള പ്രവർത്തനങ്ങളായിരുന്നു. ആരെങ്കിലും എന്നെ തെറ്റിദ്ധരിച്ചിട്ടുണ്ടെങ്കിൽ അവർതന്നെ ആ ധാരണ തിരുത്തട്ടെ. ബോംബുകളും കൈത്തോക്കുകളും എല്ലാം ഉപയോഗശൂന്യമാണെന്നല്ല ഞാൻ ഇതുകൊണ്ട് അർത്ഥമാക്കുന്നത്. നേരെമറിച്ചാണ്. എന്നാൽ വെറുതെ ബോംബ് എറിയുന്നതുകൊണ്ട് മാത്രം യാതൊരു പ്രയോജനവുമില്ല എന്നു മാത്രമല്ല, അത് ചിലപ്പോൾ ദോഷകരമായിത്തീരുകയും ചെയ്തേക്കാം. ഏത് ആപത്ഘട്ടത്തിലേക്കും ഉപയോഗപ്പെടുന്ന എല്ലാ യുദ്ധ സാമഗ്രികളും കൊണ്ട് സജ്ജമായതായിരിക്കണം, പ്രസ്ഥാനത്തിന്റെ സൈനികവിഭാഗം. അത് പാർട്ടിയുടെ രാഷ്ട്രീയപ്രവർത്തനത്തിന് പിൻബലം നല്കണം. അതല്ലാതെ അത് സ്വതന്ത്രമായി പ്രവർത്തിക്കേണ്ട വിഭാഗമല്ല, അങ്ങനെ ആകാൻ കഴിയുകയുമില്ല.

മുകളിൽ സൂചിപ്പിച്ച തരത്തിലുള്ള നയസമീപനത്തോടെയാണ് പാർട്ടി അതിന്റെ പ്രവർത്തനം മുന്നോട്ട് കൊണ്ടുപോകേണ്ടത്. കാലാകാലങ്ങളിൽ നടത്തുന്ന യോഗങ്ങൾ, സമ്മേളനങ്ങൾ തുടങ്ങിയവയിലൂടെ എല്ലാ വിഷയങ്ങളെക്കുറിച്ചും അവരുടെ പ്രവർത്തകർക്ക് വിദ്യാഭ്യാസം നല്കണം, അവരെ പ്രബുദ്ധരാക്കുകയും ചെയ്യണം.

ഈ രീതിയിൽ നിങ്ങളുടെ പ്രവർത്തനം തുടങ്ങുമ്പോൾ നിങ്ങൾ പാകതയുള്ളവരായിരിക്കണം. പ്രസ്ഥാനത്തിന്റെ ലക്ഷ്യം സാക്ഷാൽക്കരിക്കുന്നതിന് ഇരുപത് വർഷങ്ങളെങ്കിലും വേണ്ടിവരും. പത്ത് വർഷത്തിനകം വിപ്ലവത്തിന്റെ വിജയം എന്നതുപോലുള്ള യുവസഹജമായ വൃഥാസങ്കല്പങ്ങളെല്ലാം വെടിയുക. അതുപോലെ തന്നെ ഒരു വർഷത്തിനകം 'സ്വരാജ്' എന്ന ഗാന്ധിജിയുടെ ഉട്ടോപ്യൻ വാഗ്ദാനങ്ങളെയും തള്ളിക്കളയുക. വികാരവും ജീവാർപ്പണവുംകൊണ്ട് മാത്രമാവില്ല. നിരന്തരമായ പോരാട്ടവും കഷ്ടപ്പാടുകൾ സഹിക്കാനുള്ള സന്നദ്ധതയും ത്യാഗവും ആവശ്യമായിത്തീർക്കുന്ന ഒരു ജീവിതമാണ് നയിക്കാനുള്ളത്. വ്യക്തിപരമായ സുഖസൗകര്യങ്ങളെക്കുറിച്ചുള്ള വൃഥാസങ്കല്പങ്ങളെല്ലാം ഉപേക്ഷിച്ച് പ്രവർത്തനം തുടങ്ങുക. ഓരോ ഇഞ്ചും മുന്നേറുമ്പോൾ അതീവ ജാഗ്രത പാലിക്കുക. ഇതിന് ധൈര്യവും സ്ഥിരോത്സാഹവും ദൃഢനിശ്ചയവും വേണം. പരാജയങ്ങളോ വഞ്ചനകളോ ഒന്നുംതന്നെ നിങ്ങളെ നിരുത്സാഹപ്പെടുത്തരുത്. നിങ്ങൾക്ക് അനുഭവിക്കേണ്ടിവരുന്ന ഏത് ക്ലേശങ്ങളും പീഡനങ്ങളും നിങ്ങളുടെ ഉള്ളിലുള്ള വിപ്ലവബോധത്തിന്റെ വീര്യം കെടാതെ സൂക്ഷിക്കുക. കഷ്ടപ്പാടുകളും ത്യാഗങ്ങളും നിറഞ്ഞ ഈ അഗ്നിപരീക്ഷണത്തിലൂടെ നിങ്ങൾ വിജയികളായി കടന്നുവരും. വ്യക്തിപരമായ ഈ വിജയങ്ങൾ വിപ്ലവത്തിന് വിലപ്പെട്ട മുതൽക്കൂട്ടുകൾ ആകും.

"വിപ്ലവം നീണാൾ വാഴട്ടെ."

1931 ഫെബ്രുവരി 2

എന്തുകൊണ്ട് ഞാനൊരു നിരീശ്വരവാദിയായി?

ഒരു സ്വാതന്ത്ര്യസമര സേനാനിയായിരുന്ന ബാബാ രണധീർ സിങ് 1930–31 കാലയളവിൽ ലാഹോർ സെൻട്രൽ ജയിലിൽ തടവുകാരനായിരുന്നു. അദ്ദേഹം ഈശ്വരഭക്തനായ ഒരു മത വിശ്വാസിയായിരുന്നു. ഭഗത്സിങ് ഈശ്വരവിശ്വാസിയല്ലെന്ന് അറിഞ്ഞതിൽ അദ്ദേഹത്തിന് മനോവേദനയുണ്ടായി. വധശിക്ഷയ്ക്ക് വിധേയരായവരുടെ തടവറയിൽവെച്ച് എങ്ങനെയോ ഭഗത്സിങ്ങുമായി ഒരു കൂടിക്കാഴ്ച തരപ്പെടുത്തി. ദൈവം ഉണ്ടെന്ന് ഭഗത്സിങ്ങിനെ ബോദ്ധ്യപ്പെടുത്താൻ ഒരു ശ്രമം അദ്ദേഹം നടത്തിയെങ്കിലും അതിൽ അദ്ദേഹം പരാജയപ്പെട്ടു. ബാബാ രോഷം കൊള്ളുകയും ഭഗത്സിങ്ങിനെ ശകാരിച്ചുകൊണ്ട് ഇങ്ങനെ പറയുകയും ചെയ്തു. "നിങ്ങൾ ഇപ്പോൾ പ്രശസ്തി നേടിയതുകാരണം ഉദ്ധതനായിരിക്കുകയാണ്. നിങ്ങൾക്ക് അഹംഭാവം വർദ്ധിച്ചിരിക്കുകയാണ്. ആ അഹംഭാവം നിങ്ങൾക്കും ദൈവത്തിനും ഇടയ്ക്ക് ഒരു കറുത്ത തിരശ്ശീലയായി കിടക്കുകയാണ്."

ഇതിന് മറുപടിയായിട്ടാണ് ഭഗത്സിങ് ഈ ലേഖനം എഴുതിയത്.

ഒരു പ്രശ്നം ഉയർന്നുവന്നിരിക്കുകയാണിപ്പോൾ. സർവ്വശക്തനും സർവ്വവ്യാപിയും സർവ്വജ്ഞനും ആയ ഒരു ദൈവത്തിന്റെ അസ്തിത്വത്തിൽ ഞാൻ വിശ്വസിക്കാത്തത് അഹങ്കാരം കൊണ്ടാണോ എന്നതാണ് ആ ചോദ്യം. ഇത്തരത്തിലൊരു ചോദ്യത്തെ നേരിടേണ്ടിവരുമെന്ന് ഞാൻ ഒരിക്കലും കരുതിയിരുന്നില്ല. എന്നാൽ ചില സുഹൃത്തുക്കളുമായുള്ള

സംഭാഷണത്തിൽനിന്നും ഞാൻ മനസ്സിലാക്കുന്നത് എന്റെ സുഹൃത്തുക്കളിൽ ചിലർ (അവർ സുഹൃത്തുക്കൾ ആണെന്ന് കരുതുന്നതിൽ വലിയ അപാകതയില്ലെങ്കിൽ ഞാൻ അവരെ അങ്ങനെതന്നെ വിളിക്കട്ടെ) വളരെ ചുരുങ്ങിയ കാലത്തേക്കുമാത്രമായി ഞാനുമായി അവർക്ക് ബന്ധപ്പെടാൻ കഴിഞ്ഞതിൽനിന്നും ദൈവത്തിന്റെ അസ്തിത്വത്തെ ഞാൻ നിഷേധിക്കുന്നത് വലിയ കടുംകൈ ആണെന്ന ധാരണ ഉണ്ടായിട്ടുണ്ടെന്ന ഒരു സൂചന ലഭിച്ചു. എന്റെ ഈ അവിശ്വാസത്തിന് പ്രേരകമായി ഭവിച്ചത് എന്റെ അഹങ്കാരം ആണെന്ന നിഗമനത്തിലും അവർ എത്തിച്ചേർന്നിരിക്കുകയാണത്രെ. ആകട്ടെ; ഏതായാലും ഇത് ഗുരുതരമായ ഒരു പ്രശ്നം തന്നെയാണ്. പ്രശ്നം ഗുരുതരമാണെങ്കിലും, മനുഷ്യസഹജമായ ഇത്തരം സ്വഭാവവിശേഷങ്ങളിൽനിന്നും മുക്തനാണെന്ന ഡംഭൊന്നും എനിക്കില്ല. ഞാൻ ഒരു മനുഷ്യനാണ്. കേവലം ഒരു മനുഷ്യൻ മാത്രം. ആർക്കും അതിലും കൂടുതൽ എന്തോ ആണെന്ന അവകാശപ്പെടാനുമാവില്ല. എനിക്കും ഈ ദൗർബല്യം ഉണ്ട്. അഹങ്കാരം എന്റെ സ്വഭാവത്തിന്റെ ഭാഗംതന്നെയാണ്. എന്റെ സഖാക്കൾ സ്വേച്ഛാധിപതി എന്നാണ് എന്നെ വിളിച്ചിരുന്നത്. എന്റെ സുഹൃത്ത് ബി കെ ദത്ത് പോലും ചിലപ്പോൾ എന്നെ അങ്ങനെയാണ് വിളിച്ചിരുന്നത്. ചില അവസരങ്ങളിൽ സ്വേച്ഛാധിപതിയാണെന്ന പേരിൽ ഞാൻ അപലപിക്കപ്പെട്ടിട്ടുണ്ട്. ഞാൻ മനഃപൂർവ്വമല്ലാതെ മറ്റുള്ളവരുടെമേൽ എന്റെ അഭിപ്രായങ്ങൾ അടിച്ചേല്പിക്കാറുണ്ടെന്നും, എന്റെ നിർദ്ദേശങ്ങൾ അംഗീകരിപ്പിക്കാറുണ്ടെന്നും ചില സുഹൃത്തുക്കൾ പരാതിപ്പെടാറുണ്ട്. ഒരു പരിധിവരെ ഇത് ശരിയാണ്. ഞാൻ അക്കാര്യം നിഷേധിക്കുന്നില്ല. ഒരു വേള ഇത് അഹംഭാവം ആയിരിക്കാം. ജനപ്രീതിയുള്ള മറ്റ് വിശ്വാസപ്രമാണങ്ങൾക്കെതിരായ നമ്മുടെ വിശ്വാസത്തെ സംബന്ധിച്ചിടത്തോളം എന്നിൽ അഹംഭാവമുണ്ട്. എന്നാൽ അത് വ്യക്തിഗതമായ ഒന്നല്ല. നമ്മുടെ വിശ്വാസപ്രമാണത്തെക്കുറിച്ചുള്ള ന്യായാനുസൃതമായ അഭിമാനം മാത്രമാണത്. അല്ലാതെ അത് അഹങ്കാരം ആകുന്നില്ല. അർഹതയില്ലാതെ, തന്നെപ്പറ്റി അമിതമായ നിലയിൽ അഭിമാനംകൊള്ളുന്ന 'ദുരഭിമാനം' ആണ് അഹങ്കാരം. ഇത്തരത്തിലുള്ള ന്യായാനുസൃതമല്ലാത്ത ദുരഭിമാനമാണോ നിരീശ്വരവാദത്തിലേക്ക് എന്നെക്കൊണ്ടെത്തിച്ചത്, അതോ ആ വിഷയത്തെക്കുറിച്ച് സൂക്ഷ്മപഠനം നടത്തിയശേഷം സുചിന്തിതമായി തീരുമാനമെടുത്തതിന്റെ ഫലമായിട്ടാണോ ഞാൻ ദൈവത്തിൽ വിശ്വസിക്കാതായതെന്ന പ്രശ്നമാണ് ഇവിടെ ചർച്ചചെയ്യാൻ ഉദ്ദേശിക്കുന്നത്. 'അഹംഭാവവും' അഹങ്കാരവും, വ്യത്യസ്തമായ രണ്ട് കാര്യങ്ങളാണെന്ന് ഞാൻ ആദ്യമായി വ്യക്തമാക്കിക്കൊള്ളട്ടെ.

ഒന്നാമതായി, ഏതെങ്കിലും ഒരാൾ ദൈവത്തിൽ വിശ്വസിക്കുന്നതിന്, ദുരഭിമാനവും വൃഥാഭിമാനവും എങ്ങനെയാണ് തടസ്സമായി നില്ക്കുന്നതെന്ന് എനിക്കൊട്ടും മനസ്സിലാക്കാനാവുന്നില്ല. അർഹതയില്ലാതെയോ, യഥാർത്ഥത്തിൽ അവശ്യം ഒഴിച്ചുകൂടാനാവാത്തതും ആയ

ഗുണങ്ങളൊന്നുമില്ലാതെ എനിക്ക് കുറെയൊക്കെ ജനപ്രീതിനേടാൻ കഴിഞ്ഞാൽ, യഥാർത്ഥത്തിൽ മഹാനായ ഒരാളുടെ മഹത്ത്വം ഞാൻ അംഗീകരിക്കാതിരുന്നേക്കാം എന്നത് സംഭവ്യമായ ഒരു കാര്യമാണ്. എന്നാൽ ദൈവത്തിൽ വിശ്വസിക്കുന്ന ഒരാൾക്ക് വ്യക്തിപരമായുള്ള ദുരഭിമാനം കൊണ്ടുമാത്രം, ദൈവവിശ്വാസം ഇല്ലാതാകുന്നത് എങ്ങനെയാണ്? അങ്ങനെ ഒരവസ്ഥയിലെത്തിച്ചേരുന്നത് രണ്ട് മാർഗ്ഗങ്ങളിലൂടെയാകാം. ഒന്നുകിൽ ആ മനുഷ്യൻ സ്വയം ദൈവത്തിന്റെ എതിരാളിയാണെന്ന് വിശ്വസിച്ചുതുടങ്ങുന്നു. അതല്ലെങ്കിൽ താൻ തന്നെയാണ് ദൈവം എന്നയാൾ വിശ്വസിച്ചുതുടങ്ങുന്നു. ഈ രണ്ട് മാർഗ്ഗങ്ങളിൽ ഏതെങ്കിലും ഒന്നിലൂടെ അവിശ്വാസിയായിത്തീരുന്നയാൾ ഒരു യഥാർത്ഥ നിരീശ്വരവാദി ആവുന്നില്ല. ആദ്യം പറഞ്ഞ മാർഗ്ഗം സ്വീകരിക്കുന്നയാൾ തന്റെ എതിരാളിയായി കരുതുന്ന ദൈവത്തിന്റെ അസ്തിത്വത്തെ നിഷേധിക്കുന്നില്ല. രണ്ടാമത്തെ മാർഗ്ഗം സ്വീകരിക്കുന്നയാളും പ്രകൃതിയിലെ എല്ലാ പ്രവർത്തനങ്ങളെയും നിയന്ത്രിക്കുന്ന സ്വബോധമുള്ള ഒരു ചൈതന്യം തിരശ്ശീലയ്ക്ക് പിന്നിൽ മറഞ്ഞുനില്ക്കുന്നുവെന്ന് അംഗീകരിക്കുന്നു. അയാൾതന്നെയാണ് സർവ്വശക്തനായ, സ്വബോധമുള്ള ആ ചൈതന്യം എന്ന് കരുതുകയോ അല്ലെങ്കിൽ അത് അയാളിൽനിന്ന് വേറിട്ട് മറ്റാരോ ആണെന്ന് കരുതുകയോ ചെയ്യുന്നെങ്കിൽ നമുക്ക് അത്ര പ്രാധാന്യമുള്ള കാര്യമൊന്നുമല്ല. മൗലികമായ ഒരു സിദ്ധാന്തം ഉണ്ട്; അയാളുടെ വിശ്വാസവും നിലനില്ക്കുന്നു. അയാൾ ഒരുതരത്തിലും നിരീശ്വരവാദിയല്ല. ഇനി ഇതാ എന്റെ കാര്യം. ഞാൻ ഒന്നാമത്തെ വിഭാഗത്തിലോ രണ്ടാമത്തെ വിഭാഗത്തിലോ പെടുന്നില്ല. സർവ്വശക്തനായ, സർവ്വശ്രേഷ്ഠനായ ഒരു മൂർത്തിയുടെ അസ്തിത്വത്തെതന്നെ ഞാൻ നിഷേധിക്കുന്നു. എന്തുകൊണ്ട് നിഷേധിക്കുന്നു എന്ന് പിന്നീട് വ്യക്തമാക്കാം. എന്നാൽ ഒരു കാര്യം വളരെ വ്യക്തമായി പറയാൻ ഞാൻ ആഗ്രഹിക്കുന്നു. അഹങ്കാരം അല്ല നിരീശ്വരവാദത്തിന്റെ തത്ത്വം അംഗീകരിക്കുന്നതിലേക്ക് പ്രേരിപ്പിച്ചത്. ഞാൻ ആ സർവ്വശക്തനായ മൂർത്തിയുടെ എതിരാളിയോ അവതാരമോ അല്ല. ഞാൻ തന്നെയാണ് ആ സർവ്വശക്തൻ എന്നും ഞാൻ പറയുന്നില്ല. ഈ ചിന്താഗതിയിലേക്ക് എന്നെ നയിച്ചത് പൊങ്ങച്ചം അല്ല എന്ന കാര്യം തീരുമാനിക്കപ്പെട്ടുകഴിഞ്ഞല്ലൊ. ഈ ആരോപണം തെറ്റാണെന്ന് തെളിയിക്കാനുള്ള വസ്തുതകൾ പരിശോധിക്കാം. എന്റെ ഈ സുഹൃത്തുക്കളുടെ അഭിപ്രായത്തിൽ ഒരു ദുരഭിമാനിയായി വളർന്നിരിക്കുന്നു. അത് ഒരു വേള ഈ കേസുകളുടെ (ഡൽഹി ബോംബ് കേസ്, ലാഹോർ ഗൂഢാലോചനക്കേസ് എന്നിവയുടെ) വിചാരണക്കാലയളവിൽ എനിക്ക് ലഭിച്ച അനർഹമായ ജനപ്രീതി കാരണമാകാം. അവരുടെ ഈ അനുമാനങ്ങൾ ശരിയാണോ എന്ന് നമുക്ക് നോക്കാം. എന്റെ നിരീശ്വരവാദം വളരെ അടുത്തകാലത്തൊന്നും ഉണ്ടായതല്ല. ഞാൻ അറിയപ്പെടാത്ത ഒരു ചെറുപ്പക്കാരനായിരുന്ന കാലത്തുതന്നെ ഞാൻ

ദൈവത്തിൽ വിശ്വസിക്കാത്തവനായിത്തീർന്നിരുന്നു. ആ കാലത്തെക്കുറിച്ച് ഈ സുഹൃത്തുക്കൾക്ക് അറിയാൻതന്നെ പാടില്ലായിരുന്നു. ഏതായാലും ഒരു കോളേജ് വിദ്യാർത്ഥിക്ക് നിരീശ്വരവാദത്തിലേക്ക് നയിക്കപ്പെടാനുതകും വിധമുള്ള അനുചിതമായ ഡംഭ് ഉണ്ടാകാൻ ഇടയില്ലല്ലോ. ചില പ്രൊഫസർമാരുടെ ഇഷ്ടശിഷ്യനായിരുന്നെങ്കിലും മറ്റുചിലർ എന്നെ വെറുത്തിരുന്നു. ഞാൻ ഒരിക്കലും പ്രയത്നശീലമുള്ള വിദ്യാർത്ഥിയായിരുന്നില്ല. പഠിത്തത്തിൽ മാത്രം ശ്രദ്ധ കേന്ദ്രീകരിക്കുന്നു ഒരു കുട്ടിയുമായിരുന്നില്ല. അഹങ്കാരംപോലുള്ള വികാരങ്ങളുമായി രസിച്ച് കഴിയാനുള്ള അവസരമൊന്നും എനിക്ക് കിട്ടിയിരുന്നുമില്ല. നേരെമറിച്ച് ഒരു ലജ്ജാശീലനായ കുട്ടിയായിരുന്നു. ഭാവിജീവിതഗതിയെക്കുറിച്ച് കുറെ അശുഭാപ്തിവിശ്വാസത്തോടുകൂടിയ മനോഭാവമുള്ള ഒരു കുട്ടിയായിരുന്നു ഞാൻ. ആ കാലങ്ങളിൽ ഞാൻ ഒരു തികഞ്ഞ നിരീശ്വരവാദിയായിരുന്നുമില്ല. എന്നെ വളർത്തിക്കൊണ്ടുവന്നത് ഒരു ആര്യസമാജക്കാരനായിരുന്ന എന്റെ മുത്തച്ഛന്റെ സ്വാധീനത്തിലാണ്. ഒരു ആര്യസമാജക്കാരൻ മറ്റെന്തായാലും ഒരു നിരീശ്വരവാദിയാവില്ല. എന്റെ പ്രാഥമികവിദ്യാഭ്യാസം കഴിഞ്ഞപ്പോൾ ഞാൻ ലാഹോറിലെ ഡി എ വി സ്കൂളിൽ ചേരുകയും, ഒരു വർഷം മുഴുവനും അവിടത്തെ വിദ്യാർത്ഥികൾക്ക് ഭക്ഷണം കഴിച്ച് താമസിക്കാനുള്ള വിദ്യാർത്ഥിഗൃഹത്തിൽ താമസിക്കുകയും ചെയ്തു. അവിടെ രാവിലെയും വൈകിട്ടും ഉള്ള പ്രാർത്ഥനയ്ക്കു പുറമെ, ഞാൻ മണിക്കൂറുകളോളം ഗായത്രിമന്ത്രം ഉരുവിട്ടുകൊണ്ട് സമയം കഴിക്കുകയും ചെയ്തിരുന്നു. അക്കാലങ്ങളിൽ ഞാൻ തികച്ചും ഒരു ഭക്തനായിരുന്നു. പിന്നീട് ഞാൻ അച്ഛനോടൊപ്പം താമസം തുടങ്ങി. മതപരമായ യാഥാസ്ഥിതികത്വവുമായി താരതമ്യപ്പെടുത്തിയാൽ അദ്ദേഹം വിശാലമനസ്കനായ ഒരാളായിരുന്നു. അദ്ദേഹത്തിന്റെ അദ്ധ്യാപനത്തിലൂടെയാണ് ഞാൻ സ്വാതന്ത്ര്യം നേടുക എന്ന ലക്ഷ്യത്തിനുവേണ്ടി എന്റെ ജീവിതകാലം വിനിയോഗിക്കണമെന്ന അഭിലാഷം പുലർത്താൻ തുടങ്ങിയത്. പക്ഷേ, അദ്ദേഹം ഒരു നിരീശ്വരവാദിയല്ല. നേരെമറിച്ച് അദ്ദേഹം ഉറച്ച ദൈവവിശ്വാസം ഉള്ളയാളായിരുന്നു. ദിവസവും പ്രാർത്ഥനനടത്താൻ അദ്ദേഹം എന്നെ പ്രോത്സാഹിപ്പിച്ചിരുന്നു. ഇത്തരത്തിലാണ് എന്നെ വളർത്തിക്കൊണ്ടുവന്നത്. നിസ്സഹകരണപ്രസ്ഥാനത്തിന്റെ കാലത്ത് ഞാൻ നാഷണൽ കോളേജിൽ ചേർന്നു. അവിടെവെച്ചാണ് ഞാൻ പുരോഗമനപരമായി ചിന്തിക്കാനും മതപരമായ പ്രശ്നങ്ങളെക്കുറിച്ച് ചർച്ചചെയ്യുവാനും വിമർശനം നടത്തുവാനും തുടങ്ങിയത്. ദൈവത്തെക്കുറിച്ചുപോലും ഇത്തരം ചർച്ചകളും വിമർശനവും നടത്തിപ്പോന്നു. എങ്കിൽപ്പോലും ഞാൻ തികഞ്ഞ ദൈവവിശ്വാസിയായിരുന്നു. ആ കാലമായപ്പോഴേക്കും ഞാൻ, മുടി ക്രോപ്പ് ചെയ്യാതെ വളർത്താൻ തുടങ്ങിയിരുന്നു. എങ്കിലും എനിക്ക് ഒരിക്കലും പുരാണങ്ങളിലും സിഖിസത്തിന്റെയോ മറ്റ് മതങ്ങളുടെയോ തത്ത്വസംഹിതകളിലും വിശ്വാസം

പുലർത്താൻ കഴിഞ്ഞിരുന്നില്ല. എന്നാൽ എനിക്ക് ദൈവത്തിന്റെ അസ്തിത്വത്തെക്കുറിച്ച് ദൃഢനിശ്ചയം ഉണ്ടായിരുന്നു.

പിന്നീട് ഞാൻ വിപ്ലവപാർട്ടിയിൽ ചേർന്നു. ബോദ്ധ്യപ്പെടാൻ കഴിഞ്ഞില്ലെങ്കിലും ബന്ധം പുലർത്താൻ എനിക്ക് ആദ്യമായി അവസരം നല്കിയ നേതാവ് ദൈവത്തിന്റെ അസ്തിത്വത്തെ നിഷേധിക്കാൻ ധൈര്യപ്പെട്ടിരുന്നില്ല. ദൈവത്തെക്കുറിച്ച് ഞാൻ നിരന്തരം ഉന്നയിച്ചു പോന്ന ചോദ്യങ്ങൾക്ക് മറുപടിയായി അദ്ദേഹം പറയാറുണ്ടായിരുന്നത് ഇങ്ങനെയാണ്: "ആവശ്യമുണ്ടെന്ന് തോന്നുമ്പോഴൊക്കെ പ്രാർത്ഥിക്കുക" എന്നാണ്. ആ തത്ത്വസംഹിത അംഗീകരിക്കാനുള്ള ധൈര്യം കാട്ടാത്തതായുള്ള നിരീശ്വരവാദമാണിത്. രണ്ടാമതായി, എനിക്ക് ബന്ധപ്പെടാൻ കഴിഞ്ഞ നേതാവ് തികഞ്ഞ ദൈവവിശ്വാസിയായിരുന്നു. അദ്ദേഹത്തിന്റെ പേര് ഞാൻ പറയട്ടെ–കകോരി ഗൂഢാലോചനക്കേസിൽ ജീവപര്യന്തം നാടുകടത്തൽ ശിക്ഷയ്ക്ക് വിധിക്കപ്പെട്ട് കഴിയുന്ന സഖാവ് സചീന്ദ്രനാഥ് സന്യാൽ ആണ് അദ്ദേഹം. അദ്ദേഹത്തിന്റെ സുപ്രസിദ്ധമായ ഒരേ ഒരു കൃതിയായി *ബന്ദീ ജീവൻ* (തടവിലാക്കപ്പെട്ട ജീവിതം) എന്ന പുസ്തകത്തിന്റെ ആദ്യപേജ് മുതൽ തന്നെ ദൈവത്തിന്റെ മഹിമയെക്കുറിച്ച് അദ്ദേഹം അഭിനിവേശത്തോടെ പാടുന്നു. ആ കമനീയമായ ഗ്രന്ഥത്തിന്റെ രണ്ടാം ഭാഗത്തിന്റെ അവസാനപേജിൽ ദൈവത്തിനുമേൽ ചൊരിയുന്ന ഗൂഢാർത്ഥ തത്ത്വപരമായ സങ്കീർത്തനം അദ്ദേഹത്തിന്റെ ചിന്തയുടെ വിശിഷ്ടമായ ഭാഗമാണ്. 1925 ജനുവരി 28-ാം തീയതി ഇന്ത്യയിൽ ഒട്ടാകെ പ്രചരിപ്പിക്കപ്പെട്ട *വിപ്ലവലഘുലേഖ* പ്രോസിക്യൂഷന്റെ വാദമനുസരിച്ച് അദ്ദേഹത്തിന്റെ ബൗദ്ധികപ്രയത്നത്തിന്റെ ഫലമായുള്ളതാണ്. ഈ രഹസ്യകൃതിയിൽ ഈ പ്രമുഖനേതാവ്, അനിവാര്യമായും അദ്ദേഹത്തിന് പ്രിയങ്കരമായ വീക്ഷണങ്ങൾ പ്രതിപാദിക്കുന്നു. അഭിപ്രായവ്യത്യാസങ്ങൾ ഉണ്ടെങ്കിൽപ്പോലും മറ്റ് പ്രവർത്തകർ അത് അംഗീകരിക്കേണ്ടതാണ്. ഈ ലഘുലേഖയിൽ, സർവ്വശക്തനെക്കുറിച്ചും അദ്ദേഹത്തിന്റെ ആഹ്ലാദത്തെയും പ്രവർത്തനത്തെയും പ്രകീർത്തിക്കാനായിട്ടാണ് ഒരു ഖണ്ഡിക മുഴുവനും വിനിയോഗിച്ചിരിക്കുന്നത്. അതാകെ അജ്ഞേയവാദപരമായ പ്രതിപാദനങ്ങളാണ്. ഞാൻ ഇവിടെ ചൂണ്ടിക്കാണിക്കാൻ ആഗ്രഹിക്കുന്നത് അവിശ്വാസത്തിന്റെ ആശയം വിപ്ലവപാർട്ടിയിൽ അന്ന് അങ്കുരിച്ചിരുന്നില്ല എന്നതാണ്. കകോരിക്കേസിലെ സ്മരണീയരായ രക്തസാക്ഷികൾ-നാലുപേരും-തങ്ങളുടെ അന്ത്യദിനങ്ങൾ പ്രാർത്ഥനയിൽ മുഴുകിക്കഴിയുകയായിരുന്നു. രാമപ്രസാദ് ബിസ്മിൽ യാഥാസ്ഥിതികനായ ഒരു ആര്യ സമാജക്കാരനായിരുന്നു. സോഷ്യലിസത്തിന്റെയും കമ്യൂണിസത്തിന്റെയും രംഗത്ത് വിപുലമായ പഠനങ്ങൾ നടത്തിയിട്ടുപോലും രാജൻലാഹിരിക്ക് ഉപനിഷത്തുക്കളിൽനിന്നും ഗീതയിൽ നിന്നുമുള്ള സ്തോത്രങ്ങൾ പാടാനുള്ള അദ്ദേഹത്തിന്റെ ആഗ്രഹത്തെ അടക്കിവെക്കാൻ കഴിഞ്ഞിരുന്നില്ല. ഒരിക്കലും പ്രാർത്ഥന

നടത്താത്ത ഒരേ ഒരാളെ മാത്രമേ ഇവർക്കിടയിൽ എനിക്ക് കാണാൻ കഴിഞ്ഞുള്ളു. അദ്ദേഹം പറയാറുണ്ടായിരുന്നു: "മാനുഷിക ദൗർബല്യത്തിന്റെയും പരിമിതികളുടെയും ഫലമായുണ്ടായതാണ് തത്ത്വചിന്ത." അദ്ദേഹവും ജീവപര്യന്തം നാടുകടത്തൽ ശിക്ഷയ്ക്ക് വിധിക്കപ്പെട്ട് കഴിയുകയായിരുന്നു. എങ്കിലും അദ്ദേഹംപോലും ദൈവത്തിന്റെ അസ്തിത്വത്തെ നിഷേധിക്കാൻ ഒരിക്കലും ധൈര്യപ്പെട്ടിരുന്നില്ല.

ആ കാലഘട്ടംവരെ ഞാൻ കാല്പനികഭാവനകളോടുകൂടിയ ഒരു ആദർശവാദി മാത്രമായിരുന്നു. അപ്പോഴാണ് മുഴുവൻ ഉത്തരവാദിത്വവും ഏറ്റെടുക്കേണ്ടതായ സന്ദർഭം വന്നത്. കുറെനാളുകളായി അനിവാര്യമായും നേരിടേണ്ടിവന്ന തിരിച്ചടിയുടെ ഫലമായി പാർട്ടിയുടെ നിലനില്പുതന്നെ അസാദ്ധ്യമായിത്തീരുന്ന സ്ഥിതി കുറെ നാളത്തേക്ക് ഉണ്ടായിരുന്നു. ആവേശഭരിതരായ സഖാക്കൾ–നേതാക്കന്മാർ പോലും– ഞങ്ങളെ പരിഹസിക്കാൻ തുടങ്ങിയിരുന്നു. കുറെനാളത്തേക്ക്, ഞാനും ഭാവിയിൽ ഒരുകാലത്ത് ഞങ്ങളുടെ പരിപാടിയുടെ നിഷ്ഫലത്വത്തെക്കുറിച്ച് ബോധവാനാകാനിടവരുമോ എന്ന് ഭയപ്പെട്ടിരുന്നു. എന്റെ വിപ്ലവജീവിതത്തിലെ ഒരു വഴിത്തിരിവിന്റെ ഘട്ടമായിരുന്നു അത്. എന്റെ മനസ്സിന്റെ ഉള്ളറകൾക്കിടയിലൂടെ പ്രതിദ്ധ്വനി ഉയർത്തിയ ആഹ്വാനമായിരുന്നു 'പഠനം.' എതിരാളികൾ ഉന്നയിക്കുന്ന വാദങ്ങൾക്കെതിരായി നിങ്ങളുടെ വിശ്വാസപ്രമാണത്തിന് അനുകൂലമായ വാദങ്ങൾകൊണ്ട് സജ്ജമാകാൻ ആവശ്യമായ പഠനത്തിനുള്ള ആഹ്വാനം ഞാൻ പഠിക്കാൻ തുടങ്ങി. മുൻകാലത്ത് എനിക്കുണ്ടായിരുന്ന വിശ്വാസവും ബോധവും ഗണനീയമായ മാറ്റങ്ങൾക്ക് വിധേയമായി. നമ്മുടെ മുൻഗാമികൾക്കിടയിൽ പ്രാമുഖ്യം വഹിച്ചിരുന്ന, അക്രമമാർഗ്ഗങ്ങളെക്കുറിച്ചുള്ള കാല്പനികാശയങ്ങൾക്കുപകരം കുറെക്കൂടി ഗൗരവപൂർവ്വമായ ആശയങ്ങൾ വളർന്നുവന്നു. ഇനിയുമങ്ങോട്ട് ഗൂഢാർത്ഥവാദമോ അന്ധമായ വിശ്വാസമോ ഒന്നും ഉണ്ടാവില്ല. യഥാതഥ്യവാദം ഞങ്ങളുടെ വിശ്വാസപ്രമാണമായിത്തീർന്നു. അത്യന്തം അവശ്യമായിത്തീരുന്ന സന്ദർഭങ്ങളിൽ മാത്രം ശക്തിപ്രയോഗം ന്യായീകരിക്കാവുന്നതാണ്. എല്ലാ ബഹുജനപ്രസ്ഥാനങ്ങൾക്കും ഒരു നയമെന്ന നിലയ്ക്ക് അക്രമരാഹിത്യം ഒഴിച്ചുകൂടാനാവാത്തതാണ്. മാർഗ്ഗങ്ങളെക്കുറിച്ച് ഇത്രമാത്രമേ പറയാനുള്ളു. നാം പൊരുതുന്നത് ഏതു ലക്ഷ്യത്തിനുവേണ്ടിയായിരിക്കണമെന്നതിനെക്കുറിച്ചുള്ള വ്യക്തമായ ധാരണയാണ് ഏറ്റവും പ്രധാനപ്പെട്ട കാര്യം. പ്രധാനപ്പെട്ട പ്രവർത്തനങ്ങളൊന്നും ആ സമയത്ത് നടത്താനില്ലാതിരുന്നതിനാൽ ലോകവിപ്ലവങ്ങൾക്ക് ആധാരമായ വിവിധ ആദർശങ്ങളെക്കുറിച്ച് പഠിക്കാൻ ധാരാളം അവസരം ലഭിച്ചു. അരാജകവാദി നേതാവായ ബക്കുനിന്റെ കൃതികളും കമ്യൂണിസത്തിന്റെ പിതാവായ മാർക്സിന്റെ കുറെ കൃതികളും, തങ്ങളുടെ രാജ്യത്ത് വിപ്ലവം നടത്തിയ ലെനിൻ, ട്രോട്സ്കി എന്നിവരുടെ ഒട്ടേറെ കൃതികളും ഞാൻ വായിച്ചു. ഇവ

രെല്ലാം നിരീശ്വരവാദികളായിരുന്നു. ബക്കൂനിന്റെ *ദൈവവും ഭരണകൂടവും* എന്ന കൃതി അപൂർണ്ണമായതാണെങ്കിലും ഈ വിഷയത്തെക്കുറിച്ചുള്ള രസകരമായ ഒരു പഠനമാണ്. പിന്നീട് നിരാലംബസ്വാമി രചിച്ച *സാമാന്യബോധം* കാണാനിടയായി. അതൊരുതരം ഗൂഢാർത്ഥപരമായ നിരീശ്വരവാദം മാത്രമായിരുന്നു. ഈ വിഷയത്തിൽ എനിക്ക് അങ്ങേയറ്റം താല്പര്യം തോന്നി. 1926 അവസാനത്തോടെ പ്രപഞ്ചത്തെയാകെ സൃഷ്ടിക്കുകയും നയിക്കുകയും നിയന്ത്രിക്കുകയും ചെയ്ത ഒരു സർവ്വശക്തനായ, സർവ്വാധീശയനായ ഒരാൾ ഉണ്ട് എന്ന തത്ത്വം അടിസ്ഥാനരഹിതമായ ഒന്നാണെന്ന് എനിക്ക് ബോദ്ധ്യപ്പെടാൻ തുടങ്ങിയിരുന്നു. ഈ അവിശ്വാസം ഞാൻ പ്രകടിപ്പിച്ചുതുടങ്ങി. എന്റെ സുഹൃത്തുക്കളുമായി ഇതേക്കുറിച്ച് ചർച്ചചെയ്തുതുടങ്ങി. ഞാൻ, അതോടുകൂടി സ്പഷ്ടമായും ഒരു നിരീശ്വരവാദിയായിക്കഴിഞ്ഞിരുന്നു. എന്നാൽ അതിന്റെ അർത്ഥം എന്താണെന്നകാര്യം ഇനി ചർച്ചചെയ്യാം.

1927 മെയ് മാസത്തിൽ എന്നെ അറസ്റ്റു ചെയ്തു. പൊലീസുകാർ എന്നെ തിരക്കിക്കൊണ്ടിരിക്കുകയായിരുന്നു എന്ന കാര്യം എനിക്കറിയാനേ പാടില്ലായിരുന്നു. ഒരു ഉദ്യാനത്തിലൂടെ ഞാൻ നടന്നുപോവുകയായിരുന്നു. അപ്പോഴാണ് പൊലീസുകാർ എന്നെ വലയം ചെയ്തിരിക്കുന്നതായി ഞാൻ കണ്ടത്. ആ സമയത്ത് ഞാൻ വളരെ ശാന്തനായി നിന്നു എന്നത് എനിക്കുതന്നെ അത്ഭുതമുളവാക്കിയ കാര്യമായിരുന്നു. എനിക്ക് യാതൊരു വികാരവും ഉണ്ടായില്ല. എനിക്ക് സംഭ്രമം ഒന്നും തോന്നിയുമില്ല. എന്നെ പൊലീസ് കസ്റ്റഡിയിലെടുത്തു. അടുത്ത ദിവസം എന്നെ റെയിൽവെ പൊലീസ് ലോക്കപ്പിലേക്ക് കൊണ്ടുപോയി. അവിടെ എനിക്ക് ഒരു മാസം മുഴുവൻ കഴിയേണ്ടിവന്നു. പല ദിവസവും പൊലീസ് ഉദ്യോഗസ്ഥൻമാരുമായി നടത്തിയ സംഭാഷണങ്ങളിൽനിന്നും എനിക്ക് മനസ്സിലാക്കാൻ കഴിഞ്ഞത് കകോരി പാർട്ടിയുമായി എനിക്ക് ബന്ധമുണ്ടെന്നതിനെക്കുറിച്ചും വിപ്ലവപ്രസ്ഥാനത്തിലെ എന്റെ മറ്റ് പ്രവർത്തനങ്ങളെക്കുറിച്ചും പൊലീസിന് ഏതോ കുറെ വിവരങ്ങൾ കിട്ടിയിട്ടുണ്ടെന്നാണ്. കേസ് വിചാരണ നടക്കുമ്പോൾ ഞാൻ ലഖ്നൗവിൽ പോയിരുന്നുവെന്നും ആ കേസിലെ പ്രതികളെ രക്ഷപ്പെടുത്തുന്നതിനുള്ള ഒരു പദ്ധതിയെക്കുറിച്ച് അവരുമായി കൂടിയാലോചനകൾ നടത്തിയെന്നും അവരുടെ സമ്മതം കിട്ടിയശേഷം ഞങ്ങൾ കുറെ ബോംബുകൾ കൈവശപ്പെടുത്തിയെന്നും ബോംബുകൾ പരീക്ഷിച്ചുനോക്കാനായി 1926 ൽ ദസറ ഉത്സവവേളയിൽ ഒരു ബോംബ് ആൾക്കൂട്ടത്തിലേക്ക് എറിഞ്ഞു എന്നും മറ്റുമുള്ള വിവരങ്ങൾ അവർക്ക് ലഭിച്ചതായി അവർതന്നെ എന്നോട് പറഞ്ഞു. മാത്രമല്ല, എന്റെതന്നെ താല്പര്യത്തിനുവേണ്ടിയാണെന്ന് പറഞ്ഞുകൊണ്ട് അവർ എന്നെ ധരിപ്പിച്ചത് വിപ്ലവപാർട്ടിയുടെ പ്രവർത്തനങ്ങളെക്കുറിച്ച് എന്തെങ്കിലും കുറെ വിവരങ്ങൾ കൊടുക്കാമെങ്കിൽ എന്നെ തടവിലാക്കുകയില്ലെന്നും നേരെമറിച്ച് ഒരു മാപ്പുസാക്ഷിയായി കോടതിയിൽ ഹാജരാക്കുകപോലും ചെയ്യാതെ

എന്നെ വിട്ടയക്കാമെന്നും, എനിക്ക് പാരിതോഷികം നല്കാമെന്നും മറ്റു മാണ്. ഈ നിർദ്ദേശം കേട്ടപ്പോൾ ഞാൻ പൊട്ടിച്ചിരിച്ചുപോയി. ഇതെല്ലാം വെറും പിത്തലാട്ടങ്ങളാണ്. ഞങ്ങളെപ്പോലുള്ള ആദർശവി ശ്വാസികളായ ആളുകൾ നിരപരാധികളായ ആളുകൾക്കുനേരെ ബോംബ് എറിയാൻ തുനിയുകയില്ല. ഒരു സുപ്രഭാതത്തിൽ, അപ്പോ ഴത്തെ സി ഐ ഡി സീനിയർ സൂപ്രണ്ട് മി. ന്യൂമാൻ എന്റെയടുക്കൽ വന്ന് എന്നോട് അനുകമ്പാപൂർവ്വം കുറെ സംസാരിച്ചശേഷം ഒരു ദുഃഖ കരമായ (അദ്ദേഹത്തെ സംബന്ധിച്ചാണ് അത് ദുഃഖകരമായ വാർത്ത. അല്ലാതെ എന്നെ സംബന്ധിച്ചല്ല.) വാർത്ത എന്നെ ധരിപ്പിച്ചു. അതിങ്ങ നെയായിരുന്നു. അവർ ആവശ്യപ്പെട്ടതുപോലെ ഒരു പ്രസ്താവന കൊടു ക്കാൻ ഞാൻ തയ്യാറല്ലെങ്കിൽ, കകോരി കേസുമായും ദസറാ ബോംബാ ക്രമണത്തിലൂടെ നടത്തിയ മൃഗീയമായ കൊലയുമായും ബന്ധപ്പെ ടുത്തി കേസ് എടുത്ത് എന്നെ വിചാരണക്കയക്കാൻ അവർ നിർബ്ബന്ധി തരായിത്തീരും എന്നായിരുന്നു ആ വാർത്ത. എന്നു മാത്രമല്ല, എനിക്ക് ശിക്ഷ ലഭിക്കാനും–തൂക്കിക്കൊല്ലാനുള്ള വിധിതന്നെ നേടാനും–ഉള്ള തെളിവുകൾ അവരുടെ പക്കൽ ഉണ്ടെന്നും എന്നെ ധരിപ്പിച്ചു. ഞാൻ തികച്ചും നിരപരാധിയായിരുന്നുവെങ്കിലും ആ കാലത്ത് പൊലീസു കാർക്ക് വേണമെങ്കിൽ ഇതെല്ലാം സാധിച്ചെടുക്കാൻ കഴിയും എന്ന് ഞാൻ വിശ്വസിച്ചു. അതേ ദിവസംതന്നെ ഞാൻ എല്ലാ ദിവസവും രണ്ടു നേരവും പ്രാർത്ഥന നടത്തണമെന്ന് പറഞ്ഞുകൊണ്ട് ചില പൊലീസ് ഉദ്യോഗസ്ഥൻമാർ പ്രേരണകൾ ചെലുത്താനും തുടങ്ങി. സമാധാനവും സുഖവും ഉള്ള കാലത്ത് മാത്രമാണോ നിരീശ്വരവാദിയാണെന്ന് വീമ്പു പറയാൻ എനിക്ക് കഴിയുന്നത്? അതോ, ഇത്തരത്തിൽ കഷ്ടപ്പാടുകൾ അനുഭവിക്കേണ്ടിവരുന്ന കാലത്തും എനിക്ക് തത്ത്വങ്ങളിൽ മുറുകെപ്പി ടിച്ച് നില്ക്കാൻ കഴിയുമോ? ഇക്കാര്യത്തിൽ ഞാൻ തന്നെ ഉറച്ച തീരു മാനം എടുക്കണമെന്ന് തീരുമാനിച്ചു. വളരെ ഗാഢമായി ചിന്തിച്ച് ഞാൻ ഒരു തീരുമാനത്തിലെത്തി. എനിക്ക് ദൈവത്തിൽ വിശ്വസിക്കാനും ദൈവ ത്തോട് പ്രാർത്ഥിക്കാനും കഴിയില്ല എന്നായിരുന്നു ആ തീരുമാനം. ഇതാ യിരുന്നു യഥാർത്ഥ പരീക്ഷണം. ഇതിൽ ഞാൻ വിജയിക്കുകയും ചെയ്തു. മറ്റ് പല പ്രധാനപ്പെട്ട കാര്യങ്ങളും നഷ്ടപ്പെടുത്തിക്കൊണ്ട് എന്റെ ജീവൻ രക്ഷിക്കണമെന്ന് ഞാൻ ഒരു നിമിഷം പോലും ചിന്തിച്ചി ട്ടില്ല. അതുകൊണ്ടുതന്നെ ഞാൻ ഒരു ഉറച്ച അവിശ്വാസിയായി. അതിൽ പിന്നീട് അങ്ങനെതന്നെ ഉറച്ചുനിന്നു. ആ പരീക്ഷണത്തിന്റെ കടുപ്പം തുടങ്ങുന്നത് അത്ര എളുപ്പമുള്ള കാര്യമായിരുന്നില്ല. 'വിശ്വാസം' പ്രയാ സങ്ങളെ മൃദുലമാക്കുന്നുവെന്നു മാത്രമല്ല അവ സന്തോഷപ്രദമാക്കുക പോലും ചെയ്തേക്കാം. മനുഷ്യന് ദൈവത്തിൽ വളരെയേറെ ആശ്വാ സവും പിന്തുണയും കണ്ടെത്താൻ കഴിയും. അദ്ദേഹമില്ലെയെങ്കിൽ മനു ഷ്യൻ തന്നെത്തന്നെ ആശ്രയിക്കണം. കൊടുങ്കാറ്റുകൾക്കും കോളു കൾക്കും ഇടയിൽ സ്വന്തം കാലിൽ നിലയുറപ്പിക്കുക എന്നത് കുട്ടിക്ക

ളിയല്ല. അത്തരം പരീക്ഷണഘട്ടങ്ങളിൽ അഹങ്കാരം-അതുണ്ടെങ്കിൽ-ആവിയായിപ്പോകുന്നു. പൊതുവായ വിശ്വാസങ്ങളെ എതിർക്കാൻ ധൈര്യം വരുകയുമില്ല. അതിന് അയാൾക്ക് കഴിയുന്നെങ്കിൽ അയാളിൽ വെറും അഹങ്കാരത്തിനുപുറമെ മറ്റെന്തോ ശക്തിയുണ്ടെന്ന് നമുക്ക് തീർച്ചയാക്കാം. യഥാർത്ഥത്തിൽ, തീർച്ചയായും ഇതുതന്നെയാണ് ഇപ്പോഴത്തെ സ്ഥിതി. വിധി എന്താണെന്ന് ഇപ്പോൾതന്നെ പരക്കെ അറിയപ്പെടുന്ന കാര്യമാണ്. ഒരാഴ്ചയ്ക്കുള്ളിൽ അത് പ്രഖ്യാപിക്കപ്പെടുകയും ചെയ്യും. ഒരു ലക്ഷ്യത്തിനുവേണ്ടിയാണ് ജീവൻ ത്യജിക്കാൻ ഞാൻ തയ്യാറാവുന്നതെന്ന ബോധമല്ലാതെ മറ്റെന്താണ് ഒരു ആശ്വാസം? ദൈവവിശ്വാസിയായ ഒരു ഹിന്ദുവിന് ഒരു വേള, ഒരു രാജാവായിട്ടായിരിക്കും താൻ പുനർജ്ജനിക്കാൻ പോകുന്നതെന്ന പ്രതീക്ഷ ഉണ്ടാവാം. ഒരു മുസ്ലീമോ ക്രിസ്ത്യാനിയോ ആണെങ്കിൽ, അയാൾക്ക് സ്വർഗ്ഗലോകത്ത് ആസ്വദിക്കാൻ പോകുന്ന സുഖഭോഗങ്ങളെക്കുറിച്ച് സ്വപ്നം കാണാം. അയാൾ അനുഭവിക്കേണ്ടിവന്ന കഷ്ടപ്പാടുകൾക്കും അനുഷ്ഠിച്ച ത്യാഗത്തിനും പകരം അവിടെ അയാൾക്ക് പാരിതോഷികം ലഭിക്കുമെന്നും സ്വപ്നം കാണാം. പക്ഷേ, ഞാൻ എന്താണ് പ്രതീക്ഷിക്കുക? എന്റെ കഴുത്തിൽ കയറിന്റെ കുരുക്ക് വീഴുകയും എന്റെ കാലിനടിയിൽനിന്നും കൊലമരത്തിന്റെ കഴുക്കോൽ പലക എടുത്തുമാറ്റുകയും ചെയ്യുമ്പോൾ അന്തിമനിമിഷം ആയി. അതാണ് ജീവിതത്തിന്റെ അവസാനത്തെ നിമിഷം. അവിടംകൊണ്ട് ഞാനും അഥവാ അദ്ധ്യാത്മജ്ഞാനികളുടെ ഭാഷയിൽ വ്യാഖ്യാനിച്ചാൽ എന്റെ ആത്മാവും എല്ലാം അവസാനിക്കും. പിന്നെയങ്ങോട്ട് ഒന്നും ഇല്ല. ഇത്തരത്തിലുള്ള ഉജ്ജ്വലമായ അന്ത്യം കൂടാതെയുള്ള ഹ്രസ്വമായ സമരജീവിതം തന്നെയാണ് അതിന്റെ പാരിതോഷികം. ആ വീക്ഷണത്തോടെ കാര്യങ്ങൾ കാണാൻ എനിക്ക് ധൈര്യം വേണമെന്നുമാത്രം. അത്ര മാത്രമേ ഉള്ളു. ഇവിടെവെച്ചോ ഇവിടത്തെ ജീവിതത്തിനുശേഷമോ, എന്തെങ്കിലും പാരിതോഷികം ലഭിക്കണമെന്നുള്ള സ്വാർത്ഥമായ ഉദ്ദേശ്യമോ വിചാരമോ ഒന്നും കൂടാതെ തികച്ചും താല്പര്യരഹിതനായിട്ടാണ്, സ്വാതന്ത്ര്യം നേടാനുള്ള ലക്ഷ്യത്തിനുവേണ്ടി ഞാൻ എന്റെ ജീവിതകാലം വിനിയോഗിച്ചത്. ഇതേ മനോഭാവത്തോടുകൂടിയവരും, മറ്റെന്തിനേക്കാളുമുപരിയായി മനുഷ്യരാശിയുടെ സേവനത്തിനുവേണ്ടിയും ദുരിതം അനുഭവിക്കുന്ന ജനസാമാന്യത്തിന്റെ മോചനത്തിനുവേണ്ടിയും തങ്ങളുടെ ജീവിതം അർപ്പിക്കുന്ന കൂടുതൽ കൂടുതൽ പുരുഷന്മാരും സ്ത്രീകളും മുന്നോട്ട് വരുന്നതായി നാം കാണുന്ന ആ ദിവസം ആയിരിക്കും സ്വാതന്ത്ര്യത്തിന്റെ യുഗം ഉദ്ഘാടനം ചെയ്യപ്പെടുന്നത്. ഒരു രാജാവാകാനോ, മറ്റെന്തെങ്കിലും പാരിതോഷികം ഇവിടെയോ അടുത്ത ജന്മത്തിലോ, അല്ലെങ്കിൽ മരണത്തിനുശേഷം സ്വർഗ്ഗത്തിലോ നേടാനോ ആയിട്ടല്ലാതെ ആണെങ്കിൽ മാത്രമേ അവർ മർദ്ദകരെയും ചൂഷകരെയും സ്വേച്ഛാധിപതികളെയും വെല്ലുവിളിക്കാനും മനുഷ്യരാശിയുടെ ചുമ

ലിൽനിന്നും അടിമത്തത്തിന്റെ നുകംവലിച്ചെറിയാനും സ്വാതന്ത്ര്യവും സമാധാനവും സ്ഥാപിക്കാനും വേണ്ടിയുള്ള സമരത്തിലേർപ്പെടാൻ അവർക്ക് ആവേശം ലഭിക്കുകയുള്ളു. ഇത് വ്യക്തിപരമായി അവർക്ക് ആപല്ക്കരവും, അവരുടെ ശ്രേഷ്ഠമായ വ്യക്തിത്വത്തിന് സങ്കല്പിക്കാവുന്നതിൽ ഏറ്റവും ശ്ലാഘനീയവും ആയ പന്ഥാവായിരിക്കും. ശ്രേഷ്ഠമായ അവരുടെ ലക്ഷ്യത്തെക്കുറിച്ച് അവർക്കുള്ള സ്വാഭിമാനത്തെ അഹങ്കാരം എന്ന് ദുർവ്യാഖ്യാനം ചെയ്യുന്നത് ശരിയാണോ? ആരാണ് ഇത്തരത്തിൽ നിന്ദ്യമായ ഒരു പേര് ഇതിന് നല്കാൻ ധൈര്യപ്പെടുക? അങ്ങനെ ഒരാളുണ്ടെങ്കിൽ അയാൾ ഒന്നുകിൽ ഒരു വിഡ്ഢിയായിരിക്കും, അല്ലെങ്കിൽ ഒരു നീചനായിരിക്കും എന്നാണ് ഞാൻ പറയുക. നമുക്ക് അയാൾക്ക് മാപ്പുനല്കാം. കാരണം അയാൾക്ക് ആവേശത്തിന്റെയും വികാരത്തിന്റെയും ശ്രേഷ്ഠമായ സഹാനുഭാവത്തിന്റെയും ഗാംഭീര്യം മനസ്സിലാക്കാൻ കഴിയില്ല. അയാളുടെ ഹൃദയം വെറുമൊരു മാംസപിണ്ഡം മാത്രമായി നിർജ്ജീവമായിത്തീർന്നിരിക്കുകയാണ്. അയാളുടെ കണ്ണുകളുടെ കാഴ്ച ക്ഷയിച്ചിരിക്കുകയാണ്. മറ്റ് താല്പര്യങ്ങളുടെ ദോഷം ആ കണ്ണുകളുടെ മുമ്പിൽ ഒരു മറ സൃഷ്ടിച്ചിരിക്കുന്നു. സ്വാശ്രയത്വത്തെ എല്ലായ്പ്പോഴും അഹങ്കാരമായി വ്യാഖ്യാനിച്ചേക്കാം. അത് ദുഃഖകരവും പരിതാപകരവും ആണ്. പക്ഷേ, നിവൃത്തിയൊന്നുമില്ല.

നിങ്ങൾ, നിലവിലുള്ള വിശ്വാസത്തെ എതിർക്കാൻ മുതിരുകയോ, തെറ്റുചെയ്യാത്തവരായി പൊതുവെ കരുതപ്പെടുന്ന ഏതെങ്കിലും ഒരു വീരപുരുഷനെയോ, മഹാനെയോ നിങ്ങൾ വിമർശിക്കാൻ മുതിരുകയോ ചെയ്യുമ്പോൾ നിങ്ങളുടെ വാദങ്ങളുടെ കരുത്തുകാരണം, ആൾക്കൂട്ടം നിങ്ങൾ അഹങ്കാരിയാണെന്ന് പറഞ്ഞ് അവഹേളിച്ചേക്കാം. ഇത് മാനസികമായ മുരടിപ്പുകാരണമാണ്. ഒരു വിപ്ലവകാരിക്ക് വിമർശനവും സ്വതന്ത്രമായ ചിന്താഗതിയും ഒഴിച്ചുകൂടാനാവാത്ത രണ്ടു ഗുണങ്ങളാണ്. മഹാത്മാഗാന്ധി മഹാനായതുകൊണ്ട് ആരും അദ്ദേഹത്തെ വിമർശിക്കാൻ പാടില്ല, അദ്ദേഹം ഉന്നതസ്ഥാനത്തേക്ക് ഉയർന്നതുകൊണ്ട് അദ്ദേഹം പറയുന്നതെന്തും-അത് രാഷ്ട്രീയത്തെക്കുറിച്ചോ സാമ്പത്തിക കാര്യങ്ങളെക്കുറിച്ചോ മതത്തെക്കുറിച്ചോ ധാർമ്മികമായ കാര്യങ്ങളെക്കുറിച്ചോ ഉള്ളതായാലും അദ്ദേഹം പറയുന്നതെന്തും-ശരിയാണ്. നിങ്ങൾക്ക് ബോദ്ധ്യപ്പെട്ടാലും ഇല്ലെങ്കിലും "അങ്ങ് പറയുന്നത് ശരിയാണ്" എന്ന് നിങ്ങൾ പറയണം. ഇത്തരത്തിലുള്ള മനോഭാവം പുരോഗതിയിലേക്ക് നയിക്കുകയില്ല. നേരെമറിച്ച് അത് പ്രത്യക്ഷത്തിൽതന്നെ പിന്തിരിപ്പൻ മനോഭാവം ആണ്.

നമ്മുടെ പ്രപിതാമഹൻമാർ ഏതോ ഒരു സർവ്വശക്തനിൽ -സർവ്വാധീശനായ ദൈവത്തിൽ-വിശ്വാസം അർപ്പിച്ചിരുന്നു എന്നതുകൊണ്ട്, ആ വിശ്വാസത്തിന്റെ സാധുതയെയോ, സർവ്വശക്തന്റെ അസ്തിത്വത്തെതന്നെയുമോ വെല്ലുവിളിക്കാൻ ധൈര്യപ്പെടുന്ന ഏതൊ

രാളെയും നാസ്തികൻ എന്നോ വിശ്വാസഘാതകൻ എന്നോ വിളിച്ച് അപഹസിക്കും. അയാളുടെ വാദഗതികൾ എതിർവാദങ്ങൾകൊണ്ട് ഖണ്ഡിക്കാനാവാത്തവിധം സയുക്തികം ആയിരിക്കുകയും, സർവ്വശക്തന്റെ ക്രോധത്തിനിരയായാൽ അയാൾക്ക് വന്നുഭവിക്കാവുന്ന ദൗർഭാഗ്യങ്ങളെക്കുറിച്ചും മറ്റുമുള്ള ഭീഷണികൾ കൊണ്ടൊന്നും അയാളുടെ വീര്യം കെടുത്താൻ കഴിയാതെവരുകയും ചെയ്താൽ അയാളെ അഹങ്കാരിയെന്ന് മുദ്രകുത്തി അവഹേളിക്കുകയും അയാളുടെ ഊർജ്ജസ്വലതയ്ക്ക് അഹങ്കാരം എന്ന പേരിടുകയും ചെയ്യും. അപ്പോൾ പിന്നെയെന്തിനാണ് വ്യർത്ഥമായ ഈ ചർച്ച നടത്തുന്നത്? എന്തിനാണ് ഇതിനെക്കുറിച്ചാകെ വാദവിവാദങ്ങൾ നടത്തുന്നത്? ഈ ചോദ്യം പൊതുജനങ്ങളുടെ മുമ്പിൽ ഇതാദ്യമായിട്ടാണ് ഉയർന്നുവന്നിരിക്കുന്നത്. ആദ്യമായിട്ടാണ് ഈ പ്രശ്നത്തെക്കുറിച്ച് കാര്യമാത്ര പ്രസക്തമായ ചർച്ച നടക്കുന്നതും. അതുകൊണ്ടാണ് ഈ ദീർഘമായ ചർച്ച.

ആദ്യത്തെ ചോദ്യത്തെ സംബന്ധിച്ചിടത്തോളം നിരീശ്വരവാദത്തിലേക്ക് എന്നെ നയിച്ചത് അഹങ്കാരം അല്ലെന്ന് ഞാൻ വ്യക്തമാക്കിക്കഴിഞ്ഞുവെന്ന് കരുതുന്നു. എന്റെ വാദഗതി മറ്റുള്ളവരെ ബോദ്ധ്യപ്പെടുത്താൻ കഴിയുന്ന ഒന്നാണെന്ന് തെളിഞ്ഞിട്ടുണ്ടോ ഇല്ലയോ എന്ന് തീരുമാനിക്കേണ്ടത് എന്റെ വായനക്കാരാണ്, ഞാനല്ല. നിലവിലുള്ള സാഹചര്യങ്ങളിൽ എനിക്ക് ദൈവവിശ്വാസം ഉണ്ടായിരുന്നെങ്കിൽ എന്റെ ജീവിതം കുറെക്കൂടി സ്വസ്ഥതയുള്ളതാക്കിത്തീർന്നേനേ എന്ന് എനിക്കറിയാം. അതുപോലെതന്നെ ദൈവത്തിൽ എനിക്ക് വിശ്വാസമില്ലാത്തത് കാരണം സാഹചര്യങ്ങളാകെ രൂക്ഷതരമായിത്തീർന്നിരിക്കുന്നു; സ്ഥിതിഗതികൾ അത്യധികം കലുഷിതമായിത്തീരുകയും ചെയ്തേക്കാം. അല്പം ഗൂഢാർത്ഥവാദം കൂടി ചേർന്നാൽ ഇത് കവിതാമയം ആയിത്തീർന്നേക്കാം. പക്ഷേ, എന്റെ വിധിയെ നേരിടുന്നതിന് എനിക്ക് ഉന്മാദത്തിന്റെ സഹായമൊന്നും വേണ്ട. ഞാൻ ഒരു യാഥാർത്ഥ്യവാദിയാണ്. യുക്തിയുടെ സഹായത്തോടെ എന്റെ ഉള്ളിലുള്ള ജന്മവാസനകളെ അധീനമാക്കാൻ ഞാൻ ശ്രമിച്ചുകൊണ്ടിരിക്കുകയായിരുന്നു. ഈ ലക്ഷ്യം നേടുന്ന കാര്യത്തിൽ എല്ലായ്പ്പോഴും വിജയിക്കാൻ എനിക്ക് കഴിഞ്ഞിട്ടില്ല. എന്നാൽ മനുഷ്യന്റെ കടമ, പരിശ്രമിക്കുകയും കഠിനമായി അദ്ധ്വാനിക്കുകയും ചെയ്യുക എന്നതാണ്. വിജയം, ആകസ്മികതയെയും പരിതഃസ്ഥിതികളെയും ആശ്രയിച്ചാണിരിക്കുന്നത്.

രണ്ടാമത്തെ ചോദ്യത്തെ സംബന്ധിച്ചാണെങ്കിൽ എനിക്ക് പറയാനുള്ളത് അഹങ്കാരമല്ല കാരണമെങ്കിൽ ദൈവത്തിന്റെ അസ്തിത്വത്തിലുള്ള പഴയതും ഇപ്പോഴും നിലനില്ക്കുന്നതുമായ വിശ്വാസത്തെ നിഷേധിക്കുന്നതിന് മറ്റെന്തെങ്കിലും ഒരു കാരണം ഉണ്ടായിരിക്കണമെന്നാണ്. അതിലേക്കാണ് ഇപ്പോൾ ഞാൻ വരുന്നത്. കാരണം തീർച്ചയായും ഉണ്ട്. എന്റെ അഭിപ്രായത്തിൽ, ഒരാൾക്ക് യുക്തിസഹമായി ചിന്തിക്കാനുള്ള കഴിവ് കുറെയെങ്കിലും ഉണ്ടെങ്കിൽ അയാൾ തനിക്ക് ചുറ്റുമുള്ള പരിതഃ

സ്ഥിതിയെക്കുറിച്ച് യുക്തിയുക്തമായി ചിന്തിച്ച് തീരുമാനങ്ങൾ എടുക്കാൻ ശ്രമിക്കും. പ്രത്യക്ഷമായ തെളിവുകളുടെ അഭാവത്തിലാണ് തത്ത്വജ്ഞാനം ഒരു പ്രധാനസ്ഥാനം വഹിക്കുന്നത്. ഞാൻ നേരത്തെ പറഞ്ഞതുപോലെ വിപ്ലവകാരിയായ എന്റെ ഒരു സുഹൃത്ത് പറയാറുണ്ടായിരുന്നത് തത്ത്വജ്ഞാനം മാനുഷിക ദൗർബല്യത്തിൽനിന്നാണ് ഉടലെടുക്കുന്നതെന്നാണ്. നമ്മുടെ പൂർവ്വികന്മാർക്ക്, ഈ പ്രപഞ്ചത്തിന്റെ രഹസ്യങ്ങളെക്കുറിച്ച് അതിന്റെ ഭൂത-വർത്തമാന-ഭാവികാലങ്ങളെക്കുറിച്ചും എന്തെന്നും എന്തുകൊണ്ടെന്നും മറ്റുമുള്ള കാര്യങ്ങളെക്കുറിച്ചുള്ള പ്രശ്നങ്ങൾക്ക് പരിഹാരം തേടാൻ വേണ്ടത്ര ഒഴിവുസമയം ഉണ്ടായിരുന്നു എന്നുവരികിലും അവർക്ക് പ്രത്യക്ഷത്തിലുള്ള തെളിവുകൾ ലഭ്യമല്ലാതിരുന്നതുകാരണം ഓരോരുത്തരും അവരവരുടെ വഴിക്ക് പ്രശ്നത്തിന് പരിഹാരം തേടാൻ ശ്രമിക്കുകയാണ് ചെയ്തത്. അതുകൊണ്ടാണ് വിവിധ മതങ്ങളുടെ വിശ്വാസപ്രമാണങ്ങളുടെ അടിസ്ഥാന തത്ത്വങ്ങളിൽ വലിയ വ്യത്യാസങ്ങൾ കാണാൻ കഴിയുന്നത്. ഈ അഭിപ്രായവ്യത്യാസങ്ങൾ ചിലപ്പോഴൊക്കെ ശത്രുതാപരവും സംഘട്ടനാത്മകവും ആയിത്തീരാറുമുണ്ട്. പൗരസ്ത്യ-പാശ്ചാത്യ തത്ത്വശാസ്ത്രങ്ങൾക്കിടയിൽ മാത്രമല്ല, ഓരോ ഭൂഖണ്ഡത്തിലെ വിവിധ രാജ്യങ്ങളിൽ നിലവിലുള്ള വിവിധ ചിന്താസരണികൾക്കിടയിലും വ്യത്യാസങ്ങൾ ഉണ്ട്. പൗരസ്ത്യ രാജ്യങ്ങളിലെ മതങ്ങളിൽ മുസ്ലീം മതവിശ്വാസവും ഹിന്ദുമത വിശ്വാസവും തമ്മിൽ പൊരുത്തപ്പെടുന്നില്ല. ഇന്ത്യയിലാണെങ്കിൽ ബുദ്ധമതവും ജൈനമതവും ബ്രാഹ്മണ മതവിശ്വാസത്തിൽനിന്നും പലപ്പോഴും വ്യത്യസ്തമായിരിക്കുന്നു. ബ്രാഹ്മണ മതവിശ്വാസം തന്നെ ആര്യസമാജം, സനാതനധർമ്മം തുടങ്ങിയവയിൽനിന്നും തികച്ചും വ്യത്യസ്തമാണ്. മുൻകാലങ്ങളിലെ ഒരു സ്വതന്ത്രചിന്തകനായിരുന്നു ചാർവ്വാകൻ. ആ പഴയകാലത്തുതന്നെ അദ്ദേഹം ദൈവത്തിന്റെ അധീശത്വത്തെ വെല്ലുവിളിച്ചിരുന്നു. അടിസ്ഥാനപ്രശ്നങ്ങളിൽ ഈ മതവിശ്വാസങ്ങളെല്ലാം പരസ്പര വിരുദ്ധമാണ്. ഇവരിൽ ഓരോരുത്തരും, തങ്ങളുടെതാണ് ഏറ്റവും ശരിയായ മതവിശ്വാസം എന്ന് ശഠിക്കുകയും ചെയ്യുന്നു. ഇവിടെയാണ് നമ്മുടെ ദൗർഭാഗ്യം. പ്രാചീന കാലത്തെ ജ്ഞാനികളുടെയും ചിന്തകരുടെയും അനുഭവങ്ങളെയും ആശയ പ്രകാശനങ്ങളെയും ഭാവിയിൽ നമുക്ക് അജ്ഞതയ്ക്കെതിരായി നടത്തേണ്ട സമരങ്ങൾക്കു വേണ്ട ഒരടിസ്ഥാനമായി ഉപയോഗിക്കുകയും നിഗൂഢമായ പ്രശ്നങ്ങൾക്കു പരിഹാരം നേടാൻ ശ്രമിക്കുകയും ചെയ്യുന്നതിനുപകരം, ഉദാസീനരാണെന്ന് തെളിയിക്കപ്പെട്ടുകഴിഞ്ഞ നമ്മൾ വിശ്വാസത്തെ ച്ചൊല്ലി മുറവിളികൂട്ടുകയാണ് ചെയ്യുന്നത്. ഓരോ വിഭാഗവും അവരവരുടേതായ ഭാഷ്യങ്ങളനുസരിച്ചുള്ള വിശ്വാസപ്രമാണങ്ങളിൽ തങ്ങൾക്കുള്ള അടിയുറച്ചതും ചാഞ്ചാട്ടമില്ലാത്തതുമായ വിശ്വാസത്തെച്ചൊല്ലിയാണ് മുറവിളികൂട്ടുന്നത്. അങ്ങനെ ഇവരെല്ലാം തന്നെ മനുഷ്യസമൂഹത്തിന്റെ പുരോഗതിയെ സ്തംഭിപ്പിച്ചുനിർത്തുന്ന കുറ്റമാണ് ചെയ്യുന്നത്.

പുരോഗതിക്ക് നിലകൊള്ളുന്ന ഏതൊരാൾക്കും പഴയ വിശ്വാസ പ്രമാണങ്ങളെ വിമർശിക്കുകയും അവിശ്വസിക്കുകയും വെല്ലുവിളിക്കുകയും ചെയ്യേണ്ടതുണ്ട്. നിലവിലുള്ള വിശ്വാസ പ്രമാണങ്ങളുടെ ഓരോ മുക്കും മൂലയും പരിശോധിച്ച് ഇനം തിരിച്ച് യുക്തിയുക്തം വിമർശിക്കേണ്ടിവരും. അങ്ങനെ ചെയ്യുന്ന ഒരാളുടെ വാദഗതികളുടെ യുക്തി ചിലപ്പോൾ തെറ്റായിപ്പോകും. അത് ചിലപ്പോൾ വഴി തെറ്റിക്കുന്നതും മറ്റു ചിലപ്പോൾ അപസിദ്ധാന്തവും ആകാം. എന്നാൽ ജീവിതത്തിൽ അയാളുടെ മാർഗ്ഗനിർദ്ദേശതാരകം യുക്തി ആണെന്നതുകൊണ്ട് അയാൾ തെറ്റുതിരുത്തും. ഒരു യാഥാർത്ഥ്യ വാദിയാണ് എന്നവകാശപ്പെടുന്ന ഒരാൾക്ക് പഴയകാലത്തെ വിശ്വാസപ്രമാണങ്ങളെയാകെ വെല്ലുവിളിക്കേണ്ടിവരും. അവയെല്ലാം യുക്തിയുടെ ആക്രമണത്തെ ചെറുത്തുനില്ക്കാൻ കഴിയാത്തവ ആയിത്തീരുന്നെങ്കിൽ അവയെല്ലാം തകർന്ന് നിലംപതിക്കും. അപ്പോൾ അയാൾക്ക് ആദ്യമായി ചെയ്യേണ്ടിവരുന്നത് അവയെ ആകെ തകർത്ത് നിലംപതിപ്പിക്കുകയും ഒരു പുതിയ തത്ത്വശാസ്ത്രം കെട്ടിപ്പടുക്കാനുള്ള കളമൊരുക്കുകയുമാണ്. ഗുണാത്മകമായ ഈ നിർമ്മാണപ്രവർത്തനം തുടങ്ങിക്കഴിഞ്ഞാൽ ചിലപ്പോൾ ആ പുനർനിർമ്മാണത്തിനുവേണ്ടി പഴയ വിശ്വാസപ്രമാണങ്ങളിൽനിന്നുള്ള ചില കരുക്കൾ ഉപയോഗപ്പെടുത്തേണ്ടിവരാം. എന്നെ സംബന്ധിച്ച് പറയുകയാണെങ്കിൽ എനിക്ക് ഈ കാര്യത്തിൽ വളരെയൊന്നും പഠിക്കാൻ കഴിഞ്ഞിട്ടില്ലെന്ന് തുറന്ന് സമ്മതിക്കാൻ തയ്യാറാണ്. പൗരസ്ത്യതത്ത്വശാസ്ത്രം പഠിക്കാൻ എനിക്ക് വലിയ ആഗ്രഹം ഉണ്ടായിരുന്നു. എങ്കിലും അതിനുള്ള സൗകര്യമോ അവസരമോ എനിക്ക് ലഭിച്ചില്ല. എന്നാൽ ഇവിടെ ചർച്ച ചെയ്യുന്നത് ദൈവവിശ്വാസ നിഷേധത്തെക്കുറിച്ചുള്ള പഠനത്തിന്റെ കാര്യമാണല്ലോ. പഴയ വിശ്വാസത്തിന്റെ അന്യൂനതയെ ചോദ്യം ചെയ്യാൻ എനിക്ക് കഴിയുമെന്ന് ഉറപ്പുണ്ട്. പ്രപഞ്ചത്തിന്റെ ചലനങ്ങളെ നയിക്കുകയും അവയുടെ ഗതി നിർണ്ണയിക്കുകയും ചെയ്യുന്ന, സ്വബോധമുള്ള സർവ്വാധീശനായ ഒരു ശക്തി ഇല്ല എന്ന കാര്യത്തിലും എനിക്ക് തികഞ്ഞ ബോധമുണ്ട്. പ്രകൃതിയിൽ നാം വിശ്വസിക്കുന്നു. പുരോഗമനപ്രസ്ഥാനത്തിന്റെയാകെ ലക്ഷ്യം മനുഷ്യസേവനത്തിനായി പ്രകൃതിയുടെമേൽ മനുഷ്യന്റെ മേധാവിത്തം സാദ്ധ്യമാക്കിത്തീർക്കുക എന്നതാണ്. അതിന്റെ ഗതി നിർണ്ണയിക്കാൻ സ്വബോധമുള്ള ഒരു ശക്തി അതിന്റെ പിന്നിലില്ല. ഇതാണ് ഞങ്ങളുടെ തത്ത്വശാസ്ത്രം.

നിഷേധാത്മകമായ വശത്തെക്കുറിച്ച് പരിഗണിക്കുമ്പോൾ ഞങ്ങൾക്ക് 'വിശ്വാസി'കളോട് കുറെ ചോദ്യങ്ങൾ ചോദിക്കാനുണ്ട്:

1. സർവ്വശക്തനും സർവ്വവ്യാപിയും സപ്രഭാവനും സർവ്വജ്ഞനും ആയ ഒരു ദൈവമാണ് ഭൂമിയെ അല്ലെങ്കിൽ ലോകത്തെ സൃഷ്ടിച്ചത് എന്ന് നിങ്ങൾ വിശ്വസിക്കുന്നുണ്ടെങ്കിൽ എന്തിനാണ് അദ്ദേഹം അതിനെ സൃഷ്ടിച്ചത് എന്ന് ദയവായി എന്നെ മനസ്സിലാക്കിത്തരാമോ?

ദുഃഖവും ദുരിതങ്ങളുംകൊണ്ട് നിറഞ്ഞ ഈ ലോകം യഥാർത്ഥത്തിൽ, അനവരതം ഉണ്ടായിക്കൊണ്ടിരിക്കുന്ന ദുരിതങ്ങളുടെ ഒരു സംയോഗമാണ്. ഒരൊറ്റയാളും ഇതിൽ തികച്ചും സംതൃപ്തരല്ല.

ദയവായി ഇതെല്ലാം അദ്ദേഹത്തിന്റെ നിയമമാണ് എന്നുമാത്രം പറയാതിരിക്കുക. ഏതെങ്കിലും നിയമത്തിന് വിധേയനാണെങ്കിൽ അദ്ദേഹം സർവ്വപ്രഭാവനല്ലല്ലൊ. അദ്ദേഹവും നമ്മെപ്പോലെ ഒരടിമയായിരിക്കണമല്ലൊ. ഇതെല്ലാം അദ്ദേഹത്തിന്റെ ആനന്ദാനുഭൂതിയാണെന്നു പറയാതിരിക്കുക. നീറോ ചക്രവർത്തി ഒരു റോമാനഗരത്തെ മാത്രമേ തീവെച്ച് നശിപ്പിച്ചുള്ളു. അദ്ദേഹം വധിച്ചവരുടെ എണ്ണം പരിമിതമാണ്. അദ്ദേഹം വളരെക്കുറച്ച് ദുരന്തങ്ങളെ സൃഷ്ടിച്ചുള്ളൂ. ഇതെല്ലാം അദ്ദേഹത്തിന്റെ തികഞ്ഞ ആനന്ദത്തിനുവേണ്ടിയായിരുന്നു. ചരിത്രത്തിൽ അദ്ദേഹത്തിന്റെ സ്ഥാനം എവിടെയാണ്? ചരിത്രകാരന്മാർ അദ്ദേഹത്തെ പരാമർശിക്കുമ്പോൾ ഏത് പേരാണ് അദ്ദേഹത്തിനു കൊടുക്കുന്നത്? വിഷം വമിക്കുന്ന പേരുകളാണ് അദ്ദേഹത്തിനുമേൽ ചൊരിയുന്നത്. സ്വേച്ഛാധിപതിയും കഠിനഹൃദയനും ദുഷ്ടനും ആയ നീറോയെ നിന്ദിച്ചുകൊണ്ടുള്ള ദുർഭാഷണങ്ങൾ ചരിത്രഗ്രന്ഥങ്ങളുടെ ഒട്ടേറെ താളുകളെ കളങ്കപ്പെടുത്തിയിട്ടുണ്ട്. ഒരു ചെങ്കിസ്ഖാൻ, തന്റെ സുഖജീവിതം ഭദ്രമാക്കാൻവേണ്ടി ആയിരക്കണക്കിനാളുകളെ കൊലചെയ്തു. ആ പേരുതന്നെ നമ്മിൽ അങ്ങേയറ്റം വെറുപ്പ് ഉണ്ടാക്കുന്നു. അപ്പോൾ പിന്നെ നിങ്ങളുടെ നീറോ ആയ സർവ്വശക്തനെ, ആ ചിരഞ്ജീവിയെ എങ്ങനെയാണ് ന്യായീകരിക്കുക? ദിവസം തോറും മണിക്കൂർതോറും നിമിഷംതോറും എണ്ണിയാലൊടുങ്ങാത്ത ദുരന്തങ്ങൾ സൃഷ്ടിക്കുകയും ഇപ്പോഴും സൃഷ്ടിച്ചുകൊണ്ടിരിക്കുകയും ചെയ്യുന്ന ആളല്ലേ അദ്ദേഹം? ഓരോ നിമിഷത്തിലേയും പ്രവൃത്തിയിൽ ചെങ്കിസ്ഖാനെ കടത്തിവെട്ടിക്കൊണ്ടിരിക്കുകയല്ലേ? ഒരു യഥാർത്ഥ നരകമായ ഈ ലോകം സൃഷ്ടിച്ചതെന്തിനാണ്? സൃഷ്ടിക്കാതിരിക്കാനും കഴിവുള്ള ആളായിരിക്കെ, അദ്ദേഹം എന്തിനാണ് മനുഷ്യനെ സൃഷ്ടിച്ചത്? ഇതിനെല്ലാം എന്താണ് ന്യായീകരണം? നിരപരാധികളായ പീഡിതർക്ക് പിന്നീട് വരദാനം നടത്താനും തെറ്റു ചെയ്യുന്നവരെ ശിക്ഷിക്കാനുമായിരുന്നോ? നിങ്ങൾ എന്തു പറയുന്നു? നിങ്ങളുടെ ദേഹത്ത് ബോധപൂർവ്വം പരിക്കേല്പിക്കാൻ ധൈര്യപ്പെടുകയും പിന്നീട് നിങ്ങളുടെ പരിക്കുകളിന്മേൽ വളരെ മൃദുലവും ആശ്വാസകരവുമായ മരുന്ന് പുരട്ടിത്തരുകയും ചെയ്യുന്ന ഒരു മനുഷ്യനെ നിങ്ങൾ എത്രത്തോളം ന്യായീകരിക്കും? മനുഷ്യരെ അർദ്ധപട്ടിണികൊണ്ട് ക്രുദ്ധനായ സിംഹത്തിനുമുമ്പിലേക്ക് അതുമായി പോരാട്ടം നടത്താൻ എടുത്തെറിഞ്ഞുകൊടുക്കുകയും പിന്നീട്, അവർ ജീവൻ രക്ഷപ്പെടുത്തി പുറത്തുവന്നാൽ അവരെ പരിരക്ഷിക്കുകയും പരിചരിക്കുകയും ചെയ്യുന്ന, വരേണ്യരുടെ ഉല്ലാസത്തിനായി സ്ഥാപിക്കപ്പെട്ടു പോരുന്ന 'ഗ്ലേഡിയേറ്റർ' എന്ന ക്രീഡാസമ്പ്രദായത്തിന്റെ സംഘാടകർക്കും അതിനെ പിന്തുണ

യ്ക്കുന്നവർക്കും അവരുടെ ഈ വിനോദത്തെ എത്രത്തോളം ന്യായീകരിക്കാൻ കഴിയും? അതുകൊണ്ടാണ് ഞാൻ ചോദിക്കുന്നത്, സുബോധമുള്ള പരമാത്മാവ് എന്തിനാണ് ഈ ലോകത്തെ സൃഷ്ടിക്കുകയും അതിൽ മനുഷ്യനെ സൃഷ്ടിച്ച് വസിപ്പിക്കുകയും ചെയ്തതെന്ന്? ഉല്ലാസം തേടിയാണോ ഇത് ചെയ്തത്? അപ്പോൾ, അദ്ദേഹവും നീറോയും തമ്മിൽ എന്താണ് വ്യത്യാസം?

നിങ്ങൾ–മുഹമ്മദീയരും ക്രിസ്ത്യാനികളും–ഉത്തരം പറയാൻവേണ്ടി ഞാൻ ചോദിക്കുകയാണ്? മേൽപ്പറഞ്ഞ ചോദ്യങ്ങൾക്ക് നിങ്ങൾക്ക് എന്ത് മറുപടിയാണ് പറയാനുള്ളത്? നിങ്ങൾ മുൻജന്മം എന്ന സങ്കല്പത്തിൽ വിശ്വസിക്കുന്നവരല്ലല്ലോ. ഹിന്ദുക്കളാണെങ്കിൽ മറ്റൊരു വാദവുമായി പിന്നെയും ശങ്കിച്ചു നില്ക്കും. പ്രത്യക്ഷത്തിൽ തികച്ചും നിരപരാധികൾ, ദുരിതമനുഭവിക്കുന്നവർ മുൻജന്മത്തിൽ ചെയ്ത പാപകൃത്യങ്ങളാണ് ഇപ്പോഴത്തെ അവരുടെ ദുരിതങ്ങൾക്ക് കാരണമെന്ന് ഹിന്ദുക്കൾ വാദിക്കുന്നതുപോലെ നിങ്ങൾക്ക് വാദിക്കാനാവില്ലല്ലോ. ഞാൻ നിങ്ങളോട് ഒന്ന് ചോദിക്കട്ടെ–സർവ്വശക്തൻ തന്റെ അരുളപ്പാടിലൂടെ ഈ ലോകം സൃഷ്ടിക്കാൻവേണ്ടി ആറുദിവസം അദ്ധ്വാനിച്ചത് എന്തുകൊണ്ടാണ്? സൃഷ്ടിക്കുശേഷം ഓരോ ദിവസവും 'സർവ്വം മംഗളം' എന്ന് അരുളിച്ചെയ്യാൻവേണ്ടി പരിശ്രമിക്കുകയും ചെയ്യുന്നത് എന്തിനാണ്? ഇന്ന് നിങ്ങൾ അദ്ദേഹത്തെ ഒന്ന് വിളിച്ചുവരുത്തി, മുൻകാലചരിത്രം കാണിച്ചുകൊടുക്കുകയും നിലവിലുള്ള പരിതഃസ്ഥിതികളെക്കുറിച്ച് പഠിക്കാൻ അഭ്യർത്ഥിക്കുകയും ചെയ്യാമോ? അതുകഴിഞ്ഞാൽ പിന്നെയും 'സർവ്വം മംഗളം' എന്ന് പറയാൻ ധൈര്യപ്പെടുമോ എന്ന് നമുക്ക് നോക്കാം.

ജയിലുകളുടെ ഇരുട്ടറകളിൽനിന്നും, ചേരികളിലും കുടിലുകളിലും ഉള്ള ലക്ഷക്കണക്കിന് മനുഷ്യരുടെ അദ്ധ്വാനത്തെ നഷ്ടമാക്കിക്കളയുന്ന പട്ടിണിക്കലവറകളിൽനിന്നും, മുതലാളിത്തത്തിന്റെ രക്തദാഹികളായ വേതാളങ്ങൾ തങ്ങളുടെ രക്തം ഊറ്റിക്കുടിക്കുന്ന പ്രക്രിയയെയും സാമാന്യബോധമുള്ളവർക്ക് ഞെട്ടലും ഭീതിയും ഉളവാക്കും വിധം മനുഷ്യാദ്ധ്വാനം പാഴാക്കിക്കളയുന്ന അവസ്ഥയെയും ക്ഷമയോടെ അല്ലെങ്കിൽ നിസംഗതയോടെ–നോക്കിക്കൊണ്ടിരിക്കുന്ന ചൂഷിതരായ തൊഴിലാളികളിൽനിന്നും, അത്യാവശ്യക്കാരായ ഉല്പാദകർക്ക് വിതരണം ചെയ്തു കൊടുക്കുന്നതിനുപകരം, അധികം വന്ന ഉല്പന്നങ്ങൾ കടലിലേക്ക് എടുത്തെറിയുന്നതാണ് നല്ലതെന്ന് കരുതിപ്പോരുന്നവരിൽനിന്നും, ആരംഭിച്ച് മനുഷ്യാസ്ഥികളുടെ അടിത്തറയിൽ കെട്ടിപ്പടുക്കുന്ന രാജകൊട്ടാരങ്ങൾ വരേക്കും ഉള്ളതെല്ലാം ഇവർ കാണട്ടെ. എന്നിട്ട് അവർ 'സർവ്വം മംഗളം' എന്ന് പറയുമോ? എന്തിന്? എന്തുകൊണ്ട്? അതാണെന്റെ ചോദ്യം. ഓ! നിങ്ങൾ മൗനം പാലിക്കുകയാണോ? എന്നാൽ, ശരി, ഞാൻ തുടരട്ടെ.

കൊള്ളാം, നിങ്ങൾ ഹിന്ദുക്കൾ പറയുന്നത് ഇപ്പോൾ ദുരിതം അനുഭവിച്ചുകൊണ്ടിരിക്കുന്നവരെല്ലാം, മുൻജന്മത്തിൽ പാപികളായിരുന്ന വിഭാഗത്തിൽപ്പെട്ടവരാണെന്നല്ലേ? അതുപോലെ നിങ്ങൾ പറയുന്നത് ഇപ്പോൾ മർദ്ദകരായിരിക്കുന്നവരെല്ലാം മുൻജന്മത്തിൽ ദിവ്യന്മാരായിരുന്നു എന്നല്ലേ? അതുകൊണ്ടാണവർ അധികാരത്തിന്റെ ഗുണഫലങ്ങൾ ആസ്വദിക്കുന്നതെന്നല്ലേ നിങ്ങൾ പറയുന്നത്? തീർച്ചയായും നിങ്ങളുടെ പൂർവ്വികൻമാർ നല്ല മിടുക്കൻമാരായിരുന്നുവെന്ന് ഞാൻ സമ്മതിക്കാം. യുക്തിയുടെയും അവിശ്വാസത്തിന്റെയും അടിസ്ഥാനത്തിലുള്ള പരിശ്രമങ്ങളെയെല്ലാം ചുറ്റികകൊണ്ടടിച്ച് താഴ്ത്താൻ കഴിയുന്നത്ര ശക്തമായ തത്ത്വങ്ങൾ കണ്ടുപിടിക്കലായിരുന്നു അവരുടെ ജോലി. എന്നാൽ ഈ വാദം എത്രത്തോളം നിലനില്ക്കും എന്നത് നമുക്ക് വിശകലനം ചെയ്യാം.

ഏറ്റവും പ്രശസ്തരായ നിയമശാസ്ത്ര പണ്ഡിതന്മാരുടെ അഭിപ്രായത്തിൽ തെറ്റു ചെയ്തയാൾക്കെതിരെ ശിക്ഷ ചുമത്തുന്നത് മൂന്നോ നാലോ ഉദ്ദേശ്യങ്ങൾക്കുവേണ്ടിയായാൽ മാത്രമേ നീതീകരിക്കാനാവുകയുള്ളു. ആ ഉദ്ദേശ്യങ്ങൾ ഇവയാണ്: പകരംവീട്ടൽ, ദുർഗ്ഗുണപരിഹാരം, ശിക്ഷകിട്ടുമെന്ന ഭയം ഉളവാക്കി തടയുക.

'പകരം വീട്ടൽ' എന്ന തത്ത്വത്തെ പുരോഗമനവാദികളായ ചിന്തകരെല്ലാം ഇപ്പോൾ അപലപിക്കുന്നുണ്ട്. അതുപോലെ 'ഭയപ്പെടുത്തി തടയുക' എന്ന തത്ത്വത്തിന്റെ കാര്യത്തിലും സ്ഥിതി അതുതന്നെയാണ്. ദുർഗ്ഗുണപരിഹാരം എന്ന തത്ത്വം മാത്രമാണ് മനുഷ്യപുരോഗതിക്ക് അത്യന്താപേക്ഷിതവും ഒഴിച്ചുകൂടാനാവാത്തതും ആയി അംഗീകരിക്കപ്പെടുന്നത്, അത് കുറ്റവാളിയെ ഏറ്റവും പ്രാപ്തനും സമാധാനപ്രേമിയും ആയ ഒരു പൗരനാക്കി സമൂഹത്തിലേക്ക് തിരിച്ചുകൊണ്ടുവരാൻ ഉദ്ദേശിച്ചുള്ളതാണ്. മനുഷ്യർ കുറ്റവാളികളാണെന്ന് കരുതിയാൽപ്പോലും അവരുടെമേൽ ദൈവം ചുമത്തുന്ന ശിക്ഷയുടെ സ്വഭാവം എന്താണ്? അവരെ അടുത്ത ജന്മത്തിൽ ഒരു പശുവോ പൂച്ചയോ വൃക്ഷമോ ചെടിയോ ജന്തുവോ ആയി തിരിച്ച് അയക്കാനാണ് ദൈവം നിശ്ചയിക്കുന്നത് എന്ന് നിങ്ങൾ ഒരുവേള പറഞ്ഞേക്കാം. ഇത്തരം ശിക്ഷയുടെ എണ്ണം നിങ്ങളുടെ കണക്കനുസരിച്ച് 84 ലക്ഷമാണ്. ഞാൻ ഒന്നു ചോദിക്കട്ടെ. ഈ ശിക്ഷകൾ മനുഷ്യനിൽ ദുർഗ്ഗുണപരിഹാരമായ എന്ത് ഫലമാണുളവാക്കുന്നത്. മുൻ ജന്മത്തിൽ കഴുതയായി ജനിച്ചത് അതിനുമുമ്പ് പാപം ചെയ്തതിന്റെ ഫലമായിട്ടാണെന്ന് പറഞ്ഞുകൊണ്ട് എത്രപേർ നിങ്ങളുടെ അടുക്കൽ വന്നിട്ടുണ്ട്? ആരുമില്ല. നിങ്ങൾ പുരാണങ്ങളൊന്നും ഉദ്ധരിക്കണ്ട. നിങ്ങളുടെ പുരാണങ്ങൾ കൈകാര്യം ചെയ്യാനുള്ള കോപ്പൊന്നും എന്റെ പക്കലില്ല. അതിനുപുറമെ ഈ ലോകത്ത് ഏറ്റവും വലിയ പാപം ദരിദ്രരായി കഴിയുക എന്നതാണെന്ന് നിങ്ങൾക്കറിയാമോ? ദാരിദ്ര്യം പാപമാണ്. അതൊരു ശിക്ഷയാണ്. കുറ്റങ്ങളെക്കുറിച്ചുള്ള ശാസ്ത്രത്തിൽ പണ്ഡിതനായ ഒരാളോ,

നിയമശാസ്ത്രപണ്ഡിതനോ നിയമനിർമ്മാതാവോ ഇനിയും കൂടുതൽ ശിക്ഷകിട്ടാൻ മനുഷ്യനെ നിർബ്ബന്ധിതനാക്കുന്ന തരത്തിലുള്ള ശിക്ഷാ നടപടികൾ നിർദ്ദേശിച്ചാൽ നിങ്ങൾ അത് എത്രത്തോളം മാനിക്കും? നിങ്ങളുടെ ദൈവം ഇതൊന്നും ചിന്തിച്ചിരുന്നില്ലേ? അതോ, അദ്ദേഹ ത്തിനും അനുഭവത്തിൽക്കൂടിയാണ് പഠിക്കേണ്ടിവന്നതെന്നാണോ? ആ അനുഭവങ്ങൾ, പറഞ്ഞറിയിക്കാനാവാത്തത്ര ദുരിതങ്ങൾ മനുഷ്യൻ സഹിക്കേണ്ടിവരുന്ന അനുഭവങ്ങളായിരുന്നില്ലെ? ദരിദ്രനും നിരക്ഷ രനും ആയ ഒരു തോട്ടിയുടെയോ തൂപ്പുകാരന്റേയോ കുടുംബത്തിൽ ജനിക്കാനിടയായ ഒരു മനുഷ്യന്റെ ഗതിയെപ്പറ്റി നിങ്ങൾ ചിന്തിച്ചിട്ടുണ്ടോ? അവർ ദരിദ്രനായതുകൊണ്ട് അവന് പഠിക്കാനാവില്ല. കുറെക്കൂടി ഉയർന്ന ജാതിയിൽ ജനിച്ചവരായിപ്പോയതുകൊണ്ട് അവ നേക്കാൾ ഉന്നതരാണെന്ന് സ്വയം കരുതുന്ന അവന്റെ സഹജീവിക ളായ മനുഷ്യർ അവനെ വെറുക്കുകയും അകറ്റിമാറ്റുകയും ചെയ്യുന്നു. അവന്റെ അജ്ഞതയും ദാരിദ്ര്യവും അവനോട് കാട്ടുന്ന പെരുമാറ്റവും എല്ലാം സമൂഹത്തോടുള്ള അവന്റെ മനോഭാവം കൂടുതൽ കർക്കശമാ ക്കിത്തീർക്കുന്നു. അവൻ ഒരു പാപകൃത്യം ചെയ്തുവെന്ന് കരുതുക. അതിന്റെ ഫലം അനുഭവിക്കുന്നത് ആരായിരിക്കും. അവൻ തന്നെയാ ണോ, അതല്ല, ദൈവമോ, സമൂഹത്തിലെ പണ്ഡിതന്മാരോ? അഹ ന്തയും താൻപ്രമാണിത്തവുമുള്ള ബ്രാഹ്മണൻ ബോധപൂർവ്വം അജ്ഞ രാക്കി അടക്കിവെച്ചിരുന്ന ആളുകളുടെ ശിക്ഷയെപ്പറ്റി നിങ്ങൾ എന്ത് പറയുന്നു? അതേപോലെ നിങ്ങളുടെ പാവനമായ വൈജ്ഞാനിക ഗ്രന്ഥങ്ങളിലെ-വേദങ്ങളിലെ-കുറെ വാക്യങ്ങൾ കേട്ടുപോയ കുറ്റ ത്തിന് ചെവിക്കുപിടിച്ച് നയിക്കപ്പെട്ടതിന്റെ പ്രയാസങ്ങൾ അനുഭവിക്കേ ണ്ടിവന്നവരുടെ ശിക്ഷയെപ്പറ്റി എന്ത് പറയുന്നു? അവർ എന്തെങ്കിലും കുറ്റം ചെയ്തെങ്കിൽതന്നെ അതിന് ആരാണ് ഉത്തരവാദി? ആരാണ് അതിന്റെ ആഘാതം താങ്ങേണ്ടത്? എന്റെ പ്രിയപ്പെട്ട സുഹൃത്തുക്ക ളെ, ഈ ന്യായവാദങ്ങളെല്ലാം വിശേഷാധികാരാവകാശങ്ങൾ ആസ്വദി ക്കുന്ന വിഭാഗക്കാരുടെ കല്പിതസൃഷ്ടികളാണ്. ഈ ന്യായവാദങ്ങ ളുടെ സഹായത്തോടെയാണ് അവർ തട്ടിയെടുത്ത അധികാരങ്ങൾ, സമ്പത്ത്, പ്രതാപം എന്നിവയ്ക്കെല്ലാം ന്യായീകരണം കണ്ടെത്തുന്ന ത്. അതെ, അപ്ടൺ സിംക്ലെയർ ആണെന്ന് തോന്നുന്നു, എവിടെയോ എഴുതിയത്, അമരത്വത്തിൽ വിശ്വാസിയാക്കാൻ കഴിഞ്ഞാൽപിന്നെ അവന്റെ സമ്പത്തും ആസ്തികളും എല്ലാം കൊള്ളയടിക്കാൻ എത്ര എളുപ്പമായിരിക്കുമെന്ന്! അക്കാര്യത്തിൽപോലും മുറുമുറുപ്പൊന്നും കൂടാതെ അവൻ നിങ്ങളെ സഹായിക്കും. മതപ്രചാരകരും അധികാരം കയ്യാളുന്നവരും തമ്മിലുള്ള സഖ്യമാണ് ജയിലുകളും കൊലമരങ്ങളും ചാട്ടവാറടിയും എല്ലാം ഏർപ്പെടുത്തിയത്.

ഏതെങ്കിലും ഒരാൾ പാപമോ കുറ്റകൃത്യമോ ചെയ്യാൻ മുതിരു മ്പോൾതന്നെ നിങ്ങളുടെ സർവ്വശക്തനായ ദൈവം അയാളെ

അതിൽനിന്ന് തടയാത്തത് എന്തുകൊണ്ട് എന്ന് ഞാനൊന്ന് ചോദിച്ചോട്ടെ. അദ്ദേഹത്തിന് വളരെയെളുപ്പം അത് ചെയ്യാമല്ലൊ. യുദ്ധകുതുകികളായ ഭരണാധികാരികളെ അദ്ദേഹം കൊല്ലാത്തതെന്തുകൊണ്ടാണ്? അല്ലെങ്കിൽ അവരുടെ യുദ്ധഭ്രാന്തെങ്കിലും നശിപ്പിക്കാത്തതെന്തുകൊണ്ടാണ്? അങ്ങനെയായിരുന്നെങ്കിൽ മഹായുദ്ധത്തിന്റെ വിപത്ത് മനുഷ്യരാശിയുടെ തലയിലേക്കെറിയപ്പെട്ടത് ഒഴിവാക്കാമായിരുന്നില്ലേ? ബ്രിട്ടീഷ് ജനതയുടെ മനസ്സിൽ ഇന്ത്യയുടെ മോചനത്തിന് അനുകൂലമായ വികാരം അദ്ദേഹത്തിന് ജനിപ്പിക്കാമായിരുന്നില്ലേ? എല്ലാ മുതലാളിമാരുടെയും ഹൃദയത്തിൽ, ഉല്പാദനോപാധികളുടെ വ്യക്തിപരമായ ഉടമാവകാശം ഉപേക്ഷിക്കാനും അങ്ങനെ, അദ്ധ്വാനിക്കുന്ന ജനങ്ങളെയാകെ മാത്രമല്ല, മുഴുവൻ മനുഷ്യരാശിയെയും മുതലാളിത്തത്തിന്റെ അടിമത്തത്തിൽനിന്നും മോചിപ്പിക്കാനും സഹായകമാകുംവിധം ഭൂതദയാപരമായ വികാരങ്ങൾ നിവേശിപ്പിക്കാൻ ദൈവം മുതിരാത്തതെന്തുകൊണ്ടാണ്? സോഷ്യലിസ്റ്റ് തത്ത്വശാസ്ത്രത്തിന്റെ പ്രായോഗികതയെപ്പറ്റി ന്യായവാദം നടത്താൻ നിങ്ങൾ ആഗ്രഹിക്കുന്നു. ആ തത്ത്വം പ്രാവർത്തികമാക്കുന്ന കാര്യം ഞാൻ, നിങ്ങളുടെ സർവ്വശക്തന് വിട്ടുകൊടുക്കുന്നു. ജനങ്ങളുടെ ക്ഷേമത്തെ സംബന്ധിച്ചിടത്തോളം സോഷ്യലിസത്തിന്റെ ഗുണവശങ്ങൾ പൊതുവെ ജനങ്ങൾ അംഗീകരിക്കുന്നു. പക്ഷേ, അത് അപ്രായോഗികം ആണെന്ന പേരിലാണ് അവർ അതിനെ എതിർക്കുന്നത്. സർവ്വശക്തൻ കടന്നുവന്ന് കാര്യങ്ങളൊക്കെ ചിട്ടയായി ഏർപ്പെടുത്തട്ടെ. ഇനി ഇപ്പോൾ വളഞ്ഞ വഴിക്കുള്ള വാദങ്ങളൊന്നും ഉന്നയിക്കാൻ ശ്രമിക്കേണ്ട. അതെല്ലാം ക്രമവിരുദ്ധമാണെന്ന് വിധിക്കുന്നു. ഞാൻ നിങ്ങളോട് പറയട്ടെ, ബ്രിട്ടീഷ്ഭരണം, ദൈവത്തിന്റെ ഇച്ഛകൊണ്ടൊന്നുമല്ല, ഇവിടെ വന്നു ചേർന്നത്. ബ്രിട്ടീഷുകാർക്ക് അധികാരശക്തി ഉള്ളതുകൊണ്ടും, നാം അതിനെ എതിർക്കാൻ ധൈര്യപ്പെടാത്തതുകൊണ്ടുമാണ് അത് ഇവിടെ ഉണ്ടായത്. നമ്മെ അവർ കീഴടക്കിവെച്ചിരിക്കുന്നത് ദൈവത്തിന്റെ സഹായത്തോടുകൂടി അല്ലെന്നല്ല. പക്ഷേ, തോക്കുകളും പീരങ്കികളും ബോംബുകളും വെടിയുണ്ടകളും പൊലീസും പട്ടാളവും എല്ലാം അവർ എടുത്ത് പ്രയോഗിക്കുകയും നാം അലംഭാവത്തോടെയിരിക്കുകയും ചെയ്യുന്നതുകൊണ്ടാണ് അവർ അങ്ങേയറ്റം നിന്ദ്യമായ പാപകൃത്യങ്ങൾ നമ്മുടെ സമൂഹത്തിനെതിരെ കാട്ടുന്നതിൽ വിജയിക്കുന്നത്. ഒരു രാഷ്ട്രത്തിനെ മറ്റൊരു രാഷ്ട്രം നിഷ്ഠുരമായി ചൂഷണം ചെയ്യുന്ന പാപകൃത്യമാണ് അവർ ചെയ്യുന്നത്. അപ്പോൾ ദൈവം എവിടെപ്പോയി? അദ്ദേഹം എന്തു ചെയ്യുന്നു? മനുഷ്യരാശി അനുഭവിക്കുന്ന ഈ ദുരിതങ്ങളെല്ലാം കണ്ട് അദ്ദേഹം ആഹ്ലാദിച്ച് കഴിയുകയാണോ? ഒരു നീറോ ചക്രവർത്തി! ഒരു ചെങ്കിസ്ഖാൻ! അയാൾ നശിക്കട്ടെ.

ഈ ലോകത്തിന്റെ ഉല്പത്തിയെയും മനുഷ്യന്റെ ഉല്പത്തിയെയും കുറിച്ച് വിശദീകരിക്കണമെന്നാണോ നിങ്ങൾ എന്നോട് ആവശ്യപ്പെടുന്നത്? ശരി, ഞാൻ പറയാം, ചാൾസ് ഡാർവിൻ ഈ വിഷയത്തിൽ കുറെ

വെളിച്ചം വീശാൻ ശ്രമിച്ചിട്ടുണ്ട്. അദ്ദേഹത്തിന്റെ കൃതികൾ പഠിക്കുക. സോഹം സ്വാമിയുടെ *സാമാന്യബോധം* എന്ന കൃതി വായിക്കുക. അത് നിങ്ങളുടെ ചോദ്യങ്ങൾക്ക് ഒരു പരിധിവരെയുള്ള മറുപടി നല്കും. ഇത് പ്രകൃതിയുടെ പ്രതിഭാസമാണ്. വിവിധ പദാർത്ഥങ്ങൾ യാദൃച്ഛികമായി കൂട്ടുചേർന്നുണ്ടായ പല രൂപത്തിലുള്ള പുതിയ പദാർത്ഥമാണ് ഈ ഭൂമി സൃഷ്ടിച്ചത്. എപ്പോഴായിരുന്നു ഇത്? ചരിത്രം നോക്കുക. ഇതേ പ്രക്രിയ തന്നെയാണ് മൃഗങ്ങളെയും, ഏറെക്കാലം കഴിഞ്ഞ് മനുഷ്യനെയും സൃഷ്ടിച്ചത്. ഡാർവിന്റെ *വംശോല്പത്തി* എന്ന ഗ്രന്ഥം വായിക്കുക. പിന്നീടുണ്ടായ പുരോഗതിയെല്ലാം മനഷ്യനും പ്രകൃതിയും തമ്മിലുള്ള നിരന്തരമായ സംഘട്ടനത്തിന്റെയും പ്രകൃതിയെ മെരുക്കിയെടുക്കാനുള്ള അവന്റെ പരിശ്രമത്തിന്റെയും ഫലമായി ഉണ്ടായതാണ്. ഈ പ്രതിഭാസത്തെക്കുറിച്ച് ഏറ്റവും ഹ്രസ്വമായ ഒരു വിശദീകരണമാണ് ഇവിടെ കൊടുത്തത്.

ഇനി നിങ്ങൾ ചോദിച്ചേക്കാവുന്ന മറ്റൊരു ചോദ്യം ഇങ്ങനെയാവാം. മുൻജന്മത്തിൽ പാപകർമ്മങ്ങൾ ചെയ്തതുകൊണ്ടല്ലെങ്കിൽ പിന്നെ എന്തുകൊണ്ടാണ് ഒരു ശിശു ജനിക്കുമ്പോൾതന്നെ അന്ധനോ മുടന്തനോ ആയിപ്പോകുന്നത്? ഈ പ്രശ്നത്തിന് ജീവശാസ്ത്രജ്ഞന്മാർ നല്കിയിരിക്കുന്ന വിശദീകരണം ഇതൊരു ജീവശാസ്ത്രപരമായ പ്രതിഭാസം മാത്രമാണെന്നാണ്. അവരുടെ അഭിപ്രായത്തിൽ ഇതിന്റെ ഉത്തരവാദിത്വം ആകെ ആ കുട്ടികളുടെ മാതാപിതാക്കളിൽതന്നെയാണെന്നാണ്. മാതാപിതാക്കളുടെ ഭാഗത്തുനിന്ന് ബോധപൂർവ്വമോ അബോധപൂർവ്വമായോ ഉണ്ടായ ഏതെങ്കിലും പ്രവൃത്തിയുടെ ഫലമായി ഗർഭസ്ഥനായ ശിശുവിൽ ഇത്തരം വൈകല്യങ്ങൾ ഉണ്ടാകാം എന്നാണ് അവരുടെ അഭിപ്രായം.

ഇനിയും നിങ്ങൾ മറ്റൊരു ചോദ്യംകൂടി ചോദിച്ചേക്കാം–സാരാംശത്തിൽ ബാലിശമായ ഒരു ചോദ്യമാണ് അതെങ്കിലും നിങ്ങൾ അതു ചോദിച്ചേക്കാം. ദൈവം ഇല്ലെങ്കിൽ പിന്നെ എങ്ങനെയാണ് മനുഷ്യൻ അദ്ദേഹത്തിൽ വിശ്വാസം അർപ്പിക്കാൻ തുടങ്ങുന്നത്? ഇതിന് എന്റെ മറുപടി വളരെ വ്യക്തവും ഹ്രസ്വവും ആണ്. അവർ ഭൂതങ്ങളെക്കുറിച്ചും പ്രേതങ്ങളെക്കുറിച്ചും മറ്റും വിശ്വസിച്ച് തുടങ്ങിയതെങ്ങനെയാണോ അതുപോലെതന്നെ. ഒരു വ്യത്യാസം മാത്രമേയുള്ളൂ. ദൈവത്തിലുള്ള വിശ്വാസം ഏതാണ്ട് സാർവ്വത്രികമാണ്. അതിന്റെ തത്ത്വശാസ്ത്രം വികസിതവുമാണ്. ചില തീവ്രവാദികളെപ്പോലെ ഇതിന്റെ ഉല്പത്തി, ചൂഷകരുടെ സങ്കല്പനാചാതുര്യത്തിൽ നിന്നാണെന്ന് പറയുന്നില്ല. ഒരു പരമാത്മാവ് ഉണ്ടെന്ന് പ്രചരിപ്പിക്കുകയും തങ്ങളുടെ അധികാരാവകാശങ്ങൾക്കും വിശേഷസ്ഥാനങ്ങൾക്കും എല്ലാം ആ സർവ്വശക്തന്റെ സമ്മതിയുണ്ടെന്നും വാദിച്ചുകൊണ്ട് സാധാരണക്കാരെ കീഴടക്കിവെക്കാൻ ചൂഷകർ ശ്രമിക്കുന്നു എന്നാണ് തീവ്രവാദികൾ ദൈവവിശ്വാസത്തിന്റെ ഉല്പത്തിയെപ്പറ്റി ന്യായവാദം നടത്തുന്നത്. എല്ലാ വിശ്വാസങ്ങളും മതങ്ങളും

വിശ്വാസപ്രമാണങ്ങളും ഇത്തരത്തിലുള്ള മറ്റ് സ്ഥാപനങ്ങളും, സ്വേച്ഛാധിപതികളെയും ചൂഷകരെയും പിന്തുണയ്ക്കുന്നവ ആയിത്തീർന്നു എന്ന തീവ്രവാദികളുടെ വാദത്തോളം ഞാൻ അവരുമായി യോജിക്കുന്നു. രാജാവിനെതിരായ കലാപം, എല്ലാ മതങ്ങളുടെയും വീക്ഷണത്തിൽ, എപ്പോഴും ഒരു പാപമായി കരുതപ്പെടുന്നു.

ദൈവം എന്ന സങ്കല്പത്തിന്റെ ഉല്പത്തിയെ സംബന്ധിച്ചിടത്തോളം എന്റെ വ്യക്തിപരമായ അഭിപ്രായം ഇങ്ങനെയാണ്: മനുഷ്യന്റെ പരിമിതികളെയും ദൗർബല്യങ്ങളെയും പോരായ്മകളെയും കുറിച്ച് ധാരണയുണ്ടായതോടുകൂടി, പ്രയാസമേറിയ എല്ലാ സാഹചര്യങ്ങളെയും ധീരമായി നേരിടുന്നതിനും എല്ലാ അപകടങ്ങളെയും പൗരുഷ്യത്തോടെ നേരിടുന്നതിനും അഭിവൃദ്ധിയും സമ്പന്നതയും ഉണ്ടാകുമ്പോൾ അമിതമായി ആഹ്ലാദപ്രകടനങ്ങൾ നടത്തുന്നതിൽനിന്നും മനുഷ്യനെ നിയന്ത്രിക്കുന്നതിനുംവേണ്ടി ദൈവം എന്ന സങ്കല്പം ഉയർത്തിക്കൊണ്ടുവന്നു. ദൈവത്തിന്റെ പ്രത്യേക നിയമങ്ങളുടെയും പിതൃതുല്യമായ ദാനശീലത്തിന്റെയും സങ്കല്പങ്ങൾ വളരെ വിശദമായി ചിത്രീകരിക്കപ്പെട്ടു. ദൈവകോപത്തെയും ദൈവത്തിന്റെ പ്രത്യേക നിയമങ്ങളെയും കുറിച്ചുള്ള ചർച്ചയിലൂടെ, മനുഷ്യൻ സമൂഹത്തിന് ഒരു അപകടകാരിയാകാതിരിക്കാൻവേണ്ടി ദൈവത്തെക്കുറിച്ചുള്ള ഭയം മനുഷ്യന്റെ പ്രവർത്തനങ്ങൾ അതിർകടക്കുന്നതിനെ തടയാനുള്ള ഉപാധിയാക്കി. മാതാവും പിതാവും സഹോദരിയും സഹോദരനും സുഹൃത്തും സഹായിയും എല്ലാമാണ് ദൈവമെന്ന് വിശദീകരിച്ചുകൊണ്ടാണ് ദൈവത്തിന്റെ പിതൃതുല്യമായ ഗുണങ്ങളെക്കുറിച്ച് മനുഷ്യനെ മനസ്സിലാക്കിക്കാൻ ശ്രമിച്ചുപോന്നത്. മനുഷ്യന് വലിയ ദുരിതം വന്നുപെടുമ്പോൾ, സുഹൃത്തുക്കളെല്ലാം അവനെ ഉപേക്ഷിച്ച് പോകുമ്പോൾ, എല്ലായ്പ്പോഴും ഒരു യഥാർത്ഥ സുഹൃത്തായി പ്രവർത്തിക്കുന്ന ഒരാൾ അവനെ സഹായിക്കാനും പിന്തുണയ്ക്കാനും ഉണ്ടെന്ന സങ്കല്പം അവന് ആശ്വാസം നല്കുന്നു; ആ സുഹൃത്ത് സർവ്വശക്തൻ ആണെന്നും എന്തും ചെയ്യാൻ കഴിവുള്ളവനാണെന്നും ഉള്ള സങ്കല്പം അവന് ആശ്വാസം നല്കുന്നു. പ്രാകൃതയുഗത്തിൽ ഇത് യഥാർത്ഥത്തിൽ സമൂഹത്തിന് ഉപകാരപ്രദമായ ഒരു സങ്കല്പം ആയിരുന്നുതാനും.

വിഗ്രഹാരാധനയ്ക്കും മതത്തെക്കുറിച്ചുള്ള സങ്കുചിതമായ കാഴ്ചപ്പാടിനും എതിരായി പൊരുതുന്നതുപോലെ തന്നെ സമൂഹം ഈ വിശ്വാസത്തിനെതിരായും പൊരുതേണ്ടതുണ്ട്. അതുപോലെ മനുഷ്യൻ സ്വന്തം കാലിൽ നില്ക്കാൻ ശ്രമിക്കുകയും ഒരു യാഥാർത്ഥ്യവാദിയായിത്തീരുകയും ചെയ്യുമ്പോൾ, അവൻ ഈ വിശ്വാസത്തെയാകെ വലിച്ചെറിയുകയും സാഹചര്യങ്ങൾ അവന് വരുത്തിവെച്ചേക്കാവുന്ന ദുരിതങ്ങളെയും കുഴപ്പങ്ങളെയും പൗരുഷത്തോടെ നേരിടുകയും ചെയ്യണം. ഇതാണ് യഥാർത്ഥത്തിൽ എന്റെ സ്ഥിതി. സുഹൃത്തുക്കളെ,

ഇത് എന്റെ അഹങ്കാരമല്ല, എന്റെ ചിന്താഗതിയാണ് എന്നെ ഒരു നിരീശ്വരവാദിയാക്കിയത്.

ദൈവവിശ്വാസവും, മനുഷ്യനെ സംബന്ധിച്ചിടത്തോളം അങ്ങേയറ്റം സ്വാർത്ഥതാപരവും, അപമാനകരവും ആണെന്ന് ഞാൻ കരുതുന്ന ദൈനംദിന പ്രാർത്ഥനയും മറ്റും എന്റെ കാര്യത്തിൽ സഹായകമായി ത്തീരുമോ, അതല്ല, കാര്യങ്ങൾ കുറേക്കൂടി വഷളാക്കുമോ എന്നൊന്നും എനിക്കറിയില്ല. നിരീശ്വരവാദികൾ എല്ലാ കുഴപ്പങ്ങളെയും ധീരമായി നേരി ടുന്നതിനെക്കുറിച്ച് ഞാൻ വായിച്ചിട്ടുണ്ട്. അതുകൊണ്ട് അവസാനംവരെ, കഴുമരത്തിലേറുമ്പോൾപോലും തല ഉയർത്തിപ്പിടിച്ച് ഒരു മനുഷ്യനെ പ്പോലെ ഉറച്ചുനില്ക്കാനാണ് ഞാൻ ശ്രമിക്കുന്നത്.

ഞാൻ എങ്ങനെയാണ് കാര്യങ്ങൾ മുന്നോട്ട് കൊണ്ടുപോകുന്ന തെന്ന് നമുക്ക് നോക്കിക്കാണാം. എന്റെ സുഹൃത്ത് ഞാൻ പ്രാർത്ഥിക്ക ണമെന്നാണ് പറഞ്ഞത്. എന്റെ നിരീശ്വരവാദത്തെക്കുറിച്ച് അദ്ദേ ഹത്തെ ധരിപ്പിച്ചപ്പോൾ അദ്ദേഹം പറഞ്ഞത് “നിങ്ങളുടെ അന്തിമദിന ങ്ങളിൽ നിങ്ങൾ വിശ്വസിക്കാൻ തുടങ്ങും” എന്നാണ്. ഞാൻ പറഞ്ഞു: “പ്രിയപ്പെട്ട സാറേ, അങ്ങനെയാവില്ല. അത് അപമാനകരവും വീര്യം കെടുത്തുന്നതും ആയ ഒരു പ്രവൃത്തിയാണെന്നാണ് ഞാൻ കരുതുന്ന ത്. സ്വാർത്ഥപരമായ ഉദ്ദേശ്യത്തോടെ ഞാൻ പ്രാർത്ഥിക്കുകയില്ല.” വായനക്കാരേ, സുഹൃത്തുക്കളേ, ഇത് ‘അഹങ്കാരം’ ആണോ? ആണെ ങ്കിൽ ഞാൻ അതിനായി നിലകൊള്ളുന്നു.

തൂക്കിക്കൊല പാടില്ല, ദയവായി ഞങ്ങളെ വെടിവെച്ചു കൊല്ലുക

ലാഹോർ ഗൂഢാലോചനക്കേസിലെ പ്രതികൾക്കെതിരായ പ്രധാന കുറ്റാരോപണം രാജാവിനെതിരായി യുദ്ധം നടത്തി എന്നാണ്. അതുകൊണ്ട് വധശിക്ഷയ്ക്ക് വിധിക്കപ്പെട്ട മൂന്ന് സഖാക്കളും അവരെ യുദ്ധത്തടവുകാരായി കണക്കാക്കണമെന്ന് ആവശ്യപ്പെട്ടു. സൈന്യത്തിലാണെങ്കിൽ വധശിക്ഷ നടപ്പാക്കുന്നത് ആരാച്ചാരല്ല, വെടിവയ്പ് നടത്തുന്ന ഒരു സ്ക്വാഡാണ്. ഈ അഭ്യർത്ഥനയുമായിട്ടാണ് മൂന്നു സഖാക്കളും പഞ്ചാബ് ഗവർണർക്ക് ഈ കത്തെഴുതിയത്.

പഞ്ചാബ് ഗവർണർക്ക്,
സർ,

ബഹുമാനപുരസരം, ഞങ്ങൾ അങ്ങയുടെ ശ്രദ്ധ താഴെപ്പറയുന്ന കാര്യങ്ങളിലേക്ക് ക്ഷണിച്ചുകൊള്ളുന്നു.

1930 ഒക്ടോബർ 7 -ാം തീയതിയാണ് ഇന്ത്യയിലെ ബ്രിട്ടീഷ് ഗവൺമെന്റിന്റെ തലവനായ ബഹു. വൈസ്രോയി പ്രഖ്യാപിച്ച എൽ സി സി ഓർഡിനൻസ് അനുസരിച്ച് രൂപീകരിക്കപ്പെട്ട എൽ സി സി ട്രിബ്യൂണൽ എന്ന ബ്രിട്ടീഷ് കോടതി ഞങ്ങളെ വധശിക്ഷയ്ക്ക് വിധിച്ചത്. ഞങ്ങൾക്കെതിരായ പ്രധാനപ്പെട്ട കുറ്റാരോപണം ബ്രിട്ടീഷ് രാജാവായ ബഹു. ജോർജ് ചക്രവർത്തിക്കെതിരായി യുദ്ധം ചെയ്തു എന്നതാണ്.

കോടതിയുടെ മേല്പറഞ്ഞ തീർപ്പ് രണ്ടു കാര്യങ്ങൾ മുൻകൂട്ടി അനുമാനിച്ചിരുന്നതിന്റെ അടിസ്ഥാനത്തിലാണ്.

ഒന്നാമതായി, ബ്രിട്ടീഷ് രാഷ്ട്രത്തിനും ഇന്ത്യൻ രാഷ്ട്രത്തിനും

ഇടയ്ക്ക് ഒരു യുദ്ധപരിതഃസ്ഥിതി നിലനില്ക്കുന്നു.

രണ്ടാമതായി, ഞങ്ങൾ യഥാർത്ഥത്തിൽ ആ യുദ്ധത്തിൽ പങ്കെടുത്തെന്നും അതുകൊണ്ട് ഞങ്ങൾ യുദ്ധത്തടവുകാരാണെന്നും.

മേല്പറഞ്ഞ മുൻകൂട്ടിയുള്ള അനുമാനങ്ങളിൽ രണ്ടാമത്തേത്, അല്പം പ്രശംസാമയമായ ഒരു കാര്യമാണ്. എങ്കിൽപ്പോലും, ആ അനുമാനത്തോട് യോജിക്കാനുള്ള ആശയത്തെ ചെറുക്കാതിരിക്കാൻ തക്കവണ്ണം പ്രലോഭനീയമായ ഒരു കാര്യമാണ്.

യുദ്ധപരിതഃസ്ഥിതി

ആദ്യത്തെ അനുമാനത്തെ സംബന്ധിച്ചിടത്തോളം കുറെ വിശദമായി കാര്യങ്ങൾ പ്രതിപാദിക്കാൻ ഞങ്ങൾ നിർബ്ബന്ധിതരാകുന്നു. ആ പദപ്രയോഗം സൂചിപ്പിക്കുന്നതുപോലുള്ള ഒരു യുദ്ധം ഒന്നും ഉള്ളതായി തോന്നുന്നില്ല. എങ്കിലും, മുൻകൂട്ടിയുള്ള ആ അനുമാനത്തിന്റെ സാധുത അംഗീകരിക്കാൻ ഞങ്ങളെ അനുവദിച്ചാലും. ആ അനുമാനത്തെ അതിന്റെ മുഖവിലയ്ക്കെടുത്തുകൊണ്ടാണ് ഇതു പറയുന്നത്. എന്നാൽ ഞങ്ങളുടെ വാദം ശരിയായ രീതിയിൽ മനസ്സിലാക്കാൻവേണ്ടി കാര്യങ്ങൾ കുറെക്കൂടി വിശദമാക്കേണ്ടിയിരിക്കുന്നു. യുദ്ധ പരിതഃസ്ഥിതി യഥാർത്ഥത്തിൽ നിലനില്ക്കുന്നുവെന്നും ഇന്ത്യയിലെ അദ്ധ്വാനിക്കുന്ന ജനവിഭാഗങ്ങളും അവരുടെ രാജ്യത്തെ പ്രകൃതിദത്തമായ വിഭവങ്ങളും കൈപ്പിടിയിൽ ഒതുക്കാവുന്ന കുറെ പരാന്നഭുക്കുകൾ ചൂഷണം ചെയ്യുകയാണെന്നും ഞങ്ങൾ പ്രഖ്യാപിക്കുന്നു. അവർ ബ്രിട്ടീഷ് മുതലാളിമാർ മാത്രമോ, ബ്രിട്ടീഷുകാരും ഇന്ത്യക്കാരും ചേർന്നുള്ള ഒരു കൂട്ടമോ അതല്ലെങ്കിൽ തികച്ചും ഇന്ത്യക്കാർ മാത്രമോ ആയിരിക്കാം. അവർ അവരുടെ വഞ്ചനാപരമായ ചൂഷണം ഇന്ത്യക്കാരും ബ്രിട്ടീഷുകാരും കൂടിച്ചേർന്നുള്ളതോ ഇന്ത്യക്കാർ മാത്രം ഉൾപ്പെടുന്നതോ ആയ ഉദ്യോഗസ്ഥമേധാവിത്ത സംവിധാനത്തിലൂടെയാണ് നടത്തുന്നത്. ഇതെല്ലാം, കാര്യങ്ങളിൽ യാതൊരു വ്യത്യാസവും വരുത്തുന്നില്ല. ഇന്ത്യൻ സമൂഹത്തിലെ ഉപരിതലത്തിലുള്ള നേതാക്കന്മാരെ, തുച്ഛമായ ആനുകൂല്യങ്ങൾ നല്കിക്കൊണ്ടും, ഒത്തുതീർപ്പുകളിലൂടെ സ്വാധീനിച്ചുകൊണ്ടുവരാൻ ശ്രമിക്കുകയും അതിൽ നിങ്ങൾ വിജയിക്കുകയും അതുവഴി ഇന്ത്യൻ ജനശക്തിയുടെ മുഖ്യവിഭാഗത്തിന് താല്ക്കാലികമായി ഒരു ധൈര്യക്ഷയം ഉണ്ടാക്കുകയും ചെയ്തേക്കാം. അതിലൊന്നും വലിയ കാര്യം ഒന്നുമില്ല. ഇന്ത്യയിലെ പ്രസ്ഥാനത്തിന്റെ മുന്നണിപ്പടയാളിയായ വിപ്ലവപ്പാർട്ടി യുദ്ധത്തിന്റെ നടുക്കുവെച്ച്, മറ്റുള്ളവരാൽ ഉപേക്ഷിക്കപ്പെട്ട സ്ഥിതിയിലായാലും, കാര്യമാക്കാനില്ല. ഞങ്ങളോട് സഹതാപവും, സൗഹാർദ്ദപരമായ വികാരങ്ങളും പ്രകടിപ്പിച്ച നേതാക്കന്മാരോട് ഞങ്ങൾക്ക് കടപ്പാടുണ്ട്. എങ്കിലും അവർ, ഞങ്ങളെ അവഗണിക്കുകയും അവരുടെ സമാധാന സംഭാഷണങ്ങളിൽ ഞങ്ങളെപ്പറ്റി ഒരു വാക്കുപോലും പറയാൻ കൂട്ടാക്കാതിരിക്കുകയും ചെയ്തു എന്ന വസ്തുത

ഞങ്ങൾക്ക് വിസ്മരിക്കാനാവില്ല. മുന്നണിപ്പടയാളികളിൽപെട്ടവരെന്ന് ആരോപിച്ചുകൊണ്ട് വീടും കുടിയും ഇല്ലാത്തവരും ദരിദ്രരും ആരും പിന്തുണയ്ക്കാനില്ലാത്തവരുമായ മഹിളാപ്രവർത്തകരെക്കുറിച്ചുപോലും ഒന്നും പറയാൻ കൂട്ടാക്കാത്ത ഈ നേതാക്കന്മാരുടെ അനാസ്ഥ ഞങ്ങൾക്ക് വിസ്മരിക്കാനാവില്ല. നിങ്ങളുടെ ഗവൺമെന്റ് നിയമഭ്രഷ്ടരായി പ്രഖ്യാപിച്ചവരാണ് ഈ സ്ത്രീകളുടെ കുടുംബങ്ങളിലെ പുരുഷന്മാർ. അവരുടെ ഭർത്താക്കന്മാർ അല്ലെങ്കിൽ സഹോദരന്മാർ. രാജ്യത്തിനുവേണ്ടി തങ്ങൾക്ക് പ്രിയങ്കരമായുള്ള എല്ലാറ്റിനെയും ത്യജിച്ച ധീരയോദ്ധാക്കളാണ് ഈ സ്ത്രീകൾ. നിങ്ങളുടെ ദല്ലാളന്മാർ, ഈ ധീരവനിതകളുടെ കളങ്കലേശമില്ലാത്ത സ്വഭാവത്തെ കരിതേച്ചുകാണിക്കാൻവേണ്ടി അടിസ്ഥാനരഹിതമായ ആരോപണങ്ങൾ കെട്ടിച്ചമച്ച് പ്രചരിപ്പിച്ച് ഇവരെ അപമാനിക്കാനും, അതുവഴി ഇവരുടെ പാർട്ടിയുടെ പ്രശസ്തിക്കുതന്നെ ഊനം തട്ടിക്കാനും ഉള്ള ശ്രമങ്ങളാണ് നടത്തിക്കൊണ്ടിരിക്കുന്നത്. അത്രത്തോളം അധഃപതിച്ചവരാണ് നിങ്ങളുടെ ദല്ലാളന്മാർ. അതുകൊണ്ടും വലിയ കാര്യമൊന്നും ഇല്ല. ഈ യുദ്ധം ഇനിയും മുന്നേറിക്കൊണ്ടിരിക്കും.

മാർഗ്ഗം ഏതെന്ന് നിങ്ങളാണ് നിശ്ചയിക്കേണ്ടത്

ഈ സമരം വിവിധ ഘട്ടങ്ങളിൽ വിവിധരൂപങ്ങൾ കൈക്കൊണ്ടേക്കാം. ചിലപ്പോൾ അത് തുറന്ന സമരവും മറ്റുചിലപ്പോൾ ഒളിഞ്ഞതാവാം. ചിലപ്പോൾ പ്രക്ഷോഭങ്ങളിൽ മാത്രം ഒതുങ്ങിനില്ക്കുന്നതാവും. മറ്റുചിലപ്പോൾ രൂക്ഷമായ ജീവന്മരണസമരത്തിന്റെ രൂപം കൈക്കൊണ്ടേക്കാം. സമരം രക്തരൂഷിതമാകണോ താരതമ്യേന സമാധാനപരമാകണോ എന്നത് നിങ്ങളെ ആശ്രയിച്ചാണിരിക്കുന്നത്. നിങ്ങൾ ഏത് മാർഗ്ഗം വേണമെങ്കിലും തെരഞ്ഞെടുത്തുകൊള്ളു. എന്നാൽ* തരംതാണതും അർത്ഥശൂന്യവും ആയ ധാർമ്മിക പ്രത്യയശാസ്ത്രങ്ങളൊന്നും പരിഗണിക്കാതെ ഈ സമരം അനുസ്യൂതം തുടർന്നു കൊണ്ടിരിക്കും. അത് പുതിയ ഊർജ്ജസ്വലതയോടെയും കൂടുതൽ സാഹസികതയോടെയും അചഞ്ചലമായ നിശ്ചയദാർഢ്യത്തോടെയും തുർടന്നുകൊണ്ടിരിക്കും. ഒരു സോഷ്യലിസ്റ്റ് റിപ്പബ്ലിക് സ്ഥാപിക്കുകയും നിലവിലുള്ള സാമൂഹികവ്യവസ്ഥ പൂർണ്ണമായും മാറ്റിത്തീർത്തുകൊണ്ട്, സാമൂഹികാഭിവൃദ്ധിയെ അടിസ്ഥാനമാക്കിയുള്ള ഒരു പുതിയ സാമൂഹികവ്യവസ്ഥ സ്ഥാപിക്കുകയും ചെയ്യുന്നതുവരെ അത് തുടരും. അങ്ങനെ എല്ലാതരത്തിലുമുള്ള ചൂഷണം അവസാനിപ്പിച്ചുകൊണ്ട് യഥാർത്ഥവും ശാശ്വതവുമായ സമാധാനത്തിന്റേതായ ഒരു പുതിയ യുഗത്തിലേക്ക് മനുഷ്യരാശിയെ ആനയിച്ചുകൊണ്ടുവരുന്നതുവരെ അത് തുടരും.

മുതലാളിത്ത–സാമ്രാജ്യത്വചൂഷണത്തിന്റെ നാളുകൾ എണ്ണപ്പെട്ടി

* ഇവിടെ ഒരു വാക്ക് വ്യക്തമല്ലെന്ന് ഇംഗ്ലീഷ് പുസ്തകത്തിന്റെ പ്രകാശകൻ പറയുന്നു.

രിക്കുകയാണ്. ഈ യുദ്ധം ഞങ്ങൾ തുടങ്ങിയതല്ല. ഞങ്ങളുടെ ജീവിതം അവസാനിക്കുന്നതോടെ അത് തീരുകയുമില്ല. ചരിത്രപരമായ സംഭവങ്ങളുടെയും നിലവിലുള്ള പരിതഃസ്ഥിതിയുടെയും അനിവാര്യ മായ പരിണതഫലം ആണത്. മി. ദാസിന്റെ അനന്യസാധാരണമായ ത്യാഗവും, സഖാവ് ഭഗവതിചരണിന്റെ അത്യന്തം ശോചനീയമെങ്കിലും, തികച്ചും ഉൽകൃഷ്ടമായ ത്യാഗവും ഞങ്ങളുടെ പ്രിയപ്പെട്ട സഹയോ ദ്ധാവ് ആസാദിന്റെ ഉജ്ജ്വലമായ ജീവിതത്യാഗവും മറ്റുംകൊണ്ട് ശോഭ നമാക്കപ്പെട്ട ആ ശൃംഖലയിലെ ഒരു കണ്ണി മാത്രമായിരിക്കും, ഞങ്ങ ളുടെ ഈ എളിയ ത്യാഗം.

ഫയറിങ് സ്ക്വാഡ് (വെടിവയ്പ് സംഘം)

ഞങ്ങളുടെ വിധിയുടെ പ്രശ്നമാണെങ്കിൽ, ഞങ്ങളെ വധിക്കാൻ നിങ്ങൾ തീരുമാനിച്ചുകഴിഞ്ഞതോടെ നിങ്ങൾ അത് നടപ്പാക്കും എന്നത് ഉറപ്പാണ്. അതിനുള്ള അധികാരം നിങ്ങളുടെ പക്കലുണ്ട്. അധികാരമാ ണല്ലൊ ഈ ലോകത്ത് ഏത് കാര്യത്തിനും ഏറ്റവും വലിയ ന്യായീക രണം. 'ശക്തിയാണ് സത്യം' എന്ന പ്രമാണമാണ് നിങ്ങളുടെ മാർഗ്ഗനിർദ്ദേശക ആദർശവാക്യം എന്ന് ഞങ്ങൾക്ക് അറിയാം. ഞങ്ങ ളുടെ കേസ് വിചാരണയാകെ അതിന്റെ തെളിവായിരുന്നു.

ഇപ്പോൾ ഞങ്ങൾ ചൂണ്ടിക്കാണിക്കാൻ ആഗ്രഹിക്കുന്നത് ഇതാണ്: താങ്കളുടെ കോടതിയുടെ തീരുമാനം അനുസരിച്ച് ഞങ്ങൾ രാജാവിനെതിരായി യുദ്ധം ചെയ്തവരാണ്. അതുകൊണ്ട് ഞങ്ങൾ യുദ്ധത്തടവുകാരാണ്. ഞങ്ങളെ അങ്ങനെതന്നെ കൈകാര്യം ചെയ്യ ണം. അതായത് ഞങ്ങളെ തൂക്കിക്കൊല്ലുന്നതിനുപകരം ഞങ്ങളെ വെടിവെച്ചു കൊല്ലണം എന്നാണ് ഞങ്ങൾ ആവശ്യപ്പെടുന്നത്. താങ്കളുടെ കോടതി പറഞ്ഞത്, ശരിയായ അർത്ഥത്തിലായിരുന്നു എന്ന് തെളിയിക്കേണ്ടത് താങ്കളാണ്.

സൈനികവകുപ്പിൽനിന്നും ഞങ്ങളുടെ വധശിക്ഷ നടപ്പാക്കാ നുള്ള സേനാഘടകത്തെ അയച്ചുതരാൻ താങ്കൾ ദയവായി ഉത്തരവ് നല്കണമെന്ന് ഞങ്ങൾ അഭ്യർത്ഥിക്കുന്നു. താങ്കൾ അങ്ങനെ ചെയ്യു മെന്ന് ഞങ്ങൾ പ്രതീക്ഷിക്കുന്നു.

താങ്കളുടെ,
ഭഗത്സിങ്
രാജഗുരു
സുഖദേവ്

രണ്ടാം ലാഹോർ ഗൂഢാലോചനകേസിൽ ശിക്ഷിക്കപ്പെട്ട തടവുകാർക്കുള്ള കത്ത്*

ആയിരത്തിതൊള്ളായിരത്തി മുപ്പത്തി ഒന്ന് മാർച്ച് 22 ന് രണ്ടാം ലാഹോർ ഗൂഢാലോചനക്കേസിൽ ശിക്ഷിക്കപ്പെട്ടവരെ 14-ാം നമ്പർ വാർഡിൽ തടവിലാക്കി. (ഈ വാർഡ് മരണശിക്ഷയ്ക്ക് വിധിക്കപ്പെട്ടവരുടെ ജയിലറകൾക്ക് അടുത്തതായിരുന്നു) അവർ, ഭഗത്സിങ്ങിന് ഒരു ചിറ്റ് അയച്ചുകൊടുത്തു. ജീവിക്കാൻ ആഗ്രഹമുണ്ടോ എന്നാണ് ആ ചിറ്റിൽ അവർ എഴുതി ചോദിച്ചിരുന്നത്. ഈ കത്ത് ആ ചിറ്റിന് മറുപടിയായിട്ട് എഴുതിയതാണ്.

1931 മാർച്ച് 21

സഖാക്കളെ,

ജീവിക്കാനുള്ള ആഗ്രഹം സ്വാഭാവികമാണ്. അത് എന്നിലും ഉണ്ട്. അത് ഒളിച്ചുവെക്കാൻ ഞാൻ ആഗ്രഹിക്കുന്നില്ല. പക്ഷേ, എന്റെ ആഗ്രഹം സോപാധികം ആണ്. ഒരു തടവുകാരനായിട്ടോ, നിയന്ത്രണങ്ങൾക്ക് വിധേയനായിട്ടോ ജീവിക്കാൻ ഞാൻ ആഗ്രഹിക്കുന്നില്ല. എന്റെ പേര് ഇന്ത്യൻ വിപ്ലവത്തിന്റെ ഒരു പ്രതീകം ആയിത്തീർന്നിട്ടുണ്ട്. ഞാൻ ജീവിക്കുകയാണെങ്കിൽത്തന്നെയും ഇതിലും കൂടുതൽ ഉയരാൻ കഴിയാത്തത്ര ഔന്നത്യത്തിലേക്ക് എന്നെ ഉയർത്തിയത് വിപ്ലവപാർട്ടിയുടെ ആദർശവും ത്യാഗങ്ങളും ആണ്.

ഇന്ന്, ജനങ്ങൾക്ക് എന്റെ ദൗർബല്യങ്ങളെക്കുറിച്ച് അറിയില്ല. കഴുമരത്തിൽനിന്നും ഞാൻ രക്ഷപ്പെട്ടാൽ ആ ദൗർബല്യങ്ങൾ ജനങ്ങളുടെ മുമ്പാകെ പ്രത്യക്ഷപ്പെടുകയോ, അല്ലെങ്കിൽ ഒരുവേള പാടേ അപ്രത്യ

---

* ഉറുദുവിലെഴുതിയ കത്തിന്റെ ഇംഗ്ലീഷ് തർജ്ജമയുടെ മലയാള വിവർത്തനമാണിത്.

ക്ഷമാകുകയോ ചെയ്തേക്കാം. നേരെമറിച്ച് ധീരതയോടെ, ചിരിച്ചുകൊണ്ട് ഞാൻ കഴുമരത്തിലേറുകയാണെങ്കിൽ അത് ഇന്ത്യയിലെ മാതാക്കളെ ആവേശം കൊള്ളിക്കും. അവരുടെ കുഞ്ഞുങ്ങളും ഭഗത്സിങ്ങുമാരാകണമെന്ന് അവർ അഭിലഷിക്കും. അങ്ങനെ നമ്മുടെ നാടിന്റെ സ്വാതന്ത്ര്യത്തിനുവേണ്ടി ജീവൻ ത്യജിക്കാൻ സന്നദ്ധരാകുന്നവരുടെ എണ്ണം ഗണ്യമായി വർദ്ധിക്കും. അപ്പോൾ വിപ്ലവത്തിന്റെ വേലിയേറ്റത്തെ നേരിടാൻ സാമ്രാജ്യത്വത്തിന് കഴിയാതെവരും. അവരുടെ ശക്തിയും പൈശാചികമായ പരിശ്രമങ്ങളും കൊണ്ടൊന്നും ഈ മുന്നേറ്റത്തെ തടഞ്ഞുനിർത്താനാവില്ല.

അതെ, ഒരു കാര്യം ഇപ്പോഴും എന്നെ വേദനിപ്പിക്കുന്നുണ്ട്. മനുഷ്യരാശിക്കും എന്റെ നാടിനുംവേണ്ടി എന്തെങ്കിലും ചെയ്യണമെന്ന ഒരു അഭിലാഷം എന്റെ ഹൃദയത്തിൽ താൻ വെച്ചുവളർത്തിയിരുന്നു. ഈ അഭിലാഷങ്ങളുടെ ആയിരത്തിലൊരുഭാഗം പോലും സാക്ഷാൽക്കരിക്കാൻ എനിക്ക് കഴിഞ്ഞില്ല. ഞാൻ ജീവിക്കുകയാണെങ്കിൽ ഒരുവേള അവ സാക്ഷാൽക്കരിക്കാൻ ഒരു അവസരം എനിക്ക് ലഭിച്ചേക്കാം. മരിക്കരുതെന്ന ആഗ്രഹം എപ്പോഴെങ്കിലും എന്റെ മനസ്സിൽ ഉദിച്ചിട്ടുണ്ടെങ്കിൽ അത് ആ ഒരു ഉദ്ദേശ്യത്തിൽനിന്ന് മാത്രം ആയിരിക്കും.

ഈ അവസരത്തിൽ ഞാൻ സ്വയം അഭിമാനം കൊള്ളുന്നു. അന്തിമ പരീക്ഷണത്തിനായി ഞാൻ ഉദ്വേഗത്തോടെ കാത്തിരിക്കുകയാണ്......... ആ ദിവസം കുറെക്കൂടി വേഗത്തിൽ അടുത്തുവരണമെന്ന് ഞാൻ ആഗ്രഹിക്കുന്നു.

നിങ്ങളുടെ സഖാവ്,
ഭഗത്സിങ്

അനുബന്ധങ്ങൾ

അനുബന്ധം 1

വിപ്ലവകാരി

ഹിന്ദുസ്ഥാൻ റിപ്പബ്ലിക്കൻ അസോസിയേഷന്റെ ഈ പ്രകടനപത്രിക 1924 ഡിസംബറിൽ സചീന്ദ്രനാഥ് സന്യാൽ എവിടെയോ വച്ച് എഴുതിത്തയ്യാറാക്കിയതാണ്. വടക്കേ ഇന്ത്യയിലെ പ്രമുഖ നഗരങ്ങളിലെല്ലാം 1924 ഡിസംബർ 31 നും 1925 ജനുവരി 1 നും ഇടയ്ക്ക് രാത്രിയിൽ വിതരണം ചെയ്യപ്പെട്ടു.

ഉന്നതരോ അധഃസ്ഥിതരോ സമ്പന്നരോ ദരിദ്രരോ ആയ എല്ലാ ആളുകൾക്കും നീതി സൗജന്യമായി ലഭിക്കണം.

റവല്യൂഷണറി പാർട്ടി ഒഫ് ഇന്ത്യയുടെ മുഖപത്രം
വാല്യം 1, 1925 ജനുവരി 1

(സത്യസന്ധരായ ഇന്ത്യക്കാരിലെല്ലാവരും ഇത് മുഴുവനും വായിക്കുകയും വിതരണം ചെയ്യുകയും ചെയ്യണം.)

റവല്യൂഷണറി പാർട്ടി ഓഫ് ഇന്ത്യയുടെ പ്രകടനപത്രിക

"ഒരു പുതിയ താരത്തിന്റെ ഉദയത്തിന്, അതിന്റെ സൃഷ്ടിക്ക് മുമ്പുള്ള സങ്കീർണ്ണത അവശ്യമാണ്." അതുപോലെതന്നെ ജീവന്റെ ഉല്പത്തിക്കും കഠിനമായ കായികപീഡയും തീവ്രവേദനയും അനുഭവിക്കേണ്ടതുണ്ട്. ഇന്ത്യയും ഒരു പുതിയ ജന്മത്തിന് അനിവാര്യമായ സങ്കീർണ്ണതയുടെയും തീവ്രമായ വേദനയുടെയും ഘട്ടത്തിലൂടെയാണ് കടന്നുപൊയ്ക്കൊണ്ടിരിക്കുന്നത്. എല്ലാ കണക്കുകൂട്ടലുകളും തെറ്റായിരുന്നെന്ന് തെളിയുകയും പണ്ഡിതൻമാരും കരുത്തരും ശുദ്ധാത്മാക്കളുടെയും ദുർബ്ബലരുടെയും മുമ്പിൽ അന്ധാളിച്ച് നില്ക്കേണ്ടിവരുകയും ചെയ്യുമ്പോൾ, വൻ സാമ്രാജ്യങ്ങൾ തകർന്നടിയുകയും, പുതിയ

രാഷ്ട്രങ്ങൾ ഉയർന്നുവന്ന്, അവയ്ക്ക് പുതുതായി ആർജ്ജിക്കാൻ കഴിഞ്ഞ വൈഭവവും കീർത്തിയുംകൊണ്ട് മനുഷ്യരാശിയെ ആകെ വിസ്മയിപ്പിക്കുകയും ചെയ്യുമ്പോൾ ഇന്ത്യക്കാരും അവർ നിർവ്വഹിക്കേണ്ടതായ കടമ നിർവ്വഹിക്കും.

ലോകത്തെയാകെ അടിമുതൽ പിടിച്ചുകുലുക്കിക്കൊണ്ടിരിക്കുന്ന ഈ പുതിയശക്തി, രംഗത്തിനു പിന്നിൽ അത്ഭുതങ്ങൾ സൃഷ്ടിച്ചുകൊണ്ടിരിക്കുന്ന ഈ പുതിയ ചൈതന്യം, ഇന്ത്യയിലെ യുവരക്തത്തിലും പ്രകടമായിക്കൊണ്ടിരിക്കുകയാണ്. ബുദ്ധിജീവികളും പണ്ഡിതന്മാരും അവഗണിക്കുകയും അപലപിക്കുകയും ചെയ്യുന്നതായ ഒരു പുതിയ പ്രസ്ഥാനത്തിന്റെ രൂപം, ഈ പുതിയ ശക്തി കൈക്കൊണ്ടുവരുകയാണ്. ഇതെല്ലാം കുറെ ഭ്രാന്തൻമാരുടെ കാടൻസ്വപ്നങ്ങൾ മാത്രമാണെന്നാണ് പണ്ഡിതരും ബുദ്ധിജീവികളും പറയുന്നത്. യുവഭാരതത്തിലെ വിപ്ലവപ്രസ്ഥാനമാണ്, ശ്രദ്ധേയമായ ഈ പ്രസ്ഥാനം. ഈ വിപ്ലവപ്രസ്ഥാനം, ദുർബ്ബലരെ നിർവ്വീര്യരാക്കുകയും, അരോഗദൃഢഗാത്രരെ ആവേശം കൊള്ളിക്കുകയും ചെയ്യുന്നു. സുഖഭോഗപ്രിയരായ പണ്ഡിതന്മാരെ ഇത് ആകെ അന്ധാളിപ്പിച്ചിരിക്കുകയുമാണ്. വസന്താഗമത്തെ ഒരിക്കലും തടുക്കാൻ കഴിയാത്തതുപോലെ ഈ പ്രസ്ഥാനത്തെയും ഒരിക്കലും അടിച്ചമർത്താനും ആവില്ല. അത് ജന്മംകൊണ്ടത് ഏതൊരു നിയോഗം നിർവ്വഹിക്കാനാണോ, അത് പൂർത്തീകരിക്കപ്പെടുംവരെ ഇത് മരിക്കുകയുമില്ല. സ്വേച്ഛാധിപതികൾ ഇതിനെ മർദ്ദിച്ചൊതുക്കാൻ ശ്രമിച്ചേക്കാം, ഇതിൽ വിശ്വാസമില്ലാത്തവർ ഇതിനെ അപഹസിച്ചേക്കാം. ആശയക്കുഴപ്പം പിടിപെട്ടവർ ഇതിനെ അപലപിച്ചേക്കാം. എന്നാൽ വാളുകൊണ്ട് ആശയങ്ങളെ നശിപ്പിക്കാനാവില്ല. നമ്മുടെ ഹൃദയാന്തർഭാഗത്ത് അങ്കുരിച്ചിട്ടുള്ള ഉദാത്തമായ പ്രചോദനത്തെ ഒരിക്കലും അവഗണിക്കാനോ അപലപിക്കാനോ കഴിയില്ല.

നമ്മുടെ രാഷ്ട്രത്തിൽ ജനിച്ചിട്ടുള്ള പുതുജീവന്റെ പ്രകാശനമാണ് ഈ വിപ്ലവപ്രസ്ഥാനം. ഈ ജീവനെ അപലപിക്കുന്നത് അവനവന്റെ ബോധത്തെതന്നെ അപലപിക്കുന്നതുപോലെയാണ്. 20 വർഷക്കാലത്തെ നിർദ്ദയമായ അടിച്ചമർത്തൽകൊണ്ട് ഇതിനെ തകർക്കാൻ കഴിഞ്ഞിട്ടില്ല. പ്രശസ്തരായ പൗരമുഖ്യരുടെ പരുഷമായ അപലപനങ്ങൾകൊണ്ട് ഇതിന്റെ ക്രമാനുഗതമായ വളർച്ചയെ തടുത്തുനിർത്താൻ കഴിഞ്ഞിട്ടില്ല. മുമ്പെന്നത്തേക്കാളും ഇന്ന് ഈ പ്രസ്ഥാനം, കരുത്തുറ്റതായി നിലകൊള്ളുന്നു. ഇന്നത്തെപ്പോലെ മുമ്പെങ്ങും ഈ വിപ്ലവപാർട്ടിയുടെ ഭാവിസാദ്ധ്യതകൾ ഇത്രമാത്രം ശോഭനമായിരുന്നിട്ടില്ല. ഇതിന്റെ ഭാവി സുരക്ഷിതമാണ്.

വിദേശ ഭരണാധികാരികളുടെ മർദനനടപടികളെ അപലപിക്കുന്നതിനുവേണ്ടി ഈ വിപ്ലവപാർട്ടിയുടെ അസ്തിത്വത്തെ ഒരു ഇന്ത്യക്കാരനും നിഷേധിക്കാതിരിക്കട്ടെ. വിദേശീയർക്ക് ഇന്ത്യയുടെ ഭരണം കൈയടക്കിവെക്കാൻ യാതൊരവകാശവുമില്ല. അതുകൊണ്ട് അവ

രുടെമേൽ കുറ്റം ചുമത്തി, അടിച്ചു പുറത്താക്കണം. അവരേതെങ്കിലും പ്രത്യേക അക്രമപ്രവർത്തനം നടത്തുകയോ, കുറ്റകൃത്യങ്ങൾ ചെയ്യുകയോ എന്നതുകൊണ്ടല്ല അവരെ ആട്ടിപ്പായിക്കേണ്ടത്. ഒരു വിദേശീയ ഭരണത്തിന്റെ സ്വാഭാവികമായ പരിണതഫലങ്ങളുണ്ട്. ഈ വിദേശീയ ഭരണം ഇല്ലാതാക്കണം. വാളിന്റെ ശക്തിയുടെ ന്യായീകരണമല്ലാതെ മറ്റു യാതൊരു ന്യായീകരണവും ഇവർക്ക് ഇന്ത്യ ഭരിക്കുന്നതിന്റെ അവകാശത്തിന് ഉപോൽബലകമായി പറയാനില്ല. അതുകൊണ്ടാണ് വിപ്ലവപാർട്ടി വാളെടുക്കാൻ തീരുമാനിച്ചത്. എന്നാൽ വിപ്ലവപാർട്ടിയുടെ വാളിന്റെ വായ്ത്തലയ്ക്കൽ ആശയങ്ങളാണുള്ളത്.

രാഷ്ട്രീയരംഗത്ത് വിപ്ലവപാർട്ടിയുടെ അടിയന്തരലക്ഷ്യം സുസംഘടിതമായ ഒരു സായുധവിപ്ലവത്തിലൂടെ ഇന്ത്യൻ ഐക്യനാടുകളുടെ ഒരു ഫെഡറൽ റിപ്പബ്ലിക് സ്ഥാപിക്കുക എന്നതാണ്. ഈ റിപ്പബ്ലിക്കിന്റെ ഭരണഘടനയ്ക്ക് അവസാനരൂപം നല്കി പ്രഖ്യാപിക്കുന്നത്, ഇന്ത്യയിലെ ജനങ്ങളുടെ പ്രതിനിധികൾക്ക് തീരുമാനങ്ങൾ നടപ്പാക്കാനുള്ള അധികാരം ലഭിക്കുമ്പോഴായിരിക്കും. എന്നാൽ ഈ ഭരണഘടനയുടെ അടിസ്ഥാനതത്ത്വങ്ങൾ സാർവ്വത്രികമായ സമ്മതിദാനാവകാശവും, മനുഷ്യനെ മനുഷ്യൻ ചൂഷണം ചെയ്യുന്നത് സുസാദ്ധ്യമാക്കിത്തീർക്കുന്ന എല്ലാ ഏർപ്പാടുകളും വ്യവസ്ഥകളും നിർത്തലാക്കുക എന്നതും ആയിരിക്കും. ഉദാഹരണത്തിന് റെയിൽവെയും ഗതാഗതം, വാർത്താവിനിമയം തുടങ്ങിയവയ്ക്കുള്ള മറ്റു സംവിധാനങ്ങളും, ഉരുക്ക്, കപ്പൽ തുടങ്ങിയവയുടെ നിർമ്മാണത്തിനുള്ള വ്യവസായങ്ങളും അതുപോലുള്ള മറ്റു വൻകിട വ്യവസായങ്ങളും എല്ലാം ദേശസാല്ക്കരിക്കണം. ഈ റിപ്പബ്ലിക്കിൽ, സമ്മതിദായകർക്ക് അവരുടെ പ്രതിനിധികളെ തിരിച്ചുവിളിക്കാനുള്ള അവകാശം ഉണ്ടായിരിക്കും. അതില്ലെങ്കിൽ ജനാധിപത്യം വെറുമൊരു പ്രഹസനം ആയിത്തീരും. ഈ റിപ്പബ്ലിക്കിൽ നിയമനിർമ്മാണ സഭയ്ക്ക് ഭരണനിർവ്വഹണാധികാരികളെ നിയന്ത്രിക്കാനും ആവശ്യമായി വരുമ്പോൾ അവരെ മാറ്റാനും ഉള്ള അവകാശം ഉണ്ടായിരിക്കും.

വിപ്ലവപാർട്ടി ഒരു ദേശീയപ്പാർട്ടിയല്ല, സാർവ്വദേശീയപ്പാർട്ടിയാണ്. എന്തെന്നാൽ അതിന്റെ ആത്യന്തികലക്ഷ്യം, വിവിധ രാഷ്ട്രങ്ങളുടെ വിഭിന്ന താല്പര്യങ്ങൾ മാനിക്കുകയും അവയ്ക്കുറപ്പുവരുത്തുകയും ചെയ്തുകൊണ്ട് ലോകത്ത് സൗഹാർദ്ദം വളർത്തുക എന്നതാണ്. വിവിധ രാഷ്ട്രങ്ങളും ഭരണകൂടങ്ങളും തമ്മിൽ മത്സരം നടത്താനല്ല, അവ തമ്മിൽ സഹകരിക്കാനാണ് പാർട്ടി ലക്ഷ്യമിട്ടിരിക്കുന്നത്. ഈ കാര്യത്തിൽ വിശ്രുതമായ മുൻകാലങ്ങളിലെ മഹാന്മാരായ ഇന്ത്യൻ ഋഷിവര്യൻമാരുടെയും ആധുനികയുഗത്തിലെ ബോൾഷെവിക് റഷ്യയുടെയും കാലടിപ്പാടുകളാണ് പിന്തുടരാൻ ആഗ്രഹിക്കുന്നത്. ഇന്ത്യൻ വിപ്ലവകാരികളെ സംബന്ധിച്ചിടത്തോളം മാനവരാശിയുടെ ക്ഷേമം എന്നത് ഫലശൂന്യമോ പൊള്ളയോ ആയ പദപ്രയോഗമല്ല. എന്നാൽ

ദുർബ്ബലർക്കും ഭീരുക്കൾക്കും അധികാരശക്തി ഇല്ലാത്തവർക്കും തങ്ങൾക്കോ മനുഷ്യരാശിക്കോ യാതൊരു ഗുണവും ചെയ്യാനാവില്ല.

ജാതി-മത പ്രശ്നങ്ങളെ സംബന്ധിച്ചാണെങ്കിൽ മറ്റു മതങ്ങളുടെയും, സാമൂഹിക വിഭാഗങ്ങളുടെയും താല്പര്യങ്ങളുമായി ഏറ്റുമുട്ടാതെയുള്ള അവകാശങ്ങൾ വിവിധ ജാതി-മതവിഭാഗങ്ങൾ ഉന്നയിക്കുന്നത് അനുവദിക്കുക എന്നതാണ് വിപ്ലവപ്പാർട്ടിയുടെ ഉദ്ദേശ്യം. അടുത്ത ഭാവിയിൽത്തന്നെ വിവിധ ജാതി-മത വിഭാഗങ്ങൾ തമ്മിൽ സൗഹാർദ്ദപരവും നൈസർഗ്ഗികവും ആയ ഐക്യം ഉണ്ടാകാനുതകും വിധമുള്ള അവകാശങ്ങൾ അംഗീകരിക്കുക എന്നതാണ് ഉദ്ദേശ്യം.

സാമ്പത്തികരംഗത്തും സാമൂഹികക്ഷേമരംഗത്തും കഴിയുന്നിടത്തോളം വിപുലമായ അടിസ്ഥാനത്തിലുള്ള സഹകരണമനോഭാവം വിവിധ ജാതി-മത വിഭാഗങ്ങൾക്കിടയിൽ വളർത്താനാണ് പാർട്ടി ഉദ്ദേശിക്കുന്നത്. സ്വകാര്യ വ്യാവസായിക-വ്യാപാര സംരംഭങ്ങൾക്കും അസംഘടിതമായ സംരംഭങ്ങൾക്കും പകരം സഹകരണാടിസ്ഥാനത്തിലുള്ള കൂട്ടുസംരംഭങ്ങൾ വളർത്തുക എന്നതാണ് പാർട്ടിയുടെ ലക്ഷ്യം.

ആത്മീയകാര്യങ്ങളിൽ പാർട്ടിയുടെ ലക്ഷ്യം, സത്യത്തിന്റെ സംസ്ഥാപനവും, ഈ ലോകം, മായയോ, അവഗണിക്കപ്പെടേണ്ടതോ അപലപിക്കപ്പെടേണ്ടതോ ആയ മിഥ്യയോ അല്ലെന്നും നേരെമറിച്ച് അത് എല്ലാ ശക്തിയുടെയും വിജ്ഞാനത്തിന്റെയും മഹാസ്രോതസ്സായ ഒരു ശക്തിയുടെ പ്രകടിത രൂപമാണതെന്ന്, പ്രചാരണം നടത്തുക എന്നതും ആണ്.

വിപ്ലവപ്പാർട്ടിക്ക് അതിന്റേതായ നയവും പരിപാടിയും ഉണ്ട്. വ്യക്തമായ കാരണങ്ങളാൽ പാർട്ടിക്ക് അതിന്റെ രഹസ്യങ്ങളെല്ലാം വെളിവാക്കാനാവില്ല. എന്നാൽ നമ്മുടെ നാട്ടിലെ ജനങ്ങളെക്കാൾ ഗവൺമെന്റിന് കൂടുതൽ കാര്യങ്ങൾ മനസ്സിലാക്കാൻ കഴിഞ്ഞുവെന്ന് പാർട്ടിക്ക് പൂർണ്ണമായി ബോദ്ധ്യപ്പെടുകയാണെങ്കിൽ അപ്പോൾ പാർട്ടിയുടെ പരിപാടിയെയും പ്രവർത്തനമാർഗ്ഗങ്ങളെയും കുറിച്ചുള്ള വിവരങ്ങൾ യാതൊരു മടിയും കൂടാതെ പൊതുജനങ്ങളെയും ധരിപ്പിക്കും.

കോൺഗ്രസുമായും അതിന്റെ വിവിധ സംഘടനകളുമായും കഴിയുന്നിടത്തോളം സഹകരിച്ചുപോകണമെന്ന നയമായിരിക്കും പാർട്ടി പിന്തുടരുക. എന്നാൽ ആവശ്യമായിവരുന്ന സന്ദർഭങ്ങളിൽ നിസ്സഹകരണത്തിന്റെ പാത സ്വീകരിക്കേണ്ടതായി വന്നേക്കാം. എന്നാൽ ഒരു ഭരണഘടനപോലും ഇല്ലാത്ത നമ്മുടെ രാജ്യത്ത്, നിയമാനുസൃതമായ മാർഗ്ഗങ്ങൾ മാത്രം സ്വീകരിച്ചുകൊണ്ടുള്ള പ്രക്ഷോഭങ്ങളെയെല്ലാം അവജ്ഞയോടെയും പുച്ഛത്തോടെയും ആണ് പാർട്ടി വീക്ഷിക്കുന്നത്.

സമാധാനപരവും നിയമവിധേയവും ആയ മാർഗ്ഗങ്ങളിലൂടെ ഇന്ത്യയുടെ രാഷ്ട്രീയസ്വാതന്ത്ര്യം നേടാമെന്ന് പറയുന്നത് ആത്മവഞ്ചനയാണ്. തനിക്ക് സൗകര്യപ്പെടുമ്പോഴെല്ലാം സമാധാനഭഞ്ജനം നടത്താനുള്ള ദൃഢനിശ്ചയത്തോടെ ശത്രു നിലയുറപ്പിച്ചിരിക്കെ, എന്തു

വിലകൊടുത്തും സമാധാനം കാത്തുസൂക്ഷിക്കും എന്ന് പ്രതിജ്ഞയെടുക്കുന്ന ഒരാൾക്ക് 'നിയമാനുസൃതം' എന്ന സുന്ദരമായ പദപ്രയോഗത്തിന്റെ മാധുര്യവും പൊരുളും എല്ലാം നഷ്ടപ്പെടുന്നതായി തോന്നും.

വിദേശരാഷ്ട്രത്തിന്റെ ആധിപത്യത്തിൽനിന്ന് വിമുക്തമായിക്കൊണ്ടുള്ള പൂർണ്ണസ്വാതന്ത്ര്യമാണ് ഇന്ത്യക്ക് വേണ്ടതെന്ന് സ്പഷ്ടമായി പറയാൻ നമ്മുടെ പൊതുജനങ്ങൾക്ക് മടിയാണ്. മഹത്തായ ആദർശങ്ങളുടെ ഉത്തേജനത്തിലൂടെയാണ് രാഷ്ട്രങ്ങൾ ഉദിച്ചുയരുന്നതെന്ന വസ്തുത നമ്മുടെ നേതാക്കൻമാർക്ക്, ഒരുവേള, അറിയില്ലായിരിക്കാം. പൂർണ്ണസ്വാതന്ത്ര്യത്തിന്റെ പൊരുൾ അംഗീകരിക്കാൻ മടിക്കുന്ന ആത്മീയാദർശം അത്യുദാത്തമായതാണെന്ന് തോന്നിച്ചേക്കാമെങ്കിലും യഥാർത്ഥത്തിൽ അതിനെ ആദ്ധ്യാത്മികം എന്ന് വിളിക്കാനാവില്ല. യാതൊരു തെറ്റിദ്ധാരണകളും ഇടം നല്കാത്തവിധം സത്യം തുറന്നുപറയേണ്ട സമയം വന്നിരിക്കുന്നു. രാഷ്ട്രത്തിന് മുന്നിൽ അന്വർത്ഥമായ ഒരു ആദർശം ഉയർത്തിക്കൊണ്ടുവരേണ്ട സമയം അതിക്രമിച്ചിരിക്കുന്നു.

സംഘടിതമായ രീതിയിൽ മനുഷ്യസമൂഹത്തിനായി സേവനം അർപ്പിക്കുക എന്നതാണ് നമ്മുടെ മുന്നിലുള്ള ആദർശം. നമ്മുടെ രാജ്യം പരാശ്രയത്തിലും അടിമത്തത്തിലും കഴിയുന്നിടത്തോളം കാലം, ഇന്ത്യ, ബ്രിട്ടീഷ് ഇന്ത്യയായി തുടരുന്നിടത്തോളം കാലം, ആ ആദർശം സാക്ഷാൽക്കരിക്കാൻ കഴിയില്ല. ഇന്ത്യക്ക് അതിന്റെ ആദർശം സാക്ഷാൽക്കരിക്കണമെങ്കിൽ ഇന്ത്യക്ക്, തനതായ വ്യക്തിത്വത്തോടുകൂടിയ സ്വതന്ത്രമായ ഒരു അസ്തിത്വം ഉണ്ടാകണം. സമാധാനപരവും നിയമാനുസൃതവും ആയ മാർഗ്ഗങ്ങളിലൂടെ ഇന്ത്യക്ക് സ്വാതന്ത്ര്യം നേടാനാവില്ല. ബ്രിട്ടീഷ് ഇന്ത്യക്ക് ബാധകമായിട്ടുള്ള നിയമങ്ങൾ ഇന്ത്യക്കാർ ആവിഷ്കരിച്ചതല്ലെന്നും, അവർക്ക് യഥാർത്ഥത്തിൽ ആ നിയമങ്ങളെ സംബന്ധിച്ച് യാതൊരു നിയന്ത്രണാധികാരവും ഇല്ലെന്നും ഒരു കൊച്ചുകുട്ടിക്കുപോലും അറിയാവുന്ന കാര്യമാണ്. ബ്രിട്ടീഷ് നിയമങ്ങളിലൂടെയും ഭരണഘടനയിലൂടെയും, ഒരിക്കലും ബ്രിട്ടീഷ് ഇന്ത്യയെ ഒരു ഫെഡറൽ റിപ്പബ്ലിക്കൻ ഇന്ത്യയാക്കി മാറ്റാനാവില്ല. ഇന്ത്യൻ യുവാക്കളെ, നിങ്ങളുടെ മിഥ്യാധാരണകളെല്ലാം തട്ടിക്കളയൂ, ദൃഢചിത്തതയോടെ യാഥാർത്ഥ്യങ്ങളെ ധീരമായി നേരിടൂ. പ്രയത്നവും പ്രയാസങ്ങളും ത്യാഗസന്നദ്ധതയും ഒന്നും ഉപേക്ഷിക്കാതിരിക്കുക. അനിവാര്യമായത് വരാൻ പോവുകയാണ്. ഇനിയങ്ങോട്ട് ഒരിക്കലും വഴിപിഴപ്പിക്കപ്പെട്ട് പോകാതിരിക്കാൻ ശ്രദ്ധിക്കുക. സമാധാനപരവും നിയമാനുസൃതവും ആയ മാർഗ്ഗങ്ങളിലൂടെ സമാധാനവും സ്വാസ്ഥ്യവും നേടാനാവില്ല. മഹാനായ, ഇംഗ്ലീഷ് ഗ്രന്ഥകാരനായ മി. റോബർട്ട് സണ്ണിന്റെ സ്മരണീയമായ വാക്കുകൾ താഴെ ഉദ്ധരിച്ചു ചേർത്തിട്ടുള്ളത് ഇന്ത്യയിലെ ബുദ്ധിമാൻമാരായ ആളുകളെ കൂടുതൽ പ്രബുദ്ധരാക്കിയേക്കാം:

> ഈ പ്രസ്ഥാനവും പരിഷ്കരണപരിപാടിയും മുഖ്യമായും ഐറിഷ് നേതാക്കളുടെയും പ്രൊട്ടസ്റ്റന്റ് നേതാക്കളുടെയും നേട്ടമായിരുന്നു. ഇംഗ്ലണ്ടിനെ നീതിയുടെയും ഉദാരതയുടെയും നേർവഴിക്ക് കൊണ്ടുവരാൻ ഭീഷണിപ്പെടുത്തലും ധിക്കാരം കാട്ടലും കൊണ്ടു മാത്രമെ കഴിയൂ എന്നും ന്യായവാദങ്ങൾകൊണ്ട് അത് സാദ്ധ്യമല്ലെന്നും ഉള്ള നിർണ്ണായകമായ രഹസ്യം (ബ്രിട്ടീഷ്) പ്രസ്താവനയിൽനിന്നും ഈ നേതാക്കന്മാർക്ക് വ്യക്തമായി കാണാൻ കഴിഞ്ഞു. (*ഇംഗ്ലീഷ് അണ്ടർ ദി ഹനോവേറിയൻസ്* എന്ന പുസ്തകത്തിൽ നിന്നുമുള്ള ഉദ്ധരണി, പേജ് 197).

ഇന്ത്യയിലെ പൊതുജനരംഗത്തെ നേതാക്കന്മാർ ഈ നിർണ്ണായക രഹസ്യത്തെക്കുറിച്ച് ഇപ്പോഴും അജ്ഞരാണെന്നുതന്നെ തോന്നുന്നു. അതല്ലെങ്കിൽ അജ്ഞരായിത്തന്നെ തുടരാനുള്ള മൂഢബുദ്ധിയാണവർക്കുള്ളത്.

ഇന്ത്യയിലെ ബുദ്ധിമാന്മാരായ ഈ ആളുകൾ പറയുന്നത്, ആയുധശക്തികൊണ്ട് ഇന്ത്യയെ ബ്രിട്ടീഷുകാരിൽനിന്നും തിരിച്ചുപിടിച്ചെടുക്കാമെന്ന വിശ്വാസം പുലർത്തുന്നത് അസ്സംബന്ധമാണെന്നാണ്. പക്ഷേ, ഇവർ ഒരുകാര്യം വിസ്മരിക്കുന്നു. മനുഷ്യസമൂഹത്തിലെ അഞ്ചിൽ ഒന്നോളം വരുന്ന ജനവിഭാഗത്തെ ആയുധശക്തികൊണ്ട് അടിച്ചമർത്തിവെച്ചിരിക്കുന്നു എന്ന് വിശ്വസിക്കുന്നതും ഇതേപോലെ തന്നെയോ, ഇതിലും കൂടുതലോ അസ്സംബന്ധമാണ് എന്ന കാര്യമാണ് അവർ ഓർക്കാത്തത്. ഒരു നൂറ്റാണ്ടുകാലം കൈപ്പിടിയിൽ ഒതുങ്ങാൻ മാത്രം പോരുന്ന ഒരു സംഘം ഇംഗ്ലീഷുകാർ ഇന്ത്യ ഭരിച്ചിരുന്നു എന്ന വസ്തുതയുടെ വിശ്വാസയോഗ്യതയെക്കുറിച്ചുപോലും ഭാവി തലമുറകൾ സംശയിച്ചേക്കാം. അത്രത്തോളം അത് സങ്കല്പിക്കാൻപോലും ആവാത്ത ഒരു കാര്യമാണ്.

ഭീകരപ്രവർത്തനത്തെയും അരാജകവാദത്തെയുംകുറിച്ച് അല്പം ചിലത് പറയട്ടെ. ഈ രണ്ടു പദപ്രയോഗങ്ങളും ഇന്ത്യയിൽ നിന്ന് ഏറ്റവും അപകടകരമായ സ്ഥിതി ഉണ്ടാക്കാനിടയാക്കിയിരിക്കുകയാണ്. വിപ്ലവത്തെപ്പറ്റി എന്തെങ്കിലും പരാമർശം ഉണ്ടായാൽ അനിവാര്യമായും ഈ പദങ്ങൾ തെറ്റായരീതിയിൽ എടുത്തു പ്രയോഗിച്ചു പോരുന്നു. കാരണം, ഈ പേരു പറഞ്ഞ് വിപ്ലവകാരികളെ അപലപിക്കുന്നതിന് സൗകര്യമുണ്ടാവുമെന്നതുതന്നെ. ഇന്ത്യൻ വിപ്ലവകാരികൾ ഭീകരരോ അരാജകവാദികളോ അല്ല. ഈ നാട്ടിൽ അരാജകത്വം പ്രചരിപ്പിക്കാൻ അവർ ഉദ്ദേശിക്കുന്നില്ല. അതുകൊണ്ടുതന്നെ അവരെ അരാജകവാദികളെന്ന് വിളിക്കാൻ ന്യായമില്ല. ഭീകരപ്രവർത്തനം ഒരിക്കലും അവരുടെ ലക്ഷ്യമായിരുന്നില്ല. അതുകൊണ്ട് അവരെ ഭീകരരെന്ന് വിളിക്കാനുമാവില്ല. ഭീകരപ്രവർത്തനംകൊണ്ട് മാത്രം സ്വാതന്ത്ര്യം നേടാൻ കഴിയുമെന്ന് അവർ വിശ്വസിക്കുന്നില്ല. ഭീകരപ്രവർത്തനത്തിനുവേണ്ടി

മാത്രം ഭീകരപ്രവർത്തനം നടത്താനും അവരാഗ്രഹിക്കുന്നില്ല. ചില പ്പോൾ അവർ, തിരിച്ചടിക്കാൻവേണ്ടി മാത്രം ഈ മാർഗ്ഗം സ്വീകരിക്കാൻ നിർബ്ബന്ധിതരായേക്കാം. ഫലപ്രദമായി തിരിച്ചടിക്കാൻ ഉതകുന്ന ഒരു മാർഗ്ഗം എന്ന നിലയ്ക്ക് മാത്രമാണ് അതുപയോഗിക്കുന്നത്. നിലവി ലുള്ള ഗവൺമെന്റ് നിലനില്ക്കുന്നതുതന്നെ ഇന്ത്യൻ ജനതയെ ഭീഷ ണിപ്പെടുത്തി ഭരിക്കുന്നതിൽ വിദേശീയർ വിജയിച്ചതുകൊണ്ടാണ്. ഇംഗ്ലീഷുകാരായ യജമാനൻമാരെ ഇന്ത്യയിലെ ജനങ്ങൾ സ്നേഹിക്കു ന്നില്ല എന്നു മാത്രമല്ല അവർ ഇവിടെ ഉണ്ടായിരിക്കരുതെന്നും അവർ ആഗ്രഹിക്കുന്നു. ബ്രിട്ടീഷുകാരെ അവർ വളരെയേറെ ഭയപ്പെടുന്നതു കൊണ്ടാണ് വിപ്ലവകാരികൾക്ക് സഹായഹസ്തം നീട്ടാൻ അവർ തയ്യാ റാകാത്തത്. അതല്ലാതെ വിപ്ലവകാരികളോട് അവർക്ക് സ്നേഹമില്ലാ ത്തതുകൊണ്ടല്ല.

ഭരണാധിപരുടെ ഭീകരതയെ എതിർ ഭീകരതകൊണ്ട് മാത്രമെ നേരിടാനാവൂ. തികഞ്ഞ നിസ്സഹായതാബോധമാണ് നമ്മുടെ സമൂഹ ത്തിലെ എല്ലാതലത്തിലും വ്യാപിച്ചിരിക്കുന്നത്. അതുകൊണ്ട് ഭീകരപ്ര വർത്തനം സമൂഹത്തിൽ മനോവീര്യം ശരിക്കും വീണ്ടെടുക്കാനുള്ള ഫലപ്രദമായ ഒരു ഉപാധിയാണ്. മനോവീര്യം വീണ്ടെടുക്കാതെ പുരോ ഗതി നേടുന്നത് പ്രയാസകരമായിരിക്കും. കൂടാതെ, യാതൊരു തടസ്സവും കൂടാതെയും, ശല്യമൊന്നും കൂടാതെയും അവർക്ക് ഇഷ്ട മുള്ളതെല്ലാം ചെയ്യാൻ ഇംഗ്ലീഷ് യജമാനൻമാരെയും കൂലിക്കെടുത്ത അവരുടെ പാദസേവകൻമാരെയും ഒരിക്കലും അനുവദിക്കാനും പാടില്ല. അവരുടെ മാർഗ്ഗത്തിൽ, സാദ്ധ്യമായ എല്ലാ പ്രതിബന്ധങ്ങളും പ്രതിരോ ധങ്ങളും വലിച്ചിടണം.

ഭീകരപ്രവർത്തനവും വിപ്ലവപ്രക്ഷോഭങ്ങളും വഴി ഇംഗ്ലണ്ടിന്റെ കടുത്ത ശത്രുക്കൾ ഇന്ത്യയിലേക്ക് ആകർഷിക്കപ്പെടും എന്നുള്ളതു കൊണ്ട് അതിന് സാർവ്വദേശീയ സ്വഭാവവും വന്നുചേരുന്നുണ്ട്. എന്നാൽ, വിദേശീയ ഗവൺമെന്റിന്റെ ദല്ലാളുകൾ നമ്മുടെ സഹോദരി മാരുടെയും അമ്മമാരുടെയും നേരെ നടത്തുന്ന അതിക്രമങ്ങൾ കാര ണം, വലിയ പ്രകോപനങ്ങൾ ഉണ്ടായിട്ടുപോലും, ഈ അവസരത്തിൽ വിപ്ലവപാർട്ടി ഈ ഭീകരപ്രവർത്തനത്തിൽ ഏർപ്പെടുന്നതിൽനിന്നും ബോധപൂർവ്വം ഒഴിഞ്ഞുനില്ക്കുകയാണ്. എന്തെന്നാൽ, പാർട്ടി അന്തിമ പ്രഹരം ഏല്പിക്കാൻ കാത്തിരിക്കുകയാണ്. പക്ഷേ, അടിയന്തര സ്ഥിതിഗതികൾ അത് ആവശ്യമാക്കിത്തീർക്കുകയാണെങ്കിൽ യാതൊരു സന്ദേഹവും കൂടാതെ പാർട്ടി എന്തിനും തുനിഞ്ഞുകൊ ണ്ടുള്ള സംഘടിതമായ ഒരു ഭീകരപ്രവർത്തനപ്പോരാട്ടത്തിലേക്ക് ഇറ ങ്ങാൻ തയ്യാറാകും. അപ്പോൾ വിദേശ ഭരണാധികാരിയെ സഹായി ക്കുന്ന ഓരോ ഉദ്യോഗസ്ഥന്റെയും വ്യക്തിയുടെയും ജീവിതം അസ്സഹ നീയമാക്കിത്തീർക്കും. അയാൾ ഇന്ത്യക്കാരനായാലും യൂറോപ്യനാ യാലും ഉന്നതനായാലും, താഴേക്കിടയിലുള്ളവനായാലും ഇതുതന്നെ

യായിരിക്കും അയാളുടെ അനുഭവം. എന്നാൽ അപ്പോഴും ഭീകരപ്രവർത്തനം അല്ല, തങ്ങളുടെ ലക്ഷ്യം എന്ന കാര്യം പാർട്ടി വിസ്മരിക്കുകയില്ല. എന്നുമാത്രമല്ല, നിസ്വാർത്ഥരും അർപ്പണബോധത്തോടുകൂടിയവരും ആയ ഒരു സംഘം പ്രവർത്തകരെ നാടിന്റെ രാഷ്ട്രീയവും സാമൂഹികവും ആയ മോചനം എന്ന ലക്ഷ്യം സാക്ഷാൽക്കരിക്കാൻവേണ്ടി തങ്ങളുടെ കഴിവിന്റെ പരമാവധി പരിശ്രമിക്കാനായി, പാർട്ടി സംഘടിപ്പിക്കുകയും ചെയ്യും. സ്വന്തം സുഖസൗകര്യങ്ങൾക്കും താല്പര്യങ്ങൾക്കും ഉപരിയായി, തങ്ങളുടെയും തങ്ങൾക്ക് പ്രിയങ്കരരായവരുടെയും ജീവനേക്കാൾ ഉപരിയായി നാടിന്റെ താല്പര്യങ്ങൾ പരിരക്ഷിക്കാൻ സന്നദ്ധരായ, ഇന്ന് അറിയപ്പെടാത്തവരായിക്കഴിയുന്ന ആയിരക്കണക്കിന് സ്ത്രീകളുടെയും പുരുഷൻമാരുടെയും ആത്മത്യാഗം രാഷ്ട്രങ്ങളുടെ നിർമ്മാണത്തിന് ആവശ്യമാണെന്ന കാര്യം വിപ്ലവകാരികൾ ഒരിക്കലും വിസ്മരിക്കുകയില്ല.

(ഒപ്പ്)
വി കെ
പ്രസിഡന്റ്
കേന്ദ്ര കൗൺസിൽ
ആർ പി ഐ

അനുബന്ധം 2

ഹിന്ദുസ്ഥാൻ റിപ്പബ്ലിക്കൻ അസോസിയേഷന്റെ ഭരണഘടന*

ആയിരത്തിതൊള്ളായിരത്തി ഇരുപത്തിനാല് അവസാനം സചീന്ദ്രനാഥ് സന്യാൽ തയ്യാറാക്കിയത്. അത് അച്ചടിച്ചിരുന്നത് മഞ്ഞനിറത്തിലുള്ള കടലാസിലായിരുന്നതുകൊണ്ട്, "യെല്ലോ പേപ്പർ" (മഞ്ഞക്കടലാസ്) എന്ന പേരിലാണ് എപ്പോഴും അത് പരാമർശിക്കപ്പെട്ടിരുന്നത്.)

ഭരണഘടന

പേര്: ഈ അസോസിയേഷന്റെ പേര് 'ഹിന്ദുസ്ഥാൻ റിപ്പബ്ലിക്കൻ അസോസിയേഷൻ' എന്നായിരിക്കും.

ഉദ്ദേശലക്ഷ്യങ്ങൾ: സംഘടിത, സായുധസമരത്തിലൂടെ ഇന്ത്യൻ ഐക്യസംസ്ഥാനങ്ങളുടെ ഒരു ഫെഡറൽ റിപ്പബ്ലിക് സ്ഥാപിക്കുക എന്നതാണ് ഈ അസോസിയേഷന്റെ ലക്ഷ്യം.

ജനങ്ങൾക്ക്, അവർ കൈക്കൊള്ളുന്ന തീരുമാനങ്ങൾ പ്രാവർത്തികമാക്കാൻ കഴിയുന്ന സ്ഥിതി ഉണ്ടാകുമ്പോൾ ഈ റിപ്പബ്ലിക്കിന്റെ ഭരണഘടനയുടെ അവസാനരൂപം ജനങ്ങളുടെ പ്രതിനിധികൾ ആവിഷ്കരിച്ച് പ്രഖ്യാപിക്കുന്നതാണ്. സാർവ്വത്രികമായ സമ്മതിദാനാവകാശം നല്കുക, മനുഷ്യനെ മനുഷ്യൻ ചൂഷണം ചെയ്യുന്നത് സാദ്ധ്യമാക്കിത്തീർക്കുന്ന എല്ലാ വ്യവസ്ഥകളും സംവിധാനങ്ങളും ഇല്ലാതാക്കുക എന്നിവയായിരിക്കും റിപ്പബ്ലിക്കിന്റെ അടിസ്ഥാനതത്ത്വം.

ഭരണഘടന–നിർവ്വാഹകസമിതി: അസോസിയേഷന്റെ നിർവ്വാഹകസമിതി, ഇന്ത്യയിലെ എല്ലാ പ്രവിശ്യകളിൽനിന്നുമുള്ള പ്രതിനിധി

---

* ഗവൺമെന്റ് ഓഫ് ഇന്ത്യ, ഹോം ഡിപ്പാർട്ടുമെന്റ് (പൊളിറ്റിക്കൽ) ഫയൽ നമ്പർ 1925 ലെ 375.

കൾ ഉൾക്കൊള്ളുന്ന കേന്ദ്ര കൗൺസിൽ ആയിരിക്കും. കേന്ദ്ര കൗൺസിൽ കൈക്കൊള്ളുന്ന തീരുമാനങ്ങൾ നടപ്പാക്കുന്നതിനുള്ള പൂർണ്ണമായ അധികാരം കൗൺസിലിൽ നിക്ഷിപ്തമായിരിക്കും.

ഇന്ത്യയിലെ വിവിധ പ്രവിശ്യകളിലെ പ്രവർത്തനങ്ങൾക്ക് മേല്നോട്ടം വഹിക്കുക, പ്രവർത്തനങ്ങൾ ചിട്ടയാക്കുകയും ഏകോപിപ്പിക്കുകയും ചെയ്യുക. വിവിധ പ്രവിശ്യകളിലെ ഈ പ്രവർത്തനങ്ങളെ സംബന്ധിച്ച് കേന്ദ്രകൗൺസിലിന് പൂർണ്ണവിവരം ഉണ്ടായിരിക്കണം. ഇന്ത്യക്ക് പുറത്തുള്ള രാജ്യങ്ങളിൽ നടത്തേണ്ടതായ പ്രവർത്തനങ്ങൾ കേന്ദ്ര കൗൺസിലിന്റെ നേരിട്ടുള്ള ചുമതലയിലായിരിക്കും.

പ്രവിശ്യാസംഘടനകൾ: ഓരോ പ്രവിശ്യയിലും അസോസിയേഷന്റെ പ്രവർത്തനങ്ങൾ നിയന്ത്രിക്കുന്നതിനുവേണ്ടി അസോസിയേഷന്റെ അഞ്ച് വ്യത്യസ്ത വകുപ്പുകളെ പ്രതിനിധീകരിക്കുന്നതിന് സാധാരണ ഗതിയിൽ അഞ്ചുപേർ ഉൾക്കൊള്ളുന്ന ഒരു കമ്മിറ്റി ഉണ്ടായിരിക്കും.

കമ്മിറ്റിയുടെ എല്ലാ തീരുമാനങ്ങളും ഏകകണ്ഠമായ സമ്മതിയോടെ കൈക്കൊള്ളേണ്ടതാണ്.

വകുപ്പ്: ഓരോ പ്രവിശ്യാഘടകത്തിനും താഴെപ്പറയുന്ന വകുപ്പുകളുണ്ടായിരിക്കും.

1. പ്രചാരണം.
2. ആളുകളെ ഒരുമിച്ചുകൂട്ടുക.
3. ഭീകരപ്രവർത്തനത്തിന് ഫണ്ട് സംഭരിക്കുക.
4. ആയുധങ്ങളും വെടിക്കോപ്പുകളും സംഭരിക്കുകയും സൂക്ഷിക്കുകയും ചെയ്യുക.
5. വിദേശബന്ധം.

1. പ്രചാരണം: (എ) തുറന്ന് പ്രവർത്തിക്കുന്ന ഒരു പ്രസും രഹസ്യമായി സൂക്ഷിക്കുന്ന ഒരു പ്രസും ഉപയോഗിപ്പെടുത്തി നടത്തണം. കൂടാതെ (ബി) വ്യക്തികളുമായുള്ള സംഭാഷണങ്ങളിലൂടെയും (സി) പൊതുവേദികളിലൂടെയും (ഡി) കഥാപ്രസംഗങ്ങൾ സംഘടിപ്പിക്കുന്നതിലൂടെയും (ഇ) മാജിക്ലാൻടേൺ സ്ലൈഡുകളിലൂടെയും പ്രചാരണം നടത്തണം.

2. ആളുകളെ ഒരുമിച്ചുകൂട്ടുന്ന പ്രവർത്തനം വിവിധ ജില്ലകളുടെ ചുമതലയുള്ള സംഘാടകർ നടത്തണം.

3. ഫണ്ട് സംഭരിക്കുന്നത് സാധാരണ ഗതിയിൽ സ്വമേധയാ നല്കപ്പെടുന്ന സംഭാവനകൾ വഴിയും, ചില പ്രത്യേക സന്ദർഭങ്ങളിൽ ബലം പ്രയോഗിച്ച് പിടിച്ചെടുക്കുന്നതുവഴിയും ആയിരിക്കും. വിദേശ ഗവൺമെന്റിന്റെ ദല്ലാളിന്റെയോ ദല്ലാളിമാരുടെയോ ഭാഗത്തുനിന്നും ഉണ്ടായേക്കാവുന്ന സാധാരണയിൽ കവിഞ്ഞ മർദ്ദനങ്ങൾ ഉണ്ടാകുമ്പോൾ ഉചിതമായി തോന്നുന്ന മാർഗ്ഗങ്ങളിലൂടെ തിരിച്ചടിക്കുക എന്നത് അസോസിയേഷന്റെ കടമയായിരിക്കും.

4. അസോസിയേഷന്റെ എല്ലാ അംഗങ്ങളെയും ആയുധസജ്ജരാക്കാൻ എല്ലാ ശ്രമവും നടത്തുന്നതാണ്. എന്നാൽ ആ ആയുധങ്ങളെല്ലാം വിവിധ കേന്ദ്രങ്ങളിൽ സൂക്ഷിക്കേണ്ടതും പ്രവിശ്യാകമ്മിറ്റിയുടെ നിർദ്ദേശങ്ങൾ അനുസരിച്ച് മാത്രം അവ ഉപയോഗിക്കേണ്ടതുമാണ്.

ജില്ലാ സംഘാടകന്റെയോ, ആ വകുപ്പിന്റെ ഉത്തരവാദിത്വം വഹിക്കുന്ന ഉദ്യോഗസ്ഥന്റെയോ, അറിവും സമ്മതവും കൂടാതെ ആയുധങ്ങൾ ജില്ലയിലെ ഒരു സ്ഥലത്തുനിന്ന് മാറ്റിക്കൊണ്ടുപോവുകയോ ഉപയോഗിക്കുകയോ ചെയ്യാൻ പാടില്ല.

5. വിദേശബന്ധം: കേന്ദ്രകൗൺസിലിന്റെ നേരിട്ടുള്ള നിർദ്ദേശങ്ങളനുസരിച്ചാണ് ഈ വകുപ്പ് പ്രവർത്തിക്കേണ്ടത്.

ജില്ലാസംഘാടകന്റെ ചുമതലകൾ

അതത് ജില്ലയിലെ അംഗങ്ങളെ സംബന്ധിച്ചുള്ള പൂർണ്ണ ചുമതല ജില്ലാ സംഘാടകനായിരിക്കും.

അവരവരുടെ ജില്ലയിലെ എല്ലാ ഭാഗത്തും അസോസിയേഷന്റെ ബ്രാഞ്ചുകൾ സ്ഥാപിക്കാൻ സംഘാടകൻ ശ്രമിക്കണം. പാർട്ടിയിലേക്ക് അംഗങ്ങളെ ചേർക്കുന്ന ജോലി കാര്യക്ഷമമാക്കുന്നതിന് സംഘാടകൻ അയാളുടെ ജില്ലയിലെ വിവിധ പൊതു സംഘടനകളും സ്ഥാപനങ്ങളും ആയി ബന്ധം പുലർത്തിക്കൊണ്ടിരിക്കണം.

ജില്ലാസംഘാടകർ എല്ലാ കാര്യങ്ങളിലും പ്രാദേശിക കമ്മിറ്റികൾക്ക് വിധേമായിരിക്കുന്നതും, പ്രാദേശിക കമ്മിറ്റികൾ അയാളുടെ എല്ലാ പ്രവർത്തനങ്ങളുടെയും മേൽനോട്ടം വഹിക്കുകയും പ്രവർത്തനങ്ങൾ സംബന്ധിച്ച് ആവശ്യമായ മാർഗ്ഗനിർദ്ദേശങ്ങൾ നല്കുകയും ചെയ്യേണ്ടതാണ്.

പാർട്ടി അംഗങ്ങളെ പ്രത്യേക ഗ്രൂപ്പുകളായി വിഭജിക്കുന്നതിന് ജില്ലാ സംഘാടകർ ശ്രദ്ധിക്കേണ്ടതും വിവിധ ഗ്രൂപ്പുകൾ പരസ്പരം അറിയാതിരിക്കാൻ നോക്കേണ്ടതും ആണ്.

കഴിയുന്നിടത്തോളം, ഓരോ പ്രവിശ്യയിലേയും വിവിധ ജില്ലകളിലെയും സംഘാടകർ പരസ്പരം അറിയാതിരിക്കാനും കഴിയുമെങ്കിൽ അവർ വ്യക്തികളെന്ന നിലയ്ക്ക് പേരുകൊണ്ടുപോലും അറിയാതിരിക്കാനും ശ്രദ്ധിക്കണം.

ഒരു ജില്ലാ സംഘാടകനും, തന്റെ മേലധികാരിയുടെ മുൻകൂട്ടിയുള്ള അനുവാദം കൂടാതെ തന്റെ പ്രവർത്തനസ്ഥലം വിട്ടുപോകാൻ പാടില്ലാത്തതാകുന്നു.

ജില്ലാസംഘാടകന്റെ യോഗ്യതകൾ

1. വിവിധ സ്വഭാവമുള്ള ആളുകൾക്ക് മാർഗ്ഗനിർദേശം നല്കാനും അവരെ ശരിയായ രീതിയിൽ നിയന്ത്രിച്ചുകൊണ്ടുപോകാനും ആവശ്യമായ നയചാതുരിയുള്ളയാളായിരിക്കണം.

2. സമകാലീന രാഷ്ട്രീയ–സാമൂഹിക–സാമ്പത്തിക പ്രശ്നങ്ങളെ സംബന്ധിച്ചുള്ള കാര്യങ്ങൾ, അതിലും വിശേഷിച്ച് ഇന്ത്യയിൽ ഉരുത്തിരിഞ്ഞുവന്നിട്ടുള്ള സവിശേഷ നാഗരികതയുടെ കാര്യങ്ങൾ ഗ്രഹിക്കാൻ കഴിയുന്ന ആളായിരിക്കണം.

4. ഭൗതികവും മാനസികവും ആയ മാനുഷിക പ്രവർത്തനങ്ങളുടെ വിവിധമേഖലകളിൽ സൗഹാർദ്ദം വളർത്തുക എന്ന സ്വതന്ത്ര ഇന്ത്യയുടെ ലക്ഷ്യത്തിലും, ഭാവികടമകളിലും വിശ്വാസം ഉള്ള ആളായിരിക്കണം.

5. ധീരതയും ത്യാഗസന്നദ്ധതയും ഉള്ള ആളായിരിക്കണം. ഈ ഗുണങ്ങളില്ലാതിരുന്നാൽ അയാളുടെ സ്വഭാവഗുണങ്ങൾ എത്ര തിളക്കമുള്ളതാണെങ്കിലും അവയ്ക്ക് യഥാർത്ഥത്തിൽ വലിയ മൂല്യമൊന്നും ഉണ്ടാവില്ല.

പ്രാദേശിക കൗൺസിലുകളും കേന്ദ്രകൗൺസിലും

പ്രാദേശിക കൗൺസിലുകളിലെയും കേന്ദ്രകൗൺസിലുകളിലെയും അംഗങ്ങൾ, അസോസിയേഷന്റെ ഓരോ അംഗത്തിനും അവരവരുടെ വ്യക്തിപരമായ കഴിവുകൾ വളർത്താനും പ്രയോജനപ്പെടുത്താനും പൂർണ്ണ സാദ്ധ്യത ഉണ്ടായിരിക്കാനും, വേണ്ടിടത്തോളം അവസരങ്ങൾ ലഭിക്കാനും ആവശ്യമായതെല്ലാം ചെയ്യാൻ ശ്രദ്ധിക്കണം.

പരിപാടി

അസോസിയേഷന്റെ എല്ലാ പ്രവർത്തനങ്ങളും രണ്ട് വിഭാഗമായി തരംതിരിക്കണം–അതായത് പരസ്യപ്രവർത്തനവും രഹസ്യപ്രവർത്തനവും.

പരസ്യപ്രവർത്തനം

1. ക്ലബ്ബുകൾ, ഗ്രന്ഥശാലകൾ, സേവാസമിതികൾ തുടങ്ങിയ വിവിധ രൂപങ്ങളിൽ അസോസിയേഷന്റെ പ്രവർത്തനം ആരംഭിക്കുക.

2. തൊഴിലാളി സംഘടനകളും കർഷക സംഘടനകളും സംഘടിപ്പിക്കുക. വിവിധ വ്യവസായശാലകളിലെയും റെയിൽവെയിലെയും കൽക്കരിഖനികളിലെയും മറ്റും തൊഴിലാളികളെ സംഘടിപ്പിക്കാനും നയിക്കാനും വേണ്ടിയുള്ള പ്രവർത്തനങ്ങളിൽ അസോസിയേഷനു വേണ്ടി ചുമതലകൾ ഏറ്റെടുക്കുന്നതിന് അനുയോജ്യരായ ആളുകളെ ഏർപ്പെടുത്തണം. ഈ തൊഴിലാളികൾക്ക് അവർ വിപ്ലവപ്രവർത്തനങ്ങളിൽ അല്ല ഏർപ്പെടുന്നതെങ്കിലും വിപ്ലവം അവർക്കുവേണ്ടിയാണ് നടത്തുന്നത് എന്ന ബോധം ഉണ്ടാക്കുകയും വേണം.

ഇതുപോലെതന്നെ കർഷകരെയും സംഘടിപ്പിക്കണം.

3. ഓരോ പ്രവിശ്യയിലും സ്വതന്ത്ര ഇന്ത്യൻ റിപ്പബ്ലിക് എന്ന ആശയത്തെക്കുറിച്ച് പ്രചാരണം നടത്താൻവേണ്ടി ഒരു വാരിക തുടങ്ങുക.

4. രാജ്യത്തെ സംഭവവികാസങ്ങളെക്കുറിച്ചും ഇന്ത്യക്ക് പുറത്തുള്ള രാജ്യങ്ങളിൽ ഈ കാലത്ത് പ്രചാരത്തിലുള്ള ആശയങ്ങളെക്കുറിച്ചും പൊതുജനങ്ങളെ, ബഹുജനങ്ങളെ, ബോധവല്ക്കരിക്കാൻ ആവശ്യമായ പുസ്തകങ്ങളും ലഘുലേഖകളും മറ്റും പ്രസിദ്ധീകരിച്ച് വിതരണം ചെയ്യുക.

5. കഴിയുന്നിടത്തോളം കോൺഗ്രസ് സംഘടനയെ പ്രയോജനപ്പെടുത്തുകയും അതിനെ സ്വാധീനിക്കുകയും ചെയ്യുക.

രഹസ്യവിഭാഗം

എ. രഹസ്യമായി ഒരു പ്രസ് സ്ഥാപിക്കുകയും അതുപയോഗിച്ച്, പരസ്യമായി പ്രസിദ്ധീകരിക്കാൻ കഴിയാത്ത പാർട്ടി സാഹിത്യം പ്രസിദ്ധീകരിക്കുക.

ബി. അത്തരം സാഹിത്യം വിതരണം ചെയ്യുക.

സി. നാടിന്റെ എല്ലാ ഭാഗത്തും-എല്ലാ-ജില്ലകളിലും-അസോസിയേഷന്റെ ബ്രാഞ്ചുകൾ സ്ഥാപിക്കുക.

ഡി. കഴിയുന്ന മാർഗ്ഗങ്ങളിലൂടെയെല്ലാം ഫണ്ട് സംഭരിക്കുക.

ഇ. തുറന്ന നിലയ്ക്ക് കലാപം തുടങ്ങുക. സന്ദർഭം വരുമ്പോഴേക്കും സായുധസേനയുടെയും ആയുധസാമഗ്രികൾ നിർമ്മിക്കുന്ന ശാലകളുടെയും ചുമതല ഏറ്റെടുക്കാൻ കഴിവുള്ള സൈനികവിദഗ്ധരും ശാസ്ത്രജ്ഞാനമുള്ളവരും ആയിത്തീരാൻ വേണ്ട പരിശീലനം നേടാൻ അനുയോജ്യരായ പ്രവർത്തകരെ വിദേശരാജ്യങ്ങളിലേക്കയക്കുക.

എഫ്. ആയുധങ്ങൾ, വെടിക്കോപ്പുകൾ തുടങ്ങിയവ ഇറക്കുമതി ചെയ്യുകയും, സാദ്ധ്യതയുള്ളിടത്തോളം നമ്മുടെ നാട്ടിൽത്തന്നെ ഇവയുടെ നിർമ്മാണം നടത്താനും വേണ്ട ഏർപ്പാടുകൾ ഉണ്ടാക്കുക.

ജി. ഇന്ത്യക്ക് പുറത്ത് താമസിക്കുന്ന ഇന്ത്യൻ വിപ്ലവകാരികളുമായി ബന്ധപ്പെടുകയും അവരുമായി സഹകരിക്കുകയും ചെയ്യുക.

എച്ച്. രാജ്യത്ത് നിലവിലുള്ള കരസേനയിൽ അസോസിയേഷൻ മെമ്പർമാരെ ചേർക്കാൻ വേണ്ടത് ചെയ്യുക.

ഐ. ചില പ്രത്യേക അവസരങ്ങളിൽ തിരിച്ചടിക്കുന്ന നടപടികളിലൂടെയും പ്രചാരണങ്ങളിൽക്കൂടിയും, പൊതുജനങ്ങളുടെ സഹഭാവം ആർജ്ജിക്കുകയും അങ്ങനെ അനുഭാവികളുടെ ഒരു സംഘത്തെ നമ്മുടെ ലക്ഷ്യത്തിന് പിന്തുണയ്ക്കായി അണിനിരത്തുകയും ചെയ്യുക.

അംഗത്വം

ഓരോ പ്രവിശ്യയിലെയും ജില്ലകളുടെ ചുമതലയുള്ള സംഘാടകർ വഴിയാണ് അംഗങ്ങളെ ചേർക്കേണ്ടത്. അസോസിയേഷനുവേണ്ടി

മുഴുവൻ സമയവും വിനിയോഗിക്കാനും, വേണ്ടിവന്നാൽ ജീവൻപോലും ബലിയർപ്പിക്കാനും എല്ലാ അംഗങ്ങളും സന്നദ്ധരായിരിക്കണം.

ജില്ലാ സംഘാടകന്റെ ആജ്ഞകൾ അംഗങ്ങൾ ചോദ്യം ചെയ്യാതെ അനുസരിക്കേണ്ടതാണ്.

ഓരോ അംഗവും തനതായ കഴിവ് വളർത്തണം. അംഗങ്ങളായ വ്യക്തികളുടെ വിപദിധൈര്യവും, മുൻകൈയെടുക്കാനുള്ള കഴിവും ചുമതലാബോധവും ആണ് അസോസിയേഷന്റെ വിജയത്തിന് മുഖ്യമായും ആധാരമായിട്ടുള്ളതെന്ന് അവർ മനസ്സിലാക്കണം.

ഓരോ അംഗത്തിന്റെയും പ്രവർത്തനശൈലി, അസോസിയേഷന്റെ ലക്ഷ്യത്തിന് ദോഷം വരുത്താത്ത രീതിയിൽ ആയിരിക്കണം. ഈ സംഘടനയ്ക്ക് പ്രത്യക്ഷമായോ പരോക്ഷമായോ ദോഷം വരുത്തുന്ന യാതൊരു പ്രവൃത്തിയും ചെയ്യാതിരിക്കാനും ഓരോ അംഗവും ശ്രദ്ധിക്കണം.

ജില്ലാസംഘാടകന്റെ അനുമതി കൂടാതെ ഒരംഗവും മറ്റൊരു സംഘടനയുടെ അംഗം ആകാൻ പാടില്ല.

ജില്ലാസംഘാടകനെ അറിയിക്കാതെ ഒരംഗവും പ്രവൃത്തിസ്ഥലം വിടാൻ പാടില്ല.

വിപ്ലവപ്രവർത്തനങ്ങളുമായി ബന്ധമുണ്ടെന്ന് പൊതുജനങ്ങൾക്കോ പൊലീസിനോ സംശയം തോന്നാൻ ഒരംഗവും ഇടവരുത്തരുത്.

ഓരോരുത്തരുടെയും പെരുമാറ്റത്തിൽ ഉണ്ടാകുന്ന ദൂഷ്യവും തെറ്റുകളും സംഘടനയ്ക്കാകെ വിനാശകരമായിത്തീരാനിടയാകും എന്ന് ഓരോ അംഗവും ഓർക്കണം. തന്റെ പൊതുജീവിതത്തെ സംബന്ധിച്ചിടത്തോളം, ജില്ലാസംഘാടകരിൽനിന്നും അംഗങ്ങൾ യാതൊന്നും മറച്ചുവെക്കാൻ പാടില്ല.

പ്രസ്ഥാനത്തെ വഞ്ചിക്കുന്ന അംഗങ്ങളെ പാർട്ടിയിൽനിന്നും പുറത്താക്കുന്ന ശിക്ഷയ്ക്ക് വിധേയരാക്കുകയോ വധശിക്ഷയ്ക്ക് വിധിക്കുകയോ ചെയ്യുന്നതാണ്.

മേൽപ്പറഞ്ഞ ശിക്ഷകൾ വിധിക്കാനുള്ള അധികാരം പ്രവിശ്യാ കൗൺസിലിൽ നിക്ഷിപ്തമായിരിക്കും.

അനുബന്ധം 3

ഗാന്ധിജിക്ക് സന്യാലിന്റെ തുറന്ന കത്ത്*

ഈ കത്ത് 1925 ഫെബ്രുവരി 12 ലെ 'യങ് ഇന്ത്യ'യിൽ (അഹമ്മദാബാദ്) പ്രസിദ്ധീകരിച്ചിരുന്നു. എം എൻ ഗുപ്തയുടെ 'അവർ അപകടകരമായ ജീവിതം നയിച്ചു' എന്ന പുസ്തകത്തിൽ ഉദ്ധരിച്ചിട്ടുണ്ട്. പി പി എച്ച്, ന്യൂഡൽഹി–1969

അങ്ങ് കുറെനാൾ മുമ്പ് വിപ്ലവകാരികൾ അവരുടെ മൗനം ഭഞ്ജിച്ച്, വീണ്ടും പുറത്തുവരുകയും ഇന്ത്യൻ രാഷ്ട്രീയരംഗത്തേക്ക് പ്രവേശിക്കുകയും ചെയ്താൽ രാഷ്ട്രീയരംഗത്തുനിന്ന് വിരമിക്കും എന്ന് വാഗ്ദാനം ചെയ്തിരുന്ന കാര്യം അങ്ങയെ അനുസ്മരിപ്പിക്കേണ്ടത് എന്റെ കടമയാണെന്ന് ഞാൻ കരുതുന്നു. അക്രമരഹിത–നിസ്സഹകരണപ്രസ്ഥാനത്തിന്റെ പരീക്ഷണം ഇപ്പോൾ അവസാനിച്ചിരിക്കുകയാണല്ലോ. അങ്ങയുടെ പരീക്ഷണത്തിന് പൂർണ്ണമായും ഒരു വർഷം വേണമെന്നായിരുന്നു അങ്ങ് പറഞ്ഞിരുന്നത്. പക്ഷേ, ആ പരീക്ഷണം പൂർണ്ണമായും നാലു വർഷത്തോളമെങ്കിലും നീണ്ടുനിന്നു. എന്നിട്ടും, ആ പരീക്ഷണം വേണ്ടിടത്തോളം സമയത്തേക്ക് നടത്താനായില്ലെന്നാണോ ഇപ്പോഴും അങ്ങ് പറയുന്നത്?

ഈ കാലഘട്ടത്തിലെ മഹാന്മാരിൽവെച്ചേറ്റവും വലിയൊരു വ്യക്തിയാണ് താങ്കൾ. ഒരു കാരണത്താലല്ലെങ്കിൽ മറ്റൊരു കാരണത്താൽ അങ്ങയുടെ പരിപാടി, യഥാർത്ഥത്തിൽ ഈ നാട്ടിലെ ഏറ്റവും നല്ലയാളുകൾ ഏറ്റെടുക്കുകയും ചെയ്തു. നമ്മുടെ രാഷ്ട്രത്തിലെ യുവകുസുമങ്ങളായ ആയിരക്കണക്കിന് ചെറുപ്പക്കാർ അങ്ങയുടെ സവിശേഷ സിദ്ധാന്തത്തെ, അവർക്ക് സംഭരിക്കാൻ കഴിഞ്ഞ മുഴുവൻ

* ഈ കത്തിൽ സചീന്ദ്രസന്യാൽ യഥാർത്ഥ പേര് വെളിപ്പെടുത്തിയിരുന്നില്ല.

ആവേശത്തോടും സ്വീകരിക്കുകയും ചെയ്തു. ഫലത്തിൽ ഈ രാഷ്ട്രം ഒന്നാകെ അങ്ങയുടെ ആഹ്വാനം അംഗീകരിച്ചു. ജനങ്ങളുടെ പ്രതികരണം അത്യത്ഭുതകരമല്ലെങ്കിൽ അഭൂതപൂർവ്വമായിരുന്നുവെന്ന് ഞങ്ങൾക്ക് അസന്ദിഗ്ദ്ധമായി പറയാൻ കഴിയും. ഇതിലും കൂടുതൽ എന്താണ് താങ്കൾ പ്രതീക്ഷിക്കുന്നത്. അങ്ങയുടെ അനുയായികളുടെ ഭാഗത്തുനിന്നും ത്യാഗസന്നദ്ധതയ്ക്കും ആത്മാർത്ഥതയ്ക്കും യാതൊരു കുറവും ഉണ്ടായില്ല. അങ്ങേയറ്റം സ്വാർത്ഥരായ, വ്യവസായികളെപ്പോലുള്ളവർപ്പോലും അവരുടെ തൊഴിൽ ഉപേക്ഷിക്കാൻ തയ്യാറായി. നാട്ടിലെ യുവാക്കൾ അവർക്ക് ഭാവിയിലുണ്ടായേക്കാവുന്ന ഭൗതികാഭിവൃദ്ധി സാദ്ധ്യതകൾ ഉപേക്ഷിച്ചുകൊണ്ട് താങ്കൾ ഉയർത്തിയ പതാകയിൻ കീഴിൽ അണിനിരന്നു. സാമ്പത്തികവരുമാനമൊന്നും ഇല്ലാത്തതു കാരണം ആയിരക്കണക്കിന് കുടുംബങ്ങൾ അഗതികളായിത്തീർന്നു. നാട്ടിൽ പണത്തിന് ലോഭമൊന്നും ഉണ്ടായിരുന്നില്ല. താങ്കൾ ആവശ്യപ്പെട്ടത് ഒരുകോടിരൂപ ആയിരുന്നു. ആവശ്യപ്പെട്ടതിൽ എത്രയോ അധികം പണം അങ്ങേക്ക് ലഭിച്ചു. താങ്കൾ പ്രതീക്ഷിച്ചതിലും എത്രയോ കൂടുതൽ നല്ല പ്രതികരണമാണ് താങ്കളുടെ ആഹ്വാനത്തിന് ലഭിച്ചതെന്ന് ഞാൻ പറയുമ്പോൾ അത് സത്യത്തിൽനിന്നും അത്ര വിദൂരമായിരിക്കില്ല. അങ്ങയുടെ നേതൃത്വം സ്വീകരിച്ച ഇന്ത്യക്കാർ അവരുടെ കഴിവിന്റെ പരമാവധി വിനിയോഗിച്ച് പ്രവർത്തിച്ചു എന്ന് പറയാൻ ഞാൻ ധൈര്യപ്പെടുന്നു. ഇത് നിഷേധിക്കാനാവുമെന്ന് എനിക്ക് തോന്നുന്നില്ല. എന്നിട്ടും അങ്ങയുടെ പരീക്ഷണം വേണ്ടത്ര കാലത്തേക്ക് നടത്താൻ കഴിഞ്ഞില്ലെന്നാണ് അങ്ങ് പറയുന്നത്.

യഥാർത്ഥത്തിൽ ഇന്ത്യക്കാരുടെ കുറ്റം കൊണ്ടൊന്നുമല്ല അങ്ങയുടെ പരിപാടി പരാജയപ്പെട്ടത്. താങ്കൾക്ക് ഇന്ത്യക്കായി ഒരു പരിപാടി സമർപ്പിക്കാനുണ്ട്. എന്നാൽ താങ്കൾക്ക് ഈ രാഷ്ട്രത്തെ വിജയകരമായി ലക്ഷ്യത്തിലേക്ക് നയിക്കാൻ കഴിഞ്ഞില്ല. അക്രമരഹിത–നിസ്സഹകരണ പ്രസ്ഥാനം പരാജയപ്പെട്ടത് ജനങ്ങൾ വേണ്ടത്ര അക്രമരഹിതരായിരുന്നില്ല എന്നതുകൊണ്ടാണെന്ന് പറയുന്നത് ഒരു അഭിഭാഷകന്റെ വാദമാണ്. ഒരു പ്രവാചകന്റേതല്ല. ഇക്കഴിഞ്ഞ കുറെ വർഷങ്ങളായി ജനങ്ങൾ അക്രമരഹിതരായിരുന്നതിനേക്കാൾ കൂടുതൽ അക്രമരഹിതരാവാൻ അവർക്ക് കഴിയില്ല. ഭീരുത്വത്തിന്റെ ഗന്ധം അന്തരീക്ഷത്തിൽ ഉയരാൻ ഇടയാക്കുന്നിടത്തോളമായിരുന്നു, അവരുടെ അക്രമരാഹിത്യം എന്ന് ഞാൻ പറയും. ഒരു വേള ഇത്തരത്തിലുള്ള ഭീരുക്കളുടെ അക്രമരാഹിത്യമായിരുന്നില്ല താങ്കൾ ആവശ്യപ്പെട്ടത് എന്ന് പറഞ്ഞേക്കാം. പക്ഷേ, ഭീരുക്കളെ ധീരന്മാരാക്കുന്നതിന് ഉതകുന്ന യാതൊരു കാര്യവും താങ്കളുടെ പരിപാടിയിൽ ഉണ്ടായിരുന്നില്ല. അഥവാ, ധീരന്മാരുടെ സംഘത്തിൽ ഭീരുക്കളാരെങ്കിലും ഉണ്ടോ എന്ന് കണ്ടുപിടിക്കാനും അവസാനം അവരെ പുറന്തള്ളാനും സഹായിക്കുന്ന യാതൊരു

കാര്യവും താങ്കളുടെ പരിപാടിയിൽ ഇല്ല. ഇതിൽ ജനങ്ങളുടെ ഭാഗത്ത് യാതൊരു കുറവും ഉണ്ടായിരുന്നില്ല. നിസ്സഹകരണ സമരത്തിലേർപ്പെട്ട വരിൽ ഭൂരിഭാഗവും ഭീരുക്കളായിരുന്നു എന്നും ധീരരായിരുന്നില്ല എന്നും പറയുന്നത് ഉത്തരവാദിത്വത്തിൽനിന്ന് ഒഴിഞ്ഞുമാറലാണ്. ഇങ്ങനെ പറയുന്നത് ഈ രാഷ്ട്രത്തിന്റെ പൗരുഷത്തിന് എതിരായ ഒരു അതിക്രമമാണ്. ഇന്ത്യക്കാർ ഭീരുക്കളല്ല. ലോകത്തിലെ ഉത്തമരായ ധീരന്മാരുടേതുമായി താരതമ്യപ്പെടുത്താവുന്ന ധീരതയാണ് ഇന്ത്യക്കാ രുടേത്. ഇത് നിഷേധിക്കുന്നത് ചരിത്രത്തെതന്നെ നിഷേധിക്കലാണ്. ഇന്ത്യക്കാരുടെ ധീരതയെക്കുറിച്ച് പറയുമ്പോൾ സമുജ്ജ്വലമായ നമ്മുടെ ഭൂതകാലചരിത്രത്തിന്റെ ഏടുകൾക്ക് തിളക്കം നല്കിയ ധീരത യെക്കുറിച്ച് മാത്രമല്ല, വർത്തമാനകാലത്ത് പ്രകടിതമാകുന്ന ധീരത യെയും ഞാൻ ഇതിൽപ്പെടുത്തുന്നു. എന്തെന്നാൽ ഇന്ത്യ ഇന്നും മരിച്ചി ട്ടില്ല.

ഇന്ത്യക്ക് ഇന്ന് ആവശ്യമുള്ളത് ഒരു യഥാർത്ഥ നേതാവിനെ യാണ്. ഗുരുഗോവിന്ദസിങ്ങിനെയും ഗുരുരാമദാസിനെയും ശിവജി യെയും പോലുള്ള ഒരു നേതാവിനെയാണ് വേണ്ടത്. ഇന്ത്യ മാത്രമല്ല മനുഷ്യരാശിയാകെ പിന്തുടരേണ്ടതായ വിലപ്പെട്ട ഒരു ആദർശം മുന്നോട്ടുവെക്കാൻ കഴിയുന്ന ഒരു കൃഷ്ണനെയാണ് ഇന്ത്യക്ക് വേണ്ടത്. വിവിധ സ്വഭാവങ്ങളും കഴിവുകളും ഉള്ളവർ ഉൾപ്പെടുന്ന മനു ഷ്യസമൂഹത്തിലെ എല്ലാ അംഗങ്ങൾക്കും പിന്തുടരാൻ അർഹമായ ഒരു ആദർശം മുന്നോട്ടുവെക്കാൻ കഴിയുന്ന ഒരാളെയാണ് വേണ്ടത്.

അവിടെയും ഇവിടെയും ജനങ്ങളുടെ അമർത്തിവെക്കപ്പെട്ടിരുന്ന വികാരങ്ങളുടെ പൊട്ടിത്തെറി ഒറ്റയ്ക്കൊറ്റയ്ക്ക് ഉണ്ടായതുകൊണ്ടല്ല അക്രമരഹിത നിസ്സഹകരണ പ്രസ്ഥാനം പരാജയപ്പെട്ടത്. നേരെമറിച്ച് ഈ പ്രസ്ഥാനത്തിന് വിലപ്പെട്ട ഒരു ആദർശത്തിന്റെ അഭാവം ഉണ്ടായി രുന്നു എന്നതുകൊണ്ടാണ്. താങ്കൾ പ്രചരിപ്പിച്ച ആദർശം ഇന്ത്യൻ സംസ്കാരവും പാരമ്പര്യവും ആയി പൊരുത്തപ്പെടുന്നതല്ല അതിന് അനുസരണത്തിന്റെ ചുവയുണ്ടായിരുന്നു. താങ്കളുടെ അഹിംസാ സിദ്ധാന്തം–അല്ലെങ്കിൽ ജനങ്ങൾ സ്വീകരിക്കുന്നതായി മുന്നോട്ടുവെച്ച രൂപത്തിലുള്ള സിദ്ധാന്തം എന്ന് പറയാം–നൈരാശ്യത്തിൽനിന്ന് ഉള വായ സിദ്ധാന്തമാണ്. അത് ഇന്ത്യയിലെ *ഋഷിമാരുടെ ക്ഷമയുടെ ചേതസ്സ്* ഉള്ളതായിരുന്നില്ല. ഇന്ത്യയിലെ മഹത്തുക്കളായിരുന്ന യോഗി മാരുടെ *അഹിംസയുടെ ചേതസ്സ്* ഉള്ളതായിരുന്നില്ല. അത് ടോൾസ്റ്റോ യിസത്തിന്റെയും ബുദ്ധിസത്തിന്റെയും വികലമായ *ഭൗതികമിശ്രിതം* ആയിരുന്നു. പൂർവ്വദേശങ്ങളുടെയും പാശ്ചാത്യരാജ്യങ്ങളുടെയും പാര മ്പര്യങ്ങളുടെ *രസായന സംയോഗം* ആയിരുന്നില്ല അത്. താങ്കൾ 'കോൺഗ്രസുകൾ,' 'കോൺഫറൻസുകൾ' തുടങ്ങിയ പാശ്ചാത്യരീതി കൾ സ്വീകരിക്കുകയും, ദേശ–കാല–പാത്രഭേദം ഒന്നും പരിഗണി ക്കാതെ അഹിംസയുടെ ചേതസ്സ് രാഷ്ട്രം ആകെ അംഗീകരിക്കുന്ന

തിന് പ്രേരണ ചെലുത്താൻ ശ്രമിക്കുകയും ചെയ്തു. ഇതിനെല്ലാം ഉപരിയായി ഇന്ത്യയുടെ ആത്യന്തിക രാഷ്ട്രീയ ലക്ഷ്യത്തെക്കുറിച്ച് താങ്കളുടെ ധാരണ അവ്യക്തമായിരുന്നു. ഇപ്പോഴും അവ്യക്തമായി തുടരുന്നു. ഇത് ദൗർഭാഗ്യകരമായ ഒരു കാര്യമാണ്. സ്വാതന്ത്ര്യത്തെക്കുറിച്ചുള്ള അങ്ങയുടെ ധാരണ ഇന്ത്യയുടെ ആദർശങ്ങളുമായി പൊരുത്തപ്പെടുന്നതല്ല. *സർവ്വം പരവശം ദുഃഖം-സർവ്വാത്മവശം സുഖം* എന്ന ആപ്തവാക്യവും, വ്യക്തിയുടെ അസ്തിത്വം മനുഷ്യരാശിയുടെ താല്പര്യങ്ങൾക്കുവേണ്ടി മാത്രമാണെന്നും മനുഷ്യരാശിയെ സേവിക്കുന്നതിലൂടെ ദൈവത്തെ സേവിക്കുകയും ചെയ്യണമെന്ന ആദർശവുമാണ് ഇന്ത്യ ഉയർത്തിപ്പിടിക്കുന്നത്, *ജഗത്ഹിതാച കൃഷ്ണായച.* ഇന്ത്യ പ്രചരിപ്പിക്കുന്ന *അഹിംസ* എന്ന ആദർശം അഹിംസയ്ക്കുവേണ്ടി മാത്രമുള്ള അഹിംസയ്ക്കല്ല, മറിച്ച് മനുഷ്യരാശിയുടെ ഗുണത്തിനുവേണ്ടിയുള്ളതാണ്. മനുഷ്യരാശിയുടെ നന്മയ്ക്കുവേണ്ടി രക്തം ചൊരിയേണ്ടതായി വന്നാൽ ഇന്ത്യ അതിന് മടിക്കില്ല. ഇത് ശസ്ത്രക്രിയയ്ക്ക് രക്തം ചൊരിയേണ്ടത് ആവശ്യമായിവരുന്നു എന്നതുപോലെയാണ്. ആദർശവാനായ ഒരു ഇന്ത്യക്കാരനെ സംബന്ധിച്ചിടത്തോളം ആത്യന്തികമായി മനുഷ്യരാശിയുടെ നന്മയ്ക്ക് ആവശ്യമാണെങ്കിൽ അഹിംസയ്ക്കും ഹിംസയ്ക്കും തുല്യ പ്രാധാന്യമാണുള്ളത്. *വിനാശായച ദുഷ്കൃതാം* എന്ന് പറഞ്ഞത് അർത്ഥശൂന്യമായിട്ടല്ല.

അതുകൊണ്ട് എന്റെ അഭിപ്രായത്തിൽ താങ്കൾ രാഷ്ട്രത്തിന് നല്കിയ ആദർശം-അഥവാ താങ്കൾ രാഷ്ട്രത്തിന് മുമ്പാകെ സമർപ്പിച്ച കർമ്മപരിപാടി ഇന്ത്യൻ സംസ്കാരത്തിനു ചേർന്നതോ, ഒരു രാഷ്ട്രീയ പരിപാടിയെന്ന നിലയ്ക്ക് പ്രായോഗികമായതോ അല്ല.

ഇംഗ്ലണ്ട് സ്വമേധയാ നീതിയും ഉദാരതയും കാട്ടുമെന്ന് തെല്ലെങ്കിലുമൊരു ആശ ഇനിയും പുലർത്താൻ താങ്കൾ ധൈര്യപ്പെടുന്നത് തികച്ചും സങ്കല്പിക്കാൻപോലും ആവാത്തതും മനസ്സിലാക്കാൻ കഴിയാത്തതുമായ കാര്യമാണ്. ജാലിയൻ വാലാബാഗ് കൂട്ടക്കൊലകൾ ആത്മരക്ഷയ്ക്കുള്ള ന്യായാനുസൃതമായ മാർഗ്ഗമാണെന്ന് വിശ്വസിക്കുന്ന ഇംഗ്ലണ്ടാണിത്. ഒഡയർനായർ കേസിന്റെ വിചാരണ നടത്തിയിട്ട് കിരാതത്വത്തിന് അനുകൂലമായി വിധി പ്രഖ്യാപിച്ച ഇംഗ്ലണ്ടാണിത്. ബ്രിട്ടീഷ് ഗവൺമെന്റിന്റെ സന്മനസ്സിനെക്കുറിച്ച് ഇനിയും താങ്കൾക്ക് വിശ്വാസത്തിന്റെ കണികയെങ്കിലും ഉണ്ടെങ്കിൽ, പിന്നെ, ഒരു കർമ്മപരിപാടിയുടെ ആവശ്യം തന്നെയുണ്ടോ? ബ്രിട്ടീഷ് ഗവൺമെന്റിന് വിവേകം ഉദിക്കാൻ ഒരു പ്രസ്ഥാനത്തിന്റെ ആവശ്യം ഉണ്ട് എന്നാണെങ്കിൽ പിന്നെ എന്തിനാണ് ബ്രിട്ടീഷ്ഗവൺമെന്റിന്റെ നീതിബോധത്തെക്കുറിച്ചും സന്മനസ്സിനെക്കുറിച്ചും മറ്റും സംസാരിക്കുന്നത്? താങ്കൾക്കുള്ളിലെ പ്രവാചകൻ അപ്രത്യക്ഷനാവുകയും, ദുർബ്ബലമായ ഒരു കേസ് വാദിക്കുന്ന വക്കീൽ ആയി ഒരിക്കൽക്കൂടി താങ്കൾ വന്നിരിക്കുകയുമാണെന്ന് തോന്നുന്നു. അതല്ലെങ്കിൽ താങ്കൾ

എപ്പോഴും അർദ്ധസത്യങ്ങളുടെ പ്രയോക്താവ് തന്നെയായിരിക്കുന്നു- അതും ശക്തനായ പ്രയോക്താവായിരിക്കുകയാണ്. മറ്റു സ്വതന്ത്രരാഷ്ട്രങ്ങളുമായി സഖ്യത്തിലേർപ്പെടുന്നതോ, അവയുമായി ചേർന്നുള്ള ഒരു ഫെഡറേഷൻ ആകുന്നതോ ആണ് അംഗീകരിക്കാവുന്ന ഒരു നയം. നേരെമറിച്ച് സ്വയംഭരണമുള്ള ഇന്ത്യ, ബ്രിട്ടീഷ് സാമ്രാജ്യത്തിനകത്തുതന്നെ തുടരുന്നത് തികച്ചും വ്യത്യസ്തമായ ഒരു നയമാണ്. ബ്രിട്ടീഷ് സാമ്രാജ്യത്തിനകത്തുതന്നെ തുടർന്നും നില്ക്കണമെന്നുള്ള താങ്കളുടെ ചിന്താഗതി, താങ്കളുടെ പല ഹിമാലയൻ അബദ്ധങ്ങളെ അനുസ്മരിപ്പിക്കുന്നു. താങ്കൾ വിലപ്പെട്ട ആദർശത്തെ, താല്ക്കാലികമായുള്ള കാര്യങ്ങൾ സാധിച്ചുകിട്ടുന്നതിനുവേണ്ടി, വിട്ടുവീഴ്ചകൾ ചെയ്ത് ഉപേക്ഷിക്കാൻ ശ്രമിക്കുന്നു. ഈ നാട്ടിലെ യുവാക്കളുടെ ഭാവനാശക്തിയെ ആകർഷിച്ചെടുക്കുന്നതിൽ താങ്കൾ പരാജയപ്പെട്ടതിന് ഇതാണ് കാരണം. ഇന്ത്യയിലെ യുവാക്കൾ താങ്കളെ ആധുനികയുഗത്തിലെ മഹാന്മാരായ വ്യക്തികളിൽ ഒരാളായി അംഗീകരിക്കുന്നുണ്ടെങ്കിലും അവർ താങ്കളുടെ ആഗ്രഹങ്ങൾക്ക് വിരുദ്ധമായി പ്രവർത്തിക്കാനുള്ള ധൈര്യം കാട്ടാൻ കഴിവുള്ളവരാണ്. അവർ അങ്ങനെ പ്രവർത്തിക്കാൻ ഇപ്പോഴും ധൈര്യപ്പെടുന്നുമുണ്ട്. ഇവരാണ് ഇന്ത്യൻ വിപ്ലവകാരികൾ. അവർ ഇനി മൗനം പാലിക്കാൻ തയ്യാറല്ലെന്ന് തീരുമാനിച്ചിരിക്കുകയാണ്. അതുകൊണ്ട് അവർ താങ്കളോട് അഭ്യർത്ഥിക്കുന്നത് രാഷ്ട്രീയരംഗം വിടണമെന്നാണ്. അതല്ലെങ്കിൽ, വിപ്ലവപ്രസ്ഥാനത്തെ സഹായിക്കുകയല്ലാതെ തടസ്സപ്പെടുത്താനിടയാക്കാത്ത രീതിയിൽ താങ്കൾ രാഷ്ട്രീയ പ്രസ്ഥാനത്തെ നയിക്കാൻ തയ്യാറാകണം എന്നാണ്. ഇതുവരെക്കും അവർ അവരുടെ പ്രവർത്തനങ്ങൾ നിർത്തിവെച്ചത് താങ്കളുടെ പ്രത്യക്ഷവും പരോക്ഷവും ആയുള്ള അഭ്യർത്ഥനയെ മാനിച്ചതുകൊണ്ടാണ്. അവർ അതിനപ്പുറം പോയി താങ്കളുടെ പരിപാടികൾ അവരുടെ കഴിവിന്റെ പരമാവധി വിനിയോഗിച്ചുകൊണ്ട് നടപ്പിലാക്കാൻ താങ്കളെ സഹായിക്കുകയും ചെയ്തു. എന്നാൽ ഇപ്പോൾ താങ്കളുടെ പരീക്ഷണം കഴിഞ്ഞിരിക്കുകയാണ്. അതുകൊണ്ട് വിപ്ലവകാരികൾക്ക് അവർ നല്കിയിരുന്ന വാഗ്ദാനം പിൻവലിക്കാനുള്ള സ്വാതന്ത്ര്യം കിട്ടിയിരിക്കുന്നു. യഥാർത്ഥത്തിൽ അവർ മൗനം പാലിക്കാമെന്ന് വാഗ്ദാനം ചെയ്തിരുന്നത് ഒരു വർഷക്കാലത്തേക്കാണ്. അതിൽ കൂടുതൽ കാലത്തേക്കായിരുന്നില്ല.

കൂടാതെ 39-ാമത് കോൺഗ്രസ് സമ്മേളനത്തിലെ താങ്കളുടെ അദ്ധ്യക്ഷപ്രസംഗത്തിൽ വിപ്ലവകാരികളെ താങ്കൾ കുറ്റപ്പെടുത്തിയപ്പോൾ അവരെ പല കാര്യത്തിലും തെറ്റായ രീതിയിൽ വിലയിരുത്തുകയായിരുന്നു ചെയ്തത്. വിപ്ലവകാരികൾ ഇന്ത്യയുടെ പുരോഗതിയെ തടസ്സപ്പെടുത്തുകയാണെന്നാണ് അന്ന് പറഞ്ഞത്. 'പുരോഗതി' എന്ന വാക്കിന് എന്ത് അർത്ഥമാണ് താങ്കൾ നല്കുന്നതെന്ന് എനിക്കറിയില്ല. രാഷ്ട്രീയപുരോഗതിയെയാണ് അങ്ങ് ഉദ്ദേശിക്കുന്നതെങ്കിൽ, ഇതി

നകം തന്നെ ഇന്ത്യക്ക് നേടാൻ കഴിഞ്ഞ രാഷ്ട്രീയപുരോഗതി-അതെത്ര ചെറിയതാണെങ്കിൽപോലും-വിപ്ലവപാർട്ടിയുടെ ത്യാഗങ്ങളും പരിശ്രമങ്ങളും കൊണ്ടാണ് മുഖ്യമായും നേടാൻ കഴിഞ്ഞതെന്ന വസ്തുതയെ താങ്കൾക്ക് നിഷേധിക്കാനാവുമോ? ബംഗാൾ വിഭജനം റദ്ദാക്കിയത് ബംഗാളിലെ വിപ്ലവകാരികളുടെ പരിശ്രമങ്ങൾ കൊണ്ടാണെന്ന് താങ്കൾക്ക് നിഷേധിക്കാനാവുമോ? മിന്റോ-മോർളി ഭരണപരിഷ്കാരം ഇന്ത്യൻ വിപ്ലവപ്രസ്ഥാനത്തിന്റെ ഫലമായിട്ടായിരുന്നു. യാഥാർത്ഥ്യത്തിൽ താങ്കൾക്ക് സംശയമുണ്ടോ? മോൺട്-ഫോർഡ് ഭരണപരിഷ്കാരം നടപ്പിൽ വരാനിടയായതും, പൂർണ്ണമായിട്ടല്ലെങ്കിലും മുഖ്യമായിട്ടെങ്കിലും ഇന്ത്യയിലെ വിപ്ലവപ്രസ്ഥാനം അതിന് കാരണഭൂതമായതുകൊണ്ടായിരുന്നില്ലേ? ഈ ചോദ്യങ്ങൾക്കെല്ലാം ഇവയെ സ്ഥിരീകരിക്കുന്ന ഉത്തരങ്ങൾ താങ്കൾ നല്കുകയാണെങ്കിലും എനിക്ക് അതിശയം ഉണ്ടാവില്ല. എന്നാൽ ബ്രിട്ടീഷ്ഗവൺമെന്റ് ഈ പ്രസ്ഥാനത്തിൽ അന്തർല്ലീനമായ ശക്തിയെ അംഗീകരിക്കുന്നുണ്ടെന്ന് എനിക്ക് ഉറപ്പിച്ചു പറയാൻ കഴിയും. ഇന്ത്യയിലെ യുവവിപ്ലവകാരികളുടെ പ്രവർത്തനങ്ങൾ കാരണമായി മാത്രമാണ് ഇന്ത്യയിലേക്ക് വരാൻ മുതിർന്നതും തന്റെ ജീവനെപ്പോലും അപകടത്തിലാക്കാൻ പോലും തയ്യാറായതുമെന്ന് പരേതനായ മി. മൊൺടേഗു ഉന്നതസ്ഥാനവും പദവിയും വഹിക്കുന്ന ഒരു ഇന്ത്യക്കാരനോട് പറയുകയുണ്ടായി.

ഈ ഭരണപരിഷ്കാരങ്ങൾ യഥാർത്ഥ പുരോഗതിയുടെ സൂചകമല്ല എന്നാണ് താങ്കൾ പറയുന്നതെങ്കിൽ, ഇന്ത്യയുടെ ധാർമ്മിക മുന്നേറ്റത്തെ സംബന്ധിച്ചിടത്തോളം വിപ്ലവപ്രസ്ഥാനം കൈവരിച്ച നേട്ടം അത്ര നിസ്സാരമായതല്ല. മരണത്തെ ഇന്ത്യക്കാരൻ പരിതാപകരമാം വിധം ഭയപ്പെട്ടിരുന്നു. ഈ വിപ്ലവപാർട്ടിയാണ് ഉൽകൃഷ്ടമായ ഒരു ലക്ഷ്യത്തിനുവേണ്ടി ജീവത്യാഗം ചെയ്യുന്നതിന്റെ മാഹാത്മ്യത്തെയും ശോഭയെയും കുറിച്ച് ഇന്ത്യക്കാരെ ബോദ്ധ്യപ്പെടുത്തിയത്. ഒരുതരത്തിൽ മരണം ചേതോഹരമാണെന്നും അതെല്ലായ്പ്പോഴും ഭീതിജനകമല്ലെന്നും വിപ്ലവകാരികൾ ഒരിക്കൽക്കൂടി വ്യക്തമായി കാണിച്ചുതന്നു. അവനവന്റെ വിശ്വാസങ്ങൾക്കും ദൃഢമായ ലക്ഷ്യബോധത്തിനും വേണ്ടി മരിക്കുന്നതും, അത്തരത്തിൽ മരണമടയുന്നതുവഴി ദൈവത്തെയും രാഷ്ട്രത്തെയും സേവിക്കാനാണെന്ന ബോധത്തോടെയാകുന്നതും, നീതിയുക്തവും ഉചിതമായതും ആയതാണെന്ന് ഒരാൾ കരുതുന്ന ഒരു ലക്ഷ്യത്തിനുവേണ്ടി മരിക്കുകയോ, ജീവൻ അപകടപ്പെടുത്താൻ സന്നദ്ധമാകുകയോ ചെയ്യുന്നതും, ധാർമ്മികമായ പുരോഗതിയെ കുറിക്കുന്നതല്ലേ?

ഏത് പ്രതിബന്ധങ്ങളെയും നേരിട്ടുകൊണ്ടു താല്ക്കാലികമായ തിരിച്ചടികൾകൊണ്ട് പതറിപ്പോകാതെയും, അപ്പപ്പോൾ ഉണ്ടാകുന്ന വികാരങ്ങൾകൊണ്ട് ചാഞ്ചാടിപ്പോകാതെയും നില്ക്കുന്നതും, ആകർഷകമായ വ്യക്തിത്വമുള്ള ഒരാളുടെ, ഉൽകൃഷ്ടമായത് എന്ന്

തോന്നിച്ചേക്കാവുന്ന സിദ്ധാന്തങ്ങൾക്ക് അടിപ്പെട്ടുപോകാതെയും, കഠിനാദ്ധ്വാനത്തോടുകൂടിയ ദീർഘകാല കാരാഗൃഹവാസംകൊണ്ട് അധൈര്യപ്പെട്ടുപോകാതെയും, ഒരാൾ മനസ്സിൽവെച്ച് വളർത്തുന്ന ഒരു ആദർശത്തിൽ തന്നെ അടിയുറച്ചു നില്ക്കുന്നത് ഇന്ത്യക്ക് നേടാൻ കഴിഞ്ഞ യഥാർത്ഥ ധാർമ്മിക പുരോഗതിയുടെ സൂചകമല്ലേ? ഇതെല്ലാം തന്നെ വിപ്ലവ ആദർശങ്ങളുടെ ഫലമായിട്ടുളവായതല്ലേ?

താങ്കൾ വിപ്ലവകാരികളോട് പറഞ്ഞത് "നിങ്ങളുടെ ജീവൻ ത്യജിക്കുന്നതിനെക്കുറിച്ച് നിങ്ങൾക്ക് യാതൊരു കൂസലുമില്ലായിരിക്കാം. പക്ഷേ, രക്തസാക്ഷിത്വം വരിക്കാൻ ഒട്ടും ആഗ്രഹിക്കാത്ത ആളുകളുടെ ജീവൻ സംരക്ഷിക്കുന്ന കാര്യം അവഗണിക്കാൻ നിങ്ങൾക്ക് അവകാശമില്ല" എന്നാണ്. ചൗരീചൗരാ കേസ് വിചാരണയിൽ മരണശിക്ഷയ്ക്ക് വിധിക്കപ്പെട്ട 70 പേരുടെ മരണത്തിന് വിപ്ലവകാരികളാണ് ഉത്തരവാദികളെന്നാണ് താങ്കൾ പറയുന്നത്? ജാലിയൻവാലാബാഗിലും ഗുജ്റാൻവാലയിലും നിരപരാധികളായ ആളുകളുടെ മരണത്തിനിടയാക്കിയ ബോംബേറിനും ഉത്തരവാദികൾ വിപ്ലവകാരികൾ ആണെന്നാണോ താങ്കൾ പറയുന്നത്? കഴിഞ്ഞ 20 വർഷക്കാലമായി നടത്തിയ സമരത്തിലോ ഇപ്പോഴോ വിപ്ലവകാരികൾ പട്ടിണിപ്പാവങ്ങളായ ലക്ഷക്കണക്കിനാളുകൾ വിപ്ലവസമരത്തിൽ പങ്കെടുക്കണമെന്ന് എപ്പോഴെങ്കിലും ആവശ്യപ്പെട്ടിട്ടുണ്ടോ? ഇന്നത്തെ നേതാക്കന്മാരിൽ മിക്കവാറും എല്ലാവരെയുംകാൾ കൂടുതൽ ബഹുജനങ്ങളുടെ മനോഭാവത്തെക്കുറിച്ച് കൂടുതൽ വിവരമുള്ളത് ഒരുവേള വിപ്ലവകാരികൾക്കായിരിക്കും. അതുകൊണ്ട് തന്നെയാണ് സാധാരണ ജനങ്ങൾക്ക് അവരുടെ ശക്തിയെക്കുറിച്ച് പൂർണ്ണബോദ്ധ്യം ഉണ്ടാകുന്നതുവരെ അവരുമായി ഇടപെടേണ്ട എന്ന് വിപ്ലവകാരികൾ കരുതിയത്. വടക്കേ ഇന്ത്യയിലെ സാധാരണക്കാർ ഏത് അടിയന്തര പരിതഃസ്ഥിതിയെയും നേരിടാൻ തയ്യാറാണെന്നാണ് വിപ്ലവകാരികൾ വിശ്വസിച്ചിരുന്നത്. വടക്കെ ഇന്ത്യയിലെ ജനങ്ങളുടെ പ്രവർത്തനങ്ങൾ അശ്രദ്ധമായ രീതിയിൽ കൈകാര്യം ചെയ്താൽ അപകടകരമായിത്തീരാൻ ഇടയാകും വിധമുള്ള അത്യന്തം സ്ഫോടനാത്മകമായ, ഇടതിങ്ങിയ ഒരു ജനവിഭാഗമാണെന്ന അവരുടെ അഭിപ്രായവും ശരിയാണ്. താങ്കളും താങ്കളുടെ അനുയായികളുമാണ് ഈ ജനസാമാന്യത്തിന്റെ വികാരങ്ങളെ തെറ്റായി വിലയിരുത്തുകയും സത്യഗ്രഹപ്രസ്ഥാനത്തിലേക്ക് അവരെ വലിച്ചിഴയ്ക്കുകയും ചെയ്തത്. ഇവരെല്ലാം ആയിരക്കണക്കിന് അകത്തുനിന്നും പുറത്തുനിന്നും പീഡനങ്ങൾക്കടിപ്പെട്ട് ഞെരുങ്ങുന്ന ഒരു വിഭാഗമാണ്. രോഷത്തിന്റെ മിന്നൽ അവരിൽ പ്രത്യക്ഷത്തിൽ കാണപ്പെടാതെ കിടന്നിരുന്നു. ഇങ്ങനെ അവരെ നയിച്ചതിന്റെ വില താങ്കൾ നല്കേണ്ടതായും വന്നു. വിപ്ലവകാരികൾ സന്നദ്ധരായ ആളുകളെ മരണത്തിന്റെ താഴ്വരയിലേക്ക് വലിച്ചിഴച്ചതായി ഏതെങ്കിലും ഒരു ഉദാഹരണം താങ്കൾക്ക് ചൂണ്ടിക്കാണിക്കാനാവുമോ?

അങ്ങയുടെ പ്രസ്താവനകൊണ്ട് ഉദ്ദേശിച്ചത് വിപ്ലവകാരികളുടെ പ്രവർത്തനങ്ങളുടെ ഫലമായിട്ടാണ് നിരപരാധികളായ ആളുകളെ ശല്യം ചെയ്യുകയും, തടവിലാക്കുകയും വധിക്കുകയും ചെയ്യുന്നത് എന്നാണെങ്കിൽ എനിക്ക് പറയാനുള്ളത് എന്റെ അറിവിൽപ്പെട്ടിട ത്തോളം വിപ്ലവപ്രവർത്തനങ്ങളിൽ നിരപരാധികളായ ഒരൊറ്റയാളെ പ്പോലും തൂക്കിക്കൊന്നിട്ടില്ല എന്നാണ്. തടങ്കലിൽ ആക്കലിന്റെയും മർദ്ദ നങ്ങളുടെയും കാര്യത്തെപ്പറ്റിയാണെങ്കിൽ നിരവധി നിരപരാധികളായ ആളുകളെ ശല്യം ചെയ്യുകയും മർദ്ദനങ്ങൾക്ക് വിധേയരാക്കുകയും ചെയ്തിട്ടുണ്ടെന്ന് എനിക്ക് പറയാൻ കഴിയും. എന്നാൽ വിദേശി ഗവൺമെന്റ് നടത്തിയ ക്രൂരതകൾക്ക് വിപ്ലവപ്പാർട്ടിയെ ഉത്തരവാദിയാ ക്കാമോ? ഈ രാഷ്ട്രത്തിലെ ജനങ്ങളുടെ ഭാഗത്തുനിന്നും പൗരുഷ ത്തിന്റെ ഏതു രൂപത്തിലുള്ള ഏതുതരം പ്രകടനങ്ങളെയും അടിച്ച മർത്താനാണ് വിദേശിഗവൺമെന്റ് തീരുമാനിച്ചുറച്ചിരിക്കുന്നത്. എന്നാൽ അങ്ങനെ അടിച്ചമർത്തൽ നടപടികൾ കൈക്കൊള്ളുമ്പോൾ വിദേശിഗവൺമെന്റ് തെറ്റുചെയ്യാനിടയുണ്ട്. ധീരന്മാരോടൊപ്പം ഭീരുക്ക ളെയും അവർ തടങ്കലിലാക്കുകയും പീഡിപ്പിക്കുകയും ചെയ്യും. എന്നാൽ ഭീരുക്കൾ അനുഭവിക്കുന്ന കഷ്ടപ്പാടുകൾക്ക് ധീരന്മാരായ ആളുകളെ കുറ്റപ്പെടുത്താനാവുമോ? കൂടാതെ ഇത്തരം കഷ്ടപ്പാടുകൾ അനുഭവിക്കുന്നത് രക്തസാക്ഷിത്വം വരിക്കലാണ് എന്ന് പറയാനാവില്ല.

അവസാനമായി ബ്രിട്ടീഷ് സാമ്രാജ്യത്തിന്റെ ശക്തിയെക്കുറിച്ച് താങ്കൾ നടത്തിയ പരാമർശങ്ങളെക്കുറിച്ചാണ് എനിക്ക് പറയാനുള്ളത്. താങ്കൾ വിപ്ലവകാരികളോട് പറഞ്ഞത് ഇങ്ങനെയാണ്: "ആരെയാണോ നിങ്ങൾ സ്ഥാനഭ്രഷ്ടനാക്കാൻ ശ്രമിക്കുന്നത്, അവർ നിങ്ങളെക്കാൾ കൂടുതൽ നല്ല രീതിയിൽ ആയുധസജ്ജരാണ്. നിങ്ങളെക്കാൾ കൂടു തൽ നല്ല രീതിയിൽ സംഘടിതരുമാണ്." എന്നാൽ കൈപ്പിടിയിൽ ഒതു ക്കാൻ മാത്രമുള്ള കുറെ ഇംഗ്ലീഷുകാർ, ഇന്ത്യക്കാരുടെ സമ്മതത്തോ ടെയല്ലാതെ, ആയുധശക്തികൊണ്ട് ഇന്ത്യൻ ജനതയെ കീഴടക്കി ഭരി ക്കുന്നു എന്നത് തികച്ചും ലജ്ജാകരമല്ലേ? മാത്രമല്ല ഇംഗ്ലീഷുകാർക്ക് നല്ല ആയുധസജ്ജീകരണവും മെച്ചപ്പെട്ട സംഘടനയും ഉണ്ടെങ്കിൽ ഇന്ത്യക്കാർക്ക് കുറെക്കൂടി നല്ല ആയുധസജ്ജീകരണവും സംഘട നയും എന്തുകൊണ്ട് ഉണ്ടാവാൻ പാടില്ല? ആദ്ധ്യാത്മികതത്ത്വങ്ങളുടെ നിറവുള്ളവരല്ലേ ഇന്ത്യക്കാർ? ഇന്ത്യക്കാരും ഇംഗ്ലീഷുകാരെപ്പോലെ തന്നെയുള്ള മനുഷ്യരാണ്. അങ്ങനെയായതുകൊണ്ട്, തങ്ങളുടെ ബ്രിട്ടീഷ് യജമാനന്മാരെക്കാൾ നല്ലനിലയിൽ സംഘടിതരാകാൻ കഴി യില്ലെന്ന നിലയിൽ ഇത്രമാത്രം നിസ്സഹായരാകുന്നത് എന്ത് കാരണ ത്താലാണ്? വിപ്ലവകാരികൾക്ക് അപരിമിതമായ വിശ്വാസമുള്ള ഭാവി സാദ്ധ്യതകൾ അവരുടെ തെറ്റായ സങ്കല്പമാണെന്ന് തെളിയിക്കാൻ താങ്കളുടെ ഭാഗത്തുനിന്നും ഏതു വാദഗതിയാണ് ഉന്നയിക്കാനുള്ളത്? വസ്തുതകളുടെ അടിസ്ഥാനത്തിലുള്ള ഏത് ന്യായവാദമാണുള്ളത്?

നിസ്സഹായതാബോധത്തിന്റെയും നിരാശയുടെയും വികാരങ്ങളിൽ നിന്നുളവാകുന്ന അക്രമരാഹിത്യത്തിന്റെ മനോഭാവം ശക്തന്മാരുടെ അക്രമരാഹിത്യമല്ല. ഇന്ത്യയിലെ ഋഷിമാരുടെ അക്രമരാഹിത്യമല്ല. ഇത് കേവലം 'തമസ്സ്' മാത്രമാണ്.

താങ്കളുടെ തത്ത്വശാസ്ത്രത്തെയും തത്ത്വങ്ങളെയും ഞാൻ വിമർശിക്കുന്നത് രൂക്ഷമായിപ്പോയെങ്കിൽ മഹാത്മജി, എന്നോട് പൊറുക്കുക. താങ്കൾ വിപ്ലവകാരികളെ നിർദ്ദാക്ഷിണ്യം വിമർശിച്ചിട്ടുണ്ട്. അവർ രാജ്യത്തിന്റെ ശത്രുക്കളാണെന്നുവരെ പറയാൻ താങ്കൾ തയ്യാറായി. താങ്കളുടെ അഭിപ്രായങ്ങളോടും മാർഗ്ഗങ്ങളോടും അവർ വിയോജിക്കുന്നു എന്നത് മാത്രമായിരുന്നു അതിന് കാരണം. താങ്കൾ സഹിഷ്ണുതയെപ്പറ്റി പ്രചാരണം നടത്തുമ്പോൾതന്നെ, വിപ്ലവകാരികളെ വിമർശിക്കുമ്പോൾ താങ്കൾ അങ്ങേയറ്റത്തെ അസ്സഹിഷ്ണുത കാട്ടുന്നു. അവരുടെ മാതൃഭൂമിയെ സേവിക്കാൻ വിപ്ലവകാരികൾ ജീവൻപോലും അപകടത്തിലാക്കാൻ തയ്യാറായി. താങ്കൾക്ക് അവരെ സഹായിക്കാനാവില്ലെങ്കിൽ അവരോട് അസ്സഹിഷ്ണുത കാട്ടാതിരിക്കുക.

നവ്ജവാൻ ഭാരത്സഭ, പഞ്ചാബ് പ്രകടനപത്രിക

ഭഗവതീ ചരൺവോറാ, 1928 ഏപ്രിൽ 6 ന് എഴുതിയത്. ഈ സഭ പരസ്യമായി പ്രവർത്തിക്കുന്ന, പാർട്ടിയുടെ യുവ വിഭാഗമായിരുന്നു.

യുവസഖാക്കളെ,

നമ്മുടെ രാജ്യം കുഴപ്പംപിടിച്ച ഒരു ഘട്ടത്തിലാണിപ്പോൾ. എവിടെയും പരസ്പരം വിശ്വാസരാഹിത്യവും നിരാശാബോധവും ആണ് നിലനില്ക്കുന്നത്. മഹാന്മാരായ നേതാക്കന്മാർക്ക് തങ്ങളുടെ ലക്ഷ്യത്തിലുള്ള വിശ്വാസം നഷ്ടപ്പെട്ടിരിക്കുന്നു. അവരിൽ മിക്കവാറുംപേർ ബഹുജനങ്ങളുടെ വിശ്വാസം ആർജ്ജിക്കാൻ കഴിയാത്ത സ്ഥിതിയിലായിരിക്കുന്നു. ഇന്ത്യൻ സ്വാതന്ത്ര്യത്തിന്റെ 'രണവീരന്മാർക്ക്' യാതൊരു പരിപാടിയുമില്ല. അവർക്ക് ആവേശവും ഇല്ലാതായിരിക്കുന്നു. ഒരു രാഷ്ട്രത്തിന്റെ നിർമ്മാണ പ്രക്രിയയ്ക്കിടയിൽ 'കുഴപ്പം' അനിവാര്യവും അവശ്യവും ആണ്. ഇത്തരത്തിലുള്ള പ്രതിസന്ധി ഘട്ടങ്ങളിലാണ് പ്രവർത്തകരുടെ ആത്മാർത്ഥത പരീക്ഷിക്കപ്പെടുന്നതും അവരുടെ സ്വഭാവം കരുപിടിപ്പിക്കപ്പെടുന്നതും, ശരിയായ പരിപാടികൾ ആവിഷ്കരിക്കപ്പെടുന്നതും. അപ്പോഴാണ് ഒരു പുതിയ മനോവീര്യത്തോടുകൂടി പുതിയ അഭിലാഷങ്ങളോടും പുതിയ വിശ്വാസത്തോടും പുതിയ ആവേശത്തോടുംകൂടി പ്രവർത്തനം ആരംഭിക്കുന്നത്. അതുകൊണ്ട് വിരസത തോന്നേണ്ട കാര്യമൊന്നുമില്ല.

എന്നാൽ നാം ഇപ്പോൾ ഒരു പുതുയുഗത്തിന്റെ പടിവാതില്ക്കലാണ് നില്ക്കുന്നതെന്നതിൽ നാം തികച്ചും ഭാഗ്യവാന്മാരാണ്. ബ്രിട്ടീഷ് ഉദ്യോഗസ്ഥമേധാവിത്തത്തെ വളരെയേറെ സ്തുതിച്ചുകൊണ്ട് പാടാറുണ്ടായിരുന്ന, കുഴപ്പത്തിൽ എത്താൻപോകുന്നുവെന്ന് പറഞ്ഞുകൊണ്ടുള്ള വാർത്തകൾ ഇപ്പോൾ നാം കേൾക്കാറേയില്ല. "നിങ്ങൾ

വാൾകൊണ്ടാണോ തൂലികകൊണ്ടാണോ ഭരിക്കപ്പെടാൻ പോകുന്നത്" എന്ന ചരിത്രപരമായ ചോദ്യം ഇപ്പോൾ ഉത്തരം നല്കപ്പെടാതെ അവശേഷിക്കുന്നില്ല. ബർക്കൻ ഹെഡിന്റെ വാക്കുകളിൽ പറഞ്ഞാൽ; "വാൾകൊണ്ടാണ് നാം ഇന്ത്യയെ നേടിയെടുത്തത്. വാൾകൊണ്ടു തന്നെ നാം അത് നിലനിർത്തും." ഈ ആർജ്ജവം കാരണം ഇപ്പോൾ എല്ലാം വ്യക്തമായിരിക്കുന്നു. ജാലിയൻവാലയിലെയും മാനാവാലയിലെയും അതിക്രമങ്ങളെക്കുറിച്ച് അനുസ്മരിക്കുമ്പോൾ, "സ്വയംഭരണത്തിന് പകരമാവില്ല ഒരു നല്ല ഗവൺമെന്റ്" എന്ന പ്രസ്താവം ഉദ്ധരിക്കുന്നത് അസംബന്ധമാണ് എന്ന് തോന്നുന്നു. അത് സ്വയം വ്യക്തമാണ്.

ഇന്ത്യയിലെ ബ്രിട്ടീഷ് ഭരണത്തിന്റെ അനുഗ്രഹങ്ങളെക്കുറിച്ച് ഒരു വാക്ക്. ഇന്ത്യൻ വ്യവസായങ്ങളുടെ അധഃപതനത്തെയും നാശത്തെയുംപറ്റി രമേശ്ചന്ദ്രദത്തിന്റെയും വില്യംഡിഗ്ബിയുടെയും ദാദാഭായി നവറോജിന്റെയും കൃതികളിൽനിന്നും ഉദ്ധാരണം ചെയ്യേണ്ടത് ആവശ്യമാണോ? ഏറ്റവും സമ്പന്നമായ മണ്ണും ഖനിയും ഉള്ള ഇന്ത്യ, ഇന്ന് ഏറ്റവും ദരിദ്രമായ രാഷ്ട്രങ്ങളിൽ ഒന്നാണെന്നും സമുജ്ജ്വലമായ സംസ്കാരത്തെക്കുറിച്ചു അഭിമാനം കൊള്ളാവുന്ന ഇന്ത്യ, ഇന്ന് ഏറ്റവും പിന്നോക്കാവസ്ഥയുള്ള ഒരു രാജ്യമാണ് എന്നതും തെളിയിക്കാൻ ആധികാരിക രേഖകളെന്തെങ്കിലും ആവശ്യമുണ്ടോ? അഞ്ച് ശതമാനം മാത്രം സാക്ഷരതയുള്ള രാജ്യമാണ് ഇന്ത്യ എന്ന് തെളിയിക്കാൻ ഇതുവല്ലതും ആവശ്യമുണ്ടോ? ഏറ്റവും കൂടുതൽ ശിശുമരണം നടക്കുന്ന രാജ്യമായ ഇന്ത്യക്ക് ഏറ്റവും കൂടുതൽ മനുഷ്യജീവൻ നഷ്ടപ്പെടേണ്ടിവരുന്നുവെന്ന വസ്തുത ഇന്ത്യയിലെ ജനങ്ങൾക്ക് അറിഞ്ഞുകൂടാത്തതാണോ? പ്ലേഗ്, കോളറ, ഇൻഫ്ളുവൻസ തുടങ്ങിയ സാംക്രമികരോഗങ്ങളും മറ്റ് രോഗങ്ങളും ഇന്ന് സാധാരണമായിത്തീർന്നിരിക്കുന്നു. നാം സ്വയംഭരണത്തിന് പക്വത ആർജ്ജിച്ചിട്ടില്ലാത്തവരാണ് എന്ന് വീണ്ടും വീണ്ടും കേൾക്കുന്നത് നമുക്ക് ലജ്ജാകരമല്ലേ? ഗുരു ഗോവിന്ദസിങ്ങും ശിവജിയും ഹരിസിങ്ങും നമ്മുടെ വീരപുരുഷൻമാരായുള്ളപ്പോൾ നമുക്ക് നമ്മുടെ രാജ്യത്തിന്റെ സംരക്ഷണം ഏറ്റെടുക്കാനുള്ള കഴിവില്ലാത്തവരാണെന്ന് പറയുന്നത് യഥാർത്ഥത്തിൽ നമുക്ക് അപമാനകരമായ കാര്യമല്ലേ? പക്ഷേ, കഷ്ടം! അതങ്ങനെയല്ലെന്ന് തെളിയിക്കാൻവേണ്ടി നാം കാര്യമായി ഒന്നും ചെയ്തില്ല. 1914 ൽ ബാബാ ഗുരുദീത്സിങ് പങ്കാളിയായി തുടങ്ങിയ ഗുരുനാനാക് സ്റ്റീംഷിപ്പ് കമ്പനിയുടെ ആദ്യപരിശ്രമത്തിൽതന്നെ നമ്മുടെ വ്യാപാരവും വാണിജ്യവും അതിന്റെ ശൈശവത്തിലേ തകർക്കപ്പെട്ടത് നാം കണ്ടതല്ലേ? അങ്ങ് ദൂരെ കനഡയിലും, മാർഗ്ഗമദ്ധ്യേയും, അവരോട് മനുഷ്യത്വരഹിതമായി പെരുമാറിയതും, അവസാനം നിരാശരും ഹൃദയം തകർന്നവരുമായ യാത്രക്കാരുടെ നേരെ വെടിയുണ്ടകൾ ഉതിർത്തുകൊണ്ട് അവർക്ക് രക്തരൂഷിതമായ ഒരു സ്വാഗതം ബജ്ബ

ജിൽവെച്ച് നല്കിയതും നാം കണ്ടതല്ലെ? ഇതെല്ലാം നാം കണ്ടതല്ലെ? ദ്രൗപദിയുടെ മാനംകാക്കാൻ വേണ്ടി മഹത്തായ മഹാഭാരതയുദ്ധം നടത്തിയ ഈ ഭാരതത്തിൽ ഡസൻകണക്കിന് സ്ത്രീകളെ 1919 ൽ മാനഭംഗം ചെയ്തില്ലെ? അവരുടെ മറയ്ക്കാത്ത മുഖത്തേക്ക് തുപ്പിയില്ലെ? എന്നിട്ടും നാം നിലവിലുള്ള സാഹചര്യങ്ങൾകൊണ്ട് തൃപ്തരാവുകയാണ്. ജീവിക്കാൻ കൊള്ളാവുന്ന ജീവിതമാണോ ഇത്?

നമ്മെ അടിമപ്പെടുത്തിയിരിക്കുകയാണെന്നും, നമുക്ക് സ്വതന്ത്രരാകണമെന്നതും ബോദ്ധ്യപ്പെടാൻ ഇനിയും വല്ല വെളിപാടും വേണോ? നാം ഒരു മർദ്ദിതജനതയാണെന്ന് സ്വയം മനസ്സിലാക്കാൻ ഇനിയും അറിയപ്പെടാത്ത ഒരു സിദ്ധനുവേണ്ടി നാം കാത്തിരിക്കണോ? ഈ അടിമത്തത്തിൽനിന്നും നമ്മെ മോചിപ്പിക്കാൻ ദൈവീകമായ സഹായമോ, അത്ഭുത സംഭവമോ വന്നുചേരുമെന്ന പ്രതീക്ഷയോടെ നാം കാത്തിരിക്കണോ? മോചനത്തിന്റെ അടിസ്ഥാനതത്ത്വങ്ങളെക്കുറിച്ചുള്ള അറിവ് നമുക്കില്ലെ? "സ്വാതന്ത്ര്യം കാംക്ഷിക്കുന്നവർ തന്നെയാണ് പ്രഹരം ഏല്പിക്കേണ്ടത്.'' യുവാക്കളെ, ഉണരൂ, എഴുന്നേല്ക്കൂ, നാം വളരെയേറെ സമയം നിദ്രയിലാണ്ടു കഴിയുകയായിരുന്നു!

ഞങ്ങൾ യുവാക്കളോട് മാത്രമാണ് അഭ്യർത്ഥിക്കുന്നത്. എന്തെന്നാൽ യുവാക്കളാണ് ഏറ്റവും ധീരരും ഉദാരരും വികാരവൈശിഷ്ട്യം ഉള്ളവരും. യുവാക്കളാണ് അങ്ങേയറ്റം മനുഷ്യത്വരഹിതമായ പീഡനങ്ങൾ സഹിക്കുന്നതും, യാതൊരു മടിയും കൂടാതെ പുഞ്ചിരിയോടെ മരണത്തെ നേരിടാൻ തയ്യാറാകുന്നതും. മനുഷ്യരാശിയുടെ പുരോഗതിയുടെ ചരിത്രമാകെ, യുവാക്കളുടെയും യുവതികളുടെയും രക്തംകൊണ്ടാണ് രചിക്കപ്പെട്ടിട്ടുള്ളത്. ഭയപ്പെട്ട് നില്ക്കാൻ അറിയാത്തവരും, ചിന്തിക്കുന്നതിനേക്കാളുപരി വികാരം കൊള്ളുന്നവരും ആയ യുവാക്കളുടെ ഉശിരും, ധൈര്യവും, ആത്മത്യാഗവും, ദൃഢവിശ്വാസവും കൊണ്ടാണ് എന്നും പരിഷ്കാരങ്ങൾ നടപ്പാക്കപ്പെടുന്നത്. പോർട്ട് ആർതറിലേക്ക് ഒരു വരണ്ടപാത സൃഷ്ടിക്കാൻവേണ്ടി കിടങ്ങുകളിലേക്ക് എടുത്തുചാടാൻ തയ്യാറായി വന്നത് ജപ്പാനിലെ ആയിരക്കണക്കിനുള്ള യുവാക്കളായിരുന്നില്ലെ? ഇപ്പോൾ ജപ്പാൻ ലോകത്തിൽ വെച്ച് ഏറ്റവും മുൻപന്തിയിൽ നില്ക്കുന്ന ഒരു രാഷ്ട്രമാണ്. കഴിഞ്ഞ നൂറ്റാണ്ടുകാലത്ത് വീണ്ടും വീണ്ടും പൊരുതുകയും പരാജയപ്പെട്ടാലും വീണ്ടും വീണ്ടും പോരാടുകയും ചെയ്തത് യുവാക്കളായ പോളിഷ് ജനവിഭാഗങ്ങളല്ലെ? ഇന്ന് ഒരു സ്വതന്ത്രപോളണ്ട് ഉയർന്നുവന്നതായി നാം കാണുന്നു. ആസ്ത്രിയൻ നുകത്തിൻ കീഴിൽ നിന്ന് ഇറ്റലിയെ മോചിപ്പിച്ചത് ആരാണ്? യുവ ഇറ്റലി.

യുവതുർക്കികൾ സൃഷ്ടിച്ച അത്ഭുതങ്ങളെക്കുറിച്ച് നിങ്ങൾക്കറിയാമോ? ചൈനീസ് യുവജനത ചെയ്യുന്നതെന്താണെന്ന് നിങ്ങൾ ദിവസവും പത്രങ്ങളിൽ വായിക്കാറില്ലെ? റഷ്യയുടെ വിമോചനത്തിന് തങ്ങളുടെ ജീവൻ ബലി അർപ്പിച്ചത് റഷ്യൻ യുവാക്കളായിരുന്നില്ലെ? കഴിഞ്ഞ നൂറ്റാണ്ടിലുടനീളം പതിനായിരക്കണക്കിന് റഷ്യൻ യുവാ

ക്കളെ സൈബീരിയയിലേക്ക് നാടുകടത്തിയത് സോഷ്യലിസ്റ്റ് ലഘുലേഖകൾ വിതരണം ചെയ്തതുകൊണ്ടു മാത്രമോ, അല്ലെങ്കിൽ ഡോസ്റ്റോവ്സ്കിയെപ്പോലെ ഒരു സോഷ്യലിസ്റ്റ് ചർച്ചാവേദിയിൽ അംഗമായിരുന്നതുകൊണ്ടോ മാത്രമായിരുന്നില്ലേ? അവർ തുടരെത്തുടരെ മർദ്ദനത്തിന്റെ കൊടുങ്കാറ്റിനെ നേരിട്ടുവെങ്കിലും അവർ ധൈര്യം കൈവെടിഞ്ഞില്ല. അവർ മാത്രമാണ്–യുവാക്കൾ മാത്രമാണ്–പൊരുതിയത്. എല്ലായിടത്തും പ്രതീക്ഷയോ ഭയാശങ്കയോ സന്ദേഹമോ കൂടാതെ പൊരുതാൻ കഴിയുന്നത് യുവാക്കൾക്ക് മാത്രമാണ്. ഇന്ന് റഷ്യയിൽ ലോകത്തിന്റെ മോചനം ദർശിക്കുന്നു

എന്നാൽ ഇന്ത്യക്കാരായ നാം എന്താണ് ചെയ്യുന്നത്. ഒരു അരയാൽ വൃക്ഷത്തിന്റെ ശാഖ മുറിച്ചാൽ ഹിന്ദുക്കളുടെ വികാരത്തിന് ക്ഷതമേല്ക്കുന്നു. വിഗ്രഹഭഞ്ജകരായ മുസ്ലീങ്ങളുടെ കടലാസ് വിഗ്രഹമായ 'തസിയ'യുടെ ഒരറ്റമെങ്ങാനും മുറിഞ്ഞുപോയാൽ ഉടനെ 'അള്ളാ' രോഷാകുലനാകുന്നു. ഹിന്ദുക്കളുടെ രക്തത്തിൽ കുറഞ്ഞതൊന്നുംകൊണ്ട് ആ രോഷത്തെ തണുപ്പിക്കാനാവില്ല. മൃഗങ്ങളെക്കാൾ മനുഷ്യനാണ് പ്രാധാന്യം കല്പിക്കേണ്ടത്. എന്നുവരികിലും ഇന്ത്യയിൽ "പാവനമായ മൃഗങ്ങളുടെ പേരിൽ തമ്മിൽ തല്ലി തലകീറുന്നു. നമ്മുടെ ദൃഷ്ടിക്ക്.........* തടസ്സമായിത്തീരുന്നു........* സാർവ്വദേശീയതയുടെ അടിസ്ഥാനത്തിൽ ചിന്തിക്കുന്നു.

സാർവ്വദേശീയതയുടെ പേരുപറഞ്ഞ് തങ്ങളുടെ അലസതയെ മറയ്ക്കുന്ന ചിലരും നമ്മുടെയിടയിലുണ്ട്. തങ്ങളുടെ രാജ്യത്തെ സേവിക്കണമെന്ന് ആവശ്യപ്പെട്ടാൽ ഉടനെ അവർ പറയും "ഓ സാറേ, നമ്മളെല്ലാം ലോക പൗരന്മാരല്ലേ? സാർവ്വദേശീയ സൗഭ്രാതൃത്വത്തിൽ വിശ്വസിക്കുന്നവരെല്ല നമ്മൾ? ബ്രിട്ടീഷുകാരുമായി നമുക്ക് ശണ്ഠം കൂടേണ്ട. അവരും നമ്മുടെ സഹോദരരല്ലേ?" കൊള്ളാം, നല്ല ആശയവും സുന്ദരമായ പദാവലിയും. പക്ഷേ, അവർ ഇതിൽ അന്തർഭവിച്ചിരിക്കുന്നത് എന്താണെന്ന് വിസ്മരിക്കുന്നു. സാർവ്വലൗകിക സൗഭ്രാതൃത്വം എന്ന തത്ത്വത്തിൽ അന്തർഭവിച്ചിരിക്കുന്ന പ്രധാനപ്പെട്ട കാര്യം മനുഷ്യൻ മനുഷ്യനെയും രാഷ്ട്രം മറ്റൊരു രാഷ്ട്രത്തെയും ചൂഷണം ചെയ്യുന്നത് അസാദ്ധ്യമാക്കിത്തീർക്കണമെന്നതാണ്. യാതൊരുതരത്തിലുമുള്ള വ്യതിരിക്തതയും കൂടാതെ എല്ലാവർക്കും തുല്യ അവസരങ്ങൾ ലഭിക്കണം. എന്നാൽ ഇന്ത്യയിലെ ബ്രിട്ടീഷ് ഭരണം ഇതിന്റെയെല്ലാം നിഷേധമാണ്. അതുമായി നമുക്ക് യാതൊരു ബന്ധവും ഉണ്ടാവാൻ പാടില്ല.

സാമൂഹിക സേവനത്തെക്കുറിച്ച് ഒരു വാക്ക് ഇവിടെ പറയട്ടെ. നമ്മുടെ ദുരിതങ്ങൾക്കെല്ലാമുള്ള ഒരു ഒറ്റമൂലിയും, രാജ്യസേവനത്തിന്

---

* ഇവിടെ ചില വാക്കുകൾ കാണാനില്ല

ഏറ്റവും മെച്ചപ്പെട്ട മാർഗ്ഗവും ആണ് സാമൂഹിക സേവനമെന്ന് (സാധാരണയായി നമ്മുടെ രാജ്യത്ത് അറിയപ്പെടുന്ന സങ്കുചിതമായ അർത്ഥത്തിലാണ് ആ പദം ഇവിടെ ഉപയോഗിച്ചത്.) പല നല്ലയാളുകളും കരുതുന്നു. അതുകൊണ്ടുതന്നെയാണ് പാവപ്പെട്ടവർക്കിടയിൽ കുറെ ഭക്ഷ്യധാന്യങ്ങൾ വിതരണം ചെയ്യുകയും രോഗികളെ ശുശ്രൂഷിക്കുകയും ചെയ്തുകൊണ്ട് ആത്മാർത്ഥതയുള്ള പല ചെറുപ്പക്കാരും തങ്ങളുടെ ജീവിതകാലം മുഴുവൻ കഴിച്ചുകൂട്ടുന്നതുകൊണ്ട് തൃപ്തിയടയുന്നതായി നാം കാണുന്നത്. ഈ ആളുകളെല്ലാം ഉല്കൃഷ്ടരും നിസ്വാർത്ഥരും തന്നെയാണ്. പക്ഷേ, ധർമ്മം നല്കുന്നതുകൊണ്ട് വിശപ്പിന്റെയും രോഗങ്ങളുടെയും പ്രശ്നങ്ങൾ ഇന്ത്യയിൽ പരിഹരിക്കാനാവില്ല–ഇന്ത്യയിൽ മാത്രമല്ല മറ്റൊരു രാജ്യത്തും അത് പരിഹരിക്കാനാവില്ല–എന്ന വസ്തുത അവർ മനസ്സിലാക്കുന്നില്ല.

മതപരമായ അന്ധവിശ്വാസങ്ങളും മതഭ്രാന്തും നമ്മുടെ പുരോഗതിയുടെ പാതയിലെ വലിയ പ്രതിബന്ധങ്ങളാണ്. അവ നമ്മുടെ പാതയിലെ ഒരു തടസ്സമാണെന്ന് തെളിഞ്ഞിരിക്കുന്നു. അവയെ നാം ഇല്ലാതാക്കിയേ തീരൂ. "സ്വതന്ത്രമായ ചിന്തയോട് സഹിഷ്ണുത കാട്ടാനാവാത്തതെല്ലാം നശിക്കണം." നാം തരണം ചെയ്യേണ്ടതായ ഇത്തരം മറ്റു പല ദൗർബല്യങ്ങളുമുണ്ട്. ഹിന്ദുക്കളുടെ മാമൂൽപ്രിയവും യാഥാസ്ഥിതികത്വവും മുസ്ലീങ്ങളുടെ രാജ്യാതീതബോധവും, മതഭ്രാന്തും പൊതുവെ സമുദായങ്ങളുടെ സങ്കുചിതത്വവും വിദേശീയ ശത്രുക്കൾ എപ്പോഴും ചൂഷണം ചെയ്യും. എല്ലാ സമുദായങ്ങളിലുമുള്ള വിപ്ലവാവേശമുള്ള യുവാക്കൾ ഈ കടമയുടെ നിർവ്വഹണത്തിന് അവശ്യമാണ്.

യാതൊരു നേട്ടവും ഉണ്ടാകാതിരിക്കെ, ഏതെങ്കിലും തരത്തിലുള്ള നേട്ടം ഉണ്ടാക്കാൻ വേണ്ടി മാത്രം ത്യാഗം ചെയ്യാൻ തങ്ങൾ തയ്യാറല്ല. പ്രതീക്ഷിക്കുന്ന നേട്ടങ്ങളിൽ ഓരോ സമുദായത്തിനുമുള്ള പങ്ക് എത്രയാണെന്ന് തീരുമാനിക്കാനാണ് നമ്മുടെ നേതാക്കന്മാർ പരസ്പരം പോരടിക്കുന്നത്. അവരുടെ ഭീരുത്വവും സ്വാർത്ഥത്യാഗ ബോധത്തിന്റെ അഭാവവും മറച്ചുവെക്കാൻവേണ്ടി മാത്രമാണ് അവർ ഇല്ലാത്ത പ്രശ്നം ഉണ്ടാക്കുകയും യഥാർത്ഥ പ്രശ്നം മറച്ചുവെക്കുകയും ചെയ്യുന്നത്. ഈ ചാരുകസേര രാഷ്ട്രീയക്കാർക്ക് ശക്തരായ ഭരണാധികാരികൾ എറിഞ്ഞുകൊടുത്തേക്കാവുന്ന ഒരുപിടി എല്ലിൻകഷണങ്ങൾക്കുവേണ്ടി ഉറ്റുനോക്കിക്കൊണ്ടിരിക്കുകയാണ്. ഇത് അങ്ങേയറ്റം അപമാനകരമായ കാര്യമാണ്. സ്വാതന്ത്ര്യത്തിനുവേണ്ടിയുള്ള പോരാട്ടത്തിനിറങ്ങുന്നവർക്ക്, തങ്ങൾ എത്രമാത്രം ത്യാഗം ചെയ്താൽ എത്രമാത്രം നേട്ടമുണ്ടാവുമെന്നും, ആ നേട്ടം എങ്ങനെ പങ്കുവെക്കണമെന്നും മറ്റും മുൻകൂട്ടി തീരുമാനിക്കാനായി കുത്തിയിരിക്കാനാവില്ല. അത്തരമാളുകൾ ഒരിക്കലും ഒരു ത്യാഗവും അനുഷ്ഠിക്കില്ല. പ്രതീക്ഷകളോ ഭയാശങ്കയോ അസന്ദിഗ്ദ്ധതയോ ഒന്നും കൂടാതെ പൊരുതാൻ തയ്യാറുള്ളവരെയാണ്

ഞങ്ങൾക്ക് വേണ്ടത്. ആദരിക്കപ്പെടാതെയും അവർക്കുവേണ്ടി അശ്രു പൊഴിക്കാൻ ആരുമില്ലാതെയും പാടിപ്പുകഴ്ത്താൻ ആരുമില്ലാതെയും മരിക്കാൻ തയ്യാറുള്ളവരെയാണ് ഞങ്ങൾക്കാവശ്യം. അത്തരത്തിലുള്ള ആവേശം ഇല്ലാതെ നമ്മുടെ മുമ്പാകെയുള്ള ദ്വിവിധ സമരം നടത്താൻ നമുക്കാവില്ല. ദ്വിവിധം എന്ന് പറഞ്ഞതിൽ ഒന്നാമതായി അകത്തുള്ള ശത്രുവിനെയും മറുഭാഗത്ത് വിദേശശത്രുവിനെയും എതിർത്തുകൊണ്ടുള്ള സമരം ആയതുകൊണ്ടാണ്. നമ്മുടെ ശത്രുവും സ്വാർത്ഥ താല്പര്യക്കാരായ നമ്മുടെ സ്വന്തം ആളുകളും ചൂഷണത്തിനായി ഉപയോഗപ്പെടുത്തുന്ന നമ്മുടെതന്നെ ദൗർബല്യങ്ങൾക്കെതിരായതാണ് നമ്മുടെ യഥാർത്ഥ സമരം.

പഞ്ചാബി യുവാക്കളും മറ്റു പ്രവിശ്യകളിലെ യുവാക്കളും തങ്ങളുടെ പ്രത്യേക പ്രദേശങ്ങളിൽ വൻതോതിലുള്ള പ്രവർത്തനങ്ങളാണ് നടത്തിക്കൊണ്ടിരിക്കുന്നത്. ഫെബ്രുവരി 3 ാം തീയതി യുവബംഗാൾ കാഴ്ചവെച്ച സംഘടനാപാടവവും ഉണർവ്വും നമുക്ക് ഒരു മാതൃകയാവേണ്ടതാണ്. ഏറ്റവും മഹത്തായ ത്യാഗത്തിന്റെയും കഷ്ടപ്പാടിന്റെയും അതിന്റെ നേട്ടമായുള്ള നമ്മുടെ പഞ്ചാബിനെ രാഷ്ട്രീയമായി ഒരു പിന്നോക്ക പ്രദേശമായിട്ടാണ് ചിത്രീകരിക്കപ്പെടുന്നത്. എന്തുകൊണ്ട്? അത് സൈനിക പാരമ്പര്യമുള്ള ജനവിഭാഗമാണെങ്കിലും നമുക്ക് സംഘടനയുടെ കാര്യത്തിലും അച്ചടക്കത്തിന്റെ കാര്യത്തിലും പോരായ്മയുണ്ടെന്നതാണ് കാരണം. പുരാതന തക്ഷശില സർവ്വകലാശാലയെക്കുറിച്ച് അഭിമാനംകൊള്ളുന്നവരാണ് നാം. ഇന്ന് സംസ്കാരം ഏറ്റവും ആവശ്യമായുള്ള ഒരു സംസ്ഥാനമാണ് പഞ്ചാബ്. സംസ്കാരത്തിന് അവശ്യംവേണ്ടത് സുന്ദരമായ സാഹിത്യമാണ്. അതിന് കൂടുതൽ വികസിതമായ ഒരു പൊതുഭാഷ അത്യന്താപേക്ഷിതമാണ്. എന്നാൽ കഷ്ടം! നമുക്ക് ഇന്നതില്ല.

നമ്മുടെ രാജ്യം നേരിടുന്ന മേല്പറഞ്ഞ പ്രശ്നം പരിഹരിക്കുന്നതിനായി നാം പരിശ്രമിക്കുകയാണ്. വരാൻപോകുന്ന, ഇന്നത്തേതിലും വലിയൊരു സമരത്തിന് ബഹുജനങ്ങളെ തയ്യാറാക്കേണ്ടതുണ്ട്. 1857 ലെ മഹത്തായ സ്വാതന്ത്ര്യസമരം കഴിഞ്ഞയുടനെ തുടങ്ങിയതാണ് നമ്മുടെ രാഷ്ട്രീയ സമരം. അത് വിവിധ ഘട്ടങ്ങളിലൂടെ കടന്നുപോയിക്കഴിഞ്ഞു. ഇരുപതാം നൂറ്റാണ്ടിന്റെ ആവിർഭാവത്തോടൊപ്പം തന്നെ, ഇന്ത്യയെ സംബന്ധിച്ചൊരു പുതിയ നയം ബ്രിട്ടീഷ് ഉദ്യോഗസ്ഥമേധാവിത്തം സ്വീകരിക്കുകയും ചെയ്തു. ചില ആനുകൂല്യങ്ങൾ അനുവദിച്ചുകൊടുത്തുകൊണ്ട്, അവർ നമ്മുടെ നാട്ടിലെ ബൂർഷ്വാസിയെയും പെറ്റി-ബൂർഷ്വാസിയെയും തങ്ങളുടെ വലയത്തിനുള്ളിലേക്ക് ആകർഷിച്ചുകൊണ്ടുവരാനാണ് ശ്രമിക്കുന്നത്. ഇന്ത്യയിൽ ബ്രിട്ടീഷ് മൂലധനം ക്രമാനുഗതമായി വർദ്ധിച്ചുവരുന്നതോടെ, ഈ വിഭാഗങ്ങളുടെ താല്പര്യങ്ങൾ പൊതുതാല്പര്യമാക്കി മാറ്റിക്കൊണ്ടിരിക്കുകയാ

ണ്. അടുത്ത ഭാവിയിൽതന്നെ ആ വർഗ്ഗങ്ങളും അവരുടെ മഹാന്മാരായ നേതാക്കന്മാരും വിദേശ ഭരണാധികാരികളോടൊപ്പം തങ്ങളുടെ ഭാഗധേയത്തെയും കൂട്ടിയിണക്കിയിരിക്കുകയാണ്. ഇവർ രണ്ടുകൂട്ടരും തമ്മിലുള്ള ഒത്തുതീർപ്പിലേക്കായിരിക്കും വട്ടമേശ സമ്മേളനങ്ങളും അത്തരത്തിലുള്ള എല്ലാ സംവിധാനങ്ങളും കൊണ്ടുചെന്നെത്തിക്കുക. അവർ ഇനിയങ്ങോട്ടൊരിക്കലും സിംഹങ്ങളും സിംഹക്കുട്ടികളും ആയിരിക്കില്ല. അനുരഞ്ജനം കൂടാതെതന്നെ വരാൻപോകുന്നതായി പ്രതീക്ഷിക്കപ്പെടുന്ന, ജനങ്ങളെയാകെ ഉൾക്കൊള്ളുന്ന, മഹായുദ്ധം തീർച്ചയായും ഇന്ത്യൻ സ്വാതന്ത്ര്യത്തിന്റെ വക്താക്കളെന്ന് പറയപ്പെടുന്നവരുടെ അണികളെ ഇനിയും കുറെക്കൂടി ക്ഷീണിപ്പിക്കും.

രാജ്യത്തെ സമരസജ്ജമാക്കുന്നതിനുള്ള ഭാവിപരിപാടി തുടങ്ങുന്നത്, "ബഹുജനങ്ങൾക്കുവേണ്ടിയുള്ള ജനകീയവിപ്ലവം" എന്ന മുദ്രാവാക്യം ഉയർത്തിക്കൊണ്ടായിരിക്കും. മറ്റുതരത്തിൽ പറഞ്ഞാൽ 90 ശതമാനത്തിനുവേണ്ടിയുള്ള സ്വാതന്ത്ര്യം. ബഹുജനങ്ങൾ നേടിയെടുക്കുന്നതാണ് സ്വരാജ് എന്നു മാത്രമല്ല അത് ബഹുജനങ്ങൾക്കുവേണ്ടിയുള്ളതും ആയിരിക്കും. ഇത് പ്രയാസമേറിയ ഒരു കടമയാണ്. നമ്മുടെ നേതാക്കന്മാർ പല നിർദ്ദേശങ്ങളും മുന്നോട്ടുവെച്ചിട്ടുണ്ടെങ്കിലും ഒരുത്തർക്കും ബഹുജനങ്ങളെ തട്ടിയുണർത്തുന്നതിനുള്ള മൂർത്തമായ പദ്ധതികളെന്തെങ്കിലും മുന്നോട്ടുവെക്കാനോ വിജയപ്രദമായി അതിനെ മുന്നോട്ടുകൊണ്ടുപോകാനോ ഉള്ള ധൈര്യം ഉണ്ടായില്ല. വിശദാംശങ്ങളിലേക്ക് കടക്കാതെതന്നെ നമ്മുടെ ലക്ഷ്യം സാക്ഷാൽക്കരിക്കുന്നതിന്, റഷ്യൻ യുവാക്കളെപ്പോലെ ഉജ്ജ്വലരായ പതിനായിരക്കണക്കിന് ചെറുപ്പക്കാർക്ക് തങ്ങളുടെ വിലപ്പെട്ട ജീവിതം ഗ്രാമങ്ങളിൽ കഴിയേണ്ടതായും, ഇന്ത്യൻ വിപ്ലവം എന്നത് യഥാർത്ഥത്തിൽ എന്താണെന്ന് ആളുകളെ ബോധവാന്മാരാക്കാൻ ശ്രമിക്കേണ്ടതായും വരുമെന്നു നമുക്ക് ഉറപ്പിച്ചു പറയാൻ കഴിയും. ആസന്നമായിരിക്കുന്ന വിപ്ലവത്തിന്റെ അർത്ഥം യജമാനന്മാരിൽ ഒരു മാറ്റം ഉണ്ടാക്കുക എന്നു മാത്രമല്ലെന്നും അതിലുപരിയായ ഒന്നാണെന്നും ബഹുജനങ്ങളെ ബോധവാന്മാരാക്കണം. എല്ലാറ്റിലുമുപരിയായി അതിന്റെ അർത്ഥം ഒരു പുതിയ വ്യവസ്ഥിതിയും ഒരു പുതിയ ഭരണകൂടവും നിലവിൽ വരുത്തുക എന്നതാണ്. ഇത് ഒരു ദിവസത്തേക്കോ ഒരു വർഷത്തേക്കോ മാത്രമുള്ള ഒരു പ്രവർത്തനമല്ല. ആ മഹത്തായ കടമ നിർവ്വഹിക്കുന്നതിനായി ബഹുജനങ്ങളെ സജ്ജരാക്കാൻ അതുല്യമായ, ത്യാഗപൂർണ്ണമായ ദശാബ്ദങ്ങൾ പലതും വേണ്ടിവരും. അത് വിപ്ലവകാരികളായ ചെറുപ്പക്കാർക്ക് മാത്രം ചെയ്യാൻ കഴിയുന്ന ഒരു കാര്യമാണ്. ഒരു വിപ്ലവകാരി എന്നുവെച്ചാൽ ബോംബുകളും തോക്കുകളും ഉപയോഗിക്കുന്ന ഒരാളാണ് എന്നർത്ഥമില്ല.

യുവാക്കളുടെ മുമ്പിലുള്ള കടമ വളരെ പ്രയാസമേറിയ ഒന്നാണ്.

അവരുടെ മാർഗ്ഗത്തിന് തടസ്സമായിവരുന്ന ഒട്ടേറെ പ്രതിബന്ധങ്ങൾ ഉണ്ടാ യേക്കാം. എന്നാൽ ആത്മാർത്ഥതയുള്ള കുറച്ചുപേരുടെ സ്ഥിരോത്സാഹം കൊണ്ട് ഇതിനെയൊക്കെ തരണം ചെയ്യാൻ കഴിയും. യുവാക്കൾ മുന്നോ ട്ടുവരണം. അവരുടെ മുമ്പിലുള്ള, ദുഷ്കരവും പ്രയാസമേറിയതും ആയ പാത നോക്കിക്കാണണം. അവർ ചെയ്തുതീർക്കേണ്ടതായ മഹത്തായ കടമകളെക്കുറിച്ചുള്ള ബോധം യുവാക്കൾക്ക് ഉണ്ടാകണം. അവരുടെ മനസ്സിൽ, 'വിജയം യാദൃച്ഛികമായി കിട്ടാവുന്ന ഒരു അവസരം മാത്ര മാണ്. ത്യാഗം ഒരു നിയമവും' എന്ന യാഥാർത്ഥ്യം ഓർമ്മയിൽ വെക്ക ണം. അവരുടെ ജീവിതം തുടർച്ചയായ പരാജയത്തിന്റേതാകാം. ഗുരു ഗോവിന്ദസിങ്ങിന് അദ്ദേഹത്തിന്റെ ജീവിതകാലം മുഴുവനും നേരിടേണ്ടി വന്നതിനേക്കാളും ദുരിതപൂർണ്ണമായേക്കാം, ആ ജീവിതം. അങ്ങനെയാ യാൽപ്പോലും അവർ പശ്ചാത്തപിക്കരുത്. "ഓ അതെല്ലാം ഒരു മിഥ്യയാ യിരുന്നു" എന്നു പറയണം.

യുവാക്കളെ, ഏകനായി ആരുടെയും സഹായമില്ലാതെ നിങ്ങൾക്ക് ഒരു വലിയ സമരം നടത്തേണ്ടിവരുമ്പോൾ മനസ്സ് പതറ രുത്. നിങ്ങളിൽ അന്തർല്ലീനമായ കരുത്തിനെക്കുറിച്ച് നിങ്ങൾ ബോധ വാന്മാരാകണം. നിങ്ങൾ നിങ്ങളിൽതന്നെ വിശ്വാസം അർപ്പിക്കുക. വിജയം നിങ്ങളുടെതായിരിക്കും. ജെയിംസ് ഗാർഫീൽഡിന്റെ അമ്മ യായ ആ മഹതിയുടെ വാക്കുകൾ ഓർക്കുക. തന്റെ മകനെ, അവന്റെ ഭാവിജീവിതം തേടിപ്പോകാനായി പറഞ്ഞയക്കുമ്പോൾ-കൈയിൽ ചില്ലിക്കാശില്ലാതെ, നിസ്സഹായനായി, അശരണനായി ദൂരസ്ഥലത്തേക്ക് അവൻ പോകാനിറങ്ങുമ്പോൾ-അവർ പറഞ്ഞ വാക്കുകളിതായിരുന്നു. "പത്തിൽ ഒമ്പത് അവസരങ്ങളിലും ഒരു ചെറുപ്പക്കാരന് നേരിടേണ്ടിവ രാവുന്നതിൽ വെച്ചേറ്റവും നല്ലത് നീന്തി കരകയറുകയോ, മുങ്ങിത്താഴു കയോ ചെയ്യാനായി കപ്പലിൽനിന്ന് കടലിലേക്ക് തള്ളിയിടപ്പെടുക എന്നതാണ്." ഈ വാക്കുകൾ തന്റെ മകനോട് പറഞ്ഞ ആ അമ്മയെ നമുക്ക് വാഴ്ത്താം. അതുപോലെതന്നെ, അവനവനിൽ വിശ്വാസം അർപ്പിക്കുന്നവരെയും നമുക്ക് വാഴ്ത്താം.

ഇറ്റാലിയൻ നവോത്ഥാനത്തിന്റെ പ്രവാചകനായിരുന്നു മസീനി, ഒരിക്കൽ ഇങ്ങനെ പറയുകയുണ്ടായി:

> ദൃഢവിശ്വാസവും, കാലത്തെയോ പ്രയാസങ്ങളെയോ കൂസാത്ത ഇച്ഛാശക്തിയും അല്ലാതെ മറ്റു യാതൊരു സ്വാധീനവും ഇല്ലാത്ത വരായ, ജനങ്ങൾക്കിടയിലെ അറിയപ്പെടാത്തവരായ ആളുകളിൽ നിന്നാണ് മഹത്തായ എല്ലാ ദേശീയപ്രസ്ഥാനങ്ങളും തുടങ്ങുന്നത്.

ജീവിതമാകുന്ന നൗക നങ്കൂരമിട്ട് കിടക്കുന്നത് മറ്റൊരവസരത്തി ലാകട്ടെ. ഇപ്പോൾ അത് വൻകടലിലേക്ക് യാത്രപോകട്ടെ. എന്നിട്ടോ?

നങ്കൂരമിടുന്നത് ഒഴുക്കും ആഴവും ഇല്ലാത്തിടത്താകേണ്ട
വിപുലവും വിസ്മയാവഹവുമായ നീലജലപ്പരപ്പിനെ

വിശ്വസിക്കു
അവിടെ വേലിയേറ്റം എപ്പോഴും പുതുമയോടെയുണ്ടാവും
വൻജല പ്രവാഹം അവിടെ സ്വതന്ത്രമായിരിക്കും
ഒരുവേള, അവിടെ, യുവാവായ കൊളംബസേ,
നിങ്ങളുടെ പുതിയ സത്യത്തിന്റെ ലോകം ഉണ്ടായേക്കാം.

അറച്ചു നില്ക്കരുത്. തടവിനെപ്പറ്റിയുള്ള ആശങ്ക നിങ്ങളുടെ മനസ്സിനെ അലട്ടുകയും ധൈര്യം കെടുത്തുകയും ചെയ്യാതിരിക്കട്ടെ. പരിശ്രമിച്ചാൽ ഏവർക്കും മഹാന്മാരാകാം. നിങ്ങളുടെ സ്വന്തം രക്തസാക്ഷികളെ വിസ്മരിക്കാതിരിക്കുക. കർത്താർസിങ് ഒരു ചെറുപ്പക്കാരനായിരുന്നു. ഇളം പ്രായത്തിലായിരുന്നപ്പോഴാണ് അയാൾ രാജ്യത്തെ സേവിക്കാനായി മുന്നോട്ടുവന്നത്. പുഞ്ചിരിയോടെ, 'വന്ദേമാതര'ത്തിന്റെ മാറ്റൊലിയോടെ അയാൾ കഴുമരത്തിലേക്ക് കയറി. തങ്ങളുടെ ലക്ഷ്യത്തിനുവേണ്ടി ജീവൻ ബലിയർപ്പിച്ചപ്പോൾ ഭായി ബാലമുകുന്ദിനും അവധ് ബിഹാരിക്കും തീരെ ചെറുപ്പമായിരുന്നു. അവരും നിങ്ങളിൽപ്പെട്ടവരായിരുന്നു. അവരെപ്പോലെതന്നെ നിങ്ങളും ആത്മാർത്ഥതയുള്ള ദേശാഭിമാനികളും തികഞ്ഞ സ്വാതന്ത്ര്യപ്രേമികളും ആയിത്തീരാൻ ശ്രമിക്കുക. ചില സമയങ്ങളിൽ ക്ഷമയും ബോധവും മറ്റുചിലപ്പോൾ ധൈര്യവും ശുഭപ്രതീക്ഷയും കൈവെടിയാതിരിക്കുക. സുസ്ഥിരതയും നിശ്ചയദാർഢ്യവും നിങ്ങളുടെ സ്വഭാവത്തിന്റെ ഭാഗമാവട്ടെ.

ചെറുപ്പക്കാർ സ്വതന്ത്രമായി, ശാന്തമായി, പ്രസന്നമായി, ക്ഷമയോടെ ചിന്തിക്കട്ടെ. തങ്ങളുടെ ജീവിതത്തിന്റെ ഏകലക്ഷ്യമായി ഇന്ത്യൻ സ്വാതന്ത്ര്യത്തെ അംഗീകരിക്കുക. സ്വന്തം കാലിൽ ഉറച്ചു നില്ക്കുക. മറ്റു സ്വാധീനങ്ങൾക്കൊന്നും വഴങ്ങാതെ, വഞ്ചകരാലും ആത്മാർത്ഥതയില്ലാത്തവരാലും ചൂഷണം ചെയ്യപ്പെടാൻ അനുവദിക്കാതെ സംഘടിക്കുക. വഞ്ചകർക്കും ആത്മാർത്ഥതയില്ലാത്തവർക്കും നിങ്ങൾക്കും തമ്മിൽ പൊതുവായി ഒന്നും തന്നെയില്ല. അവർ നിർണ്ണായകഘട്ടത്തിൽ ലക്ഷ്യം കൈവെടിഞ്ഞുപോകും. 'സേവനം കഷ്ടപ്പാട്, ത്യാഗം' എന്നീ മൂന്ന് പ്രമാണവാക്യങ്ങളെ നിങ്ങളുടെ മാർഗ്ഗദീപങ്ങളായി, ഗൗരവപൂർവ്വം ആത്മാർത്ഥതയോടെ അംഗീകരിക്കുക. "തങ്ങളുടെ രാജ്യത്തിന്റെ താല്പര്യങ്ങൾക്ക് സ്വന്തം സുഖത്തിനും താല്പര്യത്തിനും ഉപരിയായ പരിഗണന നല്കുകയും, രാജ്യത്തിന്റെ താല്പര്യത്തിന് സ്വന്തം ജീവനെയും തങ്ങളുടെ പ്രിയങ്കരരായവരുടെ ജീവനെയും കുറിച്ചുള്ള ആശങ്കകൾക്കുപരിയായ പരിഗണന നല്കുകയും ചെയ്യുന്ന അറിയപ്പെടാത്ത ആയിരക്കണക്കിന് സ്ത്രീ-പുരുഷന്മാരുടെ

ആത്മത്യാഗമാണ് രാഷ്ട്രനിർമ്മാണത്തിന് ആവശ്യം" എന്ന വസ്തുത വിസ്മരിക്കാതിരിക്കുക.

വന്ദേമാതരം

നൗജവാൻ ഭാരത്സഭയുടെ പ്രചാരണ കാര്യദർശി
ബി സി വോറ,
ലാഹോറിലെ ആരോബംശ് പ്രസിൽ അച്ചടിച്ച്
പ്രസിദ്ധീകരിക്കുന്നത്.

അനുബന്ധം 5

ഹിന്ദുസ്ഥാൻ സോഷ്യലിസ്റ്റ് റിപ്പബ്ലിക്കൻ അസോസിയേഷന്റെ പ്രകടനപത്രിക*

ബി സി വോറ തയ്യാറാക്കിയ ഈ പ്രകടനപത്രിക, 1929 ലെ ലാഹോർ കോൺഗ്രസ് സമ്മേളന വേളയിൽ വ്യാപകമായി വിതരണം ചെയ്യപ്പെട്ടു.

സ്വാതന്ത്ര്യമാകുന്ന ഈ കുരുന്നു ചെടി തഴച്ചുവളരാൻ വേണ്ട പോഷകാഹാരം രക്തസാക്ഷിയുടെ രക്തമാണ്.

ഇന്ത്യൻ സ്വാതന്ത്ര്യമാകുന്ന ഈ ഇളം പ്രായത്തിലുള്ള ചെടിയുടെ ഈ ജീവരക്തം ദശാബ്ദങ്ങളായി വിപ്ലവകാരികളാണ് നല്കിപ്പോന്നിട്ടുള്ളത്. അവർ മനസ്സിൽവെച്ച് വാത്സല്യപൂർവ്വം വളർത്തിയിരുന്ന ഉൽകൃഷ്ടമായ ആദർശങ്ങളുടെ മഹത്ത്വത്തെക്കുറിച്ചും അവർ അർപ്പിച്ച മഹത്തായ ത്യാഗത്തെക്കുറിച്ചും വളരെ ചുരുക്കംപേരെ ചോദ്യം ചെയ്യാനുണ്ടാവു. എന്നാൽ അവരുടെ സാധാരണ പ്രവർത്തനങ്ങൾ മിക്കവാറും രഹസ്യമായിട്ടാണ് നടത്തുന്നത് എന്നതിനാൽ അവരുടെ ഇപ്പോഴത്തെ നയത്തെയും ഉദ്ദേശ്യങ്ങളെയും കുറിച്ച് രാജ്യത്ത് ആർക്കും ഇന്ന് അറിവില്ല. ഇതാണ് സോഷ്യലിസ്റ്റ് റിപ്പബ്ലിക്കൻ അസോസിയേഷൻ ഈ പ്രകടനപത്രിക പ്രസിദ്ധപ്പെടുത്തേണ്ടത് ആവശ്യമായിത്തീർന്നത്.

സംഘടിതമായ സായുധസമരത്തിലൂടെ ഇന്ത്യയെ വിദേശാധിപത്യത്തിൽനിന്നും മോചിപ്പിക്കുന്നതിനുവേണ്ടിയുള്ള വിപ്ലവത്തിനുവേ

* ഇന്ത്യാഗവൺമെന്റിന്റെ ഹോം ഡിപ്പാർട്ടുമെന്റ് ഇന്റലിജൻസ് ബ്യൂറോ തയ്യാറാക്കിയ "ഇന്ത്യയിലെ ഭീകരപ്രവർത്തനം" 1917–36 എന്ന റിപ്പോർട്ടിൽ ഉൾപ്പെടുത്തിയിരുന്നതാണ് ഇത്. (ക്രമനമ്പർ B-38/3 (NAI))

ണ്ടിയാണ് ഈ അസോസിയേഷൻ നിലകൊള്ളുന്നത്. അടിമത്തത്തിൽ കഴിയുന്ന ഒരു ജനത തുറന്ന കലാപം നടത്തുന്നതിന് മുമ്പായി, ഇന്നത്തെ സാഹചര്യത്തിൽ രഹസ്യപ്രചാരണവും രഹസ്യമായ ഒരുക്കങ്ങളും നടത്തേണ്ടത് ആവശ്യമായിത്തീരുന്നു. ഒരു രാജ്യം ആ ഘട്ടത്തിലേക്ക് പ്രവേശിക്കുമ്പോൾ ഒരു വിദേശി ഗവൺമെന്റിന് അതിന്റെ കടമ നിർവ്വഹിക്കുന്നത് അസാദ്ധ്യമായിത്തീരുന്നു. അത് പിന്നെയും കുറെകാലത്തേക്കുകൂടി പിടിച്ചു നിന്നേക്കാം എന്നു വരികിലും അതിന്റെ വിധി നിർണ്ണയിക്കപ്പെട്ടു കഴിഞ്ഞിരിക്കും. മുൻവിധികളും യാഥാസ്ഥിതികത്വവും പുലർത്തിപ്പോരുന്ന മനുഷ്യന്റെ സ്വഭാവത്തിൽ പ്രകൃത്യാതന്നെ വിപ്ലവത്തെക്കുറിച്ച് ഒരുതരം ഭീതി ഉണ്ടാവും. അധികാരാവകാശങ്ങൾ വഹിക്കുന്ന ആളുകൾക്ക് എന്നും കലാപങ്ങൾ ഭീതിജനകമായിരിക്കും. പ്രകൃതി സ്നേഹിക്കുന്ന ഒരു പ്രതിഭാസമാണ് വിപ്ലവം. അതുകൂടാതെ പ്രകൃതിയിലോ മനുഷ്യന്റെ കാര്യങ്ങളിലോ യാതൊരു പുരോഗതിയും ഉണ്ടാവില്ല. വിപ്ലവം എന്നത് തീർച്ചയായും വിവേകശൂന്യമായി നടത്തുന്ന കൊലയുടെയും കൊള്ളിവയ്പ്പിന്റെയും പ്രസ്ഥാനമല്ല. കുറെ ബോംബുകൾ അവിടെയും ഇവിടെയും എറിയുകയോ, കുറെ വെടിവയ്പ്പുകൾ നടത്തുകയോ ചെയ്യുന്നതല്ല വിപ്ലവം. നാഗരികതയുടെ എല്ലാ അവശിഷ്ടങ്ങളെയും നശിപ്പിക്കാനോ പരക്കെ ആദരിക്കപ്പെടുന്ന നീതിയുടെയും ധർമ്മത്തിന്റെയും തത്ത്വങ്ങളെ ശിഥിലീകരിക്കാനോ വേണ്ടിയുള്ള പ്രസ്ഥാനവുമല്ല, അത്. നൈരാശ്യത്തിന്റെ തത്ത്വശാസ്ത്രമോ സാഹസികരുടെ വിശ്വാസപ്രമാണമോ അല്ല വിപ്ലവം. വിപ്ലവം, ദൈവത്തിനെതിരായതാകാം. എന്നാൽ അതൊരിക്കലും മനുഷ്യവിരുദ്ധമല്ല. പഴയതും പുതിയതും തമ്മിലും, ജീവനും ജീവിക്കെതന്നെയുള്ള മരണവും തമ്മിലും, വെളിച്ചവും ഇരുട്ടും തമ്മിലുമുള്ള നിതാന്തമായ സംഘട്ടനത്തിന്റെ സൂചകമായ; ഊർജ്ജസ്വിയായ ഒരു ജീവച്ഛക്തിയാണ് വിപ്ലവം. വിപ്ലവമില്ലാതെ പൊരുത്തമോ സ്വരച്ചേർച്ചയോ സ്വരലാവണ്യമോ ജീവിതത്തെ സംബന്ധിച്ചിടത്തോളം ഉണ്ടാവില്ല. കവികൾ പാടിപ്പുകഴ്ത്തിയിട്ടുള്ള പ്രപഞ്ചസംഗീതം അയഥാർത്ഥമായി അവശേഷിക്കും എന്നതായിരിക്കും വ്യോമമണ്ഡലത്തിൽ ഇടവിടാതെയുള്ള വിപ്ലവത്തെ ഒഴിവാക്കിയാലുണ്ടാകുന്ന ഫലം. വിപ്ലവം നിയമമാണ്, വിപ്ലവം വ്യവസ്ഥാപിതക്രമമാണ്, വിപ്ലവം സത്യമാണ്.

ഈ യാഥാർത്ഥ്യം നമ്മുടെ രാജ്യത്തെ യുവാക്കൾ മനസ്സിലാക്കിയിട്ടുണ്ട്. വിപ്ലവം നടക്കാതെയിരുന്നാൽ, ഇന്ന് നടമാടുന്ന കുഴപ്പവും നിയമപരമായ ക്രൂരതയും, വെറുപ്പും മാറ്റിത്തീർത്ത് ആ സ്ഥാനത്ത് ക്രമസമാധാനവും നിയമവും സ്നേഹവും സ്ഥാപിക്കാൻ കഴിയില്ല എന്ന പാഠം വേദനാപൂർവ്വം മനസ്സിലാക്കിയിട്ടുള്ളവരാണ് ഇവർ.

നമ്മുടെ ഈ അനുഗൃഹീത ഭൂമിയിലെ ആരുംതന്നെ യുവാക്കളെല്ലാം നിരുത്തരവാദികൾ ആണെന്ന ധാരണയുമായി നടക്കാതിരിക്കട്ടെ. അവരെവിടെയാണ് നിലകൊള്ളുന്നത് എന്ന് അവർക്കറിയാം. അവരുടെ പാത റോസാപുഷ്പങ്ങൾ വിരിച്ചതല്ലെന്ന് മറ്റാരെയുംകാൾ അവർക്ക് നന്നായി അറിയാം. കാലാകാലങ്ങളിൽ അവരുടെ ആദർശങ്ങൾക്കുവേണ്ടി സാമാന്യം നല്ല വില നല്കിയിട്ടുണ്ട്. അതുകൊണ്ട് യുവജനസഹജമായ സാഹസം തത്ത്വവചനങ്ങൾ ആസ്വദിച്ച് കഴിയുകയായിരുന്നുവെന്നു പറയാൻ ആർക്കും അവകാശമില്ല. ഞങ്ങളുടെ പ്രത്യയശാസ്ത്രത്തെ അപലപിച്ചുകൊണ്ടുള്ള വിശേഷണപദങ്ങൾ ഉപയോഗിക്കുന്നതിന് ആർക്കും അവകാശമില്ല. ഞങ്ങളുടെ ആശയങ്ങൾ വേണ്ടത്ര സജീവവും ഞങ്ങളെ കഴുമരത്തിലേക്ക് നയിക്കാൻ തന്നെയും പര്യാപ്തമായ തരത്തിൽ കരുത്തുറ്റതും ആണെന്ന് മാത്രം ധരിച്ചാൽ മതി.

അഹിംസയെച്ചൊല്ലിയുള്ള ക്രമംകെട്ടതും അർത്ഥശൂന്യവും ആയ സംസാരത്തിൽ ഏർപ്പെടുന്നത് ഇപ്പോൾ ഒരു ഫാഷൻ ആയിരിക്കുകയാണ്. മഹാത്മഗാന്ധി മഹാനാണ്. നമ്മുടെ രാജ്യത്തിന്റെ മോചനത്തിനുവേണ്ടി അദ്ദേഹം നിർദ്ദേശിക്കുന്ന മാർഗ്ഗങ്ങളെക്കുറിച്ച് ഞങ്ങളുടെ ആക്ഷേപം തറപ്പിച്ച് പറയുന്നത് അദ്ദേഹത്തോടുള്ള അനാദരവ് കൊണ്ടല്ല. ഈ രാജ്യത്ത് അദ്ദേഹത്തിന്റെ നിസ്സഹകരണ പ്രസ്ഥാനത്തിലൂടെ ഉണ്ടാക്കിയിട്ടുള്ള ഉണർവ്വിനെ മാനിച്ച് അദ്ദേഹത്തെ അഭിവാദനം ചെയ്യാതെയിരുന്നാൽ ഞങ്ങൾ അദ്ദേഹത്തോട് നന്ദികാട്ടുകയായിരിക്കും ചെയ്യുക. പക്ഷേ, ഞങ്ങളെ സംബന്ധിച്ചിടത്തോളം മഹാത്മാവ് അസാദ്ധ്യമാംവിധമുള്ള കിനാവ് കാണുന്നയാളാണ്. അഹിംസ ഉല്കൃഷ്ടമായ ഒരു ആദർശമായിരിക്കാം. എന്നാൽ അത് ഭാവിയിലേക്കുള്ള ഒരു കാര്യമാണ്. ഞങ്ങൾ ഇന്ന് നിലകൊള്ളുന്ന സാഹചര്യങ്ങളിൽ അഹിംസകൊണ്ട് മാത്രം നമ്മുടെ സ്വാതന്ത്ര്യം നേടാമെന്ന് കരുതാൻ ഞങ്ങൾക്ക് കഴിയില്ല. ലോകം ഇന്ന് കഴുത്തറ്റംവരെ ആയുധങ്ങൾകൊണ്ട് സജ്ജമാണ്. ഞങ്ങളെ സംബന്ധിച്ചിടത്തോളം ലോകം എന്നത് വളരെയേറെ പ്രാധാന്യമുള്ളതാണ്. സമാധാനത്തെക്കുറിച്ചുള്ള സംസാരം ഒരുവേള ആത്മാർത്ഥതയുള്ളതായിരിക്കാം. എന്നാൽ ഒരു അടിമരാഷ്ട്രത്തിൽ വസിക്കുന്ന നാം ഇത്തരം വ്യാജ പ്രത്യയശാസ്ത്രത്തിന്റെ സ്വാധീനത്തിൽ വഴി തെറ്റിക്കപ്പെടരുത്. അത് സാദ്ധ്യവുമല്ല, ആഗോളാന്തരീക്ഷമാകെ അക്രമവും ദുർബ്ബലർക്കെതിരായ ചൂഷണവുംകൊണ്ട് നിറഞ്ഞിരിക്കെ അഹിംസാ മാർഗ്ഗത്തിലൂടെ സഞ്ചരിക്കണമെന്ന് ഈ രാജ്യത്തോട് ആവശ്യപ്പെടുന്നതിന്റെ യുക്തി എന്താണ്? ഇത്തരം അർദ്ധരാത്രിയിലെ സ്വപ്നങ്ങൾകൊണ്ട് നമ്മുടെ രാഷ്ട്രത്തിലെ യുവജനങ്ങളെ ആകർഷിക്കാൻ കഴിയില്ലെന്ന് ഞങ്ങൾ കഴിയു

ന്നത്ര ശക്തിയോടെ പ്രഖ്യാപിക്കുന്നു. ഞങ്ങളുടെ വിശ്വാസങ്ങൾക്കു വേണ്ടി കഷ്ടപ്പാടുകൾ സഹിക്കാനും പ്രവർത്തിക്കാനും ഞങ്ങൾക്ക് അറിയാമെന്ന കാര്യമെങ്കിലും എല്ലാ അഹിംസാഭക്തന്മാരും, അവധാന തയും വീണ്ടുവിചാരവും വേണമെന്ന് വാദിക്കുന്നവരും അംഗീകരി ക്കാൻ തയ്യാറാകുമെന്ന് ഞങ്ങൾ കരുതുന്നു. നമ്മുടെയെല്ലാം മാതാ വായ ഈ രാജ്യത്തിന്റെ ബലിപീഠത്തിൽ ഞങ്ങളുടെ സഖാക്കൾ അർപ്പിച്ച ത്യാഗങ്ങൾ എത്രയാണെന്ന് ഞങ്ങൾ ഇവിടെ എടുത്തുപറയട്ടെ? ചക്ര വർത്തി "തിരുമനസ്സിന്റെ" ജയിലറകളുടെ നാല് ചുമരുകൾക്കിടയിൽ നിരവധി ഹൃദയഭേദകവും സംക്ഷോഭകവും ആയ രംഗങ്ങളാണ് നടന്നി ട്ടുള്ളത്. ഞങ്ങളുടെ ഭീകരവാദപരമായ നയങ്ങളെച്ചൊല്ലി ഞങ്ങളെ കുറ്റപ്പെടുത്താറുണ്ട്. ഇതിന് ഞങ്ങളുടെ മറുപടി വിപ്ലവകാരികളുടെ ലക്ഷ്യം ഒരിക്കലും ഭീകരപ്രവർത്തനം അല്ല എന്നാണ്. ഭീകരപ്രവർത്ത നംകൊണ്ട് മാത്രം സ്വാതന്ത്ര്യം നേടാമെന്ന് ഞങ്ങൾ വിശ്വസിക്കുന്നുമില്ല. എന്നാൽ നിസ്സംശയമായും, ഭീകരപ്രവർത്തനം നടത്തുന്നതിലൂടെ മാത്രമേ ഫലപ്രദമായ തിരിച്ചടി നല്കാനാവൂ എന്ന് വിപ്ലവകാരികൾ കരുതുന്നു. അത് ശരിയുമാണ്. ബ്രിട്ടീഷ് ഗവൺമെന്റ് നില നില്ക്കുന്നത് ഇന്ത്യയെയാകെ ബ്രിട്ടീഷുകാർക്ക് ഭീഷണിപ്പെടുത്തി നിർത്തുന്നതിൽ വിജയിക്കാൻ കഴിഞ്ഞതുകൊണ്ടാണ്. ഈ ഔദ്യോ ഗിക ഭീകരതയെ നാം എങ്ങനെയാണ് നേരിടുക? വിപ്ലവകാരികളുടെ ഭാഗത്തുനിന്നുള്ള എതിർ ഭീകരതകൊണ്ടു മാത്രമേ ഈ ഉദ്യോഗസ്ഥ ദുഷ്പ്രഭുത്വ ഭീഷണിയെ ഫലപ്രദമായി തടഞ്ഞുനിർത്താനാവുകയു ള്ളു. സമൂഹത്തിലാകെ കടുത്ത നിസ്സഹായതാബോധം പടർന്നിരിക്കു കയാണ്. എങ്ങനെയാണ് നമുക്ക് ഈ ആപല്ക്കരമായ നൈരാശ്യം ഇല്ലാതാക്കാൻ കഴിയുക? യഥാർത്ഥ ത്യാഗമനോഭാവത്തെ ആവേശിപ്പി ക്കുന്നതിലൂടെ മാത്രമേ നഷ്ടപ്പെട്ടുപോയ ആത്മവിശ്വാസം വീണ്ടെടു ക്കാനാവൂ. ഭീകരപ്രവർത്തനത്തിന് സാർവ്വദേശീയ പ്രാധാന്യമുള്ള ഒരു വശംകൂടിയുണ്ട്. ഇംഗ്ലണ്ടിന്റെ ശത്രുക്കൾ (അവർ വളരെയേറെയുണ്ട്) നമ്മുടെ ശക്തിയുടെ ഫലപ്രദമായ പ്രകടനത്തിന്റെ ഫലമായി നമ്മുടെ ഭാഗത്തേക്ക് ആകർഷിക്കപ്പെടും. ഇതുതന്നെ വലിയ പ്രയോജനം ചെയ്യും.

ഇന്ത്യ ഇന്ന് സാമ്രാജ്യത്വത്തിന്റെ നുകത്തിനടിയിൽ കിടന്ന് ഉഴലു കയാണ്. ഈ രാജ്യത്തെ എണ്ണത്തിൽ വർദ്ധിച്ചുവരുന്ന ലക്ഷക്കണക്കി നാളുകൾ ഇന്ന് ദാരിദ്ര്യത്തിന്റെയും അജ്ഞതയുടെയും നിസ്സഹായ രായ ഇരകളായിത്തീർന്നിരിക്കുകയാണ്. വിദേശാധിപത്യവും സാമ്പ ത്തിക ചൂഷണവും ഇന്ത്യയിലെ തൊഴിലാളികളും കർഷകരും ഉൾക്കൊള്ളുന്ന ഭൂരിപക്ഷം ജനവിഭാഗങ്ങളെയും നിർവീര്യമാക്കിയിരി ക്കുകയാണ്. ഇന്ത്യയിലെ തൊഴിലാളിവർഗ്ഗത്തിന്റെ ഇന്നത്തെ സ്ഥിതി

അങ്ങേയറ്റം ആപല്ക്കരമായിരിക്കുകയാണ്. ആവർഗ്ഗത്തിന് രണ്ട് അപകടങ്ങളെ നേരിടേണ്ടതായി വന്നിരിക്കുന്നു. ഒരുഭാഗത്ത് വിദേശ മുതലാളിത്തത്തിന്റെ ആക്രമണങ്ങളുടെ ഭാരം വഹിക്കണം. മറുഭാഗത്ത് വഞ്ചകരായ ഇന്ത്യൻ മുതലാളിത്തത്തിന്റെ ആക്രമണങ്ങളുമാണ് അവർക്ക് നേരിടേണ്ടിവരുന്നത്. രണ്ടാമത് പറഞ്ഞവർ ആദ്യം പറഞ്ഞവരുമായി ഒത്തുചേരാനുള്ള ഒരു പ്രവണത വളർന്നുവരുന്നുണ്ട്. ഡൊമിനിയൻ പദവിയോട് ആനുകൂല്യം പ്രകടിപ്പിക്കുന്നത്, ഏത് വഴിക്കാണ് കാറ്റുവീശാൻ പോകുന്നതെന്ന് കാണിക്കുന്നു. ഇന്ത്യൻ മുതലാളിത്തം വിദേശ മുതലാളിത്തത്തിന്റെ കരങ്ങളിലേക്ക് ബഹുജനങ്ങളെ ഏല്പിച്ചുകൊടുത്ത് വഞ്ചനനടത്താൻ ഒരുങ്ങുകയാണ്. ആ വഞ്ചനയ്ക്ക് പ്രതിഫലമായി ഈ രാജ്യത്തെ ഗവൺമെന്റിൽ ഒരു ചെറിയ പങ്കുപറ്റാനും ശ്രമിക്കുകയാണ്. അതുകൊണ്ട് തൊഴിലാളിവർഗ്ഗത്തിന്റെ പ്രതീക്ഷ ഇപ്പോൾ സോഷ്യലിസത്തിലാണ് കേന്ദ്രീകരിച്ചിരിക്കുന്നത്. അതുകൊണ്ട് മാത്രമേ പൂർണ്ണസ്വാതന്ത്ര്യം സ്ഥാപിക്കാനും സമൂഹികവിവേചനവും പ്രത്യേകാനുകൂല്യാവകാശങ്ങളും അവസാനിപ്പിക്കാനും ഇടയാകുകയുള്ളു.

ഇന്ത്യയുടെ ഭാവി യുവാക്കളിലാണ് നിക്ഷിപ്തമായിരിക്കുന്നത്. കഷ്ടപ്പാടുകൾ സഹിക്കാനുള്ള അവരുടെ സന്നദ്ധതയും, തിളക്കമാർന്ന അവരുടെ ത്യാഗവും അവരുടെ കരങ്ങളിൽ ഇന്ത്യയുടെ ഭാവി തികച്ചും ഭദ്രമാണെന്ന് തെളിയിക്കുന്നു. പരേതനായ ദേശബന്ധുദാസ് അനുഭൂതിയുടെ വെളിച്ചത്തിൽ ഒരവസരത്തിൽ ഇങ്ങനെ പറയുകയുണ്ടായി: "യുവാക്കളാണ്, ഒരേ സമയംതന്നെ മാതൃഭൂമിയുടെ പ്രതീക്ഷയും തേജസ്സും. പ്രസ്ഥാനത്തിന്റെ പ്രചോദനം അവരുടേതാണ്. ത്യാഗം അവരുടേതാണ്. വിജയവും അവരുടേതാണ്. സ്വാതന്ത്ര്യത്തിലേക്കുള്ള പാതയിലെ ദീപശിഖാവാഹകർ അവരാണ്. സ്വാധീനതയുടെ പാതയിലെ തീർത്ഥാടകർ അവരാണ്."

യുവാക്കളേ, ഇന്ത്യൻ റിപ്പബ്ലിക്കിന്റെ ഭടന്മാരേ, അണിനിരക്കുക. അലംഭാവത്തോടെ നില്ക്കരുത്. നിങ്ങളുടെ മുട്ടുകൾ വിറയ്ക്കാതിരിക്കട്ടെ. ദീർഘകാലത്തെ ആലസ്യത്തിന്റെ ഫലമായുള്ള സ്തംഭനത്തെ തട്ടിക്കളയുക. മഹത്തായ ഒരു ദൗത്യമാണ് നിങ്ങളുടേത്. രാജ്യത്തിന്റെ ഓരോ മുക്കിലും കോണിലും എത്തിച്ചേരുക. ആസന്നഭാവിയിൽ തീർച്ചയായും വരാൻ പോകുന്ന വിപ്ലവത്തിന് കളമൊരുക്കുക. കടമയുടേതായ കാഹളത്തോട് പ്രതികരിക്കുക. യാതൊരു പ്രയോജനവുമില്ലാതെ, സമയം കളയാതിരിക്കുക. വളരുക, നമ്മുടെ ഈ ചിരകാലീന ഭൂമി, തിളങ്ങുന്ന കണ്ണുകളോടെ വിജൃംഭിതമായി ഉണർന്നെഴുന്നേല്ക്കുന്നതിനുവേണ്ടിയുള്ള മാർഗ്ഗങ്ങൾ നിങ്ങളുടെ ജീവിതത്തിന്റെ ഓരോ നിമിഷത്തിലും ചിന്തിച്ച് ആവിഷ്കരിക്കുക. നിങ്ങളുടെ സഹജരായ

യുവാക്കളുടെ മനസ്സിന്റെ വളക്കൂറുള്ള ഇടങ്ങളിൽ അസംതൃപ്തിയുടെയും വെറുപ്പിന്റെയും വിത്തുകൾ പാകുക. ആ വിത്തുകൾ പൊട്ടിമുളച്ച് കുറ്റൻ മരങ്ങൾ നിറഞ്ഞ വനമായി വളരും. വിത്തുപാകിയ നിങ്ങൾ തന്നെയാണ് നിങ്ങളുടെ ചുടുരക്തംകൊണ്ട് നനച്ച് വളർത്തേണ്ടത്. അപ്പോൾ സർവ്വ നാശകശക്തിയുള്ള ഉഗ്രവും ഭയങ്കരവും ആയ ഒരു ഭൂകമ്പം വലിയ മുഴക്കങ്ങളോടെ അനിവാര്യമായും ഉണ്ടാകും. അതിൽ സാമ്രാജ്യത്വത്തിന്റെ ഈ സൗധം തകർന്നുതരിപ്പണമായി മണ്ണടിയും. ആ പതനം വലിയൊരു സംഭവമായിരിക്കും. അതിൽ പിന്നീട് മാത്രം ആയിരിക്കും ഒരു പുത്തൻ ഇന്ത്യൻ രാഷ്ട്രം ഉദിച്ചുയർന്ന് അതിന്റേതായ ശോഭയോടും കീർത്തിയോടുംകൂടി മനുഷ്യരാശിയെ അത്ഭുതസ്തബ്ധമാക്കുക. സാധാരണക്കാരും ദുർബ്ബലരുമായ ആളുകൾ ബുദ്ധിശാലികളെയും കരുത്തരെയും എല്ലാം അമ്പരപ്പിക്കും.

വ്യക്തിസ്വാതന്ത്ര്യം സുരക്ഷിതമായിരിക്കും. തൊഴിലാളിവർഗ്ഗത്തിന്റെ പരമാധികാരം അംഗീകരിക്കപ്പെടും. അത്തരത്തിലുള്ള ഒരു വിപ്ലവത്തിന്റെ ആവിർഭാവത്തെ നാം ക്ഷണിക്കുകയാണ്.

വിപ്ലവം നീണാൾ വാഴട്ടെ!

കർത്താർസിങ്
പ്രസിഡന്റ്

അനുബന്ധം 6

ബോംബിന്റെ വിശ്വാസപ്രമാണം*

ആയിരത്തിതൊള്ളായിരത്തി ഇരുപത്തി ഒമ്പത് ഡിസംബറിൽ വൈസ്രോയി ഇർവിൻ സഞ്ചരിച്ചിരുന്ന സ്പെഷ്യൽ ട്രെയിനിന്റെ അടിയിൽ ഒരു ബോംബ് പൊട്ടിത്തെറിച്ചു. എന്നാൽ ഇർവിൻ രക്ഷപ്പെട്ടു. ഗാന്ധിജി വൈസ്രോയി രക്ഷപ്പെട്ടതിന് ദൈവത്തോട് നന്ദി പറയുകയും, അദ്ദേഹം എഴുതിയ 'ബോംബിന്റെ വിശ്വാസപ്രമാണം' എന്ന ലേഖനത്തിൽ ഈ പ്രവൃത്തിയിൽ വിപ്ലവകാരികളെ അപലപിക്കുകയും ചെയ്തു. ഗാന്ധിജിയുടെ ലേഖനത്തിന് മറുപടിയായിട്ടാണ് ശ്രദ്ധേയമായ ഈ ലേഖനം ചന്ദ്രശേഖർ ആസാദുമായി ആലോചിച്ച് ഭഗവതീ ചരൺ എഴുതിയത്. ലഖ്നൗവിലെ ആമീനാബാദിലെ സോളമൺ കമ്പനിയുടെ വക ഒരു മുറി, ആസാദും ഭഗവതീ ചരണും യശ്പാലും കൂടി ഒരു ഒളിസ്ഥലമായി ഉപയോഗിച്ചിരുന്നതിൽ വെച്ചാണ് ഈ ലേഖനം തയ്യാറാക്കിയത്.

മുഖവുര

ഈ അടുത്തകാലത്തെ സംഭവവികാസങ്ങൾ വിശേഷിച്ചും 1929 ഡിസംബർ 30 ന് വൈസ്രോയിയുടെ സ്പെഷ്യൽ ട്രെയിൻ തകർക്കുന്നതിനുള്ള ഒരു ശ്രമം നടത്തിയതിനെക്കുറിച്ച് കോൺഗ്രസ് പാസാക്കിയ പ്രമേയവും, പിന്നീട് ഗാന്ധിജി യങ് ഇന്ത്യയിൽ എഴുതിയ ലേഖനങ്ങളും വ്യക്തമാക്കുന്നത് ഇന്ത്യൻനാഷണൽ കോൺഗ്രസും ഗാന്ധിജിയും

---

* ഇന്ത്യാഗവൺമെന്റിന്റെ ആഭ്യന്തരവകുപ്പിലെ ഇന്റലിജൻസ് ബ്യൂറോ തയ്യാറാക്കിയ 1917–36 കാലത്തെ 'ഇന്ത്യയിലെ ഭീകര പ്രവർത്തനം' എന്ന റിപ്പോർട്ടിൽ. (നമ്പർ B38/3 INA) ഉൾപ്പെടുത്തിയത്.

ചേർന്ന് വിപ്ലവകാരികളുടെമേൽ ഒരു കുരിശുയുദ്ധം അഴിച്ചു വിട്ടിരിക്കുന്നു എന്നാണ്. പത്രങ്ങളിലൂടെയും പ്രസംഗവേദികളിലൂടെയും നിരവധി വിമർശനങ്ങൾ പരസ്യമായി ഇവർക്കെതിരായി ഉയർത്തിവിട്ടിരിക്കുകയാണ്. ഇവരെല്ലാം ബോധപൂർവ്വമോ അജ്ഞതയാലോ തെറ്റിദ്ധരിപ്പിക്കപ്പെടുകയോ തെറ്റായ ധാരണയിലെത്തുകയോ ചെയ്തിരിക്കുകയാണെന്നത് കഷ്ടമാണ്. തങ്ങളുടെ ആദർശങ്ങളെയോ പ്രവർത്തനങ്ങളെയോ കുറിച്ചുള്ള വിമർശനങ്ങളെയോ പൊതുജനങ്ങളിൽനിന്നുള്ള പരിശോധനയെയോ വിപ്ലവകാരികൾ പരിത്യജിക്കുന്നില്ല. നേരെമറിച്ച് ആത്മാർത്ഥമായി ആഗ്രഹിക്കുന്നവർക്ക് വിപ്ലവപ്രസ്ഥാനത്തിന്റെ അടിസ്ഥാനതത്ത്വങ്ങളെക്കുറിച്ചും, പ്രസ്ഥാനത്തിന്റെ പ്രചോദനത്തിന്റെയും കരുത്തിന്റെ അവിരാമ സ്രോതസ്സായ ഉല്കൃഷ്ടാദർശങ്ങളെക്കുറിച്ചും മനസ്സിലാക്കിക്കൊടുക്കാനുള്ള ഒരു അവസരം എന്ന നിലയ്ക്ക്, അവർ ഈ വിമർശനങ്ങളെയും പരിശോധനയെയും സ്വാഗതം ചെയ്യുന്നു. വിപ്ലവകാരികളെ, അവരുടെ യഥാർത്ഥ ഭാവത്തിൽ പൊതുജനങ്ങൾ മനസ്സിലാക്കാനും തല്പരകക്ഷികളും, അജ്ഞരായ ആളുകളും ചിത്രീകരിക്കുന്ന ഭാവത്തിൽ വിപ്ലവകാരികളെ പൊതുജനങ്ങൾ കാണുന്നതിനെ തടയാനും ഈ ലേഖനം ഉപകരിക്കുമെന്നും പ്രതീക്ഷിക്കുന്നു.

അക്രമമോ അക്രമരാഹിത്യമോ

ആദ്യമായി നമുക്ക് അക്രമത്തിന്റെയും അക്രമരാഹിത്യത്തിന്റെയും പ്രശ്നം പരിഗണനയ്ക്കെടുക്കാം. ഈ പദങ്ങൾ തന്നെ ഇരുകക്ഷികളോടും അനീതികാട്ടുകയാണ് ചെയ്യുന്നത്. എന്തെന്നാൽ ഇരുകൂട്ടരുടെയും ആദർശങ്ങളെ ശരിയായ രീതിയിൽ പ്രതിപാദിക്കുന്നില്ല എന്നതാണ്. അനീതി കാട്ടാൻവേണ്ടി കായികശക്തിയുടെ പ്രയോഗമാണ് അക്രമം. തീർച്ചയായും വിപ്ലവകാരികൾ ഇതിനുവേണ്ടി തന്നെയാണ് നിലകൊള്ളുന്നത്.

നേരെമറിച്ച് ക്ലേശങ്ങൾ സഹിക്കുന്നതിലൂടെയും, അതുവഴി അവസാനം നിങ്ങളുടെ വീക്ഷണഗതിയിലേക്ക് എതിരാളികളെ മാറ്റിക്കൊണ്ടുവരുന്നതിലൂടെയും വ്യക്തിപരവും ദേശീയവുമായ ആവശ്യങ്ങൾ നേടിയെടുക്കുന്നതിനുവേണ്ടി ഉപയോഗപ്പെടുത്തുന്ന ആത്മീയശക്തിയാണ് സാധാരണയായി അഹിംസ (അക്രമരാഹിത്യം) എന്ന പേരിൽ അറിയപ്പെടുന്ന തത്ത്വം. അങ്ങനെ ഉപയോഗിക്കുന്നതുവഴി തങ്ങളുടെ എതിരാളികളെ സ്വന്തം കാഴ്ചപ്പാടിലേക്ക് മാറ്റിക്കൊണ്ടുവരാമെന്ന് അഹിംസാവാദികൾ പ്രത്യാശിക്കുകയും ചെയ്യുന്നു. ഏതെങ്കിലും ഒരു കാര്യം ശരിയായതാണെന്ന് ഒരു വിപ്ലവകാരി വിശ്വസിക്കുമ്പോൾ, അയാൾ അതിനുവേണ്ടി വാദിക്കുകയും, ചർച്ചചെയ്യുകയും ചെയ്യുന്നു. അയാളുടെ ശക്തിക്കനുസൃതമായുള്ള ആത്മീയ ശക്തികൊണ്ട് ആ കാര്യം സാധിതപ്രായമാക്കാൻ അയാൾ നിശ്ചയിച്ചുറയ്ക്കുന്നു. അതി

നുവേണ്ടി ഏറ്റവും കൂടുതൽ ത്യാഗം സഹിക്കാനും അതിനുവേണ്ടി ഏറ്റവും വലിയ ത്യാഗ സമർപ്പണം നടത്താനും അയാളുടെ പരിശ്രമങ്ങളെ അയാളുടെ കായികശക്തികൊണ്ട് പിന്തുണയ്ക്കുകയും ചെയ്യുന്നു. അയാളുടെ മാർഗ്ഗങ്ങളെ ചിത്രീകരിക്കാൻ നിങ്ങൾക്കുവേണമെങ്കിൽ മറ്റേതെങ്കിലും പദപ്രയോഗം നടത്താം. എന്നാൽ അത് അക്രമം ആണെന്ന് നിങ്ങൾക്ക് പറയാനാവില്ല. എന്തെന്നാൽ അങ്ങനെ ചെയ്യുന്നത് ആ പദത്തിന്റെ നിഘണ്ടുവിലെ അർത്ഥത്തോട് കാട്ടുന്ന അങ്ങേയറ്റത്തെ അപരാധം ആയിരിക്കും. 'സത്യഗ്രഹം' എന്നതിന് അർത്ഥം, സത്യത്തിന് ഊന്നൽ നല്കുക എന്നാണ്. എന്തിനാണ് ആത്മീയശക്തികൊണ്ടുമാത്രമേ സത്യത്തെ അംഗീകരിക്കാനാവൂ എന്ന് നിർബ്ബന്ധിക്കുന്നത്? അതോടൊപ്പം കായികശക്തിയുംകൂടി ചേർത്താലെന്താ? വിപ്ലവകാരികൾ, അവരുടെ എല്ലാ കഴിവുകളുംകൊണ്ട്-കായികവും ധാർമ്മികവും ആയ കഴിവുകളും കൊണ്ട്-സ്വാതന്ത്ര്യം നേടുന്നതിനായി നിലകൊള്ളുമ്പോൾ, ആത്മീയശക്തിയുടെ വക്താക്കൾ, കായികശക്തിയെ നിരോധിക്കണമെന്ന് ആഗ്രഹിക്കുന്നു. അതുകൊണ്ട് യഥാർത്ഥപ്രശ്നം അക്രമം പ്രയോഗിക്കാമോ എന്നുള്ളതല്ല, നേരെമറിച്ച് ആത്മീയശക്തിയും, കായിക ശക്തിയും ഇവ രണ്ടുംകൂടി ഉപയോഗിക്കാമോ, അതല്ല, ആത്മീയശക്തി മാത്രമേ ഉപയോഗിക്കാൻ പാടുള്ളോ എന്നതാണ്.

ഞങ്ങളുടെ ആദർശം

വിപ്ലവകാരികൾ വിശ്വസിക്കുന്നത് തങ്ങളുടെ രാജ്യത്തിന്റെ മോചനം വിപ്ലവത്തിലൂടെയേ നേടാവൂ എന്നാണ്. അവർ നിരന്തരം പ്രവർത്തിക്കുകയും ചിന്തിക്കുകയും ചെയ്യുന്നത് ഏത് വിപ്ലവത്തിനാണോ, അത് വിദേശിഗവൺമെന്റും അതിന് പിന്തുണ നല്കുന്നവരും ഒരു ഭാഗത്തും, ജനങ്ങൾ മറുഭാഗത്തും ആയുള്ള ഒരു സായുധ സംഘട്ടനത്തിന്റെ രൂപത്തിൽ പ്രകടമാകുന്നു എന്നു മാത്രമല്ല, അത് ഒരു പുതിയ സാമൂഹികവ്യവസ്ഥ ആവിർഭവിപ്പിക്കുകകൂടി ചെയ്യുന്നു. ആ വിപ്ലവം മുതലാളിത്തത്തിന്റെയും, അതിന്റെ വർഗ്ഗവിവേചനത്തിന്റെയും പ്രത്യേകാനുകൂല്യങ്ങളുടെയും എല്ലാം മരണമണി മുഴക്കും. വിദേശികളുടെയും ഇന്ത്യൻ മേധാവിവർഗ്ഗത്തിന്റെയും ചൂഷണമാകുന്ന ഭാരിച്ച നുകത്തിൻകീഴിൽ ദുരിതമനുഭവിപ്പിക്കുന്ന പട്ടിണിക്കാരായ ജനലക്ഷങ്ങൾക്ക് ആഹ്ലാദവും അഭിവൃദ്ധിയും വിപ്ലവം കൈവരുത്തും. അത് ഈ രാഷ്ട്രത്തെ അതിന്റെ തനിമയിലേക്ക് കൊണ്ടുവരും. അത് ഒരു പുതിയ ഭരണകൂടത്തിനും പുതിയ സാമൂഹിക വ്യവസ്ഥയ്ക്കും ജീവൻ നല്കും. എല്ലാറ്റിനും ഉപരിയായി അത് തൊഴിലാളിവർഗ്ഗ സർവ്വാധിപത്യം സ്ഥാപിക്കുകയും എക്കാലത്തേക്കുമായി രാഷ്ട്രീയാധികാര

സ്ഥാനത്തുനിന്നും സാമൂഹിക പരാന്നഭുക്കുകളെ നിഷ്കാസനം ചെയ്യു കയും ചെയ്യും.

ഭീകരപ്രവർത്തനം

യുവാക്കളുടെ അസ്വസ്ഥതയിലും, ഇന്ന് അവരുടെമേൽ സ്വാധീനം വഹിക്കുന്ന മാനസികാടിമത്തത്തിൽനിന്നും മതപരമായ അന്ധവിശ്വാസങ്ങളിൽനിന്നും സ്വതന്ത്രമാകാനുള്ള അവരുടെ ആഗ്രഹ ത്തിലും വിപ്ലവകാരികൾ കാണുന്നത് വിപ്ലവത്തിന്റെ ആവിർഭാവമാണ്. യുവാക്കൾ കൂടുതൽ കൂടുതലായി, വിപ്ലവമനോഭാവത്തിൽ മുഴുകു മ്പോൾ ദേശീയാടിമത്തത്തെക്കുറിച്ച് കൂടുതൽ വ്യക്തമായ ധാരണ അവർക്കുണ്ടാകും. സ്വാതന്ത്ര്യത്തിനുവേണ്ടിയുള്ള ശമിപ്പിക്കാനാ വാത്ത വർദ്ധിച്ചതും തീവ്രവുമായ ദാഹവും അവർക്കുണ്ടാകും. അടിമ ത്തത്തെക്കുറിച്ചുള്ള ഈ ബോധം, സ്വാതന്ത്ര്യത്തിനുവേണ്ടിയുള്ള അട ക്കാനാവാത്ത ഈ ആഗ്രഹം, രോഷാകുലരായ യുവാക്കൾ തങ്ങളുടെ ധാർമ്മിക രോഷം പ്രകടിപ്പിച്ചുകൊണ്ട് തങ്ങളെ മർദ്ദിച്ചൊതുക്കുന്നവരെ വധിക്കാൻ തുടങ്ങുന്നതുവരെ വളർന്നുകൊണ്ടേയിരിക്കും. അങ്ങനെ യാണ് ഈ രാജ്യത്ത് ഭീകരപ്രവർത്തനം വളർന്നുവന്നത്. അത് വിപ്ലവ ത്തിന്റെ ഒരു ഘട്ടം-അനിവാര്യമായ ഒരു ഘട്ടം-ആണ്. ചരിത്രത്തിലെ ഏത് വിപ്ലവത്തെക്കുറിച്ചും വിശകലനം ചെയ്താലും, ഭീകരപ്ര വർത്തനം പൂർണ്ണവിപ്ലവമല്ലെന്നും ഭീകരപ്രവർത്തനം കൂടാതെ വിപ്ലവം പൂർണ്ണമാവുകയില്ലെന്നുമുള്ള സിദ്ധാന്തത്തിന് പിന്തുണ ലഭിക്കും. ഭീക രപ്രവർത്തനം മർദ്ദകരുടെ ഹൃദയത്തിൽ ഭീതി വളർത്തുന്നു. മർദ്ദിത ജനവിഭാഗങ്ങൾക്ക് അത് പ്രതികാരത്തിലും മോചനത്തിലും പുതിയ പ്രതീക്ഷകൾ ഉണർത്തുകയും ചെയ്യുന്നു. ചാഞ്ചാടുന്നവർക്ക് ധൈര്യവും ആത്മവിശ്വാസവും അത് പകർന്നുനല്കുന്നു. ഭരണവർഗ്ഗ ങ്ങളുടെ അധികാരത്തിന്റെ മന്ത്രശക്തിയെ അത് തകർക്കുന്നു. ലോക ത്തിന്റെ ദൃഷ്ടിയിൽ അധീനപ്പെടുത്തിവെച്ചിരിക്കുന്ന ജനവിഭാഗ ത്തിന്റെ പദവി ഉയർത്തുന്നു. എന്തെന്നാൽ അത് ആ രാഷ്ട്രത്തിന്റെ സ്വാതന്ത്ര്യദാഹത്തിന്റെ, ബോദ്ധ്യംവരത്തക്കവിധമുള്ള തെളിവാണ്. മറ്റെല്ലാ രാജ്യങ്ങളിലും മുൻകാലങ്ങളിലെന്നപോലെ ഇവിടെ ഇന്ത്യ യിലും ഭീകരപ്രവർത്തനം വിപ്ലവമായി വികസിച്ചുവരും. വിപ്ലവമാകട്ടെ, സാമൂഹികവും രാഷ്ട്രീയവും സാമ്പത്തികവുമായ സ്വാതന്ത്ര്യമായും വളർന്നു വികസിക്കും.

വിപ്ലവപരമായ മാർഗ്ഗങ്ങൾ

അപ്പോൾ ഇതെല്ലാമാണ് വിപ്ലവകാരികൾ വിശ്വസിക്കുന്ന കാര്യം. അതായത് തങ്ങളുടെ രാജ്യത്തിനുവേണ്ടി നേടാൻ അവർ ആഗ്രഹി ക്കുന്ന കാര്യം-അത് അവരുടെതായ മാർഗ്ഗത്തിലൂടെ നേടാമെന്നവർ

ആശിക്കുന്നു. ഒരു നൂറ്റാണ്ടോളം നീണ്ടുനിന്നതും ബഹുജനങ്ങളും ഭരണ വർഗ്ഗങ്ങളും തമ്മിൽ നടത്തിപ്പോന്നതും ലോകവ്യാപകമായതുമായ സമരത്തിന്റെ അനുഭവങ്ങൾ, അവരുടെ ലക്ഷ്യത്തിനുള്ള മാർഗ്ഗദീപമാണ്. അവർ പിന്തുടരുന്ന മാർഗ്ഗം പരാജയപ്പെട്ടതായ അനുഭവം ഒരിക്കലും ഉണ്ടായിട്ടില്ല.

കോൺഗ്രസും വിപ്ലവകാരികളും

ഇതിനിടയ്ക്ക് കോൺഗ്രസ് എന്താണ് ചെയ്തുപോന്നത്? അവരുടെ വിശ്വാസപ്രമാണത്തെ അവർ 'സ്വരാജ്' എന്നതിൽനിന്നും പൂർണ്ണ സ്വാതന്ത്ര്യം എന്നതാക്കി മാറ്റി. ഇതിന്റെ യുക്തിയുക്തമായ ഒരു പരിണതഫലമെന്ന നിലയ്ക്ക് കോൺഗ്രസ് ബ്രിട്ടീഷ് ഗവൺമെന്റിനോട് യുദ്ധം പ്രഖ്യാപിക്കുമെന്നാണല്ലോ നാം പ്രതീക്ഷിക്കുക. അതിനുപകരം അത് വിപ്ലവകാരികൾക്കെതിരായാണ് യുദ്ധം പ്രഖ്യാപിച്ചിരിക്കുന്നതായി നാം കാണുന്നത്. കോൺഗ്രസിന്റെ ആദ്യത്തെ ആക്രമണം, വൈസ്രോയിയുടെ സ്പെഷ്യൽ ട്രെയിൻ തകർക്കാൻ 1929 ഡിസംബർ 23 ന് നടത്തിയ ശ്രമത്തെ അപലപിക്കുന്ന ഒരു പ്രമേയത്തിന്റെ രൂപത്തിലാണ് വന്നത്. അത് തയ്യാറാക്കിയത് ഗാന്ധിയാണ്. അതിനുവേണ്ടി പല്ലും നഖവും ഉപയോഗിച്ച് അദ്ദേഹം പൊരുതി. അതിന്റെ ഫലം, 1713 പേർ സന്നിഹിതരായിരുന്ന ആ സഭയിൽ 81 വോട്ടിന്റെ തുച്ഛമായ ഭൂരിപക്ഷത്തോടെ പ്രമേയം പാസാക്കപ്പെട്ടു എന്നതായിരുന്നു. ഈ നേരിയ ഭൂരിപക്ഷംപോലും സത്യസന്ധമായ രാഷ്ട്രീയ വിശ്വാസദാർഢ്യത്തിന്റെ ഫലമായിരുന്നോ? നമുക്ക് ഇവിടെ സരളാദേവീ ചൗധുറാണിയുടെ അഭിപ്രായം ഉദ്ധരിക്കാം. അവർ പറയുന്നു:

> തങ്ങളുടെ സ്വതന്ത്രമായ അഭിപ്രായം പ്രകടിപ്പിക്കുന്നതിൽനിന്നും അവരെ പിന്തിരിപ്പിക്കുന്നതും, മഹാത്മജി അവതരിപ്പിക്കുന്ന ഏത് പ്രമേയത്തിനും എതിരായി വോട്ടുചെയ്യുന്നതിൽനിന്നും അവരെ തടയുന്നതും അവർക്ക് മഹാത്മാഗാന്ധിയോടുള്ള വ്യക്തിപരമായ കൂറുകൊണ്ടാണെന്നാണ് മഹാത്മായുടെ പല അനുയായികളോടും ഞാൻ നടത്തിയ സംഭാഷണങ്ങൾക്കിടയിൽ എനിക്ക് കണ്ടുപിടിക്കാൻ കഴിഞ്ഞത്.

അദ്ദേഹത്തിന്റെ പ്രമേയത്തിന് അനുകൂലമായുള്ള ഗാന്ധിജിയുടെ വാദഗതികളെ സംബന്ധിച്ചിടത്തോളമാണെങ്കിൽ *ബോംബിന്റെ വിശ്വാസപ്രമാണം* എന്ന ലേഖനത്തെക്കുറിച്ച് ചർച്ചചെയ്യുമ്പോൾ നമുക്ക് ഇതും ചർച്ച ചെയ്യാം. ആ ലേഖനം കോൺഗ്രസ് സമ്മേളനത്തിൽ ഗാന്ധി ചെയ്ത പ്രസംഗത്തിന്റെ വിപുലീകരണമാണ്. അപലപനീയമായ ഈ പ്രമേയത്തെ സംബന്ധിച്ച് നാം അവഗണിക്കാൻ പാടില്ലാത്ത ഒരു വസ്തുതയുണ്ട്. അത് ഇതാണ്: കോൺഗ്രസ് അഹിംസാസിദ്ധാന്ത

ത്തോട് പ്രതിജ്ഞാബദ്ധം ആയിരിക്കുകയും, അതിനനുകൂലമായ പ്രചാരണം കോൺഗ്രസ് കഴിഞ്ഞ 10 വർഷക്കാലമായി നടത്തിവരുകയും ചെയ്തു വന്നു. ഈ പ്രമേയത്തെ പിന്തുണച്ചവർ വിപ്ലവകാരികളെ ചീത്തപറയുകയും അവരെ 'ഭീരുക്കൾ' എന്ന് വിളിക്കുകയും അവരുടെ പ്രവർത്തനങ്ങളെ 'നിന്ദ്യമായ ഭീരുത്വം' എന്ന് വിശേഷിപ്പിക്കുകയും ചെയ്തു; അവരിലൊരാളാകട്ടെ പ്രസ്ഥാനം ഗാന്ധി നയിക്കണമെന്ന് ആഗ്രഹിക്കുന്നുവെങ്കിൽ ഈ പ്രമേയം യാതൊരു എതിർപ്പും കൂടാതെ പാസാക്കിയേ തീരൂ എന്ന് ഭീഷണിയുടെ സ്വരത്തിൽ പറയുകയും ചെയ്തു. എന്നാൽ ഇതെല്ലാമായിട്ടും ആ പ്രമേയം അംഗീകരിക്കപ്പെട്ടത് അപകടകരമാം വിധം നേരിയ ഒരു ഭൂരിപക്ഷത്തിനായിരുന്നു എന്ന വസ്തുതയാണ് നാം ശ്രദ്ധിക്കേണ്ടത്.

ഈ വസ്തുത അസന്ദിഗ്ദ്ധമായി പ്രകടമാക്കുന്നത്, ഈ രാജ്യത്തെ ജനങ്ങൾ ദൃഢതയോടെ വിപ്ലവകാരികളെ പിന്തുണയ്ക്കുന്നു എന്ന യാഥാർത്ഥ്യത്തെയാണ്. ഒരുതരത്തിൽ, ഗാന്ധി ഞങ്ങളുടെ കൃതജ്ഞത അർഹിക്കുന്നു. കാരണം അദ്ദേഹം, ഈ പ്രശ്നം ചർച്ചയ്ക്ക് കൊണ്ടുവരുകയും, അതുവഴി അഹിംസയുടെ 'ശക്തിദുർഗം' ആയ കോൺഗ്രസ്, ഗാന്ധിയോടൊപ്പം എന്നതുപോലെയോ അതിലും കൂടുതലായോ വിപ്ലവകാരികളോടും ഒപ്പം നില്ക്കുന്നു എന്ന് ലോകത്തിനാകെ കാട്ടിക്കൊടുക്കുകയും ചെയ്തു.

ഗാന്ധി സമരോത്സുകനാവുന്നു

ഒരു പരാജയം സംഭവിച്ചാൽ അതിന് കൊടുക്കേണ്ടിവരുന്നതിനേക്കാൾ കൂടുതൽ വില നല്കിക്കൊണ്ട് നേടിയ വിജയത്തിനുശേഷം ഗാന്ധി *ബോംബിന്റെ വിശ്വാസപ്രമാണം* എന്ന ലേഖനത്തിലൂടെ ആക്രമണത്തിന് മുതിർന്നിരിക്കുകയാണ്. കൂടുതൽ ചർച്ചയ്ക്ക് തുനിയുന്നതിനുമുമ്പായി ഞങ്ങൾ ആ ലേഖനത്തിന്റെ കാര്യത്തിൽ അങ്ങേയറ്റം ശ്രദ്ധപതിപ്പിക്കാം. ആ ലേഖനത്തിൽ മൂന്ന് കാര്യങ്ങൾ ഉൾക്കൊള്ളുന്നു–അദ്ദേഹത്തിന്റെ വിശ്വാസം, അദ്ദേഹത്തിന്റെ അഭിപ്രായം, അദ്ദേഹത്തിന്റെ വാദങ്ങൾ എന്നിവയാണവ. അദ്ദേഹത്തിനെ സംബന്ധിച്ചിടത്തോളം എന്ത് വിശ്വാസമാണ് അദ്ദേഹം പുലർത്തുന്നത് എന്നതിനെക്കുറിച്ച് ഞങ്ങൾ ചർച്ചചെയ്യുന്നില്ല. എന്തെന്നാൽ വിശ്വാസത്തിന് യുക്തിയുമായി ബന്ധമില്ല. അതുകൊണ്ട് വാദങ്ങൾകൊണ്ട് ന്യായീകരിക്കുന്ന അദ്ദേഹത്തിന്റെ അഭിപ്രായങ്ങളെക്കുറിച്ചും അക്രമം എന്ന് അദ്ദേഹം വിളിക്കുന്നതിനെതിരായുള്ള അദ്ദേഹത്തിന്റെ വാദങ്ങളെക്കുറിച്ചും ഞങ്ങൾ ചർച്ചചെയ്യാം.

ബഹുജനങ്ങൾ അക്രമരാഹിത്യത്തിൽ വിശ്വസിക്കുന്നുണ്ടോ?

ഏറ്റവും അടുത്തകാലത്ത് അദ്ദേഹം രാജ്യത്തിന്റെ പലഭാഗത്തും,

നടത്തിയ സഞ്ചാരത്തിനിടയിൽ അദ്ദേഹം നടത്തിയ അനുഭവങ്ങളുടെ അടിസ്ഥാനത്തിൽ, ഇന്ത്യൻ ജനസമൂഹത്തിലെ ബഹുഭൂരിപക്ഷം ജനങ്ങളും ഇപ്പോഴും അക്രമത്തിൽ ആവേശംകൊള്ളുന്നില്ലെന്നും, അക്രമരാഹിത്യം ഒരു രാഷ്ട്രീയ ആയുധം എന്ന നിലയ്ക്ക്, ജനങ്ങളുടെ ബോധത്തിൽ കുടികൊള്ളുന്നു എന്നും ഗാന്ധിജി കരുതുന്നു. ഈ അടുത്തകാലത്തെ സഞ്ചാരത്തിനിടയ്ക്ക് നേടിയ അനുഭവങ്ങൾ അദ്ദേഹത്തെ വ്യാമോഹിപ്പിക്കാതിരിക്കട്ടെ. സാധാരണ നേതാക്കന്മാർ, മെയിൽ ട്രെയിനുകൾ തങ്ങളെ സൗകര്യപൂർവ്വം കൊണ്ടെത്തിക്കുന്ന സ്ഥലങ്ങളിൽ മാത്രമാണ് തങ്ങളുടെ സഞ്ചാരപരിപാടി ഒതുക്കിനിർത്തുന്നത് എന്നത് ശരിയാണെങ്കിലും, ഗാന്ധിജി അദ്ദേഹത്തിന്റെ സഞ്ചാരം ഒരു മോട്ടോർകാർ കൊണ്ടെത്തിക്കുന്ന സ്ഥലങ്ങളിലേക്കും വ്യാപിപ്പിച്ചിരുന്നു. സന്ദർശിക്കുന്ന സ്ഥലങ്ങളിൽ സമ്പന്നരായ ആളുകളോടൊപ്പം മാത്രം താമസിക്കുന്ന സമ്പ്രദായവും, അവിടങ്ങളിൽ ചെലവഴിക്കുന്ന സമയത്തിൽ ഭൂരിഭാഗവും തന്റെ ഭക്തന്മാർ രഹസ്യമായും പരസ്യമായും അദ്ദേഹത്തെ പ്രശംസിക്കുന്നത് കേട്ടുകൊണ്ടിരിക്കുന്നതിനും, ഇടയ്ക്കിടയ്ക്ക് നിരക്ഷരരായ സാധാരണക്കാർക്ക് 'ദർശനം' നല്കുന്നതിനുംവേണ്ടി വിനിയോഗിക്കുന്നതും കാരണം, ബഹുജനങ്ങളുടെ ഹൃദയത്തുടിപ്പ് മനസ്സിലാക്കാൻ അദ്ദേഹത്തിന് കഴിയും എന്ന അവകാശവാദം ഉന്നയിക്കാൻ അർഹതയില്ല. നിരക്ഷരരായ സാധാരണക്കാരുടെ മനസ്സ് പ്രവർത്തിക്കുന്നത് എങ്ങനെയാണെന്ന് അദ്ദേഹത്തിന് നന്നായി അറിയാമെന്നാണ് അവകാശപ്പെടുന്നത്. സാധാരണക്കാരായ ആളുകളെ പൊതുവേദിയിൽനിന്ന് കാണുകയും, അവർക്ക് 'ദർശന'വും 'ഉപദേശ'വും നല്കുകയും മാത്രം ചെയ്യുന്ന യാതൊരാൾക്കും ജനങ്ങളുടെ മനസ്സ് അറിയാമെന്ന് അവകാശപ്പെടാൻ അർഹതയില്ല. അങ്ങനെയുള്ള ഒരാൾക്ക് അങ്ങേയറ്റം അവകാശപ്പെടാവുന്നത് താൻ ആ ജനസാമാന്യത്തോട് തന്റെ ചിന്താഗതി എന്താണെന്ന് പറഞ്ഞുകൊടുത്തു എന്നുമാത്രമാണ്. ഈ അടുത്ത കുറെ വർഷങ്ങളായി ഗാന്ധി, ബഹുജനങ്ങളുടെ സാമൂഹികജീവിതവുമായി ഇടപഴകിയിട്ടുണ്ടോ? വൈകുന്നേരത്ത് തീ കാഞ്ഞുകൊണ്ടിരിക്കുന്ന കർഷകരോടൊപ്പം അദ്ദേഹം ഇരുന്ന് സംസാരിച്ചിട്ടുണ്ടോ? അവർ ചിന്തിക്കുന്നത് ഏതുതരത്തിലാണെന്ന് അറിയാൻ അദ്ദേഹം ശ്രമിച്ചിട്ടുണ്ടോ? ഒരൊറ്റ സായാഹ്നം പോലും ഒരു ഫാക്ടറി തൊഴിലാളിയോടൊപ്പം കഴിച്ചുകൂട്ടാനും തന്റെ പ്രതിജ്ഞകളെക്കുറിച്ച് അഭിപ്രായവിനിമയം നടത്താനും അദ്ദേഹം ശ്രമിച്ചിട്ടുണ്ടോ? ഞങ്ങൾ അങ്ങനെ ചെയ്തിട്ടുണ്ട്. അതുകൊണ്ടുതന്നെ സാധാരണക്കാർ ചിന്തിക്കുന്നതെങ്ങനെയെന്ന് ഞങ്ങൾക്ക് പറയാൻ കഴിയും എന്ന് ഞങ്ങൾ അവകാശപ്പെടുകയും ചെയ്യുന്നു. ഒരു സാധാരണക്കാരനായ ഇന്ത്യക്കാരനും, മറ്റെല്ലാ സാധാരണക്കാരെയുംപോലെതന്നെ, "അഹിംസ"യെക്കുറിച്ചും "ശത്രുവിനെ സ്നേഹിക്കുന്ന"തിനെ

ക്കുറിച്ചും മറ്റുമുള്ള അദ്ധ്യാത്മവിദ്യാപരമായ, സുന്ദരമായ, അതി സൂക്ഷ്മതത്ത്വങ്ങൾ മനസ്സിലാക്കാൻ കെല്പുള്ളവരല്ലെന്ന് ഞങ്ങൾ ഗാന്ധിക്ക് ഉറപ്പു നല്കാം. ലോകത്തിന്റെ ഗതി ഇങ്ങനെയാണ്. നിങ്ങൾക്ക് ഒരു സുഹൃത്ത് ഉണ്ടായിരിക്കാം. അയാളെ നിങ്ങൾ സ്നേഹിക്കുന്നുണ്ടാവാം. ചിലപ്പോൾ ആ സ്നേഹം, അയാൾക്കു വേണ്ടി നിങ്ങൾ മരിക്കാൻപോലും തയ്യാറാവുന്നിടത്തോളം ഗാഢമായിരിക്കാം. അതേപോലെ നിങ്ങൾക്ക് ഒരു ശത്രു ഉണ്ടാവാം. നിങ്ങൾ അയാളെ ഒഴിവാക്കുന്നു. അയാൾക്കെതിരായി നിങ്ങൾ പൊരുതുകയും, കഴിയുമെങ്കിൽ അയാളെ വധിക്കുകയും ചെയ്തേക്കാം. വിപ്ലവകാരികളുടെ സുവിശേഷം വളരെ ലളിതവും, സത്യസന്ധതയോടുകൂടിയതുമാണ്. ആദാമിന്റെയും ഹവ്വയുടെയും കാലം മുതല്ക്ക് എന്തായിരുന്നോ അതുതന്നെയാണ് ഇപ്പോഴും, ആ സുവിശേഷം. അത് മനസ്സിലാക്കാൻ ആർക്കും പ്രയാസവുമില്ല. ഞങ്ങളുടെ വ്യക്തിപരമായ അനുഭവങ്ങളിലൂടെ ഞങ്ങൾ മനസ്സിലാക്കിയിട്ടുള്ളതുകൊണ്ട് സാമാന്യജനങ്ങൾ ഞങ്ങളോടൊപ്പം ഉറച്ചുനില്ക്കുന്നു എന്ന് ഞങ്ങൾക്ക് തറപ്പിച്ചു പറയാൻ കഴിയും. വിപ്ലവത്തിന്റെ കടമകൾ നിർവ്വഹിക്കാൻവേണ്ടി ആയിരക്കണക്കിനാളുകൾ ഒത്തുചേരുന്ന ദിവസം വിദൂരമല്ല.

സ്നേഹത്തിന്റെ സുവിശേഷം

അക്രമരാഹിത്യത്തിന്റെ ഫലദായകത്വത്തിൽ തന്റെ വിശ്വാസം വർദ്ധിച്ചിട്ടുണ്ടെന്ന് ഗാന്ധി പ്രഖ്യാപിക്കുന്നു. മറ്റു തരത്തിൽ പറഞ്ഞാൽ തന്റെ സ്നേഹത്തിന്റെ സുവിശേഷത്തിലൂടെയും സ്വമേധയാ ഏറ്റെടുക്കുന്ന പീഡാനുഭവങ്ങളിലൂടെയും ഏതെങ്കിലും ഒരു കാലത്ത് വിദേശീയരായ ഭരണാധികാരികളെ തന്റെ ചിന്താഗതിയിലേക്ക് മാറിക്കൊണ്ടുവരാൻ കഴിയും എന്ന വിശ്വാസം വർദ്ധിച്ചിട്ടുണ്ട് എന്നാണ്. ഇപ്പോൾ തന്നെ അദ്ദേഹം തന്റെ ജീവിതകാലം മുഴുവനും തന്റെ വിസ്മയകരമായ സുവിശേഷം പ്രചരിപ്പിക്കുന്നതിനുവേണ്ടി വിനിയോഗിച്ചു കഴിഞ്ഞു. മറ്റാരും ചെയ്തിട്ടില്ലാത്തതുപോലെ, അചഞ്ചലമായ നിശ്ചയദാർഢ്യത്തോടെ ആ സുവിശേഷം പ്രാവർത്തികമാക്കിക്കൊണ്ടിരിക്കുകയും ചെയ്യുന്നു. ഇന്ത്യയുടെ ശത്രുക്കളിൽ എത്രപേരെ സുഹൃത്തുക്കളായി മാറ്റാൻ അദ്ദേഹത്തിന് കഴിഞ്ഞു എന്ന് അദ്ദേഹം ലോകജനതയ്ക്ക് മനസ്സിലാക്കിക്കൊടുക്കുമോ? എത്ര ഓ ഡയർമാരെയും റീഡിങ്ങുമാരെയും ഇർവിന്മാരെയും ഇന്ത്യയുടെ സുഹൃത്തുക്കളാക്കിത്തീർക്കാൻ അദ്ദേഹത്തിന് കഴിഞ്ഞു? അങ്ങനെ ആരുമില്ലെങ്കിൽ, അക്രമരാഹിത്യം പ്രാവർത്തികമാക്കുന്നതിലൂടെ ഇന്ത്യക്ക് സ്വാതന്ത്ര്യം നല്കുന്നതിന് ഇംഗ്ലണ്ടിനെ പ്രേരിപ്പിക്കുകയോ നിർബ്ബന്ധിക്കുകയോ ചെയ്യാൻ അദ്ദേഹത്തിന് കഴിയും എന്ന അദ്ദേഹത്തിന്റെ 'വർദ്ധിച്ചുവരുന്ന വിശ്വാസം' പങ്കിടാൻ ഇന്ത്യ തയ്യാറാകുമെന്ന് എങ്ങനെ പ്രതീക്ഷിക്കാനാവും?

എന്താണ് സംഭവിക്കാമായിരുന്നത്?

വൈസ്രോയിയുടെ സ്പെഷ്യൽ ട്രെയിനിന്റെ കീഴിൽ വച്ചിരുന്ന ബോംബ് നേരാംവണ്ണം പൊട്ടിത്തെറിച്ചിരുന്നെങ്കിൽ ഗാന്ധി സൂചിപ്പിക്കുന്നതുപോലെ രണ്ടിൽ ഏതെങ്കിലും ഒരു സംഭവം ഉണ്ടാകുമായിരുന്നു എന്നത് തീർച്ചയാണ്. വൈസ്രോയിക്ക് ഗുരുതരമായ പരിക്കേല്ക്കുകയോ, അല്ലെങ്കിൽ അദ്ദേഹം കൊല്ലപ്പെടുകയോ ചെയ്യുമായിരുന്നു. ഈ സാഹചര്യങ്ങളിൽ വൈസ്രോയിയും രാഷ്ട്രീയ പാർട്ടികളുടെ നേതാക്കന്മാരും തമ്മിലുള്ള കൂടിക്കാഴ്ച നടക്കുമായിരുന്നില്ല. രാജ്യത്തിന്റെ അന്തസ്സിന് കോട്ടംതട്ടിക്കുന്ന തരത്തിൽ പിച്ചപ്പാളയും കൈയിലെടുത്ത് 'ഡൊമിനിയൻ പദവി' എന്ന മന്ത്രവും ഉച്ചരിച്ചുകൊണ്ട് കല്ക്കത്തയിൽനിന്ന് നല്കിയിരുന്ന അന്ത്യശാസനത്തിലെ വ്യക്തമായ വ്യവസ്ഥകൾ ലംഘിച്ചുകൊണ്ട് ഗവൺമെന്റ് മന്ദിരത്തിന്റെ പടിവാതില്ക്കൽചെന്ന് മുട്ടിക്കൊണ്ടുനില്ക്കാനുള്ള ഈ വ്യക്തികളുടെ അനാവശ്യവും അന്തസ്സുകെട്ടതുമായ ശ്രമത്തെ തടയാൻ കഴിയുമായിരുന്നു. രാഷ്ട്രത്തിന് അത് കൂടുതൽ ഗുണകരമാവുകയും ചെയ്യുമായിരുന്നു. ഭാഗ്യവശാൽ ബോംബ് സ്ഫോടനം വൈസ്രോയിയെ വധിക്കാൻ തക്ക ശക്തിയുള്ളതായിരുന്നുവെങ്കിൽ ഇന്ത്യയുടെ ഒരു ശത്രുകൂടി അയാൾ അർഹിക്കുന്ന തരത്തിലുള്ള ദുരന്തത്തിനിരയായിത്തീർന്നേനെ. മീറത്ത് കേസ് നടപടികളുടെയും ലാഹോർ ഭൂസവാൽ പീഡനങ്ങളുടെയും സൃഷ്ടിക്ക് ഉത്തരവാദിയായ ഒരാൾ ഇന്ത്യയുടെ ഒരു സുഹൃത്താണെന്ന് ഇന്ത്യയുടെ ശത്രുക്കൾക്ക് മാത്രമേ തോന്നുകയുള്ളു. ഗാന്ധിയും നെഹ്റുവും ഉണ്ടായിട്ടും അവരുടെ സൂക്ഷ്മഗ്രഹണ ശക്തിയെയും രാഷ്ട്രതന്ത്രജ്ഞതയെയും കുറിച്ചുള്ള അവകാശവാദങ്ങളെല്ലാം ഉണ്ടായിട്ടും സൈമൺ കമ്മീഷൻ ബഹിഷ്കരണത്തിന് ആധാരമായിരുന്ന ഈ രാജ്യത്തെ രാഷ്ട്രീയ പാർട്ടികൾ തമ്മിലുള്ള ഐക്യത്തെ തകർക്കുന്നതിൽ ഇർവിൻ വിജയിച്ചു. കോൺഗ്രസുപോലും ഇന്ന് ആഭ്യന്തരവൈരുദ്ധ്യങ്ങളുടെ കൂടായിരിക്കുകയാണ്. നമ്മുടെ രാജ്യത്തിന്റെ ഗുരുതരമായ ദൗർഭാഗ്യങ്ങൾക്ക് വൈസ്രോയിയും സമാധാനത്തെപ്പറ്റി സംസാരിക്കാൻ കഴിവുള്ള അദ്ദേഹത്തിന്റെ നാവും അല്ലാതെ മറ്റാരാണ് ഉത്തരവാദി? എന്നിട്ടും അദ്ദേഹം ഇന്ത്യയുടെ ഒരു സുഹൃത്താണെന്ന് പ്രഖ്യാപിക്കുന്ന ആളുകൾ ഇന്ത്യയിൽതന്നെ ഉണ്ടല്ലോ?

കോൺഗ്രസിന്റെ ഭാവി

കോൺഗ്രസിനോട് ആദരവൊന്നും ഇല്ലാത്തവരും അതിൽനിന്നും ഒന്നുംതന്നെ പ്രതീക്ഷിക്കാത്തവരും ഉണ്ടായേക്കാം. വിപ്ലവകാരികൾ ഈ വിഭാഗത്തിൽപ്പെട്ടവരാണെന്നാണ് ഗാന്ധി കരുതുന്നതെങ്കിൽ അദ്ദേഹം അവരോട് വേദനാജനകമായ അനീതിയാണ് കാട്ടുക. അജ്ഞരായ സാധാരണക്കാർക്കിടയിൽ സ്വാതന്ത്ര്യത്തിന് വേണ്ടി

യുള്ള ഉല്ക്കടമായ അഭിലാഷം ഉണർത്തിവിടുന്നതിൽ കോൺഗ്രസ് വഹിച്ച പങ്കിനെക്കുറിച്ച് അവർക്ക് തികഞ്ഞ ബോധമുണ്ട്. ഭാവിയിൽ ആ സംഘടനയിൽനിന്നും അവർ മഹത്തായ കാര്യങ്ങൾ പ്രതീക്ഷിക്കുന്നു. തങ്ങളുടെ അഭിപ്രായങ്ങളിൽ അവർ ഉറച്ചുനില്ക്കുന്നുവെങ്കിലും വൈസ്രോയിയുടെ സ്പെഷ്യൽ ട്രെയിൻ തകർക്കാൻ അടുത്തകാലത്ത് നടത്തിയ ശ്രമത്തിന്റെ പിന്നിൽ സി ഐ ഡിയുടെ കരങ്ങളുണ്ടെന്ന് കണ്ടുപിടിക്കാൻ നിർബ്ബന്ധിതനാകത്തക്ക അത്ഭുതാവഹമായ ബുദ്ധിശക്തിയുള്ള സെൻഗുപ്തയെയും ന്യായവാദങ്ങളെക്കാൾ അധിക്ഷേപമാണ് നല്ലതെന്ന് കരുതുകയും, ബോംബ് പ്രയോഗിക്കുന്നതിലൂടെ ഒരു രാജ്യവും സ്വാതന്ത്ര്യം നേടിയിട്ടില്ലെന്ന യുക്തിക്ക് ചേരാത്തതും അപഹാസ്യവും ആയ പ്രഖ്യാപനം നടത്തത്തക്ക അറിവുമാത്രം രാഷ്ട്രീയ കാര്യങ്ങളെക്കുറിച്ചുള്ള അൻസാരിയെയുംപോലുള്ള ആളുകൾക്ക് കോൺഗ്രസിന്റെ കാര്യങ്ങളിൽ നിർണ്ണായകമായ സ്വാധീനം ഉള്ളിടത്തോളംകാലം കോൺഗ്രസിൽനിന്നും ഈ രാജ്യത്തിന് വലരെയൊന്നും പ്രതീക്ഷിക്കാനില്ലെന്ന് അവർ കരുതുന്നു. അഹിംസയെ ച്ചൊല്ലിയുള്ള കമ്പം കോൺഗ്രസിൽനിന്ന് ഒഴിഞ്ഞുപോയിക്കഴിയുന്ന ഒരു ദിവസം സമാഗതമാകുമെന്നും, പൂർണ്ണസ്വാതന്ത്ര്യം എന്ന ലക്ഷ്യത്തിലേക്ക് വിപ്ലവകാരികളുമായി കൈകോർത്തുപിടിച്ചുകൊണ്ട് ആ സംഘടനയും മുന്നോട്ടുപോകുമെന്ന പ്രതീക്ഷ വിപ്ലവകാരികൾ വെച്ചുപുലർത്തുന്നു. ഈ വർഷമാണ്, കഴിഞ്ഞ കാൽനൂറ്റാണ്ടുകാലമായി വിപ്ലവകാരികൾ പ്രചരിപ്പിച്ചുപോരുകയും, അതിനനുസൃതമായി ജീവിതം നയിച്ചു പോരുകയും ചെയ്ത ആ ആദർശം കോൺഗ്രസ് അംഗീകരിച്ചത്. അടുത്തവർഷം, വിപ്ലവകാരികൾ തുടർന്നുപോരുന്ന മാർഗ്ഗങ്ങളെയും കോൺഗ്രസ് അംഗീകരിക്കുമെന്ന് നമുക്ക് പ്രത്യാശിക്കാം.

അക്രമവും സൈനികച്ചെലവും

ഈ രാജ്യത്ത് അക്രമപ്രവർത്തനങ്ങൾ നടന്നപ്പോഴെല്ലാം, സൈനികച്ചെലവ് വർദ്ധിക്കാൻ അതിടയാക്കിയിട്ടുണ്ടെന്നാണ് ഗാന്ധിജിയുടെ അഭിപ്രായം. ഇക്കഴിഞ്ഞ ഇരുപത്തിയഞ്ച് വർഷക്കാലത്തെ വിപ്ലവപ്രവർത്തനങ്ങളെയാണ് അദ്ദേഹത്തിന്റെ ഈ പ്രസ്താവനയിൽ സൂചിപ്പിക്കുന്നതെങ്കിൽ ആ പ്രസ്താവനയുടെ യാഥാർത്ഥ്യത്തെ ഞങ്ങൾ ചോദ്യം ചെയ്യും. വസ്തുതകളും വിവരങ്ങളും എടുത്തുകാട്ടിക്കൊണ്ട് അദ്ദേഹത്തിന്റെ പ്രസ്താവന ശരിയാണെന്ന് തെളിയിക്കാൻ അദ്ദേഹത്തെ ഞങ്ങൾ വെല്ലുവിളിക്കുന്നു. നേരെമറിച്ച് ബ്രിട്ടീഷുകാർ ഇവിടെ വന്നതിനുശേഷം നടന്നിട്ടുള്ള യുദ്ധങ്ങളെക്കുറിച്ചാണ് അദ്ദേഹം സൂചിപ്പിച്ചതെങ്കിൽ, മറ്റു സ്വാതന്ത്ര്യസമരങ്ങളുമായി താരതമ്യപ്പെടുത്തുമ്പോൾ അത്ര കാര്യമായൊന്നും ഇല്ലാത്ത ഒന്നാണെങ്കിൽ അദ്ദേഹ

ത്തിന്റെ ലളിതമായ പരീക്ഷണങ്ങളായ 'അഹിംസ'യും 'സത്യഗ്രഹ'വും പോലും ഉദ്യോഗസ്ഥ മേധാവിത്തത്തിന്റെ ധനകാര്യ ഭരണത്തെ സാരമായി ബാധിച്ചു എന്നതായിരിക്കും ഞങ്ങൾക്ക് നല്കാനുള്ള മറുപടി. അക്രമാസക്തമോ, അക്രമരഹിതമോ ആയ ഏത് ബഹുജനസമരങ്ങളും, അവ വിജയപ്രദമായാലും, പരാജയപ്പെട്ടാലും ശരി, രാജ്യത്തിന്റെ ധനാഗമവിനിമയ രംഗത്തെ ഏതെങ്കിലും തരത്തിലുള്ള പ്രത്യാഘാതങ്ങൾ തീർച്ചയായും ഉളവാക്കും.

ഭരണപരിഷ്കാരങ്ങൾ

ഗവൺമെന്റ് അനുവദിച്ച വിവിധ ഭരണപരിഷ്കാരങ്ങളുമായി വിപ്ലവകാരികളുടെ പ്രവർത്തനത്തെ എന്തിനാണ് ഗാന്ധി കൂട്ടിക്കുഴയ്ക്കുന്നത്? അവർ ഒരിക്കലും മിന്റോ-മോർലി പരിഷ്കാരങ്ങളെക്കുറിച്ചും മറ്റും പരിഗണിക്കുകയോ അവയ്ക്കുവേണ്ടി പ്രവർത്തിക്കുകയോ ചെയ്തിട്ടില്ല. ബ്രിട്ടീഷ് ഗവൺമെന്റും ഭരണഘടനയ്ക്കനുസൃതമായ പ്രവർത്തനങ്ങളിൽ മാത്രം വ്യാപൃതരായിരുന്ന പ്രക്ഷോഭകരുടെ മുമ്പിലേക്ക് ഇതെല്ലാം എറിഞ്ഞിട്ടുകൊടുത്തത് അവരെയൊക്കെ നേരായവഴിയിൽനിന്നും തെറ്റിച്ച് തങ്ങളുടെ ഭാഗത്തേക്ക് ആകർഷിച്ച് കൊണ്ടുപോകാൻ വേണ്ടിയായിരുന്നു. വിപ്ലവകാരികളെ മർദ്ദിച്ചൊതുക്കാനും അവരെ ഉന്മൂലനം ചെയ്യാനും വേണ്ടി ഗവൺമെന്റ് ആവിഷ്കരിച്ചു നടപ്പാക്കിയ നയങ്ങൾക്ക് ഇവർ നല്കിയ പിന്തുണയ്ക്കു പകരമായി ഇവർക്ക് ഗവൺമെന്റ് നല്കിയ കോഴയാണിതെല്ലാം. ഗാന്ധി തന്നെ പേരിട്ടതുപോലെ ഈ "കളിപ്പാട്ടങ്ങൾ ഇന്ത്യയിലേക്ക് കയറ്റി അയച്ചത്, കാലാകാലങ്ങളിൽ "ഹോംറൂൾ," "സ്വയംഭരണം," "ഉത്തരവാദിത്വഭരണം," "പൂർണ്ണ ഉത്തരവാദിത്വമുള്ള ഗവൺമെന്റ്," "ഡൊമിനിയൻ പദവി" തുടങ്ങിയ മുദ്രാവാക്യങ്ങൾ ഉയർത്തിക്കൊണ്ടിരുന്നവരെ പ്രീണിപ്പിക്കാൻ വേണ്ടിയായിരുന്നു. വിപ്ലവകാരികൾ ഒരിക്കലും ഈ പരിഷ്കാരങ്ങൾ തങ്ങളുടെ നേട്ടം ആണെന്ന് അവകാശപ്പെട്ടിട്ടില്ല. വളരെ നാൾമുമ്പുതന്നെ വിപ്ലവകാരികൾ സ്വാതന്ത്ര്യത്തിന്റെ പതാക ഉയർത്തിപ്പിടിച്ചിരുന്നു. അതിനുവേണ്ടി അവർ ജീവിച്ചു. ഈ ആദർശത്തിനുവേണ്ടി അവരിൽ പലരും യാതൊരു സങ്കോചവും കൂടാതെ തങ്ങളുടെ ജീവൻ ബലിയർപ്പിക്കുകയും ചെയ്തു. നാട്ടിലെ ജനങ്ങളുടെ മനോഭാവത്തിൽ വമ്പിച്ചൊരു മാറ്റം ഉണ്ടാക്കാൻ ഞങ്ങൾ അനുഷ്ഠിച്ച ത്യാഗംകൊണ്ട് കഴിഞ്ഞിട്ടുണ്ടെന്ന് അവർ അവകാശപ്പെടുന്നു.

പുരോഗതിയുടെ പാത

അക്രമം പുരോഗതിയിലേക്കുള്ള മുന്നേറ്റത്തിന് തടസ്സം സൃഷ്ടിക്കുന്നു എന്നും അതുവഴി സ്വാതന്ത്ര്യപ്പുലരിയുടെ ദിനം സമാഗതമാകുന്നതിന് കാലവിളംബം ഉണ്ടാക്കുന്നുവെന്നുമുള്ള ഗാന്ധിയുടെ വാദത്തെ

ക്കുറിച്ചാണെങ്കിൽ അക്രമം, സാമൂഹിക പുരോഗതിയിലേക്കും, ആ അക്രമം പ്രവർത്തിച്ച ജനങ്ങളുടെ രാഷ്ട്രീയ സ്വാതന്ത്ര്യത്തിലേക്കും നയിച്ചിട്ടുള്ള എത്രയോ സമകാലീന ദൃഷ്ടാന്തങ്ങൾ അദ്ദേഹത്തിന് ചൂണ്ടിക്കാട്ടിക്കൊടുക്കാൻ ഞങ്ങൾക്ക് കഴിയും. ഉദാഹരണത്തിന്, റഷ്യയുടെയും തുർക്കിയുടെയും കാര്യംതന്നെ എടുക്കുക. ഈ രണ്ട് രാജ്യങ്ങളിലും പുരോഗതിക്കുവേണ്ടി പ്രവർത്തിക്കുന്ന പാർട്ടികൾ സായുധ വിപ്ലവത്തിലൂടെയാണ് ഭരണസംവിധാനങ്ങൾ ഏറ്റെടുത്തത്. എന്നിട്ടുപോലും സാമൂഹികപുരോഗതിക്കും രാഷ്ട്രീയ സ്വാതന്ത്ര്യത്തിനും പ്രതിബന്ധങ്ങൾ ഉണ്ടായില്ല. ശക്തിയുടെ പിന്തുണയോടെയുള്ള നിയമനിർമ്മാണം പുരോഗതിയിലേക്കുള്ള കുതിച്ചുകയറ്റത്തിന് ജനസാമാന്യത്തെ സഹായിച്ചു. അഫ്ഗാനിസ്ഥാന്റെ ഒറ്റപ്പെട്ട ഒരു ഉദാഹരണംകൊണ്ട് ഒരു രാഷ്ട്രീയ നയസമീപനത്തിന് രൂപം നല്കാനാവില്ല. നേരെമറിച്ച് അത് സാമാന്യനിയമത്തിന് ഒരു അപവാദം ആണെന്ന് മാത്രമേ കരുതാനാവൂ.

നിസ്സഹകരണപ്രസ്ഥാനത്തിന്റെ പരാജയം

'അക്രമരാഹിത്യം' പ്രചരിപ്പിച്ചതിന്റെ ഫലമായിട്ടാണ് നിസ്സഹകരണ പ്രസ്ഥാനത്തിന്റെ കാലയളവിൽ ജനങ്ങൾക്കിടയിൽ വമ്പിച്ച തോതിൽ ഉണർവ്വും ആവേശവും ഉണ്ടായത് എന്നാണ് ഗാന്ധി അഭിപ്രായപ്പെടുന്നത്. പ്രത്യക്ഷസമരപരിപാടി എവിടെയെല്ലാം അംഗീകരിച്ച് നടപ്പാക്കുന്നോ അവിടെയെല്ലാം ജനങ്ങൾക്കിടയിൽ വ്യാപകമായ തോതിൽ ഉണർവ്വും ആവേശവും ഉണ്ടാകുന്നു എന്നതാണ് യാഥാർത്ഥ്യം എന്നിരിക്കെ, അതിന് കാരണം 'അക്രമരാഹിത്യം' ആണെന്ന് വാദിക്കുന്നത് തെറ്റാണ്. കമ്യൂണിസ്റ്റുകാർ അവരുടെ ഉശിരൻ ബഹുജനസമര പരിപാടി നടപ്പാക്കാൻ തുടങ്ങിയതോടെയാണ് റഷ്യയിൽ കർഷകർക്കും തൊഴിലാളികൾക്കും ഇടയിൽ വ്യാപകമായ തോതിൽ ഉണർവ്വും ആവേശവും ഉണ്ടായത്. അവരോട് ആരും 'അക്രമരാഹിത്യം' ഉപദേശിച്ചു കൊടുത്തില്ല. ബഹുജനസമരപരിപാടിക്ക് ആഹ്വാനം നല്കിയപ്പോൾ ആ ആഹ്വാനമനുസരിച്ച് യോജിച്ചണിനിരന്ന ജനശക്തിയെ ശിഥിലീകരിച്ചത്, അഹിംസാകമ്പവും, ഗാന്ധിജിയുടെ വിട്ടുവീഴ്ചാമനോഭാവവും ആണെന്നുപോലും പറയാൻ ഞങ്ങൾ മുതിരുന്നു. രാഷ്ട്രീയ രംഗത്തെ അനീതികൾ ഇല്ലാതാക്കാനുള്ള ഒരായുധമായി 'അക്രമരാഹിത്യ'ത്തെ ഉപയോഗിക്കാമെന്നാണ് അവകാശപ്പെടുന്നത്. അങ്ങേയറ്റം വന്നാൽ ഇതൊരു പുത്തൻ ആശയം-ഇനിയും പരീക്ഷിക്കപ്പെട്ടിട്ടില്ലാത്ത ഒരാശയം- ആണെന്ന് മാത്രം പറയാം. ദക്ഷിണ ആഫ്രിക്കയിലെ ഇന്ത്യൻ പൗരൻമാരുടെ ന്യായമായ അവകാശങ്ങൾ ആണെന്ന് കരുതപ്പെട്ടിരുന്ന യാതൊന്നുംതന്നെ നേടാൻ അക്രമരാഹിത്യംകൊണ്ട് കഴിഞ്ഞില്ല. ദേശീയ സമരരംഗത്തെ

പ്രവർത്തകരായ ഒരു സന്നദ്ധസേന വിശ്രമരഹിതമായി പ്രയത്നിച്ചിട്ടു പോലും ഇന്ത്യയിലെ സാമാന്യജനങ്ങൾക്ക് "ഒരു വർഷത്തിനുള്ളിൽ സ്വരാജ്" എന്ന ലക്ഷ്യം നേടിക്കൊടുക്കാൻ അക്രമരാഹിത്യ സിദ്ധാന്ത ത്തിന് കഴിഞ്ഞില്ല. കുറെക്കൂടി അടുത്തകാലത്ത് സത്യഗ്രഹപ്രസ്ഥാന ത്തിന്റെ നേതാക്കൾ–പ്രസ്ഥാനത്തിന് അനിവാര്യമായ ഏറ്റവും ചുരുക്കം ചില നേതാക്കളിൽപ്പെട്ട പ്രഖ്യാതരായ ഗാന്ധിയും പട്ടേലും– നല്കിയിരുന്ന വാഗ്ദാനമനുസരിച്ചുള്ള യാതൊന്നും തന്നെ ബർദോ ളിയിലെ കർഷകർക്ക് നേടിക്കൊടുക്കാൻ അക്രമരാഹിത്യസിദ്ധാന്ത ത്തിന് കഴിഞ്ഞില്ല. ഇവയല്ലാതെ, അക്രമരാഹിത്യം വ്യാപകമായതോ തിൽ ഈ രാജ്യത്ത് പരീക്ഷിക്കപ്പെട്ടിട്ടുള്ള ദൃഷ്ടാന്തങ്ങളൊന്നും ഞങ്ങ ളുടെ അറിവിൽപ്പെട്ടിട്ടില്ല, ഇതേവരെ. 'അക്രമരാഹിത്യ'സിദ്ധാന്ത ത്തിന്റെ ഫലദായകത്വശേഷിക്ക് അനുഗ്രഹിച്ചുകിട്ടിയിട്ടുള്ള ഏക ഫലം 'പരാജയം' മാത്രമാണ്. ഇനിയും ഒരിക്കൽക്കൂടി അത് പരീക്ഷിക്കാൻ ജനങ്ങൾ തയ്യാറാകാത്തതിൽ അതിശയിക്കേണ്ട കാര്യമില്ല. യഥാർത്ഥ ത്തിൽ ഗാന്ധി പ്രചരിപ്പിച്ചുവരുന്ന 'സത്യഗ്രഹം' ഒരു പ്രക്ഷോഭരൂപം മാത്രമാണ്–ഇതേവരെ കാണാൻ കഴിഞ്ഞിട്ടുള്ളതുപോലെ അനിവാര്യ മായും ഒരു ഒത്തുതീർപ്പിലേക്ക് നയിക്കുന്നതരത്തിലുള്ള ഒരു പ്രതിഷേ ധപ്രകടനം ആണത്. ഒരിക്കലും ഒരു ഒത്തുതീർപ്പിലൂടെ നേടാൻ കഴി യാത്തതായ ദേശീയസ്വാതന്ത്ര്യത്തിനുവേണ്ടി കിണഞ്ഞ് പരിശ്രമി ക്കുന്ന ഒരു രാഷ്ട്രത്തിന് ഈ രൂപത്തിലുള്ള ഒരു പ്രക്ഷോഭംകൊണ്ട് യാതൊരു പ്രയോജനവും ഉണ്ടാവില്ല. സ്വാതന്ത്ര്യവും അടിമത്തവും തമ്മിൽ ഒരിക്കലും വിട്ടുവീഴ്ചയോടെയുള്ള ഒത്തുതീർപ്പ് ഉണ്ടാക്കാനാ വില്ലെന്ന യാഥാർത്ഥ്യം എത്രവേഗം നാം അംഗീകരിക്കുന്നുവോ അത്രയും നന്ന്.

ഇത് ഒരു പുതുയുഗമാണോ?

ഗാന്ധിജി കരുതുന്നത്, "നാം ഒരു പുതുയുഗത്തിലേക്ക് കടക്കുക യാണ്" എന്നാണ്. കോൺഗ്രസിന്റെ ഭരണഘടനയിൽ സാങ്കേതിക മായ ഒരു ഭേദഗതി–'സ്വരാജ്' എന്നാൽ 'പൂർണ്ണസ്വാതന്ത്ര്യം' ആണെന്ന നിർവ്വചനം എഴുതിച്ചേർക്കുന്ന ഭേദഗതി–നടത്തിയതുകൊണ്ടുമാത്രം ഒരു പുതുയുഗം ആവുന്നില്ല. പരക്കെ അംഗീകരിക്കപ്പെട്ട വിപ്ലവപരമായ തത്ത്വങ്ങളുടെ അടിസ്ഥാനത്തിൽ രാജ്യവ്യാപകമായ ഒരു ബഹുജനസ മരം നടത്താനുള്ള തീരുമാനം കോൺഗ്രസ് കൈക്കൊള്ളുമെങ്കിൽ അത് മഹത്തായ ഒരു സുദിനമായിരിക്കും. അതുവരെക്കും, സ്വാതന്ത്ര്യ ത്തിന്റെ പതാക ഉയർത്തുന്ന ചടങ്ങ് ഒരു പ്രഹസനം മാത്രമായിരിക്കും. ഈ അടുത്തകാലത്ത് ഒരു പത്രസമ്മേളനത്തിൽവച്ച് സരളാദേവീ ചൗധുറാണി നടത്തിയ താഴെപ്പറയുന്ന പരാമർശങ്ങളോട് ഞങ്ങൾ യോജിക്കുന്നു:

അവർ ഇങ്ങനെ പറഞ്ഞു:

1929 ഡിസംബർ 31 ാം തീയതി അർദ്ധരാത്രി കഴിഞ്ഞ് ഒരു മിനിറ്റ് നേരത്തേക്ക് സ്വാതന്ത്ര്യത്തിന്റെ പതാക ഉയർത്തിയത് വിശദീകരിക്കാനാവാത്തത്ര നാടകീയമായ ഒരു ചടങ്ങായിരുന്നു–പുറം പകിട്ടാർന്ന യൂണിഫോം ധരിച്ച ഒരു ജനറൽ ആപ്പീസർ കമാൻഡിങ്ങും ഒരു അസിസ്റ്റന്റ് ജനറൽ ആപ്പീസർ കമാൻഡിങ്ങും പേസ്റ്റ് ബോർഡ് കമാൻഡിങ്ങ് ആപ്പീസർമാർ മാത്രമായിരുന്നു. സ്വാതന്ത്ര്യത്തിന്റെ പതാക ഉയർത്തുന്ന ചടങ്ങ് അർദ്ധരാത്രിവരെ തീരുമാനം കാത്തുകിടന്ന കാര്യമായിരുന്നു എന്ന വസ്തുതയും, പതിനൊന്നാം മണിക്കൂറിന്റെ അമ്പത്തിഒമ്പതാം മിനിട്ടിൽ ഡൊമിനിയൻ പദവി നല്കിക്കൊണ്ടുള്ള ഒരു സന്ദേശം സെക്രട്ടറി ഓഫ് സ്റ്റേറ്റിൽ നിന്നോ വൈസ്രോയിയിൽനിന്നോ വന്നിരുന്നെങ്കിൽ ത്രാസിലെ തൂക്കം മാറുമായിരുന്നു എന്ന വസ്തുതയും, സ്വാതന്ത്ര്യം എന്നത് നേതാക്കൻമാരുടെ ഹൃദയത്തിൽ സൂക്ഷിക്കുന്ന ഒരു അഭിലാഷം ആയിരുന്നില്ലെന്നും, അതിന്റെ പ്രഖ്യാപനം വാസ്തവത്തിൽ കുറുമ്പുള്ള ഒരു കുട്ടിയുടെ കടുത്ത പ്രത്യുത്തരംപോലുള്ള ഒന്നായിരുന്നു എന്നും തെളിയിക്കുന്നു. ആദ്യമേ സ്വാതന്ത്ര്യം നേടുകയും പിന്നീട് പ്രഖ്യാപനം നടത്തുകയും ചെയ്യുകയായിരുന്നെങ്കിൽ അത് ഇന്ത്യൻ നാഷണൽ കോൺഗ്രസിന്റെ വിലപ്പെട്ട ഒരു നടപടി ആകുമായിരുന്നു.

കോൺഗ്രസിന്റെ പ്രഭാഷകൻമാർ ഇനിയിപ്പോൾ ഡൊമിനിയൻ പദവിക്കുപകരം പൂർണ്ണസ്വാതന്ത്ര്യം നേടുന്നതിന്റെ പ്രാധാന്യത്തെക്കുറിച്ചെല്ലാം വാതോരാതെ പ്രസംഗിക്കുമെന്നത് ശരിയാണ്. ഒരു കക്ഷി പ്രഹരിക്കാനും മറ്റൊരു കക്ഷി അടികൊള്ളുകമാത്രം ചെയ്യാനും തയ്യാറാകുന്നതരത്തിൽ ഒരു സമരത്തിനായി സജ്ജരാകാൻ അവർ ജനങ്ങളോട് ആഹ്വാനം ചെയ്യും. അടികൊണ്ട് അപരിഹാര്യമാംവിധം വീര്യം നഷ്ടപ്പെടുംവരെ അടികൊണ്ട് കഴിഞ്ഞോളാനുള്ള ആഹ്വാനം അവർ നടത്തും. ഇത്തരത്തിലൊരു സാധനത്തെ ഒരു സമരം എന്ന് വിളിക്കാമോ? അതിലൂടെ എന്നെങ്കിലും ഈ രാജ്യത്തെ സ്വാതന്ത്ര്യത്തിലേക്ക് നയിക്കാനാവുമോ? നമ്മുടെ രാഷ്ട്രത്തിന്റെ അന്തസ്സിനൊത്ത ഉന്നതമായ ഒരു ആദർശത്തിൽ അടിയുറച്ചു നില്ക്കുന്നത് നല്ലകാര്യം തന്നെ. പക്ഷേ, ആ ആദർശം സാക്ഷാൽക്കരിക്കാൻ ഏറ്റവും ഫലപ്രദമായ പരീക്ഷണത്തിലൂടെ കുറ്റമറ്റതെന്ന് ബോദ്ധ്യപ്പെട്ട മാർഗ്ഗങ്ങൾ സ്വീകരിക്കേണ്ടത് അവശ്യമാണ്. അല്ലെങ്കിൽ നിങ്ങൾ ലോകത്തിന്റെ മുമ്പിൽ, ചിരിക്ക് വക നല്കുന്ന ഒരാളായിത്തീരും.

ദയവുചെയ്ത് ഭീഷണിപ്പെടുത്തി പീഡിപ്പിക്കാതിരിക്കുക

വിവേകം നശിച്ചിട്ടില്ലാത്തവരെല്ലാവരും വിപ്ലവകാരികൾക്ക് പിന്തുണ നല്കുന്നതിൽനിന്നും പിന്മാറണമെന്ന് ഗാന്ധി ആഹ്വാനം നല്കിയിരിക്കുന്നു. "വ്യാമോഹിക്കപ്പെട്ട ദേശാഭിമാനികൾ, തങ്ങളുടെ

വിപ്ലവാവേശത്തിന് പോഷണം ലഭിക്കാതെയായാൽ അക്രമത്തിന്റെ ഫലശൂന്യതയെപ്പറ്റിയും അക്രമപ്രവർത്തനങ്ങൾ നടത്തുമ്പോഴെല്ലാം അത് വരുത്തിവെക്കുന്ന വലിയ ദോഷത്തെക്കുറിച്ചും ബോധവാന്മാരാകാൻ" സഹായകമാവുംവിധം ഇപ്പോഴത്തെ അവരുടെ നടപടികളെ അപലപിക്കാനും അദ്ദേഹം ആഹ്വാനം നല്കുന്നു. വ്യാമോഹിതരായ ആളുകളെന്ന് വിളിക്കാനും, അവരെല്ലാം വിവേകം നശിച്ചവരാണെന്നും പറയുന്നതും അവർക്ക് പിന്തുണ നല്കുന്നത് പിൻവലിക്കണമെന്നും പൊതുജനങ്ങളോട് ആഹ്വാനം ചെയ്യുന്നതും, അങ്ങനെ ചെയ്താൽ അവർ ഒറ്റപ്പെട്ടുപോവുകയും അതുകൊണ്ട് അവരുടെ പ്രവർത്തനങ്ങൾക്ക് വിരാമമിടുമെന്ന് പറയുന്നതും എല്ലാം എത്ര സുഗമമായും സൗകര്യപ്രദമായും ചെയ്യാവുന്ന കാര്യങ്ങളാണ്! വിശേഷിച്ചും അങ്ങനെ ആഹ്വാനം നല്കുന്നയാൾക്ക്, സ്വാധീനശക്തിയുള്ള ഒരുവിഭാഗം ജനങ്ങളുടെ വിശ്വാസം ആർജ്ജിക്കാൻ കഴിഞ്ഞിട്ടുണ്ടെങ്കിൽ അതെത്ര എളുപ്പമായിരിക്കും! പൊതുജീവിതത്തിൽ പ്രവർത്തനങ്ങളിലൂടെ നേടിയ ജീവിതാനുഭവങ്ങൾ എല്ലാം ഉണ്ടായിട്ടുകൂടി വിപ്ലവത്തിന്റെ മനഃശാസ്ത്രം, മനസ്സിലാക്കാൻ ഗാന്ധി തയ്യാറാകുന്നില്ലെങ്കിൽ, അതിന് അദ്ദേഹത്തിന് കഴിയില്ലെങ്കിൽ, അത് വലിയ കഷ്ടം തന്നെയാണ്. ജീവിതം, അനർഘമായ ഒരു വസ്തുവാണ്. അത് ഏവർക്കും പ്രിയപ്പെട്ടതാണ്. ഏതെങ്കിലും ഒരാൾ ഒരു വിപ്ലവകാരിയാവുകയും, സ്വന്തം ജീവൻ ഉള്ളംകൈയിലെടുത്ത് പിടിച്ചുകൊണ്ട് ഏതു നിമിഷവും ആ ജീവൻ ത്യജിക്കാൻ സന്നദ്ധനായി ജീവിതം നയിക്കുകയും ചെയ്യുന്നത് വെറും നേരം പോക്കിനുവേണ്ടിയല്ല. ആൾക്കൂട്ടത്തിന് അയാളോട് സഹഭാവം തോന്നിയാൽ അയാളെ ശ്ലാഘിച്ചുകൊണ്ട് അവർ 'ഭേഷ്' എന്ന് വിളിക്കുമല്ലോ എന്ന് കരുതിയുമല്ല അയാൾ ജീവൻ ത്യജിക്കാൻ തയ്യാറാവുമെന്നത്. അയാൾ തെരഞ്ഞെടുത്ത മാർഗ്ഗംതന്നെ സ്വീകരിക്കാൻ അയാളുടെ യുക്തി അയാളെ പ്രേരിപ്പിക്കുന്നതുകൊണ്ടും അയാളുടെ മനഃസാക്ഷി ആജ്ഞാപിക്കുന്നതുകൊണ്ടും ആണ് അയാൾ അങ്ങനെ ചെയ്യുന്നത്. മറ്റെല്ലാറ്റിലുമുപരിയായി യുക്തിയിൽ വിശ്വസിക്കുന്നയാളാണ് വിപ്ലവകാരി. യുക്തിക്ക് മുന്നിലാണ്. അതിന്റെ മുന്നിൽ മാത്രമാണ്, അയാൾ തലകുനിക്കുന്നത്. ഏറ്റവും സമുന്നതനായ ആളിൽനിന്നുപോലുമുള്ള ശകാരവാക്കുകളും അപലപനങ്ങളും ഒന്നുംതന്നെ അയാളെ നിശ്ചയിച്ചുറച്ച ലക്ഷ്യത്തിൽനിന്നും പിന്തിരിപ്പിക്കില്ല. ബഹുജനപിന്തുണ പിൻവലിച്ചാൽ വിപ്ലവകാരി അയാളുടെ ആദർശങ്ങൾ കൈവെടിയുമെന്ന് കരുതുന്നത് അങ്ങേയറ്റത്തെ വിഡ്ഢിത്തമാണ്. ഭരണഘടനാനുസൃതമായ മാർഗ്ഗങ്ങളിലൂടെ മാത്രം പ്രക്ഷോഭം നടത്തുന്നവർ അവരുടെമേൽ തോരാതെ വർഷിച്ചുകൊണ്ടിരിക്കുന്ന ശാപവാക്കുകളും ശകാരങ്ങളും എല്ലാം അവഗണിച്ചുകൊണ്ടാണ് ഇതിനുമുമ്പും പല വിപ്ലവകാരികളും കഴുമരത്തിലേറിയത്. വിപ്ലവകാരികൾ അവരുടെ

പ്രവർത്തനങ്ങൾ നിർത്തിവെക്കണമെന്ന് നിങ്ങൾ ആഗ്രഹിക്കുന്നുവെങ്കിൽ, ഉചിതമായ രീതിയിൽ അവരുമായി നിങ്ങൾ യുക്തിയുക്തമായ ചർച്ച നടത്തുക. അതാണ്–അതുമാത്രമാണ്–ഏക പോംവഴി. ബാക്കിയുള്ള കാര്യങ്ങളെക്കുറിച്ച് ആർക്കും സംശയം വേണ്ട. ഭീഷണി പ്രയോഗിച്ച് ഒതുക്കാവുന്ന അവസാനത്തെ വ്യക്തിയായിരിക്കും ഒരു വിപ്ലവകാരി.

ഒരു അഭ്യർത്ഥന

നമ്മുടെ നാട്ടുകാരോട്–ഇവിടത്തെ യുവാക്കളോട്, തൊഴിലാളികളോട്, കർഷകരോട്, വിപ്ലവാശയങ്ങൾ അംഗീകരിക്കുന്ന ബുദ്ധിജീവികളോട്–സ്വാതന്ത്ര്യത്തിന്റെ പതാക ഉയർത്തിപ്പിടിക്കുന്നതിനു വേണ്ടി മുന്നോട്ടുവന്ന് ഞങ്ങളോടൊപ്പം അണിചേരണമെന്ന് അഭ്യർത്ഥിക്കാൻ ഞങ്ങൾ ഈ അവസരം വിനിയോഗിക്കട്ടെ. രാഷ്ട്രീയവും സാമ്പത്തികവുമായ ചൂഷണം അസാദ്ധ്യമാക്കിത്തീർക്കുന്ന ഒരു പുതിയ സാമൂഹികവ്യവസ്ഥ നമുക്ക് സ്ഥാപിക്കാം. തങ്ങളുടെ പിൻതലമുറക്കാർ കുറെക്കൂടി സന്തുഷ്ടമായ ഒരു ജീവിതം നയിക്കാനിടവരട്ടെ എന്ന് കരുതി ജീവൻ ബലിയർപ്പിക്കാൻ തയ്യാറാവുകയും, പാവപ്പെട്ടവർക്കും പട്ടിണികൊണ്ട് വലയുന്നവർക്കും, ചൂഷണംകൊണ്ട് പീഡിതരായ, ഇന്ത്യയിലെ ലക്ഷക്കണക്കിനുള്ള മറ്റെല്ലാ ജനവിഭാഗങ്ങൾക്കുംവേണ്ടി വിശ്രമമില്ലാതെ പ്രവർത്തിക്കുകയും, മരിക്കുകയും ചെയ്ത ധീരോദാത്തരായ ആ യുവാക്കളുടെയും യുവതികളുടെയും പേരിൽ, ഞങ്ങൾ എല്ലാ ദേശാഭിമാനികളോടും ആഹ്വാനം ചെയ്യുന്നു: നിങ്ങൾ ഗൗരവപൂർവ്വം ഈ സമരം ഏറ്റെടുത്ത് മുന്നേറുക. ഒരു രാജ്യത്തിന്റെ സ്വാതന്ത്ര്യം അതിന്റെ ജീവൻ തന്നെയാണ്. അക്രമരാഹിത്യസിദ്ധാന്തത്തിന്റെയും അത്തരം കൗതുകവസ്തുക്കളുടെയും പേരിൽ മനഃശാസ്ത്രപരമായ പരീക്ഷണങ്ങൾ നടത്തിക്കൊണ്ട് രാഷ്ട്രത്തിന്റെ ജീവനായ സ്വാതന്ത്ര്യത്തെ കളിച്ചുരസിക്കാനുള്ള ഒരു വസ്തുവാക്കി മാറ്റാൻ ആരെയും അനുവദിക്കാൻ പാടില്ല. നമ്മുടെ അടിമത്തം ലജ്ജാകരമാണ്. അതിൽനിന്നും കുതറിമാറി സ്വതന്ത്രരാകാനുള്ള കരുത്തും ധൈര്യവും വിവേകവും നമുക്ക് ഇനി എന്നാണുണ്ടാവുക? വിദേശികളുടെ ആജ്ഞയ്ക്കുമുന്നിൽ ആദരപൂർവ്വം തലകുനിക്കുകയും, അവരുടെ പതാകയ്ക്കും അവരുടെ രാജാവിനും ആദരാഞ്ജലികൾ അർപ്പിക്കുകയും ചെയ്യുന്നത് ഉപേക്ഷിക്കാനുള്ള ആത്മാഭിമാനം നമ്മളിൽ അവശേഷിച്ചിട്ടില്ലെങ്കിൽപിന്നെ നമ്മുടെ മഹത്തായ നാഗരികതയുടെയും സംസ്കാരത്തിന്റെയും പാരമ്പര്യങ്ങൾക്ക് എന്ത് വിലയാണ് കല്പിക്കാനാവുക?

വിജയം അല്ലെങ്കിൽ മരണം

ഇന്ത്യയിൽ അവർ ചെയ്യാത്ത കുറ്റകൃത്യങ്ങൾ ഒന്നും തന്നെയില്ല. ബോധപൂർവ്വമായി അവർ നടത്തിയ ദുർഭരണത്തിന്റെ ഫലമായി നമ്മെ അവർ പാപ്പരാക്കിയിരിക്കുന്നു. ശക്തി ക്ഷയിച്ച് വിളറുംവരെ നമ്മുടെ

രക്തം അവർ ഊറ്റിയെടുത്തു. ഒരു വംശവും ജനതയും എന്ന നിലയ്ക്കുള്ള നമ്മുടെ അഭിമാനത്തിന് ക്ഷതം ഏല്പിക്കപ്പെട്ടിരിക്കുന്നു. ഇതെല്ലാം നാം മറക്കുകയും പൊറുക്കുകയും ചെയ്യണമെന്ന് ഇനിയും നമ്മുടെ രാജ്യത്തെ ജനങ്ങൾ ആഗ്രഹിക്കുന്നുണ്ടോ? നമുക്ക് ഇതിനെല്ലാം പ്രതികാരം ചെയ്യണം–നീതിബോധമുള്ള ഒരു ജനതയുടെ ധർമ്മരോഷം പ്രകടിപ്പിക്കുന്ന പ്രതികാരം. ഭീരുക്കൾ പിന്മാറിക്കൊണ്ട് ഒത്തുതീർപ്പിനും സമാധാനത്തിനുംവേണ്ടി നാണംകെട്ട് കെഞ്ചട്ടെ! നാം ദയയ്ക്കുവേണ്ടിയല്ല യാചിക്കുന്നത്. നാം ആർക്കും അഭയം നല്കുന്നുമില്ല. നമ്മുടെത് അന്ത്യംവരെക്കുമുള്ള ഒരു സമരമാണ്–വിജയം അല്ലെങ്കിൽ മരണം.

വിപ്ലവം നീണാൾ വാഴട്ടെ!

കർത്താർസിങ്
പ്രസിഡന്റ്
ഹിന്ദുസ്ഥാൻ റിപ്പബ്ലിക്കൻ
അസോസിയേഷൻ

അനുബന്ധം 7

സുഖദേവ് ഗാന്ധിജിക്കയച്ച കത്ത്

അക്രമസംഭവങ്ങളുമായി ബന്ധമില്ലാത്ത രാഷ്ട്രീയത്തടവുകാരുടെ മോചനത്തിനുവേണ്ടി ഗവൺമെന്റുമായി ഗാന്ധി അനുരഞ്ജന സംഭാഷണം നടത്തുകയായിരുന്നു. അതോടൊപ്പം പ്രസ്ഥാനം നിർത്തിവെക്കാൻ വിപ്ലവകാരികളോട് അദ്ദേഹം അഭ്യർത്ഥന നടത്തുകയും ചെയ്തിരുന്നു. ഈ സാഹചര്യത്തിലാണ് സുഖദേവ് ഈ കത്തെഴുതിയത്. ഈ കത്ത് 1931 ഏപ്രിൽ 23 -ാം തീയതിയിലെ 'യങ് ഇന്ത്യ' വാരികയിൽ പ്രസിദ്ധീകരിച്ചു. ഭഗത്സിങ്, രാജഗുരു, സുഖദേവ് എന്നിവരെ തൂക്കിക്കൊന്നതിന് ശേഷമാണ് ഇത് പ്രസിദ്ധീകരിച്ചത്.

സ്നേഹം നിറഞ്ഞ മഹാത്മജീ,

താങ്കളുടെ സമാധാനസംഭാഷണങ്ങൾ വിജയപ്രദമായി സമാപിച്ചതിനുശേഷം താങ്കൾ, വിപ്ലവകാരികളായ പ്രവർത്തകരോട് തല്ക്കാലത്തേക്കെങ്കിലും അവരുടെ പ്രസ്ഥാനം പിൻവലിക്കുകയും, താങ്കളുടെ അക്രമരാഹിത്യസിദ്ധാന്തം പ്രയോഗിച്ചുനോക്കാൻ താങ്കൾക്ക് അവസാനമായി ഒരു അവസരംകൂടി നല്കണമെന്നും ആവശ്യപ്പെട്ടുകൊണ്ടുള്ള നിരവധി പരസ്യാഭ്യർത്ഥനകൾ നടത്തിയിട്ടുള്ളതായി ഈ അടുത്തകാലത്തെ പത്രറിപ്പോർട്ടുകളിൽനിന്നും മനസ്സിലാകുന്നു. യഥാർത്ഥത്തിൽ ഏതെങ്കിലും ഒരു പ്രസ്ഥാനം പിൻവലിക്കുക എന്നത് പ്രത്യയശാസ്ത്രപരമായ ഒരു നടപടിയോ വികാരപരമായ ഒരു നടപടിയോ അല്ല. വ്യത്യസ്തസന്ദർഭങ്ങളിലെ പ്രത്യേകമായ ആവശ്യങ്ങൾ പരിഗണിച്ചുകൊണ്ടാണ് നേതാക്കന്മാർ തങ്ങളുടെ അടവ് മാറ്റാൻ നിർബ്ബന്ധിതരാവുന്നത്.

സന്ധിസംഭാഷണങ്ങൾ നടന്ന വേളയിൽ ഇത് അവസാനത്തെ ഒത്തുതീർപ്പ് ആയിരിക്കുകയില്ല എന്ന വസ്തുത ഒരു നിമിഷത്തേക്കു പോലും താങ്കൾ വിസ്മരിച്ചിരുന്നില്ലെന്നും, അക്കാര്യം രഹസ്യമാക്കി വെച്ചിരുന്നില്ലെന്നും നമുക്ക് സങ്കല്പിക്കാം. അവസാനഘട്ടം എത്തിച്ചേർന്നിട്ടില്ലെന്ന് ബുദ്ധിശാലികളായ എല്ലാവർക്കും എളുപ്പം മനസ്സിലാക്കാൻ കഴിയുമെന്നാണ് ഞാൻ കരുതുന്നത്. പൂർണ്ണസ്വാതന്ത്ര്യം നേടുന്നതുവരെ ഇടതടവില്ലാതെ സമരം നടത്തിക്കൊണ്ടുപോകാൻ ലാഹോർ പ്രമേയം കോൺഗ്രസിനെ പ്രതിജ്ഞാബദ്ധമാക്കുന്നു. ഈ പ്രമേയം നിലവിലിരിക്കെ സമാധാനവും ഒത്തുതീർപ്പും ഒരു താല്ക്കാലിക സമാധാനസന്ധി മാത്രമാണ്. അതിന്റെ അർത്ഥം അടുത്ത സമരത്തിനുവേണ്ടി, കൂടുതൽ കരുത്തുറ്റ ശക്തികളെ വിപുലമായ തോതിൽ സമാഹരിച്ച് സംഘടിപ്പിക്കുന്നതിനായുള്ള ഒരു വിശ്രമവേള മാത്രമാണിതെന്നാണ്. മേൽപ്പറഞ്ഞ പരിഗണനകളുടെ അടിസ്ഥാനത്തിൽ മാത്രമെ ഒത്തുതീർപ്പിനും സമാധാനസന്ധിക്കും ഉള്ള സാദ്ധ്യതകൾ സങ്കല്പിക്കാനും അവയെ ന്യായീകരിക്കാനും കഴിയുകയുള്ളു.

ഒരു സമാധാനസന്ധി പ്രാബല്യത്തിൽ വരുത്തുന്നതിനുള്ള ശരിയായ അവസരവും വ്യവസ്ഥകളും എന്തായിരിക്കണമെന്നത് സംബന്ധിച്ചുള്ള തീരുമാനം എടുക്കേണ്ട ചുമതല പ്രസ്ഥാനത്തിന്റെ നേതാക്കന്മാരിലാണ് നിക്ഷിപ്തമായിരിക്കുന്നത്. ലാഹോർ പ്രമേയം ഉണ്ടായിരിക്കെത്തന്നെ സജീവമായി നടന്നുവന്ന പ്രസ്ഥാനം പിൻവലിക്കുന്നത് ഉചിതമായിരിക്കുമെന്ന് താങ്കൾ കരുതി. എങ്കിലും ആ പ്രമേയം നിലനില്ക്കുന്നു. അതേപോലെതന്നെ ആ പേരിൽനിന്നു തന്നെ വ്യക്തമാകുന്നതുപോലെ ഹിന്ദുസ്ഥാൻ സോഷ്യലിസ്റ്റ് റിപ്പബ്ലിക്കൻ അസോസിയേഷൻ, ഒരു സോഷ്യലിസ്റ്റ് റിപ്പബ്ലിക് സ്ഥാപിക്കുന്നതിനുവേണ്ടി നിലകൊള്ളുന്നു. അത് ഒരു ഇടവേളത്താവളമല്ല. തങ്ങളുടെ ലക്ഷ്യം നേടുകയും തങ്ങളുടെ ആദർശം സഫലീകരിക്കപ്പെടുകയും ചെയ്യുന്നതുവരെ വിപ്ലവകാരികൾ സമരം നടത്തിക്കൊണ്ടുപോകാൻ ബാദ്ധ്യസ്ഥരാണ്. എന്നാൽ മാറിവരുന്ന സാഹചര്യങ്ങളുടെയും പരിതഃസ്ഥിതികളുടെയും അടിസ്ഥാനത്തിൽ അവരുടെ അടവുകൾ മാറ്റുന്നത് ഉചിതമായിരിക്കും. വിപ്ലവപരമായ സമരങ്ങൾ വിവിധ കാലങ്ങളിൽ വിവിധ രൂപങ്ങൾ സ്വീകരിക്കും. ചിലപ്പോൾ അത് തുറന്ന സംഘട്ടനത്തിന്റെ രൂപത്തിലും മറ്റു ചിലപ്പോൾ പ്രക്ഷോഭത്തിന്റെ രൂപത്തിലും ഇനിയും മറ്റു ചില സന്ദർഭങ്ങളിൽ ഉഗ്രമായ ജീവന്മരണ പോരാട്ടത്തിന്റെ രൂപത്തിലും ആയിരിക്കും പ്രത്യക്ഷപ്പെടുന്നത്. ഈ സാഹചര്യങ്ങളിൽ, തങ്ങളുടെ പ്രസ്ഥാനം പിൻവലിക്കുന്നതിന് വിപ്ലവകാരികളെ പ്രേരിപ്പിക്കുന്നതിനാധാരമായി പരിഗണിക്കപ്പെടേണ്ടതായ ചില പ്രത്യേക ഘടകങ്ങൾ ഉണ്ടായിരിക്കണം. പക്ഷേ, അത്തരത്തിൽ വ്യക്തമായ ഒരാശയവും താങ്കൾ മുന്നോട്ടുവെച്ചിട്ടില്ല. വിപ്ലവസമരങ്ങളിൽ വികാരപരമായ

അഭ്യർത്ഥനകൾ പരിഗണിക്കപ്പെടുകയില്ല. അവ പരിഗണിക്കാൻ കഴിയുകയുമില്ല.

താങ്കൾ ഒത്തുതീർപ്പുണ്ടാക്കിയതിനുശേഷം, താങ്കളുടെ പ്രസ്ഥാനം പിൻവലിക്കുകയും അതിന്റെ ഫലമായി താങ്കളുടെ ഭാഗത്തെ തടവുകാരെയെല്ലാം മോചിപ്പിക്കുകയും ചെയ്തു. 1915 ൽ കൽത്തുറുങ്കിലടയ്ക്കപ്പെട്ട നിരവധി ഗദർപാർട്ടി തടവുകാർ ഇപ്പോഴും ജയിലറകളിൽ ദുരിതം അനുഭവിച്ചുകഴിയുകയാണ്. അവരുടെ തടവുശിക്ഷയുടെ കാലാവധി മുഴുവനും ജയിലിൽ കഴിഞ്ഞു എന്നുവരികിലും പട്ടാളനിയമം അനുസരിച്ച് തടങ്കലിലാക്കപ്പെട്ടവരും ഇപ്പോഴും ഈ ജീവനുള്ള ശവകുടീരങ്ങളിൽതന്നെ കഴിയുകയാണ്. ഇതുപോലെ തന്നെയാണ് ഡസൻ കണക്കിലുള്ള ബബ്ബർ അകാലി തടവുകാരും, ദേവ്ഗഢ്, കകോരി, മച്ഛുവാബസാർ, ലാഹോർ തുടങ്ങിയ ഗൂഢാലോചനക്കേസുകളിലെ തടവുകാരും ഇപ്പോഴും ജയിലഴികൾക്കുള്ളിൽ കഴിയുന്നവരിൽപ്പെടുന്നത്. അരഡസനോളം ഗൂഢാലോചനക്കേസുകൾ ലാഹോറിലും ഡൽഹിയിലും ചിറ്റഗോങ്ങിലും ബോംബെയിലും, കല്ക്കത്തയിലും മറ്റുമായി നടന്നുകൊണ്ടിരുന്നു. ഡസൻ കണക്കിന് വിപ്ലവകാരികൾ ഒളിവിലാണ്. അവരിൽ കുറെയേറെ സ്ത്രീകളുമുണ്ട്. അരഡസനിലേറെ തടവുകാർ വധശിക്ഷയ്ക്ക് വിധേയരായും കഴിയുന്നു. ഈ ആളുകളെയൊക്കെപ്പറ്റി എന്ത് പറയുന്നു? ലാഹോർ ഗൂഢാലോചനക്കേസിൽ വധശിക്ഷയ്ക്ക് വിധിക്കപ്പെട്ട് തടങ്കലിൽ കഴിയുന്ന മൂന്ന് തടവുകാർ ഭാഗ്യത്തിന് പ്രമുഖസ്ഥാനത്തെത്തുകയും വമ്പിച്ചതോതിൽ പൊതുജനസഹഭാവം നേടാൻ അവർക്ക് കഴിയുകയും ചെയ്തു. പക്ഷേ, ഇവർ വിപ്ലവകാരികളുടെ എണ്ണത്തിൽ ഭൂരിഭാഗം വരുന്നവരല്ല. പാർട്ടിയെ സംബന്ധിച്ചിടത്തോളം ഈ മൂന്നുപേർ മാത്രമല്ല പരിഗണന അർഹിക്കുന്നവർ. യഥാർത്ഥത്തിൽ ഈ മൂന്നുപേരുടെ ശിക്ഷ ഇളവുചെയ്യുന്നതിനെക്കാൾ അവരെ തൂക്കിക്കൊല്ലുന്നതുകൊണ്ടായിരിക്കും കൂടുതൽ ഗുണം ഉണ്ടാവുക.

ഇതെല്ലാമാണെങ്കിലും, അവര് പ്രസ്ഥാനം പിൻവലിക്കണമെന്ന് ആവശ്യപ്പെട്ടുകൊണ്ട് പരസ്യമായി താങ്കൾ അഭ്യർത്ഥനകൾ നടത്തുന്നു. അവർ എന്തിന് അങ്ങനെ ചെയ്യണം? താങ്കൾ വ്യക്തമായി കാര്യങ്ങളൊന്നും പറഞ്ഞിട്ടില്ല. ഈ സാഹചര്യത്തിൽ താങ്കളുടെ അഭ്യർത്ഥനയുടെ അർത്ഥം, ആ പ്രസ്ഥാനത്തെ തകർക്കാനുള്ള ശ്രമത്തിൽ താങ്കളും ഉദ്യോഗസ്ഥമേധാവിത്തത്തോടൊപ്പം ചേരുന്നു എന്നാണ്. താങ്കളുടെ അഭ്യർത്ഥനകൾ, വഞ്ചനയും, ഒളിച്ചോടിപോകലും ചതിയും നടത്താൻ അവർക്കിടയിൽ പ്രചാരണം നടത്തുന്നതിന് തുല്യമാണ്. അതങ്ങനെയല്ലായിരുന്നെങ്കിൽ താങ്കൾക്ക് ചെയ്യാൻ കഴിയുമായിരുന്ന ഏറ്റവും നല്ല കാര്യം പ്രമുഖവിപ്ലവകാരികളിൽ ചിലരെ സമീപിച്ച് കാര്യങ്ങളാകെ അവരുമായി ചർച്ചചെയ്യുക എന്നതായിരുന്നു. പ്രസ്ഥാനം പിൻവലിക്കേണ്ടതിന്റെ ആവശ്യത്തെക്കുറിച്ച് അവരെ ബോദ്ധ്യപ്പെടു

ത്താൻ ശ്രമിക്കുകയായിരുന്നു ചെയ്യേണ്ടത്. വിപ്ലവകാരികളെല്ലാം വിവേകം നശിച്ചവരും നശീകരണത്തിലും ആക്രമിച്ച് തരിപ്പണമാക്കലിലും ആഹ്ലാദിക്കുന്നവരും ആണെന്ന് പൊതുവെ യാഥാസ്ഥിതികർ വെച്ചുപുലർത്തുന്ന ധാരണ താങ്കളും വെച്ചുപുലർത്തുന്നുവെന്ന് ഞാൻ കരുതുന്നില്ല. യഥാർത്ഥത്തിൽ കാര്യം നേരെമറിച്ചാണെന്ന് താങ്കളെ ഞങ്ങൾ അറിയിക്കട്ടെ. വിപ്ലവകാരികൾ കൈക്കൊള്ളുന്ന ഓരോ നടപടിയുടെയും ഗുണദോഷങ്ങളെക്കുറിച്ച് അവർ വിശകലനം ചെയ്യുകയും പ്രവർത്തിക്കുന്നതിന്റെ ഫലമായുണ്ടാവുന്ന പ്രത്യാഘാതങ്ങൾക്ക് ഉത്തരവാദിത്വം വഹിക്കേണ്ടതുണ്ടെന്ന തികഞ്ഞ ബോധം പുലർത്തുകയും ചെയ്യുന്നു. വിപ്ലവപരിപാടിയുടെ വിദ്ധ്വംസകമായ വശത്തേക്കാൾ അതിന്റെ സൃഷ്ടിപരമായ വശത്തിനാണ് അവർ കൂടുതൽ പ്രാധാന്യം കല്പിക്കുന്നത്. എന്നാൽ നിലവിലുള്ള സാഹചര്യങ്ങളിൽ പരിപാടിയുടെ വിദ്ധ്വംസകമായ ഭാഗം പ്രാവർത്തികമാക്കുന്നതിൽ ഏർപ്പെടുകയല്ലാതെ മറ്റു മാർഗ്ഗങ്ങളൊന്നും അവർക്കില്ല.

ഇവരോടുള്ള ഗവൺമെന്റിന്റെ ഇപ്പോഴത്തെ നയം പ്രസ്ഥാനത്തിലൂടെ വിപ്ലവകാരികൾ നേടിയെടുത്തിട്ടുള്ള ബഹുജനപിന്തുണയും സഹഭാവവും അവർക്ക് നഷ്ടപ്പെടുത്താനും അതിനുശേഷം അവരെ അടിച്ചമർത്താനും ഉദ്ദേശിച്ചുകൊണ്ടുള്ള നയമാണ്. അവരെ ഒറ്റപ്പെടുത്തിയാൽ വളരെ എളുപ്പം അവരെ വേട്ടയാടിപ്പിടിക്കാമെന്ന് ഗവൺമെന്റ് കരുതുന്നു. വസ്തുതകൾ ഇതായിരിക്കെ വികാരപരമായ ഏത് അഭ്യർത്ഥനയും അവരുടെ അണികളിൽ ധൈര്യക്ഷയവും നിരാശയും ഉണ്ടാക്കാൻ മാത്രമെ സഹായിക്കൂ. അത് തികച്ചും ബുദ്ധിശൂന്യവും പ്രതിവിപ്ലവപരവും ആയ നടപടിയായിരിക്കും. അവരെ അടിച്ചമർത്താൻ ഗവൺമെന്റിന് പരോക്ഷമായി സഹായം നല്കുകയായിരിക്കും അതിന്റെ ഫലം.

അതുകൊണ്ട് ഒന്നുകിൽ ഏതെങ്കിലും ചില വിപ്ലവകാരി നേതാക്കന്മാരോട് നേരിട്ട് സംസാരിക്കുകയും (അവരിൽ നിരവധിപേർ ജയിലുകളിൽതന്നെയുണ്ട്) എന്നിട്ട് അവരുമായി ധാരണയിലെത്തുകയും ചെയ്യണം. അല്ലെങ്കിൽ ഈ അഭ്യർത്ഥനകൾ പുറപ്പെടുവിക്കുന്നത് നിർത്തണം. നന്മ ചെയ്യാനാണ് ആഗ്രഹിക്കുന്നതെങ്കിൽ ദയവുചെയ്ത് ഇതിലേതെങ്കിലും ഒരു മാർഗ്ഗം സ്വീകരിക്കുകയും പൂർണ്ണമനസ്സോടെ അത് പിന്തുടർന്നുപോവുകയും ചെയ്യുക. താങ്കൾക്ക് അവരെ സഹായിക്കാൻ കഴിയില്ലെങ്കിൽ അവരോട് ദയ കാട്ടുകയെങ്കിലും ചെയ്യുക. അവരെ അവരുടെ പാട്ടിന് വിട്ടേക്കുക. അവർക്ക് അവരുടെ കാര്യം നോക്കാൻ അറിയാം. ഭാവിരാഷ്ട്രീയ സമരങ്ങളിൽ വിപ്ലവ പാർട്ടിയുടെ നായകത്വം ഉണ്ടാകുമെന്ന് അവർക്ക് ഉറപ്പാണ്. സാമാന്യ ജനങ്ങൾ അവരോടൊപ്പം അണിനിരക്കുന്നു. സോഷ്യലിസ്റ്റ് റിപ്പബ്ലിക് സ്ഥാപിക്കുക എന്ന മഹത്തായ, ശ്രേഷ്ഠമായ ആദർശത്തിന്റെ സാക്ഷാൽക്കാരത്തിനുവേണ്ടി അവരുടെ പതാകയിൻകീഴിൽ സാമാന്യജനങ്ങളെ

അണിനിരത്തിക്കൊണ്ട് വിപ്ലവകാരികൾ മുന്നോട്ടു പോകുന്ന സുദിനം വിദൂരമല്ല.

അഥവാ, അവരെ സഹായിക്കാൻ ആത്മാർത്ഥമായി താങ്കൾ ആഗ്രഹിക്കുന്നെങ്കിൽ അവരുടെ അഭിപ്രായഗതി മനസ്സിലാക്കാൻ അവരുമായി സംസാരിക്കുകയും പ്രശ്നത്തെക്കുറിച്ച് വിശദമായി ചർച്ച ചെയ്യുകയും ചെയ്യണം.

താങ്കൾ ഈ അഭ്യർത്ഥന പരിഗണിക്കുമെന്നും താങ്കളുടെ അഭിപ്രായം പരസ്യമായി അറിയിക്കുമെന്നും പ്രതീക്ഷിക്കുന്നു.

താങ്കളുടെ വിധേയൻ,
പലരിൽ ഒരാൾ

അനുബന്ധം 8

'വിപ്ലവം നീണാൾ വാഴട്ടെ' എന്ന മുദ്രാവാക്യത്തെക്കുറിച്ച് *മോഡേൺ റിവ്യൂവിൽ* രാമാനന്ദ ചാറ്റർജി എഴുതിയ പത്രാധിപക്കുറിപ്പ്

ലാഹോർ സ്പെഷ്യൽ മജിസ്ട്രേട്ട് കോടതിക്കുമുമ്പിൽവെച്ച് "വിപ്ലവം നീണാൾ വാഴട്ടെ," "സാമ്രാജ്യത്വം നശിക്കട്ടെ" എന്നീ മുദ്രാവാക്യങ്ങൾ മുഴക്കിയതിന്റെ പേരിൽ വിദ്യാർത്ഥികളെ അറസ്റ്റു ചെയ്തതിൽ പ്രതിഷേധിച്ചുകൊണ്ട് പഞ്ചാബിലെ ഗുജ്റാൻ വാലയിൽ നടന്ന 'നവ്ജവാൻ സഭ'യുടെ (യൂത്ത് ലീഗ്) ഒരു യോഗത്തിൽ ഒരു പ്രമേയം പാസാക്കിയതായി ഒരു 'ഫ്രീ പ്രസ്' സന്ദേശത്തിൽ പറയുന്നു. ഈ മുദ്രാവാക്യങ്ങൾ മുഴക്കാൻ എല്ലാവർക്കും അവകാശമുണ്ടെന്ന് പ്രമേയത്തിൽ പറയുന്നു. രാജ്യദ്രോഹം സംബന്ധിച്ച നിയമങ്ങളുടെ വ്യാഖ്യാനത്തിൽ ഹൈക്കോടതി ജഡ്ജിമാർപോലും ഭിന്നാഭിപ്രായങ്ങൾ പ്രകടിപ്പിച്ചിട്ടുണ്ട് എന്നതുകാരണം സാധാരണക്കാർക്ക് ഏതു മുദ്രാവാക്യം നിയമാനുസൃതമായതാണെന്നും ഏത് നിയമവിരുദ്ധമാണെന്നും മനസ്സിലാക്കാൻ പ്രയാസമുണ്ട്. പക്ഷേ, നിന്ദാശീലനായ പ്രായം ചെന്ന ഈ പത്രപ്രവർത്തകന് 'വിപ്ലവം നീണാൾ വാഴട്ടെ' എന്ന മുദ്രാവാക്യം ചിലപ്പോഴൊക്കെ അല്പം വിചിത്രമായി തോന്നിയിരുന്നുവെന്ന് പറഞ്ഞാൽ ഉത്സാഹശീലരായ യുവാക്കൾ എന്നോട് പൊറുക്കണം. ലോകചരിത്രത്തിൽ ചിലപ്പോഴൊക്കെ ഒരു വിപ്ലവം അവശ്യമായിത്തീർന്നേക്കാം. ഇന്ത്യയിലാകട്ടെ വ്യക്തിപരമായി നാമെല്ലാം ആഗ്രഹിക്കുന്നത് അക്രമരഹിതമായ ഒരു സാമൂഹിക-സാമ്പത്തിക-രാഷ്ട്രീയ വിപ്ലവം വേഗം തന്നെ നടക്കണം എന്നാണ്. എന്നാൽ 'വിപ്ലവം നീണാൾ വാഴട്ടെ' എന്ന മുദ്രാവാക്യത്തിന്റെ സൂക്ഷ്മമായ അർത്ഥം എന്താണ്? പ്രവർത്തിച്ചുകൊണ്ടിരിക്കുക എന്നത് ജീവന്റെ അടയാളമാണ്. വിപ്ലവം നീണാൾ വാഴണം എന്നൊരാഗ്രഹം പ്രകടിപ്പിക്കുമ്പോൾ അതുകൊണ്ട് അർത്ഥമാക്കുന്നത് വിപ്ലവ പ്രക്രിയ നമ്മുടെ ജീവിതത്തിന്റെ ഒരു മണിക്കൂ

റിലും ദിവസത്തിലും ആഴ്ചയിലും മാസത്തിലും വർഷത്തിലും തുടർന്നുകൊണ്ടേയിരിക്കണമെന്നാണോ? മറ്റ് വാക്കുകളിൽ പറഞ്ഞാൽ കഴിയുമെങ്കിൽ വിപ്ലവം കൂടെക്കൂടെ ഉണ്ടായിക്കൊണ്ടിരിക്കണം എന്നാണോ ആഗ്രഹിക്കുന്നത്? ഇത്തരത്തിൽ അവിരാമമായി വിപ്ലവം നടക്കുന്നതുകൊണ്ട് മാറ്റങ്ങൾ ഉണ്ടായേക്കാം. എന്നാൽ പുരോഗതിക്കും അഭിവൃദ്ധിക്കും ജ്ഞാനോദ്ദീപനത്തിനും വിരളമായി മാത്രമെ അത് വഴിവെക്കൂ. ഒരു വിപ്ലവത്തിലൂടെ ലഭിക്കുന്നത് ഉറയ്ക്കാനും വേരുറച്ച് വളരാനും ഫലഭൂയിഷ്ഠമാകാനും കുറെസമയം വേണ്ടിവരുമല്ലൊ. ഇടതടവില്ലാതെ നടക്കുന്ന വിപ്ലവപ്രക്രിയ ജെയിംസ് റസൽ ലവ്വൽ "തെക്കേ അമേരിക്കയിലെ 'കാതറീൻവീൽ'* റിപ്പബ്ലിക്കുകൾ" എന്ന് പേരിട്ടതുപോലെ, ഇന്ത്യയെയും അത്തരത്തിൽ വട്ടത്തിൽ കറങ്ങുന്ന ചക്രം ആക്കിത്തീർത്തേക്കും. ഒരു വിപ്ലവത്തിനും അവസാനരൂപത്തിലുള്ള അഭിവൃദ്ധി സൃഷ്ടിക്കാനാവില്ല എന്നതിൽ സംശയമില്ല. വിപ്ലവത്തിനുശേഷം മാറ്റങ്ങൾ ഉണ്ടാവണം. പക്ഷേ, ആ മാറ്റങ്ങൾ പരിണാമരൂപേണയുള്ള (ഇവല്യൂഷനറി) വികാസത്തിലൂടെയായിരിക്കണം കൈവരുത്തേണ്ടത്. കുറെയേറെ തലമുറകൾക്കുശേഷമോ നൂറ്റാണ്ടുകൾ കഴിയുമ്പോഴോ വീണ്ടും ഒരു വിപ്ലവം ഉണ്ടായേക്കാം. എന്നാൽ "വിപ്ലവം നീണാൾ വാഴട്ടെ" എന്ന മുദ്രാവാക്യത്തിൽ അന്തർഭവിച്ചിരിക്കുന്നത് ഇതൊന്നുമല്ല.

---

* കാതറീൻവീൽ കായികമായ പീഡനത്തിന് ഉപയോഗിച്ചിരുന്ന ഒരുതരം ചക്രം. ഈ ചക്രത്തിന് പല്ലുകളുണ്ടായിരിക്കും. അതിനും പുറമെ വിവിധ ദിശകളിലേക്ക് കറങ്ങുന്ന കത്തികളും അതിൽ ഘടിപ്പിച്ചിരിക്കും. കറങ്ങുന്ന ഈ ചക്രത്തിനിടയിൽ പീഡിപ്പിക്കേണ്ടയാളെ കടത്തിവെക്കും. ബി സി 307 ൽ അലക്സാണ്ട്റിയയിൽ ഐതിഹാസിക പ്രസിദ്ധിയാർജ്ജിച്ച വിശുദ്ധയായ (സെയ്ന്റ്) കാതറീനെ പീഡിപ്പിച്ചുകൊന്നത് ഈ ചക്രത്തിൽ കയറ്റിയിട്ടായിരുന്നു. അതുകൊണ്ടാണ് ഈ പേര് വന്നത്.

അനുബന്ധം 9

വധശിക്ഷ നടപ്പാക്കാനുള്ള വാറണ്ട്

ക്രിമിനൽ നടപടിക്രമനിയമത്തിന്റെ വകുപ്പ് 381 ഉം 1930 ലെ III-ാം നമ്പർ ഓർഡിനൻസിന്റെ 8, 11 വകുപ്പുകളും.

1930 ലെ III-ാം നമ്പർ ഓർഡിനൻസിൻ പ്രകാരം നിയോഗിക്കപ്പെട്ട ലാഹോർ ഗൂഢാലോചനക്കേസ് ട്രിബ്യൂണലിന്റെ കോടതിമുമ്പാകെ.

ലാഹോർ സെൻട്രൽ ജയിൽ സൂപ്രണ്ടിന്,

ലാഹോറിലെ ഖവാശിരിയനിൽ താമസിക്കുന്ന കിഷൻസിങ്ങിന്റെ മകനും ലാഹോർ ഗൂഢാലോചനക്കേസിലെ തടവുകാരിൽ ഒരാളുമായ ഭഗത്സിങ് ഇന്ത്യൻ ശിക്ഷാനിയമത്തിലെ 121 ഉം 302 ഉം വകുപ്പുകൾ പ്രകാരമുള്ള കുറ്റങ്ങളും സ്ഫോടകവസ്തു നിയമത്തിന്റെ 4 (b) വകുപ്പിനോടൊപ്പം ഇന്ത്യൻ ശിക്ഷാനിയമത്തിന്റെ 120-F വകുപ്പും ചേർന്നുള്ള നിയമവ്യവസ്ഥകളനുസരിച്ചുള്ള കുറ്റങ്ങളും ചെയ്തതിന് ശിക്ഷാർഹനാണെന്ന് 1930 മെയ് 5ന് തുടങ്ങിയതും 1930 ഒക്ടോബർ 30 ന് സമാപിച്ചതുമായ വിചാരണയിൽ കണ്ടിരിക്കുന്നതിനാൽ അയാളെ ഇതിനാൽ വധശിക്ഷയ്ക്ക് വിധിച്ചിരിക്കുന്നു.

ടി സൂപ്രണ്ടായ നിങ്ങളെ മേൽപ്പറഞ്ഞ ശിക്ഷാവിധി നടപ്പാക്കാൻ ഇതിനാൽ അധികാരപ്പെടുത്തുകയും ടി ഭഗത്സിങ്ങിനെ കഴുത്തിൽ കുരുക്കിട്ട് മരിക്കുംവരെ തൂക്കിലിട്ട് മേൽപ്പറഞ്ഞ വിധി 1930 ഒക്ടോബർ 17 ാം തീയതി നടപ്പാക്കണമെന്നും, അത്തരത്തിൽ ആ വിധി നടപ്പാക്കിയതായി സർട്ടിഫിക്കറ്റ് രേഖപ്പെടുത്തി ഈ വാറണ്ട് മടക്കി അയക്കണമെന്നും നിങ്ങളോട് ആവശ്യപ്പെടുകയും ചെയ്യുന്നു.

ഞങ്ങളുടെ കൈകൊണ്ട് എഴുതി തയ്യാറാക്കി ഒപ്പിട്ട് കോടതി

മുദ്രയും പതിച്ച് 1930 ഒക്ടോബർ 17-ാം തീയതിയായ ഇന്നേദിവസം നല്കിയ വിധി.

ട്രിബ്യൂണലിന്റെ മുദ്ര
(ഒപ്പ്) ട്രിബ്യൂണലിന്റെ പ്രസിഡന്റ്
(ഒപ്പ്) ട്രിബ്യൂണലിലെ അംഗം
(ഒപ്പ്) ട്രിബ്യൂണലിലെ അംഗം

അനുബന്ധം 10

മരണശിക്ഷാവിധി നടപ്പാക്കിയതിന്റെ സർട്ടിഫിക്കറ്റ്

ജുഡീഷ്യൽ വകുപ്പിന്റെ മുദ്ര

ഭഗത്സിങ്ങിന്റെ പേരിൽ നല്കപ്പെട്ട വധശിക്ഷാവിധി ശരിയാംവണ്ണം നടപ്പാക്കിയിരിക്കുന്നു എന്നും മേൽപ്പറഞ്ഞ ഭഗത്സിങ്ങിനെ ആ വിധി പ്രകാരം ലാഹോർ സെൻട്രൽ ജയിലിൽ 1931 മാർച്ച് 23-ാം തീയതി തിങ്കളാഴ്ച വൈകിട്ട് 7 മണിക്ക് കഴുത്തിൽ കുരുക്കിട്ട് തൂക്കിയിടുകയും പൂർണ്ണമായും ഒരു മണിക്കൂർ സമയത്തേക്ക് അയാളുടെ ദേഹം തൂക്കിലിട്ട് നിർത്തിയിരുന്നു എന്നും, അയാളുടെ ജീവൻ അണഞ്ഞുപോയതായി ഒരു മെഡിക്കൽ ആപ്പീസർ പരിശോധിച്ച് തിട്ടപ്പെടുത്തുംവരെ തൂക്കിൽനിന്നും ആ ശരീരം ഇറക്കിവെച്ചില്ലെന്നും ഏതെങ്കിലും തരത്തിലുള്ള ആകസ്മിക സംഭവമോ, തെറ്റോ മറ്റേതെങ്കിലും തരത്തിലുള്ള 'ഗ്രഹപ്പിഴ'യോ സംഭവിച്ചില്ലെന്നും ഞാൻ ഇതിനാൽ സാക്ഷ്യപ്പെടുത്തുന്നു.

(ഒപ്പ്) (പേര് വ്യക്തമല്ല)
ജയിൽ സൂപ്രണ്ട്

www.ingramcontent.com/pod-product-compliance
Lightning Source LLC
LaVergne TN
LVHW060214051026
849517LV00005B/1407
* 9 7 8 9 3 9 4 7 5 3 6 2 4 *